# பொன்னியின் செல்வன்

முதல் பாகம்

**கிழக்கு வெளியீடுகளாக... கல்கியின் பிற நாவல்கள்**

பார்த்திபன் கனவு

சிவகாமியின் சபதம்

# பொன்னியின் செல்வன்

முதல் பாகம்

அமரர் கல்கி

கிழக்கு

பொன்னியின் செல்வன் (முதல் பாகம்)
Ponniyin Selvan (First Part)
*by Kalki*

Kizhakku First Edition: December 2011
416 Pages
Printed in India.

ISBN 978-81-8493-683-4
Title No. Kizhakku 653

Kizhakku Pathippagam
177/103, First Floor,
Ambal's Building, Lloyds Road,
Royapettah, Chennai 600 014.
Ph: +91-44-4200-9603

Email : support@nhm.in
Website : www.nhm.in

Kizhakku Pathippagam is an imprint of New Horizon Media Private Limited

# பொன்னியின் செல்வன்

## முதல் பாகம்

புது வெள்ளம்

# பொன்னியின் செல்வன்

## முதல் பாகம்: புது வெள்ளம்

முதலாவது அத்தியாயம்

# ஆடித் திருநாள்

ஆதி அந்தமில்லாத கால வெள்ளத்தில் கற்பனை ஓடத்தில் ஏறி நம்முடன் சிறிது நேரம் பிரயாணம் செய்யுமாறு நேயர்களை அழைக்கிறோம். விநாடிக்கு ஒரு நூற்றாண்டு வீதம் எளிதில் கடந்து இன்றைக்குத் தொள்ளாயிரத்து எண்பத்திரண்டு* ஆண்டுகளுக்கு முந்திய காலத்துக்குச் செல்வோமாக.

தொண்டை நாட்டுக்கும் சோழ நாட்டுக்கும் இடையில் உள்ள திருமுனைப்பாடி நாட்டின் தென்பகுதியில், தில்லைச் சிற்றம் பலத்துக்கு மேற்கே இரண்டு காததூரத்தில், அலை கடல் போன்ற ஓர் ஏரி விரிந்து பரந்து கிடக்கிறது. அதற்கு வீரநாராயண ஏரி என்று பெயர். அது தெற்கு வடக்கில் ஒன்றரைக் காத நீளமும் கிழக்கு மேற்கில் அரைக் காத அகலமும் உள்ளது. காலப்போக்கில் அதன் பெயர் சிதைந்து இந்நாளில் 'வீராணத்து ஏரி' என்ற பெயரால் வழங்கி வருகிறது.

புது வெள்ளம் வந்து பாய்ந்து ஏரியில் நீர் நிரம்பித் ததும்பி நிற்கும் ஆடி ஆவணி மாதங்களில் வீரநாராயண ஏரியைப் பார்ப்பவர் எவரும் நம்முடைய பழந்தமிழ் நாட்டு முன்னோர்கள் தங்கள் காலத்தில் சாதித்த அரும்பெரும் காரியங்களைக் குறித்துப் பெருமிதமும் பெரு வியப்பும் கொள்ளாமலிருக்க முடியாது. நம் மூதாதையர்கள் தங்களுடைய நலனுக்கும் தங்கள் காலத்திய மக்களின் நலனுக்கும் உரிய காரியங் களை மட்டுமா செய்தார்கள்? தாய்த் திருநாட்டில் தங்களுக்குப் பிற்காலத்தில் வாழையடி வாழையாக வரப்போகும் ஆயிரங்கால சந்ததிகளுக்கும் நன்மை பயக்கும் மாபெரும் செயல்களை நிறைவேற்றி விட்டுப் போனார்கள் அல்லவா?

---

* *1950ல் எழுதியது.*

ஆடித் திங்கள் பதினெட்டாம் நாள் முன் மாலை நேரத்தில் அலை கடல் போல் விரிந்து பரந்திருந்த வீர நாராயண ஏரிக்கரை மீது ஒரு வாலிப வீரன் குதிரை ஏறிப் பிரயாணம் செய்துகொண்டிருந்தான். அவன் தமிழகத்து வீர சரித்திரத்தில் புகழ்பெற்ற வாணர் குலத்தைச் சேர்ந்தவன். வல்லவரையன் வந்தியத்தேவன் என்பது அவன் பெயர். நெடுந்தூரம் பிரயாணம் செய்து அலுத்துக் களைத்திருந்த அவனுடைய குதிரை மெள்ள மெள்ள நடந்து சென்றுகொண்டிருந்தது. அதைப் பற்றி அந்த இளம் வீரன் கவலைப்படவில்லை. அகண்டமான அந்த வீர நாராயண ஏரியின் தோற்றம் அவன் உள்ளத்தை அவ்வளவாக வசீகரித்திருந்தது.

ஆடிப் பதினெட்டாம் பெருக்கன்று சோழநாட்டு நதிகளிலெல்லாம் வெள்ளம் இருகரையும் தொட்டுக்கொண்டு ஓடுவது வழக்கம். அந்த நதிகளிலிருந்து தண்ணீர் பெறும் ஏரிகளும் பூரணமாக நிரம்பிக் கரையின் உச்சியைத் தொட்டுக்கொண்டு அலைமோதிக்கொண்டிருப்பது வழக்கம். வட காவேரி என்று பக்தர்களாலும் கொள்ளிடம் என்று பொது மக்களாலும் வழங்கப்பட்ட நதியிலிருந்து வடவாற்றின் வழியாகத் தண்ணீர் வந்து வீர நாராயண ஏரியில் பாய்ந்து அதை ஒரு பொங்கும் கடலாக ஆக்கியிருந்தது. அந்த ஏரியின் எழுபத்து நான்கு கணவாய் களின் வழியாகவும் தண்ணீர் குமுகுமுவென்று பாய்ந்து சுற்றுப் பக்கத்தில் நெடுந்தூரத்துக்கு நீர்வளத்தை அளித்துக்கொண்டிருந்தது. அந்த ஏரித் தண்ணீரைக்கொண்டு கண்ணுக்கெட்டிய தூரம் கழனிகளில் உழவும் விரை தெளியும் நடவும் நடந்துகொண்டிருந்தன. உழுது கொண்டிருந்த குடியானவர்களும் நடவு நட்டுக்கொண்டிருந்த குடியானவப் பெண்களும் இனிய இசைகளில் குதூகலமாக அங்கங்கே பாடிக்கொண்டிருந்தார்கள். இதையெல்லாம் கேட்டுக்கொண்டு வந்தியத்தேவன் களைத்திருந்த குதிரையை விரட்டாமல் மெதுவாகவே போய்க்கொண்டிருந்தான். ஏரிக்கரை மீது ஏறியதி லிருந்து அந்த ஏரிக்கு எழுபத்துநாலு கணவாய்கள் உண்டு என்று சொல்லப்படுவது உண்மைதானா என்று அறிந்து கொள்ளும் நோக்கத்துடன் அவன் கணவாய்களை எண்ணிக்கொண்டே வந்தான். ஏறக்குறைய ஒன்றரைக் காத தூரம் அவன் அந்த மாபெரும் ஏரிக்கரை யோடு வந்த பிறகு எழுபது கணவாய்களை எண்ணியிருந்தான்.

ஆகா! இது எவ்வளவு பிரம்மாண்டமான ஏரி? எத்தனை நீளம்? எத்தனை அகலம்? தொண்டை நாட்டில் பல்லவப் பேரரசர்களின் காலத்தில் அமைத்த ஏரிகளையெல்லாம் இந்த ஏரிக்கு முன்னால் சிறிய குளங் குட்டைகள் என்றே சொல்லத் தோன்றும் அல்லவா? வட காவேரியில் வீணாகச் சென்று கடலில் விழும் தண்ணீரைப் பயன்படுத்துவதற்காக மதுரை கொண்ட பராந்தகரின் புதல்வர் இளவரசர் இராஜாதித்தர் இந்தக்

கடல் போன்ற ஏரியை அமைக்க வேண்டுமென்று எண்ணினாரே? எண்ணி அதைச் செயலிலும் நிறைவேற்றினாரே? அவர் எப்பேர்ப் பட்ட அறிவாளியாயிருந்திருக்க வேண்டும்? வீர பௌருஷத்திலே தான் அவருக்கு இணை வேறு யார்? தக்கோலத்தில் நடந்த போரில் தாமே முன்னணியில் யானைமீது ஏறிச் சென்று போராடினார் அல்லவா? போராடிப் பகைவர்களின் வேலை மார்பிலே தாங்கிக் கொண்டு உயிர்நீத்தார் அல்லவா? அதனால் 'யானை மேல் துஞ்சிய தேவர்' எனப் பெயர்பெற்று வீர சொர்க்கம் அடைந்தார் அல்லவா?

இந்தச் சோழ குலத்து மன்னர்களே அதிசயமானவர்கள்தான்! அவர்கள் வீரத்தில் எப்படியோ, அப்படியே அறத்திலும் மிக்கவர்கள். அறத்தில் எப்படியோ அப்படியே தெய்வபக்தியில் சிறந்தவர்கள். அத்தகைய சோழ குல மன்னர்களுடன் நட்புரிமை கொள்ளும் பேறு தனக்குக் கிடைத்திருப்பது பற்றி நினைக்க நினைக்க வந்தியத்தேவனுடைய தோள்கள் பூரித்தன. மேற்குத் திசையிலிருந்து விர்ரென்று அடித்த காற்றினால் வீர நாராயண ஏரித் தண்ணீர் அலைமோதிக்கொண்டு கரையைத் தாக்கியதுபோல் அவனுடைய உள்ளமும் பெருமிதத்தினால் பொங்கித் ததும்பிற்று.

இப்படியெல்லாம் எண்ணிக்கொண்டு வீர நாராயண ஏரிக்கரையின் தென்கோடிக்கு வந்தியத்தேவன் வந்து சேர்ந்தான். அங்கே வட காவேரியிலிருந்து பிரிந்து வந்த வடவாறு, ஏரியில் வந்து சேரும் காட்சியைக் கண்டான். ஏரிக்கரையிலிருந்து சிறிது தூரம் வரையில் ஏரியின் உட்புறம் படுகையாக அமைந்திருந்தது. வெள்ளம் வந்து மோதும்போது கரைக்குச் சேதம் உண்டாகாமல்இருக்கும் பொருட்டு அந்தப் படுகையில் கருவேல மரங்களையும் விளாமரங்களையும் நட்டு வளர்த்திருந்தார்கள். கரையோரமாக நாணல் அடர்த்தியாக வளர்ந் திருந்தது. தென்மேற்குத் திசையிலிருந்து இருபுறமும் மர வரிசையுடன் வடவாற்றின் வெள்ளம் வந்து ஏரியில் கலக்கும் காட்சி சற்றுத் தூரத்திலிருந்து பார்க்கும்போது அழகிய வர்ணக் கோலம் போட்டது போல் காணப்பட்டது.

இந்த மனோகரமான தோற்றத்தின் இனிமையையும் குதூகலத்தையும் அதிகப்படுத்தும்படியான இன்னும் சில காட்சிகளை வந்தியத்தேவன் அங்கே கண்டான்.

அன்று பதினெட்டாம் பெருக்குத் திருநாள் அல்லவா? பக்கத்துக் கிராமங்களிலிருந்து, தந்த நிறத் தென்னங்குருத்துகளால் சப்பரங்கள் கட்டி இழுத்துக்கொண்டு கும்பல் கும்பலாக மக்கள் அங்கே வந்து கொண்டிருந்தார்கள். ஆண்களும் பெண்களும் குழந்தைகளும் சில வயோதிகர்களும் கூடப் புதிய ஆடைகள் அணிந்து விதவிதமான

அலங்காரங்கள் செய்துகொண்டு வந்திருந்தார்கள். பெண்களின் கூந்தல்
களைத் தாழம்பூ, செவந்திப்பூ, மல்லிகை, முல்லை, இருவாட்சி,
செண்பகம் முதலிய மலர்கள் கொத்துக் கொத்தாய் அலங்கரித்தன.
கூட்டாஞ்சோறும், சித்திரான்னமும் எடுத்துக்கொண்டு பலர் குடும்பம்
குடும்பமாக வந்திருந்தார்கள். சிலர் ஏரிக்கரையில் தண்ணீர் ஓரமாக
நின்றுகொண்டு, சித்திரான்னம் முதலியவற்றைக் கமுகு மட்டைகளில்
போட்டுக்கொண்டு உண்டார்கள். இன்னும் சில தைரியசாலிகள் சிறிது
தூரம் தண்ணீரில் நடந்து சென்று வடவாற்றங்கரையை அடைந்து
அங்கு நின்றபடி சாப்பிட்டார்கள். குழந்தைகள் சிலர் சாப்பிட்ட கமுகு
மட்டைகளைக் கணவாய்களின் ஓரமாய் எறிய, அந்த மட்டைகள்
கணவாய்களின் வழியாக ஏரிக்கரைக்கு வெளியே விழுந்தடித்து ஓடி
வருவதைக் கண்டு கைகொட்டிச் சிரித்தார்கள். ஆடவர்களில் சில
வம்புக்காரர்கள் தங்கள் காதலிகளின் கூந்தல்களில் சூடியிருந்த
மலர்களை அவர்கள் அறியாமல் எடுத்துக் கணவாய் ஓரத்தில் விட்டு
ஏரிக்கரைக்கு மறு பக்கத்தில் அவை ஓடி வருவதைக் கண்டு
மகிழ்ந்தார்கள்.

இதையெல்லாம் பார்த்துக்கொண்டு சிறிது நேரம் வல்லவரையன்
அங்கேயே நின்றுகொண்டிருந்தான். அங்கு நின்ற பெண்களில் இனிய
குரலையுடைய சிலர் பாடுவதையும் காது கொடுத்துக் கேட்டான்.
அவர்கள் ஓடப்பாட்டும், வெள்ளப் பாட்டும், கும்மியும், சிந்தும்
பாடினார்கள்.

> 'வடவாறு பொங்கி வருது
>   வந்து பாருங்கள், பள்ளியரே!
> வெள்ளாறு விரைந்து வருது
>   வேடிக்கை பாருங்கள், தோழியரே!
> காவேரி புரண்டு வருது காண
>   வாருங்கள், பாங்கியரே!'

என்பன போன்ற வெள்ளப் பாட்டுக்கள் வந்தியத்தேவன் செவிகளில்
இன்ப வெள்ளமாகப் பாய்ந்தன.

வேறு சிலர் சோழ குல மன்னர்களின் வீரப் புகழைக் கூறும் பாடல்
களைப் பாடினார்கள். முப்பத்திரண்டு போர்களில் ஈடுபட்டு, உடம்பில்
தொண்ணூற்றாறு காயங்களை ஆபரணங்களாகப் பூண்டிருந்த
விஜயாலய சோழனின் வீரத்தைச் சில பெண்கள் பாடினார்கள்.
அவனுடைய மகன் ஆதித்த சோழனுடைய வீரத்தைப் போற்றி, அவன்
காவேரி நதி உற்பத்தியாகுமிடத்திலிருந்து கடலில் சேரும் இடம்
வரையில் அறுபத்து நாலு சிவாலயங்கள் எடுப்பித்ததை ஒரு பெண்
அழகிய பாட்டாகப் பாடினாள்.

ஆதித்தனுடைய மகன் பராந்தக சோழ மகாராஜன் பாண்டியர்களையும் பல்லவர்களையும் சேரர்களையும் வென்று, ஈழத்துக்குப் படை அனுப்பி வெற்றிக் கொடி நாட்டிய மெய்க் கீர்த்தியை இன்னொரு பெண் உற்சாகம் ததும்பப் பாடினாள். ஒவ்வொருத்தியும் பாடியபோது அவளைச் சுற்றிலும் பலர் நின்று கேட்டார்கள். அவ்வப்போது 'ஆ! ஆ!' என்று கோஷித்துத் தங்கள் மகிழ்ச்சியைத் தெரிவித்துக்கொண்டார்கள்.

குதிரை மீது இருந்தபடியே அவர்களுடைய பாடல்களைக் கேட்டுக் கொண்டிருந்த வந்தியத்தேவனை ஒரு மூதாட்டி கவனித்தாள். 'தம்பி! வெகு தூரம் வந்தாய் போலிருக்கிறது. களைத்திருக்கிறாய்! குதிரை மீதிருந்து இறங்கி வந்து கொஞ்சம் கூட்டாஞ்சோறு சாப்பிடு!' என்றாள்.

உடனே, பல இள நங்கைகள் நம் வாலிபப் பிரயாணியைப் பார்த்தார்கள். அவனுடைய தோற்றத்தைக் குறித்துத் தங்களுக்குள் இரகசியமாய்ப் பேசிக்கொண்டு கலகலவென்று சிரித்தார்கள். வந்தியத் தேவனை ஒரு பக்கம் வெட்கமும் இன்னொருபுறம் குதூகலமும் பிடுங்கித் தின்றன. அந்த மூதாட்டி சொற்படி இறங்கிச் சென்று அவள் தரும் உணவைச் சாப்பிடலாமா என்று ஒருகணம் சிந்தித்தான். அப்படிச் சென்றால் அங்கே நின்ற இளமங்கைமார்கள் பலரும் அவனைச் சூழ்ந்துகொண்டு பரிகசித்துச் சிரிப்பார்கள் என்பது நிச்சயம். அதனால் என்ன? அத்தனை அழகிய பெண்களை ஒரே இடத்தில் காண்பது சுலப மான காரியமா? அவர்கள் தன்னைப் பரிகசித்துச் சிரித்தாலும் அந்த ஒலி தேவகானமாகவே இருக்கும். வந்தியத்தேவனின் யௌவனக் கண்களுக்கு அந்த ஏரிக்கரையில் நின்ற நங்கைகள் எல்லாரும் அரம்பைகளாகவும் மேனகைகளாகவுமே தோன்றினார்கள்!

ஆனால் அதே சமயத்தில் தென்மேற்குத் திசையில் வடவாற்றின் நீரோட்டத்தில் தோன்றிய ஒரு காட்சி அவனைச் சிறிது தயங்கச் செய்தது. வெள்ளைப் பாய்கள் விரிக்கப்பட்ட ஏழெட்டுப் பெரிய ஓடங்கள், வெண்சிறகுகளை விரித்துக்கொண்டு நீரில் மிதந்து வரும் அன்னப் பட்சிகளைப் போல், மேலக்காற்றினால் உந்தப்பட்டு விரைந்து வந்துகொண்டிருந்தன.

ஏரிக்கரையில் பலவகைக் களியாட்டங்களில் ஈடுபட்டிருந்த ஜனங்கள் அத்தனை பேரும் அந்தப் படகுகள் வரும் திசையையே ஆவலுடன் பார்க்கத் தொடங்கினார்கள்.

அந்தப் படகுகளிலே ஒரு படகு எல்லாவற்றுக்கும் முன்னதாக விரைந்து வந்து ஏரிக்கரை வடக்கு நோக்கித் திரும்பும் மூலையை அடைந்தது. அந்தப் படகில் கூரிய பிரகாசமான வேல்களை ஏந்திய ஆஜானு பாகுவான வீரர்கள் பலர் இருந்தார்கள்.

அவர்களில் சிலர் ஏரிக்கரையில் குதித்திறங்கி அங்கே இருந்த ஜனங்களைப் பார்த்துப் 'போங்கள்! போங்கள்!' என்று விரட்டினார்கள். அவர்கள் அதிகமாக விரட்டுவதற்கு இடம் வையாமல் ஜனங்களும் அவரவர்களுடைய பாத்திரங்கள் முதலியவற்றை எடுத்துக்கொண்டு விரைந்து கரையேறத் தொடங்கினார்கள்.

வந்தியத்தேவனுக்கு இது ஒன்றும் விளங்கவில்லை. இந்த வீரர்கள் யார்? பின்னால் வரும் பாய் விரித்த படகுகளில் யார் வருகிறார்கள்? எங்கிருந்து வருகிறார்கள்? ஒருவேளை அரச குடும்பத்தைச் சேர்ந்தவர் களாயிருப்பார்களோ?

ஏரிக்கரையில் கையிலே கோல் பிடித்து நின்ற பெரியவர் ஒருவரை வல்லவரையன் அணுகினான். 'ஐயா! இந்த வீரர்கள் யாரைச் சேர்ந்த வர்கள்? அதோ பின்னால் வரும் அன்னக்கூட்டம் போன்ற ஓடங்கள் யாருடையவை? எதற்காக இவ்வீரர்கள் மக்களை விரட்டுகிறார்கள்? மக்களும் எதற்காக விரைகிறார்கள்?' என்று கேள்விகளை அடுக்கினான்.

'தம்பி! உனக்குத் தெரியவில்லையா, என்ன? அதோ அந்தப் படகுகளின் நடுப் படகில் ஒரு கொடி பறக்கிறதே! அதில் என்ன எழுதியிருக்கிறது, பார்!' என்றார் பெரியவர்.

'பனைமரம் போல் தோன்றுகிறது.'

'பனைமரந்தான்! பனைமரக் கொடி **பழுவேட்டரையர்** கொடி என்று உனக்குத் தெரியாதா?'

'மகாவீரர் பழுவேட்டரையரா வருகிறார்?' என்று வந்தியத்தேவன் திடுக்கிட்ட குரலில் கேட்டான்.

'அப்படிதான் இருக்க வேண்டும்; பனைமரக் கொடியை உயர்த்திக் கொண்டு வேறு யார் வரமுடியும்?' என்றார் பெரியவர்.

வல்லவரையனுடைய கண்கள் அளவிலா வியப்பினால் விரிந்து படகுகள் வந்த திசையை நோக்கின. பழுவேட்டரையரைப் பற்றி வல்லவரையன் எவ்வளவோ கேள்விப்பட்டிருந்தான். யார்தான் கேள்விப்படாமலிருக்க முடியும்? தெற்கே ஈழநாட்டிலிருந்து வடக்கே கலிங்க நாடு வரையில் அண்ணன் தம்பிகளான பெரிய பழுவேட்டரையர், சின்னப் பழுவேட்டரையர் என்பவர்களுடைய பெயர்கள் பிரசித்த மாயிருந்தன. உறையூருக்குப் பக்கத்தில் வட காவேரியின் வடகரையில் உள்ள பழுவூர் அவர்களுடைய நகரம். விஜயாலய சோழன் காலத்திலிருந்து பழுவேட்டரையர் குலம் வீரப் புகழ்பெற்றிருந்தது. அக்குடும்பத்தார் சோழ மன்னர் குடும்பத்துடன் கொள்வினை -

கொடுப்பினை செய்து வந்தனர். இது காரணமாகவும், அவர்களுடைய குலத்தொன்மை, வீரப்புகழ் இவை காரணமாகவும் பழுவேட்டரையர் குலம் அரச குலத்தின் சிறப்புகள் எல்லாம் பெற்றிருந்தது. தனியாகக் கொடி போட்டுக் கொள்ளும் உரிமையும் அக்குலத்துக்கு உண்டு.

இப்போதுள்ள பழுவேட்டரையர் இருவரில் மூத்தவர் இருபத்து நான்கு போர்களில் ஈடுபட்டவர். அவருடைய காலத்தில் அவருக்கு இணையான வீரர் சோழ நாட்டில் யாருமில்லையென்று புகழ்பெற்றவர். இப்போது பிராயம் ஐம்பதுக்கு மேல் ஆகிவிட்டபடியால் அவர் போர்க்களங் களுக்கு நேரில் செல்வதில்லை. ஆனால் சோழ நாட்டு அரசாங்கத்தில் மிக உன்னதமான பல பதவிகளை வகித்து வந்தார். அவர் சோழ சாம்ராஜ்யத்தின் தனாதிகாரி; தான்யாதிகாரி. தனபண்டாரமும் தான்ய பண்டாரமும் அவருடைய அதிகாரத்தில் இருந்தன. அரசியலின் தேவைக்குத் தகுந்தபடி இறை விதித்து வசூலிக்கும் அதிகாரம் அவரிடம் இருந்தது. எந்தச் சிற்றரசரையும், கோட்டத் தலைவரையும், பெரிய குடித்தனக்காரரையும், 'இவ்வாண்டு இவ்வளவு இறை தர வேண்டும்?' என்று கட்டளையிட்டு வசூலிக்கும் உரிமை அவருக்கு இருந்தது. ஆகவே, சுந்தர சோழ மகாராஜாவுக்கு அடுத்தபடியாகச் சோழ சாம்ராஜ்யத்தில் இப்போது வலிமை மிக்கவர் பழுவேட்டரையர் தான்.

அத்தகைய மகாவீரரும் அளவிலா வலிமையும் அதிகாரமும் படைத்த வருமான, பெரிய பழுவேட்டரையரைப் பார்க்க வேண்டும் என்ற ஆவல் வந்தியத்தேவனுடைய உள்ளத்தில் பொங்கியது. ஆனால் அதே சமயத்தில், காஞ்சி நகரின் புதிய பொன் மாளிகையில் இளவரசர் ஆதித்த கரிகாலர் தன்னிடம் அந்தரங்கமாகச் சொன்ன செய்தி அவனுக்கு நினைவு வந்தது.

'வந்தியத்தேவா! நீ சுத்த வீரன் என்பதை நன்கு அறிவேன். அத்துடன் நீ நல்ல அறிவாளி என்று நம்பி இந்த மாபெரும் பொறுப்பை உன்னிடம் ஒப்புவிக்கிறேன். நான் கொடுத்த இரு ஓலைகளில் ஒன்றை என் தந்தை மகாராஜாவிடமும் இன்னொன்றை என் சகோதரி இளைய பிராட்டியிடமும் ஒப்புவிக்க வேண்டும். தஞ்சையில் இராஜ்யத்தின் பெரிய பெரிய அதிகாரிகளைப் பற்றிக்கூட ஏதேதோ கேள்விப் படுகிறேன். ஆகையால் நான் அனுப்பும் செய்தி யாருக்கும் தெரியக் கூடாது. எவ்வளவு முக்கியமானவராயிருந்தாலும் நீ என்னிடமிருந்து ஓலைகொண்டு போவது தெரியக்கூடாது. வழியில் யாருடனும் சண்டை பிடிக்கக்கூடாது. நீயாக வலுச் சண்டைக்குப் போகாம லிருந்தால் மட்டும் போதாது. மற்றவர்கள் வலுச் சண்டைக்கு இழுத்தாலும் நீ அகப்பட்டுக் கொள்ளக்கூடாது. உன்னுடைய வீரத்தை நான் நன்கறிவேன். எத்தனையோ தடவை நிரூபித்திருக்கிறாய்.

ஆகையால் வலிய வரும் சண்டையிலிருந்து விலகிக்கொண்டாலும் கௌரவக் குறைவு ஒன்றும் உனக்கு ஏற்பட்டு விடாது. முக்கியமாக, பழுவேட்டரையர்களிடமும் என் சிறிய தந்தை மதுராந்தகரிடமும் நீ மிக்க ஜாக்கிரதையாக நடந்துகொள்ள வேண்டும். அவர்களுக்கு நீ இன்னான் என்று கூடத் தெரியக் கூடாது! நீ எதற்காகப் போகிறாய் என்று அவர்களுக்குக் கண்டிப்பாய்த் தெரியக் கூடாது!'

சோழ சாம்ராஜ்யத்தின் பட்டத்துக்குரிய இளவரசரும் வடதிசைச் சைன்யத்தின் மகாதண்ட நாயகருமான ஆதித்த கரிகாலர் இவ்விதம் சொல்லியிருந்தார். மேலும் வந்தியத்தேவன் நடந்துகொள்ள வேண்டிய விதங்களைப் பற்றியும் படித்துப் படித்துக் கூறியிருந்தார். இவையெல்லாம் நினைவு வரவே, பழுவேட்டரையரைப் பார்க்க வேண்டும் என்ற ஆவலை வல்லவரையன் அடக்கிக்கொண்டான். குதிரையைத் தட்டிவிட்டு வேகமாகச் செல்ல முயன்றான். என்ன தட்டி விட்டாலும் களைப்புற்றிருந்த அந்தக் குதிரை மெதுவாகவே சென்றது. இன்று இரவு கடம்பூர் சம்புவரையர் மாளிகையில் தங்கிவிட்டு நாளைக் காலையில் புறப்படும்போது வேறு நல்ல குதிரை சம்பாதித்துக் கொண்டே கிளம்ப வேண்டும் என்று மனத்திற்குள் தீர்மானித்துக் கொண்டான்.

இரண்டாம் அத்தியாயம்

# ஆழ்வார்க்கடியான் நம்பி

ஏரிக் கரையிலிருந்து கீழிறங்கித் தென்திசை சென்ற பாதையில் குதிரையைச் செலுத்தியபோது வந்தியத்தேவனுடைய உள்ளம் ஏரி அலைகளின் மீது நடனமாடிய படகைப் போல் ஆனந்தக் கூத்தாடியது. உள்ளத்தின் உள்ளே மறைந்து கிடந்த குதூகலம் பொங்கித் ததும்பியது. வாழ்க்கையில் வேறு யாரும் காணாத அதிசய அனுபவங்களைத் தான் அடையும் காலம் நெருங்கி விட்டதென்று அவனுடைய உள்ளுணர்ச்சி சொல்லியது. சோழ நாட்டை அணுகும்போதே இவ்வளவு ஆனந்தக் கோலாகலமாகஇருக்கிறதே? கொள்ளிடத்தைத் தாண்டி விட்ட பின்னர் அச்சோழ நாட்டின் நீர்வளமும் நிலவளமும் எப்படியிருக்கும்? அந்நாட்டில் வாழும் மக்களும் மங்கையரும் எப்படியிருப்பார்கள்? எத்தனை நதிகள்? எத்தனை குளங்கள்? எத்தனை தெளிநீர் ஓடைகள்? கவிகளிலும் காவியங்களிலும் பாடப்பெற்ற பொன்னி நதியின் காட்சி எப்படியிருக்கும்? அதன் கரைகளிலே பூத்துக் குலுங்கும் புன்னை மரங்களும் கொன்னை மரங்களும் கடம்ப மரங்களும் எத்தகைய மனோகரமான காட்சியாயிருக்கும்? நீரோடைகளில் குவளைகளும் குமுதங்களும் கண்காட்டி அழைப்பதும் செந்தாமரைகள் முகமலர்ந்து வரவேற்பதும் எத்தகைய இனிய காட்சியாயிருக்கும்? காவேரியின் இரு கரைகளிலும் சிவபக்திச் செல்வர்களான சோழப் பரம்பரையினர் எடுப்பித்துள்ள அற்புத வேலைப்பாடமைந்த ஆலயங்கள் எவ்வளவு அழகாயிருக்கும்?

ஆகா! பழையாறை நகர்! சோழ மன்னர்களின் தலைநகர்! பூம்புகாரையும் உறையூரையும் சிறிய குக்கிராமங்களாகச் செய்துவிட்ட பழையாறை! அந்நகரிலுள்ள மாடமாளிகைகளும் கூட கோபுரங்களும் படை வீடுகளும் கடைவீதிகளும் சிவாலயக் கற்றளிகளும் திருமாலுக்குரிய விண்ணகரங்களும் எப்படியிருக்கும்? அந்த ஆலயங்களில் இசை வல்லவர்கள் இனிய குரலில் தேவாரப் பாடல்களையும் திருவாய்மொழிப் பாசுரங்களையும் பாடக் கேட்டோர்

பரவசமடைவார்கள் என்று வந்தியத்தேவன் கேள்வியுற்றிருந்தான். அவற்றையெல்லாம் கேட்கும் பேறு தனக்கு விரைவில் கிடைக்கப் போகிறது இது மட்டுந்தானா? சில நாளைக்கு முன்பு வரையில் தான் கனவிலும் கருதாத சில பேறுகளும் கிட்டப்போகின்றன. வீரத்தில் வேலனையும் அழகில் மன்மதனையும் நிகர்த்த பராந்தக சுந்தர சோழ மகாராஜாவை நேருக்கு நேர் காணப்போகிறான். அவ்வளவுதானா? அவருடைய செல்வப் புதல்வி, ஒப்புயர்வில்லாத நாரீமணி, குந்தவைப் பிராட்டியையும் காணப் போகிறான்.

ஆனால் வழியில் தடை எதுவும் நேராமல் இருக்க வேண்டும். எந்தத் தடை நேர்ந்தால்தான் என்ன? கையிலே வேல் இருக்கிறது; இடையில் தொங்கிய உறையிலே வாள் இருக்கிறது; மார்பிலே கவசம் இருக்கிறது; நெஞ்சிலே உரமிருக்கிறது. ஆனால் மகாதண்ட நாயகர், இளவரசர் ஆதித்தர், ஒரு பெரிய முட்டுக்கட்டை போட்டிருக்கிறார்; ஒப்புவித்த காரியத்தை நிறைவேற்றுவதற்கு முன்பு யாரிடமும் சண்டை பிடிக்கக் கூடாதென்று. அந்தக் கட்டளையை நிறைவேற்றுவதுதான் மிகவும் கடினமாயிருந்தது. ஏதோ இவ்வளவு தூரமும் பிரயாணம் செய்தபோது நிறைவேற்றியாகிவிட்டது. இன்னும் இரண்டு நாளையப் பிரயாணம்தானே மிச்சமிருக்கிறது? அதுவரை பொறுமையுடன் இருந்தே தீர வேண்டும்.

ஆதவன் மறைவதற்குள் கடம்பூரை அடைய வேண்டும் என்ற கருத்துடன் சென்றுகொண்டிருந்த வந்தியத்தேவன் சிறிது நேரத்துக் கெல்லாம் வீர நாராயணபுர விண்ணகரக் கோயிலை நெருங்கினான்.

அன்று ஆடித் திருமஞ்சனத் திருவிழாவும் சேர்ந்திருந்தபடியால் கோயிலைச் சுற்றியுள்ள மரத்தோப்புகளில் பெரும் ஜனக்கூட்டம் சேர்ந்திருந்தது.

பலாச் சுளைகளும் வாழைப் பழங்களும் கரும்புக் கழிகளும் பலவகைத் தின்பண்டங்களும் விற்பவர்கள் ஆங்காங்கே கடை வைத்திருந்தார்கள். பெண்கள் தலையில் சூடிக் கொள்ளும் மலர்களையும், தேவ பூஜைக் குரிய தாமரை மொட்டுக்கள் முதலியவற்றையும் சிலர் விற்றுக் கொண்டிருந்தார்கள். தேங்காய், இளநீர், அகில், சந்தனம், வெற்றிலை, வெல்லம், அவல், பொரி முதலியவற்றைச் சிலர் குப்பல் குப்பலாகப் போட்டுக்கொண்டிருந்தார்கள். ஆங்காங்கே வேடிக்கை விநோதங்கள் நடந்துகொண்டிருந்தன. ஜோசியர்கள், ரேகை சாஸ்திரத்தில் வல்லவர்கள், குறி சொல்லுகிறவர்கள், விஷக்கடிக்கு மந்திரிப்பவர்கள் இவர் களுக்கும் அங்கே குறையில்லை. இதையெல்லாம் பார்த்துக்கொண்டு சென்ற வந்தியத்தேவன் ஓரிடத்தில் ஒரு பெருங்கூட்டம் நின்று கொண்டிருப்பதையும் அந்தக் கூட்டத்துக்குள்ளேயிருந்து யாரோ சிலர்

உரத்த குரலில் வாக்குவாதம் செய்யும் சத்தம் வருவதையும் கவனித் தான். என்ன விவாதம் நடைபெறுகிறது என்பதை அறிந்துகொள்ள அவனுக்கு ஆவல் பீறிக்கொண்டு எழுந்தது. அந்த ஆவலை அடக்கிக் கொள்ள அவனால் முடியவில்லை. கூட்டத்துக்கு வெளியில் சாலை ஓரமாகக் குதிரையை நிறுத்தி விட்டுக் கீழே இறங்கினான். குதிரையை அங்கேயே நிற்கும்படி தட்டிக் கொடுத்துச் சமிக்ஞையால் சொல்லி விட்டுக் கூட்டத்தைப் பிளந்துகொண்டு உள்ளே போனான்.

அங்கே விவாதத்தில் ஈடுபட்டிருந்தவர்கள் மூன்றே பேர்தான் என்பதைப் பார்க்க அவனுக்கு வியப்பு ஏற்பட்டது. ஆனால் விவாதத்தில் ஈடுபட்டவர்கள் மூன்றே பேர்தான் என்றாலும், கூட்டத்திலிருந் தவர்கள் பலர் அவ்வப்போது அவரவர்களுக்கு உகந்த வாதக்காரரின் கட்சியை ஆதரித்துக் கோஷங்களைக் கிளப்பினார்கள். அதனாலேதான் அவ்வளவு சத்தம் எழுந்தது என்பதை வந்தியத்தேவன் தெரிந்து கொண்டான். பிறகு என்ன விவாதம் நடைபெறுகிறது என்பதைக் கவனித்தான்.

வாதமிட்ட மூவரில் ஒருவர் உடம்பெல்லாம் ஊர்த்வபுண்டரமாகச் சந்தனம் அணிந்து தலையில் முன் குடுமி வைத்திருந்த வைஷ்ணவ பக்த சிகாமணி. கையில் அவர் ஒரு குறுந்தடியும் வைத்திருந்தார். கட்டையாயும் குட்டையாயும் வைரம் பாய்ந்த திருமேனியுடன் விளங்கினார். இன்னொருவர் தமது மேனியெல்லாம் பட்டை பட்டையாய்த் திருநீறு அணிந்திருந்த சிவபக்தர். மூன்றாவது மனிதர் காவி வஸ்திரம் தரித்துத் தலையையும் முண்டனம் செய்து கொண்டிருந்தார். அவர் வைஷ்ணவரும் அல்ல, சைவரும் அல்ல, இரண்டையும் கடந்தவரான அத்வைத வேதாந்தி என்று தெரியவந்தது.

சைவர் சொன்னார்: 'ஓ, ஆழ்வார்க்கடியான் நம்பியே! இதற்கு விடை சொல்லும்! சிவபெருமானுடைய முடியைக் காண்பதற்குப் பிரம்மாவும், அடியைக் காண்பதற்குத் திருமாலும் முயன்றார்களா, இல்லையா? முடியும் அடியும் காணாமல் இருவரும் வந்து சிவபெருமானுடைய பாதங்களில் சரணாகதி அடைந்தார்களா, இல்லையா? அப்படியிருக்கச் சிவபெருமானைக் காட்டிலும் உங்கள் திருமால் எப்படிப் பெரிய தெய்வம் ஆவார்?'

இதைக் கேட்ட ஆழ்வார்க்கடியான் நம்பி தன் கைத் தடியை ஆட்டிக் கொண்டு, ' சரிதான் காணும்! வீர சைவ பாததூளி பட்டரே! நிறுத்தும் உம் பேச்சை! இலங்கை அரசனாகிய தசகண்ட ராவணனுக்கு உம்முடைய சிவன் வரங்கள் கொடுத்தாரே? அந்த வரங்கள் எல்லாம் எங்கள் திருமாலின் அவதாரமாகிய இராமபிரானின் கோதண்டத்தின் முன்னால் தவிடுபொடியாகப் போகவில்லையா? அப்படியிருக்க,

எங்கள் திருமாலைக் காட்டிலும் உங்கள் சிவன் எப்படிப் பெரிய தெய்வமாவார்?' என்று கேட்டான்.

இந்தச் சமயத்தில் காவி வஸ்திரம் அணிந்த அத்வைத சந்நியாசி தலையிட்டுக் கூறியதாவது: 'நீங்கள் இருவரும் எதற்காக வீணில் வாதம் இடுகிறீர்கள்? சிவன் பெரிய தெய்வமா, விஷ்ணு பெரிய தெய்வமா என்று எத்தனை நேரம் நீங்கள் வாதித்தாலும் விவகாரம் தீராது. இந்தக் கேள்விக்குப் பதில் வேதாந்தம் சொல்கிறது. நீங்கள் கீழான பக்தி மார்க்கத்தில் இருக்கிற வரையில்தான் சிவன் - விஷ்ணு என்று சண்டையிடுவீர்கள். பக்திக்கு மேலே ஞானமார்க்கம் இருக்கிறது. ஞானத்துக்கு மேலே ஞாஸம் என்று ஒன்று இருக்கிறது. அந்த நிலையை அடைந்து விட்டால் சிவனும் இல்லை, விஷ்ணுவும் இல்லை. சர்வம் பிரம்ம மயம் ஜகத். ஸ்ரீ சங்கர பகவத் பாதாச்சாரியார் பிரம்ம சூத்திர பாஷ்யத்தில் என்ன சொல்லியிருக்கிறார் என்றால்...'

இச்சமயம் ஆழ்வார்க்கடியான் நம்பி குறுக்கிட்டு, 'சரிதான் காணும், நிறுத்தும்! உம்முடைய சங்கராச்சாரியார் அவ்வளவு உபநிஷதங்களுக்கும் பகவத்கீதைக்கும் பிரம்ம சூத்திரத்துக்கும் பாஷ்யம் எழுதி விட்டுக் கடைசியில் என்ன சொன்னார் தெரியுமா?

'பஜ கோயிந்தம் பஜ கோயிந்தம்
பஜ கோயிந்தம் மூடமதே!'

என்று மூன்று வாட்டி சொன்னார். உம்மைப் போன்ற மௌடீகர்களைப் பார்த்துத்தான் 'மூடமதே!' என்று சங்கராச்சாரியார் சொன்னார்!' எனக் கூறியதும், அந்தக் கூட்டத்தில் 'ஆஹா' காரமும், பரிகாசச் சிரிப்பும் கரகோஷமும் கலந்து எழுந்தன.

ஆனால் சந்நியாசி சும்மா இருக்கவில்லை. 'அடே! முன்குடுமி நம்பி! நான் 'மூடமதி' என்று நீ சொன்னது சரிதான். ஏனென்றால், உன் கையில் வெறுந்தடியை வைத்துக்கொண்டிருக்கும் நீ வெறுந்தடியன் ஆகிறாய். உன்னைப் போன்ற வெறுந் தடியனோடு பேச வந்தது என்னுடைய மூடமதியினால்தானே?' என்றார்.

'ஓய் சுவாமிகளே! என் கையில் வைத்திருப்பது வெறுந்தடியல்ல. வேண்டிய சமயத்தில் உம்முடைய மொட்டை மண்டையை உடைக்கும் சக்தி உடையதுங் காணும்!' என்று கூறிக்கொண்டே ஆழ்வார்க்கடியான் கையிலிருந்த குறுந்தடியை ஓங்கினான். அதைப் பார்த்த அவன் கட்சியார் 'ஓஹோ!' என்று ஆர்ப்பரித்தனர்.

அப்போது அத்வைத சுவாமிகள், 'அப்பனே! நிறுத்திக் கொள்! தடி உன்னுடைய கையிலேயே இருக்கட்டும். அப்படியே நீ உன்

கைத்தடியால் என்னை அடித்தாலும் அதற்காக நான் கோபங்கொள்ள மாட்டேன். உன்னுடன் சண்டைக்கு வரவும் மாட்டேன். அடிப்பதும் பிரம்மம்; அடிபடுவதும் பிரம்மம். என்னை நீ அடித்தால் உன்னையே அடித்துக் கொள்கிறவனாவாய்!' என்றார்.

ஆழ்வார்க்கடியான் நம்பி, 'இதோ எல்லோரும் பாருங்கள்! பிரம்மத்தைப் பரப்பிரம்மம் திருச்சாத்துச் சாத்தப் போகிறது. என்னை நானே தடிகொண்டு தாக்கப் போகிறேன்!' என்று தடியைச் சுழற்றிக் கொண்டு சுவாமிகளை நெருங்கினான்.

இதையெல்லாம் பார்த்துக்கொண்டிருந்த வல்லவரையனுக்கு ஒரு கணம் அந்த முன் குடுமி நம்பியின் கைத்தடியை வழிமறித்துப் பிடுங்கிக் கொண்டு அவனை அந்தத் தடியினால் நாலு திருச்சாத்துச் சாத்தலாமா என்று தோன்றியது.

ஆனால் திடீரென்று சுவாமியாரைக் காணோம்! கூட்டத்தில் புகுந்து அவர் மறைந்து விட்டார். அதைப் பார்த்துக்கொண்டிருந்த வைஷ்ணவ கோஷ்டியார் மேலும் ஆர்ப்பரித்தார்கள்.

ஆழ்வார்க்கடியான் வீரசைவருடைய பக்கமாகத் திரும்பி, 'ஓய் பாத தூளி பட்டரே! நீர் என்ன சொல்லுகிறீர்? மேலும் வாதம் செய்ய விரும்பு கிறீரா? அல்லது சுவாமியாரைப் போல் நீரும் ஓட்டம் எடுக்கிறீரா?' என்றான்.

'நானா? ஒருநாளும் நான் அந்த வாய் வேதாந்தியைப் போல் ஓட்டம் எடுக்க மாட்டேன். என்னையும் உம்முடைய கண்ணன் என்று நினைத்தீரோ? கோபியர் வீட்டில் வெண்ணெய் திருடி உண்டு மத்தால் அடிபட்டவன்தானே உம்முடைய கண்ணன்!...' என்று பாததூளிபட்டர் சொல்வதற்குள், ஆழ்வார்க்கடியான் குறுக்கிட்டான். 'ஏன் காணும்? உம்முடைய பரமசிவன் பிட்டுக்கு மண் சுமந்து முதுகில் அடிபட்டதை மறந்து விட்டீரோ?' என்று கேட்டுக்கொண்டு கைத்தடியை வீசிக் கொண்டு வீர சைவர் அருகில் நெருங்கினான்.

ஆழ்வார்க்கடியான் நல்ல குண்டாதி குண்டன். வீரசைவராகிய பாததூளி பட்டரோ சற்று மெலிந்த மனிதர்.

மேற்கூறிய இருவரையும் விவாதத்தில் உற்சாகப்படுத்தி வந்தவர்கள் தாங்களும் கைகலக்க ஆயத்தமாகி ஆரவாரம் செய்தார்கள்.

இந்த மூடச் சண்டையைத் தடுக்க வேண்டும் என்ற எண்ணம் வல்ல வரையன் மனத்தில் உண்டாயிற்று.

அவன் நின்ற இடத்திலிருந்து சற்றும் முன்னால் வந்து, 'எதற்காக ஐயா நீங்கள் சண்டை போடுகிறீர்கள்? வேறு வேலை ஒன்றும் உங்களுக்கு

இல்லையா? சண்டைக்குத் தினவு எடுத்தால் ஈழநாட்டுக்குப் போவது தானே? அங்கே பெரும் போர் நடந்துகொண்டிருக்கிறதே?' என்றான்.

நம்பி சட்டென்று அவனைத் திரும்பிப் பார்த்து, 'இவன் யாரடா நியாயம் சொல்ல வந்தவன்!' என்றான்.

கூட்டத்திலே இருந்தவர்களில் சிலருக்கு, வந்தியத்தேவனுடைய வீரத் தோற்றமும் அவனுடைய அழகிய முகவிலாசமும் பிடித்திருந்தன.

'தம்பி! நீ சொல்லு! இந்தச் சண்டைக்காரர்களுக்கு நியாயத்தை எடுத்துச் சொல்லு! உனக்குப் பக்கபலமாக நாங்கள் இருக்கிறோம்!' என்று அவர்கள் சொன்னார்கள்.

'எனக்குத் தெரிந்த நியாயத்தைச் சொல்கிறேன். சிவபெருமானும் நாராயணமூர்த்தியும் தங்களுக்குள் சண்டை போட்டுக் கொள்வதாகத் தெரியவில்லை. அவர்கள் சிநேகமாகவும் சுமுகமாகவும் இருந்து வருகிறார்கள். அப்படியிருக்க, இந்த நம்பியும் பட்டரும் எதற்காகச் சண்டை போட்டுக்கொள்ள வேண்டும்?' என்று வல்லவரையன் கூறியதைக் கேட்டு, அக்கூட்டத்தில் பலரும் நகைத்தார்கள்.

அப்போது வீர சைவபட்டர், 'இந்தப் பிள்ளை அறிவாளியாகவே தோன்றுகிறான். ஆனால் வேடிக்கைப் பேச்சினால் மட்டும் விவாதம் தீர்ந்துவிடுமா? சிவபெருமான் திருமாலை விடப் பெரிய தெய்வமா, இல்லையா என்ற கேள்விக்கு இவன் விடை சொல்லட்டும்!' என்றார்.

'சிவனும் பெரிய தெய்வந்தான்; திருமாலும் பெரிய தெய்வந்தான் இருவரும் சமமான தெய்வங்கள். யாரை வேண்டுமானாலும் தொழுது கொள்ளுங்கள் சண்டை எதற்கு?' என்றான் வல்லவரையன்.

'அது எப்படிச் சொல்லலாம்? சிவனும் விஷ்ணுவும் சமமான தெய்வங்கள் என்று சொல்லுவதற்கு ஆதாரம் என்ன?' என்று ஆழ்வார்க் கடியான் அதட்டிக் கேட்டான்.

'ஆதாரமா? இதோ சொல்கிறேன்! நேற்று மாலை வைகுண்டத்துக்குப் போயிருந்தேன். அதே சமயத்தில் பரமசிவனும் அங்கே வந்திருந்தார். இருவரும் சம ஆசனத்தில் அமர்ந்திருந்தார்கள். அவர்களுடைய உயரம் ஒன்றாகவே இருந்தது. ஆயினும் ஐயத்துக்கு இடமின்றி என் கையினால் முழம் போட்டு இருவர் உயரத்தையும் அளந்து பார்த்தேன்...'

'அட பிள்ளாய்! பரிகாசமா செய்கிறாய்?' என்று ஆழ்வார்க்கடியான் கர்ஜனை செய்தான்.

கூட்டத்தினர், 'சொல்லு தம்பி! சொல்லு!' என்று ஆர்ப்பரித்தார்கள்.

‘அளந்து பார்த்ததில் இருவரும் சமமான உயரமே இருந்தார்கள். அதோடு விடாமல் சிவனையும் திருமாலையும் நேரிலேயே கேட்டு விட்டேன். அவர்கள் என்ன சொன்னார்கள், தெரியுமா? ‘அரியும் சிவனும் ஒண்ணு, அறியாதவர் வாயிலே மண்ணு’ என்று சொன்னார்கள். அவ்விதம் சொல்லி, தங்களைப் பற்றிச் சண்டை போடுகிறவர்களின் வாயிலே போடுவதற்கு இந்தப் பிடி மண்ணையும் கொடுத்தார்கள்!’ என்று கூறிய வல்லவரையன், மூடியிருந்த தனது வலக் கையைத் திறந்து காட்டினான். அதற்குள்ளே ஒரு பிடி மண் இருந்தது. அதை வீசி உதறினான்.

கூட்டத்திலிருந்தவர்களில் பலர் அப்போது பெரும் உற்சாகம் கொண்டு தலைக்குத் தலை தரையிலிருந்து ஒரு பிடி மண் எடுத்து, நம்பியின் தலையிலும் பட்டர் தலையிலும் வீசி எறிய ஆரம்பித்தார்கள். இந்தத் துராக்ரகச் செயலைச் சிலர் தடுக்க முயன்றார்கள்.

‘அடே! தூர்த்தர்களா? நாஸ்திகர்களா?’ என்று சொல்லிக்கொண்டு ஆழ்வார்க்கடியான் தன் கைத் தடியைச் சுழற்றிக்கொண்டு கூட்டத்திற்குள் பிரவேசித்தான்.

ஒரு பெரிய கலவரமும் அடிதடி சண்டையும் அப்போது அங்கே நிகழும் போலிருந்தன. நல்லவேளையாக, அந்தச் சமயத்தில் சற்றுத் தூரத்தில் ஒரு பெரிய சலசலப்பு ஏற்பட்டது.

‘சூராதி சூரர், வீரப்பிரதாபர், மாறபாண்டியன் படையை வீறுகொண்டு தாக்கி வேரோடு அறுத்த வெற்றி வேல் உடையார், இருபத்து நாலு போர்களில் சண்டையிட்டு அறுபத்து நான்கு விழுப்புண்களைப் பெற்ற திருமேனியர், சோழ நாட்டுத் தனாதிகாரி, தானிய பண்டார நாயகர், இறைவிதிக்கும் தேவர், பெரிய பழுவேட்டரையர் விஜயம் செய்கிறார்! பராக்! பராக்! வழி விடுங்கள்!’ என்று இடிமுழக்கக் குரலில் கட்டியம் கூறுதல் கேட்டது.

இவ்வாறு கட்டியம் கூறியவர்கள் முதலில் வந்தார்கள். பிறகு முரசு அடிப்பவர்கள் வந்தார்கள். அவர்களுக்குப் பின்னால் பனைமரக் கொடி தாங்குவோர் வந்தார்கள். பின்னர், கையில் வேல் பிடித்த வீரர்கள் சிலர் கம்பீரமாக நடந்து வந்தார்கள். இவர்களுக்குப் பின்னால் வந்த அலங்கரித்த யானையின் மீது ஆஜானுபாகுவான கரிய திருமேனியர் ஒருவர் வீற்றிருந்தார். மத்தகஜத்தின் மேல் அந்த வீரர் வீற்றிருந்த காட்சி, ஒரு மாமலைச் சிகரத்தின் மீது கரியகொண்டல் ஒன்று தங்கியது போல் இருந்தது.

கூட்டத்தில் இருந்தவர்கள் அத்தனை பேரும் சாலையின் இருபுறத்திலும் வந்து நின்றது போல் வல்லவரையனும் வந்து நின்று பார்த்தான்.

யானை மீது இருந்தவர்தான் பழுவேட்டரையர் என்பதை ஊகித்துக் கொண்டான்.

யானைக்குப் பின்னால் பட்டுத் திரையினால் மூடப்பட்ட சிவிகை ஒன்று வந்தது. அதற்குள் இருப்பது யாரோ என்று வல்லவரையன் சிந்திப்பதற்குள்ளே, செக்கச் சிவந்த நிறத்துடன் வளையல்களும் கங்கணங்களும் அணிந்த ஒரு கரம் சிவிகைக்குள்ளேயிருந்து வெளிப் பட்டுப் பல்லக்கின் பட்டுத் திரையைச் சிறிது விலகியது. மேகத்தினால் மூடப்பட்டிருந்த பூரண சந்திரன் மேகத் திரை விலகியதும் பளீரென்று ஒளி வீசுவது போல் சிவிகைக்குள்ளே காந்திமயமான ஒரு பெண்ணின் முகம் தெரிந்தது.

பெண் குலத்தின் அழகைக் கண்டுகளிக்கும் கண்கள் வல்ல வரையனுக்கு உண்டு என்றாலும், அந்தப் பெண்ணின் முகம் பிரகாசமான பூரண சந்திரனையொத்த பொன் முகமாயிருந்தாலும் எக்காரணத்தினாலோ வல்லவரையனுக்கு அம்முகத்தைப் பார்த்ததும் உள்ளத்தில் மகிழ்ச்சி தோன்றவில்லை. இனந்தெரியாத பயமும் அருவருப்பும் ஏற்பட்டன.

அதே நேரத்தில் அந்தப் பெண்ணின் கண்கள் வல்லவரையனுக்கு அருகில் உற்று நோக்கின. மறுகணம் ஒரு பீதிகரமான பெண் குரலில் 'கிறீச்' என்ற கூச்சல் கேட்டது. உடனே சிவிகையின் பட்டுத் திரை முன்போல் மூடிக்கொண்டது.

வல்லவரையன் தன் அக்கம் பக்கத்தில் நோக்கினான். தனக்கு அருகில் எதையோ யாரையோ பார்த்துவிட்டுத்தான் அந்த மாது 'கிறீச்'சிட்டு விட்டுச் சிவிகைத் திரையை மூடிக்கொண்டாள் என்று அவன் உள்ளுணர்ச்சி சொல்லிற்று. எனவே, சுற்றுமுற்றும் பார்த்தான். ஆழ்வார்க்கடியான் தனக்குச் சற்றுப் பின்னால் ஒரு புளிய மரத்தில் சாய்ந்துகொண்டு நிற்பதைக் கண்டான். அந்த வீர வைஷ்ணவ நம்பியினுடைய முகம் சொல்ல முடியாத விகாரத்தை அடைந்து கோர வடிவமாக மாறியிருப்பதையும் பார்த்தான். வல்லவரையனுடைய உள்ளத்தில் காரணம் விளங்காத திகைப்பும் அருவருப்பும் ஏற்பட்டன.

மூன்றாம் அத்தியாயம்

# விண்ணகரக் கோயில்

சில சமயம் சிறிய நிகழ்ச்சியிலிருந்து பெரிய சம்பவங்கள் விளைகின்றன. வந்தியத்தேவன் வாழ்க்கையில் அத்தகைய ஒரு சிறிய நிகழ்ச்சி இப்போது நேர்ந்தது. சாலையோரத்திலே நின்று பழுவேட்டரையரின் பரிவாரங்கள் போவதை வந்தியத்தேவன் பார்த்துக் கொண்டிருந்தான் அல்லவா? அவன் நின்ற இடத்துக்குச் சற்றுத் தூரத்திலேயே அவனுடைய குதிரை நின்றுகொண்டிருந்தது.

பழுவேட்டரையரின் ஆட்களிலே கடைசியாகச் சென்ற சிலரின் பார்வை அக்குதிரை மீது சென்றது.

'அடே! இந்தக் குருதையைப் பாரடா!' என்றான் ஒருவன்.

'குருதை என்று சொல்லாதேடா! குதிரை என் சொல்!' என்றான் இன்னொருவன்.

'உங்கள் இலக்கோண ஆராய்ச்சி இருக்கட்டும்; முதலில் அது குருதையா அல்லது கழுதையா என்று தெரிந்துகொள்ளுங்கள்!' என்றான் இன்னொரு வேடிக்கைப் பிரியன்.

'அதையும் பார்த்து விடலாமடா!' என்று சொல்லிக்கொண்டு, அந்த ஆட்களில் ஒருவன் குதிரையை அணுகி வந்தான். அதன் மேல் தாவி ஏற முயன்றான். ஏறப் பார்க்கிறவன் தன் எஜமானன் அல்ல என்பதை அந்த அறிவுக் கூர்மையுள்ள குதிரை தெரிந்துகொண்டது. அந்த வேற்று மனிதனை ஏற்றிக்கொள்ள மாட்டேன் என்று முரண்டு பிடித்தது!

'இது பொல்லாத குதிரையடா! இதன் பேரில் நான் ஏறக் கூடாதாம்! பரம்பரையான அரசகுலத்தவன்தான் இதன் மேல் ஏறலாமாம். அப்படியென்றால் தஞ்சாவூர் முத்தரையன் திரும்பி வந்துதான் இதன் மேல் ஏறவேண்டும்!' என்று அவன் சமத்காரமாய்ப் பேசியதைக் கேட்டு மற்ற வீரர்கள் நகைத்தார்கள்.

ஏனென்றால், தஞ்சாவூர் முத்தரையர் குலம் நசித்துப் போய் நூறு ஆண்டுகள் ஆகிவிட்டன. இப்போது சோழர்களின் புலிக்கொடி தஞ்சாவூரில் பறந்துகொண்டிருந்தது.

'குதிரையின் எண்ணம் அவ்விதம் இருக்கலாம். ஆனால், என்னைக் கேட்டால், செத்துப் போன தஞ்சாவூர் முத்தரையனைக் காட்டிலும் உயிரோடு இருக்கிற தாண்டவராயனே மேல் என்பேன்!' என்றான் மற்றொரு வீரன்.

'தாண்டவராயா! உன்னை ஏற்றிக்கொள்ள மறுக்கும் குதிரை நிஜக் குதிரைதானா என்று பார்த்துவிடு! ஒருவேளை, பெருமாளின் திருநாளுக்கு வந்த பொய்க்கால் குதிரையாயிருந்தாலும் இருக்கலாம்!' என்றான் மற்றொரு பரிகாசப் பிரியன்.

'அதையும் சோதித்துப் பார்த்து விடுகிறேன்' என்று சொல்லிக்கொண்டு குதிரை மீது ஏறப்போன தாண்டவராயன் அதனுடைய வாலை முறுக்கினான். ரோஷமுள்ள அக்குதிரை உடனே பின்னங்கால்களை நாலு தடவை விசிறி உதைத்துவிட்டு ஓட்டம் பிடித்தது.

'குருதை ஓடுகிறதடா! நிஜக் குருதை தானடா!' என்று அவ்வீரர்கள் கூச்சலிட்டு, 'உய்! உய்!' என்று கோஷித்து, ஓடுகிற குதிரையை மேலும் விரட்டினார்கள்.

குதிரை, திருநாள் கூட்டத்துக்கிடையே புகுந்து ஓடிற்று. ஜனங்கள் அதன் காலடியில் மிதிபடாமலிருப்பதற்காகப் பரபரப்புடன் அங்கும் இங்கும் நகர்ந்துகொண்டார்கள். அப்படியும் அவர்களில் சிலர் உதைபட்டு விழுந்தார்கள். குதிரை நெறிகெட்டு வெறிகொண்டு ஓடியது.

இவ்வளவும் வந்தியத்தேவன் கண்ணெதிரே அதி சீக்கிரத்தில் நடந்து விட்டது. அவனுடைய முகத் தோற்றத்திலிருந்து குதிரை அவனுடைய குதிரை என்பதை ஆழ்வார்க்கடியான் கண்டுகொண்டான்.

'பார்த்தாயா, தம்பி! அந்தப் பழுவூர்த் தடியர்கள் செய்த வேலையை! என்னிடம் நீ காட்ட வந்த வீரத்தை அவர்களிடம் காட்டுவதுதானே!' என்று குத்திக் காட்டினான்.

வந்தியத்தேவனுக்கு ஆத்திரம் பொத்துக்கொண்டு வந்தது. எனினும் பல்லைக் கடித்துக்கொண்டு பொறுமையைக் கடைப்பிடித்தான். பழுவூர் வீரர்கள் பெருங்கூட்டமாயிருந்தனர். அவ்வளவு பேருடன் ஒரே சமயத்தில் சண்டைக்குப் போவதில் பொருள் இல்லை. அவர்கள் இவனுடன் சண்டை போடுவதற்காகக் காத்திருக்கவும் இல்லை. குதிரை ஓடியதைப் பார்த்துச் சிரித்து விட்டு, அவர்களும் விரைந்து

மேலே நடந்தார்கள். குதிரை போன திசையை நோக்கி வந்தியத்தேவன் சென்றான். அது கொஞ்ச தூரம் ஓடிவிட்டுத் தானாகவே நின்று விடும் என்று அவனுக்குத் தெரியும். ஆகையால் அதைப் பற்றி அவன் கவலைப்படவில்லை. பழுவேட்டரையரின் அகம்பாவம் பிடித்த ஆட்களுக்கு புத்தி கற்பிக்க வேண்டும் என்ற எண்ணம் அவன் உள்ளத்தில் அழுத்தமாகப் பதிந்தது.

புளியந்தோப்புக்கு அப்பால், ஜன சஞ்சாரமில்லாத இடத்தில் குதிரை சோகமே வடிவாக நின்றுகொண்டிருந்தது. வந்தியத்தேவன் அதன் அருகில் சென்றதும், குதிரை கனைத்தது. 'ஏன் என்னை விட்டுப் பிரிந்து சென்று, இந்தச் சங்கடத்துக்கு உள்ளாக்கினாய்?' என்று அந்த வாயில்லாப் பிராணி குறைகூறுவது போல் அதன் கனைப்புத் தொனித்தது. வந்தியத்தேவன் அதன் முதுகைத் தட்டிச் சாந்தப் படுத்தலானான். பிறகு அதைத் திருப்பி அழைத்துக்கொண்டு சாலைப் பக்கம் நோக்கி வந்தான். திருவிழாக் கூட்டத்தில் இருந்தவர்கள் பலரும் அவனைப் பார்த்து, 'இந்த முரட்டுக் குதிரையை ஏன் கூட்டத்தில் கொண்டு வந்தாய், தம்பி? எத்தனை பேரை அது உதைத்துத் தள்ளி விட்டது!' என்றார்கள்.

'இந்தப் பிள்ளை என்ன செய்வான்? குதிரைதான் என்ன செய்யும்? அந்தப் பழுவேட்டரையரின் முரட்டு ஆட்கள் அல்லவா இப்படிச் செய்துவிட்டார்கள்?' என்று இரண்டொருவர் சமாதானம் சொன்னார்கள்.

ஆழ்வார்க்கடியான் இன்னமும் சாலையில் காத்துக்கொண்டு நின்றான். 'இதேதடா சனியன்? இவன் நம்மை விடமாட்டான் போலிருக்கிறதே!' என்று எண்ணி வந்தியத்தேவன் முகத்தைச் சுளுக்கினான்.

'தம்பி! நீ எந்தப் பக்கம் போகப் போகிறாய்?' என்று ஆழ்வார்க்கடியான் கேட்டான்.

'நானா? கொஞ்சம் மேற்குப் பக்கம் சென்று, பிறகு தெற்குப் பக்கம் திரும்பி, சிறிது கிழக்குப் பக்கம் வளைத்துக்கொண்டு போய் அப்புறம் தென் மேற்குப் பக்கம் போவேன்!' என்றான் வந்தியத்தேவன்.

'அதையெல்லாம் நான் கேட்கவில்லை இன்று ராத்திரி எங்கே தங்குவாய் என்று கேட்டேன்.'

'நீ எதற்காக அதைக் கேட்கிறாய்?'

'ஒருவேளை **கடம்பூர்ச் சம்புவரையர்** அரண்மனையில் நீ தங்கு வதாயிருந்தால், எனக்கு அங்கே ஒரு வேலை இருக்கிறது...'

'உனக்கு மந்திரதந்திரம் தெரியுமா, என்ன? நான் கடம்பூர் அரண் மனைக்குப் போகிறேன் என்பதை எப்படி அறிந்தாய்?'

'இதில் என்ன அதிசயம்? இன்றைக்குப் பல ஊர்களிலிருந்தும் பல விருந்தாளிகள் அங்கே வருகிறார்கள். பழுவேட்டரையரும் அவர் பரிவாரமும் அங்கேதான் போகிறார்கள்.'

'மெய்யாகவா?' என்று வந்தியத்தேவன் தன் வியப்பை வெளி யிட்டான்.

'மெய்யாகத்தான்! அது உனக்குத் தெரியாதா, என்ன? யானை, குதிரை, பல்லக்கு, பரிவட்டம் எல்லாம் கடம்பூர் அரண்மனையைச் சேர்ந்தவை தான். பழுவேட்டரையரை எதிர்கொண்டு அழைத்துப் போகின்றன. பழுவேட்டரையர் எங்கே போனாலும் இந்த மரியாதையெல்லாம் அவருக்கு நடைபெற்றே ஆக வேண்டும்.'

வந்தியத்தேவன் மௌன யோசனையில் ஆழ்ந்தான். பழு வேட்டரையர் தங்குமிடத்தில் தானும் தங்குவதென்பது எளிதில் கிடைக்கக் கூடிய வாய்ப்பு அல்ல. அந்த மாபெரும் வீரருடன் பழக்கம் செய்துகொள்ள ஒரு சந்தர்ப்பம் கிடைத்தாலும் கிடைக்கலாம். ஆனால் அவருடைய முரட்டுப் பரிவாரங்களுடன் ஏற்பட்ட அனுபவம் இன்னும் அவனுக்குக் கசந்துகொண்டிருந்தது.

'தம்பி! எனக்கு ஒரு உதவி செய்வாயா?' என்று ஆழ்வார்க்கடியான் இரக்கமான குரலில் கேட்டான்.

'உனக்கு நான் செய்யக்கூடிய உதவி என்ன இருக்க முடியும்? இந்தப் பக்கத்துக்கே நான் புதியவன்.'

'உன்னால் முடியக்கூடிய காரியத்தையே சொல்வேன். இன்றிரவு என்னைக் கடம்பூர் அரண்மனைக்கு அழைத்துக்கொண்டு போ!'

'எதற்காக? அங்கே யாராவது வீரசைவர் வருகிறாரா? சிவன் பெரிய தெய்வமா? திருமால் பெரிய தெய்வமா? என்று விவாதித்து முடிவு கட்டப் போகிறீர்களா?'

'இல்லை, இல்லை சண்டை பிடிப்பதே என் வேலை என்று நினைக்க வேண்டாம். இன்றிரவு கடம்பூர் மாளிகையில் பெரிய விருந்து நடைபெறும். விருந்துக்குப் பிறகு களியாட்டம், சாமியாட்டம், குரவைக் கூத்து எல்லாம் நடைபெறும். குரவைக் கூத்துப் பார்க்க வேண்டும் என்று எனக்கு ஆசை!

'அப்படியிருந்தாலும் நான் உன்னை எப்படி அழைத்துப் போக முடியும்?'

'என்னை உன் பணியாள் என்று சொன்னால் போகிறது.'

வந்தியத்தேவனுக்கு முன்னால் ஏற்பட்ட சந்தேகம் வலுப்பட்டது.

'அந்த மாதிரி ஏமாற்று மோசடிக்கெல்லாம் நீ வேறு யாரையாவது பார்க்க வேண்டும். உன்னைப் போன்ற பணியாளன் எனக்குத் தேவையில்லை, சொன்னால் நம்பவும் மாட்டார்கள். மேலும், நீ சொன்னதையெல்லாம் யோசித்துப் பார்த்தால் என்னையே இன்று கோட்டைக்குள் விடுவார்களோ என்ற சந்தேகம் உண்டாகிறது.'

'அப்படியானால், நீ கடம்பூருக்கு அழைப்புப் பெற்றுப் போக வில்லையென்று சொல்லு!'

'ஒருவகையில் அழைப்பு இருக்கிறது. சம்புவரையர் மகன் கந்த மாறவேள் என்னுடைய உற்ற நண்பன். இந்தப் பக்கம் வந்தால் அவர் களுடைய அரண்மனைக்கு அவசியம் வரவேணுமென்று என்னைப் பலமுறை அழைத்திருக்கிறான்.'

'இவ்வளவுதானா? அப்படியானால் உன் பாடே இன்றைக்குக் கொஞ்சம் திண்டாட்டமாகத்தான் இருக்கும்!'

இருவரும் சிறிது நேரம் மௌனமாகப் போய்க்கொண்டிருந் தார்கள்.

'ஏன் என்னை இன்னும் தொடர்ந்து வருகிறாய்?' என்று வந்தியத் தேவன் கேட்டான்.

'அந்தக் கேள்வியையே நானும் திருப்பிக் கேட்கலாம்; நீ ஏன் என்னைத் தொடர்கிறாய்? உன் வழியே போவதுதானே?'

'வழி தெரியாத குற்றத்தினால்தான். நம்பி! நீ எங்கே போகிறாய்? ஒருவேளை கடம்பூருக்குத்தானா?'

'இல்லை; நீதான் என்னை அங்கு அழைத்துப் போக முடியாது என்று சொல்லிவிட்டாயே? நான் விண்ணகரக் கோயிலுக்குப் போகிறேன்.'

'வீரநாராயணப் பெருமாள் சந்நிதிக்குத்தானே?'

'ஆம்.'

'நானும் அந்த ஆலயத்துக்கு வந்து பெருமாளைச் சேவிப்பதற்கு விரும்புகிறேன்.'

'ஒருவேளை விஷ்ணு ஆலயத்துக்கு நீ வர மாட்டாயோ என்று பார்த்தேன். பார்க்க வேண்டிய கோயில்; தரிசிக்க வேண்டிய சந்நிதி. இங்கே ஈசுவர முனிகள் என்ற பட்டர், பெருமாளுக்குக் கைங்கரியம் செய்து வருகிறார். அவர் பெரிய மகான்.'

'நானும் கேள்விப்பட்டிருக்கிறேன். ஒரே கூட்டமாயிருக்கிறதே! கோயிலில் ஏதாவது விசேஷ உற்சவம் உண்டோ?'

'ஆம்; இன்று ஆண்டாள் திருநட்சத்திரம். ஆடிப் பதினெட்டாம் பெருக்கோடு ஆண்டாளின் திருநட்சத்திரமும் சேர்ந்துகொண்டது; அதனால்தான் இவ்வளவு கோலாகலம். தம்பி! ஆண்டாள் பாசுரம் ஏதாவது நீ கேட்டிருக்கிறாயா?'

'கேட்டதில்லை.'

'கேட்காதே! அதைக் காதினாலேயே கேட்காதே!'

'ஏன் அவ்வளவு வைஷம்யம்?'

'வைஷம்யமும் இல்லை; விரோதமும் இல்லை; உன்னுடைய நன்மைக்குச் சொன்னேன். ஆண்டாளின் இனிய பாசுரத்தைக் கேட்டு விட்டாயானால், அப்புறம் வாளையும் வேலையும் விட்டெறிந்து விட்டு என்னைப் போல் நீயும் கண்ணன் மேல் காதல்கொண்டு விண்ணகர யாத்திரை கிளம்பி விடுவாய்!'

'உனக்கு ஆண்டாள் பாசுரங்கள் தெரியுமா? பாடுவாயா?'

'சில தெரியும்; வேதம் தமிழ் செய்த நம்மாழ்வார் பாசுரங்களில் சில தெரியும். பெருமாள் சந்நிதியில் பாடப் போகிறேன் வேணுமானால் கேட்டுக் கொள்! இதோ கோயிலும் வந்து விட்டது!'

இதற்குள் உண்மையிலேயே வீரநாராயணப் பெருமாள் கோயிலை அவர்கள் நெருங்கி வந்துவிட்டார்கள்.

விஜயாலய சோழனின் பேரனான முதற் பராந்தக சோழன் 'மதுரையும், ஈழமும் கொண்ட கோப்பரகேசரி' என்ற பட்டம் பெற்றவன். சோழப் பேரரசுக்கு அஸ்திவாரம் அமைத்தவன் அவனே. தில்லைச் சிற்றம் பலத்துக்கு அவன் பொன் கூரை வேய்ந்து சரித்திரப் புகழ்பெற்றவன். சோழ சிகாமணி, சூர சிகாமணி முதலிய பல விருதுப் பெயர்களோடு வீரநாராயணன் என்னும் சிறப்புப் பெயரையும் அவன் கொண்டிருந்தான்.

பராந்தகனுடைய காலத்தில் வடக்கே இரட்டை மண்டலத்து ராஷ்டிர கூட மன்னர்கள் வலிமை பெற்று விளங்கினார்கள். மானிய கேடத்தி லிருந்து அவர்கள் படையெடுத்து வரக் கூடுமென்று பராந்தகன் எதிர் பார்த்தான். எனவே, தனது முதற்புதல்வனாகிய இளவரசன் இராஜாதித் தனை ஒரு பெரிய சைன்யத்துடன் திருமுனைப்பாடி நாட்டில் இருக்கச்

செய்தான். அந்தச் சைன்யத்தைச் சேர்ந்த லட்சக்கணக்கான வீரர்கள் வேலையின்றிச் சும்மா இருக்க நேர்ந்த காலத்தில் இராஜாதித்தன் ஒரு யோசனை செய்தான். குடிமக்களுக்கு உபயோகமான ஒரு பெரும் பணியை அவர்களைக்கொண்டு செய்விக்க எண்ணினான். வட காவேரி என்று பக்தர்களாலும் கொள்ளிடம் என்று மற்றவர்களாலும் அழைக் கப்பட்ட பெருநதியின் வழியாக அளவில்லாத வெள்ள நீர் ஓடி வீணே கடலில் கலந்துகொண்டிருந்தது. அதில் ஒரு பகுதியைப் பயன்படுத்த எண்ணித் தன் வசமிருந்த வீரர்களைக்கொண்டு கடல் போன்ற விசால மான ஏரி ஒன்றை அமைத்தான். அதைத் தன் அருமைத் தந்தையின் பெயரால் வீரநாராயண ஏரி என்று அழைத்தான். அதன் கரையில் வீரநாராயண புரத்தை ஏற்படுத்தி அதில் ஒரு விண்ணகரையும் எடுத்தான். விஷ்ணுக்கிருஹம் என்பது அந்நாளில் விண்ணகரம் என்று தமிழாக்கப்பட்டு வழங்கிற்று. ஸ்ரீமந் நாராயணமூர்த்தி நீரில் பள்ளி கொண்டு நீர்மயமாக இருப்பவர் அல்லவா? எனவே, ஏரிகளைக் காத்தருளுவதற்காக ஏரிக் கரையையொட்டி ஸ்ரீ நாராயண மூர்த்திக்குக் கோயில் எடுப்பது அக்காலத்து வழக்கம். அதன்படி வீரநாராயணபுர விண்ணகரத்தில் வீரநாராயணப் பெருமாளைக் கோயில் கொண்டு எழுந்தருளச் செய்தான்.

அத்தகைய பெருமாளின் கோயிலுக்குத்தான் இப்போது வந்தியத் தேவனும் ஆழ்வார்க்கடியானும் சென்றார்கள். சந்நிதிக்கு வந்து நின்றதும் ஆழ்வார்க்கடியான் பாட ஆரம்பித்தான். ஆண்டாளின் பாசுரங்கள் சிலவற்றைப் பாடிய பிறகு நம்மாழ்வாரின் தமிழ் வேதத்திலிருந்து சில பாசுரங்களைப் பாடினான்:-

'பொலிக பொலிக பொலிக
    போயிற்று வல்லுயிர்ச்சாபம்
நலியும் நரகமும் நைந்த
    நமனுக் கிங்கு யாதொன்றுமில்லை
கலியும் கெடும் கண்டு கொள்மின்
    கடல் வண்ணன் பூதங்கள் மண்மேல்
மலியப் புகுந்து இசைபாடி
    ஆடி உழி தரக் கண்டோம்!
கண்டோம் கண்டோம் கண்டோம்
    கண்ணுக் கினியன கண்டோம்!
தொண்டீர் எல்லீரும் வாரீர்!
    தொழுது தொழுது நின்றார்த்தும்!
வண்டார் தண்ணந் துழாயான்
    மாதவன் பூதங்கள் மண்மேல்

பண்டான் பாடிநின்றாடிப்
பரந்து திரிகின்றனவே!'

இவ்விதம் பாடி வந்தபோது ஆழ்வார்க்கடியானுடைய கண்களிலிருந்து கண்ணீர் பெருகித் தாரை தாரையாய் அவன் கன்னத்தின் வழியாக வழிந்தோடியது. வந்தியத்தேவன் அப்பாடல்களைக் கவனமாகவே கேட்டு வந்தான். அவனுக்குக் கண்ணீர் வராவிட்டாலும் உள்ளம் கசிந்துருகியது. ஆழ்வார்க்கடியானைப் பற்றி அவன் முன்னர் கொண்டிருந்த கருத்தும் மாறியது. 'இவன் பரம பக்தன்!' என்று எண்ணிக்கொண்டான்.

வந்தியத்தேவனைப் போலவே கவனமாக அப்பாசுரங்களை இன்னும் சிலரும் கேட்டார்கள். கோயில் முதலிமார்கள் கேட்டார்கள்; அர்ச்சகர் ஈசுவரபட்டரும் கண்ணில் நீர் மல்கி நின்று கேட்டார். அவருக்கு அருகில் நின்றுகொண்டு அவருடைய இளம் புதல்வன் பால்மணம் மாறாப் பாலகன் ஒருவன் கேட்டிருந்தான்.

ஆழ்வார்க்கடியான் பத்துப் பாசுரங்களைப் பாடிவிட்டு,

'கலி வயல் தென்னன் குருகூர்க்
காரி மாறன் சடகோபன்
ஒலி புகழ் ஆயிரத்து இப்பத்தும்
உள்ளத்தை மாசறுக்குமே'

என்று பாசுரத்தை முடித்தான்.

கேட்டிருந்த பட்டரின் குமாரனாகிய பாலகன் தன் தந்தையிடம் ஏதோ கூறினான். அவர் மல்கிய கண்ணீரைத் துடைத்துக் கொண்டு, 'ஐயா! குருகூர்ச் சடகோபர் என்னும் நம்மாழ்வார் மொத்தம் ஆயிரம் பாடல்கள் பாடியிருப்பதாகத் தெரிகிறதே? அவ்வளவும் உமக்குத் தெரியுமா?' என்று கேட்டார்.

'அடியேன் அவ்வளவு பாக்கியம் செய்யவில்லை, சில பத்துக்கள் தான் எனக்குத் தெரியும்!' என்றான் ஆழ்வார்க்கடியான்.

'தெரிந்தவரையில் இந்தப் பிள்ளைக்குச் சொல்லிக் கொடுக்க வேணும்' என்றார் ஈசுவரமுனிகள்.

★★★

பின்னால், இந்த ஊர் பல பெருமைகளை அடையப் போகிறது. பால் வடியும் முகத்தில் தேஜஸ் பொலிய நின்று நம்மாழ்வார் பாசுரங்களைக் கேட்ட பாலகன் வளர்ந்து, நாதமுனிகள் என்ற திருநாமத்துடன் வைஷ்ணவ ஆச்சாரிய பரம்பரையில் முதலாவது ஆச்சாரியார் ஆகப்

போகிறார். குருகூர் என்னும் ஆழ்வார் திருநகருக்குச் சென்று 'வேதம் தமிழ் செய்த நம்மாழ்வாரின்' ஆயிரம் பாசுரங்களையும் தேடிச் சேகரித்து வரப்போகிறார். அப்பாசுரங்களை அவருடைய சீடர்கள் இசையுடன் பாடி நாடெங்கும் பரப்பப் போகிறார்கள்.

நாதமுனிகளின் பேரராக அவதரிக்கப்போகும் ஆளவந்தார் பல அற்புதங்களைச் செய்தருளப் போகிறார்.

இந்த இருவரும் அவதரித்த க்ஷேத்திரத்தைத் தரிசிக்க, உடையவராகிய ஸ்ரீ ராமானுஜரே ஒரு நாள் வரப்போகிறார். வரும்போது வீரநாராயண ஏரியையும் அதன் எழுபத்து நான்கு கணவாய்களையும் பார்த்து அதிசயிக்கப் போகிறார். ஏரித் தண்ணீர் எழுபத்து நாலு கணவாய்களின் வழியாகப் பாய்ந்து மக்களை வாழ வைப்பது போலவே, நாராயணனுடைய கருணை வெள்ளத்தை ஜீவகோடிகளுக்குப் பாயச் செய்வதற்காக எழுபத்து நாலு ஆச்சார்ய பீடங்களை ஏற்படுத்த வேண்டும் என்று அம் மகானின் உள்ளத்தில் உதயமாகப் போகிறது. அதன்படியே எழுபத்து நான்கு 'சிம்மாசனாதிபதிகள்' என்ற பட்டத்துடன் வைஷ்ணவ ஆச்சாரிய புருஷர்கள் ஏற்படப் போகிறார்கள்.

இந்த மகத்தான நிகழ்ச்சிகளையெல்லாம் வைஷ்ணவ குரு பரம்பரைச் சரித்திரம் விவரமாகச் சொல்லட்டும் என்று விட்டுவிட்டு, மறுபடியும் நாம் வந்தியத்தேவனைக் கவனிப்போம்.

பெருமாளைச் சேவித்துவிட்டு ஆலயத்துக்கு வெளியில் வந்ததும் வந்தியத்தேவன் ஆழ்வார்க்கடியானைப் பார்த்து, 'நம்பிகளே! தாங்கள் இத்தகைய பரம பக்தர் என்றும், பண்டித சிகாமணி என்றும் எனக்குத் தெரியாமல் போயிற்று. ஏதாவது அபசாரமாக நான் பேசியிருந்தால் மன்னிக்க வேண்டும்' என்றான்.

'மன்னித்து விடுகிறேன்; தம்பி! ஆனால் இப்போது எனக்கு ஒரு உதவி செய்வாயா, சொல்லு!'

'தாங்கள் கேட்கும் உதவி என்னால் முடியாது என்றுதான் சொன்னேனே? நீங்களும் ஒப்புக்கொண்டீர்களே?'

'இது வேறு விஷயம்; ஒரு சிறிய சீட்டுக் கொடுக்கிறேன். கடம்பூர் அரண்மனையில் நீ தங்கினால் தக்க சமயம் பார்த்து ஒருவரிடம் அதைக் கொடுக்க வேண்டும்.'

'யாரிடம்?'

'பழுவேட்டரையரின் யானைக்குப் பின்னால் மூடு பல்லக்கில் சென்றாளே, அந்தப் பெண்மணியிடம்!'

'நம்பிகளே! என்னை யார் என்று நினைத்தீர்கள்? இம்மாதிரி வேலைக் கெல்லாம் நான்தானா அகப்பட்டேன்? தங்களைத் தவிர வேறு யாராவது இத்தகைய வார்த்தையை என்னிடம் சொல்லியிருந்தால்...'

'தம்பி! படபடப்பு வேண்டாம்! உன்னால் முடியாது என்றால் மகாராஜனாய்ப் போய் வா! ஆனால் எனக்கு மட்டும் இந்த உதவி நீ செய்திருந்தால், ஏதாவது ஒரு சமயத்தில் உனக்கும் என் உதவி பயன்பட்டிருக்கும் பாதகமில்லை; போய் வா!'

வந்தியத்தேவன் பிறகு அங்கே ஒரு கணம்கூட நிற்கவில்லை. குதிரை மீது தாவி ஏறி விரைவாக விட்டுக்கொண்டு கடம்பூரை நோக்கிச் சென்றான்.

நான்காம் அத்தியாயம்

# கடம்பூர் மாளிகை

இத்தனை நேரம் இளைப்பாறியிருந்த வல்லவரையனுடைய குதிரை இப்போது நல்ல சுறுசுறுப்பைப் பெற்றிருந்தது; ஒரு நாழிகை நேரத்தில் கடம்பூர்ச் சம்புவரையர் மாளிகை வாசலை அடைந்துவிட்டது. அந்தக் காலத்துச் சோழ நாட்டுப் பெருங்குடித் தலைவர்களில் **செங்கண்ணர் சம்புவரையர்** ஒருவர். அவருடைய மாளிகையின் வாசல் ஒரு பெரிய நகரத்தின் கோட்டை வாசலைப் போல் இருந்தது. வாசலுக்கு இருபுறத் திலும் எழுந்த நெடுஞ்சுவர்கள் கோட்டைச் சுவர்களைப் போலவே வளைந்து சென்றன.

கோட்டை வாசலில் யானைகளும், குதிரைகளும், ரிஷபங்களும், அந்த மிருகங்களையெல்லாம் பிடித்துக் கட்டுவோரும், தீனி வைப்போரும், தண்ணீர் காட்டுவோரும், ஆங்காங்கு தீவர்த்தி தூக்கிப் பிடித்து வெளிச்சம் போடுவோரும், தீவர்த்திகளுக்கு எண்ணெய் விடுவோரு மாக, ஒரே கோலாகலமாயிருந்தது. இதையெல்லாம் பார்த்த வல்ல வரையனின் உள்ளத்தில் சிறிது தயக்கமும் துணுக்கமும் ஏற்பட்டன. 'ஏதோ இங்கே பெரிய விசேஷம் ஒன்று நடைபெறுகிறது. இந்தச் சமயத்தில் நாம் வந்து சேர்ந்தோமே' என்று எண்ணினான். நடக்கும் விசேஷம் என்னவென்பதைப் பார்த்துத் தெரிந்து கொள்ளும் ஆவலும் ஒருபக்கம் பொங்கிக்கொண்டிருந்தது. கோட்டை வாசற் கதவுகள் திறந்துதானிருந்தன. ஆனால் திறந்திருந்த வாசலில் வேல் பிடித்த வீரர்கள் சிலர் நின்றுகொண்டிருந்தார்கள். அவர்களைப் பார்த்தால் யமகிங்கரர்களைப் போலிருந்தது.

தயங்கி நின்றால் தன்னை அவர்கள் நிறுத்திவிடுவார்கள் என்றும் தைரியமாகக் குதிரையை விட்டுக்கொண்டு உள்ளே போவதுதான் உசிதம் என்றும் அந்த வீர வாலிபன் எண்ணினான். அந்த எண்ணத்தை உடனே காரியத்தில் நிறைவேற்றினான். ஆனால் என்ன ஏமாற்றம்? குதிரை கோட்டை வாசலை அணுகியதும் வேல் பிடித்த வீரர்கள்

இருவர் தங்கள் வேல்களைக் குறுக்கே நிறுத்தி வழிமறித்தார்கள். இன்னும் நாலு பேர் வந்து குதிரையின் தலைக்கயிற்றைப் பிடித்துக் கொண்டார்கள். அவர்களில் ஒருவன் வந்தியத்தேவனை உற்றுப் பார்த்தான். இன்னொருவன் தீவர்த்தி கொண்டுவந்து உயரத் தூக்கி முகத்துக்கு நேரே பிடித்தான்.

வல்லவரையன் முகத்தில் கோபம் கொதிக்க, ‘இதுதான் உங்கள் ஊர் வழக்கமா? வந்த விருந்தாளிகளை வாசலிலேயே தடுத்து நிறுத்துவது...?’ என்றான்.

‘நீ யார் தம்பி இவ்வளவு துடுக்காகப் பேசுகிறாய்? எந்த ஊர்? என்றான் வாசற்காவலன்.’

‘என் ஊரும் பேருமா கேட்கிறாய்? வாணகப்பாடி நாட்டுத் திருவல்லம் என் ஊர். என்னுடைய குலத்து முன்னோர்களின் பெயர்களை ஒரு காலத்தில் உங்கள் நாட்டு வீரர்கள் தங்கள் மார்பில் எழுதிக்கொண்டு பெருமையடைந்தார்கள்! என் பெயர் வல்லவரையன் வந்தியத்தேவன்! தெரிந்ததா?’ என்றான்.

‘இவ்வளவையும் சொல்வதற்கு ஒரு கட்டியக்காரனையும் கூட அழைத்து வருவதுதானே?’ என்றான் காவலர்களில் ஒருவன். இதைக் கேட்ட மற்றவர்கள் சிரித்தார்கள்.

‘நீ யாராயிருந்தாலும் இனி உள்ளே போக முடியாது! இன்றைக்கு வரவேண்டிய விருந்தாளிகள் எல்லாம் வந்தாகிவிட்டது. இனிமேல் யாரையும் விடவேண்டாம் என்று எஜமானின் கட்டளை!’ என்றான் காவலர் தலைவன்.

ஏதோ வாக்குவாதம் நடக்கிறதைப் பார்த்துக் கோட்டைக்குள்ளே சற்றுத் தூரத்தில் நின்ற சில வீரர்கள் அருகில் வந்தார்கள். அவர்களில் ஒருவன், ‘அடே! நாம் அங்கே திருவிழாக் கூட்டத்தில் விரட்டியடித் தோமே, அந்தக் குருதை போல இருக்கிறதடா!’ என்றான்.

இன்னொருவன் ‘கழுதை என்று சொல்லடா’ என்றான்.

‘கழுதை மேல் உட்கார்ந்திருக்கிறவன் என்ன விறைப்பாக உட்கார்ந் திருக்கிறான் பாரடா!’ என்றான் மற்றொருவன்.

வல்லவரையன் காதில் இந்தச் சொற்கள் விழுந்தன.

அவன் மனத்திற்குள், ‘என்னத்திற்கு வீண் வம்பு? திரும்பிப் போய் விடலாமா? அல்லது, இளவரசர் ஆதித்த கரிகாலரின் முத்திரை பதித்த இலச்சினையை இவர்களிடம் காட்டிவிட்டு உள்ளே போகலாமா?’ என்ற யோசனை தோன்றி இருந்தது. வடதிசைப் படையின் மாதண்ட

நாயகராகிய இளவரசரின் இலச்சினையைப் பார்த்துவிட்டுத் தன்னைத் தடுக்கக்கூடியவர்கள் வடபெண்ணையிலிருந்து குமரிமுனை வரையில் யாரும் கிடையாது அல்லவா? இப்படி அவன் மனத்திற்குள் விவாதித்துக்கொண்டிருந்தபோதுதான் பழுவேட்டரையர் ஆட்களின் கேலிப் பேச்சு அவன் காதில் விழுந்தது. உடனே என்ன செய்ய வேண்டும் என்பதை முடிவு செய்துகொண்டான்.

'குதிரையை விடுங்கள்; திரும்பிப் போகிறேன்!' என்றான். தடுத்த வீரர்கள் குதிரையின் முகக்கயிற்றை விட்டார்கள்.

குதிரையின் அடிவயிற்றில் வந்தியத்தேவன் தன் இரு கால்களினாலும் ஒரு அழுத்து அழுத்தினான். அதே நேரத்தில் உடைவாளை உறையி லிருந்து உருவி எடுத்தான். மின்னல் ஒளியுடன் கண்ணைப் பறித்த அந்த வாள் சுழன்ற வேகத்தினால் அவனுடைய கையில் திருமாலின் சக்கராயுதத்தை வைத்துக்கொண்டு சுழற்றுவது போல் தோன்றியது. குதிரை முன்னோக்கிக் கோட்டைக்குள்ளே பாய்ந்து சென்றது. வழியிலிருந்த வீரர்கள் திடீர் திடீரென்று கீழே விழுந்தார்கள். வேல்கள் சடசடவென்று அடித்துக்கொண்டு விழுந்தன. வம்பு பேசிய பழுவூர் வீரர்களின் பேரில் குதிரை பாய்ந்தது. இந்த மின்னல் தாக்குதலைச் சிறிதும் எதிர்பாராத வீரர்கள் நாற்புறமும் சிதறிச் சென்றார்கள்.

இதற்குள் வேறு பல காரியங்கள் நிகழ்ந்து விட்டன. கோட்டைக் கதவுகள் தடால், தடால் என்று சாத்தப்பட்டன. 'பிடி! பிடி!' என்ற கூக்குரல்கள் எழுந்தன. வேல்களும் வாள்களும் உராய்ந்து 'கிளாங்' 'கிளாங்' என்று ஒலித்தன. திடீரென்று அபாயம் அறிவிக்கும் முரசு 'டடம்!' 'டடம்!' என்று முழங்கிற்று.

வந்தியத்தேவன் குதிரையைச் சுற்றிலும் வீரர்கள் வந்து சூழ்ந்து கொண்டார்கள். இருபது, முப்பது, ஐம்பது பேருக்கு மேலேயே இருக்கும். குதிரையின் மேலிருந்த வந்தியத்தேவன் பாய்ந்து தரையில் குதித்தான். கையிலிருந்த வாளைச் சுழற்றிக்கொண்டே, 'கந்தமாறா! கந்தமாறா! உன் ஆட்கள் என்னைக் கொல்லுகிறார்கள்!' என்று கத்தினான்.

இதைக் கேட்டதும் அவனைச் சூழ்ந்திருந்த வீரர்கள் திடுக்கிட்டுச் சிறிது தயங்கி விலகி நின்றார்கள்.

அச்சமயம் மாளிகையின் மேல்மாட முகப்பிலிருந்து, 'அங்கே என்ன கூச்சல்? நிறுத்துங்கள்!' என்ற ஒரு இடி முழக்கக் குரல் கேட்டது. அந்தக் குரல் கேட்ட இடத்தில் ஏழெட்டுப் பேர் நின்று கீழே நடப்பதைப் பார்த்துக்கொண்டிருந்தனர்.

'எஜமான்! யாரோ ஒரு ஆள் காவலை மீறிப் புகுந்து விட்டான். சின்ன எஜமான் பெயரைச் சொல்லிக் கூவுகிறான்!' என்று கீழேயிருந்த ஒருவன் சொன்னான்.

'கந்தமாறா! நீ போய்க் கலவரம் என்னவென்று பார்!' - இவ்விதம் மேல் மாடத்திலிருந்து அதே இடிமுழக்கக் குரல் சொல்லிற்று. அந்தக் குரலுக்கு உடையவர்தான் செங்கண்ணர் சம்புவரையர் போலும் என்று வந்தியத்தேவன் எண்ணினான்.

அவனும் அவனைச் சுற்றி நின்ற வீரர்களும் சிறிது நேரம் அப்படியே நின்றுகொண்டிருந்தார்கள்.

'இங்கே என்ன ஆர்ப்பாட்டம்?' என்ற ஒரு இளங்குரல் கேட்டது. அந்தக் குரல் கேட்ட இடத்தில் நின்றவர்கள் விலகிக்கொண்டு வழி ஏற்படுத்தினார்கள். வாலிபன் ஒருவன் அந்த வழியாக விரைந்து வந்தான். கையில் பிடித்த கத்தியை இலேசாகச் சுழற்றிக்கொண்டு சூரசம்ஹாரம் செய்த சுப்பிரமணியரைப் போல நின்ற வந்தியத்தேவனை ஒருகணம் வியப்புடன் நோக்கினான்.

'வல்லவா, என் அருமை நண்பா! உண்மையாகவே நீதானா?' என்று உணர்ச்சி ததும்பக் கூவிக்கொண்டு ஓடிச் சென்று வல்லவரையனை அந்த இளைஞன் கட்டித் தழுவிக்கொண்டான்.

'கந்தமாறா! நீ படித்துப் படித்துப் பல தடவை சொன்னாயே என்று உன் வீட்டுக்கு வந்தேன். வந்த இடத்தில் எனக்கு இத்தகைய வீர வரவேற்புக் கிடைத்தது' என்று வந்தியத்தேவன் தன்னைச் சுற்றி நின்றவர்களைச் சுட்டிக் காட்டினான்.

அவர்களைப் பார்த்து, 'சீ! முட்டாள்களே! போங்களடா! உங்கள் அறிவு உலக்கைக் கொழுந்துதான்!' என்றான் கந்தமாறன்.

★ ★ ★

கந்தமாறன் வந்தியத்தேவனின் கையைப் பிடித்துப் பரபரவென்று இழுத்துக்கொண்டு போனான். அவனுடைய கால்கள் தரையில் நில்லாமல் குதித்துக்கொண்டேயிருந்தன. அவனுடைய உள்ளமும் துள்ளிக் குதித்தது. யௌவனப் பிராயத்தில் உண்மையாக உள்ளம் ஒன்றுபட்ட ஒரு நண்பன் கிடைத்தால் அதைக்காட்டிலும் ஒருவனைப் பரவசப்படுத்தக் கூடியது வேறு என்ன உண்டு? ஆம், காதல் என்பது ஒன்று இருக்கத்தான் செய்கிறது. ஆனால் காதலில் இன்பமும் குதூகலமும் எத்தனை உண்டோ அதை விட அதிகமான துன்பமும் வேதனையும் உண்டு. யௌவனத்துச் சிநேக குதூகலத்திலோ துன்பத்தின் நிழல் கூட விழுவதில்லை. ஒரே ஆனந்தமயமான இதயப் பரவசந்தான்.

போகிற போக்கில், வல்லவரையன், 'கந்தமாறா! இன்றைக்கு என்ன இங்கே ஏகதடபுடலாயிருக்கிறது? இவ்வளவு கட்டுக்காவல் எல்லாம் எதற்காக?' என்றான்.

'இன்றைக்கு இங்கே என்ன விசேஷம் என்பதைப் பற்றி அப்புறம் விவரமாகச் சொல்கிறேன். நீயும் நானும் பெண்ணையாற்றங்கரைப் பாசறையில் தங்கியிருந்த போது, 'பழுவேட்டரையரைப் பார்க்க வேண்டும்; மழவரையரைப் பார்க்க வேண்டும்; அவரைப் பார்க்க வேண்டும்; இவரைப் பார்க்க வேண்டும்' என்று சொல்வாயே? அந்த அவர், இவர், சுவர் - எல்லோரையும் இன்றைக்கு இங்கேயே நீ பார்த்து விடலாம்!' என்றான் கந்தமாறன்.

பிறகு, விருந்தாளிகள் அமர்ந்திருந்த மாளிகை மேல் மாடத்துக்கு வல்லவரையனைக் கந்தமாறன் அழைத்துச் சென்றான். முதலில் தன் தந்தையாகிய சம்புவரையரிடம் கொண்டுபோய் நிறுத்தி, 'அப்பா! என் தோழன் வாணர்குலத்து வந்தியத்தேவனைப் பற்றி அடிக்கடி தங்களிடம் சொல்லிக்கொண்டிருப்பேனே? அவன் இவன்தான்!' என்றான். வந்தியத்தேவன் பெரியவரைக் கும்பிட்டு வணங்கினான். வரையர் அவ்வளவாக மகிழ்ச்சியடைந்ததாகத் தோன்றவில்லை.

'அப்படியா? கீழே அரண்மனை வாசலில் அவ்வளவு கலவரம் செய்தவன் இவன்தானா?' என்று கேட்டார்.

'கலவரத்துக்குக் காரணம் என் தோழன் அல்ல; வாசல் காப்பதற்கு நாம் அமர்த்தியிருக்கும் மூடர்கள்!' என்றான் கந்தமாறவேள்.

'இருந்தாலும் இன்றைய தினம் பார்த்து, அதுவும் இருட்டி அரை ஜாமத்திற்குப் பிறகு, இவன் இவ்வளவு ஆர்ப்பாட்டத்துடன் வந்திருக்க வேண்டியதில்லை!' என்றார் சம்புவரையர்.

கந்தமாறவேளின் முகம் சுருங்கிற்று; மேலும் தந்தையுடன் வாதமிட அவன் விரும்பவில்லை. வந்தியத்தேவனை அப்பால் அழைத்துச் சென்றான். வந்திருந்த விருந்தாளிகளுக்கு மத்தியில் நடுநாயகமாக ஓர் உயர்ந்த பீடத்தில் அமர்ந்திருந்த பழுவேட்டரையரிடம் அழைத்துப் போய், 'மாமா! இவன் என் ஆருயிர் நண்பன் வந்தியத்தேவன், வாணப் பேரரசர் குலத்தவன். இவனும் நானும் வடபெண்ணைக்கரைப் பாசறையில் எல்லைக் காவல் புரிந்துகொண்டிருந்தோம். அப்பொழுதெல்லாம் 'வீராதி வீரர் பெரிய பழுவேட்டரையரைப் பார்க்க வேண்டும்' என்று ஓயாது சொல்லிக்கொண்டிருப்பான். 'பழுவேட்டரையர் திருமேனியில் அறுபத்து நாலு போர்க் காயங்கள் இருப்பது உண்மைதானா?' என்று கேட்டுக்கொண்டிருப்பான். 'ஒருநாள் நீயே எண்ணிப் பார்த்துக் கொள்' என்று நான் சொல்லுவேன்' என்றான்.

பழுவேட்டரையர் சுருங்கிய முகத்துடன், 'அப்படியா, தம்பி! நீயே எண்ணிப் பார்த்தால் ஒழிய நம்ப மாட்டாயோ? அவ்வளவு அவநம்பிக்கையா உனக்கு? 'வாணர் குலத்தைக் காட்டிலும் வேறு குலத்தில் வீரம் இருக்க முடியுமா?' என்ற சந்தேகமோ?' என்றார்.

தோழர்கள் இருவருமே திடுக்கிட்டுப் போனார்கள். தோத்திரமாகச் சொன்னதை இப்படி இவர் குதர்க்கமாக எடுத்துக் கொள்வார் என்று எதிர்பார்க்கவில்லை.

வந்தியத்தேவனுடைய மனத்தில் எரிச்சல் குமுறியது. ஆயினும் வெளியில் காட்டிக்கொள்ளாமல், 'ஐயா! பழுவேட்டரையர் குலத்தின் வீரப்புகழ் குமரி முனையிலிருந்து இமயம் வரையில் பரவியிருக்கிறது. அதைப் பற்றிச் சந்தேகிப்பதற்கு நான் யார்?' என்று பணிவுடன் சொன்னான்.

'நல்ல மறுமொழி; கெட்டிக்காரப் பிள்ளை!: என்றார் பழுவேட் டரையர்.

இந்தமட்டில் பிழைத்தோம் என்று வாலிபர்கள் இருவரும் அங்கிருந்து வெளியேறினார்கள். அப்போது சம்புவரையர் தமது மகனை அழைத்துக் காதோடு, 'உன் தோழனுக்குச் சீக்கிரம் உணவு அளித்து எங்கேயாவது ஒரு தனி இடத்தில் படுக்கச் சொல்லு! நீண்ட பிரயாணம் செய்து களைத்துப் போயிருக்கிறான்' என்றார். மாறவேள் கோபத்துடன் தலையை அசைத்து விட்டுப் போனான்.

பிறகு மாறவேள் வந்தியத்தேவனை அந்தப்புரத்துக்கு அழைத்துச் சென்றான். அங்கே பெண்கள் பலர் இருந்தார்கள். மாறவேளின் அன்னைக்கு வந்தியத்தேவன் நமஸ்காரம் செய்தான். அவளுக்குப் பின்னால் கூச்சத்துடன் மறைந்திருக்கும் பெண்தான் கந்தமாறனின் சகோதரியாயிருக்க வேண்டும் என்று ஊகித்துக்கொண்டான்.

'தங்கச்சி'யைப் பற்றி மாறவேள் பல தடவை சொன்னதில் ஏதேதோ கற்பனை செய்துகொண்டிருந்தான் வந்தியத்தேவன். இப்போது ஒருவாறு ஏமாற்றமே அடைந்தான்.

அந்தப் பெண்களின் கூட்டத்திலே பழுவேட்டரையருடன் பல்லக்கில் வந்த மாது யாராக இருக்கலாம் என்பதை அறிய வந்தியத்தேவனுடைய கண்கள் தேடி அலைந்தன.

ஐந்தாம் அத்தியாயம்

# குரவைக் கூத்து

அந்தப்புரத்திலிருந்து நண்பர்கள் இருவரும் வெளியே வந்தார்கள். உள்ளேயிருந்து, ஒரு பெண் குரல், 'கந்தமாறா! கந்தமாறா!' என்று அழைத்தது. 'அம்மா என்னைக் கூப்பிடுகிறாள், இங்கேயே சற்று இரு! இதோ வந்து விடுகிறேன்' என்று சொல்லிவிட்டுக் கந்தமாறன் உள்ளே போனான். பெண்களின் குரல்கள் பல சேர்ந்தாற்போல் அடுத்தடுத்துக் கேள்விகள் கேட்டதும், கந்தமாறன் தட்டுத்தடுமாறி மறுமொழி கூறியதும் வந்தியத்தேவன் காதில் விழுந்தது. பின்னர் அந்தப் பெண்கள் கலகலவென்று சிரித்த ஒலியும் உள்ளேயிருந்து வந்தது.

தன்னைப் பற்றித்தான் அவ்விதம் அவர்கள் கேலி செய்து சிரிக்கிறார்களோ என்ற எண்ணம் வந்தியத்தேவனுக்கு வெட்கத்தையும் கோபத்தையும் உண்டாக்கியது. கந்தமாறன் வெளியே வந்ததும் வந்தியத்தேவனின் கையைப் பிடித்துக்கொண்டு, 'வா! எங்கள் மாளிகையைச் சுற்றிப் பார்த்துவிட்டு வரலாம்!' என்று சொல்லி இழுத்துக்கொண்டு போனான்.

கடம்பூர் மாளிகையின் நிலாமுற்றங்கள், ஆடல் பாடல் அரங்கங்கள், பண்டக சாலைகள், பளிங்கு மண்டபங்கள், மாட கோபுரங்கள், ஸ்தூபி கலசங்கள், குதிரை லாயங்கள் ஆகியவற்றை வந்தியத்தேவனுக்குக் கந்தமாறன் காட்டிக்கொண்டு சென்றான்.

இடையில் வந்தியத்தேவன், 'கந்தமாறா! என்னை அந்தப்புர வாசலில் நிறுத்தி நீ மறுபடியும் உள்ளே போனபோது, அந்தப்புரத்தில் ஒரே சிரிப்பும் குதூகலமுமாயிருந்ததே, என்ன விசேஷம்? உன்னுடைய சிநேகிதனைப் பார்த்ததில் அவர்களுக்கு அவ்வளவு சந்தோஷமா?' என்று கேட்டான்.

'உன்னைப் பார்த்ததில் அவர்களுக்கெல்லாம் சந்தோஷந்தான். உன்னை அம்மாவுக்கும் மற்றவர்களுக்கும் பிடித்திருக்கிறதாம். ஆனால் உன்னைக் குறித்து அவர்கள் சிரிக்கவில்லை...'

'பின்னே எதற்காகச் சிரித்தார்களாம்?'

'பழுவேட்டரையர் இருக்கிறார் அல்லவா? இத்தனை வயதுக்குப் பிறகு அவர் புதிதாக ஒரு இளம்பெண்ணைக் கல்யாணம் செய்து கொண்டிருக்கிறார். மூடுபல்லக்கில் வைத்து அவளை இங்கே அழைத்துக்கொண்டு வந்திருக்கிறார். ஆனால் அந்தப்புரத்துக்கு அவளை அனுப்பாமல், அவருடைய விடுதியிலேயே அடைத்துப் பூட்டி வைத்திருக்கிறாராம்! அந்தப் பெண்ணைப் பலகணி வழியாக எட்டிப் பார்த்துவிட்டு வந்த ஒரு தாதிப் பெண் அவள் அழகை வர்ணித்தாளாம். அதைக் குறித்துத்தான் சிரிப்பு! அவள் சிங்களப் பெண்ணோ, கலிங்கத்துப் பெண்ணோ, அல்லது சேர நாட்டுப் பெண்ணோ என்று சர்ச்சை செய்கிறார்கள்! பழுவேட்டரையரின் முன்னோர்கள் சேர நாட்டிலிருந்து தமிழகத்துக்கு வந்தவர்கள் என்று உனக்குத் தெரியும் அல்லவா?'

'கேள்விப்பட்டிருக்கிறேன் ஏன், நீதான் முன்னொரு தடவை சொல்லியிருக்கிறாய். இருக்கட்டும், கந்தமாறா! பழுவேட்டரையர் இந்த மர்ம சுந்தரியான மங்கையை மணந்து எத்தனை காலம் ஆகிறது?'

'இரண்டு ஆண்டுக்குள்ளேதான் இருக்கும்; மணம் செய்து கொண்டதி லிருந்து அவளைத் தனியாகச் சிறிது நேரம்கூட அவர் விட்டு வைப்பதில்லையாம்! எங்கே போனாலும் கூடப் பல்லக்கில் ஆசை நாயகியையும் அழைத்துப் போகிறார். இதைக் குறித்து நாடெங்கும் கொஞ்சம் பரிகாசப் பேச்சு நடந்து வருகிறது. வந்தியத்தேவா! ஒரு பிராயத்தைத் தாண்டியவர்களுக்கு இந்த மாதிரி ஸ்திரீ சபலம் ஏற்பட்டால் எல்லோருக்கும் சிறிது இளக்காரமாகத்தானே இருக்கும்?'

'காரணம் அது ஒன்றுமில்லை. உண்மைக் காரணத்தை நான் சொல்லட்டுமா, கந்தமாறா? பெண்கள் எப்போதும் சற்று பொறாமை பிடித்தவர்கள். உன் வீட்டுப் பெண்களைப் பற்றிக் குறைவாகச் சொல்லுகிறேன் என்று நினைக்காதே! பெண் உலகமே இப்படித்தான்! உன் குடும்பத்துப் பெண்கள் கருநிறத்து அழகிகள். பழுவேட்டரையரின் ஆசை நாயகியோ செக்கச் செவேலென்று பொன்னிறமாயிருக்கிறாள். ஆகையால் அவளை இவர்களுக்குப் பிடிக்கவில்லை! அது காரணமாக வேறு ஏதேதோ கதை கட்டிச் சொல்கிறார்கள்!...'

'அடே! இது என்ன விந்தை! உனக்கு எப்படி அவளுடைய நிறத்தைப் பற்றித் தெரியும்? அவளை நீ பார்த்திருக்கிறாயா, என்ன? எங்கே, எப்படிப் பார்த்தாய்? பழுவேட்டரையருக்கு மட்டும் இது தெரிந்தால், உன் உயிர் உன்னுடையது அல்ல!...'

'கந்தமாறா! இதற்கெல்லாம் நான் பயந்தவன் அல்ல, அது உனக்கு தெரியும். மேலும் நான் அனுசிதமான காரியம் எதுவும் செய்யவும்

இல்லை. வீரநாராயணபுரத்தில் பழுவேட்டரையரின் பரிவாரங்கள் சாலையோடு சென்றபோது கூட்டத்தோடு கூட்டமாய் நானும் சாலை ஓரமாக ஒதுங்கி நின்று பார்த்துக்கொண்டிருந்தேன். யானை, குதிரை, பல்லக்கு, பரிவட்டம் எல்லாம் நீங்கள் அனுப்பி வைத்த மரியாதை களாமே? அது உண்மையா?'

'ஆம், நாங்கள்தான் அனுப்பி வைத்தோம் அதனால் என்ன?...'

'அதனால் என்ன? ஒன்றுமில்லை. பழுவேட்டரையருக்கு நீங்கள் அளித்த வரவேற்பு மரியாதைகளையும் எனக்கு அளித்த வரவேற்பையும் ஒப்பிட்டுப் பார்த்தேன் வேறொன்றுமில்லை...!'

கந்தமாறன் இலேசாகச் சிரித்துவிட்டு, 'இறை விதிக்கும் அதிகாரிக்குச் செலுத்த வேண்டிய மரியாதையை அவருக்குச் செலுத்தினோம். சுத்த வீரனுக்கு அளிக்க வேண்டிய வரவேற்பை உனக்கு அளித்தோம்! ஒரு காலத்தில், முருகன் அருளால், நீ இந்த வீட்டுக்கு மருமகப் பிள்ளை யானால் தக்கவாறு மாப்பிள்ளை மரியாதை செய்து வரவேற்போம்!' என்றான். பிறகு, 'வேறு என்னமோ சொல்ல வந்தாய்; அதற்குள் பேச்சு மாறி விட்டது. ஆம், பழுவேட்டரையருடைய ஆசை நாயகி நல்ல சிவப்பு நிறம் என்று சொன்னாயே, அது எப்படி உனக்குத் தெரிந்தது?' என்றான்.

'கடம்பூர் மாளிகையின் கரிய பெரிய மத்தகஜத்தின் மீது பழுவேட் டரையர், எருமைக்கடா மீது யமதர்மன் வருவது போல் வந்து கொண்டிருந்தார்! என்னுடைய ஞாபகமெல்லாம் அவர் மேலே தானிருந்தது. ஒரு காலத்தில் அவரைப் போல் நானும் ஆகவேண்டும் என்று மனோராஜ்யம் செய்துகொண்டிருந்த போது, அடுத்தாற்போல், ஒரு மூடுபல்லக்கு வந்தது. மூடுபல்லக்கில் யார் வரக்கூடும் என்று நான் யோசித்துக் கொண்டிருந்தபோதே பல்லக்கின் திரையை உள்ளிருந்து ஒரு கை சிறிது விலக்கியது. விலக்கிய திரை வழியாக ஒரு முகமும் தெரிந்தது. கையும், முகமும் நல்ல பொன்னிறமாயிருந்தன! அவ்வளவு தான், நான் பார்த்ததெல்லாம்! நீ இப்போது சொன்னதிலிருந்து அந்தப் பெண்தான் பழுவேட்டரையரின் ஆசை நாயகி என்று ஊகிக்கிறேன்.

'வந்தியத்தேவா! நீ அதிர்ஷ்டக்காரன். ஆண் பிள்ளை எவனும் அந்தப் பழுவூர் இளைய ராணியைக் கண்ணாலும் பார்த்ததில்லை என்று பேச்சு. ஒரு விநாடி நேரமாவது அவள் கரத்தையும் முகத்தையும் நீ பார்த்தாயல்லவா? பார்த்த வரையில் அவள் எந்தத் தேசத்திலே பிறந்த சுந்தரியாயிருக்கலாம் என்று உனக்கு ஏதாவது உத்தேசம் தோன்றுகிறதா?' என்று கந்தமாறன் கேட்டான்.

'அச்சமயம் நான் அதைப் பற்றி யோசிக்கவில்லை. இப்போது எண்ணிப் பார்க்கும்போது, அவள் ஒருவேளை காஷ்மீர தேசத்துப்

பெண்ணாயிருக்கலாம்; அல்லது கடல்களுக்கு அப்பாலுள்ள சாவகம், கடாரம், யவனம், மிசிரம் முதலிய நாடுகளிலிருந்து வந்த பெண்ணரசியாகவும் இருக்கலாம் என்று தோன்றுகிறது. ஒருவேளை அரபு தேசத்துப் பெண்ணாக இருந்தாலும் இருக்கலாம். அந்த நாட்டிலேதான் பெண்கள் பிறந்தது முதலாவது இறக்கும் வரையில் முகமூடி போட்டே வைத்திருப்பார்களாம்!'

அச்சமயம் எங்கேயோ சமீபத்திலிருந்து வாத்தியங்களின் முழக்கம் கேட்கத் தொடங்கியது. சல்லி, கரடி, பறை, புல்லாங்குழல், உடுக்கு ஆகியவை சேர்ந்து சப்தித்தன.

'இது என்ன முழக்கம்?' என்று வந்தியத்தேவன் கேட்டான்.

'குரவைக் கூத்து நடக்கப் போகிறது! அதற்கு ஆரம்ப முழக்கம் இது! நீ குரவைக் கூத்து பார்க்க விரும்புகிறாயா? அல்லது சீக்கிரம் உணவு அருந்திவிட்டு நிம்மதியாகப் படுத்துத் தூங்குகிறாயா?'

ஆழ்வார்க்கடியான் குரவைக் கூத்தைப் பற்றிக் குறிப்பிட்டது அச்சமயம் வந்தியத்தேவனுக்கு நினைவு வந்தது. 'குரவைக் கூத்து நான் பார்த்ததேயில்லை; கட்டாயம் பார்க்க வேண்டும்' என்றான். அந்த நண்பர்கள் இன்னும் சில அடி தூரம் சென்று ஒரு திருப்பத்தில் திரும்பியதும் குரவைக்கூத்து மேடை அவர்களுடைய கண்களுக்குப் புலனாயிற்று. மேடைக்கு முன்னால் சபை கூடவும் தொடங்கி விட்டது.

சுற்றிலும் அரண்மனைச் சுவரும் கோட்டை கொத்தளங்களின் மதிலும் சூழ்ந்த இடத்தில், வெண் மணல் விரித்த விசாலமான முற்றத்தில் குரவைக் கூத்து மேடை அமைக்கப்பட்டிருந்தது. மேடையில் கோழியைப் போலும், மயிலைப் போலும், அன்னத்தைப் போலும், சித்திரங்கள் போட்டு அலங்கரித்திருந்தார்கள். செந்நெல்லை வறுத்த வெள்ளிய பொரிகள், மஞ்சள் கலந்த தினையரிசிகள், பலநிற மலர்கள், குன்றி மணிகள் முதலியவற்றினாலும் அந்த மேடையை அழகுபடுத்தியிருந்தார்கள். குத்துவிளக்குகளுடன் தீவர்த்திகளும் சேர்ந்து எரிந்து இருளை விரட்ட முயன்றன. ஆனால் நறுமண அகில் புகையுடன் தீவர்த்திப் புகையும் சேர்ந்து, மூடுபனியைப் போல் பரவி, தீபங்களின் ஒளியை மங்கச் செய்தன. மேடைக்கு எதிரிலும் பக்கங்களிலும் வாத்தியக்காரர்கள் உட்கார்ந்து அவரவர்களுடைய வாத்தியங்களை ஆவேசமாக முழக்கினார்கள். மலர் மணம், அகில் மணம், வாத்திய முழக்கம் எல்லாமாகச் சேர்ந்து வந்தியத்தேவனுடைய தலைசுற்றும்படிச் செய்தன.

முக்கிய விருந்தாளிகள் அனைவரும் வந்து சேர்ந்ததும், குரவைக் கூத்து ஆடும் பெண்கள் ஒன்பது பேர் மேடைக்கு வந்தார்கள். ஆட்டத்திற்குத்

தகுந்தவாறு உடம்பை இறுக்கி ஆடை அணிந்து, உடம்போடு ஒட்டிய ஆபரணங்களைப் பூண்டு, கால்களில் சிலம்பு அணிந்து, கண்ணி, கடம்பம், காந்தள், குறிஞ்சி, செவ்வலரி ஆகிய முருகனுக்கு உகந்த மலர்களை அவர்கள் சூடியிருந்தார்கள். மேற்கூறிய மலர்களினால் கதம்பமாகத் தொடுத்த ஒரு நீண்ட மலர் மாலையினால் ஒருவரை யொருவர் பிணைத்துக் கொண்டவாறு, அவர்கள் மேடையில் வந்து நின்றார்கள். சிலர் கைகளில் சந்தன மரத்தினால் செய்து வர்ணம் கொடுத்த அழகிய பச்சைக் கிளிகளை லாகவமாக ஏந்திக்கொண்டிருந் தார்கள்.

சபையோருக்கு வணக்கம் செய்துவிட்டுப் பாடவும் ஆடவும் தொடங் கினார்கள். முருகனுடைய புகழைக் கூறும் பாடல்களைப் பாடினார்கள். முருகனுடைய வீரச் செயல்களைப் பாடினார்கள். சூரபத்மன், கஜமுகன் முதலிய அசுர கணங்களைக்கொன்று, கடல் நீரை வற்றச் செய்த வெற்றிவேலின் திறத்தைப் பாடினார்கள். தேவலோகத்துக் கன்னியர் பலர் முருகனை மணந்துகொள்ளத் தவங்கிடந்து வருகையில், அந்தச் சிவகுமாரன் மண்ணுலகத்தில் தமிழகத்துக்கு வந்து, காட்டில் தினைப்புனம் காத்து நின்ற மலைக்குறவர் மகளை மணந்து கொண்டதைப் புகழ்ந்து பாடினார்கள். வேலவனுடைய கருணைத் திறத்தைக் கொண்டாடினார்கள். இத்தகைய பாடலும் ஆடலும் பறை ஒலியும் குழல் ஒலியுமாகச் சேர்ந்து பார்த் திருந்தவர்களையெல்லாம் வெறிகொள்ளச் செய்தன.

> 'பசியும் பிணியும் பகையும் அழிக!
> மழையும் வளமும் தனமும் பெருக!'

என்ற வாழ்த்துக்களுடன் குரவைக் கூத்து முடிந்தது. பெண்கள் மேடையிலிருந்து இறங்கிச் சென்றார்கள்.

பின்னர், 'தேவராளன்', 'தேவராட்டி' என்னும் ஆடவனும் பெண்ணும் வேலனாட்டம் ஆடுவதற்காக மேடை மீது வந்து நின்றனர். அவர்கள் இரத்த நிறமுள்ள ஆடைகளை உடுத்தியிருந்தனர். செக்கச் சிவந்த இரத்த நிறமுள்ள செவ்வலரிப் பூமாலைகளைச் சூட்டிக்கொண்டிருந்தனர். நெற்றியில் செந்நிறக் குங்குமத்தை அப்பிக்கொண்டிருந்தனர். அவர் களுடைய வாய்களும் வெற்றிலைப் பாக்கு மென்றதினால் சிவந்து இரத்த நிறமாகக் காணப்பட்டன. கண்கள் கோவைப் பழம் போலச் சிவந்திருந்தன.

முதலில் சாந்தமாகவே ஆட்டம் ஆரம்பித்தது. தனித்தனியாகவும் கைகளைக் கோத்துக்கொண்டும் ஆடினார்கள். நேரமாக ஆக, ஆட்டத்தில் வெறி மிகுந்தது. மேடையிலே ஒரு பக்கத்தில் சாத்தியிருந்த

வேலைத் தேவராட்டி கையில் எடுத்துக்கொண்டாள். தேவராளன் அதை அவள் கையிலிருந்து பிடுங்க முயன்றான்; தேவராட்டி தடை செய்தாள். இறுதியில் தேவராளன் மேடை அதிரும்படியாக ஒரு பெரிய குதிகுதித்து, ஒரு பெரிய தாண்டல் தாண்டி தேவராட்டி கையிலிருந்த வேலைப் பிடுங்கிக்கொண்டான். தேவராட்டி அந்த வேலைக் கண்டு அஞ்சிய பாவனையுடனே மேடையிலிருந்து இறங்கிவிட்டாள்.

பிறகு, தேவராளன் தனியே மேடை மீது நின்று கையில் வேல் பிடித்து வெறியாட்டம் ஆடினான். சூரன் முதலிய அசுர கணங்கள் தவிடு பொடியாகி விழுந்தனர். அறுக்கப்பட்ட சூரன் தலை திரும்பத் திரும்ப முளைத்தது. முளைக்க முளைக்க வேலனுடைய உக்கிரம் அதிகமாக வளர்ந்தது. அவனுடைய கண்ணிலிருந்து தீப்பொறி பறந்தது. கடைசியில் சூரபத்மன் இறந்து விழுந்தான். தேவராளனும் கைவேலைக் கீழே போட்டான்.

இப்போது மற்ற வாத்தியங்கள் எல்லாம் நின்று விட்டன. உடுக்கின் சத்தம் மட்டும் கேட்டது. மேடைக்கு அருகே நின்று பூசாரி ஆவேசமாக உடுக்கு அடித்தான். தேவராளன் உடம்பில் ஒவ்வொரு அணுவும் பதறி ஆடியது. 'சந்நதம் வந்து விட்டது' என்று சபையில் ஒருவருக்கொருவர் மெதுவாகப் பேசிக்கொண்டார்கள்.

சிறிது நேரத்துக்கெல்லாம் பூசாரி ஆவேசம் வந்து ஆடிய தேவராளனைப் பார்த்து, ' வேலா! முருகா! தேவசேநாபதி! கந்தா! சூரசம்ஹாரா! அடியார்களுக்கு அருள்வாக்குச் சொல்ல வேண்டும்!' என்று வேண்டிக் கொண்டான்.

'கேளடா! சொல்லுகிறேன்! என்ன வேண்டுமோ, கேள்!' என்று சந்நதம் வந்தவன் கூவினான்.

'மழை பொழியுமா? வெள்ளம் பெருகுமா? நாடு செழிக்குமா? நினைத்த காரியம் கைகூடுமா?' என்று பூசாரி கேட்டான்.

'மழை பொழியும்! வெள்ளம் பெருகும்! நாடு செழிக்கும்! நினைத்த காரியம் கைகூடும்! ஆனால், என் அன்னைக்கு நீங்கள் பூசை போட வில்லை! துர்க்கை பலி கேட்கிறாள். பத்திரகாளி பலி கேட்கிறாள்; மகிடாசுரனை வதைத்த சண்டிகேசுவரி பலி கேட்கிறாள்!...' என்று சந்நதக்காரன் ஆவேசத்துடன் ஆடிக்கொண்டே அலறினான்.

'என்ன பலி வேண்டும்?' என்று பூசாரி கேட்டான்.

'கேட்டால் கொடுப்பீர்களா?' என்றான் வெறியாடியவன்.

'கொடுப்போம்; கட்டாயம் கொடுப்போம்!' என்றான் பூசாரி.

'மன்னர் குலத்து இரத்தம் கேட்கிறாள்; ஆயிரங்கால அரசர் குலத்து இரத்தம் கேட்கிறாள்!' என்று வெறியாடியவன் கோர பயங்கரக் குரலில் கூவினான்.

மேடைக்கு முன்னால் வீற்றிருந்த பழுவேட்டரையர் சம்புவரையர், மழவரையர் முதலிய பிரமுகர்கள் ஒருவருடைய முகத்தை ஒருவர் நோக்கினார்கள். அவர்களுடைய செக்கச் சிவந்த வெறி கொண்ட கண்கள் சங்கேதமாகப் பேசிக் கொண்டன.

சம்புவரையர் பூசாரியைப் பார்த்துத் தலையை அசைத்துச் சமிக்ஞை செய்தார்.

பூசாரி உடுக்கு அடிப்பதை நிறுத்தினான். வெறியாட்டம் ஆடிய தேவராளன் அடியற்ற மரம் போல் மேடை மீது விழுந்தான். தேவராட்டி ஓடிவந்து அவனைத் தூக்கி எடுத்துக்கொண்டு போனாள்.

சபை மௌனமாகக் கலைந்தது; வெளியில் எங்கேயோ தூரத்தில் நரிகள் ஊளையிடும் சப்தம் கேட்டது.

இத்தனை நேரம் பார்த்துக் கேட்டவற்றினால் பரபரப்புக்குள்ளா கியிருந்த வந்தியத்தேவன், நரிகள் ஊளையிடும் சப்தம் வந்த திசையை நோக்கினான். அங்கே, அம்மாளிகையின் வெளிமதில் சுவரின் மீது ஒரு தலை தெரிந்தது. அது ஆழ்வார்க்கடியானுடைய தலைதான்! ஒரு கணம் வந்தியத்தேவன் ஒரு பயங்கர உணர்ச்சிக்கு உள்ளானான். ஆழ்வார்க் கடியானுடைய தலையை வெட்டி அந்த மதில் மேல் வைத்திருந்தது போன்ற பிரமை உண்டாயிற்று. கண்ணிமைகளை மூடித் திறந்து பார்த்தபோது அந்தத் தலையை அங்கே காணவில்லை! அத்தகைய வீண் சித்தப்பிரமைக்குத் தான் உள்ளானது குறித்து வெட்கமடைந்தான். இதுவரை அனுபவித்து அறியாத வேறு பலவகை உணர்ச்சிகளும் அவன் உள்ளத்தைக் கலங்கச் செய்தன.

ஆறாம் அத்தியாயம்

# நடுநிசிக் கூட்டம்

குரவைக் கூத்துக்கும் வெறியாட்டுக்கும் பின்னர், வந்திருந்த விருந்தினருக்குப் பெருந்தர விருந்து நடைபெற்றது. வல்லவரையனுக்கு விருந்து ருசிக்கவில்லை. அவன் உடம்பு களைத்திருந்தது; உள்ளம் கலங்கியிருந்தது. ஆயினும் அவன் பக்கத்திலிருந்த அவனுடைய நண்பன் கந்தமாறன் அங்கிருந்த மற்ற விருந்தாளிகள் யார் யார் என்பதைப் பெருமிதத்துடன் எடுத்துக் கூறினான்.

பழுவேட்டரையரையும், சம்புவரையரையும் தவிர அங்கே மழபாடித் தென்னவன் மழவரையர் வந்திருந்தார்; குன்றத்தூர்ப் பெருநிலக்கிழார் வந்திருந்தார்; மும்முடிப் பல்லவரையர் வந்திருந்தார். தான்தொங்கிக் கலிங்கராயர், வணங்காமுடி முனையரையர், தேவசேநாதிபதிப் பூவரையர், அஞ்சாத சிங்கமுத்தரையர், இரட்டைக் குடை ராஜாளியார், கொல்லிமலைப் பெருநில வேளார் முதலியோரை இன்னின்னார் என்று கந்தமாறன் தன் நண்பனுடைய காதோடு சொல்லிப் பிறர் அறியாதபடி சுட்டிக்காட்டித் தெரியப்படுத்தினான். இந்தப் பிரமுகர்கள் சாமான்யப்பட்டவர்கள் அல்ல; எளிதாக ஒருங்கு சேர்த்துக் காணக்கூடியவர்களுமல்ல. அநேகமாக ஒவ்வொருவரும் குறுநில மன்னர்கள்; அல்லது குறுநில மன்னருக்குரிய மரியாதையைத் தங்கள் வீரச் செயல்களினால் அடைந்தவர்கள். ராஜா அல்லது அரசர் என்பது மருவி அக்காலத்தில் அரையர் என்று வழங்கி வந்தது.

சிற்றரசர்களுக்கும், சிற்றரசர்களுக்குச் சமமான சிறப்பு வாய்ந்தவர்களுக்கும் அரையர் என்ற பட்டப் பெயர் சேர்த்து வழங்கப்பட்டது. அவரவர்களுடைய ஊரை மட்டும் கூறி அரையர் என்று சேர்த்துச் சொல்லும் மரபும் இருந்தது.

அந்த நாளில் சிற்றரசர்கள் என்றால் பிறப்பினால் மட்டும் 'அரசர்' பட்டம் பெற்று அரண்மனைச் சுகபோகங்களில் திளைத்து வாழ்ந்திருப்பவர்கள் அல்ல. போர்க்களத்தில் முன்னணியில் நின்று போரிடச்

சித்தமாயுள்ள வீராதி வீரர்கள்தாம் தங்கள் அரசுரிமையை நீடித்துக் காப்பாற்றிக்கொள்ள முடியும். எனவே ஒவ்வொருவரும் பற்பல போர்க்களங்களில் போரிட்டுப் புகழுடன் காயங்களையும் அடைந்தவர் களாகவே இருப்பார்கள். இன்று அத்தனை பேரும் பழையாறைச் சுந்தரசோழ சக்கரவர்த்தியின் ஆட்சிக்கடங்கித் தத்தம் எல்லைக்குள் அதிகாரம் செலுத்தி வந்தார்கள். சிலர் சோழப் பேரரசில் பெருந்தரத்து அரசாங்க அதிகாரிகளாகவும் பதவி வகித்து வந்தார்கள்.

இவ்வளவு முக்கியமான சோழ சாம்ராஜ்யப் பிரமுகர்கள் எல்லாரையும் ஓரிடத்தில் பார்த்தது பற்றி வல்லவரையன் நியாயமாக உவகை கொண்டிருக்க வேண்டும். ஆயினும் அவனுடைய உள்ளத்தில் உவகை ஏற்படவில்லை.

'இவ்வளவு பேரும் எதற்காக இங்கே கூடியிருக்கிறார்கள்?' என்ற எண்ணம் அவனுக்கு அடிக்கடி தோன்றியது. ஏதேதோ தெளிவில்லாத ஐயங்கள் அவன் உள்ளத்தில் தோன்றி அலைத்தன.

மனத்தில் இத்தகைய குழப்பத்துடனேயே வல்லவரையன் தனக் கென்று கந்தமாறன் சித்தப்படுத்திக் கொடுத்திருந்த தனி இடத்தில் படுக்கச் சென்றான். விருந்தினர் பலர் வந்திருந்தபடியால் வல்ல வரையனுக்கு அம்மாபெரும் மாளிகையின் மேல்மாடத்தில் ஒரு மூலையிலிருந்த திறந்த மண்டபமே படுப்பதற்குக் கிடைத்தது.

'நீ மிகவும் களைத்திருக்கிறாய்; ஆகையினால் நிம்மதியாகப் படுத்துத் தூங்கு. மற்ற விருந்தாளிகளைக் கவனித்துவிட்டு நான் உன் பக்கமே வந்து படுத்துக்கொள்கிறேன்' என்று கந்தமாறன் சொல்லி விட்டுப் போனான்.

படுத்தவுடனே வந்தியத்தேவனுடைய கண்களைச் சுழற்றிக்கொண்டு வந்தது. மிக விரைவில் நித்திரா தேவி அவனை ஆட்கொண்டாள். ஆனாலும் என்ன பயன்? மனம் என்பது ஒன்று இருக்கிறதே, அதை நித்திரா தேவியினால் கூடக் கட்டுக்குள் வைக்க முடிவதில்லை. உடல் அசைவற்றுக் கிடந்தாலும், கண்கள் மூடியிருந்தாலும், மனத்தின் ஆழத்தில் பதிந்து கிடக்கும் எண்ணங்கள் கனவாகப் பரிணமிக்கின்றன. பொருளில்லாத, அறிவுக்குப் பொருத்தமில்லாத, பற்பல நிகழ்ச்சிகளும் அனுபவங்களும் அந்தக் கனவு லோகத்தில் ஏற்படுகின்றன.

எங்கேயோ வெகு தூரத்திலிருந்து ஒரு நரி ஊளையிடும் சப்தம் கேட்டது. ஒரு நரி, பத்து நரியாகி, நூறு நரியாகி, ஏகமாக ஊளையிட்டன! ஊளையிட்டுக்கொண்டே வந்தியத்தேவனை நெருங்கி, நெருங்கி நெருங்கி வந்தன. காரிருளில் அந்த நரிகளின் கண்கள் சிறிய சிறிய நெருப்புத் தணல்களைப் போல் ஜொலித்துக்கொண்டு அவனை அணுகி

வந்தன. மறுபக்கம் திரும்பி ஓடித் தப்பிக்கலாம் என்று வந்தியத்தேவன் பார்த்தான். அவன் பார்த்த மறுதிசையில் பத்து, நூறு, ஆயிரம் நாய்கள் ஒரே மந்தையாகக் குரைத்துக்கொண்டு பாய்ந்து ஓடி வந்தன. அந்த வேட்டை நாய்களின் கண்கள் அனல் பொறிகளைப் போல் ஜொலித்தன.

நரிகளுக்கும் வேட்டை நாய்களுக்கும் நடுவில் அகப்பட்டுக் கொண்டால் தன்னுடைய கதி என்னவாகும் என்று எண்ணி வந்தியத்தேவன் நடுநடுங் கினான். நல்ல வேளை, எதிரே ஒரு கோயில் தெரிந்தது. ஓட்டமாக ஓடித் திறந்திருந்த கோயிலுக்குள் புகுந்து வாசற்கதவையும் தாளிட்டான். திரும்பிப் பார்த்தால், அது காளி கோயில் என்பது தெரிந்தது. அகோரமாக வாயைத் திறந்துகொண்டிருந்த காளிமாதாவின் சிலைக்குப் பின்னாலிருந்து பூசாரி ஒருவன் வெளிக்கிளம்பி வந்தான். அவன் கையில் ஒரு பயங்கரமான வெட்டரிவாள் இருந்தது. 'வந்தாயா? வா!' என்று சொல்லிக்கொண்டு பூசாரி அருகில் நெருங்கி, நெருங்கி, நெருங்கி வந்தான்.

'நீ பிறந்த அரச குலத்தின் வரலாறு என்ன? எத்தனை ஆண்டுகளாக உன் குலத்தினர் அரசு புரிகின்றனர்? உண்மையைச் சொல்' என்று பூசாரி கேட்டான்.

'வாணர்குலத்து வல்லவரையர் முந்நூறு ஆண்டுகள் அரசு புரிந்தவர்; என் தந்தையின் காலத்தில் வைதும்பராயர்களால் அரசை இழந்தோம்' என்றான் வந்தியத்தேவன்.

'அப்படியானால், நீ தகுந்த பலி அல்ல! ஓடிப் போ!' என்றான் பூசாரி.

திடீரென்று காளிமாதாவின் இடத்தில் கண்ணபெருமான் காட்சி அளித்தான். கண்ணன் சந்நிதியில் இரண்டு பெண்கள் கையில் பூமாலையுடன் ஆண்டாள் பாசுரம் பாடிக்கொண்டு வந்து நடனம் ஆடினார்கள். இதை வல்லவரையன் பார்த்துப் பரவசமடைந் திருக்கையில், அவனுக்குப் பின்புறத்தில், 'கண்டோம், கண்டோம், கண்டோம், கண்ணுக்கினியன கண்டோம்' என்ற பாடலைக் கேட்டுத் திரும்பிப் பார்த்தான். பாடியவன் ஆழ்வார்க்கடியான் நம்பிதான். இல்லை! ஆழ்வார்க்கடியானுடைய தலை பாடியது! அந்தத் தலை மட்டும் பலி பீடத்தில் வைக்கப்பட்டிருந்தது!

இந்தக் காட்சியைப் பார்க்கச் சகிக்காமல் வல்லவரையன் திரும்பினான்; தூணில் முட்டிக்கொண்டான். கனவு கலைந்தது; கண்கள் திறந்தன. ஆனால் கனவையும் நனவையும் ஒன்றாய்ப் பிணைத்த ஒரு காட்சியை அவன் காண நேர்ந்தது.

அவன் படுத்திருந்த இடத்துக்கு நேர் எதிர்ப்புறத்தில் கடம்பூர் மாளிகைச் சுற்று மதிலின் மேலே ஒரு தலை தெரிந்தது. அது, அந்த

ஆழ்வார்க்கடியான் நம்பியின் தலைதான். இந்தத் தடவை அது கனவல்ல, வெறும் பிரமையும் அல்லவென்பது நிச்சயம். ஏனெனில், எத்தனை நேரம் பார்த்தாலும் அந்தத் தலை அங்கேயே இருந்தது. அது வெறும் தலை மட்டுமல்ல, தலைக்குப் பின்னாலே உடம்பு இருக்கிறது என்பதையும் எளிதில் ஊகிக்கக்கூடியதாயிருந்தது. ஏனெனில், ஆழ்வார்க்கடி யானுடைய கைகள் அந்த மதில் ஓரத்தின் விளிம்பைப் பிடித்துக்கொண்டிருந்தன. அதோடு, அவன் வெகு கவனமாக மதிலுக்குக் கீழே உட்புறத்தை உற்று நோக்கிக்கொண்டிருந்தான். அவன் அவ்வளவு கவனமாக அங்கே என்னத்தைப் பார்க்கிறான்!... இதில் ஏதோ வஞ்சகச் சூழ்ச்சி இருக்கவே வேண்டும். ஆழ்வார்க்கடியான் நல்ல நோக்கத்துடன் அங்கு வந்திருக்க முடியாது. ஏதோ துஷ்ட நோக்கத்துடன் தீய செயல் புரிவதற்கே வந்திருக்கிறான். அவன் அவ்விதம் தீச்செயல் புரியாமல் தடுப்பது கந்தமாறனின் உயிர் நண்பனாகிய தன் கடமையல்லவா? தனக்கு அன்புடன் ஒரு வேளை அன்னம் அளித்தவர்களின் வீட்டுக்கு நேரக்கூடிய தீங்கைத் தடுக்காமல் தான் சும்மா படுத்துக் கொண்டிருப்பதா?

வல்லவரையன் துள்ளி எழுந்தான். பக்கத்தில் கழற்றி வைத்திருந்த உறையுடன் சேர்ந்த கத்தியை எடுத்து இடுப்பில் செருகிக்கொண்டான். ஆழ்வார்க்கடியானுடைய தலை காணப்பட்ட திக்கை நோக்கி நடந்தான்.

மாளிகை மேல்மாடத்தில் ஒரு மூலையிலிருந்த மண்டபத்தில் அல்லவா வல்லவரையன் படுத்திருந்தான்? அங்கிருந்து புறப்பட்டு மதில் சுவரை நோக்கி நடந்தபோது, மேல்மாடத்தை அலங்கரித்த மண்டபச் சிகரங்கள், மேடைகள், விமான ஸ்தூபிகள், தூண்கள் ஆகியவற்றைக் கடந்தும், தாண்டியும், சுற்றி வளைத்தும் நடக்க வேண்டியதாயிருந்தது. சற்று தூரம் அவ்விதம் நடந்த பிறகு, திடீரென்று எங்கிருந்தோ பேச்சுக் குரல் வந்ததைக் கேட்டு, வல்லவரையன் தயங்கி நின்றான். அங்கிருந்த ஒரு தூணைப் பிடித்துக்கொண்டு, தூணின் மறைவில் நின்றபடி எட்டிப் பார்த்தான். கீழே குறுகலான முற்றம் ஒன்றில், மூன்று பக்கமும் நெடுஞ் சுவர்கள் சூழ்ந்திருந்த இடத்தில் பத்துப் பன்னிரண்டு பேர் உட்கார்ந்திருந்தார்கள். பாதி மதியின் வெளிச் சத்தை நெடுஞ் சுவர்கள் மறைத்தன. ஆனால் ஒரு சுவரில் பதித்திருந்த இரும்பு அகல் விளக்கில் எரிந்த தீபம் கொஞ்சம் வெளிச்சம் தந்தது.

அங்கிருந்தவர்கள் அத்தனை பேரும் அன்று இரவு விருந்தின் போது அவன் பார்த்த பிரமுகர்கள்தான்; சிற்றரசர்களும் சோழ சாம்ராஜ்ய அதிகாரிகளுந்தான். அவர்கள் ஏதோ மிக முக்கியமான விஷயத்தைப் பற்றிக் கலந்தாலோசிக்கவே நள்ளிரவு நேரத்தில் அங்கே கூடியிருக்க வேண்டும். அவர்கள் என்ன செய்கிறார்கள், என்ன பேசுகிறார்கள்

என்பதைத்தான் ஆழ்வார்க்கடியான் மதில் சுவர் மீதிலிருந்து அவ்வளவு கூர்மையாகக் கவனித்துக்கொண்டு வருகிறான். ஆழ்வார்க்கடியான் மிகப் பொல்லாத கெட்டிக்காரன் என்பதில் ஐயமில்லை. அவன் இருக்குமிடத்திலிருந்து கீழே கூடிப் பேசுகிறவர்களை ஒருவாறு பார்க்க முடியும்; அவர்களுடைய பேச்சை நன்றாய்க் கேட்க முடியும். ஆனால் கீழேயுள்ளவர்கள் ஆழ்வார்க்கடியானைப் பார்க்க முடியாது. அந்த இடத்தில் மாளிகைச் சுவர்களும் மதில் சுவர்களும் அவ்வாறு அமைந் திருந்தன. அத்தகைய இடத்தை ஆழ்வார்க்கடியான் எப்படியோ கண்டு பிடித்துக்கொண்டு வந்திருக்கிறான்! கெட்டிக்காரன் தான்; சந்தேக மில்லை. ஆனால் அவனுடைய கெட்டிக்காரத்தனமெல்லாம் இந்த வாணர்குலத்து வந்தியத்தேவனிடம் பலிக்காது! அந்த வேஷதாரி வைஷ்ணவனைக் கைப்பிடியாகப் பிடித்துக்கொண்டு வந்து... ஆனால் அப்படி அவனைப் பிடிப்பதாயிருந்தால், கீழே கூடியுள்ளவர்களுடைய கவனத்தைக் கவராமல் அவன் உள்ள மதில் சுவரை அணுக முடியாது. அப்படி அவர்கள் பார்க்கும்படி தான் நடந்து போவதில் ஏதேனும் அபாயம் இருக்கலாம். 'இன்றைக்கு நாள் பார்த்து இவன் இங்கே வந்திருக்க வேண்டியதில்லை!' என்று சம்புவரையர் கூறியது அவன் நினைவுக்கு வந்தது. இவர்கள் எல்லோரும் ஏதோ முக்கிய காரியமாகக் கலந்தாலோசிப்பதற்காக இங்கே வந்திருக்கிறார்கள். அவர்களுடைய யோசனையைப் பற்றிப் பிறர் அறிந்து கொள்வதில் அவர்களுக்கு விருப்பமில்லையென்பது தெளிவு. அப்படியிருக்கும்போது தன்னைத் திடீரென்று அவர்கள் பார்த்தால், தன் பேரில் சந்தேகப்பட்டு விடலாம் அல்லவா? ஆழ்வார்க்கடியானைப் பற்றி அவர்களுக்குத் தான் சொல் வதற்குள் அவன் மதில் சுவரிலிருந்து வெளிப்புறம் குதித்து ஓடிவிடு வான். ஆகையால் தன் பேரில் சந்தேகம் ஏற்படுவதுதான் மிச்சமாகும். 'படுத்திருந்தவன் இங்கு எதற்காக வந்தாய்?' என்றால் என்ன விடை சொல்லுவது? கந்தமாறனின் நிலைமையை சங்கடத்துக்கு உள்ளாக்கு வதாகவே முடியும். ஆகா! அதோ கந்தமாறன் இந்தக் கூட்டத்தின் ஒரு பக்கத்தில் உட்கார்ந்திருக்கிறான். அவனும் இந்தக் கூட்டத்தாரின் ஆலோசனையில் கலந்து கொண்டிருக்கிறான் போலும்! காலையில் கந்தமாறனைக் கேட்டால், எல்லாம் தெரிந்துவிடுகிறது.

அச்சமயம் அக்கூட்டத்தாருக்குப் பக்கத்தில் வைக்கப்பட்டிருந்த மூடுபல்லக்கு வந்தியத்தேவனுடைய கவனத்தைக் கவர்ந்தது. ஆ! இந்தப் பல்லக்கு பழுவேட்டரையருடன் அவருடைய யானையைத் தொடர்ந்து வந்த பல்லக்கு அல்லவா? அதற்குள்ளேயிருந்த பெண், ஒரு கணம் திரையை நீக்கி வெளியே பார்த்த பெண், இப்போது இந்த மாளிகையில் எந்தப் பகுதியில் இருக்கிறாளோ? அந்தப்புரத்துக்குக் கூட அவளை இந்தக் கிழவர் அனுப்பவில்லையாமே? கொஞ்சம் வயதானவர்கள் இளம் பெண்களை மணந்துகொண்டாலே இந்தச்

சங்கடந்தான். சந்தேகம் அவர்கள் பிராணனை வாங்குகிறது. ஒரு நிமிஷம் கூடத் தங்களுடைய இளம் மனைவியை விட்டுப் பிரிந்திருக்க அவர்களுக்கு மனம் வருவதில்லை. ஒருவேளை, இப்போதுகூட இந்தப் பல்லக்கிலேயே பழுவேட்டரையருடைய இளம் மனைவி இருக்கிறாளோ, என்னமோ? ஆகா! இந்த வீராதி வீரரின் தலைவிதியைப் பார்! இந்த வயதில் ஓர் இளம்பெண்ணிடம் அகப் பட்டுக்கொண்டு அவளுக்கு அடிமையாகித் தவிக்கிறார்! அப்படி யொன்றும் அவள் ரதியோ, மேனகையோ, ரம்பையோ இல்லை! வந்தியத்தேவன் ஒரு கணம் அவளைப் பார்த்தபோது ஏற்பட்ட அருவருப்பு உணர்ச்சியை அவன் மறக்கவில்லை. அத்தகையவளிடம் இந்த வீரப் பழுவேட்டரையருக்கு என்ன மோகமோ தெரியவில்லை. அதைவிட அதிசயமானது ஆழ்வார்க்கடியானது பைத்தியம். இந்தப் பல்லக்கு இங்கே வைக்கப்பட்டிருப்பதினாலேதான் அவனும் சுவர் மேல் காத்திருக்கிறான் போலும்! ஆனால் அவனுக்கும் அவளுக்கும் என்ன உறவோ என்னமோ, நமக்கு என்ன தெரியும்? அவள் ஒருவேளை அவனுடைய சகோதரியாயிருக்கலாம் அல்லது காதலியாகவும் இருக்கலாம். பழுவேட்டரையர் பலவந்தமாக அவளைக் கவர்ந்து கொண்டு போயிருக்கலாம்! அவ்வாறு அவர் செய்யக்கூடியவர்தான். அதனால் அவளைப் பார்த்துப் பேச ஒரு சந்தர்ப்பத்தை ஆழ்வார்க் கடியான் எதிர்பார்த்து இப்படியெல்லாம் அலைகிறான் போலும்! இதைப் பற்றி நமக்கு என்ன வந்தது? பேசாமல் போய்ப் படுத்துத் தூங்கலாம்.

இப்படி அந்த இளைஞன் முடிவு செய்த சமயத்தில், கீழே நடந்த பேச்சில் தன்னுடைய பெயர் அடிபடுவதைக் கேட்டான். உடனே சற்றுக் கூர்ந்து கவனிக்கத் தொடங்கினான்.

'உம்முடைய குமாரனுடைய சிநேகிதன் என்று ஒரு பிள்ளை வந்திருந்தானே? அவன் எங்கே படுத்திருக்கிறான்? நம்முடைய பேச்சு எதுவும் அவனுடைய காதில் விழுந்து விடக் கூடாது. அவன் வடதிசை மாதண்ட நாயகரின் கீழ் பணி செய்யும் ஆள் என்பது நினைவிருக்க வேண்டும். நம்முடைய திட்டம் உறுதிப்பட்டு நிறைவேறும் காலம் வருவதற்குள் வேறு யாருக்கும் இதைப் பற்றித் தெரியக் கூடாது. அந்தப் பிள்ளைக்கு ஏதாவது கொஞ்சம் தகவல் தெரிந்துவிட்டது என்ற சந்தேகமிருந்தால்கூட அவனை இந்தக் கோட்டையிலிருந்து வெளியே அனுப்பக் கூடாது. ஒரேயடியாக அவனை வேலை தீர்த்து விடுவது உசிதமாயிருக்கும்...'

இதைக் கேட்ட வந்தியத்தேவனுக்கு எப்படி இருந்திருக்குமென்று நேயர்களே ஊகித்துக் கொள்ளலாம். ஆனாலும் அந்த இடத்தை விட்டு அவன் நகரவில்லை. அவர்களுடைய பேச்சை முழுதும் கேட்டே விடுவது என்று உறுதிசெய்துகொண்டான்.

வடதிசை மாதண்ட நாயகர் யார்? சுந்தரசோழ சக்கரவர்த்தியின் மூத்த குமாரர். அடுத்தபடி சோழ சிம்மாசனம் ஏறவேண்டிய பட்டத்து இளவரசர். அவரிடம் தான் வேலை பார்ப்பதில் இவர்களுக்கு என்ன ஆட்சேபம்? அவருக்குத் தெரியக்கூடாத விஷயம் இவர்கள் என்ன பேசப் போகிறார்கள் ?

அச்சமயம் கந்தமாறன் தன் சிநேகிதனுக்குப் பரிந்து பேசியது வல்லவரையனின் காதில் விழுந்தது.

'மேல்மாடத்து மூலை மண்டபத்தில் வந்தியத்தேவன் படுத்து நிம்மதியாகத் தூங்கிக்கொண்டிருக்கிறான். இந்தக் கூட்டத்தின் பேச்சு அவன் காதில் விழப் போவதில்லை. தனக்குச் சம்பந்தமில்லாத காரியத்தில் அவன் தலையிடுகிறவனும் அல்ல. அப்படியே அவன் ஏதாவது தெரிந்துகொண்டாலும், அதனால் உங்கள் யோசனைக்குப் பாதகம் ஒன்றும் நேராது; அதற்கு நான் பொறுப்பு!' என்றான் கந்தமாறன்.

'உனக்கு அவனிடம் அவ்வளவு நம்பிக்கை இருப்பது குறித்து எனக்கும் மகிழ்ச்சிதான். ஆனால் எங்களில் யாருக்கும் அவனை முன்பின் தெரியாது; ஆகையினால்தான் எச்சரிக்கை செய்தேன். நாம் இப்போது பேசப் போகிறதோ, ஒரு பெரிய சாம்ராஜ்யத்தின் உரிமை பற்றிய விஷயம். அஜாக்கிரதை காரணமாக ஒரு வார்த்தை வெளியில் போனாலும் அதனால் பயங்கரமான விபரீதங்கள் ஏற்படலாம். இது உங்கள் எல்லாருக்குமே நினைவிருக்க வேண்டும்!' என்றார் பழுவேட்டரையர்.

ஏழாம் அத்தியாயம்

# சிரிப்பும் கொதிப்பும்

அரசுரிமையைப் பற்றிப் பழுவேட்டரையரின் வார்த்தைகளைக் கேட்டதும் வந்தியத்தேவன் உடனே ஒரு முடிவுக்கு வந்தான். அரசுரிமையைப் பற்றி இவர்கள் என்ன பேசப் போகிறார்கள்? இவர்கள் யார் பேசுவதற்கு? இந்தக் கூட்டத்தில் நடக்கப் போவதை அறிந்து கொண்டே தீரவேண்டும்! இங்கேயே உட்கார வேண்டியதுதான். இதைக் காட்டிலும் வசதியான இடம் வேறு கிடையாது. ஆழ்வார்க் கடியான் எப்படியாவது போகட்டும் அவனைப்பற்றி நமக்கு என்ன கவலை?

இன்றைக்கு இங்கு ஏதோ மர்மமான நிகழ்ச்சி நடைபெறப் போகிறது என்ற எண்ணம் வந்தியத்தேவன் மனத்தில் முன்னமே உண்டாகி யிருந்தது. ஆழ்வார்க்கடியானின் விபரீதமான பொருள் தரும் வார்த்தைகள், கோட்டை வாசற் காவலர்களின் துடுக்கான நடத்தை, சம்புவரையரின் அரைமனதான வரவேற்பு, வெறியாட்டம் ஆடிய சந்நதக்காரனின் ஆவேச மொழிகள் இவையெல்லாம் அவனுக்கு ஏதேதோ சந்தேகங்களை உண்டாக்கியிருந்தன. அந்தச் சந்தேகங்களை யெல்லாம் நீக்கிக்கொள்ளவும், உண்மையை அறிந்துகொள்ளவும் இதோ ஒரு சந்தர்ப்பம் தெய்வாதீனமாகக் கிடைத்திருக்கிறது; அதை ஏன் நழுவவிட வேண்டும்? ஆகா! தன்னுடைய உயிருக்குயிரான நண்பன் என்று கருதி வந்த கந்தமாறன் கூடத் தன்னிடம் உண்மையைச் சொல்லவில்லை. தன்னைத் தூங்க வைத்துவிட்டு, இந்த ரகசிய நள்ளிரவுக் கூட்டத்துக்கு வந்திருக்கிறான். அவனை நாளைக்கு ஒரு கை பார்க்க வேண்டியதுதான்.

இதற்குள் கீழே பழுவேட்டரையர் பேசத் தொடங்கி விட்டார். வந்தியத்தேவன் காது கொடுத்துக் கவனமாகக் கேட்கலானான்.

'உங்களுக்கெல்லாம் மிக முக்கியமான ஒரு செய்தியை அறிவிக்கவே நான் வந்திருக்கிறேன். அதற்காகவே இந்தக் கூட்டத்தைச்

சம்புவரையர் கூட்டியிருக்கிறார். சுந்தரசோழ மஹாராஜாவின் உடல்நிலை மிகக் கவலைக்கிடமாயிருக்கிறது. அரண்மனை வைத்தியர்களிடம் அந்தரங்கமாகக் கேட்டுப் பார்த்தேன். அவர்கள், 'இனிமேல் நம்பிக்கைக்கு இடமில்லை; அதிக காலம் உயிரோடு இருக்க மாட்டார்' என்று சொல்லி விட்டார்கள். ஆகவே, இனிமேல் நடக்க வேண்டிய காரியங்களைப்பற்றி நாம் இப்போது யோசித்தாக வேண்டும்!' என்று கூறிப் பழுவேட்டரையர் நிறுத்தினார்.

'ஜோசியர்கள் என்ன சொல்கிறார்கள்?' என்று கேட்டார் கூட்டத்தில் ஒருவர்.

'ஜோசியர்களைப் போய்க் கேட்பானேன்? சில நாளாகப் பின் மாலை நேரத்தில் வானத்தில் வால்நட்சத்திரம் தெரிகிறதே! அது போதாதா! என்றார் ஒருவர்.

பின்னர் பழுவேட்டரையர் கூறினார்: 'ஜோசியர்களையும் கேட்டாகி விட்டது அவர்கள் சில காலம் தள்ளிப் போடுகிறார்கள்; அவ்வளவு தான். எப்படியிருந்தாலும், அடுத்தாற்போல் பட்டத்துக்கு உரியவர் யார் என்பதை நாம் யோசித்தாக வேண்டும்...'

'அதைப் பற்றி இனி யோசித்து என்ன ஆவது? ஆதித்த கரிகாலருக்குத் தான் இளவரசுப் பட்டம் இரண்டு வருஷத்துக்கு முன்பே கட்டியாகி விட்டதே!' என்று இன்னொரு கம்மலான குரல் கூறியது.

'உண்மைதான், ஆனால் அப்படி இளவரசுப் பட்டம் கட்டுவதற்கு முன்னால் நம்மில் யாருடைய யோசனையாவது கேட்கப்பட்டதா என்று தெரிந்துகொள்ள விரும்புகிறேன். இங்கே கூடியுள்ள நாம் ஒவ்வொருவரும் நூறு ஆண்டுக்கு மேலாக, நாலு தலைமுறையாக, சோழ ராஜ்யத்தின் மேன்மைக்காகப் பாடுபட்ட பழங்குடியைச் சேர்ந்தவர்கள். என் பாட்டனாருக்குத் தந்தை திருப்புறம்பியம் போரில் இறந்தார். என் பாட்டனார் வேளூரில் நடந்த போரில் உயிர் விட்டார். என் தந்தை தக்கோலத்தில் உயிர்த் தியாகம் செய்தார். அம்மாதிரியே உங்கள் ஒவ்வொருவரின் மூதாதையரும் இந்தச் சோழ நாட்டின் மேன்மையை நிலைநாட்டுவதற்காக உயிரைக் கொடுத்திருக்கிறார்கள். நம் ஒவ்வொருவருடைய குடும்பத்திலும் இளம் பிள்ளைகள் யுத்தகளத்தில் செத்திருக்கிறார்கள். இன்றைக்கும் ஈழ நாட்டில் நம்முடைய குலத்தையும் குடும்பத்தையும் சேர்ந்த பிள்ளைகள் போர் செய்து வருகிறார்கள். ஆனால் அடுத்தபடியாகப் பட்டத்துக்கு வரவேண்டியவர் யார் என்பது பற்றித் தீர்மானிப்பதில் நம்முடைய அபிப்பிராயத்தை மகாராஜா கேட்கவில்லை. தசரதர்கூட இராமருக்குப் பட்டம் கட்டுவது பற்றி மந்திராலோசனை சபை கூட்டி யோசனை

செய்தார். மந்திரிகளையும், சாமந்தகர்களையும், சேனைத் தலைவர்களையும், சிற்றரசர்களையும் ஆலோசனை கேட்டார். ஆனால் சுந்தர சோழ மகாராஜா யாருடைய யோசனையையும் கேட்பது அவசியம் என்று கருதவில்லை...'

'நம்மை யோசனை கேட்கவில்லையென்பது சரிதான். ஆனால் யாரையுமே யோசனை கேட்கவில்லையென்று இறைவிதிக்கும் தேவர் கூறுவது சரியன்று. பெரிய பிராட்டியாரான செம்பியன் மகாதேவியின் யோசனையும், இளைய பிராட்டியாரான குந்தவை தேவியின் யோசனையும் கேட்கப்பட்டன. இல்லையென்று பழுவேட்டரையர் கூற முடியுமா?' என்று கேலியான தொனியில் ஒருவர் கூறவும், கூட்டத்தில் ஒரு சிலர் சிரித்தார்கள்.

'ஆகா! நீங்கள் சிரிக்கிறீர்கள்! எப்படித்தான் உங்களுக்குச் சிரிக்கத் தோன்றுகிறதோ, நான் அறியேன். நினைக்க நினைக்க எனக்கு வயிறு பற்றி எரிகிறது; இரத்தம் கொதிக்கிறது. எதற்காக இந்த உயிரை வைத்துக்கொண்டு வெட்கங்கெட்டு வாழ வேண்டும் என்று தோன்றுகிறது. இன்று சந்நதம் வந்து ஆடிய 'தேவராளன்' துர்க்கை பலி கேட்பதாகச் சொன்னான். 'ஆயிரம் வருஷத்துப் பரம்பரை ராஜ வம்சத்தில் பிறந்த நரபலி வேண்டும்' என்று சொன்னான். என்னைப் பலி கொடுத்து விடுங்கள். என்னுடைய குலம் ஆயிரம் ஆண்டுகளுக்கும் தொன்மையானது. நீங்கள் ஒவ்வொருவரும் உங்கள் கத்தியினால் என் கழுத்தில் ஒரு போடு போட்டுப் பலி கொடுத்து விடுங்கள். அன்னை துர்க்கை திருப்தி அடைவாள்; என் ஆத்மாவும் சாந்தி அடையும்...'

இவ்விதம் ஆவேசம் வந்து ஆடிய சந்நதக்காரனைப் போலவே வெறிகொண்ட குரலில் சொல்லிப் பழுவேட்டரையர் நிறுத்தினார்.

சற்று நேரம் மௌனம் குடிகொண்டிருந்தது. மேற்குத் திசைக் காற்று 'விர்' என்று அடிக்கும் சப்தமும், அந்தக் காற்றில் கோட்டைச் சுவருக்கு வெளியேயுள்ள மரங்கள் ஆடி அலையும் 'மர்மர' சப்தமும் கேட்டன.

'ஏதோ தெரியாத்தனமாகப் பேசிவிட்ட பரிகாசப் பேச்சையும், அதனால் விளைந்த சிரிப்பையும் பழுவூர் மன்னர் பொறுத்தருள வேண்டும். தாங்கள் எங்களுடைய இணையில்லாத் தலைவர். தாங்கள் இட்ட கட்டளையை நிறைவேற்ற இங்குள்ளவர் அனைவரும் சித்தமாயிருக்கிறோம். தாங்கள் காட்டிய வழியில் நடக்கிறோம். தயவு செய்து மன்னித்துக்கொள்ள வேண்டும்!' என்று சம்புவரையர் உணர்ச்சியுடனே கூறினார்.

'நானும் கொஞ்சம் பொறுமை இழந்து விட்டேன். அதற்காக நீங்கள் என்னை மன்னிக்க வேண்டும். ஒரு விஷயத்தை எண்ணிப் பாருங்கள். சரியாக இன்றைக்கு நூறு ஆண்டுகளுக்கு முன்னால் விஜயாலய சோழர் முத்தரையர்களை முறியடித்துத் தஞ்சாவூரைக் கைப்பற்றினார். திருப்புறம்பியம் போரில் பல்லவ சைன்யத்துக்குத் துணையாக நின்று மதுரைப் பாண்டியரின் படையை நிர்மூலமாக்கினார். அதுமுதலாவது சோழ ராஜ்யம் நாளுக்கு நாள் பெருகி விஸ்தரித்து வந்திருக்கிறது. காவேரி நதிக்குக் கரையெடுத்த கரிகால் வளவர் காலத்திலேகூடச் சோழ ராஜ்யம் இவ்வளவு மகோன்னதத்தை அடைந்தது கிடையாது. இன்றைக்குத் தெற்கே குமரி முனையிலிருந்து வடக்கே துங்கபத்திரை - கிருஷ்ணை வரையில் சோழ சாம்ராஜ்யம் பரந்து விரிந்து கிடக்கிறது. பாண்டிய நாடு, நாஞ்சில் நாடு, யாருக்கும் இதுவரையில் வணங்காத சேர நாடு, தொண்டை மண்டலம், பாகி நாடு, கங்கபாடி, நுளம்பபாடி, வைதும்பர் நாடு, சீட்புலி நாடு, பெரும்பாணப்பாடி, பொன்னி நதி உற்பத்தியாகும் குடகு நாடு ஆகிய இத்தனை நாடுகளும் சோழ சாம்ராஜ்யத்துக்கு அடங்கிக் கப்பம் செலுத்தி வருகின்றன. இவ்வளவு நாடுகளிலும் நம் சோழ நாட்டுப் புலிக்கொடி பறக்கிறது. தெற்கே ஈழமும் வடக்கே இரட்டை மண்டலமும் வேங்கியும் கூட இதற்குள் நமக்குப் பணிந்திருக்க வேண்டும். அப்படிப் பணியாததற்குக் காரணங்களை நான் சொல்ல வேண்டியதில்லை; அவைகள் எல்லாம் உங்களுக்குத் தெரிந்ததுதான்!...'

'ஆம்; எல்லோருக்கும் தெரியும்; ஈழமும் இரட்டைப்பாடியும் வேங்கியும் கலிங்கமும் பணியாததற்கு இரண்டு காரணங்கள் உண்டு. ஒரு காரணம் வடதிசை மாதண்ட நாயகராகிய இளவரசர் ஆதித்த கரிகாலர்; இன்னொரு காரணம் தென் திசைப் படைத் தலைவரான அவருடைய தம்பி அருள்மொழிவர்மர்...'

'மழவரையர் கூறும் காரணத்தை நான் ஒப்புக் கொள்கிறேன். சென்ற நூறாண்டு காலமாக இந்தச் சோழ நாட்டில் சேனாபதி நியமிக்கும் மரபு வேறாயிருந்தது. பல யுத்தங்களில் ஈடுபட்டு அனுபவம் பெற்ற வீராதி வீரர்களையே படைத் தலைவர்களாகவும் மாதண்ட நாயகர்களாகவும் நியமிப்பார்கள். ஆனால் இப்போது நடந்திருப்பது என்ன? மூத்த இளவரசர் வடதிசைச் சேனையின் சேனாபதி; அவர் என்ன செய்கிறார்? இரட்டை மண்டலத்தின் மீதும் வேங்கி நாடு மீதும் படையெடுத்துப் போகவில்லை. காஞ்சிபுரத்தில் உட்கார்ந்துகொண்டு பொன் மாளிகை கட்டிக்கொண்டிருக் கிறார். வீரப் பெருங்குடியில் பிறந்த வீராதி வீரர்களாகிய உங்களைக் கேட்கிறேன். இதற்கு முன்னால் தமிழகத்தில் எந்த மன்னராவது தாம் வசிப்பதற்குப் பொன்னால் மாளிகை கட்டியதுண்டா? உலகமெங்கும் புகழ் பரப்பி இப்போது

கைலாசவாசியாயிருக்கும் மதுரையும் ஈழமும் கொண்ட பராந்தக சக்கரவர்த்திகூடத் தாம் வசிப்பதற்குப் பொன் மாளிகை கட்டிக்கொள்ள வில்லை. தில்லைச் சிற்றம்பலத்துக்குத்தான் பொன் கூரை வேய்ந்தார். ஆனால் இளவரசர் ஆதித்த கரிகாலர் தாம் வசிப்பதற்குக் காஞ்சி புரத்தில் பொன் மாளிகை கட்டுகிறார்! பல்லவ சக்கரவர்த்திகள் தலைமுறை தலைமுறையாக வாழ்ந்து ராஜ்ய பாரம் புரிந்த அரண் மனைகள் இவருடைய அந்தஸ்துக்குப் போதவில்லையாம். பொன்னிழைத்த அரண்மனை கட்டுகிறார். ரத்தினங்களையும் வைடூரியங் களையும் அப்பொன் மாளிகைச் சுவர்களில் பதிக்கிறார். கங்கபாடி, நுளம்பபாடி, குடகு முதலிய நாடுகளில் வெற்றியடைந்து, கைப்பற்றிக் கொண்டு வந்த பொருளில் ஒரு செப்புக் காசாவது தலைநகரிலுள்ள பொக்கிஷச் சாலைக்கு அவர் இதுவரை அனுப்பவில்லை..'

'பொன் மாளிகை கட்டி முடிந்து விட்டதா?'

'ஆம், முடிந்து விட்டது என்று என்னுடைய அந்தரங்க ஒற்றர்கள் மூலம் அறிந்தேன். அத்துடன் சுந்தர சோழ மகாராஜாவுக்கு அவருடைய அருமை மூத்த புதல்வரிடமிருந்து கடிதங்களும் வந்தன. புதிதாக நிர்மாணித்திருக்கும் பொன் மாளிகையில் வந்து சுந்தர சோழ மகாராஜா சில காலம் தங்கியிருக்க வேண்டும் என்று.'

'மகாராஜா காஞ்சிக்குப் போகப் போகிறாரா?' என்று ஒருவர் கவலை ததும்பிய குரலில் கேட்டார்.

'அத்தகைய கவலை உங்களுக்கு வேண்டாம், அப்படி ஒன்றும் நேராமல் பார்த்துக்கொள்ள நான் இருக்கிறேன்; தஞ்சைக் கோட்டைக் காவலனாகிய என் சகோதரனும் இருக்கிறான். சின்னப் பழுவேட்டரையன் அனுமதி இல்லாமல் யாரும் தஞ்சைக் கோட்டைக்குள் புக முடியாது. என்னையறியாமல் யாரும் மகாராஜாவைப் பேட்டி காணவும் முடியாது; ஓலை கொடுக்கவும் முடியாது. இது வரையில் இரண்டு மூன்று தடவை வந்த ஓலைகளை நிறுத்தி விட்டேன்.'

'வாழ்க பழுவேட்டரையர்!', 'வாழ்க பழுவூர் மன்னரின் சாணக்ய தந்திரம்!', 'வாழ்க அவர் வீரம்!' என்னும் கோஷங்கள் எழுந்தன.

'இன்னும் கேளுங்கள், பட்டத்து இளவரசர் செய்யும் காரியங்களைக் காட்டிலும் ஈழத்தில் போர் நடத்தச் சென்றிருக்கும் இளவரசர் அருள்மொழிவர்மரின் காரியங்கள் மிக மிக விசித்திரமாயிருக்கின்றன. யுத்தத் தர்மத்தைப் பற்றி நாம் அறிந்திருப்பதென்ன? பரம்பரையாகப் பல நூறு ஆண்டுகளாக 'நம் முன்னோர்கள் கடைப்பிடித்து வந்திருப்பதென்ன? நம் நாட்டுப் படைகள் வேறு நாடுகளின் மீது படை

எடுத்துச் சென்றால், நம் படைகளுக்கு வேண்டிய உணவுகளை அந்த வேற்று நாடுகளிலேயே சம்பாதித்துக்கொள்ள வேண்டும். அந்த நாடுகளில் கைப்பற்றும் பொருளைக்கொண்டே வீரர்களுக்கு ஊதியமும் கொடுக்க வேண்டும். மிகுந்த பொருளைத் தலைநகரிலுள்ள அரசாங்க பொக்கிஷத்துக்கு அனுப்பி வைக்க வேண்டும். ஆனால் இளவரசர் அருள்மொழிவர்மர் என்ன செய்கிறார் தெரியுமா? ஈழ நாட்டிலுள்ள நம் போர் வீரர்களுக்கெல்லாம் இங்கிருந்து கப்பல்களில் உணவு அனுப்பி வைக்க வேண்டுமாம்! ஒரு வருஷ காலமாக நானும் பத்துத் தடவை பல கப்பல்களில் ஏற்றி உணவு அனுப்பி வந்திருக்கிறேன்...'

'விந்தை! விந்தை!', 'இந்த அநியாயத்தைப் பொறுக்க முடியாது!', 'இப்படிக் கேட்டதே இல்லை!' என்ற குரல்கள் எழுந்தன.

'இந்த அதிசயமான காரியத்துக்கு இளவரசர் அருள்மொழிவர்மர் கூறும் காரணத்தையும் கேட்டு வையுங்கள். படையெடுத்துச் சென்ற நாட்டில் நம் வீரர்களுக்கு வேண்டிய உணவுப் பொருளைச் சம்பாதிப்பது என்றால், அங்குள்ள குடிமக்களின் அதிருப்திக்கு உள்ளாக நேரிடுமாம். ஈழத்து அரச குலத்தாரோடு நமக்குச் சண்டையே தவிர ஈழத்து மக்களோடு எவ்விதச் சண்டையும் இல்லையாம். ஆகையால் அவர்களை எவ்விதத் திலும் கஷ்டப்படுத்தக் கூடாதாம்! அரச குலத்தாருடன் போராடி வென்ற பிறகு மக்களின் மனமார்ந்த விருப்பத்துடன் ஆட்சி நடத்த வேண்டுமாம். ஆகையால் பணமும் உணவும் இங்கிருந்து அனுப்ப வேண்டுமாம்!'

இச்சமயம் கூட்டத்தில் ஒருவர், 'படையெடுத்துச் சென்ற நாடுகளில் உள்ள ஜனங்களிடம் ஒன்றுமே கேட்கக் கூடாது; அவர்களின் காலில் விழுந்து கும்பிட வேண்டும் என்ற யுத்தத் தர்மத்தை இதுவரை நாங்கள் கேட்டதே கிடையாது!' என்றார்.

'அதனால் விளையும் விபரீதத்தையும் கேளுங்கள். இரண்டு இளவரசர் களும் சேர்ந்து செய்யும் காரியங்களினால் தஞ்சை அரண்மனைத் தன பொக்கிஷமும் தானிய பண்டாரமும் அடிக்கடி மிகக் குறைந்து போகின்றன. உங்களுக்கெல்லாம் அதிக வரி போட்டு வசூலிக்கும் நிர்ப்பந்தம் எனக்கு ஏற்படுகிறது. இதற்காகத்தான் என்னை இறை அதிகாரியாக நியமித்திருக்கிறார்கள்! சோழ நாட்டின் மேன்மையே முக்கியம் என்று நான் கருதியிராவிட்டால், எப்பொழுதோ இப்பதவியை விட்டுத் தொலைத்திருப்பேன்.'

'ஆ! கூடவே கூடாது! தாங்கள் இப்பதவியிலிருப்பதுதான் எங்களுக் கெல்லாம் பெரிய பாதுகாப்பு. இந்த முறைகேடான காரியங்களைப் பற்றித் தாங்கள் மகாராஜாவிடம் சொல்லிப் பார்க்கவில்லையா?'

'சொல்லாமல் என்ன! பல தடவை சொல்லியாகிவிட்டது. ஒவ்வொரு தடவையும் பெரிய பிராட்டியிடம் கேளுங்கள்; இளைய பிராட்டியிடம் கேளுங்கள்!' என்ற மறுமொழிதான் கிடைக்கிறது. முன்னமேதான் சொன்னேனே, மகாராஜாவுக்குச் சுயமாகச் சிந்தனை செய்யும் சக்தியே இப்போது இல்லாமற் போய்விட்டது! முக்கியமான காரியங்களில் நம்முடைய யோசனைகளைக் கேட்பதும் இல்லை. அவருடைய பெரி யன்னை செம்பியன் மாதேவியின் வாக்குத்தான் அவருக்கு வேதவாக்கு; அடுத்தபடியாக, அவருடைய செல்வக் குமாரி குந்தவைப் பிராட்டியிடம் யோசனை கேட்கச் சொல்கிறார். இராஜ்ய சேவையில் தலை நரைத்துப் போன நானும் மற்ற அமைச்சர்களும் அந்தச் சின்னஞ்சிறு பெண்ணிடம், கொள்ளிடத்துக்கு வடக்கேயும் குடமுருட்டிக்குத் தெற்கேயும் சென்றறியாத பெண்ணிடம் யோசனை கேட்பதற்குப் போய் நிற்க வேண்டும்; எப்படியிருக்கிறது கதை! இந்தச் சோழ ராஜ்யம் ஆரம்பமான காலத்திலிருந்து இப்படி இராஜ்ய காரியங்களில் பெண்கள் தலையிட்டதாக நாம் கேள்விப்பட்டதில்லை! இத்தகைய அவமானத்தை எத்தனை நாள் நாம் பொறுத்திருக்க முடியும்? அல்லது நீங்கள் எல்லாரும் ஒருமுகமாகச் சொன்னால், நான் இந்த ராஜாங்கப் பொறுப்பையும், வரி விதித்துப் பொக்கிஷத்தை நிரப்பும் தொல்லையையும் விட்டு விட்டு என் சொந்த ஊரோடு இருந்து விடுகிறேன்...'

'கூடாது! கூடாது! பழுவூர்த்தேவர் அப்படி எங்களைக் கைவிட்டு விடக் கூடாது. அரும்பாடுபட்டு, ஆயிரமாயிரம் வீரர்கள் நாலு தலை முறைகளாகத் தங்கள் இரத்தத்தைச் சிந்தி ஸ்தாபித்த சோழ சாம்ராஜ்யம் ஒரு நொடியில் சின்னாபின்னமாய்ப் போய் விடும்' என்றார் சம்புவரையர்.

'அப்படியானால் இந்த நிலைமையில் என்ன செய்வது என்று நீங்கள்தான் எனக்கு யோசனை சொல்ல வேண்டும். அல்லி ராஜ்யத்தை விடக் கேவலமாகிவிட்ட இந்தப் பெண்ணரசுக்குப் பரிகாரம் என்ன என்று நீங்கள்தான் சொல்ல வேண்டும்' என்றார் பழுவூர் மன்னர்.

எட்டாம் அத்தியாயம்

# பல்லக்கில் யார்?

சற்று நேரம் அந்தக் கூட்டத்தில் ஒருவருக்கொருவர் ஏதோ பேசி விவாதித்துக்கொண்டிருந்தார்கள். பல குரல்கள் ஒருங்கே கலந்து ஒலித்தபடியால் வந்தியத்தேவன் காதில் ஒன்றும் தெளிவாக விழவில்லை.

சம்புவரையர் உரத்த குரலில், ‘பழுவூர் மன்னர் கேட்டதற்கு நாம் மறுமொழி சொல்ல வேண்டாமா? தலைக்குத் தலை பேசிக் கொண்டிருந்தால் என்ன ஆகிறது? இரவு மூன்றாம் ஜாமம் ஆரம்பமாகி விட்டது. அதோ சந்திரனும் வந்து விட்டது’ என்றார்.

‘எனக்கு ஒரு சந்தேகம் இருக்கிறது. என்னைப் போல் இன்னும் சிலருடைய மனத்திலும் அது இருக்கலாம். பழுவூர்த்தேவர் கோபித்துக் கொள்வதில்லையென்றால், அதைப் பற்றிக் கேட்க விரும்புகிறேன்!’ என்று முன்னால் ஒரு தடவை பேசிய கம்மல் குரல் சொல்லிற்று.

‘இப்போது பேசுகிறது வணங்காமுடியார் தானே? எழுந்து நன்றாக வெளிச்சத்திற்கு வரட்டும்!’ என்றார் பழுவேட்டரையர்.

‘ஆமாம்; நான்தான் இதோ வெளிச்சத்துக்கு வந்து விட்டேன்.’

‘என்னுடைய கோபத்தையெல்லாம் நான் போர்க்களத்தில் காட்டுவது தான் வழக்கம்; பகைவர்களிடம் காட்டுவது வழக்கம்; என் சிநேகிதர் களிடம் காட்டமாட்டேன். ஆகையால் எது வேண்டுமானாலும் மனம் விட்டுத் தாராளமாகக் கேட்கலாம்.’

‘அப்படியானால் கேட்கிறேன், சுந்தரசோழ மகாராஜாவின் பேரில் பழுவேட்டரையர் என்ன குற்றம் சொல்கிறாரோ, அதே குற்றத்தைப் பழுவேட்டரையர் மீதும் சிலர் சுமத்துகிறார்கள்! அதை நான்

நம்பாவிட்டாலும் இந்தச் சமயத்தில் கேட்டுத் தெளிய விரும்புகிறேன்!' என்றார் வணங்காமுடியார்.

'அது என்ன? எப்படி? விவரம் சொல்ல வேணும்?'

'பழுவூர்த்தேவர் இரண்டு ஆண்டுகளுக்கு முன்பு ஒரு பெண்ணை மணம் புரிந்துகொண்டது நம் எல்லோருக்கும் தெரியும்...'

இச்சமயம், சம்புவரையரின் குரல் கோபத்தொனியில், 'வணங்கா முடியார் இந்த விஷயத்தைப் பற்றிப் பேசுவதை நாங்கள் ஆட்சேபிக் கிறோம். நம் மாபெருந் தலைவரை, நமது பிரதம விருந்தாளியை, இவ்விதம் அசந்தர்ப்பமான கேள்வி கேட்பது சிறிதும் தகாத காரியம்...' என்றார்.

'சம்புவரையரைப் பொறுமையாயிருக்கும்படி நான் ரொம்பவும் கேட்டுக் கொள்கிறேன். வணங்காமுடியார் கேட்க விரும்புவதைத் தாராளமாகக் கேட்கட்டும். மனத்தில் ஒன்றை வைத்துக்கொண்டிருப் பதைவிடக் கீறிக் கேட்டு விடுவதே நல்லது. ஐம்பத்தைந்து பிராயத்துக்கு மேல் நான் ஒரு பெண்ணை மணந்துகொண்டது உண்மை தான். அதைத் தாராளமாக ஒப்புக்கொள்கிறேன். ஆனால் நான்தான் கலியுக ராமாவதாரம் என்று எப்போதும் சொல்லிக்கொண்டதில்லை. ஏகபத்தினி விரதம் கொண்டவன் என்றும் சொல்லிக்கொண்டதில்லை. அந்தப் பெண்ணை நான் காதலித்தேன்; அவளும் என்னைக் காதலித் தாள். பழந்தமிழ்நாட்டு முறைப்படி இஷ்டப்பட்டு மணந்து கொண்டோம் இதில் என்ன தவறு?'

'ஒரு தவறும் இல்லை!' என்று பல குரல்கள் எழுந்தன.

'மணம் புரிந்துகொண்டது தவறு என்று நானும் சொல்லவில்லை. நம்மில் யார்தான் ஒரு தார விரதம் கொண்டவர்கள்? ஆனால்... ஆனால்...'

'ஆனால் என்ன! தயங்காமல் மனத்தைத் திறந்து கேட்டு விடுங்கள்!'

'புது மணம் புரிந்து கொண்ட இளைய ராணியின் சொல்லை எல்லா காரியங்களிலும் பழுவேட்டரையர் கேட்டு நடப்பதாகச் சிலர் சொல்கிறார்கள். இராஜரீக காரியங்களில் கூட இளைய ராணியின் யோசனையைக் கேட்பதாகச் சொல்லுகிறார்கள். தாம் போகுமிடங் களுக்கெல்லாம் இளைய ராணியையும் அழைத்துப் போவதாகச் சொல்லுகிறார்கள்.'

இப்போது கூட்டத்தில் ஒரு சிரிப்புச் சப்தம் எழுந்தது.

சம்புவரையர் குதித்து எழுந்து, 'சிரித்தது யார்? உடனே முன் வந்து சிரித்ததற்குக் காரணம் சொல்லட்டும்!' என்று கர்ஜித்துக் கத்தியை உறையிலிருந்து உருவினார்.

'நான்தான் சிரித்தேன்! பதற வேண்டாம் சம்புவரையரே!' என்றார் பழுவேட்டரையர்.

பிறகு, 'வணங்காமுடியாரே! தாலி கட்டி மணந்த மனைவியை நான் போகுமிடத்துக்கெல்லாம் அழைத்துப் போவது குற்றமா? அவ்விதம் நான் பல இடங்களுக்கு அழைத்துப் போவது உண்மைதான். ஆனால் ராஜரீக காரியங்களில் இளைய ராணியின் யோசனையைக் கேட்கிறேன் என்று சொல்வது மட்டும் பிசகு. அவ்விதம் நான் ஒரு நாளும் செய்வதில்லை...'

'அப்படியானால், இன்னும் ஓரே ஒரு சந்தேகத்தை மட்டும் நிவர்த்தி செய்யும்படி பழுவூர்த்தேவரை வேண்டிக் கொள்கிறேன். அந்தப் புரத்தில் இருந்திருக்க வேண்டிய பல்லக்கு இங்கே நாம் அந்தரங்க யோசனை செய்யும் இடத்திற்கு ஏன் வந்திருக்கிறது? பல்லக்கிற் குள்ளே யாராவது இருக்கிறார்களா; இல்லையா? இல்லையென்றால் சற்று முன்பு கேட்ட கனைப்புச் சத்தமும், வளையல் குலுங்கும் சத்தமும் எங்கிருந்து வந்தன?'

இவ்விதம் வணங்காமுடியார் கேட்டதும் அந்தக் கூட்டத்தில் ஒரு விசித்திரமான நிசப்தம் நிலவிற்று. பலருடைய மனத்திலும் இதே வித எண்ணமும் கேள்வியும் தோன்றியிருந்தபடியால், வணங்காமுடியாரை எதிர்த்துப் பேச யாருக்கும் உடனே துணிவு ஏற்படவில்லை. சம்புவரையரின் உதடுகள் ஏதோ முணுமுணுத்தன. ஆனால் அவர் வாயிலிருந்தும் வார்த்தை ஒன்றும் கேட்கவில்லை.

அந்த நிசப்தத்தைக் கிழித்துக்கொண்டு பழுவேட்டரையர் கணீர் என்று கூறினார்: 'சரியான கேள்வி; மறுமொழி சொல்ல நான் கடமைப் பட்டவன். இந்தக் கூட்டம் கலைவதற்கு முன்னால் உங்கள் சந்தே கத்தைத் தீர்த்து வைக்கிறேன். இன்னும் அரை நாழிகை பொறுத் திருக்கலாம் அல்லவா? அவ்வளவு நம்பிக்கை என்னிடம் உங்களுக்கு இருக்கிறதல்லவா?'

'இருக்கிறது, இருக்கிறது பழுவேட்டரையரிடம் எங்களுக்குப் பரிபூரண நம்பிக்கை இருக்கிறது!' என்று பல குரல்கள் கூவின.

'மற்றவர்களைக் காட்டிலும் பழுவேட்டரையரிடம் எனக்குப் பக்தியும் மரியாதையும் குறைவு என்று யாரும் எண்ண வேண்டாம். அவர் மனத்தைத் திறந்து கேட்கச் சொன்னபடியால் கேட்டேன். மற்றபடி அவர் இட்ட கட்டளையை நிறைவேற்றச் சித்தமாயிருக்கிறேன். இந்தக்

கணத்தில் என் உயிரைக் கொடுக்கச் சொன்னாலும் கொடுக்கச் சித்தம்!' என்றார் வணங்காமுடி முனையரையர்.

'வணங்காமுடியாரின் மனத்தை நான் அறிவேன். நீங்கள் எல்லோரும் என்னிடம் வைத்துள்ள நம்பிக்கையையும் அறிவேன். ஆகையால் இன்று எதற்காகக் கூடினோமோ அதைப் பற்றி முதலில் முடிவு கொள்வோம். சுந்தர சோழ மகாராஜா நீடூழி இவ்வுலகில் வாழ்ந்து இந்தச் சோழ சாம்ராஜ்யத்தை ஆளட்டும். ஆனால் ஒருவேளை ஏதாவது அவருக்கு நேர்ந்துவிட்டால், வைத்தியர்களுடைய வாக்குப் பலித்து விட்டால், சில நாளாகத் தோன்றி வரும் தூமகேது முதலிய உற்பாதங்கள் பலித்து விட்டால், அடுத்தபடி இந்தச் சோழ சாம் ராஜ்யத்தின் பட்டத்திற்கு உரியவர் யார் என்பதை நாம் தீர்மானிக்க வேண்டும்.'

'அது விஷயமாகத் தங்கள் கருத்தைத் தெரிவிக்கும்படிக் கோரு கிறோம். தங்களுடைய கருத்துக்கு மாறாகச் சொல்லக் கூடியவர் இந்தக் கூட்டத்தில் யாரும் இல்லை.'

'அது சரியல்ல, ஒவ்வொருவரும் சிந்தித்துத் தங்கள் கருத்தை வெளியிட வேண்டும். சில பழைய செய்திகளை உங்களுக்கு ஞாபகப்படுத்த விரும்புகிறேன். மகா வீரரும் மகா ஞானியும் புண்ணிய புருஷருமான கண்டராதித்ததேவர் யாரும் எதிர்பாராத வண்ணம் இருபத்து நாலு ஆண்டுகளுக்கு முன்னால் காலமானார். அச்சமயம் அவருடைய புதல்வர் மதுராந்தகத் தேவர் ஒரு வயதுக் குழந்தை. ஆகவே தமது தம்பி அரிஞ்சயதேவர் பட்டத்துக்கு வர வேண்டும் என்று திருவாய் மலர்ந்து விட்டுப் போனார். இதை அவருடைய தர்ம பத்தினியும் பட்ட மகிஷியுமான செம்பியன் மாதேவிதான் நமக்கு அறிவித்தார்கள். அதன்படியே அரிஞ்சய சோழருக்கு முடிசூட்டி சக்கரவர்த்தி பீடத்தில் அமர்த்தினோம். ஆனால் விதிவசமாக அரிஞ்சய சக்கரவர்த்தி சோழ சிம்மாசனத்தில் ஓர் ஆண்டுக்கு மேல் அமர்ந்திருக்கவில்லை. அரிஞ்சய சோழருடைய மூத்த புதல்வர் பராந்தக சுந்தர சோழர் இருபது வயது இளங் காளைப் பருவம் எய்தியிருந்தார். எனவே ராஜ்யத்தின் நன்மையை முன்னிட்டு மந்திரிகளும் சாமந்தர்களும் குறுநில மன்னர்களும் நகரத் தலைவர்களும் கூற்றத் தலைவர்களும் சேர்ந்து யோசித்துப் பராந்தக சுந்தர சோழருக்கு முடிசூட்டினோம். அதைக் குறித்து யாரும் வருத்தப்பட இடமில்லை. ஏனெனில், சுந்தர சோழ மகாராஜா இரண்டு ஆண்டுகளுக்கு முன்னால் வரையில் நெறி தவறாமல் நாட்டைப் பரிபாலித்து வந்தார். நம்மையெல்லாம் நன்கு மதித்து யோசனை கேட்டு ராஜ்ய பாரம் நடத்தினார். இதனால் சோழ ராஜ்யம் மேலும் விஸ்தரித்துச் செழித்தது. இப்போது சுந்தர சோழ மகாராஜாவின் உடல்நிலை கவலைக்கிடமாயிருக்கிறது. இந்த

நிலைமையில் அடுத்தபடி பட்டத்துக்குரியவர் யார்? கண்டராதித்த தேவரின் திருக்குமாரர் மதுராந்தகர் இப்போது பிராயம் வந்து ராஜ்ய பரிபாலனம் செய்யக் கூடியவராயிருக்கிறார். அறிவினாலும் கல்வியினாலும் குணத்தினாலும் பக்தி சிரத்தையினாலும் எல்லா விதத்திலும் பட்டத்துக்கு தகுந்தவராயிருக்கிறார். அவரிலும் ஒரு வயது இளையவரான ஆதித்த கரிகாலர் - சுந்தர சோழரின் புதல்வர் - காஞ்சியில் வடதிசைப் படையின் சேனாதிபதியாக இருந்து வருகிறார். இந்த இருவரில் யார் பட்டத்துக்கு வருவது நியாயம்? குலமுறை என்ன? மனு நீதி என்ன? தமிழகத்தின் பழைமையான மரபு என்ன? மூத்தவரின் புதல்வர் மதுராந்தகர் பட்டத்துக்கு வருவது நியாயமா? அல்லது இளையவரின் பேரர் பட்டத்துக்கு வருவது முறைமையா? நீங்கள் ஒவ்வொருவரும் உங்கள் கருத்தை மனம் விட்டுச் சொல்ல வேண்டும்...'

'மூத்தவராகிய கண்டராதித்ததேவரின் புதல்வர் மதுராந்தகர் தான் பட்டத்துக்கு உரியவர். அதுதான் நியாயம், தர்மம், முறைமை' என்றார் சம்புவரையர்.

'என் அபிப்பிராயமும் அதுவே', 'என் கருத்தும் அதுவே' என்று அக்கூட்டத்தில் உள்ள ஒவ்வொருவரும் சொல்லி வந்தார்கள்.

'உங்கள் அபிப்பிராயம்தான் என் அபிப்பிராயமும். மதுராந்தகருக்குத் தான் பட்டம் உரியது. ஆனால் அந்த உரிமையை நிலைநாட்டுவதற்காக நாம் ஒவ்வொருவரும் பிரயத்தனம் செய்யச் சித்தமாயிருக்கிறோமா? உடல் பொருள் ஆவியைத் தத்தம் செய்து போராடச் சித்தமாயிருக் கிறோமா? இந்த நிமிஷத்தில் துர்க்காதேவியின் பாதத்தில் ஆணையிட்டு அவ்விதம் சபதம் செய்வதற்குச் சித்தமாயிருக்கிறோமா?' என்று பழுவேட்டரையர் கேட்டபோது அவர் குரலில் அதுவரையில் இல்லாத ஆவேசம் தொனித்தது.

கூட்டத்தில் சிறிது நேரம் மௌனம் குடிகொண்டிருந்தது. பிறகு சம்புவரையர், 'அவ்விதமே தெய்வ சாட்சியாகச் சபதம் கூறச் சித்தமா யிருக்கிறோம். ஆனால் சபதம் எடுத்துக் கொள்வதற்கு முன்னால் ஒரு விஷயத்தைத் தாங்கள் தெளிவுபடுத்த வேண்டும். இளவரசர் மதுராந்தகரின் கருத்து என்ன? அவர் சிங்காதனம் ஏறி ராஜ்யபாரத்தை ஏற்கச் சித்தமாயிருக்கிறாரா? கண்டராதித்தரின் தவப் புதல்வர் உலக வாழ்க்கையை வெறுத்துச் சிவபக்தியில் பூரணமாக ஈடுபட்டுள்ளார் என்று கேள்விப்படுகிறோம். இராஜ்யத்தில் அவருக்கு விருப்பமில்லை என்று பலர் சொல்லவும் கேட்டிருக்கிறோம். அவருடைய அன்னையார் செம்பியன் மாதேவியார் தமது புதல்வர் பட்டத்துக்கு

வருவதற்கு முற்றும் விரோதமாயிருக்கிறார் என்றும் கேட்டிருக் கிறோம். தங்களிடமிருந்து இதைப் பற்றிய உண்மையை அறிய விரும்புகிறோம்.'

'சரியான கேள்வி; தக்க சமயத்தில் கேட்டீர்கள். இதைத் தெளிவு படுத்தும் கடமையும் எனக்கு உண்டு. முன்னமே சொல்லியிருக்க வேண்டும். சொல்லத் தவறியதற்காக மன்னியுங்கள்' என்று பீடிகை போட்டுக்கொண்டு பழுவேட்டரையர் கூறத் தொடங்கினார். 'செம்பியன் மாதேவி தமது ஏக புதல்வரை இராஜ்யபார ஆசையிலிருந்து திருப்பிச் சிவபக்தி மார்க்கத்தில் செலுத்துவதற்குப் பிரயத்தனப்பட்டு வந்தது நாடு அறிந்த விஷயம். ஆனால் இதன் காரணம் என்ன வென்பதை நாடும் அறியாது; மக்களும் அறியார்கள். மதுராந்தகருக்கு இராஜ்யமாளும் விருப்பம் இருப்பதாகத் தெரிந்தால் அவருடைய உயிருக்கே ஆபத்து வரலாம் என்று பெரிய பிராட்டியார் பயந்ததுதான் காரணம்... '

'ஆஹா!' 'அப்படியா?' என்ற குரல்கள் கூட்டத்தில் எழுந்தன.

'ஆம்; பெற்ற தாய்க்குத் தன் ஏக புதல்வன் சிம்மாசனம் ஏற வேண்டும் என்னும் ஆசையைக் காட்டிலும் பிள்ளை உயிரோடு இருக்க வேண்டும் என்ற ஆசைதானே அதிகமாயிருக்கும்? அன்னையின் வாக்கே தெய்வத்தின் வாக்கு என்று மதித்து வந்த மதுராந்தகரும் மனத்தை விரக்தி மார்க்கத்தில் செலுத்தியிருந்தார். சிவ பக்தியில் முழுதும் ஈடுபட்டிருந்தார். ஆனால் சில காலமாக அவருடைய மனது சிறிது சிறிதாக மாறி வந்திருக்கிறது. இந்தச் சோழ சாம்ராஜ்யம் தமக்கு உரியது, அதைப் பராமரிப்பது தம்முடைய கடமை என்ற எண்ணம் அவருடைய மனத்தில் வேரூன்றி வளர்ந்திருக்கிறது. நீங்கள் எல்லாம் அவரை ஆதரிப்பதாகத் தெரிந்தால், தக்க சமயத்தில் பகிரங்கமாக முன்வந்து சொல்லவும் சித்தமாயிருக்கிறார்..'

'இதற்கு அத்தாட்சி என்ன?'

'உங்களுக்கெல்லாம் திருப்தி தரக்கூடிய அத்தாட்சியை இப்போதே அளிக்கிறேன். அளித்தால் அனைவரும் பிரமாணம் செய்யச் சித்தமாயிருக்கிறீர்களா?'

பல குரல்கள் 'இருக்கிறோம்! இருக்கிறோம்!' என்று ஒலித்தன.

'யாருடைய மனத்திலும் வேறு எவ்விதச் சந்தேகமும் இல்லையே?'

'இல்லை! இல்லை!'

'அப்படியானால் இதோ அத்தாட்சி கொண்டுவருகிறேன். வணங்கா முடி முனையரையரின் சந்தேகத்தையும் இப்போதே தீர்த்து

வைக்கிறேன்!' என்று கூறிக்கொண்டே பழுவேட்டரையர் எழுந்தார். கம்பீரமாக நடந்து அங்கே சமீபத்தில் வைக்கப்பட்டிருந்த மூடு பல்லக்கின் அருகில் சென்றார்.

'இளவரசே! பல்லக்கின் திரையை விலக்கிக்கொண்டு வெளியே எழுந்தருள வேண்டும். தங்களுக்காக உடல் பொருள் ஆவியை அர்ப்பணம் செய்யச் சித்தமான இந்த வீராதி வீரர்களுக்குத் தங்கள் முக தரிசனத்தைத் தந்தருள வேண்டும்!' என்று மிகவும் பணிவான குரலில் கூறினார்.

மேல்மாடத்தில் தூண் மறைவில் உட்கார்ந்து ஒரு வார்த்தை விடாமல் அடங்கா ஆர்வத்துடன் கேட்டுக்கொண்டிருந்த வந்தியத்தேவன் இப்போது ஜாக்கிரதையாகக் கீழே பார்த்தான். பல்லக்கின் திரையை முன்போலவே ஒரு கரம் விலக்கிற்று. அது பொன் வண்ணமான கரம். முன்னே ஒருமுறை அவன் பார்த்த அதே செக்கச் சிவந்த கரந்தான். ஆனால் அவன் முன்னம் வளையல் என்று நினைத்தது உண்மையில் அரச குமாரர் அணியும் கங்கணம் என்பதை இப்போது கண்டான். அடுத்த கணம் பூரண சந்திரனையொத்த அந்தப் பொன் முகமும் தெரிந்தது. மன்மதனையொத்த ஓர் அழகிய உருவம் பல்லக்கிலிருந்து வெளியே வந்து புன்னகை புரிந்து நின்றது. ஆகா! கண்டராதித்த தேவரின் புதல்வரான இளவரசர் மதுராந்தகரா இவர்! பல்லக்கினுள் இருந்தபடியால் பெண்ணாக இருக்க வேண்டும் என்ற எண்ணத்தினால் அல்லவா அந்தத் தவறைச் செய்து விட்டோம்? தன்னைப் போல் அதே தவறைச் செய்த ஆழ்வார்க்கடியான் நம்பி சுவர் மேல் தலையை நீட்டிக்கொண்டிருக்கிறானா என்று வந்தியத்தேவன் பார்த்தான். அந்த இடத்தில் மர நிழல் விழுந்து இருள் சூழ்ந்திருந்தது ஆகையால் அங்கு ஒன்றும் தெரியவில்லை.

இதற்குள் கீழே, 'மதுராந்தகத்தேவர் வாழ்க! பட்டத்து இளவரசர் வாழ்க! வெற்றி வேல்! வீரவேல்!' என்ற ஆவேசமான முழக்கங்கள் கிளம்பின. கூட்டத்தில் இருந்தவர்கள் எல்லோரும் எழுந்து நின்று வாளையும் வேலையும் உயரத் தூக்கிப் பிடித்துக்கொண்டு அவ்விதம் கோஷமிட்டதை வந்தியத்தேவன் கண்டான். இனிமேல் அங்கிருப்பது அபாயமாக முடியலாம் என்று எண்ணி, தான் படுத்திருந்த இடத்துக்கு விரைந்து சென்று படுத்துக்கொண்டான்.

ஒன்பதாம் அத்தியாயம்

# வழிநடைப் பேச்சு

பாலாற்றுக்கு வடக்கேயுள்ள வறண்ட பிரதேசங்களிலேயே வந்தியத்தேவன் அதுகாறும் தன் வாழ்நாளைக் கழித்தவன் ஆகையால் ஆற்று வெள்ளத்தில் நீந்துவதற்கு அவனுக்குத் தெரியாமலிருந்தது. ஒரு சமயம் வடபெண்ணைக் கரையில் எல்லைக் காவல் புரிந்துவந்தபோது, குளிப்பதற்காக ஆற்றில் இறங்கினான். ஒரு பெரிய நீர்ச் சுழலில் அகப்பட்டுக் கொண்டான். அந்தப் பொல்லாத விஷமச் சுழல் அவனைச் சுற்றிச் சுற்றி வரச் செய்து வதைத்தது. அதே சமயத்தில் கீழேயும் இழுத்துக்கொண்டிருந்தது. சீக்கிரத்தில் வந்தியத்தேவனுடைய பலத்தையெல்லாம் அந்தச் சுழல் உறிஞ்சிவிட்டது. 'இனிப் பிழைக்க முடியாது, சுழலில் மூழ்கிச் சாக வேண்டியதுதான்!' என்று வந்தியத்தேவன் நிராசை அடைந்த சமயத்தில் தெய்வாதீனமாக நதிச் சுழலிலிருந்து வெளிப்பட்டான். வெள்ளம் அவனை அடித்துக் கொண்டு போய்க் கரையில் ஒதுக்கிக் காப்பாற்றியது!

அன்றிரவு வந்தியத்தேவன் மீண்டும் சென்று படுத்தபோது அவனுக்கு நதியின் சுழலில் அகப்பட்டுத் திண்டாடியது போன்ற அதே உணர்ச்சி ஏற்பட்டது. ஒரு பெரிய இராஜாங்கச் சதிச் சுழலில் தன்னுடைய விருப்பமில்லாமலே விழுந்து அகப்பட்டுக் கொண்டதாகத் தோன்றியது. அந்த நதிச் சுழலிலிருந்து தப்பியது போல் இந்தச் சதிச் சுழலிலிருந்தும் தப்ப முடியுமா? கடவுள் தன்னை மறுமுறையும் காப்பாற்றுவாரா?

அன்று அவன் கடம்பூர் மாளிகையில் நடந்த நள்ளிரவுக் கூட்டத்திலிருந்து அறிந்து கொண்ட விஷயங்கள் அவனைத் திக்குமுக்காடச் செய்து விட்டன. சோழ மகா சாம்ராஜ்யத்துக்கு வெளிப்பகைவர்களால் ஏற்பட்டிருந்த தொல்லைகள் நீங்கிச் சில வருஷங்கள்தான் ஆகியிருந்தன. இளவரசர் ஆதித்த கரிகாலர் மகாவீரர், போர்க் கலையில் நிபுணர்; ராஜதந்திரத்தில் சாணக்கியர். தம்முடைய அறிவாற்றல்களையும் சோழ நாட்டுப் படைகளின் போர்த் திறனையும் பூரணமாகப் பயன்படுத்தி

இரட்டை மண்டலத்துக் கிருஷ்ண மன்னனின் ஆதிக்கத்தைத் தொண்டை மண்டலத்திலிருந்து அடியோடு தொலைத்தார். வெளிப் பகை ஒருவாறு ஒழிந்தது. இந்த நிலைமையில் உட்கலகமும் சதியும் தலைதூக்க ஆரம்பித்திருக்கின்றன. வெளிப்பகையைக் காட்டிலும் அபாயகரமான இந்த உட்பகையின் விளைவு என்ன ஆகும்?

சோழ நாட்டின் புகழ்பெற்ற வீரர்களும் அமைச்சர்களும் தலைவர்களும் அதிகாரிகளும் அல்லவா இந்தப் பயங்கரமான முயற்சியில் ஈடுபட்டிருக் கிறார்கள்? பழுவேட்டரையரும் அவருடைய சகோதரரும் எப்பேர்ப் பட்டவர்கள்? அவர்களுடைய சக்தி என்ன? செல்வாக்கு என்ன? இங்கே இன்று கூடியிருந்த மற்றவர்கள்தான் எவ்வளவு பெயரும் புகழும் செல்வாக்கும் பராக்கிரமமும் வாய்ந்தவர்கள்? இத்தகைய கூட்டம் இதுதான் முதற் கூட்டமாயிருக்குமா? பழுவேட்டரையர் மூடுபல்லக்கில் மதுராந்தகரை வைத்து இவ்விதம் இன்னும் எத்தனை இடங்களுக்குக் கொண்டுபோயிருக்கிறாரோ? அடாடா! முதிய வயதில் ஓர் இளம்பெண்ணை மணந்து கொண்டது இவருக்கு இந்தச் சதிகார முயற்சிக்கு எவ்வளவு சாதகமாகப் போய்விட்டது?

சோழ சிம்மாசனத்துக்கு உரியவர் இளவரசர் ஆதித்த கரிகாலர்தான் என்பது பற்றி இன்று வரை வந்தியத்தேவனுடைய மனத்தில் எவ்விதச் சந்தேகமும் உதிக்கவில்லை. போட்டி ஒன்று ஏற்படக் கூடும் என்று அவன் கனவிலும் கருதவில்லை. கண்டராதித்தனுடைய புதல்வர் மதுராந்தகரைப் பற்றி அவன் கேள்விப்பட்டதுண்டு. தந்தையைப் போலவே புதல்வரும் சிவபக்திச் செல்வர் என்று அறிந்ததுண்டு. ஆனால் அவர் இராஜ்யத்துக்கு உரிமையுள்ளவர் என்றோ, அதற்காகப் போட்டியிடக் கூடியவர் என்றோ கேள்விப்பட்டதில்லை. அந்த எண்ணமே அவனுடைய மனத்தில் அது வரையில் தோன்றியதில்லை.

ஆனால் நியாயா நியாயங்கள் எப்படி? பட்டத்துக்கு உரியவர் உண்மையிலே யார்? ஆதித்த கரிகாலரா? மதுராந்தகரா? யோசிக்க யோசிக்க, இரு தரப்பிலும் நியாயம் இருப்பதாகவே தோன்றியது. போட்டி என்று உண்மையில் ஏற்பட்டால், இவர்களில் யார் வெற்றி பெறுவார்கள்? தன்னுடைய கடமை என்ன? ஆஹா! என்னென்னவோ மனக் கோட்டை கட்டிக்கொண்டு காஞ்சியிலிருந்து இந்த யாத்திரை கிளம்பினோமே? பட்டத்து இளவரசர் ஆதித்த கரிகாலருக்கு உகந்தபடி நடந்துகொண்டு சோழப் பேரரசில் பெரிய பதவிகளை அடையலாம் என்று ஆசைப்பட்டோமே! காலாகாலத்தில் வாணர் குலத்தின் பூர்வீக ராஜ்யத்தைக்கூடத் திரும்பப் பெறலாம் என்று நினைத்தோமே? இதற்கெல்லாம் சாதனமாக எந்தப் புளியங்கொம்பைப் பிடித்தோமோ அதுவே முறிந்துவிடும் போலிருக்கிறதே...? இத்தகைய சிந்தனை களினால் வந்தியத்தேவன் இரண்டாம் முறை வந்து படுத்த பிறகு

வெகுநேரம் தூக்கம் பிடிக்காமல் திண்டாடினான். கடைசியாக, இரவு நாலாம் ஜாமத்தில் கிழக்கு வெளுக்கும் நேரத்தில் அவனுக்கு ஒருவாறு தூக்கம் வந்தது.

மறுநாள் காலையில் உதய சூரியனுடைய செங்கிரணங்கள் சுளீர் என்று அவன்பேரில் பட்டபோது கூட வந்தியத்தேவன் எழுந்திருக்கவில்லை. கந்தமாறன் வந்து தட்டி எழுப்பியபோதுதான் தூக்கிவாரிப் போட்டுக் கொண்டு எழுந்தான்.

'இராத்திரி நன்றாய்த் தூக்கம் வந்ததா?' என்று கந்தமாறன் விருந்தினரை உபசரிக்கும் முறைப்படி கேட்டான். பிறகு அவனாகவே, 'மற்ற விருந்தினரெல்லாம் தூங்கச் சென்ற பிறகு நான் இங்கு வந்து பார்த்தேன். நீ நன்றாய்க் கும்பகர்ண சேவை செய்துகொண்டிருந்தாய்!' என்று சொன்னான்.

வந்தியத்தேவன் மனத்தில் பொங்கி எழுந்த நினைவுகளையெல்லாம் அடக்கிக்கொண்டு, 'குரவைக் கூத்துப் பார்த்து விட்டு இங்கு வந்து படுத்ததுதான் தெரியும், இப்போதுதான் எழுந்திருக்கிறேன். அடாடா! இவ்வளவு நேரம் ஆகி விட்டதே! உதித்து ஒரு ஜாமம் இருக்கும் போலிருக்கிறதே! உடனே நான் கிளம்ப வேண்டும். கந்தமாறா! குதிரையை ஆயத்தம் பண்ணும்படி உன் வேலைக்காரர்களுக்குக் கட்டளையிடு!' என்றான்.

'அழகாயிருக்கிறது! அதற்குள்ளே நீ புறப்படுவதாவது? என்ன அவசரம்? பத்து நாளாவது இங்கே தங்கிவிட்டுத்தான் போக வேண்டும்' என்றான் கந்தமாறன்.

'இல்லை, அப்பனே! தஞ்சாவூரில் என் மாமனுக்கு உடம்பு செவ்வையாக இல்லை. பிழைப்பதே துர்லபம் என்று செய்தி வந்தது. ஆகையால் சீக்கிரத்தில் அவரைப் போய்ப் பார்க்க வேண்டும், உடனே புறப்பட வேண்டும்' என்று ஒரே போடாகப் போட்டான் வல்ல வரையன்.

'அப்படியானால், திரும்பி வரும் போதாவது இங்கே சில நாள் கட்டாயம் தாமதிக்க வேண்டும்.'

'அதற்கென்ன, அப்போது பார்த்துக் கொள்ளலாம், இப்போது நான் புறப்படுவதற்கு விடைகொடு!'

'அவ்வளவு அவசரப்படாதே! காலை உணவு அருந்திவிட்டுப் புறப் படலாம். நானும் உன்னுடன் கொள்ளிட நதி வரையில் வருகிறேன்.'

'அது எப்படி முடியும்? யார், யாரோ, பெரிய பெரிய விருந்தாளிகள் உன் வீட்டுக்கு வந்திருக்கிறார்களே, அவர்களை விட்டுவிட்டு...'

'உன்னைவிடப் பெரிய விருந்தாளி எனக்கு யாரும் இல்லை!...' என்று கூறிய கந்தன் மாறவேள் சட்டென்று நிறுத்திக்கொண்டான். 'வந்தவர்கள் பெரிய விருந்தாளிகள்தான் ஆனால் அவர்களைக் கவனித்துக்கொள்ள என் தந்தை இருக்கிறார்; அரண்மனை அதிகாரிகளும் இருக்கிறார்கள். உன்னோடு நேற்று ராத்திரிகூட நான் அதிக நேரம் பேசவில்லை. வழி நடையிலாவது சிறிது நேரம் உன்னோடு சல்லாபம் செய்தால்தான் என் மனம் நிம்மதி அடையும். அவசியம் கொள்ளிடக்கரை வரையில் வந்தே தீருவேன்!' என்றான்.

'எனக்கு ஆட்சேபம் ஒன்றுமில்லை. உன் இஷ்டம், உன் சௌகரியம்' என்றான் வந்தியத்தேவன்.

ஒரு நாழிகை நேரத்துக்குப் பிறகு இரு நண்பர்களும் இரு குதிரைகளில் ஏறிச் சம்புவரையர் மாளிகையிலிருந்து புறப்பட்டுச் சென்றார்கள். குதிரைகள் மெதுவாகவே சென்றன. பிரயாணம் மிகவும் இன்பகர மாயிருந்தது. மேலக்காற்று சாலைப் புழுதியை வாரி அடிக்கடி அவர்கள் மேல் இறைத்ததைக் கூட அந்த நண்பர்கள் பொருட்படுத்த வில்லை. பழைய ஞாபகங்களைப் பற்றிய பேச்சில் அவ்வளவாக மனத்தைப் பறிகொடுத்திருந்தார்கள்.

சிறிது நேரத்துக்கெல்லாம் வந்தியத்தேவன் கூறினான்; 'கந்தமாறா! உன் வீட்டில் ஒரே ஒரு இரவுதான் தங்கினாலும் அது எனக்கு எவ்வளவோ பயனுள்ளதாயிருந்தது. ஆனால் ஒரே ஒரு ஏமாற்றம். உன் சகோதரியைப் பற்றி வடபெண்ணை நதிக்கரையில் என்ன வெல்லாமோ வர்ணனை செய்துகொண்டிருந்தாய்! அவளை நன்றாய்ப் பார்க்கக்கூட முடியவில்லை. உன் அன்னைக்குப் பின்னால் ஒளிந்து கொண்டு அவள் எட்டிப் பார்த்தபோது அவள் முகத்தில் எட்டில் ஒரு பங்குதான் தெரிந்தது! நாணமும் மடமும் பெண்களுக்கு இருக்க வேண்டியதைவிட உன் தங்கையிடம் சற்று அதிகமாகவே இருக்கிறது.'

கந்தமாறனுடைய வாயும் உதடுகளும் ஏதோ சொல்வதற்குத் துடித்தன. ஆனால் வார்த்தை ஒன்றும் உருவாகி வரவில்லை.

'ஆயினும் பாதகமில்லை. நீதான் நான் திரும்பி வரும்போது சில நாள் உன் வீட்டில் தங்கவேண்டும் என்று சொல்கிறாயே? அப்போது பார்த்துப் பேசிக்கொண்டால் போகிறது. அதற்குள் உன் தங்கையின் கூச்சமும் கொஞ்சம் நீங்கிவிடலாம் அல்லவா? கந்தமாறா! உன் சகோதரியின் பெயர் என்னவென்று சொன்னாய்?'

'மணிமேகலை!'

'அடடா! என்ன இனிமையான பெயர்! பெயரைப் போலவே அழகும் குணமும் இருந்து விட்டால்...'

கந்தமாறன் குறுக்கிட்டு, 'நண்பா! உன்னை ஒன்று வேண்டிக் கேட்டுக் கொள்கிறேன். என் தங்கையை நீ மறந்துவிடு; அவளைப் பற்றி நான் சொன்னதையெல்லாம் மறந்துவிடு; அவள் பேச்சையே எடுக்காதே!' என்றான்.

'இது என்ன, கந்தமாறா! ஒரே தலை கீழ் மாறுதலாயிருக்கிறதே! நேற்று இரவு கூட உன் வீட்டுக்கு நான் மருமகனாக வரப் போவதைப் பற்றி ஜாடையாகச் சொன்னாயே!'

'அவ்விதம் நான் சொன்னது உண்மைதான். ஆனால் பிறகு வேறு நிலைமை ஏற்பட்டுவிட்டது. என் பெற்றோர்கள் வேறு இடத்தில் என் சகோதரியைக் கல்யாணம் செய்து கொடுக்க முடிவு செய்து விட்டார்கள்; மணிமேகலையும் அதற்குச் சம்மதித்து விட்டாள்!'

வந்தியத்தேவன் மனத்திற்குள் 'மணிமேகலை வாழ்க!' என்று சொல்லிக்கொண்டான். மணிமேகலையை யாருக்குக் கொடுக்க நிச்சயித்திருப்பார்கள் என்று ஊகிப்பதிலும் அவனுக்குக் கஷ்டம் ஏற்படவில்லை. மூடு பல்லக்கிலிருந்து வெளிப்பட்ட இளவரசர் மதுராந்தகருக்குத்தான் நிச்சயித்திருப்பார்கள். மதுராந்தகருடைய கட்சிக்குப் பலம் தேட இப்படியெல்லாம் உறவுகளையும் ஏற்படுத்து கிறார்களாக்கும். பழுவேட்டரையர் பொல்லாத கெட்டிக்காரர்தான்!

'ஆஹா! நேற்று ராத்திரி வந்திருந்த பணக்கார விருந்தாளிகளில் ஒருவரை மாப்பிள்ளையாக்கத் திட்டம் செய்தீர்களாக்கும்! கந்தமாறா! இதில் எனக்கு வியப்பும் இல்லை; ஏமாற்றமும் இல்லை. ஒரு மாதிரி நான் எதிர்பார்த்ததுதான்...'

'எதிர்பார்த்தாயா அது எப்படி?'

'என்னைப்போல் ஏழை அநாதைக்கு யார் பெண்ணைக் கொடுப் பார்கள்? ஊரும் வீடும் இல்லாதவனை எந்தப் பெண் மணந்துகொள்ள இணங்குவாள்? எப்போதோ என் குலத்தைச் சேர்ந்த முன்னோர்கள் அரசு செலுத்தினார்கள் என்றால், அது இப்போது என்னத்துக்கு ஆகும்.'

'நண்பா! போதும் நிறுத்து; என்னைப் பற்றியும், என் குடும்பத்தைப் பற்றியும் அவ்வளவு கேவலப்படுத்தாதே! நீ சொல்வது ஒன்றும் காரணமில்லை. வேறு மிக முக்கியமான காரணம் இருக்கிறது. அதை அறிந்தால் நீயே ஒப்புக் கொள்வாய். ஆனால் அதை நான் இப்போது வெளிப்படுத்துவதற்கில்லை. சமயம் வரும்போது நீயே தெரிந்து கொள்வாய்!'

'கந்தமாறா! இது என்ன ஒரே மர்மமாகவே இன்றைக்கு நீ பேசிக் கொண்டு வருகிறாயே?'

'அதற்காக என்னை மன்னித்துவிடு. உன்னிடம்கூட நான் மனம் விட்டுப் பேச முடியாதபடி அப்படி ஒரு பெரிய காரியந்தான். எது எப்படி யானாலும் நம்முடைய சிநேகத்துக்கு எவ்வித பங்கமும் வராது என்பதை நம்பு. விஷயம் வெளியாக வேண்டிய சமயம் வரும்போது, ஓட்டமாக ஓடி வந்து உன்னிடந்தான் முதலில் சொல்வேன். அதுவரையில் என்னிடம் நம்பிக்கை வைத்திரு. உன்னை நான் ஒருநாளும் கைவிட மாட்டேன் என்னை நம்பு!...'

'இந்த வாக்குறுதிக்காக ரொம்ப வந்தனம். ஆனால் என்னைக் கைவிடும்படியான நிலைமை என்ன என்பதுதான் தெரியவில்லை! அப்படி நான் இன்னொருவரை நம்பிப் பிழைக்கிறவனும் அல்ல, கந்தமாறா! என்னுடைய உடைவாளையும் கைவேலையுமே நான் நம்பியிருப்பவன்!'

'அந்த உடைவாளையும் வேலையும் உபயோகிக்க வேண்டிய சந்தர்ப்பம் சீக்கிரத்தில் வரலாம். அப்போது நாம் இருவரும் ஒரே கட்சியில் நின்று தோளோடு தோள் சேர்ந்து போரிடுவோம்; அதனால் உன்னுடைய நோக்கமும் கைகூடும்...'

'இது என்ன? ஏதாவது யுத்தம் சீக்கிரம் வரும் என்று எதிர்பார்க்கிறாயா? அல்லது ஈழ நாட்டில் நடக்கும் யுத்தத்துக்குப் போகும் உத்தேசம் உனக்கு உண்டா?'

'ஈழத்துக்கா? ஈழத்தில் நடக்கும் அழகான யுத்தத்தைப் பற்றிக் கேட்டால் நீ ஆச்சரியப்பட்டுப் போவாய்! ஈழத்தில் உள்ள நம் வீரர்களுக் காகச் சோழ நாட்டிலிருந்து அரிசியும் மற்ற உணவுப் பொருள்களும் போக வேண்டுமாம்! வெட்கக்கேடு! நான் சொல்லுவது வேறு விஷயம். கொஞ்சம் பொறுமையாயிரு, சமயம் வரும்போது சொல்லுகிறேன்; தயவு செய்து இப்போது என் வாயைப் பிடுங்காதே!'

'சரி, சரி! உனக்கு விருப்பம் இல்லை என்றால் ஒன்றும் சொல்ல வேண்டாம். வாயைக்கூடத் திறக்க வேண்டாம் அதோ கொள்ளிடமும் தெரிகிறது!' என்றான் வந்தியத்தேவன்.

உண்மையில் சற்றுத் தூரத்தில் கொள்ளிடப் பெரு நதியின் வெள்ளம் தெரிந்தது. சில நிமிஷ நேரத்தில் நண்பர்கள் நதிக்கரையை அடைந்தார்கள்.

ஆடிப் புதுப் பிரவாகம் அந்த மாநதியில் கரை புரண்டு சென்றது. மறுகரை வெகு தூரத்தில் இருப்பதாகத் தோன்றியது. மறுகரை யிலேயுள்ள மரங்கள் சிறிய செடிகளைப் போலிருந்தன. செக்கச் சிவந்த பெரு நீர் வெள்ளம் சுழிகளும் சுழல்களுமாக, வட்ட வடிவக் கோலங்கள் போட்டுக்கொண்டு, கொம்மாளம் அடித்துக்கொண்டு,

கரையை உடைக்கப் பிரயத்தனம் செய்துகொண்டு, 'ஹோ' என்று இரைந்துகொண்டு, கீழ்க் கடலை நோக்கி அடித்து மோதிக்கொண்டு விரைந்து சென்ற காட்சியை வந்தியத்தேவன் பார்த்துப் பிரமித்து நின்றான்.

தோணித்துறையில் ஓடம் ஒன்று நின்றது. ஓடந்தள்ளுவோர் இருவர் கையில் நீண்ட கோல்களுடன் ஆயத்தமாயிருந்தார்கள். படகில் ஒரு மனிதர் ஏற்கெனவே ஏறியிருந்தார். அவரைப் பார்த்தால் பெரிய சிவபக்த சிகாமணி என்று தோன்றியது.

கரையில் வந்துகொண்டிருந்தவர்களைப் பார்த்து, 'சாமி படகில் வரப் போகிறீர்களா? என்று படகோட்டிகளில் ஒருவன் கேட்டான்.

'ஆம்; இவர் வரப்போகிறார். கொஞ்சம் படகை நிறுத்து!' என்றான் கந்தமாறன்! இரு நண்பர்களும், குதிரை மீதிருந்து கீழே குதித்தார்கள்.

'யோசனை இல்லாமல் வந்து விட்டேனே? இந்தக் குதிரையை என்ன செய்வது? படகில் ஏற்ற முடியுமா?' என்று வந்தியத்தேவன் கேட்டான்.

'தேவையில்லை, நம்மைத் தொடர்ந்து இதோ இரண்டு ஆட்கள் வந்திருக்கிறார்கள். ஒருவன் உன் குதிரையை இங்கிருந்து கடம்பூருக்கு இட்டு வருவான். இன்னொருவன் உன்னுடன் படகில் ஏறி வந்து அக்கரையில் உனக்கு வேறு குதிரை சம்பாதித்துக் கொடுப்பான்!' என்றான் கந்தமாறன்.

'ஆஹா! எவ்வளவு முன்யோசனை? நீ அல்லவா உண்மை நண்பன்!' என்றான் வந்தியத்தேவன்.

'பாலாற்றையும் பெண்ணையாற்றையும் போலத்தான் கொள்ளிடத்தைப் பற்றி நீ நினைத்திருப்பாய். இதில் குதிரையைக் கொண்டுபோக முடியாது என்று நீ எண்ணியிருக்கமாட்டாய்!'

'ஆமாம்; அவ்விதம் உங்கள் சோழ நாட்டு நதியைப் பற்றி அலட்சிய மாய் நினைத்ததற்காக மன்னித்துவிடு! அப்பப்பா இது என்ன ஆறு? இது என்ன வெள்ளம்? சமுத்திரம் போலவல்லவா பொங்கி வருகிறது?'

இரு நண்பர்களும் ஒருவரையொருவர் தழுவிக்கொண்டு விடை பெற்றுக்கொண்டார்கள்.

வந்தியத்தேவன் நதிக்கரையோரமாகச் சென்று படகில் ஏறினான்.

கந்தமாறனுடன் வந்த ஆட்களில் ஒருவனும் ஏறிக்கொண்டான்.

படகு புறப்படுவதற்குச் சித்தமாயிருந்தது. ஓடக்காரர்கள் கோல் போட ஆரம்பித்தார்கள்.

திடீரென்று கொஞ்ச தூரத்திலிருந்து, 'நிறுத்து! நிறுத்து! படகை நிறுத்து!' என்று ஒரு குரல் கேட்டது.

ஓடக்காரர்கள் கோல் போடாமல் கொஞ்சம் தயங்கி நின்றார்கள்.

கூவிக்கொண்டு ஓடி வந்தவன் அதிவிரைவில் கரைக்கருகில் வந்து சேர்ந்தான். முதற் பார்வையிலேயே அவன் யார் என்பது வந்தியத் தேவனுக்குத் தெரிந்து போயிற்று; அவன் ஆழ்வார்க்கடியான் நம்பிதான்.

வருகிறவர் வைஷ்ணவர் என்பதை அறிந்ததும் படகிலிருந்த சைவர், 'விடு! படகை விடு! அந்தப் பாஷாண்டியுடன் நான் படகில் வரமாட்டேன்; அவன் அடுத்த படகில் வரட்டும்!' என்றார்.

ஆனால் வந்தியத்தேவன் ஓடக்காரர்களைப் பார்த்து, 'கொஞ்சம் பொறுங்கள், அவரும் வரட்டும்! படகில் நிறைய இடம் இருக்கிறதே! ஏற்றிக்கொண்டு போகலாம்!' என்றான்.

ஆழ்வார்க்கடியானிடமிருந்து நேற்றிரவு நிகழ்ச்சிகளைப் பற்றிப் பல விஷயங்களைக் கேட்டுத் தெரிந்துகொள்ள வந்தியத்தேவன் விரும்பினான்.

பத்தாம் அத்தியாயம்

# குடந்தை சோதிடர்

குடகு நாட்டில் பிறந்து வளர்ந்த பொன்னி நதி கன்னிப் பருவம் கடந்ததும் தன் மணாளனாகிய சமுத்திர ராஜனிடம் சென்றடைய விரும்பினாள். காடும் மேடும் கடந்து பாறைகளையும் பள்ளங்களையும் தாண்டிக்கொண்டு விரைந்து சென்றாள். சமுத்திர ராஜனை நெருங்க நெருங்க, நாயகனைக் காணப் போகிறோம் என்ற குதூகலத்தினால் அவள் உள்ளம் விம்மி உடல் பூரித்தது. இன்னும் சற்றுத் தூரம் சென்றாள், காதலனை அணைத்துக்கொள்ளக் கரங்கள் இரண்டு உண்டாயின. இரு கரங்களை விரித்தவாறு தாவிப் பாய்ந்து சென்றாள். ஆனால் உள்ளத்தில் பொங்கிய ஆர்வ மிகுதிக்கு இரு கரங்கள் போதுமென்று தோன்றவில்லை; அவளுடைய ஆசைக் கரங்கள் பத்து, இருபது, நூறு என்று வளர்ந்தன. அவ்வளவு கரங்களையும் ஆவலுடன் நீட்டிக்கொண்டு சமுத்திர ராஜனை அணுகினாள். இவ்விதம் ஆசைக் கணவனை அடைவதற்குச் சென்ற மணப் பெண்ணுக்குச் சோழ நாட்டுச் செவிலித் தாய்மார் செய்த அலங்காரங்கள்தான் என்ன? அடடா! எத்தனை அழகிய பச்சைப் புடைவைகளை உடுத்தினார்கள்? எப்படியெல்லாம் வண்ண மலர்களைச் சூட்டினார்கள்? எவ்விதமெல்லாம் பரிமள சுகந்தங்களைத் தூவினார்கள்? ஆஹா! இரு கரையிலும் வளர்ந்திருந்த புன்னை மரங்களும் கடம்ப மரங்களும் ரத்தினப் பூக்களையும் வாரிச் சொரிந்த அருமையை எவ்விதம் வர்ணிப்பது? தேவர்கள் பொழியும் பூமாரியும் இதற்கு இணையாகுமா?

பொன்னி நதியே! உன்னைப் பார்த்துக் களிப்படையாத கன்னிப் பெண் யார்தான் இருக்க முடியும்! உன் மணக்கோல ஆடை அலங்காரங்களைக் கண்டு உள்ளம் பொங்காத மங்கை யார் இருக்க முடியும்?

கல்யாணப் பெண்ணைச் சுற்றி ஊரிலுள்ள கன்னிப் பெண்கள் எல்லோரும் சூழ்ந்து கொள்வதுபோல் உன்னை நாடிப் பெண்கள் வந்து கூடுவதும் இயற்கையே அல்லவா!

பொன்னி தன் மணாளனைத் தழுவிக்கொள்ள ஆசையுடன் நீட்டும் பொற்கரங்களில் ஒன்றுக்குத்தான் அரிசிலாறு என்று பெயர்! காவேரிக்குத் தென் புறத்தில் மிக நெருக்கத்தில் அரிசிலாறு என்னும் அழகிய நதி அமைந்திருக்கிறது. அப்படி ஒரு நதி இருப்பது சற்றுத் தூரத்தில் இருந்து வருகிறவர்களுக்குச் சொல்லித்தான் தெரிய வேண்டும். இருபுறமும் அடர்த்தியாக வளர்ந்திருக்கும் இனிய பசுமரங்கள் அப்படி அந்நதியை மறைத்து விடுகின்றன. பிறந்தது முதலாவது அந்தப் புரத்தை விட்டு வெளியேறி அறியாத அரசகுலக் கன்னியென்றே அரிசிலாற்றைச் சொல்லலாம். அந்தக் கன்னி நதியின் அழகுக்கு இந்த உலகில் உவமையே கிடையாது.

நல்லது; அந்தப்புரம் என்னும் எண்ணத்தை மறந்துவிட்டு நேயர்கள் நம்முடன் அரிசிலாற்றை நெருங்கி வருவார்களாக. சோலையாக நெருங்கி வளர்ந்திருந்த மரங்களுக்கிடையே புகுந்து வருவார்களாக! அடடா இது என்ன அருமையான காட்சி? அழகுக்கு அழகு செய்வது போலும் அமுதத்துக்கு இனிப்பு ஊட்டுவது போலும் அல்லவா இருக்கிறது?

சித்திர விசித்திரமாகச் செய்த அன்ன வடிவமான வண்ணப் படகில் வீற்றிருக்கும் இந்த வனிதாமணிகள் யார்? அவர்களில் நடு நாயகமாக, நட்சத்திரங்களுக்கிடையில் பூரண சந்திரனைப் போல் ஏழுலகங் களையும் ஆளப் பிறந்த ராணியைப் போல், காந்தியுடன் விளங்கும் இந்த நாரீமணி யார்? அவளுக்கு அருகில் கையில் வீணையுடன் வீற்றிருக்கும் சாந்த சுந்தரி யார்? இனிய குரல்களில் இசை பாடி நதி வெள்ளத்துடன் கீத வெள்ளமும் கலந்து பெருகச் செய்துகொண்டு வரும் இந்தக் கந்தர்வப் பெண்கள் யார்? அவர்களில் ஒருத்தி மீனலோசனி; இன்னொருத்தி நீலலோசனி; ஒருத்தி தாமரை முகத்தாள்; இன்னொருத்தி கமல இதழ் நயனத்தாள்; ஆஹா வீணையை மீட்டு கிறாளே, அவளுடைய காந்தளை ஒத்த விரல்கள் வீணைத் தந்திகளில் அங்குமிங்கும் சஞ்சரிக்கும் அழகைப் பார்த்துக்கொண்டேயிருக்கலாம்.

அவர்கள் இசைக்கும் கீதத்தின் இனிமையைத்தான் என்ன என்று சொல்லுவது? அதைக் கேட்பதற்காக நதியின் வெள்ளம் கூட அல்லவா தன் ஓசையை நிறுத்தியிருக்கிறது? நதிக்கரை மரங்களில் வாழும் கிளிகளும் குயில்களும் கூட வாய்திறவா மோனத்தில் ஆழ்ந்திருக்கின்றனவே! மனிதர்களாய்ப் பிறந்தவர்கள், கேட்கும் செவி படைத்த பாக்கியசாலிகள் அந்த அமுத கானத்தை கேட்டுப் பரவசம் அடைவதில் வியப்பு என்ன? படகில் வரும் அப்பெண்கள் என்ன பாடுகிறார்கள் கேட்கலாம்:

மருங்கு வண்டு சிறந்து ஆர்ப்ப,
மணிப்பூ ஆடை அதுபோர்த்துக்

கருங்கயற்கண் விழித்து ஒல்கி
நடந்தாய் வாழி! காவேரி !

கருங்கயற்கண் விழித்து ஒல்கி
நடந்த எல்லாம் நின்கணவன்
திருந்து செங்கோல் வளையாமை
அறிந்தேன் வாழி காவேரி !

பூவர் சோலை மயிலாடப்
புரிந்து குயில்கள் இசைபாடக்
காமர் மாலை அருகசைய
நடந்தாய் வாழி காவேரி !

காமர் மாலை அருகசைய
நடந்த வெல்லாம், நின் கணவன்
நாம வேலின் திறங்கண்டே
அறிந்தேன் வாழி! காவேரி!

இந்த அமுதத் தமிழ்ப் பாடல்களை எங்கேயோ கேட்டிருக்கிறோ
மல்லவா? ஆம், சிலப்பதிகாரத்தில் உள்ள வரிப் பாடல்கள் இவை.
எனினும், இந்தப் பெண்கள் பாடும்போது முன் எப்போதுமில்லாத
வனப்பும் கவர்ச்சியும் பெற்று விளங்குகின்றன. இவர்கள் பொன்னி
நதியின் அருமைத் தோழிகள் போலும்! அதனாலேதான் இவ்வளவு
பரவசமாக உணர்ச்சி ததும்பப் பாடுகிறார்கள். அடடா! பாடலும்
பண்ணும் பாவமும் எப்படிக் கலந்து இழைந்து குழைந்து இவர்
களுடைய குரலிலிருந்து அமுத வெள்ளமாகப் பொழிகின்றன?
பாட்டாவது, பண்ணாவது, கானமாவது, இசையாவது! அதெல்லாம்
ஒன்றுமில்லை. இது ஏதோ மாயக் கலை! பாடுகிறவர்கள், கேட்ப
வர்கள் எல்லாரையும் பித்துப் பிடிக்கச் செய்யும் மந்திர வித்தை!

படகு மிதந்துகொண்டே வந்து, மரங்கள் சிறிது இடைவெளி தந்த
ஓடத்துறையில் ஒதுங்கி நிற்கிறது. இரண்டு பெண்கள் இறங்கு
கிறார்கள்; அவர்களில் ஒருத்தி ஏழுலகத்துக்கும் ராணி எனத் தகும்
கம்பீரத் தோற்றமுடைய பெண்மணி. இன்னொருத்தி வீணைத்
தந்திகளில் விரல்களை ஓட்டி இன்னிசை எழுப்பிய நங்கை. இருவரும்
அழகிகள் என்றாலும் ஒருவருடைய அழகுக்கும் இன்னொருவருடைய
அழகுக்கும் மிக்க வேற்றுமை இருந்தது. ஒருத்தி செந்தாமரை மலரின்
கம்பீர சௌந்தரியம் உடையவள். இன்னொருத்தி குமுத மலரின் இனிய
அழகை உடையவள். ஒருத்தி பூரண சந்திரன்; இன்னொருத்தி காலைப்

பிறை. ஒருத்தி ஆடும் மயில்; இன்னொருத்தி பாடும் குயில். ஒருத்தி இந்திராணி; இன்னொருத்தி மன்மதனின் காதலி. ஒருத்தி வேகவாஹினி யான கங்காநதி; இன்னொருத்தி குழைந்து நெளிந்து செல்லும் காவேரி.

வாசகர்களை மேலும் சந்தேக ஆராய்ச்சி நிலையில் விட்டு வைக்காமல் இவர்கள் இருவரும் யார் என்று சொல்லி விடுகிறோம். கம்பீரத் தோற்ற முடைய கங்கைதான் சுந்தர சோழ மன்னரின் செல்வப் புதல்வி குந்தவை. சரித்திரத்தில் ராஜராஜன் என்று புகழ் பெற்ற அருள்மொழிவர்மனின் சகோதரி. அரசிளங் குமரி என்றும் இளைய பிராட்டி என்றும் மக்களால் போற்றப்பட்ட மாதரசி. சோழ ராஜ்யத்தின் மகோன்னதத்திற்கு அடி கோலிய தமிழ்ப் பெரும் செல்வி. ராஜராஜனுடைய புதல்வன் ராஜேந்திரனை எடுத்து வளர்த்து வீராதி வீரனாயும் மன்னாதி மன்னனாயும் ஆக்கிய தீரப் பெண்மணி. இன்னொருத்தி, குந்தவைப் பிராட்டியுடன் இருக்கும் பாக்கியத்தை நாடி வந்த கொடும்பாளூர்ச் சிற்றரசர் குலப் பெண். பிற்காலத்தில், சரித்திரத்திலேயே இணையில்லாத பாக்கிய வதியாகப் போகிறவள். இன்று அடக்கமும் இனிமையும் சாந்தமும் உருவெடுத்து விளங்குகிறவள்.

இந்த இரு மங்கைமார்களும் படகிலிருந்து கரையில் இறங்கினார்கள். குந்தவை மற்ற தோழிப் பெண்களைப் பார்த்து, 'நீங்கள் இங்கேயே இருங்கள். ஒரு நாழிகை நேரத்தில் திரும்பி வந்து விடுகிறோம்!' என்றாள். அந்தத் தோழிப் பெண்கள் அனைவரும் தெய்வத் தமிழ் நாட்டில் பற்பல சிற்றரசர்களின் அரண்மனையில் பிறந்த அரசகு மாரிகள். குந்தவை தேவிக்குத் தோழியாக இருப்பதைப் பெறற்கரும் பேறாகக் கருதிப் பழையாறை அரண்மனைக்கு வந்தவர்கள். இப்போது தங்களில் ஒருத்தியை மட்டும் அழைத்துக்கொண்டு குந்தவைப் பிராட்டி கரையில் இறங்கி 'போய்விட்டு விரைவில் வருகிறேன்' என்றதும் அவர்களுடைய கண்களில் ஏமாற்றமும் அசூயையும் தோன்றின.

கரையில் குதிரை பூட்டிய ரதம் ஒன்று சித்தமாயிருந்தது. 'வானதி! ரதத்தில் ஏறிக்கொள்!' என்றாள் குந்தவை தன் தோழியைப் பார்த்து. வானதி ஏறியதும் தானும் ஏறிக்கொண்டாள். ரதம் வேகமாய்ச் சென்றது.

'அக்கா! நாம் எங்கே போகிறோம்? எனக்குச் சொல்லலாமா?' என்று வானதி கேட்டாள்.

'சொல்லாமல் என்ன? குடந்தை ஜோதிடர் வீட்டுக்குப் போகிறோம்!' என்றாள் குந்தவை.

'ஜோதிடர் வீட்டுக்கு எதற்காகப் போகிறோம், அக்கா? என்னத்தைப் பற்றிக் கேட்பதற்காக?'

'வேறு எதற்கு? உன்னைப் பற்றிக் கேட்பதற்காகத்தான். சில மாத காலமாக நீ இப்படிப் பிரமை பிடித்தவள் போலும், உடல் மெலிந்தும்

வருகிறாயா? உனக்கு எப்போது பிரமை நீங்கி உடம்பு தேறும் என்று கேட்பதற்காகத்தான்!'

'அக்கா! தங்களுக்கு ரொம்பப் புண்ணியமுண்டு; எனக்கு உடம்புக்கு ஒன்றுமில்லை. என்னைப் பற்றிக் கேட்பதற்காகப் போக வேண்டாம் திரும்பி விடுவோம்!'

'இல்லையடி, அம்மா, இல்லை! உன்னைப் பற்றிக் கேட்பதற்காக இல்லை; என்னைப் பற்றிக் கேட்பதற்காகத்தான் போகிறேன்.'

'தங்களைப் பற்றி என்ன கேட்டுத் தெரிந்துகொள்ளப் போகிறீர்கள்? ஜோசியரிடம் கேட்டு என்ன தெரிந்துகொள்ளப் போகிறீர்கள்.'

'எனக்குக் கல்யாணம் ஆகுமா? அல்லது கடைசி வரையில் கன்னிப் பெண்ணாகவே இருந்து காலம் கழிப்பேனா என்று கேட்கப் போகிறேன்.'

'அக்கா! இதற்கு ஜோசியரிடம் போய்க் கேட்பானேன்! தங்களுடைய மனதையே அல்லவா கேட்க வேண்டும்? தாங்கள் தலையை அசைக்க வேண்டியதுதான்! இமய மலை முதலாவது குமரி முனை வரையில் உள்ள ஐம்பத்தாறு தேசத்து ராஜாக்களும் போட்டி போட்டுக்கொண்டு ஓடி வரமாட்டார்களா? ஏன், கடல் கடந்த தேசங்களிலே இருந்தெல்லாம்கூட வருவார்களே! தங்களைக் கை பிடிக்கும் பேறு எந்த வீர ராஜகுமாரனுக்குக் கொடுத்து வைத்திருக்கிறதோ? அதைத் தாங்கள் அல்லவா தீர்மானிக்க வேண்டும்!'

'வானதி நீ சொல்வதெல்லாம் உண்மை என்று வைத்துக் கொண்டாலும் அதற்கு ஒரு தடை இருக்கிறது. எந்தத் தேசத்து அரச குமாரனையாவது மணம் புரிந்துகொண்டால் நான் அவனுடைய நாட்டுக்குப் போக வேண்டி வருமல்லவா? எனக்கு இந்தப் பொன்னி நதி பாயும் சோழ நாட்டிலிருந்து வேறொரு நாட்டுக்குப் போகப் பிடிக்கவேயில்லையடி! வேறு நாட்டுக்குப் போவதில்லை என்று நான் சபதம் எடுத்துக் கொண்டிருக்கிறேன்...'

'அது ஒரு தடையாகாது; தங்களை மணம் புரிந்து கொள்ளும் எந்த ராஜகு மாரனும் தங்கள் காலில் விழுந்து கிடக்கும் அடிமையாகவே இருப்பான். இங்கேயே இருக்க வேண்டும் என்றாலும் இருந்து விட்டுப் போகிறான்.'

'ஆகா! எலியைப் பிடித்து மடியில் வைத்துக் கட்டிக்கொள்வதுபோல் வேறு தேசத்து ராஜகுமாரனை நம் ஊரிலேயே கொண்டு வைத்துக் கொள்ளவா சொல்கிறாய்? அதனால் என்னென்ன தொல்லைகள் எல்லாம் விளையும் தெரியுமா?'

'எப்படியும் பெண்ணாய்ப் பிறந்தவர்கள் ஒரு நாள் கல்யாணம் செய்து கொண்டுதானே தீர வேண்டும்?'

'அப்படி ஒரு சாஸ்திரத்திலும் சொல்லியிருக்கவில்லையடி, வானதி! ஔவையாரைப் பார்! அவள் என்றும் கன்னி அழியாத கவீசுவரியாகப் பல காலம் ஜீவித்திருக்கவில்லையா?'

'ஔவையார் இளம் பிராயத்திலேயே கடவுளின் வரத்தினால் கிழவியாகப் போனவள். தாங்கள் அதைப்போல் ஆகவில்லையே?'

'சரி, அப்படிக் கல்யாணம் செய்து கொள்வது என்று புறப்பட்டால் அநாதையான சோழ நாட்டு வீரன் ஒருவனையே நான் மணந்து கொள்வேன். அத்தகையவனுக்கு ராஜ்யம் இராது. என்னை அழைத்துக் கொண்டு வேறு ஒரு தேசத்துக்குப் போக வேண்டும் என்று சொல்ல மாட்டான். இங்கேயே சோழ நாட்டிலேயே இருந்து விடுவான்...'

'அக்கா! அப்படியானால் இந்தச் சோழ நாட்டை விட்டுப் போக மாட்டீர்களே?'

'ஒரு நாளும் போக மாட்டேன். சொர்க்கலோகத்துக்கு என்னை அரசியாக்குவதாகச் சொன்னாலும் போகமாட்டேன்.'

'இன்றைக்குத்தான் என் மனம் நிம்மதி அடைந்தது.'

'அது என்னடி?'

'நீங்கள் வேறு நாட்டுக்குப் போனால், நானும் உங்களோடு வந்தே தீர வேண்டும். உங்களை விட்டுப் பிரிந்திருக்க என்னால் முடியாது. அதே சமயத்தில் இந்தச் சோழ வளநாட்டைப் பிரிந்து போகவும் எனக்கு மனமில்லை.'

'கல்யாணம் ஆனால் நீ பிரிந்து போய்த்தானே தீர வேண்டும்?'

'நான் கல்யாணமே செய்துகொள்ளப் போவதில்லை, அக்கா!'

'அடியே! எனக்குச் செய்த உபதேசமெல்லாம் எங்கே போயிற்று?'

'தங்களைப் போலவா நான்?'

'அடி கள்ளி! எனக்கு எல்லாம் தெரியும். என் கண்ணில் மண்ணைத் தூவலாம் என்றா பார்க்கிறாய்? உனக்குச் சோழ நாட்டின் மீது அபிமானம் ஒன்றும் கிடையாது. நீ ஆசை வைத்திருக்கும் சோழ நாடு, வாளும் வேலும் தாங்கி ஈழநாட்டுக்கு யுத்தம் செய்ய அல்லவா போயிருக்கிறது? உன் அந்தரங்கம் எனக்குத் தெரியாது என்றா நினைத்தாய்?'

'அக்கா! அக்கா! நான் அவ்வளவு மடமதி உடையவளா? சூரியன் எங்கே? காலைப் பனித்துளி எங்கே? சூரியனுடைய நட்புக்குப் பனித்துளி ஆசைப்பட்டால் என்ன பயன்?'

'பனித்துளி சிறியதுதான்! சூரியன் பெரியது, பிரகாசமானதுதான்! ஆனாலும் பனித்துளி அப்படிப்பட்ட சூரியனைச் சிறைப்படுத்தித் தனக்குள் வைத்திருக்கிறதோ, இல்லையோ?'

வானதி உற்சாகமும் ஆர்வமும் நிறைந்த குரலில், 'அப்படியா சொல் கிறீர்கள்! பனித்துளிகூடச் சூரியனை அடையலாம் என்று சொல் கிறீர்களா?' என்றாள். பிறகு திடீரென்று மனச் சோர்வு வந்து விட்டது. 'பனித்துளி ஆசைப்படுகிறது; சூரியனையும் சிறைப்பிடிக்கிறது. ஆனால் பலன் என்ன? சிறிது நேரத்துக்கெல்லாம் சரியான தண்டனை அடைகிறது. வெயிலில் உலர்ந்து, இருந்த இடம் தெரியாமல் மறைகிறது!'

'அது தவறு, வானதி! பனித்துளியின் ஆசையைக் கண்டு சூரியன் தன்னுடன் பனித்துளியை ஐக்கியப்படுத்திக் கொள்கிறான். தன் ஆசைக்குகந்த பனித்துளிப் பெண் பிற புருஷர் கண்ணில் படக் கூடாது என்று அவன் எண்ணம். இரவு வந்ததும் மறுபடியும் வெளியே விட்டு விடுகிறான். மறைந்த பனித்துளி மறுபடியும் வந்து உதிக்கிறது அல்லவா?'

'அக்கா! இதெல்லாம் என்னைத் தேற்றுவதற்காகச் சொல்கிறீர்கள்.'

'அப்படியானால் உன் மனத்தில் ஒரு குறை இருக்கிறது என்று சொல்லு. இத்தனை நாள் 'இல்லவே இல்லை' என்று சாதித்தாயே? அதனால் தான் குடந்தை ஜோசியரிடம் போகிறேன்.'

'என் மனத்தில் குறையிருந்தால், அதைப் பற்றிக் கேட்கச் சோதிடரிடம் போய் என்ன பயன்?' என்று கூறி வானதி பெருமூச்செறிந்தாள்.

★★★

குடந்தை சோதிடரின் வீடு அந்த நகரின் ஒரு மூலையில் காளி கோயிலுக்கு அருகில் ஒரு தனித்த இடத்தில் இருந்தது. குடந்தை நகருக்குள் புகாமலேயே நகரைச் சுற்றிக்கொண்டு ரதம் அந்த வீடு சென்று அடைந்தது. ரதசாரதி ரதத்தைத் தங்கு தடையின்றி அங்கே ஓட்டிக்கொண்டு போய்ச் சேர்த்ததைப் பார்த்தால், அவன் அதற்கு முன் பலமுறை அங்கே ரதம் ஓட்டிக்கொண்டு சென்றிருக்க வேண்டும் என்று தோன்றியது.

வீட்டு வாசலில் சோதிடரும் அவருடைய சீடர் ஒருவரும் ஆயத்தமாகக் காத்திருந்தார்கள். ஜோதிடர் மிக்க பக்தி மரியாதையுடன் வந்தவர்களை வரவேற்று உபசரித்தார்.

'பெருமாட்டி! கலைமகளும் திருமகளும் ஒருருவாய் வந்த தாயே! வரவேணும்! வரவேணும்! இந்த ஏழையின் குடிசை செய்த பாக்கியம், மறுமுறையும் தாங்கள் இக்குடிசையைத் தேடி வந்தீர்கள்!' என்றார்.

'சோதிடரே! இந்த வேளையில் தங்களைத் தேடிக்கொண்டு வேறு யாரும் இங்கு வரமாட்டார்கள் அல்லவா?' என்றாள் குந்தவை.

'வரமாட்டார்கள், தாயே! இப்போதெல்லாம் என்னைத் தேடி அதிகம் பேர் வருவதே இல்லை. உலகத்தில் கஷ்டங்கள் அதிகமாகும் போது தான் ஜோதிடர்களைத் தேடி மக்கள் அதிகமாக வருவார்கள். இப்போது தங்களுடைய திருத் தந்தை சுந்தரச் சோழரின் ஆட்சியில், குடிகளுக்குக் கஷ்டம் என்பதே கிடையாது. எல்லோரும் சுக சௌக்கியங்களுடன் சகல சம்பத்துக்களையும் பெற்றுச் சந்தோஷமாக வாழ்கிறார்கள். என்னைத் தேடி ஏன் வருகிறார்கள்?' என்றார் ஜோதிடர்.

'அப்படியானால் எனக்கு ஏதோ கஷ்டம் வந்திருப்பதனால்தான் உம்மைத் தேடி வந்திருக்கிறேன் என்று சொல்லுகிறீராக்கும்!'

'இல்லை, பெருமாட்டி! இல்லவே இல்லை! நவநிதியும் கொழிக்கும் பழையாறை மன்னரின் திருக் குமாரிக்குக் கஷ்டம் வந்தது என்று எந்தக் குருடன்தான் சொல்லுவான்! உலகத்தில் மக்களுக்குக் கஷ்டமே இல்லாமற் போய்விட்டபடியால், இந்த ஏழைச் சோதிடனுக்கு மட்டும் கஷ்டம் வந்திருக்கிறது; இவனை மட்டும் கவனிப்பார் இல்லை. ஆகையால், இந்த ஏழையின் கஷ்டத்தைத் தீர்ப்பதற்காக அம்பிகையைப் போல் வந்திருக்கிறீர்கள். தாயே! குடிசைக்குள்ளே வந்தருள வேண்டும். இங்கேயே தங்களை நிறுத்தி வைத்திருப்பது நான் செய்யும் அபசாரம்!' என்று ஜோசியர் சமத்காரமாகப் பேசினார்.

ரதசாரதியைப் பார்த்துக் குந்தவை, 'ரதத்தைக் கோயிலுக்குச் சமீபம் கொண்டு போய் ஆலமரத்தின் நிழலில் நிறுத்தி வை!' என்றாள்.

பிறகு ஜோதிடர் வழிகாட்டி முன் செல்ல, குந்தவையும் வானதியும் அவ்வீட்டுக்குள்ளே சென்றார்கள்.

ஜோதிடர் தம் சீடனைப் பார்த்து, 'அப்பனே! வாசலில் ஜாக்கிரதையாக நின்றுகொண்டிரு; தப்பித் தவறி யாராவது வந்தாலும் உள்ளே விடாதே!' என்று எச்சரித்தார்.

அரசகுமாரியை வரவேற்பதற்கு உகந்ததாகச் சோதிடரின் கூடம் அழகு செய்யப்பட்டிருந்தது. சுவரில் ஒரு மாடத்தில் அம்பிகையின் படம் அலங்கரிக்கப்பட்டு விளங்கியது. அமருவதற்கு இரண்டு பீடங்கள் சித்தமாயிருந்தன. குத்துவிளக்கு எரிந்தது. அங்குமிங்கும் கோலங்கள் பொலிந்தன. ராசிச் சக்கரங்கள் போட்ட பலகைகளும் ஓலைச்சு வடிகளும் சுற்றிலும் இரைந்து கிடந்தன.

பெண்மணிகள் இருவரும் பீடங்களில் அமர்ந்த பிறகு, சோதிடரும் உட்கார்ந்தார்.

'அம்மணி! வந்த காரியம் இன்னதென்பதைத் தயவு செய்து சொல்லி அருள வேணும்!' என்றார்.

'ஜோசியரே! அதையும் தங்கள் ஜோதிடத்திலேயே பார்த்துத் தெரிந்துகொள்ளக் கூடாதா?' என்றாள் குந்தவை.

'ஆகட்டும் தாயே!' என்று கூறி ஜோதிடர் கண்ணை மூடிக்கொண்டு சிறிது நேரம் ஏதோ மந்திரம் ஜபித்துக்கொண்டிருந்தார்.

பிறகு கண்ணைத் திறந்து பார்த்து, 'கோமாட்டி, இந்தக் கன்னிப் பெண்ணின் ஜாதகம் பற்றிக் கேட்பதற்காகவே இன்று முக்கியமாக வந்திருக்கிறீர்கள். அவ்விதம் தேவி பராசக்தியின் அருள் சொல்கிறது உண்மைதானா?' என்றார்.

'ஆஹா! பிரமாதம்! உங்களுடைய சக்தியை என்னவென்று சொல்வது? ஆம் ஜோசியரே! இந்தப் பெண்ணைப் பற்றிக் கேட்கத்தான் வந்தேன். ஒரு வருஷத்துக்கு முன்பு இவள் பழையாறை அரண்மனைக்கு வந்தாள். வந்து எட்டு மாத காலம் மிகக் குதூகலமாய் இருந்து வந்தாள். என் தோழியருக்குள்ளே இவள்தான் சிரிப்பும் விளையாட்டும் கலகலப்புமாக இருந்து வந்தாள். நாலுமாதமாக இவளுக்கு என்னவோ நேர்ந்திருக் கிறது. அடிக்கடி சோர்ந்து போகிறாள். பிரமை பிடித்தாற்போல் இருக்கிறாள்; சிரிப்பையே மறந்து விட்டாள். உடம்புக்கு ஒன்றுமில்லை என்கிறாள். இவள் பெற்றோர்கள் நாளைக்கு வந்து கேட்டால், என்ன மறுமொழி சொல்வதென்றே தெரியவில்லை...'

'தாயே! கொடும்பாளூர் கோமகளின் செல்வப் புதல்விதானே இவர்? இவருடைய பெயர் வானதிதானே?' என்றார் ஜோதிடர்.

'ஆமாம்; உமக்கு எல்லாம் தெரிந்திருக்கிறதே!'

'இந்த அரசிளங்குமரியின் ஜாதகம்கூட என்னிடம் இருக்கிறது. சேர்த்து வைத்திருக்கிறேன்! சற்றுப் பொறுக்க வேணும்!' என்று சொல்லி விட்டு, ஜோதிடர் பக்கத்திலிருந்த ஒரு பழைய பெட்டியைத் திறந்து சிறிது நேரம் புரட்டினார். பிறகு, அதிலிருந்து ஒரு ஜாதகக் குறிப்பை எடுத்துக் கவனமாய்ப் பார்த்தார்.

# திடும்பிரவேசம்

இந்நாளில் கும்பகோணம் என்ற பெயரால் ஆங்கில அகராதியிலேகூட இடம் பெற்றிருக்கும் நகரம், நம்முடைய கதை நடந்த காலத்தில் குடந்தை என்றும் குடமூக்கு என்றும் வழங்கப்பட்டு வந்தது. புண்ணிய ஸ்தல மகிமையையன்றி, 'குடந்தை சோதிட'ராலும் அது புகழ் பெற்றிருந்தது. குடந்தைக்குச் சற்றுத் தூரத்தில் தென் மேற்குத் திசையில் சோழர்களின் இடைக்காலத் தலைநகரமான பழையாறை, வானை அளாவிய அரண்மனை மாடங்களுடனும் ஆலய கோபுரங் களுடனும் கம்பீரமாகக் காட்சி அளித்துக் கொண்டிருந்தது.

பழையாறை அரண்மனைகளில் வசித்த அரச குலத்தினர் அனை வருடைய ஜாதகங்களையும் குடந்தை ஜோதிடர் சேகரித்து வைத்திருந்தார். அப்படிச் சேகரித்து வைத்திருந்த ஜாதகங்களைப் புரட்டித்தான் கொடும்பாளூர் இளவரசி வானதியின் ஜாதகத்தை அவர் கண்டெடுத்தார். சிறிது நேரம் ஜாதகத்தை உற்றுப் பார்த்துக் கொண்டிருந்த பிறகு, ஜோதிடர் வானதியின் முகத்தை ஏறிட்டுப் பார்த்தார். திரும்ப ஜாதகத்தைப் பார்த்தார். இப்படி மாற்றி மாற்றிப் பார்த்துக்கொண்டிருந்தாரே தவிர, வாயைத் திறந்து ஒன்றும் சொல்லுகிற வழியைக் காணவில்லை.

'என்ன, ஜோசியரே! ஏதாவது சொல்லப் போகிறீரா, இல்லையா?' என்று குந்தவை தேவி கேட்டாள்.

'தாயே! என்னத்தைச் சொல்வது? எப்படிச் சொல்வது? முன் ஒரு தடவை தற்செயலாக இந்த ஜாதகத்தை எடுத்துப் பார்த்தேன். என்னா லேயே நம்ப முடியவில்லை; இப்படியும் இருக்க முடியுமா என்று சந்தேகப்பட்டு வைத்து விட்டேன். இப்போது இந்தப் பெண்ணின் திருமுகத்தையும் இந்த ஜாதகத்தையும் சேர்த்துப் பார்க்கும்போது, திகைக்க வேண்டியிருக்கிறது!'

'திகையும்! திகையும்! போதுமானவரை திகைத்துவிட்டு பிறகு ஏதாவது குறிப்பாகச் சொல்லும்!'

'இது மிகவும் அதிர்ஷ்ட ஜாதகம் தாயே! தாங்கள் எதுவும் வித்தியாசமாக நினைத்துக்கொள்ள மாட்டீர்கள் என்று சொல்கிறேன். தங்களுடைய ஜாதகத்தைக் காட்டிலும் கூட, இது ஒருபடி மேலானது. இம்மாதிரி அதிர்ஷ்ட ஜாதகத்தை நான் இதுவரை பார்த்ததேயில்லை!'

குந்தவை புன்னகை புரிந்தாள்; வானதியோ வெட்கப்பட்டவளாய், 'அக்கா! இந்தத் துரதிர்ஷ்டக்காரியைப் போய் இவர் உலகத்திலேயே இல்லாத அதிர்ஷ்டக்காரி என்கிறாரே! இப்படித்தான் இருக்கும் இவர் சொல்லுவதெல்லாம்!' என்றாள்.

'அம்மா! என்ன சொன்னீர்கள்? நான் சொல்வது தவறானால் என்னுடைய தொழிலையே விட்டுவிடுகிறேன்' என்றார் ஜோதிடர்.

'வேண்டாம், ஜோதிடரே! வேண்டாம் அப்படியெல்லாம் செய்து விடாதீர். ஏதோ நாலுபேருக்கு நல்ல வார்த்தையாகச் சொல்லிக் கொண்டிரும். ஆனால் வெறுமனே பொதுப்படையாகச் சொல்கிறீரே தவிர, குறிப்பாக ஒன்றும் சொல்லவில்லையே? அதனாலேதான் இவள் சந்தேகப்படுகிறாள்!'

'குறிப்பாகச் சொல்ல வேண்டுமா? இதோ சொல்லுகிறேன்! நாலு மாதத்திற்கு முன்னால் அபசகுனம் மாதிரி தோன்றக் கூடிய ஒரு காரியம் நடந்தது. ஏதோ ஒன்று தவறி விழுந்தது; ஆனால் அது உண்மையில் அபசகுனம் இல்லை. அதிலிருந்துதான் இந்தக் கோமகளுக்கு எல்லா அதிர்ஷ்டங்களும் வரப்போகின்றன!'

'வானதி! நான் என்னடி சொன்னேன்? பார்த்தாயா?' என்றாள் குந்தவை தேவி.

'முன்னாலேயே இவருக்கு நீங்கள் சொல்லி வைத்திருக்கிறீர்கள் போலிருக்கிறது!' என்றாள் வானதி.

'பார்த்தீரா சோதிடரே, இந்தப் பெண்ணின் பேச்சை!'

'பேசட்டும் தாயே! இப்போது எது வேண்டுமானாலும் பேசட்டும்! நாளைக்கு மன்னர் மன்னனை மணந்துகொண்டு...'

'அப்படிச் சொல்லுங்கள். இளம் பெண்களிடம் கல்யாணத்தைப் பற்றிப் பேசினால் அல்லவா அவர்கள் சந்தோஷமாகக் கேட்டுக் கொண்டிருப்பார்கள்?...'

'அதைத்தான் நானும் சொல்ல வருகிறேன், தாயே! திடுதிப்பென்று கல்யாணப் பேச்சை எடுக்கக் கூடாது அல்லவா? எடுத்தால், இந்தக் கிழவனுக்குப் புத்தி கெட்டுவிட்டது' என்று சொல்லி விடுவார்கள்!'

'இவளுக்குப் புருஷன் எங்கிருந்து வருவான்? எப்போது வருவான்? அவனுக்கு என்ன அடையாளம்? ஜாதகத்திலிருந்து இதையெல்லாம் சொல்ல முடியுமா, ஜோதிடரே!'

'ஆகா! சொல்ல முடியாமல் என்ன? நன்றாய்ச் சொல்ல முடியும்!' என்று கூறிவிட்டு, ஜோதிடர் ஜாதகத்தை மறுபடியும் கவனித்துப் பார்த்தார்.

கவனித்துப் பார்த்தாரோ, அல்லது கவனித்துப் பார்ப்பது போல் அவர் பாசாங்குதான் செய்தாரோ நமக்குத் தெரியாது.

பிறகு, தலைநிமிர்ந்து நோக்கி, 'அம்மணி! இந்த இளவரசிக்குக் கணவன் வெகு தூரத்திலிருந்து வரவேண்டியதில்லை. சமீபத்தில் உள்ளவன்தான்; ஆயினும் அந்த வீராதி வீரன் இப்போது இந்நாட்டில் இல்லை. கடல் கடந்து சென்றிருக்கிறான்!' என்றார் ஜோதிடர்.

இதைக் கேட்டதும் குந்தவை, வானதியைப் பார்த்தாள்.

வானதியின் உள்ளத்தில் பொங்கிய உவகையை அவள் அடக்கிக் கொள்ளப் பார்த்தும் முடியவில்லை, முகம் காட்டி விட்டது.

'அப்புறம்? அவன் யார்? என்ன குலம்? தெரிந்துகொள்ள ஏதாவது அடையாளம் உண்டா?'

'நன்றாக உண்டு இந்தப் பெண்ணை மணந்து கொள்ளும் பாக்கிய சாலியின் திருக்கரங்களில் சங்கு சக்கர ரேகை இருக்கும், அம்மா!'

மீண்டும் குந்தவை வானதியைப் பார்த்தாள். வானதியின் முகம் கவிந்து பூமியைப் பார்த்துக்கொண்டிருந்தது.

'அப்படியானால், இவளுடைய கைகளிலும் ஏதேனும் அடையாள ரேகை இல்லாமற்போகுமா?' என்றாள் குந்தவைப் பிராட்டி.

'தாயே! இவளுடைய பாதங்களை எப்போதாவது தாங்கள் பார்த்ததுண்டா?...'

'ஏன் ஜோதிடரே! இது என்ன வார்த்தை! இவளுடைய காலைப் பிடிக்கும்படி என்னைச் சொல்கிறீரா?'

'இல்லை; அப்படியெல்லாம் நான் சொல்லவில்லை ஆனால் ஒரு காலத்தில் ஆயிரமாயிரம் மன்னர்குலப் பெண்கள், பட்ட மகிஷிகள், அரசிளங்குமரிகள், ராணிகள், மகாராணிகள் இந்தப் பெண்ணரசியின் பாதங்களைத் தொடும் பாக்கியத்துக்காகத் தவம் கிடப்பார்கள் தாயே!'

'அக்கா! இந்தக் கிழவர் என்னைப் பரிகாசம் செய்கிறார். இதற்காகவா என்னை இங்கே அழைத்து வந்தீர்கள்? எழுந்திருங்கள் போகலாம்!'

என்று உண்மையாகவே பொங்கி வந்த போபத்துடன் கூறினாள் வானதி.

'நீ என்னத்துக்குப் பதறுகிறாயடி, பெண்ணே! அவர் ஏதாவது சொல்லிக்கொண்டு போகட்டும்...'

'நான் ஏதாவது சொல்லி விடவில்லை; எல்லாம் இந்த ஜாதகத்தில் குறிப்பிட்டிருப்பதைத்தான் சொல்லுகிறேன். 'பாதத்தாமரை' என்று ஏதோ கவிகள் உபசாரமாக வர்ணிப்பார்கள். இந்தப் பெண்ணின் உள்ளங்காலைச் சிறிது காட்டச் சொல்லுங்கள். அதில் செந்தாமரை இதழ்களின் ரேகை கட்டாயம் இருக்கும்.'

'போதும்! ஜோதிடரே இவளைப் பற்றி இன்னும் ஏதாவது சொன்னால் என்னைக் கையைப் பிடித்து இழுத்துக்கொண்டு புறப்பட்டு விடுவாள். இவளுக்கு வாய்க்கப் போகும் கணவனைப் பற்றிக் கொஞ்சம் சொல்லுங்கள்...'

'ஆகா! சொல்கிறேன்! இவளைக் கைப்பிடிக்கும் பாக்கியவான் வீராதி வீரனாயிருப்பான்! நூறு நூறு போர்க்களங்களில் முன்னணியில் நின்று வாகை மாலை சூடுவான். மன்னாதி மன்னனாயிருப்பான்; ஆயிரமாயிரம் அரசர்கள் போற்றச் சக்கரவர்த்தியின் சிம்மாசனத்தில் பன்னெடுங் காலம் வீற்றிருப்பான்.

'நீர் சொல்வதை நான் நம்பவில்லை. அது எப்படி நடக்க முடியும்?' என்று கேட்ட குந்தவை தேவியின் முகத்திலே ஆர்வமும் மகிழ்ச்சியும் ஐயமும் கவலையும் கலந்து தாண்டவமாடின.

'நானும் நம்பவில்லை. இவர் எதையோ நினைத்துக்கொண்டு பேசுகிறார். இப்படிச் சொன்னால் தங்களுக்குச் சந்தோஷமாயிருக்கும் என்று கூறுகிறார்!' என்றாள் வானதி.

'இன்று நீங்கள் நம்பாவிட்டால் பாதகமில்லை; ஒரு காலத்தில் நம்புவீர்கள் அப்போது இந்த ஏழைச் சோதிடனை மறந்து விடாதீர்கள்..'

'அக்கா! நாம் போகலாமா?' என்று மறுபடி கேட்டாள் வானதி.

அவளுடைய கரிய விழிகளின் ஓரங்களில் இரு கண்ணீர்த் துளிகள் எட்டிப் பார்த்துக்கொண்டிருந்தன.

'இன்னும் ஒரே ஒரு விஷயம் சொல்லி விடுகிறேன். அதைக் கேட்டுவிட்டுப் புறப்படுங்கள், இந்த இளவரசியை மணந்துகொள்ளப் போகும் வீரனுக்கு எத்தனை எத்தனையோ அபாயங்களும், கண்டங்களும் ஏற்படும்; பகைவர்கள் பலர் உண்டு...'

'ஐயோ!'

'ஆனால் அவ்வளவு அபாயங்களும் கண்டங்களும் முடிவில் பறந்து போகும்; பகைவர்கள் படுநாசம் அடைவார்கள். இந்தத் தேவியை அடையும் நாயகன் எல்லாத் தடைகளையும் மீறி மகோன்னதப் பதவியை அடைவான்... இதைவிட முக்கியமான செய்தி ஒன்று உண்டு தாயே! நான் வயதானவன் ஆகையால் உள்ளதை ஒளியாமல் விட்டுச் சொல்கிறேன். இந்தப் பெண்ணின் வயிற்றை நீங்கள் ஒருநாள் பாருங்கள். அதில் ஆலிலையின் ரேகைகள் இல்லாவிட்டால் நான் இந்த ஜோதிடத் தொழிலையே விட்டுவிடுகிறேன்...'

'ஆலிலையின் ரேகையில் என்ன விசேஷம் ஜோதிடரே?'

'ஆலிலையின் மேல் பள்ளிகொண்ட பெருமான் யார் என்பது தெரியாதா? அந்த மகாவிஷ்ணுவின் அம்சத்துடன் இவள் வயிற்றில் ஒரு பிள்ளை பிறப்பான். இவளுடைய நாயகனுக்காவது பல இடைஞ் சல்கள், தடங்கல்கள், அபாயங்கள், கண்டங்கள் எல்லாம் உண்டு. ஆனால் இந்தப் பெண்ணின் வயிற்றில் அவதரிக்கப் போகும் குமாரனுக்குத் தடங்கல் என்பதே கிடையாது. அவன் நினைத்த தெல்லாம் கைகூடும்; எடுத்ததெல்லாம் நிறைவேறும், அவன் தொட்ட தெல்லாம் பொன்னாகும்; அவன் கால் வைத்த இடமெல்லாம் அவனுடைய ஆட்சிக்கு உள்ளாகும்; அவன் கண்ணால் பார்த்த இடமெல்லாம் புலிக்கொடி பறக்கும். தாயே! இவளுடைய குமாரன் நடத்திச் செல்லும் சைன்யங்கள் பொன்னி நதியின் புது வெள்ளத்தைப் போல் எங்கும் தங்குதடையின்றிச் செல்லும். ஜயலக்ஷ்மி அவனுக்குக் கைகட்டி நின்று சேவகம் புரிவாள். அவன் பிறந்த நாட்டின் புகழ் மூவுலகமும் பரவும். அவன் பிறந்த குலத்தின் கீர்த்தி உலகம் உள்ள அளவும் நின்று நிலவும்!...'

இவ்வாறு ஜோதிடர் ஆவேசம் வந்தவர் போல் சொல்லி வந்தபோது குந்தவை தேவி அவருடைய முகத்தையே பார்த்துக்கொண்டு, அவர் கூறிய வார்த்தைகளை ஒன்றுவிடாமல் விழுங்குபவள் போல் கேட்டுக் கொண்டிருந்தாள்.

'அக்கா!' என்ற தீனமான குரலைக் கேட்டுத் திடுக்கிட்டுத் திரும்பிப் பார்த்தாள்.

'எனக்கு என்னமோ செய்கிறது!' என்று மேலும் தீனமாகக் கூறினாள் வானதி;

திடீரென்று மயங்கித் தரையில் சாய்ந்தாள்.

'ஜோசியரே! சீக்கிரம் கொஞ்சம் தண்ணீர்கொண்டு வாருங்கள்!' என்று குந்தவை சொல்லிவிட்டு, வானதியைத் தூக்கி மடியில் போட்டுக் கொண்டாள்.

ஜோதிடர் தண்ணீர் கொண்டுவந்தார்; குந்தவை தண்ணீரை வாங்கி வானதியின் முகத்தில் தெளித்தாள்.

'ஒன்றும் நேராது, அம்மா! கவலைப்படாதீர்கள்...' என்றார் ஜோதிடர்.

'ஒரு கவலையும் இல்லை; இவளுக்கு இது வழக்கம். இந்த மாதிரி இதுவரையில் ஐந்தாறு தடவை ஆகிவிட்டது! சற்றுப் போனால் கண் விழித்து எழுந்திருப்பாள், எழுந்ததும் இது பூலோகமா, கைலாசமா என்று கேட்பாள்!' என்றாள் குந்தவை.

பிறகு சிறிது மெல்லிய குரலில், 'ஜோசியரே! முக்கியமாக ஒன்று கேட்பதற்காகவே உங்களிடம் வந்தேன். நாடு நகரங்களிலே சில காலமாக ஜனங்கள் ஏதேதோ பேசிக் கொள்கிறார்களாமே? வானத்தில் சில நாளாக வால் நட்சத்திரம் தோன்றுகிறதே? இதற் கெல்லாம் உண்மையில் ஏதேனும் பொருள் உண்டா? இராஜ் யத்துக்கு ஏதாவது ஆபத்து உண்டா? மாறுதல் குழப்பம் ஏதேனும் ஏற்படுமா?' என்று இளைய பிராட்டி கேட்டாள்.

'அதை மட்டும் என்னைக் கேட்காதீர்கள், தாயே! தேசங்கள், இராஜ்யங்கள், இராஜாங்க நிகழ்ச்சிகள் இவற்றுக்கெல்லாம் ஜாதகமும் கிடையாது; ஜோசியமும் சொல்ல முடியாது. நான் பயின்ற வித்தையில் அதெல்லாம் வரவில்லை. ஞானிகளும், ரிஷிகளும், மகான்களும், யோகிகளும் ஒருவேளை ஞான திருஷ்டியில் பார்த்துச் சொல்லலாம். இந்த ஏழைக்கு அந்தச் சக்தி கிடையாது. இராஜரீக காரியங்களில் நாள், நட்சத்திரம், ஜாதகம், ஜோசியம் எல்லாம் சக்தியற்றுப் போய் விடுகின்றன...'

'ஜோசியரே! மிக சாமர்த்தியமாகப் பேசுகிறீர்! இராஜாங்கத்துக்கு ஜாதகம் பார்க்க வேண்டாம். ஆனால் என் தந்தையைப் பற்றியும் சகோதரர்களைப் பற்றியும் பார்த்துச் சொல்லலாம் அல்லவா? அவர்களுடைய ஜாதகத்தைப் பார்த்தால் இராஜாங்க ஜாதகத்தைப் பார்த்ததுபோல் ஆகிவிடும் அல்லவா?'

'சாவகாசமாக இன்னொரு நாள் பார்த்துச் சொல்கிறேன், அம்மா! பொதுவாக, இது குழப்பங்களும் அபாயங்களும் நிறைந்த காலம். எல்லோருமே சிறிது ஜாக்கிரதையாக இருக்க வேண்டியதுதான்...'

'ஜோசியரே! என் தந்தை, சக்கரவர்த்தி... பழையாறையை விட்டுத் தஞ்சாவூருக்குப் போனதிலிருந்து எனக்கு ஒரே கவலையாயிருக்கிறது.'

'முன்னமே சொன்னேனே, தாயே! மகாராஜாவுக்குப் பெரிய கண்டம் இருக்கிறது. தங்கள் குடும்பத்துக்கும் பெரிய அபாயங்கள் இருக்கின்றன. துர்க்காதேவியின் அருள் மகிமையினால் எல்லாம் நிவர்த்தியாகும்.'

'அக்கா! நாம் எங்கே இருக்கிறோம்?' என்று வானதியின் தீனக் குரல் கேட்டது.

குந்தவையின் மடியில் தலை வைத்துப் படுத்திருந்த வானதி கண்ணிமைகளை வண்டின் சிறகுகளைப்போல் கொட்டி மலர மலர விழித்தாள்.

'கண்மணி! இன்னும் நாம் இந்தப் பூலோகத்திலேதான் இருக்கிறோம்! சொர்க்க லோகத்துக்கு அழைத்துப் போக புஷ்பக விமானம் இன்னும் வந்து சேரவில்லை. எழுந்திரு! நம்முடைய குதிரை பூட்டிய ரதத்தி லேயே ஏறிக்கொண்டு அரண்மனைக்குப் போகலாம்!' என்றாள் குந்தவை.

வானதி எழுந்து உட்கார்ந்துகொண்டு, 'நான் மயக்கம் போட்டு விழுந்துவிட்டேனா?' என்றாள்.

'மயக்கம் போடவில்லை; அக்காவின் மடியில் படுத்துக் கொஞ்சம் தூங்கிவிட்டாய்! தாலாட்டுக்கூடப் பாடினேன். உன் காதில் விழவில்லையா?'

'கோபிக்காதீர்கள், அக்கா! என்னை அறியாமலே தலை கிறுகிறுத்து வந்துவிட்டது.'

'கிறுகிறுக்கும், கிறுகிறுக்கும்; இந்த ஜோசியர் எனக்கு அப்படி ஜோசியம் சொல்லியிருந்தால் எனக்குக் கூடத்தான் கிறுகிறுத்திருக்கும்.'

'அதனால் இல்லை, அக்கா! இவர் சொன்னதையெல்லாம் நான் நம்பிவிட்டேனா?'

'நீ நம்பினாயோ, நம்பவில்லையோ? ஆனால் ஜோசியர் பயந்தே போய்விட்டார்! உன்னைப் போன்ற பயங்கொள்ளியை இனிமேல் எங்கும் அழைத்துப் போகக் கூடாது.'

'நான்தான் சோதிடரிடம் வரவில்லையென்று அப்போதே சொன் னேனே! நீங்கள்தானே..?'

'என் குற்றந்தான். எழுந்திரு, போகலாம். வாசல் வரையில் நாலு அடி நடக்க முடியுமா? இல்லாவிட்டால் இடுப்பில் எடுத்து வைத்துக் கொண்டு போக வேணுமா?'

'வேண்டாம்! வேண்டாம்! நன்றாய் நடக்க முடியும்.'

'சற்றுப் பொறுங்கள், தாயே! தேவியின் பிரசாதம் தருகிறேன், வாங்கிக் கொண்டு போங்கள்' என்று ஜோசியர் சொல்லி விட்டு ஓலைச் சுவடியைக் கட்டத் தொடங்கினார்.

'ஜோசியரே! எனக்கு என்னவெல்லாமோ சொன்னீர்கள்; அக்காவுக்கு ஒன்றுமே சொல்லவில்லையே?' என்று வானதி கூறினாள்.

'அம்மா! இளைய பிராட்டிக்கு எல்லாம் சொல்லியிருக்கிறேன் புதிதாக என்ன சொல்ல வேண்டும்?'

'அக்காவை மணந்துகொள்ளப் போகும் வீராதி வீரர்'

'அசகாய சூரர்' என்று குந்தவை குறுக்கிட்டுச் சொன்னாள்.

'சந்தேகம் என்ன?... மகா பராக்கிரமசாலியான இராஜகுமாரர்...'

'முப்பத்திரண்டு சாமுத்ரிகா லட்சணமும் பொருந்தியவர்; புத்தியில் பிரகஸ்பதி; வித்தையில் சரஸ்வதி; அழகிலே மன்மதன்; ஆற்றலில் அர்ஜுனன்!'

'இளைய பிராட்டிக்கு ஏற்ற அந்த சுகுமாரரான இராஜகுமாரர் எங்கிருந்து எப்போது வருவார்?..'

'வருகிறார், தாயே! வருகிறார்! கட்டாயம் வரப்போகிறார். அதி சீக்கிரத்திலேயே வருவார்.'

'எப்படி வருவார்? குதிரை மேல் வருவாரா? ரதத்தில் ஏறி வருவாரா? யானை மேல் வருவாரா? கால் நடையாக வருவாரா? அல்லது நேரே ஆகாசத்திலிருந்து கூரையைப் பொத்துக்கொண்டு வந்து குதிப்பாரா!' என்று குந்தவை தேவி கேலியாகக் கேட்டாள்.

'அக்கா! குதிரை காலடிச் சத்தம் கேட்கிறது!' என்று வானதி சிறிது பரபரப்புடன் சொன்னாள்.

'ஒருவருக்கும் கேளாதது உனக்கு மாத்திரம் அதிசயமாய்க் கேட்கும்!'

'இல்லை, வேடிக்கைக்குச் சொல்லவில்லை, இதோ கேளுங்கள்!'

உண்மையாகவே அப்போது வீதியில் குதிரை ஒன்று விரைந்து வரும் காலடிச் சத்தம் கேட்டது.

'கேட்டால் என்னடி? குடந்தைப் பட்டணத்தின் வீதிகளில் குதிரை போகாமலா இருக்கும்?' என்றாள் குந்தவை.

'இல்லை; இங்கே வருகிறது மாதிரி தோன்றியது!'

'உனக்கு ஏதாவது விசித்திரமாகத் தோன்றும் எழுந்திரு, போகலாம்!'

இச்சமயத்தில் அந்த வீட்டின் வாசலில் ஏதோ குழப்பமான சப்தம் கேட்டது; குரல் ஒலிகளும் கேட்டன.

'இதுதானே ஜோசியர் வீடு?'

'ஆமாம்; நீ யார்?'

'ஜோசியர் இருக்கிறாரா?'

'உள்ளே போகக் கூடாது?'

'அப்படித்தான் போவேன்!'

'விடமாட்டேன்'

'ஜோசியரைப் பார்க்க வேண்டும்'

'அப்புறம் வா'

'அப்புறம் வர முடியாது; எனக்கு மிக்க அவசரம்!'

'அடே! அடே! நில்! நில்!'

'சற்று! விலகிப்போ! தடுத்தாயோ கொன்றுவிடுவேன்...'

'ஐயா! ஐயா! வேண்டாம்! உள்ளே போக வேண்டாம்!'

இத்தகைய குழப்பமான கூச்சல் நெருங்கி நெருங்கிக் கேட்டது; படார் என்று வாசற் கதவு திறந்தது. அவ்வளவு பிரமாதமான தடபுடலுடன் ஒரு வாலிபன் உள்ளே திடும்பிரவேசமாக வந்தான். அவனைப் பின்னாலிருந்து தோள்களைப் பிடித்து இழுக்க ஒருவன் முயன்று கொண்டிருந்தான். வாலிபன் திமிறிக்கொண்டு வாசற்படியைக் கடந்து உள்ளே வந்தான். வந்த வாலிபன் யார் என்று வாசகர்கள் ஊகித்திருப் பார்கள். நமது வீரன் வந்தியத்தேவன்தான்! வீட்டுக்குள்ளே இருந்த மூன்று பேருடைய கண்களும் ஏக காலத்தில் அவ்வீரனைப் பார்த்தன.

வந்தியத்தேவனும் உள்ளிருந்தவர்களைப் பார்த்தான். இல்லை; உள்ளேயிருந்தவர்களில் ஒருவரைத்தான் பார்த்தான். அதுகூட இல்லை; குந்தவை தேவியை அவன் முழுமையாகப் பார்க்கவில்லை. அவளுடைய பொன் முகத்தை மட்டுமே பார்த்தான். முகத்தையாவது முழுமையும் பார்த்தானோ என்றால், அதுவும் இல்லை! வியப்பினால் சிறிது விரிந்திருந்த அவளுடைய பவளச் செவ்வாயின் இதழ்களைப் பார்த்தான்; கம்பீரமும் வியப்பும் குறும்புச் சிரிப்பும் ததும்பியிருந்த அவளுடைய அகன்ற கண்களைப் பார்த்தான். கண்ணிமைகளையும் கரிய புருவங்களையும் பார்த்தான்; குங்குமச் சிவப்பான குழிந்த கன்னங்களைப் பார்த்தான். சங்கையொத்த வழுவழுப்பான கழுத்தைப் பார்த்தான். இவ்வளவையும் ஒரே சமயத்தில் தனி தனியாகப் பார்த்தான். தனித்தனியாக அவை அவன் மனத்தில் பதிந்தன.

பொன்னியின் செல்வன்

இதெல்லாம் சில விநாடி நேரந்தான், உடனே சட்டென்று திரும்பிச் சோதிடருடைய சீடனை நோக்கி, 'ஏனப்பா, உள்ளே பெண் பிள்ளைகள் இருக்கிறார்கள் என்று நீ சொல்லக் கூடாது? சொல்லி யிருந்தால் நான் இப்படி வந்திருப்பேனா?' என்று கேட்டுக்கொண்டே சீடனை மறுபக்கம் தள்ளிக்கொண்டு வாசற்படியை மீண்டும் கடந்தான். ஆயினும் வெளியில் போவதற்குள் இன்னும் ஒரு தடவை குந்தவை தேவியைத் திரும்பிப் பார்த்து விட்டுத்தான் போனான்.

'அடே அப்பா! புயல் அடித்து ஓய்ந்தது போல் அல்லவா இருக்கிறது?' என்றாள் குந்தவைப் பிராட்டி.

'இன்னும் ஓய்ந்தபாடில்லை; அதோ கேளுங்கள்!' என்றாள் கொடும் பாளூர் இளவரசி.

வாசலில் இன்னமும் வந்தியத்தேவனுக்கும் சோதிடரின் சீடனுக்கும் தர்க்கம் நடந்துகொண்டிருந்தது.

'ஜோசியரே! இவர் யார்?' என்றாள் குந்தவை.

'தெரியாது, தாயே! யாரோ அசலூர்க்காரர் மாதிரி இருக்கிறது. பெரிய முரட்டுப் பிள்ளையென்று தோன்றுகிறது.'

குந்தவை திடீரென்று எதையோ நினைத்துக்கொண்டு கலகலவென்று சிரித்தாள்.

'எதற்காக அக்கா சிரிக்கிறீர்கள்?'

'எதற்காகவா? எனக்கு வரப்போகும் மணாளன் குதிரையில் வரப் போகிறானா, யானையில் வரப் போகிறானா, அல்லது கூரை வழியாக வந்து குதிக்கப் போகிறானா என்று பேசிக்கொண்டிருந்தோமே, அதை நினைத்துக்கொண்டு சிரித்தேன்!'

இப்போது வானதிக்கும் சிரிப்புத் தாங்க முடியாமல் வந்தது. இருவருடைய சிரிப்பும் கலந்து அலை அலையாக எழுந்தது. வெளியில் எழுந்த சச்சரவுச் சப்தங்கூட இந்த இரு மங்கையரின் சிரிப்பின் ஒலியில் அடங்கிவிட்டது.

ஜோதிடர் மௌன சிந்தனையில் ஆழ்ந்தவராய், அரச குமாரிகள் இருவருக்கும் குங்குமம் கொடுத்தார். பெற்றுக்கொண்டு இருவரும் எழுந்தனர்; வீட்டுக்கு வெளியில் சென்றனர். சோதிடரும் கூட வந்தார்.

வீட்டு வாசலில் சிறிது ஒதுங்கி நின்ற வந்தியத்தேவன், பெண் மணிகளைப் பார்த்ததும், 'மன்னிக்க வேண்டும். உள்ளே பெண்கள் இருக்கிறார்கள் என்று இந்தப் புத்திசாலி சொல்லவில்லை.

ஆகையினால்தான் அப்படி அவசரமாக வந்து விட்டேன். அதற்காக
மன்னிக்க வேண்டும்!' என்று உரத்த குரலில் சொன்னான்.

குந்தவை மலர்ந்த முகத்துடன் குறும்பும் கேலியும் மிடுக்கும் ததும்பிய
கண்களினால் வந்தியத்தேவனை ஒரு தடவை ஏறிட்டுப் பார்த்தாள். ஒரு
வார்த்தையும் மறுமொழி சொல்லவில்லை. வானதியை ஒரு
கையினால் பிடித்து இழுத்துக்கொண்டு ரதம் நின்ற ஆலமரத்தடியை
நோக்கிச் சென்றாள்.

'குடந்தை நகரத்துப் பெண்களுக்கு மரியாதையே தெரியாது
போலிருக்கிறது. ஏதடா ஒரு மனிதன் வலிய வந்து பேசுகிறானே
என்பதற்காகவாவது திரும்பிப் பார்த்து ஒரு வார்த்தை பதில் சொல்லக்
கூடாதோ?' என்று வந்தியத்தேவன் இரைந்து கூறியது அவர்கள் காதில்
விழுந்தது.

ரதத்தில் குதிரையைப் பூட்டிச் சாரதி ஆயத்தமாக நிறுத்தியிருந்தான்.
இளவரசிகள் இருவரும் ரதத்தில் ஏறிக்கொண்டதும், ரத சாரதியும்
முன்னால் ஏறிக்கொண்டான். ரதம் அரிசிலாற்றங்கரையை நோக்கி
விரைந்து சென்றது. வந்தியத்தேவன் ரதம் மறையும் வரையில்
பார்த்துக்கொண்டு நின்றான்.

பன்னிரண்டாம் அத்தியாயம்

# நந்தினி

கொள்ளிடக் கரையில் படகில் ஏற்றி நாம் விட்டுவிட்டு வந்த வந்தியத்தேவன் குடந்தை சோதிடரின் வீட்டுக்கு அச்சமயம் எப்படி வந்துசேர்ந்தான் என்பதைச் சொல்ல வேண்டுமல்லவா?

ஆழ்வார்க்கடியான் படகில் ஏறியதை ஆட்சேபித்த சைவப் பெரியார், படகு நகரத் தொடங்கியதும், வந்தியத்தேவனைப் பார்த்து, 'தம்பி! உனக்காகப் போனால் போகிறது என்று இவனை ஏறவிட்டேன். ஆனால் ஓடத்தில் இருக்கும் வரையில் இவன் அந்த எட்டெழுத்துப் பெயரைச் சொல்லவே கூடாது. சொன்னால், இவனை இந்தக் கொள்ளிடத்தில் பிடித்துத் தள்ளிவிடச் சொல்லுவேன். ஓடக்காரர்கள் என்னுடைய ஆட்கள்!' என்றார்.

'நம்பி அடிகளே! தங்களுடைய திருச்செவியில் விழுந்ததா?' என்று வந்தியத்தேவன் கேட்டான்.

'இவர் ஐந்தெழுத்துப் பெயரைச் சொல்லாதிருந்தால் நானும் எட்டெழுத்துத் திருநாமத்தைச் சொல்லவில்லை!' என்றார் ஆழ்வார்க்கடியான்.

'சாக்ஷாத் சிவபெருமானுடைய பஞ்சாட்சரத் திருமந்திரத்தைச் சொல்லக் கூடாது என்று இவன் யார் தடை செய்வதற்கு? முடியாது! முடியாது!

கற்றுணைப்பூட்டி கடலிற் பாய்ச்சினும்
நற்றுணையாவது நமசிவாயவே!'

என்று சைவப் பெரியார் கம்பீர கர்ஜனை செய்தார்.

'நாடினேன் நாடி நான் கண்டுகொண்டேன்
நாராயணா என்னும் நாமம்!'

என்று ஆழ்வார்க்கடியான் உரத்த குரலில் பாடத் தொடங்கினான்.

'சிவ சிவ சிவா!' என்று சைவர் இரண்டு காதிலும் கைவிரலை வைத்து அடைத்துக்கொண்டார்.

ஆழ்வார்க்கடியான் பாட்டை நிறுத்தியதும், சைவர் காதில் வைத்திருந்த விரல்களை எடுத்தார்.

ஆழ்வார்க்கடியான் வந்தியத்தேவனைப் பார்த்து, 'தம்பி!' நீயே அந்த வீர சைவரைக் கொஞ்சம் கேள். இவர் திருமாலின் பெயரைக் கேட்பதற்கே இவ்வளவு கஷ்டப்படுகிறாரே? ஸ்ரீரங்கத்தில் பள்ளிகொண்டிருக்கும் பெருமாளின் பாத கமலங்களை அலம்பி விட்டுத்தான் இந்தக் கொள்ளிட நதி கீழே வருகிறது. பெருமாளின் பாதம்பட்ட தீர்த்தம் புண்ணிய தீர்த்தம் என்றுதானே சிவபெருமான் திருவானைக்காவலில் அந்தத் தண்ணீரிலேயே முழுகித் தவம் செய்கிறார்?' என்று சொல்லு வதற்குள்ளே சைவப் பெரியார் மிக வெகுண்டு ஆழ்வார்க்கடியான் மீது பாய்ந்தார். படகின் ஓரத்தில் இரண்டு பேரும் கைகலக்கவே, படகு கவிழ்ந்துவிடும் போலிருந்தது. ஓடக்காரர்களும் வந்தியத்தேவனும் குறுக்கிட்டு அவர்களை விலக்கினார்கள்.

'பக்த சிரோமணிகளே! நீங்கள் இருவரும் இந்தக் கொள்ளிட வெள்ளத்திலே விழுந்து நேரே மோட்சத்துக்குப் போக ஆசைப்படுவதாகத் தோன்றுகிறது. ஆனால் எனக்கு இன்னும் இந்த உலகத்தில் செய்யவேண்டிய காரியங்கள் மிச்சமிருக்கின்றன!' என்றான் வந்தியத்தேவன்.

ஓடக்காரர்களில் ஒருவன், 'கொள்ளிடத்தில் விழுந்தால் மோட் சத்துக்குப் போவது நிச்சயமோ, என்னமோ தெரியாது! ஆனால் முதலையின் வயிற்றுக்குள் நிச்சயமாகப் போகலாம்! அதோ பாருங்கள்!' என்றான்.

அவன் சுட்டிக்காட்டிய இடத்தில் முதலை ஒன்று பயங்கரமாக வாயைத் திறந்துகொண்டு காணப்பட்டது.

'எனக்கு முதலையைப் பற்றிச் சிறிதும் அச்சம் இல்லை; கஜேந்திரனை ரட்சித்த ஆதிமூலமான நாராயண மூர்த்தி எங்கே போய் விட்டார்?' என்றான் ஆழ்வார்க்கடியான்.

'எங்கே போய்விட்டாரா? பிருந்தாவனத்து கோபிகா ஸ்திரீகளின் சேலைத் தலைப்பில் ஒருவேளை ஒளிந்துகொண்டிருப்பார்!' என்றார் சைவர்.

'அல்லது பத்மாசுரனுக்கு வரங்கொடுத்துவிட்டு அலறிப் புடைத்துக் கொண்டு ஓடியது போல் சிவனுக்கு இன்னொரு சங்கடம் ஏற்பட்டிருக் கலாம்; அந்தச் சங்கடத்திலிருந்து சிவனைக் காப்பாற்றுவதற்காகத் திருமால் போயிருக்கலாம்' என்றான் நம்பி.

'திரிபுர சம்ஹாரத்தின் போது விஷ்ணு அடைந்த கர்வபங்கம் இந்த வைஷ்ணவனுக்கு ஞாபகம் இல்லை போலிருக்கிறது!' என்றார் சைவப் பெரியார்.

'சுவாமிகளே! நீங்கள் எதற்காகத்தான் இப்படிச் சண்டை போடு கிறீர்களோ, தெரியவில்லை! யாருக்கு எந்தத் தெய்வத்தின் பேரில் பக்தியோ, அந்தத் தெய்வத்தை வழிபடுவதுதானே?' என்றான் வந்தியத்தேவன்.

சைவப் பெரியாரும் ஆழ்வார்க்கடியானும் ஏன் அவ்விதம் சண்டை யிட்டார்கள்? வீர நாராயணபுரத்தில் ஏன் இதே மாதிரியான வாதப் போர் நடந்தது என்பதைப் பற்றி வாசகர்களுக்கு இச்சமயத்தில் சொல்லி விடுவது உசிதமாயிருக்கும்.

பழந் தமிழ்நாட்டில் ஏறக்குறைய அறுநூறு வருஷ காலம் பௌத்த மதமும் சமண மதமும் செல்வாக்குப் பெற்றிருந்தன. இந்தச் செல்வாக் கினால் தமிழகம் பல நலங்களை எய்தியது. சிற்பம், சித்திரம், கவிதை, காவியம் முதலிய கலைகள் தழைத்தோங்கின. பின்னர், ஆழ்வார் களும், நாயன்மார்களும் தோன்றினார்கள். அமுதொழுகும் தெய்வத் தமிழ்ப் பாசுரங்களைப் பொழிந்தார்கள். வைஷ்ணவத்தையும் சைவத்தையும் தழைத்தோங்கச் செய்தார்கள். இவர்களுடைய பிரசார முறை மிகச் சக்தி வாய்ந்ததாயிருந்தது. சமயப் பிரசாரத்துக்குச் சிற்பக் கலையுடன் கூட இசைக் கலையையும் பயன்படுத்திக் கொண்டார்கள். ஆழ்வார்களின் பாசுரங்களையும் மூவர் தேவாரப் பண்களையும் தேவகானத்தையொத்த இசையில் அமைத்துப் பலர் பாடத் தொடங்கினார்கள். இந்த இசைப் பாடல்கள் கேட்போர் உள்ளங் களைப் பரவசப்படுத்தி, பக்தி வெறியை ஊட்டின. ஆழ்வார்களின் பாடல் பெற்ற விஷ்ணு ஸ்தலங்களும் மூவரின் பாடல் பெற்ற சிவ ஸ்தலங்களும் புதிய சிறப்பையும் புனிதத் தன்மையையும் அடைந்தன. அதற்கு முன் செங்கல்லாலும் மரத்தினாலும் கட்டப்பட்டிருந்த ஆலயங்கள் புதுப்பித்துக் கற்றளிகளாகக் கட்டப்பட்டன. இந்தத் திருப்பணியை விஜயாலய சோழன் காலத்திலிருந்து சோழ மன்னர்களும் மன்னர் குடும்பத்தைச் சேர்ந்தவர்களும் வெகுவாகச் செய்துவந்தார்கள்.

அதே சமயத்தில் கேரள நாட்டில் ஒரு விசேஷ சம்பவம் நடந்தது. காலடி என்னுமிடத்தில் ஒரு மகான் அவதரித்தார். இளம்பிராயத்தில் அவர் உலகைத் துறந்து சந்நியாசி ஆனார். வடமொழியிலுள்ள சகல சாஸ்திரங்களையும் படித்துக் கரை கண்டார். வேத உபநிஷதம், பகவத் கீதை, பிரம்ம சூத்திரம், இவற்றின் அடிப்படையில் அத்வைத வேதாந்தக் கொள்கையின் கொடியை நாட்டினார். வடமொழியில்

பெற்றிருந்த வித்வத்தின் உதவியினால் பாரததேசம் முழுவதும் திக்விஜயம் செய்து ஆங்காங்கு எட்டு அத்வைத மடங்களை ஸ்தாபனம் செய்தார். இவருடைய கொள்கையை அவலம்பித்த அத்வைத சந்நியாசிகள் நாடெங்கும் பரவிச் சென்றார்கள்.

இவ்விதம் தமிழ்நாட்டில் நம் கதை நடந்த காலத்தில் அதாவது சுமார் 980 வருஷங்களுக்கு* முன்பு, பெரியதொரு சமயக் கொந்தளிப்பு ஏற்பட்டிருந்தது. இந்தக் கொந்தளிப்பிலிருந்து தீங்கு தரும் அம்சங்கள் சிலவும் தோன்றிப் பரவின. வீர வைஷ்ணவர்களும் வீர சைவர்களும் ஆங்காங்கு முளைத்தார்கள். இவர்கள் கண்ட கண்ட இடங்களில் எல்லாம் சண்டையில் இறங்கினார்கள். இந்த வாதப் போர்களில் சில சமய அத்வைதிகளும் கலந்துகொண்டார்கள். சமய வாதப் போர்கள் சில சமயம் அடிதடி சண்டையாகப் பரிணமித்தன. அந்தக் காலத்து சைவ - வைஷ்ணவப் போரை விளக்கும் அருமையான கதை ஒன்று உண்டு.

ஸ்ரீரங்கத்து வைஷ்ணவர் ஒருவர் திருவானைக்காவல் ஆலய வெளிச் சுவரின் ஓரமாகப் போய்க்கொண்டிருந்தார். தலையில் திடீரென்று ஒரு கல் விழுந்தது; காயமாகி இரத்தமும் கசிந்தது. வைஷ்ணவர் அண்ணாந்து பார்த்தார், கோபுரத்தில் ஒரு காக்கை உட்கார்ந்தபடியால் அந்தப் பழைய கோபுரத்தின் கல் இடிந்து விழுந்திருக்க வேண்டும் என்று அறிந்தார். உடனே அவருக்குக் காயமும் வலியும் மறந்து போய் ஒரே குதூகலம் உண்டாகி விட்டது. 'ஸ்ரீரங்கத்து வீர வைஷ்ணவக் காக்காயே! திருவானைக்காவல் சிவன் கோயிலை நன்றாய் இடித்துத் தள்ளு!' என்றாராம்.

அந்த நாளில் இத்தகைய சைவ - வைஷ்ணவ வேற்றுமை மனப் பான்மை மிகப் பரவியிருந்தது. இதைத் தெரிந்து கொள்ளுதல், பின்னால் இந்தக் கதையைத் தொடர்ந்து படிப்பதற்கு மிக்க அனுகூல மாயிருக்கும்.

ஓடம் அக்கரை சென்றதும், சைவப் பெரியார் ஆழ்வார்க்கடியானைப் பார்த்து, 'நீ நாசமாய்ப் போவாய்!' என்று கடைசி சாபம் கொடுத்து விட்டுத் தம் வழியே போனார்.

வந்தியத்தேவனுடன் வந்த கடம்பூர் வீரன் பக்கத்திலுள்ள திருப்பனந் தாளுக்குச் சென்று குதிரை சம்பாதித்து வருவதாகச் சொல்லிப் போனான். ஆழ்வார்க்கடியானும் வந்தியத்தேவனும் ஆற்றங்கரையில் அரச மரத்தின் அடியில் உட்கார்ந்தார்கள். அந்த மரத்தின் விசாலமான

---

* 1950ல் எழுதப்பட்டது.

அடர்ந்த கிளைகளில் நூற்றுக்கணக்கான பறவைகள் மதுரமான கலகலத்வனி செய்துகொண்டிருந்தன.

வந்தியத்தேவனும், நம்பியும் ஒருவருடைய வாயை ஒருவர் பிடுங்கி ஏதாவது விஷயத்தைக் கிரஹிக்க விரும்பினார்கள். முதலில் சிறிது நேரம் சுற்றி வளைத்துப் பேசினார்கள்.

'ஏன் தம்பி! கடம்பூர் மாளிகைக்கு என்னை அழைத்துப் போகாமல் விட்டு விட்டுப் போனாயல்லவா?'

'நான் போவதே பெரிய கஷ்டமாகப் போய்விட்டது நம்பிகளே!'

'அப்படியா? பின் எப்படித்தான் போனாய்? ஒருவேளை போக வேயில்லையோ?'

'போனேன், போனேன். ஒரு காரியத்தை உத்தேசித்து விட்டால் பின்வாங்கி விடுவேனோ? வாசற் காவலர்கள் தடுத்தார்கள்; குதிரையை ஒரு தட்டுத் தட்டி உள்ளே விட்டேன், தடுத்தவர்கள் அத்தனை பேரும் உருண்டு தரையில் விழுந்தார்கள். பிறகு அவர்கள் எழுந்து வந்து என்னைச் சூழ்ந்து கொள்வதற்குள் என் நண்பன் கந்தமாறன் ஓடிவந்து என்னை அழைத்துப் போனான்.'

'அப்படித்தான் இருக்கும் என்று நான் நினைத்தேன். மிக்க தைரியசாலி நீ. சரி அப்புறம் என்ன நடந்தது? யார், யார் வந்திருந்தார்கள்?'

'எத்தனையோ பிரமுகர்கள் வந்திருந்தார்கள், அவர்களுடைய பெயரெல்லாம் எனக்குத் தெரியாது. பழுவேட்டரையர் வந்திருந்தார்; அவருடைய இளம் மனையாளும் வந்திருந்தாள். அப்பப்பா! அந்தப் பெண்ணின் அழகை என்னவென்று சொல்வது?..'

'நீ பார்த்தாயா என்ன?'

'ஆமாம், பார்க்காமலா? என் நண்பன் கந்தமாறன் என்னை அந்தப் புரத்துக்கு அழைத்துச் சென்றான்; அங்கே பார்த்தேன். அவ்வளவு ஸ்திரீகளிலும் பழுவேட்டரையரின் இளைய ராணிதான் பிரமாத அழகுடன் விளங்கினாள்! மற்ற கருநிறத்து மங்கையர்க்கு நடுவில் அந்த ராணியின் முகம் பூரண சந்திரனைப் போல் பொலிந்தது. அரம்பை, ஊர்வசி, திலோத்தமை, இந்திராணி, சந்திராணி எல்லோரும் அவளுக்கு அப்புறந்தான்!'

'அடேயப்பா! ஒரேயடியாக வர்ணிக்கிறாயே? பிறகு என்ன நடந்தது? குரவைக் கூத்து நடந்ததா?'

'நடந்தது, மிகவும் நன்றாயிருந்தது அப்போது உம்மை நினைத்துக் கொண்டேன்.'

'எனக்குக் கொடுத்து வைக்கவில்லை. அப்புறம் இன்னும் என்ன நடந்தது?'

'வேலனாட்டம் நடந்தது. தேவராளனும் தேவராட்டியும் மேடைக்கு வந்து ஆவேசமாக ஆடினார்கள்.'

'சந்நதம் வந்ததா? ஏதாவது வாக்குச் சொன்னார்களா?'

'ஆகா! நினைத்த காரியம் கைகூடும்; மழை பெய்யும்; நிலம் விளையும்' என்றெல்லாம் சந்நதக்காரன் சொன்னான்..'

'அவ்வளவுதானா?'

'இன்னும் ஏதோ இராஜாங்க விஷயமாகச் சொன்னான்; நான் அதையொன்றும் கவனிக்கவில்லை.'

'அடாடா! இவ்வளவுதானா? கவனித்திருக்க வேண்டும், தம்பி! நீ இளம்பிள்ளை; நல்ல வீர பராக்கிரமம் உடையவனாய்த் தோன்று கிறாய். இராஜாங்க விஷயங்களைப் பற்றி எங்கேயாவது யாராவது பேசினால் காதில் கேட்டு வைத்துக்கொள்ள வேண்டும்.'

'நீர் சொல்லுவது உண்மை. எனக்குக் கூட இன்று காலையில் அப்படித் தான் தோன்றியது.'

'காலையில் தோன்றுவானேன்?'

'காலையில் கந்தமாறனும் நானும் பேசிக்கொண்டே கொள்ளிடக்கரை வரையில் வந்தோம். இராத்திரி நான் படுத்துத் தூங்கிய பிறகு கடம்பூர் மாளிகைக்கு வந்திருந்த விருந்தாளிகள் கூட்டம் போட்டு ஏதேதோ இராஜாங்க விஷயமாகப் பேசினார்களாம்.'

'என்ன பேசினார்களாம்?'

'அது எனக்குத் தெரியாது; கந்தமாறன் ஏடாகூடமாகச் சொன்னானே தவிர, தெளிவாகச் சொல்லவில்லை. ஏதோ ஒரு காரியம் சீக்கிரம் நடக்கப் போகிறது அப்போது சொல்கிறேன் என்றான். அவன் பேச்சே மர்மமாயிருந்தது. ஏன் சுவாமிகளே! உங்களுக்கு ஏதாவது தெரியுமா?'

'எதைப் பற்றி?'

'நாடு நகரமெல்லாம் ஏதேதோ பேசிக் கொள்கிறார்களே? வானத்தில் வால்நட்சத்திரம் காணப்படுகிறது; இராஜாங்கத்துக்கு ஏதோ ஆபத்து இருக்கிறது; சோழ சிம்மாசனத்தில் மாறுதல் ஏற்படும்; அப்படி, இப்படி, என்றெல்லாம் பேசிக்கொள்கிறார்கள். தொண்டை மண்டலம் வரையில் இந்தப் பேச்சு எட்டியிருக்கிறது. இன்னும் யார் யாரோ

பெரிய கைகள் சேர்ந்து, அடிக்கடி கூடி, அடுத்த பட்டத்துக்கு யார் என்று யோசித்து வருகிறார்களாம். உங்களுக்கு என்ன தோன்றுகிறது? அடுத்த பட்டத்துக்கு யார் வரக்கூடும்.'

'எனக்கு அதெல்லாம் தெரியாது, தம்பி! இராஜாங்க காரியங்களுக்கும் எனக்கும் என்ன சம்பந்தம்? நான் வைஷ்ணவன்; ஆழ்வார்களின் அடியார்க்கு அடியான்; எனக்குத் தெரிந்த பாசுரங்களைப் பாடிக் கொண்டு ஊர் ஊராய்த் திரிகிறவன்!'

இவ்வாறு ஆழ்வார்க்கடியான் கூறி, 'திருக் கண்டேன் பொன்மேனி கண்டேன்' என்று பாடத் தொடங்கவும், வந்தியத்தேவன் குறுக்கிட்டு, 'உமக்குப் புண்ணியமாய்ப் போகட்டும், நிறுத்தும்!' என்றான்.

'அடடா! தெய்வத் தமிழ்ப் பாசுரத்தை நிறுத்தச் சொல்கிறாயே?'

'ஆழ்வார்க்கடியான் நம்பிகளே! எனக்கு ஒரு சந்தேகம் உதித் திருக்கிறது, அதைச் சொல்லட்டுமா?'

'நன்றாய்ச் சொல்லு!'

'தடியைத் தூக்கிக்கொண்டு அடிக்க வரமாட்டீரே?'

'உன்னையா? உன்னை அடிக்க என்னாலே முடியுமா?'

'உம்முடைய வைஷ்ணவ பக்தி, ஊர்த்தவ புண்டரம், பாசுரப் பாடல், எல்லாம் வெறும் வேஷம் என்று சந்தேகிக்கிறேன்.'

'ஐயையோ! இது என்ன பேச்சு? அபசாரம்! அபசாரம்!'

'அபசாரமும் இல்லை உபசாரமும் இல்லை. உம்முடைய பெண்ணாசையை மறைப்பதற்காக இந்த மாதிரி வேஷம் போடுகிறீர். உம்மைப்போல் இன்னும் சிலரையும் நான் பார்த்திருக்கிறேன். பெண்ணாசைப் பித்துப் பிடித்து அலைகிறவர்கள். அப்படி என்னதான் பெண்களிடம் காண்கிறீர்களோ, அதுதான் எனக்குத் தெரியவில்லை. எனக்கு எந்தப் பெண்ணைப் பார்த்தாலும் வெறுப்பாகவே இருக்கிறது.'

'தம்பி! பெண் பித்துப் பிடித்து அலைகிறவர்கள் சிலர் உண்டு. ஆனால் அவர்களோடு என்னைச் சேர்க்காதே, நான் வேஷதாரி அல்ல; நீ அவ்விதம் சந்தேகிப்பது ரொம்பத் தவறு.'

'அப்படியானால் பல்லக்கில் வந்த அந்தப் பெண்ணிடம் ஓலை கொடுக்கும்படி என்னை ஏன் கேட்டீர்? அதிலும் இன்னொரு மனுஷன் மணம் புரிந்துகொண்ட பெண்ணிடம் மனத்தைச் செலுத்தலாமா? நீ கடம்பூர் மாளிகைக்கு வரவேண்டும் என்று சொன்னதும் அவளைப் பார்ப்பதற்குத்தானே? இல்லை என்று சொல்ல வேண்டாம்!'

'இல்லை என்று சொல்லவில்லை. ஆனால் அதற்கு நீ கூறிய காரணம் தவறு; வேறு தகுந்த காரணம் இருக்கிறது அது பெரிய கதை.'

'குதிரை இன்னும் வரக்காணோம். அந்தக் கதையைத்தான் சொல்லுங் களேன்! கேட்கலாம்!'

'கதை என்றால், கற்பனைக் கதை அல்ல; உண்மையாக நடந்த கதை. அதிசய வரலாறு! கேட்டால் திகைத்துப் போவாய்! அவசியம் சொல்லத் தான் வேண்டுமா?'

'இஷ்டமிருந்தால் சொல்லுங்கள்!'

'ஆம், சொல்லுகிறேன். கொஞ்சம் எனக்கு அவசரமாய்ப் போக வேண்டும், இருந்தாலும் சொல்லிவிட்டுப் போகிறேன். மறுபடியும் உன்னிடம் ஏதாவது உதவி கோரும்படியிருந்தாலும் இருக்கும். அப்போது தட்டாமல் செய்வாய் அல்லவா?'

'நியாயமாயிருந்தால் செய்வேன். உங்களுக்கு இஷ்டமில்லா விட்டால் ஒன்றும் சொல்ல வேண்டாம்.'

'இல்லையில்லை! உன்னிடம் கட்டாயம் சொல்லியே தீரவேண்டும். அந்த இரணியாசுரன் பழுவேட்டரையரின் இளம் மனைவி இருக்கிறாளே, நான் ஓலைகொண்டு போகச் சொன்னேனே, அவள் பெயர் நந்தினி. அவளுடைய கதையை நீ கேட்டால் ஆச்சரியப்பட்டுப் போவாய். உலகில் இப்படியும் அக்கிரமம் உண்டா என்று பொங்கு வாய்!' இந்த முன்னுரையுடன் ஆழ்வார்க்கடியான் நந்தினியைப் பற்றி கதையை ஆரம்பித்தான்.

★ ★ ★

ஆழ்வார்க்கடியான் பாண்டிய நாட்டில் வைகை நதிக்கரையில் ஒரு கிராமத்தில் பிறந்தவன். அவனுடைய குடும்பத்தார் பரம பக்தர்களான வைஷ்ணவர்கள். அவனுடைய தந்தை ஒருநாள் நதிக்கரையில் உள்ள நந்தவனத்துக்குப் போனார். அங்கே ஒரு பெண் குழந்தை அனாதை யாகக் கிடப்பதைக் கண்டார். குழந்தையை எடுத்துக்கொண்டு வீட்டுக்கு வந்தார். குழந்தை களையாகவும் அழகாகவும் இருந்த படியால் குடும்பத்தார் அன்புடன் போற்றிக் காப்பாற்றினார்கள். நந்த வனத்தில் அகப்பட்டபடியால் நந்தினி என்று குழந்தைக்குப் பெயரிட்டார்கள். ஆழ்வார்க்கடியான் அப்பெண்ணைத் தன் தங்கை என்று கருதிப் பாராட்டி வந்தான்.

நந்தினிக்குப் பிராயம் வளர்ந்து வந்தது போல் பெருமாளிடம் பக்தியும் வளர்ந்து வந்தது. அவள் மற்றொரு 'ஆண்டாள்' ஆகிப் பக்தர்களை யெல்லாம் ஆட்கொள்ளப் போகிறாள் என்று அக்கம்

பக்கத்திலுள்ளவர்கள் நம்பினார்கள். இந்த நம்பிக்கை ஆழ்வார்க் கடியானுக்கு அதிகமாயிருந்தது. தந்தை இறந்த பிறகு அப்பெண்ணை வளர்க்கும் பொறுப்பை அவனே ஏற்றுக்கொண்டான். இருவரும் ஊர் ஊராகச் சென்று ஆழ்வார்களின் பாசுரங்களைப் பாடி வைஷ்ணவத்தைப் பரப்பி வந்தார்கள். நந்தினி துளசிமாலை அணிந்து பக்திப் பரவசத்துடன் பாசுரம் பாடியதைக் கேட்டவர்கள் மதிமயங்கிப் போனார்கள்.

ஒரு சமயம் ஆழ்வார்க்கடியான் திருவேங்கடத்துக்கு யாத்திரை சென்றான். திரும்பி வரக் காலதாமதமாகி விட்டது. அப்போது நந்தினிக்கு ஒரு விபரீதம் நேர்ந்து விட்டது. பாண்டியர்களுக்கும் சோழர்களுக்கும் இறுதிப் பெரும்போர் மதுரைக்கு அருகில் நடந்தது. பாண்டியர் சேனை சர்வ நாசம் அடைந்தது. வீரபாண்டியன் உடம் பெல்லாம் காயங்களுடன் போர்க்களத்தில் விழுந்திருந்தான். அவனுடைய அந்தரங்க ஊழியர்கள் சிலர் அவனைக் கண்டுபிடித்து எடுத்து உயிர் தப்புவிக்க முயன்றார்கள். இரவுக்கிரவே, நந்தினியின் வீட்டில் கொண்டுவந்து சேர்த்தார்கள். பாண்டியனுடைய நிலைமையைக் கண்டு மனமிரங்கி, நந்தினி அவனுக்குப் பணிவிடை செய்தாள். ஆனால் சீக்கிரத்தில் சோழ வீரர்கள் அதைக் கண்டுபிடித்து விட்டார்கள். நந்தினியின் வீட்டைச் சூழ்ந்துகொண்டு உட்புகுந்து வீரபாண்டி யனைக் கொன்றார்கள். அங்கிருந்த நந்தினியின் அழகைக் கண்டு மோகித்துப் பழுவேட்டரையர் அவளைச் சிறைபிடித்துக் கொண்டு போய்விட்டார்.

இது மூன்று வருஷத்துக்கு முன்னால் நடந்தது. பிறகு ஆழ்வார்க் கடியான் நந்தினியைப் பார்க்கவே முடியவில்லை. அன்று முதல் ஒரு தடவையேனும் நந்தினியைத் தனியே சந்தித்துப் பேசவும், அவள் விரும்பினால் அவளை விடுதலை செய்துகொண்டு போகவும் ஆழ்வார்க்கடியான் முயன்றுகொண்டிருக்கிறான். இதுவரையில் அம்முயற்சியில் வெற்றி பெறவில்லை...

இந்த வரலாற்றைக் கேட்ட வந்தியத்தேவனுடைய உள்ளம் உருகி விட்டது. கடம்பூர் மாளிகையில் பல்லக்கில் இருந்தது நந்தினி இல்லை என்றும், இளவரசன் மதுராந்தகன் என்றும் ஆழ்வார்க்கடியானிடம் சொல்லி விடலாமா என்று ஒருகணம் யோசித்தான். பிறகு, ஏதோ ஒன்று மனத்தில் தடை செய்தது. ஒருவேளை இந்தக் கதை முழுதும் ஆழ்வார்க்கடியானின் கற்பனையோ என்று தோன்றியது. ஆகையால் கடம்பூர் மாளிகையில் தான் அறிந்துகொண்ட இரகசியத்தைச் சொல்ல வில்லை. அப்போது சற்றுத் தூரத்தில், கடம்பூர் வீரன் குதிரையுடன் வந்துகொண்டிருந்தான்.

'தம்பி! எனக்கு நீ உதவி செய்வாயா?' என்று ஆழ்வார்க்கடியான் கேட்டான்.

'நான் என்ன உதவி செய்ய முடியும்? பழுவேட்டரையர் இந்தச் சோழப் பேரரசையே ஆட்டுவிக்கும் ஆற்றல் உடையவர். நானோ ஒரு செல்வாக்குமில்லாத தன்னந்தனி ஆள். என்னால் என்ன செய்ய முடியும்?' என்று வந்தியத்தேவன் ஜாக்கிரதையாகவே பேசினான்.

பிறகு, 'நம்பிகளே! இராஜாங்க காரியங்களைப் பற்றி உமக்கு ஒன்றுமே தெரியாது என்றா சொல்கிறீர்கள்? சுந்தர சோழ மகாராஜாவுக்கு ஏதாவது நேர்ந்து விட்டால், அடுத்த பட்டத்துக்கு உரியவர் யார் என்று உம்மால் சொல்ல முடியாதா?' என்றான்.

இப்படிக் கேட்டு விட்டு, அடியானுடைய முகபாவத்தில் ஏதாவது மாறுதல் ஏற்படுகிறதா என்று வந்தியத்தேவன் ஆவலுடன் பார்த்தான். லவலேசமும் மாறுதல் ஏற்படவில்லை.

'அதெல்லாம் எனக்கு என்ன தெரியும், தம்பி! குடந்தை ஜோசியரைக் கேட்டால் ஒருவேளை சொல்வார்!' என்றான் நம்பி.

'ஓஹோ! குடந்தை ஜோதிடர் உண்மையிலேயே அவ்வளவு கெட்டிக் காரர்தானா?'

'அசாத்திய கெட்டிக்காரர்! சோதிடமும் பார்த்துச் சொல்வார்; மனத்தை அறிந்தும் சொல்வார்; உலக விவகாரங்களை அறிந்து, அதற்கேற்பவும் ஆரூடம் சொல்லுவார்!'

'அப்படியானால் அவரைப் பார்த்து விட்டுப் போக வேண்டியதுதான்!' என்று வந்தியத்தேவன் மனத்தில் தீர்மானித்துக் கொண்டான்.

ஆதிகாலத்திலிருந்து மனிதகுலத்துக்கு வருங்கால நிகழ்ச்சிகளை அறிந்து கொள்வதில் பிரேமை இருந்து வருகிறது. அரசர்களுக்கும் அந்தப் பிரேமை உண்டு; ஆண்டிகளுக்கும் உண்டு. முற்றும் துறந்த முனிவர்களுக்கும் உண்டு; இல்லறத்தில் உள்ள ஜனங்களுக்கும் உண்டு. அறிவிற் சிறந்த மேதாவிகளுக்கும் உண்டு; மூடமதியினர் களுக்கும் உண்டு. இத்தகைய பிரேமை, நாடு நகரங்களைக் கடந்து பல அபாயங்களுக்குத் துணிந்து, அரசாங்க அந்தரங்கப் பணியை நிறைவேற்றுவதற்காகப் பிரயாணம் செய்துகொண்டிருந்த நம்முடைய வாலிப வீரனுக்கும் இருந்ததில் ஆச்சரியம் இல்லை அல்லவா?

பதின்மூன்றாம் அத்தியாயம்

# வளர்பிறைச் சந்திரன்

இளவரசிகளின் ரதம் கண்ணுக்கு மறைந்த பிறகு, ஜோதிடர் வந்தியத் தேவனை வீட்டுக்குள் அழைத்துச் சென்றார். தம்முடைய ஆஸ்தான பீடத்தில் அமர்ந்தார். சுற்றுமுற்றும் பார்த்துக்கொண்டிருந்த அவ்வாலி பனையும் உட்காரச் சொன்னார்; அவனை ஏற இறங்கப் பார்த்தார்.

'தம்பி! நீ யார்? எங்கே வந்தாய்?' என்று கேட்டார், வந்தியத்தேவன் சிரித்தான்.

'என்னப்பா, சிரிக்கிறாய்?'

'இல்லை, தாங்கள் இவ்வளவு பிரபலமான ஜோதிடர் என்னைக் கேள்வி கேட்கிறீர்களே? நான் யார், எதற்காகத் தங்களிடம் வந்தேன் என்று ஜோதிடத்திலேயே பார்த்துக்கொள்ளக் கூடாதா?'

'ஓகோ! அதற்கென்ன? பார்த்துக் கொள்கிறேன். ஆனால் எனக்கு நானே ஜோசியம் பார்த்துக்கொண்டால், தட்சிணை யார் கொடுப்பார்கள் என்றுதான் யோசிக்கிறேன்.'

வந்தியத்தேவன் புன்னகை செய்து விட்டு, 'ஜோதிடரே! இப்போது இங்கே வந்துவிட்டுப் போனார்களே? அவர்கள் யார்?' என்று கேட்டான்.

'ஓ! அவர்களா? நீ யாரைப் பற்றிக் கேட்கிறாய் என்று எனக்குத் தெரிகிறது. தெரியும் தம்பி, தெரியும்! நீ என் சீடனைப் பிடித்து இழுத்துக் கொண்டு உள்ளே நுழைந்தபோது இங்கே இருந்தார்களே, அவர்களைப் பற்றித்தான் கேட்கிறாய், இல்லையா? ரதத்தில் ஏறிக்கொண்டு, பின்னால் புழுதியைக் கிளப்பி விட்டுக்கொண்டு போனார்களே, அவர்களைப் பற்றித்தானே?' என்று குடந்தை ஜோதிடர் சுற்றி வளைத்துக் கேட்டார்.

'ஆமாம், ஆமாம்! அவர்களைப் பற்றித்தான் கேட்டேன்...'

'நன்றாகக் கேள். கேட்க வேண்டாம் என்று யார் சொன்னது? அவர்கள் இரண்டு பேரும் இரண்டு பெண்மணிகள்!'

'அது எனக்கே தெரிந்து போய்விட்டது ஜோதிடரே! நான் குருடன் இல்லை. ஆண்களையும் பெண்களையும் நான் வித்தியாசம் கண்டு பிடித்து விடுவேன். பெண் வேடம் பூண்ட ஆணாயிருந்தால்கூட எனக்குத் தெரிந்து போய்விடும்.'

'பின்னே என்ன கேட்கிறாய்?..'

'பெண்கள் என்றால், அவர்கள் இன்னார், இன்ன ஜாதி..'

'ஓகோ! அதையா கேட்கிறாய்? பெண்களில் பத்மினி, சித்தினி, காந்தர்வி, வித்யாதரி என்பதாக நாலு ஜாதிகள் உண்டு. உனக்குச் சாமுத்திரிகா லட்சண சாஸ்திரத்தில் கொஞ்சம் பயிற்சி இருக்கும் போலிருக்கிறது. அந்த நாலு ஜாதிகளில் இவர்கள் பத்மினி, காந்தர்வி ஜாதிகளைச் சேர்ந்தவர்கள்.'

'கடவுளே!...'

'ஏன்? அப்பனே!'

'கடவுளை நான் கூப்பிட்டால், நீங்கள் 'ஏன்?' என்று கேட்கிறீர்களே?'

'அதில் என்ன பிசகு? கடவுள் சர்வாந்தர்யாமி என்று நீ கேட்ட தில்லையா? பெரியவர்களுடைய சகவாசம் உனக்கு அவ்வளவாகக் கிடையாது போலிருக்கிறது! எனக்குள்ளே இருப்பவரும் கடவுள்தான்; உனக்குள்ளே இருப்பவரும் கடவுள்தான். நீ இழுத்துக்கொண்டு உள்ளே வந்தாயே அந்த என் சீடனுக்குள்ளே இருப்பவரும் கடவுள் தான்...'

'போதும், போதும், நிறுத்துங்கள்.'

'இத்தனை நேரம் பேசச் சொன்னதும் கடவுள்தான்; இப்போது நிறுத்தச் சொல்வதும் கடவுள்தான்!'

'ஜோதிடரே! இப்போது இங்கேயிருந்து போனார்களே, அந்தப் பெண்கள் யார், எந்த ஊர், என்ன குலம், என்ன பெயர், என்று கேட்டேன். சுற்றி வளைக்காமல் மறுமொழி சொன்னால்...'

'சொன்னால் எனக்கு நீ என்ன தருவாய் அப்பனே!'

'என் வந்தனத்தைத் தருவேன்.'

'உன் வந்தனத்தை நீயே வைத்துக்கொள். ஏதாவது பொன்தானம் கொடுப்பதாயிருந்தால் சொல்லு!'

பொன்னியின் செல்வன்

‘பொன்தானம் கொடுத்தால் நிச்சயமாய்ச் சொல்லுவீர்களா?’

‘அதுவும் சொல்லக்கூடியதாயிருந்தால்தான் சொல்லுவேன்! தம்பி! இதைக் கேள். ஜோதிடன் வீட்டுக்குப் பலரும் வந்து போவார்கள். ஒருவரைப் பற்றி இன்னொருவரிடம் சொல்லக் கூடாது. இப்போது போனவர்களைப் பற்றி உன்னிடம் சொல்ல மாட்டேன். உன்னைப் பற்றி வேறு யாராவது கேட்டால் அவர்களுக்கும் உன்னைப் பற்றி ஒரு வார்த்தைகூடச் சொல்ல மாட்டேன்.’

‘ஆகா! ஆழ்வார்க்கடியான் நம்பி தங்களைப் பற்றிச் சொன்னது முற்றும் உண்மைதான்.’

‘ஆழ்வார்க்கடியாரா? அவர் யார், அப்படி ஒருவர்?’

‘தங்களுக்குத் தெரியாதா, என்ன? ரொம்பவும் தங்களைத் தெரிந்தவர் போல் பேசினாரே? ஆழ்வார்க்கடியான் நம்பி என்று கேட்டதேயில்லையா?’

‘ஒருவேளை ஆளைத் தெரிந்திருக்கும்; பெயர் ஞாபகம் இராது கொஞ்சம் அடையாளம் சொல்லு, பார்க்கலாம்!’

‘கட்டையாயும் குட்டையாயும் இருப்பார், முன் குடுமி வைத்திருப்பார். இளந்தொந்தியில் வேட்டியை இறுக்கிக் கட்டியிருப்பார். சந்தனத்தைக் குழைத்து உடம்பெல்லாம் கீழிருந்து மேலாக இட்டிருப்பார். சைவர்களைக் கண்டால் சண்டைக்குப் போவார். அத்வைதிகளைக் கண்டால் தடியைத் தூக்குவார். சற்றுமுன்னால் ‘நீயும் கடவுள், நானும் கடவுள்’ என்றீர்களே, இதை ஆழ்வார்க்கடியான் கேட்டிருந்தால் ‘கடவுளைக் கடவுள் தாக்குகிறது!’ என்று சொல்லித் தடியினால் அடிக்க வருவார்...’

‘தம்பி! நீ சொல்லுவதையெல்லாம் சேர்த்துப் பார்த்தால் திருமலையப்பனைப் பற்றிச் சொல்லுகிறாய் போலிருக்கிறது...’

‘அவருக்கு அப்படி வெவ்வேறு பெயர்கள் உண்டா?’

‘ஊருக்கு ஒரு பெயர் வைத்துக்கொள்வார் அந்த வீர வைஷ்ணவர்.’

‘ஆளுக்குத் தகுந்த வேஷமும் போடுவாராக்கும்!’

‘ஆகா! சமயத்துக்குத் தகுந்த வேஷமும் போடுவார்.’

‘சொல்லுவதில் கொஞ்சம் கற்பனையும் பொய்யும் கலந்திருக்குமோ?’

‘முக்காலே மூன்றரை வீசம் பொய்யும் கற்பனையும் இருக்கும்; அரை வீசம் உண்மையும் இருக்கலாம்.’

'ரொம்பப் பொல்லாத மனிதர் என்று சொல்லுங்கள்!'

'அப்படியும் சொல்லிவிட முடியாது. நல்லவர்க்கு நல்லவர்; பொல்லா தவர்க்குப் பொல்லாதவர்.'

'அவருடைய பேச்சை நம்பி ஒன்றும் செய்ய முடியாது.'

'நம்புவதும் நம்பாததும் அந்தந்தப் பேச்சைப் பொறுத்திருக்கிறது...'

'உதாரணமாக, தங்களிடம் போய்ச் சோதிடம் கேட்டால் நல்லபடி சொல்லுவீர்கள் என்று அவர் கூறியது...'

'அவர் பேச்சில் அரை வீசம் உண்மையும் இருக்கும் என்றேனே, அந்த அரை வீசத்தில் அது சேர்ந்தது.'

'அப்படியானால் எனக்கு ஏதாவது ஜோதிடம், ஆரூடம் சொல்லுங்கள்; நேரமாகிவிட்டது எனக்குப் போகவேண்டும், ஐயா!'

'அப்படி அவசரமாக எங்கே போக வேண்டும், அப்பனே!'

'அதையும் தாங்கள் ஜோதிடத்தில் பார்த்துச் சொல்லக் கூடாதா? எங்கே போகவேண்டும், எங்கே போகக் கூடாது, போனால் காரியம் சித்தியாகுமா என்பதைப் பற்றியெல்லாந்தான் தங்களைக் கேட்க வந்தேன்.'

'ஜோதிடம், ஆரூடம் சொல்வதற்கும் ஏதாவது ஆதாரம் வேண்டும், அப்பனே! ஜாதகம் வேண்டும்; ஜாதகம் இல்லாவிடில், பிறந்தநாள், நட்சத்திரமாவது தெரிய வேண்டும்; அதுவும் தெரியாவிடில், ஊரும் பேருமாவது சொல்ல வேண்டும்'.

'என் பெயர் வந்தியத்தேவன்!'

'ஆகா! வாணர் குலத்தவனா?'

'ஆமாம்.'

'வல்லவரையன் வந்தியத்தேவனா?'

'சாட்சாத் அவனேதான்.'

'அப்படிச் சொல்லு, தம்பி! முன்னமே சொல்லியிருக்கக் கூடாதா? உன் ஜாதகம்கூட என்னிடம் இருந்ததே! தேடிப் பார்த்தால் கிடைக்கும்.'

'ஓஹோ! அது எப்படி?'

'என்னைப் போன்ற ஜோதிடர்களுக்கு வேறு என்ன வேலை. பெரிய வம்சத்தில் பிறந்த பிள்ளைகள் - பெண்கள் இவர்களுடைய ஜாதகங்களை யெல்லாம் சேர்த்து வைத்துக்கொள்வோம்'.

'நான் அப்படியொன்றும் பெரிய வம்சத்தில் பிறந்தவன் அல்லவே...'

'நன்றாகச் சொன்னாய்! உன்னுடைய குலம் எப்பேர்ப்பட்ட குலம்! வாணர் குலத்தைப் பற்றிக் கவிவாணர்கள் எவ்வளவு கவிகளை யெல்லாம் பாடியிருக்கிறார்கள்! ஒருவேளை நீ கேட்டிருக்க மாட்டாய்.'

'ஒரு கவிதையைத்தான் சொல்லுங்களேன், கேட்கலாம்.'

ஜோதிடர் உடனே பின்வரும் பாடலைச் சொன்னார்:

'வாணன் புகழுரையா வாயுண்டோ மாகதர்கோன்
    வாணன் பெயரெழுதா மார்புண்டோ - வாணன்
கொடிதாங்கி நில்லாத கொம்புண்டோ உண்டோ
    அடிதாங்கி நில்லா அரசு!'

ஜோதிடர் இசைப்புலவர் அல்லவென்பது அவர் பாடும்போது வெளியாயிற்று. ஆயினும் பாடலைப் பண்ணில் அமைத்து மிக விளக்கமாகவும் உருக்கமாகவும் பாடினார்.

'கவி எப்படியிருக்கிறது?' என்று கேட்டார்.

'கவி காதுக்கு நன்றாகத்தான் இருக்கிறது. ஆனால் என்னுடைய கொடியை ஏதாவது ஒரு மாட்டின் கொம்பில் நானே கட்டி விட்டால் தான் உண்டு. அரசமரத்துக் கிளை மேல் ஏறி நின்றால்தான் அரசு என் அடியைத் தாங்கும்; அதுகூடச் சந்தேகம்தான். கனம் தாங்காமல் கிளை முறிந்து என்னையும் கீழே தள்ளினாலும் தள்ளும்!' என்றான் வந்தியத்தேவன்.

'இன்றைக்கு உன் நிலைமை இப்படி; நாளைக்கு எப்படியிருக்கும் என்று யார் கண்டது?' என்றார் ஜோதிடர்.

'தாங்கள் கண்டிருப்பீர்கள் என்று எண்ணியல்லவா வந்தேன்?' என்றான் வல்லவரையன்.

'நான் என்னத்தைக் கண்டேன், தம்பி! எல்லாரையும் போல் நானும் அற்ப ஆயுள் படைத்த மனிதன்தானே? ஆனால் கிரகங்களும் நட்சத்திரங்களும் வருங்கால நிகழ்ச்சிகளைச் சொல்லுகின்றன. அவை சொல்லுவதை நான் சிறிது கண்டறிந்து கேட்பவர்களுக்குச் சொல்கிறேன், அவ்வளவுதான்!'

'கிரகங்களும் நட்சத்திரங்களும் என் விஷயத்தில் என்ன சொல்கின்றன ஜோதிடரே?'

‘நீ நாளுக்கு நாள் உயர்வாய் என்று சொல்லுகின்றன.’

‘சரியாகப் போச்சு! இப்போதுள்ள உயரமே அதிகமாயிருக்கிறது. உங்கள் வீட்டில் நுழையும்போது குனிய வேண்டியிருக்கிறது! இன்னும் உயர்ந்து என்ன செய்வது? இப்படியெல்லாம் பொதுவாகச் சொல்லாமல் குறிப்பாக ஏதாவது சொல்லுங்கள்.’

‘நீ ஏதாவது குறிப்பாகக் கேட்டால், நானும் குறிப்பாகச் சொல்லு வேன்.’

‘நான் தஞ்சாவூருக்குப் போகிற காரியம் கைகூடுமா? சொல்லுங்கள்.’

‘நீ தஞ்சாவூருக்கு உன் சொந்தக் காரியமாகப் போகிறதானால் போகிற காரியம் கைகூடும். இப்போது உனக்கு ஜயக்கிரகங்கள் உச்சமாயிருக் கின்றன. பிறருடைய காரியமாகப் போவதாயிருந்தால், அந்த மனிதர் களுடைய ஜாதகத்தைப் பார்த்துச் சொல்ல வேண்டும்!’

வந்தியத்தேவன் தலையை ஆட்டிக்கொண்டு மூக்கின் மேல் விரலை வைத்து, ‘ஜோதிடரே! தங்களைப் போன்ற சாமர்த்தியசாலியை நான் பார்த்ததேயில்லை!’ என்றான்.

‘முகஸ்துதி செய்யாதே, தம்பி!’ என்றார் ஜோதிடர்.

‘இருக்கட்டும். கேட்க வேண்டியதைத் தெளிவாகவே கேட்டு விடுகிறேன். தஞ்சாவூரில் சக்கரவர்த்தியைத் தரிசிக்க விரும்புகிறேன், அது சாத்தியமாகுமா?’

‘என்னைவிடப் பெரிய ஜோதிடர்கள் இருவர் தஞ்சாவூரில் இருக்கிறார்கள். அவர்களைத்தான் கேட்கவேண்டும்.’

‘அவர்கள் யார்?’

‘பெரிய பழுவேட்டரையர் ஒருவர்; சின்னப் பழுவேட்டரையர் ஒருவர்.’

‘சக்கரவர்த்தியின் உடல்நிலை மிக மோசமாகியிருப்பதாகச் சொல் கிறார்களே? அது உண்மையா?’

‘யாராவது ஏதாவது சொல்லுவார்கள்! சொல்லுவதற்கு என்ன? அதை யெல்லாம் நம்பாதே! வெளியிலும் சொல்லாதே!’

‘சக்கரவர்த்திக்கு ஏதாவது நேர்ந்துவிட்டால், அடுத்த பட்டம் யாருக்கு என்று சொல்ல முடியுமா?’

‘அடுத்த பட்டம் உனக்குமில்லை; எனக்குமில்லை; நாம் ஏன் அதைப்பற்றிக் கவலைப்பட வேண்டும்?’

'அந்த மட்டில் தப்பிப் பிழைத்தோம்!' என்றான் வந்தியத்தேவன்.

'உண்மைதான், தம்பி! பட்டத்துக்குப் பாத்தியதை என்பது சாதாரண விஷயம் அல்ல; மிக்க அபாயகரமான விஷயம் இல்லையா!'

'ஜோசியரே! தற்சமயம் காஞ்சியில் இருக்கிறாரே, இளவரசர் ஆதித்த கரிகாலர்.'

'இருக்கிறார். அவருடைய சார்பாகத்தானே நீ வந்திருக்கிறாய்!'

'கடைசியாகக் கண்டுபிடித்து விட்டீர்கள்; சந்தோஷம் அவருடைய யோகம் எப்படி இருக்கிறது.'

'ஜாதகம் கைவசம் இல்லை, தம்பி! பார்த்துத்தான் சொல்ல வேண்டும்.'

'இளவரசர் மதுராந்தகரின் யோகம் எப்படி?'

'அவருடையது விசித்திரமான ஜாதகம். பெண்களின் ஜாதகத்தை ஒத்தது. எப்போதும் பிறருடைய ஆதிக்கத்துக்கு உட்பட்டிருப்பது...'

'இப்போதுகூடச் சோழ நாட்டில் பெண்ணரசு நடைபெறுவதாகச் சொல்கிறார்களே? அல்லி ராஜ்யத்தைவிட மோசம் என்கிறார்களே?'

'எங்கே தம்பி அப்படிச் சொல்லுகிறார்கள்?'

'கொள்ளிடத்துக்கு வடக்கே சொல்லுகிறார்கள்?'

'பெரிய பழுவேட்டரையர் புதியதாக மணம் புரிந்து கொண்ட இளைய ராணியின் ஆதிக்கத்தைப் பற்றிச் சொல்கிறார்கள் போலிருக்கிறது.'

'நான் கேள்விப்பட்டது வேறு.'

'என்ன கேள்விப்பட்டாய்?'

'சக்கரவர்த்தியின் திருக்குமாரி குந்தவைப் பிராட்டிதான் அவ்விதம் பெண்ணரசு செலுத்துவதாகச் சொல்கிறார்கள்!'

ஜோதிடர் சற்றே வந்தியத்தேவன் முகத்தை உற்றுப் பார்த்தார். சற்றுமுன் அந்த வீட்டிலிருந்து சென்றது குந்தவை தேவி என்று தெரிந்துகொண்டுதான் அவ்விதம் கேட்கிறானோ என்று முகத்தி லிருந்து அறிய முயன்றார். ஆனால் அதற்கு அறிகுறி ஒன்றும் தெரிய வில்லை.

'சுத்தத் தவறு, தம்பி! சுந்தர சோழ சக்கரவர்த்தி தஞ்சையில் இருக்கிறார். குந்தவைப் பிராட்டி பழையாறையில் இருக்கிறார் மேலும்...'

'மேலும் என்ன? ஏன் நிறுத்தி விட்டீர்கள்?'

'பகலில் பக்கம் பார்த்துப் பேச வேண்டும்; இரவில் அதுவும் பேசக் கூடாது. ஆனாலும் உன்னிடம் சொன்னால் பாதகமில்லை. இப்போது சக்கரவர்த்திக்கு அதிகாரம் ஏது? எல்லா அதிகாரங்களையும் பழுவேட்டரையர்கள் அல்லவா செலுத்துகிறார்கள்!'

இப்படிச் சொல்லிவிட்டு ஜோதிடர், வந்தியத்தேவனுடைய முகத்தை மறுபடியும் ஒரு தடவை கவனமாகப் பார்த்தார்.

'ஜோதிடரே! நான் பழுவேட்டரையரின் ஒற்றன் அல்ல; அப்படிச் சந்தேகப்பட வேண்டாம். சற்று முன்னால் ராஜ்யங்களும் ராஜவம் சங்களும் நிலைத்து நில்லாமை பற்றிச் சொன்னீர்கள். நான் பிறந்த வாணர் குலத்தையே உதாரணமாகச் சொன்னீர்கள். தயவு செய்து உண்மையைச் சொல்லுங்கள்; சோழ வம்சத்தின் வருங்காலம் எப்படியிருக்கும்?'

'உண்மையைச் சொல்கிறேன்; சந்தேகம் சிறிதுமின்றிச் சொல்கிறேன். ஆனி மாதக் கடைசியில் காவேரியிலும் காவேரியின் கிளை நதிகளிலும் புதுவெள்ளம் வரும். அப்போது அது நாளுக்கு நாள் பெருகப் போகும் புது வெள்ளம் என்பது காவேரி தீரத்தில் உள்ளவர்களுக்கு நன்றாய்த் தெரியும். ஆவணி, புரட்டாசி வரையிலும் வெள்ளம் பெருகிக்கொண்டு தானிருக்கும். கார்த்திகை, மார்கழியில் வெள்ளம் வடிய ஆரம்பிக்கும். இது வடிகிற வெள்ளம் என்பதும் காவேரிக் கரையில் உள்ளவர்க ளுக்குத் தெரிந்து போகும். சோழ சாம்ராஜ்யம் இப்போது நாளுக்கு நாள் பெருகும் புதுவெள்ளத்தை ஒத்திருக்கிறது. இன்னும் பல நூறு வருஷம் இது பெருகிப் பரவிக்கொண்டேயிருக்கும். சோழப் பேரரசு இப்போது வளர்பிறைச் சந்திரனாக இருந்து வருகிறது. பௌர்ணமிக்கு இன்னும் பல நாள் இருக்கிறது. ஆகையால் மேலும் மேலும் சோழ மகாராஜ்யம் வளர்ந்துகொண்டேயிருக்கும்...'

'இத்தனை நேரம் தங்களுடனே பேசியதற்கு இந்த ஒரு விஷயம் தெளிவாகச் சொல்லி விட்டீர்கள். வந்தனம். இன்னும் ஒரு விஷயம் மட்டும் முடியுமானால் சொல்லுங்கள். எனக்கு கப்பல் ஏறிக் கடற் பிரயாணம் செய்ய வேண்டும் என்ற விருப்பம் ரொம்ப நாளாக இருக்கிறது...'

'அந்த விருப்பம் நிச்சயமாகக் கைகூடும்; நீ சகடயோகக்காரன். உன் காலில் சக்கரம் இருப்பது போலவே ஓயாமல் சுற்றிக்கொண்டிருப்பாய். நடந்து போவாய்; குதிரை ஏறிப் போவாய்; யானை மேல் போவாய்; கப்பல் ஏறியும் போவாய்; சீக்கிரமாகவே உனக்குக் கடற் பிரயாணம் செய்யும் யோகம் இருக்கிறது.'

'ஐயா! தென்திசைப் படையின் சேனாபதி, தற்சமயம் ஈழத்திலே யுத்தம் நடத்தும் இளவரசர் அருள்மொழிவர்மரைப் பற்றித் தாங்கள் சொல்லக்

கூடுமா? கிரகங்களும் நட்சத்திரங்களும் அவரைப் பற்றி என்ன சொல்லுகின்றன?'

'தம்பி! கப்பலில் பிரயாணம் செய்வோர் திசையறிவதற்கு ஒரு காந்தக் கருவியை உபயோகிக்கிறார்கள். கலங்கரை விளக்கங்களும் உபயோகப் படுகின்றன. ஆனால் இவற்றையெல்லாம்விட, நடுக்கடலில் கப்பல் விடும் மாலுமிகளுக்கு உறுதுணையாயிருப்பது எது தெரியுமா? வடதிசையில் அடிவானத்தில் உள்ள துருவ நட்சத்திரந்தான். மற்ற நட்சத்திரங்கள் - கிரகங்கள் எல்லாம் இடம்பெயர்ந்து போய்க்கொண்டே யிருக்கும். ஸப்தரிஷி மண்டலமும் திசைமாறிப் பிரயாணம் செய்யும். ஆனால் துருவ நட்சத்திரம் மட்டும் இடத்தைவிட்டு அசையாமல் இருந்த இடத்திலேயே இருக்கும். அந்தத் துருவ நட்சத்திரத்தைப் போன்றவர் சுந்தர சோழ சக்கரவர்த்தியின் கடைக்குட்டிப் புதல்வரான இளவரசர் அருள்மொழிவர்மர். எதற்கும் நிலைகலங்காத திட சித்தமுடையவர். தியாகம், ஒழுக்கம் முதலிய குணங்களில் போலவே வீரபுருஷத்திலும் சிறந்தவர். கல்வியறிவைப் போலவே உலக அறிவும் படைத்தவர். பார்த்தாலே பசி தீரும் என்று சொல்லக் கூடிய பால்வடியும் களைமுகம் படைத்தவர்; அதிர்ஷ்ட தேவதையின் செல்வப் புதல்வர். மாலுமிகள் துருவ நட்சத்திரத்தைக் குறிகொள்வது போல், வாழ்க்கைக் கடலில் இறங்கும் உன் போன்ற வாலிபர்கள் அருள்மொழிவர்மரைக் குறியாக வைத்துக்கொள்வது மிக்க பலன் அளிக்கும்.'

'அப்பப்பா! இளவரசர் அருள்மொழிவர்மரைப் பற்றி எவ்வள வெல்லாம் சொல்கிறீர்கள்? காதலனைக் காதலி வர்ணிப்பது போல் அல்லவா வர்ணிக்கிறீர்கள்?'

'தம்பி! காவிரி தீரத்திலுள்ள சோழ நாட்டில் யாரைக் கேட்டாலும் என்னைப் போலத்தான் சொல்வான்.'

'மிக்க வந்தனம் ஜோதிடரே! சமயம் நேர்ந்தால் உங்கள் புத்திமதியின் படியே நடப்பேன்.'

'உன்னுடைய அதிர்ஷ்டக் கிரகமும் உச்சத்துக்கு வந்திருக்கிறது என்று அறிந்துதான் சொன்னேன்.'

'போய் வருகிறேன் ஜோதிடரே. என் மனமார்ந்த வந்தனத்துடன் என்னால் இயன்ற பொன் தனமும் கொஞ்சம் சமர்ப்பிக்கிறேன்; தயவு செய்து பெற்றுக்கொள்ள வேணும்.'

இவ்விதம் கூறி, ஐந்து கழஞ்சு பொன் நாணயங்களை வந்தியத்தேவன் சமர்ப்பித்தான்.

'வாணர் குலத்தின் கொடைத்தன்மை இன்னமும் போகவில்லை!' என்று சொல்லிக்கொண்டு ஜோதிடர் பொன்னை எடுத்துக்கொண்டார்.

பதினான்காம் அத்தியாயம்

# ஆற்றங்கரை முதலை

குடந்தை நகரிலிருந்து தஞ்சாவூர் செல்வோர் அந்தக் காலத்தில் அரிசலாற்றங்கரையோடாவது காவேரிக் கரையின் மேலாவது சென்று, திருவையாற்றை அடைவார்கள். அங்கிருந்து தெற்கே திரும்பித் தஞ்சாவூர் போவார்கள். வழியிலுள்ள குடமுருட்டி, வெட்டாறு, வெண்ணாறு, வடவாறு நதிகளைத் தாண்ட அங்கே தான் வசதியான துறைகள் இருந்தன.

குடந்தையிலிருந்து புறப்பட்ட வல்லவரையன், முதலில் அரிசிலாற்றங் கரையை நோக்கிச் சென்றான். வழியில் அவன் பார்த்த காட்சிகள் எல்லாம் சோழ நாட்டைக் குறித்து அவன் கேள்விப்பட்டிருந்ததைக் காட்டிலும் அதிகமாகவே அவனைப் பிரமிக்கச் செய்தன. எந்த இனிய காட்சியையும் முதல் முறை பார்க்கும்போது அதன் இனிமை மிகுந்து தோன்றுமல்லவா? பசும்பயிர் வயல்களும், இஞ்சி மஞ்சள் கொல்லைகளும், கரும்பு வாழைத் தோட்டங்களும், தென்னை, கமுகுத் தோப்புகளும், வாவிகளும், ஓடைகளும், குளங்களும், வாய்க் கால்களும் மாறி மாறி வந்துகொண்டேயிருந்தன. ஓடைகளில் அல்லியும் குவளை யும் காடாகப் பூத்துக் கிடந்தன. குளங்களில் செந்தா மரையும் வெண்தாமரையும் நீலோத்பலமும் செங்கழுநீரும் கண் கொள்ளாக் காட்சியளித்தன. வெண்ணிறக் கொக்குகள் மந்தை மந்தையாகப் பறந்தன. செங்கால் நாரைகள் ஒற்றைக்காலில் நின்று தவம் செய்தன. மடைகளின் வழியாகத் தண்ணீர் குபுகுபு என்று பாய்ந்தது. நல்ல உரமும் தழை எருவும் போட்டுப் போட்டுக் கன்னங்கரேலென்றிருந்த கழனிகளின் சேற்றை உழவர்கள் மேலும் ஆழமாக உழுது பண்படுத்தினார்கள். பண்பட்ட வயல்களில் பெண்கள் நடவு நட்டார்கள். நடவு செய்துகொண்டே, இனிய கிராமிய பாடல் களைப் பாடினார்கள். கரும்புத் தோட்டங்களின் பக்கத்தில் கரும்பு ஆலைகள் அமைத்திருந்தார்கள்.சென்ற ஆண்டில் பயிரிட்ட முற்றிய கருப்பங்கழிகளை வெட்டி அந்தக் கரும்பு ஆலைகளில் கொடுத்துச்

சாறு பிழிந்தார்கள். கரும்புச் சாற்றின் மணமும், வெல்லம் காய்ச்சும் மணமும் சேர்ந்து கலந்து வந்து மூக்கைத் தொளைத்தன.

தென்னந்தோப்புகளின் மத்தியில் கீற்று ஓலைகள் வேயப்பட்ட குடிசைகளும் ஓட்டு வீடுகளும் இருந்தன. கிராமங்களில் வீட்டு வாசலைச் சுத்தமாக மெழுகிப் பெருக்கித் தரையைக் கண்ணாடி போல் வைத்திருந்தார்கள். சில வீடுகளின் வாசல்களில் நெல் உலரப் போட்டிருந்தார்கள். அந்த நெல்லைக் கோழிகள் வந்து கொத்தித் தின்றுவிட்டு, 'கொக்கரக்கோ!' என்று கத்திக்கொண்டு திரும்பிப் போயின. நெல்லைக் காவல் காத்துக்கொண்டிருந்த பெண் குழந்தைகள் அக்கோழிகளை விரட்டி அடிக்கவில்லை. 'கோழி அப்படி எவ்வளவு நெல்லைத் தின்றுவிடப் போகிறது?' என்று அலட்சியத் துடன் அக்குழந்தைகள் சோழியும் பல்லாங்குழியும் ஆடிக்கொண்டிருந் தார்கள். குடிசைகளின் கூரைகளின் வழியாக அடுப்புப் புகை மேலே வந்துகொண்டிருந்தது. அடுப்புப் புகையுடன் நெல்லைப் புழுக்கும் மணமும், கம்பு வறுக்கும் மணமும், இறைச்சி வதக்கும் நாற்றமும் கலந்து வந்தன. அக்காலத்தில் போர் வீரர்கள் பெரும்பாலும் மாமிச பட்சணிகளாகவே இருந்தார்கள். வல்லவரையனும் அப்படித்தான்; எனவே அந்த மணங்கள் அவனுடைய நாவில் ஜலம் ஊறச் செய்தன.

ஆங்காங்கே சாலை ஓரத்தில் கொல்லர் உலைக்களங்கள் இருந்தன. உலைகளில் நெருப்புத் தணல் தகதகவென்று ஜொலித்தது. இரும்பைப் பட்டறையில் வைத்து அடிக்கும் சத்தம் 'டணார், டணார்' என்று கேட்டது. அந்த உலைக் களங்களில் குடியானவர்களுக்கு வேண்டிய ஏர்க்கொழு, மண்வெட்டி, கடப்பாரை முதலியவற்றுடன் கத்திகள், கேடயங்கள், வேல்கள், ஈட்டிகள் முதலியன குப்பல் குப்பலாகக் கிடந்தன. அவற்றை வாங்கிக்கொண்டு போகக் குடியானவர்களும் போர் வீரர்களும் போட்டி போட்டுக்கொண்டு காத்திருந்தார்கள்.

சிறிய கிராமங்களிலும் சின்னஞ்சிறு கோயில்கள் காட்சி அளித்தன. கோயிலுக்குள்ளே சேமக்கலம் அடிக்கும் சத்தமும், நகரா முழங்கும் சத்தமும், மந்திரகோஷமும், தேவாரப் பண்பாடலும் எழுந்தன. மாரியம்மன் முதலிய கிராம தேவதைகளை மஞ்சத்தில் எழுந்தருளப் பண்ணிக்கொண்டு பூசாரிகள் கரகம் எடுத்து ஆடிக்கொண்டும் உடுக்கு அடித்துக்கொண்டும் வந்து நெல் காணிக்கை தண்டினார்கள். கழுத்தில் மணி கட்டிய மாடுகளைச் சிறுவர்கள் மேய்ப்பதற்கு ஓட்டிப் போனார்கள். அவர்களில் சிலர் புல்லாங்குழல் வாசித்தார்கள்!

குடியானவர்கள் வயலில் வேலை செய்த அலுப்புத் தீர மரத்தடியில் உட்கார்ந்து இளைப்பாறினார்கள். அப்போது செம்மறியாடுகளைச் சண்டைக்கு ஏவிவிட்டு அவர்கள் வேடிக்கை பார்த்தார்கள். வீட்டுக்

கூரைகளின் மேல் பெண் மயில்கள் உட்கார்ந்து கூவ, அதைக் கேட்டு ஆண் மயில்கள் தோகையைத் தூக்க முடியாமல் தூக்கிக்கொண்டு ஜிவ்வென்று பறந்துபோய் அப்பெண் மயில்களுக்கு பக்கத்தில் அமர்ந்தன. புறாக்கள் அழகிய கழுத்தை அசைத்துக்கொண்டு அங்கு மிங்கும் சுற்றின. பாவம்! கூண்டுகளில் அடைபட்ட கிளிகளும் மைனாக் களும் சோக கீதங்கள் இசைத்தன. இப்படிப்பட்ட காட்சிகளை யெல்லாம் பார்த்துக் களித்துக்கொண்டு வந்தியத்தேவன் குதிரையை மெல்ல செலுத்திக்கொண்டு சென்றான்.

அவனுடைய கண்களுக்கு நிறைய வேலை இருந்தது. மனமும் இந்தப் பல்வேறு காட்சிகளைப் பார்த்து மகிழ்ந்துகொண்டிருந்தது. ஆயினும் அவன் உள்மனத்திலே இலேசாகப் பனியினால் மூடுண்டது போல், ஒரு பெண்ணின் முகம் தெரிந்துகொண்டேயிருந்தது. ஆகா! அந்தப் பெண் அவளுடைய செவ்விதழ்களைத் திறந்து தன்னுடன் சில வார்த்தை பேசியிருக்கக்கூடாதா? பேசியிருந்தால் அவளுக்கு என்ன நஷ்டமாகியிருக்கும்? அந்தப் பெண் யாராயிருக்கும்? யாராயிருந் தாலும் கொஞ்சம் மரியாதை என்பது வேண்டாமா? என்னைப் பார்த் தால் அவ்வளவு அலட்சியம் செய்வதற்குரியவனாகவா தோன்று கிறது? அந்தப் பெண் யார் என்பதைச் சொல்லாமலே அந்தச் சோதிடக் கிழவர் ஏமாற்றிவிட்டார் அல்லவா! அவர் கெட்டிக்காரர்; அசாத்தியக் கெட்டிக்காரர். பிறருடைய மனத்தை எப்படி ஆழம் பார்த்துக் கொள்கிறார்? எவ்வளவு உலக அனுபவத்துடன் வார்த்தை சொல்லு கிறார்? முக்கியமான விஷயம் ஒன்றும் அவர் சொல்லவில்லைதான்! இராஜாங்க சம்பந்தமான பேச்சுகளில் அவர் மிகவும் ஜாக்கிரதையாக எதுவும் சொல்லாமல் தப்பித்துக்கொண்டார். அல்லது எல்லோருக்கும் தெரிந்ததையே விகசித சாதுரியத்துடனே சொல்லிச் சமாளித்துக் கொண்டார். ஆனாலும் தன்னுடைய அதிர்ஷ்டக் கிரகங்கள் உச்சத்துக்கு வந்திருப்பதாக நல்ல வார்த்தை சொன்னார் அல்லவா? குடந்தை ஜோதிடர் நன்றாயிருக்கட்டும்...

இவ்வாறெல்லாம் சிந்தித்துக்கொண்டு வந்தியத்தேவன் சென்றான். அவ்வப்போது எதிர்ப்பட்ட காட்சிகள் இடையிடையே அவனைச் சிந்தனை உலகத்திலிருந்து இவ்வுலகத்துக்கு இழுத்தன. கடைசியில் அரிசிலாற்றங் கரையை அடைந்தான். சிறிது தூரம் ஆற்றங் கரையோடு சென்றதும், பெண்களின் கைவளை குலுங்கும் சத்தமும், கலகல வென்று சிரிக்கும் ஒலியும் கேட்டன. அவர்கள் இருக்குமிடம் தெரியாமல் அரிசிலாற்றங் கரையில் அடர்ந்து வளர்ந்திருந்த மரங்கள் மறைத்துக் கொண்டிருந்தன. எங்கிருந்து அப்பெண்களின் குரல் ஒலி வருகிறது என்று கண்டுபிடிக்க வந்தியத்தேவன் ஆற்றங்கரை ஓரத்தை உற்றுப் பார்த்துக்கொண்டே சென்றான்.

திடீரென்று, 'ஐயோ! ஐயோ! முதலை! முதலை! பயமாயிருக்கிறதே!' என்ற அபயக் குரலையும் கேட்டான். குரல் வந்த திசையை நோக்கிக் குதிரையைத் தட்டி விட்டான். அந்தப் பெண்கள் இருந்த இடம் இரு மரங்களின் இடைவெளி வழியாக அவனுக்குத் தெரிந்தது. அவர்களில் பலருடைய முகங்களில் பீதி குடிகொண்டிருந்தது. அதிசயம்! அதிசயம்! அவர்களிலே இருவர் ஜோதிடர் வீட்டிற்குள்ளே வந்தியத் தேவன் பிரவேசித்ததும் புறப்பட்டுச் சென்றவர்கள்தான். இதை யெல்லாம் நொடி நேரத்தில் வந்தியத்தேவன் பார்த்துத் தெரிந்து கொண்டான். அதை மட்டுமா பார்த்தான்? ஓர் அடர்ந்த நிழல் தரும் பெரிய மரத்தின் அடியில், வேரோடு வேராக, பாதி தரையிலும் பாதி தண்ணீரிலுமாக ஒரு பயங்கரமான முதலை வாயைப் பிளந்து கொண்டிருந்தது. சமீபத்திலேதான் கொள்ளிட நதியில் ஒரு கொடூர மான முதலை வாயைப் பிளந்துகொண்டு வந்ததை வந்தியத்தேவன் பார்த்திருந்தான். முதலை எவ்வளவு பயங்கரமான பிராணி என்பதையும் கேட்டிருந்தான். ஆகவே இந்த முதலையைப் பார்த்ததும் அவன் உள்ளம் கலங்கி, உடல் பதறிப் போனான். ஏனெனில், அந்த முதலை சற்றுமுன் கலகலவென்று சிரித்துக்கொண்டிருந்த பெண் களுக்கு வெகு சமீபத்தில் இருந்தது. வாயைப் பிளந்துகொண்டு, கோர மான பற்களைக் காட்டிக்கொண்டு, பயங்கர வடிவத்துடன் இருந்தது. முதலை இன்னும் ஒரு பாய்ச்சல் பாய வேண்டியதுதான். அந்தப் பெண்களின் கதி அதோகதியாகி விடும்! அந்தப் பெண்களோ, பின்னால் அடர்த்தியாயிருந்த மரங்களினால் தப்பி ஓடுவதற்கும் முடியாத நிலையில் இருந்தார்கள்.

வந்தியத்தேவனுடைய உள்ளம் எவ்வளவு குழம்பியிருந்தாலும் அவன் உறுதி அணுவளவும் குன்றவில்லை. தான் செய்ய வேண்டியது என்ன வென்பதைப் பற்றியும் அவன் ஒரு கணத்துக்கு மேல் சிந்திக்கவில்லை. கையிலிருந்த வேலைக் குறி பார்த்து ஒரே வீச்சாக வீசி எறிந்தான். வேல் முதலையின் கெட்டியான முதுகில் பாய்ந்து சிறிது உள்ளேயும் சென்று செங்குத்தாக நின்றது. உடனே நமது வீரன் உடைவாளை உருவிக்கொண்டு முதலையை ஒரேயடியாக வேலை தீர்த்துவிடுவது என்ற உறுதியுடன் பாய்ந்து ஓடி வந்தான்.

முன்போலவே, அந்தச் சமயத்தில் அப்பெண்கள் கலகலவென்று சிரிக்கும் சத்தம் கேட்டது. வந்தியத்தேவன் காதுக்கு அது நாராசமாயிருந்தது. இத்தகைய அபாயகரமான வேளையில் எதற்காக அவர்கள் சிரிக்கிறார்கள்? பாய்ந்து ஓடி வந்தவன் ஒரு கணம் திகைத்து நின்றான். அப்பெண்களின் முகங்களைப் பார்த்தான். பயமோ பீதியோ அம்முகங்களில் அவன் காணவில்லை. அதற்கு மாறாகப் பரிகாசச் சிரிப்பின் அறிகுறிகளையே கண்டான்.

சற்றுமுன், 'ஐயோ ஐயோ!' என்று கத்தியவர்கள் அவர்கள்தான் என்றே நம்ப முடியவில்லை.

அவர்களில் ஒருத்தி... ஜோதிடர் வீட்டில் தான் பார்த்த பெண் - கம்பீரமான இனிய குரலில், 'பெண்களே! சும்மா இருங்கள், எதற்காகச் சிரிக்கிறீர்கள்?' என்று அதட்டும் குரலில் கூறியது கனவில் கேட்பது போல அவன் காதில் விழுந்தது.

முதலையண்டை பாய்ந்து சென்றவன் வாளை ஓங்கியவண்ணம் தயங்கி நின்றான். முதலையை உற்றுப் பார்த்தான்; அந்தப் பெண்களின் முகங்களையும் இன்னொரு தடவை உற்றுப் பார்த்தான். அவன் உள்ளத்தை வெட்கி மருகச் செய்த, உடலைக் குன்றச் செய்த, ஒரு சந்தேகம் உதித்தது. இதற்குள்ளாக அந்தப் பெண்மணி மற்றவர்களைப் பிரிந்து முன்னால் வந்தாள். முதலைக்கு எதிர்ப்புறத்தில் அதைக் காப்பாற்றுகிறவளைப் போல் நின்றாள்.

'ஐயா! தங்களுக்கு மிக்க வந்தனம் தாங்கள் வீணில் சிரமப்பட வேண்டாம்!' என்றாள்.

பதினைந்தாம் அத்தியாயம்

# வானதியின் ஜாலம்

இளைய பிராட்டி குந்தவை தேவியும் கொடும்பாளூர் இளவரசி வானதியும் ரதத்தில் ஏறிக் குடந்தை நகரை நோக்கிச் சென்றார்கள் அல்லவா? அதன் பிறகு படகில் இருந்த பெண்கள் என்ன பேசினார்கள், என்ன செய்தார்கள் என்பதை நாம் சிறிது தெரிந்துகொள்ள வேண்டும்.

'அடியே, தாரகை! இந்தக் கொடும்பாளூர்க்காரிக்கு வந்த யோகத்தைப் பாரடி! அவள் பேரில் நம் இளைய பிராட்டிக்கு என்னடி இவ்வளவு ஆசை?' என்றாள் ஒருத்தி.

'ஆசையுமில்லை, ஒன்றுமில்லையடி, வாரிணி! நாலு மாதமாக அந்தப் பெண் ஒரு மாதிரி கிறுக்குப் பிடித்தவள் போல் இருக்கிறாள். அடிக்கடி மயக்கம் போட்டு விழுந்து தொலைக்கிறாள். தாய் தகப்பனார் இல்லாத பெண்ணை நம்மை நம்பி ஒப்புவித்திருக்கிறார்களே என்று இளைய பிராட்டிக்குக் கவலை. அதனால்தான், வானதிக்கு என்ன வந்து விட்டது என்று கேட்கச் சோதிடரிடம் அழைத்துப் போயிருக்கிறார்! ஏதாவது பேய் பிசாசுகளின் சேஷ்டையாயிருக்கலாம் அல்லவா? அப்படியிருந்தால் ஏதாவது மந்திரம் கிந்திரம் போட்டு ஓட்ட வேண்டும் அல்லவா?' என்றாள் தாரகை.

'பேயுமில்லை, பிசாசுமில்லையடி! இவளை வந்து எந்தப் பிசாசு பிடிக்கப் போகிறது? இவளே நூறு பிசாசை அடித்து ஓட்டி விடுவாளே?' என்றாள் வாரிணி.

'வானதி மயக்கம் போட்டு விழுவது கூடப் பாசாங்குதானடி! இப்படியெல்லாம் செய்தால் மெதுவாக இளவரசரைத் தன் வலையில் போட்டுக்கொண்டு விடலாம் என்று அவளுடைய எண்ணம்!' என்றாள் இன்னொருத்தி.

'நிரவதி சொல்லுவதுதான் சரி! அது மட்டுமா! அன்றைக்கு தீபத் தட்டைக் கீழே போட்டாளே? அதுகூடத் தன்னை அவர் கவனிக்க

வேண்டுமென்பதற்காகச் செய்த காரியந்தான்! இரண்டு கையாலும் ஏந்திக்கொண்டிருந்த தட்டு அப்படித் தவறி விழுந்து விடுமா? அல்லது நம் இளவரசர் என்ன புலியா, கரடியா, அவரைப் பார்த்து இவள் பயப்படுவதற்கு?' என்றாள் வாரிணி.

'உடனே மூர்ச்சை போட்டு விழுந்து விட்டதாகப் பாசாங்கு செய்தாளே? அதற்கு எவ்வளவு கெட்டிக்காரத்தனம் வேண்டும்?' என்றாள் நிரவதி.

'அவள் செய்த ஜாலத்தைக் காட்டிலும் அந்த ஜாலத்தில் குந்தவை தேவியும் இளவரசரும் ஏமாந்து போனார்களே, அதுதான் பெரிய வேடிக்கை!' என்றாள் செந்திரு என்பவள்.

'பொய்யும் புனைசுருட்டும் ஜாலமும் மாய்மாலமும் செய்கிறவர் களுக்குத்தான் இது காலம்!' என்றாள் மந்தாகினி என்பவள்.

'யுத்தத்துக்குப் புறப்பட்டான பிறகு இளவரசர், திரும்பி வந்து இந்த வானதியைப் பார்த்துவிட்டுப் போனாரே, இதைவிட என்னடி வேண்டும்? அவளுடைய மாயாஜாலம் எவ்வளவு தூரம் பலித்து விட்டது பார்த்தாயா?' என்றாள் வாரிணி.

'அதெல்லாம் ஒன்றுமில்லை; இளவரசர் அவ்வளவு மேன்மையான குணமுள்ளவர். ஒரு பெண் மயக்கம் போட்டு விழுந்து விட்டாள் என்றால், அவளைப் பார்த்து விசாரியாமல் போவாராடி? அதிலிருந்து நீ ஒன்றும் அர்த்தம் கற்பிக்க வேண்டாம்!' என்றாள் தாரகை.

'இளவரசரைப் பற்றி நீ சொல்வது உண்மைதான். அவரைப் போன்ற குணசாலி இந்த ஈரேழு பதினாலு உலகத்திலும் வேறு யார் இருக்க முடியும்? கதைகளிலும் காவியங்களிலும் கூடக் கிடையாது; ஆனால் நான் சொல்கிறது வேறு. இவள் - இந்த வானதி - மயக்கம் போட்டு விழுந்தாளே, அது என்ன மயக்கம் தெரியுமா? அதைக் கேட்க ஜோதிடரிடமே போயிருக்க வேண்டியதில்லை. என்னைக் கேட்டிருந்தால் நானே சொல்லியிருப்பேன்!' என்றாள் வாரிணி.

'அது என்ன மயக்கமடி? எங்களுக்குத்தான் சொல்லேன்!' என்றாள் செந்திரு.

வாரிணி செந்திருவின் காதோடு ஏதோ சொன்னாள். 'என்னடி இரகசியம் சொன்னாள்? எங்களுக்குத் தெரியக் கூடாதா?' என்று நிரவதி கேட்டாள்.

'அது சாதாரண மயக்கமில்லையாம்! மையல் மயக்கமாம்!' என்றாள் செந்திரு.

உடனே எல்லோரும் கலகலவென்று சிரித்தார்கள். அதைக் கேட்டு விட்டு நதிக் கரை மரங்களில் இருந்த பறவைகள் சடசடவென்று இறக்கையை அடித்துக்கொண்டு பறந்து சென்றன.

'நம் இளவரசர் இலங்கையிலிருந்து திரும்பி வந்தால் மறுபடியும் இவள் மாயப்பொடி போடப் பார்ப்பாள். அதற்கு நாம் இடங்கொடுத்து விடாமல் ஜாக்கிரதையாயிருக்க வேண்டும்!' என்று சொன்னாள் நிரவதி.

'இளவரசர் திரும்பி வருவதற்குள் இந்த வானதி பைத்தியம் பிடித்துப் பிதற்ற ஆரம்பிக்காவிட்டால் என் பெயர் தாரகை இல்லை; பெயரைத் தாடகை என்று மாற்றி வைத்துக் கொள்ளுகிறேன்!' என்றாள் தாரகை.

'அது கிடக்கட்டுமடி! இளைய பிராட்டி சொல்லிவிட்டுப் போன காரியத்தை அவர் வருவதற்குள் செய்து வைக்க வேண்டாமா? வாங்களடி' என்றாள் மந்தாகினி.

*பிறகு* அப்பெண்களில் இருவர் படகின் அடியில் ஏற்கெனவே சிறிது பெயர்ந்திருந்த ஒரு பலகையைப் பெயர்த்து எடுத்தார்கள். பெயர்க் கப்பட்ட இடத்தில் நீளமான பெட்டி போல் அமைந்த பள்ளத்தில் ஒரு முதலை கிடந்தது! அதாவது செத்துப்போன முதலையின் உடலைப் பதப்படுத்தி உள்ளே பஞ்சும் நாரும் திணித்து வைத்திருந்த பொம்மை முதலை. அதை எடுத்து வெளியில் வைத்துக்கொண்டார்கள். படகைச் சிறிது தூரம் செலுத்திக்கொண்டு சென்று, நதிக்கரை ஓரத்தில் பெரிய பெரிய வேர்கள் விட்டு வளர்ந்திருந்த ஒரு பெருமரத்தின் அருகில் வந்தார்கள். அம்மரத்தின் ஓரத்தில் அத்தோல் முதலையை எடுத்து விட்டார்கள். அது மர வேர்களிலே பாதியும் நதி வெள்ளத்தில் பாதியு மாகக் கிடந்தது. பார்ப்பதற்கு நிஜ முதலையைப் போலவே பயங்கர மான தோற்றம் அளித்தது. வெள்ளம் அடித்துக்கொண்டு போய் விடாமல் ஒரு சிறிய மணிக் கயிற்றை அதன் கால் ஒன்றில் கட்டி வேரோடு சேர்த்துப் பிணைத்தார்கள். கயிறு வெளியில் தெரியாதபடி நீருக்குள்ளேயே அமுங்கியிருக்கும்படிக் கட்டினார்கள்.

'ஏனடி, மந்தாகினி! எதற்காக இந்தப் பொம்மை முதலையை இப்படி மரத்தடியில் கட்டி வைக்கச் சொல்லியிருக்கிறார் இளைய பிராட்டி?' என்று தாரகை கேட்டாள்.

'உனக்குத் தெரியாதா? வானதி மிக்க பயந்தாங்கொள்ளியாயிருக்கிறாள் அல்லவா? அவளுடைய பயத்தைப் போக்கித் தைரியசாலி ஆக்கு வதற்குத்தான்!' என்றாள் மந்தாகினி.

'எல்லாவற்றையும் சேர்த்துப் பார்த்தால், வானதியை இளவரசருக்குக் கல்யாணம் பண்ணி வைத்துவிட வேண்டும் என்றே குந்தவை தேவி உத்தேசித்திருக்கிறார் போலிருக்கிறது!' என்றாள் நிரவதி.

'அப்படி ஏதாவது பேச்சு வந்தால் நான் இந்த வானதிக்கு விஷத்தைக் கொடுத்துக் கொன்று விடுகிறேன். பார்த்துக் கொண்டிரு!' என்றாள் பொறாமைக்காரியான வாரிணி.

'நீ இப்படியெல்லாம் எரிச்சல் அடைவதற்குக் காரணமே இல்லை. மானிய கேடத்து இரட்டை மண்டலச் சக்கரவர்த்தியும் வேங்கி நாட்டின் மன்னரும் கலிங்க தேசத்து ராஜாவும் வடக்கே வெகு தூரத்தில் உள்ள கன்னோசி சக்கரவர்த்தியும் கூட நம் இளவரசருக்குப் பெண் கொடுக்கக் காத்திருக்கிறார்களாம்! அப்படியிருக்க இந்தக் கொடும் பாளூர் வானதியை யாரடி இலட்சியம் செய்யப் போகிறார்கள்!' என்றாள் மந்தாகினி.

'நீ சொல்லுகிறபடி அந்த அரசர்கள் காத்திருக்கலாமடி! ஆனால் நம் இளவரசருடைய விருப்பம் அல்லவா முக்கியம்? இளவரசர் 'நான் எப்போதாவது கல்யாணம் செய்துகொண்டால் தமிழகத்துப் பெண்ணைத் தான் மணந்து கொள்வேன்' என்று சொல்லிக்கொண்டிருக்கிறாராம்! உங்களுக்கெல்லாம் இது தெரியாதா?' என்றாள் செந்திரு.

'அப்படியானால் மிகவும் நல்லதாய்ப் போயிற்று. நாம் எல்லோரும் சேர்ந்து தனித்தனியே நம் கைவரிசையைக் காட்ட வேண்டியதுதானே? இந்த வானதியினால் முடிகிற காரியம் நம்மால் முடியாது போய் விடுமா? அவளிடம் உள்ள மாயப் பொடி நம்மிடமும் இல்லையா, என்ன?' என்றாள் தாரகை.

இப்படியெல்லாம் இந்தப் பெண்கள் பேசியதற்கு ஆதாரமான நிகழ்ச்சி என்னவென்பதை நேயர்களுக்கு இப்போது தெரிவிக்க விரும்புகிறோம்.

பதினாறாம் அத்தியாயம்

# அருள்மொழிவர்மர்

இன்றைக்குச் சுமார் 980 ஆண்டுகளுக்கு* முன்னால் கோ இராச கேசரிவர்மர் பராந்தக சுந்தர சோழ மன்னர் தென்னாட்டில் இணையில்லாத சக்கரவர்த்தியாக விளங்கி வந்தார். நம் கதை நடக்கும் காலத்துக்குப் பன்னிரண்டு ஆண்டுகளுக்கு முன்பு இவர் சிங்காசனம் ஏறினார். சென்ற நூறாண்டுகளாகச் சோழர்களின் கை நாளுக்கு நாள் வலுத்து வந்தது. சோழ சாம்ராஜ்யம் நாலா திசையிலும் பரவி வந்தது. எனினும் சுந்தர சோழர் பட்டத்துக்கு வந்த சமயத்தில் தெற்கேயும் வடக்கேயும் விரோதிகள் வலுப்பெற்றிருந்தார்கள். சுந்தர சோழருக்கு முன்னால் அரசு புரிந்த கண்டராதித்தர் சிவ பக்தியில் திளைத்துச் 'சிவஞான கண்டராதித்தர்' என்று புகழ்பெற்றவர். அவர் இராஜ்யத்தை விஸ்தரிப் பதில் அவ்வளவாகச் சிரத்தை கொள்ளவில்லை. கண்டராதித்தருக்குப் பிறகு பட்டத்துக்கு வந்த அவருடைய சகோதரர் அரிஞ்சயர் ஓர் ஆண்டு காலந்தான் சிம்மாசனத்தில் இருந்தார். அவர் தொண்டை நாட்டிலுள்ள 'ஆற்றூரில் துஞ்சிய' பின்னர், அவருடைய புதல்வர் பராந்தக சுந்தர சோழர் தஞ்சைச் சிம்மாசனம் ஏறினார்.

பேரரசர் ஒருவருக்கு இருக்க வேண்டிய எல்லாச் சிறந்த அம்சங்களும் சுந்தர சோழ சக்கரவர்த்தியிடம் பொருந்தியிருந்தன. போர் ஆற்றல் மிக்க சுந்தர சோழர் தம் ஆட்சியின் ஆரம்பத்திலேயே தென் திசைக்குப் படையெடுத்துச் சென்றார். சேவூர் என்னுமிடத்தில் சோழ சைன்யத்துக்கும் பாண்டிய சைன்யத்துக்கும் பெரும் போர் நடை பெற்றது. அச்சமயம் மதுரை மன்னனாயிருந்த வீரபாண்டியனுக்குத் துணை செய்வதற்காகச் சிங்கள நாட்டு அரசன் மகிந்தன் ஒரு பெரிய சேனையை அனுப்பியிருந்தான். சோழர்களின் மாபெரும் வீர சைன்யம் பாண்டியர்களுடைய சேனையையும் சிங்கள நாட்டுப் படையையும்

* *1950ல் எழுதப்பட்டது.*

சேவூரில் முறியடித்தது. வீரபாண்டியன் படையிழந்து, முடியிழந்து, துணையிழந்து, உயிரை மட்டும் காப்பாற்றிக்கொண்டு போர்க்களத்திலிருந்து ஓடித் தப்பித்தான். பாலை நிலப் பகுதியொன்றின் நடுவில் இருந்த மலைக் குகையில் ஒளிந்துகொண்டு காலங்கழிக்கலானான். சேவூர்ப் போரில் ஈழத்துப் படை அநேகமாக நிர்மூலமாகி விட்டது. எஞ்சிய வீரர்கள் சிலர் போர்க்களத்தில் புகழையும் வீரத்தையும் உதிர்த்து விட்டு, உயிரை மட்டும் கைக்கொண்டு ஈழநாட்டுக்கு ஓடிச் சென்றார்கள்.

இவ்விதம் பாண்டியர்களுக்கும் சோழர்களுக்கும் நடக்கும் போர்களில் சிங்கள மன்னர்கள் தலையிட்டுப் பாண்டியர்க்கு உதவிப் படை அனுப்புவது சில காலமாக வழக்கமாய்ப் போயிருந்தது. இந்த வழக்கத்தை அடியோடு ஒழித்து விடச் சுந்தர சோழ சக்கரவர்த்தி விரும்பினார். ஆகையினால் சோழ சைன்யம் ஒன்றை இலங்கைக்கு அனுப்பிச் சிங்கள மன்னர்களுக்குப் புத்தி கற்பிக்க எண்ணினார். கொடும்பாளூர்ச் சிற்றரசர் குடும்பத்தைச் சேர்ந்த பராந்தகன் சிறிய வேளான் என்னும் தளபதியின் தலைமையில் ஒரு பெரும் படையைச் சிங்களத்துக்கு அனுப்பினார். துரதிர்ஷ்டவசமாக சோழர் படை சிங்களத்துக்கு ஒரே தடவையில் போய்ச் சேரவில்லை. அதற்குத் தேவையான கப்பல் வசதிகள் இல்லை. முதல் தடவை சென்ற சேனை முன் யோசனையின்றித் துணிந்து முன்னேறத் தொடங்கியது. மகிந்த ராஜனுடைய தளபதி ஸேனா என்பவனின் தலைமையில் சிங்களப் படை எதிர்பாராதவிதத்தில் வந்து சோழப் படையின் பகுதியை வளைத்துக்கொண்டது. பயங்கரமான பெரும் போர் நடந்தது. அதில் சோழ சேனாதிபதியான பராந்தகன், சிறிய வேளான் தன் வீரப் புகழை நிலைநிறுத்திவிட்டு இன்னுயிரைத் துறந்தான்! 'ஈழத்துப் பட்ட பராந்தகன் சிறிய வேளான்' என்று சரித்திரக் கல்வெட்டுக்களில் பெயர் பெற்றான்.

இந்தச் செய்தியானது பாலைவனத்தில் மலைக் குகையில் ஒளிந்து கொண்டிருந்த வீரபாண்டியனுக்கு எட்டியதும் அம்மன்னன் மீண்டும் துணிவுகொண்டு வெளிவந்தான். மறுபடியும் பெருஞ் சேனை திரட்டிப் போரிட்டான். இம்முறை பாண்டிய சேனை அதோகதி அடைந்ததுடன், வீரபாண்டியனும் உயிர் துறக்க நேர்ந்தது. இந்தப் போரில் சுந்தர சோழரின் முதற் குமாரர் ஆதித்த கரிகாலர் முன்னணியில் நின்று பராக்கிரமச் செயல்கள் புரிந்தார்; 'வீரபாண்டியன் தலை கொண்ட கோப்பரகேசரி' என்ற பட்டத்தையும் அடைந்தார்.

எனினும், சிங்கள மன்னன் மகிந்தனுக்கு ஒரு நல்ல பாடம் கற்பிக்க வேண்டும் என்ற விருப்பம் சுந்தர சோழ சக்கரவர்த்திக்கு மட்டுமல்ல, சோழ நாட்டுத் தளபதிகள், சாமந்தகர்கள், சேனா வீரர்கள்

எல்லாருடைய மனத்திலும் குடிகொண்டிருந்தது. படையெடுத்துச் செல்ல ஒரு பெரிய சைன்யமும் ஆயத்தமாயிற்று. அதற்குத் தலைமை வகித்துச் செல்வது யார் என்னும் கேள்வி எழுந்தது. சுந்தர சோழரின் மூத்த புதல்வர் - பட்டத்து இளவரசராகிய ஆதித்த கரிகாலர், அச்சமயம் வடதிசைக்குச் சென்றிருந்தார். திருமுனைப்பாடி நாட்டிலும் தொண்டை மண்டலத்திலும் சில நாளாக ஆதிக்கம் செலுத்தி வந்த இரட்டை மண்டலப் படைகளை (ராஷ்டிரகூடர்களை) முறியடித்து விரட்டி விட்டுப் புராதனமான காஞ்சி நகரைத் தமது வாசஸ்தலமாகச் செய்துகொண்டிருந்தார். மேலும் வடதிசையில் படையெடுத்துச் செல்லுவதற்கு ஆயத்தமும் செய்து கொண்டிருந்தார்.

இந்நிலைமையில், ஈழமண்டலப் படைக்குத் தலைமை வகித்துச் செல்லச் சோழ நாட்டின் மற்றத் தளபதிகளுக்குள்ளே பெரும் போட்டி ஏற்பட்டது. போட்டியிலிருந்து பொறாமையும் புறங்கூறலும் எழுந்தன. பழந்தமிழ்நாட்டில் போருக்குப் போகாமல் தப்பித்துக் கொள்ள விரும்பியவரைக் காண்பது மிக அருமை. போர்க்களத்துக்குச் செல்வது யார் என்பதிலேதான் போட்டி உண்டாகும். அதிலிருந்து சில சமயம் பொறாமையும் விரோதமும் வளருவதுண்டு.

ஈழநாட்டுக்குச் சென்று மகிந்தனைப் பழிக்குப் பழி வாங்கிச் சோழரின் வீரப்புகழை நிலைநாட்டுவது யார் என்பது பற்றி இச்சமயம் சோழ நாட்டுத் தலைவர்களிடையிலே போட்டி மூண்டது. இந்தப் போட்டியை அடியோடு நீக்கி அனைவரையும் சமாதானப்படுத்தும் படியாகச் சுந்தர சோழ மன்னரின் இளம் புதல்வர் அருள்மொழிவர்மர் முன்வந்தார்.

'அப்பா! பழையாறை அரண்மனையில் அத்தைகளுக்கும் பாட்டி களுக்குமிடையில் இத்தனை நாள் நான் செல்லப்பிள்ளையாக வளர்ந்தது போதும். தென் திசைச் சைன்யத்துக்கு மாதண்ட நாயகனாக என்னை நியமனம் செய்யுங்கள். ஈழப் போருக்குத் தலைமை வகித்து நடத்த நானே இலங்கை சென்று வருகிறேன்!' என்றார் இளங்கோ அருள்மொழிவர்மர்.

அருள்மொழிவர்மருக்கு அப்போது பிராயம் பத்தொன்பதுதான். அவர் சுந்தர சோழரின் கடைக்குட்டிச் செல்வப் புதல்வர்; பழையாறை அரண் மனைகளில் வாழ்ந்த ராணிமார்களுக்கெல்லாம் செல்லக் குழந்தை; சோழ நாட்டுக்கே அவர் செல்லப்பிள்ளை. சுந்தர சோழ மன்னர் நல்ல அழகிய தோற்றம் வாய்ந்தவர். அவருடைய தந்தை அரிஞ்சயர், சோழ குலத்துக்கு எதிரிகளாக இருந்த வைதும்பராயர் வம்சத்துப் பெண்ணாகிய கல்யாணியை அவளுடைய மேனி அழகைக் கண்டு மோகித்து மணந்து கொண்டார். அரிஞ்சயருக்கும் கல்யாணிக்கும் பிறந்த சுந்தர

சோழருக்குப் பெற்றோர்கள் வைத்த பெயர் பராந்தகர். அவருடைய தோற்றத்தின் வனப்பைக் கண்டு நாட்டாரும் நகரத்தாரும் 'சுந்தர சோழர்' என்று அவரை அழைத்து வந்தார்கள் அதுவே அனைவரும் வழங்கும் பெயராயிற்று.

அத்தகையவருக்குப் பிறந்த குழந்தைகள் எல்லோருமே அழகில் மிக்கவர்கள்தான். ஆனால் கடைசியில் பிறந்த அருள்மொழிவர்மர் அழகில் அனைவரையும் மிஞ்சி விட்டார். அவருடைய முகத்தில் பொலிந்த அழகு, மனித குலத்துக்கு உரியதாக மட்டும் இல்லை; தெய்வீகத்தன்மை பொருந்தியதாக இருந்தது. அவர் குழந்தையாக இருந்தபோது சோழ வம்சத்து ராணிமார்கள் அவரை முத்தமிட்டு முத்தமிட்டுக் கன்னம் கனியச் செய்து விடுவார்கள். எல்லாரிலும் அதிகமாக அவரிடம் வாஞ்சையுடனிருந்தவள் அவருடைய தமக்கை யாகிய குந்தவை. அருள்மொழிக்கு இரண்டு பிராயந்தான் மூத்தவளான போதிலும் தம்பியை வளர்க்கும் பொறுப்பு தன் தலைமேலேயே சுமந்திருப்பதாகக் குந்தவைப் பிராட்டி எண்ணியிருந்தாள். குந்தவை யிடம் அருள்மொழியும் அதற்கிணையான வாஞ்சை வைத்திருந்தார். தமக்கை இட்ட கோட்டைத் தம்பி தாண்டுவது கிடையாது. இளைய பிராட்டி ஒரு வார்த்தை சொல்லிவிட்டால் போதும்; அதற்கு மாறாகப் பிரம்மாவும் விஷ்ணுவும் சிவனும் சேர்ந்து வந்து சொன்னாலும் அருள்மொழிவர்மர் பொருட்படுத்த மாட்டார். தமக்கையின் வாக்கே தம்பிக்குத் தெய்வத்தின் வாக்காயிருந்தது.

தம்பியின் முகத்தைத் தமக்கை அடிக்கடி உற்று நோக்குவாள். விழித்துக்கொண்டிருக்கும்போது மட்டுமல்லாமல் அவன் தூங்கும் போது கூட நாழிகைக் கணக்கில் பார்த்துக்கொண்டிருப்பாள். 'இந்தப் பிள்ளையிடம் ஏதோ தெய்வீக சக்தி இருக்கிறது! அதை வெளிப் படுத்திப் பிரகாசிக்கச் செய்ய வேண்டியது என் பொறுப்பு!' என்று எண்ணமிடுவாள். தம்பி தூங்கும்போது அவனுடைய உள்ளங்கைகளை அடிக்கடி எடுத்துப் பார்ப்பாள். அந்தக் கைகளில் உள்ள ரேகைகள் சங்கு சக்கர வடிவமாக அவளுக்குத் தோன்றும். 'ஆகா! உலகத்தை ஒரு குடை நிழலில் புரந்திடப் பிறந்தவன் அல்லவோ இவன்!' என்று சிந்தனை செய்வாள்.

ஆனால், சோழ சிங்காதனத்தில் இவன் ஏறுவான் என்று எண்ணு வதற்கே இடமிருக்கவில்லை. இவனுக்கு மூத்தவர்கள் - பட்டத்துக்கு உரியவர்கள், இரண்டு பேர் இருந்தார்கள். பின், இவனுக்கு எங்கிருந்து ராஜ்யம் வரப்போகிறது! எந்தச் சிம்மாசனத்தில் இவன் ஏறப் போகிறான்? கடவுள் சித்தம் எப்படியோ, யார் கண்டது? உலகம் மிக்க விசாலமானது எத்தனையோ தேசங்கள், எத்தனையோ ராஜ்யங்கள் இந்நிலவுலகில் இருக்கின்றன. புஜபல பராக்கிரமத்தினால் ஒரு

நாட்டிலிருந்து இன்னொரு நாடு சென்று சிங்காதனம் ஏறி ராஜ்யம் ஆண்டவர்களைப் பற்றிக் கதைகளிலும் காவியங்களிலும் நாம் கேட்ட தில்லையா? கங்கை நதி பாயும் வங்க நாட்டிலிருந்து துரத்தி அடிக்கப் பட்ட இளவரசன் படகிலேறி இலங்கைக்குச் சென்று அரசு புரிய வில்லையா? ஆயிரம் வருஷமாக அந்தச் சிங்கள ராஜ வம்சம் நிலைத்து நிற்கவில்லையா?

இவ்விதமாகக் குந்தவைப் பிராட்டி ஓயாது சிந்தித்து வந்தாள். கடைசியாக, இலங்கைக்கு அனுப்பும் சைன்யத்துக்கு யார் தளபதி யாகப் போவது என்பது பற்றி விவாதம் எழுந்த போது அதற்குரியவன் அருள்மொழிதான் என்ற முடிவுக்கு வந்தாள்.

'தம்பி, அருள்மொழி! உன்னை ஒருகணம் பிரிந்திருப்ப தென்றாலும் எனக்கு எத்தனையோ கஷ்டமாகத்தானிருக்கிறது. ஆயினும் நானே உன்னைப் போகச் சொல்ல வேண்டிய சமயம் வந்து விட்டது. இலங்கைப் படையின் தலைவனாக நீதான் போக வேண்டும்!' என்றாள்.

இளவரசர் குதூகலத்துடன் இதற்குச் சம்மதித்தார். அரண்மனை வாழ்விலிருந்தும் அந்தப்புர மாதரசிகளின் அரவணைப்பிலிருந்தும் எப்போது தப்புவோம் என்று அருள்மொழிவர்மரின் உள்ளம் துடித்துக் கொண்டிருந்தது. அருமைத் தமக்கையே இப்போது போகச் சொல்லி விட்டாள்! இனி என்ன தடை? குந்தவை தேவி மனம் வைத்து விட்டால் சோழ சாம்ராஜ்யத்தில் நடவாத காரியம் ஒன்றுமே கிடையாது! சுந்தர சோழ சக்கரவர்த்திக்குத் தம் செல்வக் குமாரியிடம் அவ்வளவு ஆசை; அவ்வளவு நம்பிக்கை!

இளங்கோ அருள்மொழிவர்மர் தென்திசைச் சோழ சைன்யத்தின் மாதண்ட நாயகர் ஆனார். இலங்கைக்கும் போனார். அங்கே படைத் தலைமை வகித்துச் சில காலம் போர் நடத்தினார். ஆனால், போர் எளிதில் முடிகிறதாயில்லை. அவர் போர் நடத்திய முறைக்கும் மற்றவர்களின் போர் முறைக்கும் வித்தியாசம் இருந்தது. தாய்நாட்டிலிருந்து அவர் வேண்டியபடியெல்லாம் தளவாடங்களும் சாமக் கிரியைகளும் சரியாக வந்து சேரவில்லை. ஆகையால் இடையில் ஒரு தடவை தாய்நாட்டுக்கு வந்திருந்தார். தந்தையிடம் சொல்லித் தம் விருப்பத்தின்படி எல்லா ஏற்பாடுகளையும் செய்துகொண்டார். மறுபடியும் ஈழத்துக்குச் செல்ல ஆயத்தமானார்.

அருமைத் தம்பியைப் போர் முகத்துக்கு அனுப்புவதற்குக் குந்தவை தேவி பழையாறையின் பிரதான மாளிகையில் மங்கள நிகழ்ச்சிகளை ஏற்பாடு செய்திருந்தாள். அருள்மொழித்தேவர் புறப்பட்ட போது அரண்மனை முற்றத்தில் வெற்றி முரசுகள் முழங்கின; சங்கங்கள் ஆர்ப்பரித்தன; சிறு பறைகள் ஒலித்தன; வாழ்த்து கோஷங்கள் வானை

அளாவின. சோழ குலத்துத் தாய்மார்கள் அனைவரும் அரண்மனையின் செல்லக் குழந்தைக்கு ஆசி கூறி, நெற்றியில் மந்திரித்த திருநீற்றை இட்டு, திருஷ்டி கழித்து வழி அனுப்பினார்கள்.

அரண்மனை வாசலின் முகப்பில், அருள்மொழிவர்மர் வீதி வாசற்படியில் இறங்க வேண்டிய இடத்தில், குந்தவை தேவியின் தோழிப் பெண்கள் கைகளில் தீபமேற்றிய தங்கத் தட்டுகளை ஏந்திக்கொண்டு நின்றார்கள். தோழிப் பெண்கள் என்றால், சாமான்யப்பட்டவர்களா? தென்னாட்டிலுள்ள புகழ்பெற்ற சிற்றரசர்களின் குடும்பங்களைச் சேர்ந்தவர்கள். பழையாறை அரண்மனையில் செம்பியன் மாதேவிக்குப் பணிவிடை செய்வதையும் குந்தவை பிராட்டிக்குத் தோழியாக இருப்பதையும் பெறற்கரும் பாக்கியமாகக் கருதி வந்திருந்தவர்கள். அவர்களிலே கொடும்பாளூர் சிறிய வேளானின் புதல்வி வானதியும் இருந்தாள். இளவரசர் சற்றுத் தூரத்தில் வருவதைப் பார்த்ததும், அந்தப் பெண்கள் எல்லோருமே மனக்கிளர்ச்சி அடைந்தார்கள். இளவரசர் அருகில் வந்ததும் கையில் ஏந்திய தட்டுகளைச் சுற்றி ஆலாத்தி எடுத்தார்கள்.

அப்போது வானதியின் மேனி முழுதும் திடீரென்று நடுங்கிற்று. கையிலிருந்த தட்டு தவறிக் கீழே விழுந்து 'டணார்' என்ற சத்தத்தை உண்டாக்கியது. 'அடடா! இது என்ன அபசகுனம்!' என்ற எண்ணம் எல்லாருடைய மனத்திலும் உண்டாயிற்று. ஆனால் தட்டு கீழே விழுந்த பிறகும் திரி மட்டும் எரிந்துகொண்டிருப்பதைப் பார்த்துவிட்டு அனைவரும் நிம்மதி அடைந்தார்கள். 'இது மிக நல்ல சகுனம்' என்றே முதியவர்கள் உறுதி கூறினார்கள்.

எவ்விதக் காரணமும் இன்றிப் பீதியும் கலக்கமும் அடைந்து தட்டை நழுவவிட்ட பெண்ணைப் பார்த்துப் புன்னகை புரிந்துவிட்டு இளங்கோ அருள்மொழிவர்மர் மேலே சென்றார். அவர் அப்பால் சென்றதும் வானதியும் மயக்கமடைந்து கீழே சுருண்டு விழுந்து விட்டாள். 'ஆகா! இப்பேர்ப்பட்ட தவறு செய்து விட்டோமே' என்ற எண்ணமே வானதியை அவ்வாறு மூர்ச்சையடைந்து விழும்படிச் செய்துவிட்டது. குந்தவையின் கட்டளையின் பேரில் அவளை மற்றப் பெண்கள் தூக்கிச் சென்று, ஓர் அறையில் மேடையில் கிடத்தினார்கள். குந்தவைப் பிராட்டி தம் சகோதரர் புறப்படுவதைப் பார்ப்பதற்குக் கூட நில்லாமல் உள்ளே சென்று வானதிக்கு மூர்ச்சை தெளிக்க முயன்றாள். வாசலில் நின்றபடியே வானதி சுருண்டு விழுந்ததைப் பார்த்துவிட்ட அருள்மொழிவர்மர் தாம் குதிரை மீது ஏறுவதற்கு முன்னால், 'விழுந்த பெண்ணுக்கு எப்படியிருக்கிறது? மயக்கம் தெளிந்ததா?' என்று விசாரித்துவர ஆள் அனுப்பினார். விசாரிக்க வந்தவனிடம் குந்தவை தேவி, 'இளவரசரை இங்கே சிறிது வந்து பார்த்துவிட்டுப் போகச் சொல்லு!' என்று திருப்பிச் சொல்லி அனுப்பினாள். தமக்கையின்

சொல்லை என்றும் தட்டியறியாத இளவரசர் அவ்விதமே மீண்டும் அரண்மனைக்குள் வந்தார். வானதியைத் தம் தமக்கை மார்பின் மீது சாத்திக்கொண்டு மூர்ச்சை தெளிவிக்க முயன்றுகொண்டிருந்த காட்சி அவருடைய மனத்தை உருக்கியது.

'அக்கா! இந்தப் பெண் யார்? இவள் பெயர் என்ன?' என்று இளங்கோ கேட்டார்.

'கொடும்பாளூர்ச் சிறியவேளாரின் மகள்; இவள் பெயர் வானதி. கொஞ்சம் பயந்த சுபாவமுடையவள்!' என்றாள் குந்தவை.

'ஆகா! இப்போது இவள் மூர்ச்சையாகி விழுந்ததின் காரணம் தெரிந்தது. இந்தப் பெண்ணின் தந்தைதானே இலங்கை சென்று மீண்டும் வராமல் போர்க்களத்தில் மாண்டார்? அதை நினைத்துக் கொண்டாள் போலிருக்கிறது!' என்றார் இளவரசர்.

'இருக்கலாம், ஆனால் இவளைப் பற்றி நீ கவலைப்பட வேண்டாம்! நான் பார்த்துக் கொள்கிறேன்! இலங்கை சென்று விரைவில் வெற்றி வீரனாகத் திரும்பி வா! அடிக்கடி எனக்குச் செய்தி அனுப்பிக் கொண்டிரு!' என்றாள் இளைய பிராட்டி.

'ஆகட்டும்; இங்கே ஏதாவது விசேஷம் நிகழ்ந்தாலும் எனக்குச் செய்தி அனுப்புங்கள்!' என்றார் இளங்கோ.

இச்சமயத்தில், இளவரசரின் இனிய குரலின் மகிமையினால்தானோ என்னவோ, வானதிக்கு மூர்ச்சை தெளிந்து நினைவு வரத் தொடங்கியது. அவளுடைய கண்கள் முதலில் இலேசாகத் திறந்தன. எதிரில் இளவரசரைப் பார்த்ததும் கண்கள் அகன்று விரிந்தன; பின்னர் முகமும் மலர்ந்தது. அவளது பவழச் செவ்வாயில் தோன்றிய புன்னகையினால் கன்னங்கள் குழிந்தன. உணர்வு வந்ததும் நாணமும் கூட வந்தது. சட்டென்று எழுந்து உட்கார்ந்தாள். பின்னால் திரும்பிப் பார்த்தாள். தன்னை இளைய பிராட்டி தாங்கிக்கொண்டிருப்பதைத் தெரிந்துகொண்டு வெட்கினாள். நடந்ததெல்லாம் ஒரு கணத்தில் நினைவு வந்தது.

'அக்கா! இந்த மாதிரி செய்து விட்டேனே?' என்று கண்களில் நீர்மல்கக் கூறினாள்.

இதற்குக் குந்தவை மறுமொழி சொல்வதற்குள் இளவரசர், 'அதற்காக நீ ஒன்றும் கவலைப்பட வேண்டாம் வானதி! தவறுவது யாருக்கும் நேரிடுகிறதுதான். மேலும் உனக்கு அவ்விதம் நேருவதற்கு முக்கியக் காரணமும் இருக்கிறது; அதைத்தான் இளைய பிராட்டியிடம் சொல்லிக் கொண்டிருந்தேன்!' என்றார்.

வானதிக்குத் தான் காண்பது உண்மையா, கேட்பது மெய்யா என்ற சந்தேகமே வந்துவிட்டது. பெண்களைச் சாதாரணமாக ஏறிட்டுப்

பார்க்காமலே போகும் வழக்கமுடைய இளவரசரா என்னுடன் பேசுகிறார்? எனக்கு ஆறுதல் மொழி கூறித் தேற்றுகிறார்? என் பாக்கியத்தை என்னவென்று சொல்வது? ஆகா! உடம்பு புல்லரிக்கிறதே! மறுபடியும் மயக்கம் வந்துவிடும் போலிருக்கிறதே!...

இளவரசர், 'அக்கா! சேனைகள் காத்திருக்கின்றன, நான் போய் வருகிறேன். நீங்கள் எனக்குச் செய்தி அனுப்பும்போது இந்தப் பெண்ணுக்கு உடம்பு எப்படியிருக்கிறது என்றும் சொல்லி அனுப்புங்கள். தாய் தகப்பனில்லாத இப்பெண்ணை நன்றாகப் பார்த்துக் கொள்ளுங்கள்!' என்று சொல்லிவிட்டுக் கிளம்பிச் சென்றார்.

இவற்றையெல்லாம் குந்தவைதேவியின் மற்றத் தோழிப் பெண்கள் மேல் மாடங்களிலிருந்து பலகணிகளின் வழியாகப் பார்த்துக் கொண்டும் கேட்டுக்கொண்டும் இருந்தார்கள். அவர்களுடைய உள்ளங்களில் பொறாமைத் தீ கொழுந்து விட ஆரம்பித்தது. அன்று முதல் குந்தவைப் பிராட்டி வானதியிடம் தனி அன்பு காட்டத் தொடங்கினாள். இணைபிரியாமல் தன்னுடனேயே வைத்துக்கொண்டிருந்தாள். தான் கற்றிருந்த கல்வியையும் கலைகளையும் அவளுக்கும் கற்பித்தாள். எங்கே போனாலும் அவளைத் தவறாமல் கூட அழைத்துச் சென்றாள். அரண்மனை நந்தவனத்துக்கு வானதியை அடிக்கடி அழைத்துச் சென்று குந்தவை தேவி அவளிடம் அந்தரங்கம் பேசினாள். தன் இளைய சகோதரனுடைய வருங்கால மேன்மையைக் குறித்து, தான் கண்டு வந்த கனவுகளையெல்லாம் அவளிடமும் சொன்னாள்; அதையெல்லாம் வானதியும் சிரத்தையுடன் கேட்டாள்.

மேலே கூறிய நிகழ்ச்சிக்குப் பிறகு, வானதி இன்னும் நாலைந்து தடவை உணர்வு இழந்து மூர்ச்சையடைந்தாள். அப்போதெல்லாம் குந்தவைப் பிராட்டி அவளுக்குத் தக்க சிகிச்சை செய்து திரும்ப உணர்வு வருவித்தாள். மூர்ச்சை தெளியும்போது வானதி விம்மி விம்மி அழுது கொண்டே எழுந்திருப்பாள்.

'என்னடி, அசடே! எதற்காக இப்படி அழுகிறாய்!' என்று குந்தவை கேட்பாள்.

'தெரியவில்லையே, அக்கா! மன்னியுங்கள்!' என்பாள் வானதி.

குந்தவை அவளைக் கட்டிக்கொண்டு உச்சி மோந்து ஆறுதல் கூறுவாள். இவையெல்லாம் மற்றப் பெண்களுக்கு மேலும் மேலும் பொறாமையை வளர்த்துக்கொண்டிருந்தன. எனவே, குந்தவையும் வானதியும் ரதம் ஏறிக் குடந்தை ஜோதிடரின் வீட்டுக்குப் போன பிறகு அப்பெண்கள் மேற்கூறியவாறெல்லாம் பேசிக்கொண்டது இயல்பேயல்லவா?

# குதிரை பாய்ந்தது!

ஒப்புவமையில்லாத தன் சகோதரன் அருள்மொழிவர்மனுக்குத் தகுந்த மணமகள் வானதிதான் என்று குந்தவை தீர்மானித்திருந்தாள். ஆனால் வானதியிடம் ஒரே ஒரு குறை இருந்தது; அது அவளுடைய பயந்த சுபாவந்தான். வீராதி வீரனை மணக்கப் போகிறவள், உலகத்தை ஒரு குடை நிழலில் ஆளப் போகும் புதல்வனைப் பெறப் போகிறவள், இப்படி பயங்கொள்ளியாயிருக்கலாமா? அவளுடைய பயந்த சுபாவத்தை மாற்றி அவளைத் தீரமுள்ள வீர மங்கையாக்க வேண்டு மென்று குந்தவை விரும்பினாள். அதற்காகவே இந்தப் பொம்மை முதலை விளையாட்டை ஏற்படுத்தியிருந்தாள். ஆனால் அந்தச் சோதனையில் கொடும்பாளூர்க் குமாரி வெற்றியுடன் தேறிவிட்டாள்.

குடந்தை ஜோதிடர் வீட்டிலிருந்து குந்தவை தேவியும் வானதியும் திரும்பி வந்ததும் அன்னப் படகில் ஏறிக்கொண்டார்கள். படகு சிறிது தூரம் சென்றது; ஆற்றங்கரையின் இருபுறமும் மரமடர்ந்த ஓரிடத்தில் படகை நிறுத்திவிட்டு, குந்தவையும் அவளுடைய தோழிகளும் நீரில் இறங்கி விளையாடுவது வழக்கம். அந்த இடத்துக்கே இன்றும் போய் அவர்கள் இறங்கினார்கள். எல்லாரும் இறங்கியானதும், அப்பெண் களில் ஒருத்தி, 'ஐயோ முதலை!' என்று கூவினாள். அவர்கள் எந்தப் பெரிய மரத்தின் அடியில் இறங்கினார்களோ, அந்த மரத்துக்கு மறு பக்கத்தை அப்பெண் சுட்டிக்காட்டிக்கொண்டே, 'முதலை! முதலை!' என்று அலறினாள். உடனே எல்லாப் பெண்களும் சேர்ந்து, 'ஐயோ! முதலை! பயமாயிருக்கிறதே!' என்றெல்லாம் கூச்சலிட்டுக்கொண்டு ஓடினார்கள்.

ஆனால் பயந்த சுபாவமுள்ள வானதி மட்டும் அச்சமயம் சிறிதும் பயப்படவில்லை. திறந்த வாயுள்ள பயங்கர முதலையைத் திடீரென்று சமீபத்தில் கண்டும் அவள் பீதி அடைந்து விடவில்லை. மற்றவர்கள் எல்லாரும் குந்தவை தேவி கூறியிருந்தபடி மிகவும் பயந்தது போல் பாசாங்கு செய்தும் வானதி பயப்படவில்லை.

'அக்கா! முதலைக்குத் தண்ணீரில் இருக்கும்போதுதான் பலமெல்லாம்! கரையில் கிடக்கும்போது அதனால் ஒன்றும் செய்ய முடியாது. இவர்களைப் பயப்படாதிருக்கச் சொல்லுங்கள்!' என்றாள் கொடும் பாளூர்க் குமரி.

'அடி, பொல்லாத கள்ளி! 'இது நிஜ முதலையல்ல; பொம்மை முதலை' என்பது உனக்கு முன்னாலேயே தெரியும் போலிருக்கிறது! யாரோ உனக்குச் சொல்லியிருக்க வேண்டும்!' என்று மற்றப் பெண்கள் கூறினார்கள்.

'நிஜ முதலையாயிருந்தால் கூட எனக்குப் பயம் கிடையாது. பல்லி, கரப்பான் பூச்சிகளைக் கண்டால்தான் எனக்குப் பயம்!' என்றாள் வானதி.

இந்தச் சமயத்திலேதான் அப்பெண்களைப் பயங்கரமான முதலை வாயிலிருந்து காப்பாற்றுவதற்கு வந்தியத்தேவன் வந்து சேர்ந்தான். குதிரை மேலிருந்து ஒரே குதியாய்க் குதித்து ஓடி வந்து வேலையும் வீசினான்.

முதலைக்கு முன்புறத்தில் வந்து நின்று அந்தக் கம்பீரத் தோற்றமுடைய மங்கை பேசியதைக் கேட்ட வல்லவரையனுக்கு உடம்பு புல்லரித்தது. அவள் தன்னோடு பேசவில்லையே என்று குடந்தை ஜோதிடர் வீட்டில் அவனுக்கு ஏற்பட்ட மனக்குறை தீர்ந்தது. ஆனால், அந்த முதலை - அவள் பின்னால் கிடந்த திறந்த வாயுடைய பயங்கர முதலை - ஏனோ அது, அவனுக்கு மனச் சங்கடத்தை அளித்துக்கொண்டிருந்தது. முதலைக்கு முன்னால் இவள் வந்து நிற்கும் காரணம் என்ன? அதைப் பற்றிச் சிரமம் வேண்டாம் என்று இவள் சொல்வதின் பொருள் என்ன? இவ்வளவு நேரமும் அம்முதலை கிடந்த இடத்திலேயே கிடப்பதன் காரணந்தான் என்ன?

அந்த யுவதி மேலும் பேசினாள் 'ஐயா! குடந்தையில் நீங்கள் அவசரப் பட்டு ஜோதிடர் வீட்டுக்குள்ளே வந்ததற்காக வருத்தம் தெரிவித்தீர்கள். அதற்கு மறுமொழி சொல்லாமலே நாங்கள் வந்து விட்டோம். இதிலிருந்து சோழ நாட்டுப் பெண்களே மரியாதை அறியாதவர்கள் என்ற கருத்து உங்களுக்கு ஏற்பட்டிருக்கலாம். அப்படி நீங்கள் எண்ணிக் கொள்ள வேண்டாம். என்னுடன் வந்த பெண்ணுக்குத் திடீரென்று மயக்கம் வந்துவிட்டபடியால், என் மனம் சிறிது கலங்கியிருந்தது. ஆகையினால்தான் தங்களுக்கு மறுமொழி சொல்லவில்லை!...'

அடாடா! இது என்ன இனிமையான குரல்! இவள் பேசும் மொழிகளைக் கேட்டு என் நெஞ்சு ஏன் இப்படிப் பொங்குகிறது? தொண்டை ஏன்

விக்கிக் கொள்கிறது? குழலும் வீணையும் மத்தளமும் போர்முரசுங்கூட இப்படி என்னைக் களிவெறி கொள்ளச் செய்ததில்லையே? இப்படி என்னைக் குலுக்கிப் போட்டதில்லையே? இந்த மங்கையின் பேச்சில் குறுக்கிட்டு ஏதேனும் சொல்ல வேண்டும் என்று பார்த்தால், ஏன் என்னால் முடியவில்லை? ஏன் நாக்கு மேலண்ணத்தில் இப்படி ஒட்டிக் கொள்கிறது? ஏன் இப்படிக் காற்றோட்டம் அடியோடு நின்று போயிருக்கிறது? ஏன் இந்த அரிசிலாற்றின் வெள்ளம் ஓடாமல் நின்றிருக்கிறது? அப்புறம் இந்த முதலை!... இது ஏன் இப்படிச் சும்மா கிடக்கிறது.

வந்தியத்தேவனுடைய உள்ளம் இவ்வாறு தத்தளிக்கையில் அந்த மங்கையின் குரல் மேலும் கனவில் கேட்பது போலக் கேட்டது: 'இப்போது கூட அபலைப் பெண்ணாகிய எங்களைக் காப்பாற்றுவதாக எண்ணிக்கொண்டுதான் இந்தக் காரியம் செய்தீர்கள்! முதலையின் மேல் வேலை எறிந்தீர்கள். இவ்வளவு வேகமாகவும் குறி தவறாமலும் வேல் எறியக்கூடிய வீரர்களைக் காண்பது அரிது!...'

மரத்தடியில் ஒதுங்கி நின்று கேட்டுக்கொண்டிருந்த பெண்கள் இப்போது மறுபடியும் கலீர் என்று சிரித்தார்கள். அச்சிரிப்பினால் வந்தியத்தேவனுடைய மோகக் கனவு கலைந்தது. அந்த மங்கையின் பேச்சாகிய மாய மந்திரத் தளை படீர் என்று அறுபட்டது. முதலையை இன்னொரு தடவை உற்றுப் பார்த்தான். எதிரேயிருந்த பெண்ணைச் சற்றும் பொருட்படுத்தாமல் விலகிச் சென்று முதலையின் சமீபம் அடைந்தான். அதன் முதுகில் பாய்ந்திருந்த தன் வேலை அசைத்து எடுத்தான்! வேல் குத்தியிருந்த துவாரத்தின் வழியாக இரத்தம் பீறிட்டுக் கொண்டு வரவில்லை! பின், என்ன வந்தது? கொஞ்சம் வாழைநாரும் பஞ்சும் வெளிவந்தன!

மறுபடியும் அந்தத் துஷ்டப் பெண்கள் சிரித்தார்கள். இம்முறை கெக்கலி கொட்டிப் பலமாகச் சிரித்தார்கள். வல்லவரையனுடைய உள்ளமும் உடலும் குன்றிப் போயின. இம்மாதிரி அவமானத்தை இதற்குமுன் அவன் எக்காலத்திலும் அடைந்ததில்லை. இத்தனை பெண்களுக்கு முன்னால் இப்படிப்பட்ட பேரவமானமா? இவர்கள் பெண்களா? இல்லை! இல்லை! இவர்கள் அரக்கிகள்! இவர்கள் பக்கத்திலேயே நிற்கக் கூடாது! இவர்களுடைய முகத்தை ஏறிட்டும் பார்க்கக் கூடாது! சீச்சீ! என் அருமை வேலாயுதமே! உனக்கு இந்தக் கதியா நேர்ந்தது? இத்தகைய அவமானமா உனக்கு நேர்ந்தது? இதை எப்படி நிவர்த்தி செய்து உனக்கு நேர்ந்த மாசைத் துடைக்கப் போகிறேன்!...

இவ்வளவு எண்ணமும் சில கணநேரத்தில் வந்தியத்தேவனுடைய மனத்தில் ஊடுருவிச் சென்றன. அங்கு நின்று சிரித்தவர்கள் மட்டும்

ஆண் மக்களாயிருந்திருந்தால், அங்கேயே ஒரு போர்க்களம் ஏற்பட்டி ருக்கும்! சிரிக்கத் துணிந்தவர்கள் அக்கணமே உயிரை இழந்திருப் பார்கள்! அரிசிலாற்றின் செந்நீர்ப் பிரவாகத்துடன் அவர்களுடைய இரத்தமும் கலந்து ஓடியிருக்கும்! ஆனால் இவர்கள் பெண்கள்! இவர்களை என்ன செய்ய முடியும்? இவர்களை விட்டு ஓடிப் போவது ஒன்றுதான் செய்யக்கூடிய காரியம்!

தன் உள்ளத்தை நிலைகுலையச் செய்த மங்கையின் முகத்தைக் கூட ஏறிட்டுப் பார்க்காமல் வந்தியத்தேவன் பாய்ந்து ஓடி நதிக் கரை மீது ஏறினான். அங்கே நின்றிருந்த அவனுடைய குதிரையும் அச்சமயம் ஒரு கனைப்புக் கனைத்தது. குதிரையும் கூட அப்பெண்களுடன் சேர்ந்து தன்னைப் பார்த்துச் சிரிப்பதாகவே வந்தியத்தேவனுக்குத் தோன்றியது. எனவே தன் கோபத்தையெல்லாம் அக்குதிரையின் பேரில் காட்டினான். அதன் மேல் பாய்ந்து ஏறி உட்கார்ந்து தலைக் கயிற்றினால் 'சுளீர், சுளீர்' என்று இரண்டு அடி கொடுத்தான்! அந்த ரோஷமுள்ள குதிரை நதிக்கரைச் சாலையின் வழியாகப் பிய்த்துக்கொண்டு பாய்ந்தோடியது.

சிறிது நேரம் வரையில் குந்தவைப் பிராட்டி குதிரை போன திசையைப் பார்த்துக்கொண்டிருந்தாள். குதிரை கிளப்பிய புழுதி அடங்கும் வரையில் பார்த்துக்கொண்டு நின்றாள்.

பின்னர், தோழிப் பெண்களைத் திரும்பிப் பார்த்து, 'பெண்களா! உங்களுக்கு மட்டுமரியாதை இன்னும் தெரியவில்லை. நீங்கள் அப்படிச் சிரித்திருக்கக் கூடாது. நாம் தனியாயிருக்கும்போது, எப்படி வேண்டுமானாலும் நீங்கள் சிரித்துக் கொம்மாளம் அடிக்கலாம். அன்னிய புருஷன் வந்திருக்கும்போது அடக்கமாயிருக்க வேண்டாமா? சோழ நாட்டுப் பெண்களைப் பற்றி அந்த வாலிபன் என்ன எண்ணிக் கொண்டு போவான்?' என்று சொன்னாள்.

பதினெட்டாம் அத்தியாயம்

# இடும்பன்காரி

கொள்ளிடத்துப் பரிசில் துறையில் ஆழ்வார்க்கடியான்நம்பி என்னும் திருமலையப்பனை விட்டு விட்டு வந்துவிட்டோம். அந்த வீர வைஷ்ணவரை இப்போது கொஞ்சம் கவனிக்கலாம்.

வந்தியத்தேவன் குதிரை ஏறிக் குடந்தை நகர் நோக்கிச் சென்றதும், திருமலை அவன் போன திசையைப் பார்த்துக்கொண்டே தனக்குள் சொல்லிக்கொண்டான்.

'இந்த வாலிபன் மிகப் பொல்லாதவனாயிருக்கிறான். நாம் தட்டியில் நுழைந்தால் இவன் கோலத்தில் நுழைகிறான். இவன் உண்மையில் யாருடைய ஆள், எதற்காக, எங்கே போகிறான் என்பதை நம்மால் கண்டுபிடிக்க முடியவில்லை. கடம்பூர் மாளிகையில் நடந்த சதிக் கூட்டத்தில் இவன் கலந்துகொண்டானா என்றும் தெரியவில்லை. நல்ல வேளையாகக் குடந்தை சோதிடரைப் பற்றி இவனிடம் சொல்லி வைத்தோம். நம்மால் அறிய முடியாததைக் குடந்தை சோதிடராவது தெரிந்து கொள்ளுகிறாரா பார்க்கலாம்!...'

'என்ன, சுவாமி! அரசமரத்தோடு பேசறீங்களா? உங்களுக்கு நீங்களே பேசிக் கிறீங்களா?' என்ற குரலைக் கேட்டு திருமலையப்பன் திரும்பிப் பார்த்தான்.

கடம்பூரிலிருந்து வந்த வந்தியத்தேவனுக்குக் குதிரை பிடித்துக் கொண்டு வந்த பணியாள் பக்கத்தில் நின்றான்.

'அப்பனே! நீயா கேட்டாய்? நான் எனக்கு நானே பேசிக் கொள்ளவும் இல்லை; அரச மரத்தோடு பேசவும் இல்லை. இந்த மரத்தின் மேலே ஒரு வேதாளம் இருக்கிறது; அதனோடு சிறிது சல்லாபம் செய்தேன்!' என்றான் திருமலையப்பன்.

'ஓஹோ! அப்படிங்களா! அந்த வேதாளம் சைவமா? வைஷ்ணவமா?' என்றான் அந்த ஆள்.

'அதைத்தான் நானும் கேட்டுக்கொண்டிருந்தேன். அதற்குள்ளே நீ வந்து குறுக்கிட்டாய். வேதாளம் மறைந்து விட்டது; போனால் போகட்டும்! உன் பெயர் என்ன அப்பனே?'

'எதற்காக கேட்கிறீங்க, சுவாமி!'

'நடுக் கொள்ளிடத்தில் படகு கவிழாமல் காப்பாற்றினாயே! அப்படிப் பட்ட புண்ணியவானாகிய உன்னை நான் ஞாபகத்தில் வைத்துக் கொள்ள வேண்டாமா?'

'என் பெயர்.. என் பெயர்.. இடும்பன்காரி, சுவாமி!' என்று இழுத்தாற் போல் சொன்னான்.

'ஓ! இடும்பன்காரியா? எப்போதோ கேட்ட ஞாபகமாயிருக்கிறதே!'

இடும்பன்காரி அப்போது ஒரு விசித்திரமான காரியம் செய்தான். தன்னுடைய விரித்த கைகள் இரண்டையும் ஒன்றின் மேல் ஒன்றைக் குப்புறுத்தி வைத்துக்கொண்டு, இரு ஓரத்துக் கட்டை விரல்களையும் ஆட்டினான்; ஆட்டிக்கொண்டே திருமலையப்பரின் முகத்தைப் பார்த்தான். 'அப்பனே! இது என்ன சமிக்ஞை? எனக்கு விளங்க வில்லையே?' என்றான் திருமலை. அப்போது இடும்பன்காரியின் கரிய முகம் மேலும் சிறிது கருத்தது; கண் புருவங்கள் நெரிந்தன.

'நானா? நான் ஒன்றும் சமிக்ஞை செய்யவில்லையே?' என்றான்.

'செய்தாய், செய்தாய்! நான்தான் பார்த்தேனே? பரதநாட்டிய சாஸ்தி ரத்தில் திருமாலின் முதல் அவதாரத்துக்கு ஒரு அஸ்தம் பிடிப்பதுண்டு. அதுமாதிரி செய்தாயே?'

'திருமாலின் முதல் அவதாரம் என்றால்? அது என்ன? எனக்குத் தெரியவில்லை சுவாமி!'

'விஷ்ணுவின் முதல் அவதாரம் தெரியாதா? மச்சாவதாரம்.'

'மீனைச் சொல்லுறீங்களா!'

'ஆமாம், அப்பனே, ஆமாம்!'

'நல்லவேளை, சாமி! உங்கள் கண்ணே விசித்திரமான கண்ணாயிருக் கிறதே! வெறும் மரத்தின் மேலே வேதாளம் தெரிகிறது. என் வெறுங் கையிலே மச்சாவதாரம் தெரிகிறது! ஒருவேளை மீன் பேரிலே சாமியாருக்குக் கொஞ்சம் ஆசை அதிகமோ?'

'சேச்சே! அந்த மாதிரியெல்லாம் சொல்லாதே அப்பனே! அது போனால் போகட்டும். நம்மோடு படகிலே ஒரு வீர சைவர் வந்தாரே, அவர் எந்தப் பக்கம் போனார் பார்த்தாயா?'

'பார்க்காமலென்ன? பார்த்தேன். நான் குதிரை வாங்கப் போன பக்கந் தான் அவரும் வந்தார்; உங்களைப் பற்றித் திட்டிக்கொண்டே வந்தார்...'

'என்னவென்று என்னைத் திட்டினார்?'

'உங்களை மறுபடியும் அந்த வீர சைவர் பார்த்தால் உங்கள் முன் குடுமியைச் சிரைத்துத் தலையை மொட்டையடித்து...'

'ஓகோ! அந்த வேலை கூட அவருக்குத் தெரியுமா?'

'உங்கள் திருமேனியிலுள்ள நாமத்தையெல்லாம் அழித்து விட்டுத் திருநீற்றைப் பூசி விடுவாராம்!'

'அப்படியானால் அவரைக் கட்டாயம் நான் பார்த்தேயாக வேண்டும்; அவருக்கு எந்த ஊர் என்று உனக்குத் தெரியுமா?'

'அவருக்கு புள்ளிருக்கும் வேளூர் என்று அவரே சொன்னாருங்க!'

'அந்த வீர சைவரைப் போய்ப் பார்த்துவிட்டுத்தான் மறு காரியம். அப்பனே! நீ எங்கே போகப் போகிறாய்? ஒருவேளை நீயும் அந்த வழி வரப் போகிறாயோ?'

'இல்லை, இல்லை நான் எதற்காக அங்கே வருகிறேன்? திரும்பிக் கொள்ளிடத்தைத் தாண்டிக் கடம்பூருக்குத்தான் போகிறேன். இல்லாவிட்டால் எஜமானர் என் கண்ணைப் பிடுங்கி விட மாட்டாரா?'

'அப்படியானால், உடனே திரும்பு. அதோ படகு புறப்படப் போகிறது!'

இடும்பன்காரி திரும்பிப் பார்த்தபோது, ஆழ்வார்க்கடியான் கூறியது உண்மை என்று தெரிந்தது; படகு புறப்படும் தறுவாயில் இருந்தது.

'சரி, சாமியாரே! நான் போகிறேன்' என்று சொல்லிவிட்டுப் படகுத் துறையை நோக்கி விரைந்து சென்றான் இடும்பன்காரி.

பாதி வழியில் ஒரு தடவை திரும்பிப் பார்த்தான். அதற்குள் ஆழ்வார்க்கடியான் ஒரு விந்தையான காரியம் செய்திருந்தான். மளமளவென்று அந்த அரச மரத்தின் மீது பாய்ந்து ஏறிக் கிளைகள் அடர்ந்திருக்கும் இடத்துக்குப் போய் விட்டான். ஆகையால் இடும்பன்காரியின் கண்ணோட்டத்தில் அவன் விழவில்லை.

இடும்பன்காரி நதியின் பரிசில் துறையை அடைந்தான். படகோட்டிகளில் ஒருவன், 'அக்கரைக்கு வருகிறாயா, அப்பா?' என்று கேட்டான்.

'இல்லை, அடுத்த படகில் வரப் போகிறேன். நீ போ!' என்றான் இடும்பன்காரி.

'அடே! இவ்வளவுதானா? நீ வருகிற வேகத்தைப் பார்த்துவிட்டு அல்லவா படகை நிறுத்தினேன்!' என்று சொல்லி ஓடக்காரன் கோல் போட்டு ஓடத்தை நதியில் செலுத்தினான்.

இதற்குள் அரசமரத்தின் நடுமத்தி வரையில் ஏறி நன்றாக மறைந்து உட்கார்ந்துகொண்ட திருமலை, 'ஓகோ! நான் நினைத்தது சரியாகப் போயிற்று. இவன் படகில் ஏறவில்லை; திரும்பித்தான் வரப்போ கிறான். வந்த பிறகு எந்தப் பக்கம் போகிறான் என்று பார்க்க வேண்டும். இவனுடைய கைகள் மச்சஹஸ்த முத்திரை காட்டியதை நான் நன்றாகப் பார்த்தேன். அதன் பொருள் என்ன? மீன்! மீன்! மீன் சின்னம் எதைக் குறிக்கிறது? ஆ! மீன், பாண்டியனுடைய கொடியில் பொறித்ததல்லவா? ஒருவேளை, ஆஹாஹா!.. அப்படியும் இருக்குமோ! பார்க்கலாம்! சிறிது பொறுமையுடனே இருந்து பார்க் கலாம். பொறுத்தவர் பூமி ஆள்வார், பொங்கியவர் காடாள்வார்... ஆனால், இந்தக் காலத்தில் பூமி ஆள்வதைக் காட்டிலும் காடு ஆள்வதே மேலானது என்று தோன்றுகிறது! ஆனாலும் பொறுத்துப் பார்க்கலாம்!...' இவ்விதம் அரசமரத்திலிருந்த அருவமான வேதாளத் தினிடம் திருமலை சொல்லிக் கொண்டிருந்தான்.

விரைவில் அவன் எதிர்பார்த்தபடியே நடந்தது; படகு இடும்பன் காரியை ஏற்றிக் கொள்ளாமலே சென்றது. இடும்பன்காரி நதிக்கரையிலிருந்தபடி அரச மரத்தடியை உற்று உற்றுப் பார்த்தான். பிறகு நாலா திசைகளிலும் துளாவிப் பார்த்தான். ஆழ்வார்க்கடியான் எங்குமில்லையென்பதை நன்கு தெரிந்துகொண்டு திரும்பி அதே அரசமரத்தடிக்கு வந்து சேர்ந்தான். இன்னும் ஒரு தடவை சுற்றுமுற்றும் நன்றாய்ப் பார்த்து விட்டு அந்த மரத்தடியிலேயே உட்கார்ந்து கொண்டான். எதையோ, அல்லது யாரையோ எதிர்பார்ப்பவன் போல் அவனுடைய கண்கள் நாலாபுறமும் சுழன்று நோக்கிக்கொண்டி ருந்தன. ஆனால், மரத்தின் மேலே மட்டும் அவன் அண்ணாந்து பார்க்க வில்லை. பார்த்திருந்தாலும் திருமலை நன்றாகத் தம் திருமேனியை மறைத்துக்கொண்டிருந்த படியால் மரத்தின் மேல் அவன் உட்கார்ந் திருப்பது இடும்பன் காரிக்குத் தெரிந்திராது.

சுமார் ஒரு நாழிகை நேரம் இவ்விதம் சென்றது. திருமலைக்குக் கால்கள் மரத்துப் போகத் தொடங்கின. இனி வெகு நேரம் மரத்தின் மேல் இருக்க முடியாதென்று தோன்றியது. இடும்பனோ, மரத்தடியிலிருந்து எழுந்திருக்கும் வழியாகத் தோன்றவில்லை. தப்பித்துப் போவது எப்படி! எவ்வளவு ஜாக்கிரதையாக மரத்தின் மறுபக்கத்தில் இறங்கினாலும் ஏதாவது சத்தம் கேளாமல் இராது! கேட்டால் இடும்பன்காரி உடனே பார்த்து விடுவான். அவனோ இடுப்பில் ஒரு

கூரிய கொடுவாளைச் செருக்கிக்கொண்டிருந்தான். அதைத் தன் பேரில் அவன் பிரயோகிக்க மாட்டான் என்பது என்ன நிச்சயம்?

வேறு என்னதான் செய்வது? பேய் பிசாசைப் போல் பயங்கரமாகச் சத்தமிட்டுக்கொண்டு இடும்பனின் மேலேயே குதிக்கலாமா? குதித்தால் தன்னை வேதாளம் என்று நினைத்துக்கொண்டு அவன் பயத்தினால் மூர்ச்சையடைந்து விழலாம் அல்லவா? அல்லது தப்பித்து ஓடப் பார்க்கலாம் அல்லவா! அச்சமயம் தானும் தப்பி ஓடிவிடலாம்!... இவ்விதம் திருமலை எண்ணிய சமயத்தில், அவனுடைய சோதனை முடிவடையும் எனத் தோன்றியது.

ஓர் ஆள் தென்மேற்கிலிருந்து, அதாவது குடந்தைச் சாலை வழியாக வந்துகொண்டிருந்தான். அவனுக்காகத்தான் இடும்பன்காரி இத்தனை நேரமாய்க் காத்திருக்கிறான் என்று திருமலையின் உள்ளுணர்ச்சி கூறியது.

புது ஆள் வந்ததைப் பார்த்ததும் அரசமரத்தடியில் உட்கார்ந்திருந்த இடும்பன் எழுந்து நின்றான். வந்தவன், முன்னால் இடும்பன் செய்த சமிக்ஞையைச் செய்தான். அதாவது ஒரு விரித்த புறங்கையின் மேல் இன்னொரு விரித்த கையை வைத்து, இரண்டு கட்டை விரல்களை ஆட்டி, மச்ச சமிக்ஞை பிடித்துக் காட்டினான்; அதைப் பார்த்த இடும்பனும் அதே மாதிரி செய்து காட்டினான்.

'உன் பெயர் என்ன?' என்று வந்தவன் கேட்டான்.

'என் பெயர் இடும்பன்காரி; உங்கள் பெயர்?'

'சோமன் சாம்பவன்!'

'உங்களைத்தான் எதிர்பார்த்துக்கொண்டிருந்தேன்.'

'நானும் உன்னைத் தேடிக்கொண்டுதான் வந்தேன்.'

'நாம் எந்தத் திசையில் போக வேண்டும்?'

'மேற்குத் திசையில்தான்!'

'எவ்விடத்துக்கு?'

'பகைவனின் பள்ளிப்படைக்கு!'

'திருப்புறம்பயம் அருகில்...'

'இரைந்து பேசாதே! யார் காதிலாவது விழப் போகிறது' என்று சொல்லிச் சோமன் சாம்பவன் நாலாபக்கமும் பார்த்தான்.

'இங்கே ஒருவரும் இல்லை; முன்னாலேயே நான் பார்த்து விட்டேன்.'

'பக்கத்தில் எங்கும் ஒளிந்திருக்கவும் இடமில்லையே?'

‘கிடையவே கிடையாது!’

‘அப்படியானால் புறப்படு. எனக்கு அவ்வளவு நன்றாக வழி தெரியாது. நீ முன்னால் போ! நான் சற்றுப் பின்னால் வருகிறேன். அடிக்கடி நின்று நான் பின்னால் வருகிறேனா என்று பார்த்துப் போ!’

‘ஆகட்டும். வழி நல்ல வழியல்ல; காடும் மேடும் முள்ளும் கல்லு மாயிருக்கும். ஜாக்கிரதையாகப் பார்த்து நடந்து வர வேண்டும்!’

‘சரி, சரி, நீ புறப்பட்டுப் போ! காட்டு வழியாயிருந்தாலும் யாராவது எதிர்ப்பட்டால் மறைந்து கொள்ள வேண்டும் தெரிந்ததா?’

‘தெரிந்தது, தெரிந்தது!’

இடும்பன்காரி கொள்ளிடக் கரையோடு மேற்குத் திசையை நோக்கிப் போனான். அவனுக்குச் சற்றுப் பின்னால் சோமன் சாம்பவனும் தொடர்ந்து சென்றான். இருவரும் கண்ணுக்கு மறையும் வரையில் ஆழ்வார்க்கடியான் மரத்தின் மேலேயே இருந்தான். எல்லாவற்றையும் பார்த்துக்கொண்டும் கேட்டுக்கொண்டும் இருந்தான்.

ஆஹா! காலம் பொல்லாத காலம்! எதிர்பாராத காரியங்கள் எல்லாம் நடைபெறுகின்றன. ஏதோ ஒரு பெரிய மர்மமான காரியத்தைத் தெரிந்து கொள்ளக் கடவுள் அருளால் சந்தர்ப்பம் கிடைத்திருக்கிறது. இனி நம்முடைய சாமர்த்தியத்தைப் பொறுத்தது விஷயத்தை அறிவது. கடம்பூர் மாளிகையில் அறைகுறையாகத்தான் தெரிந்து கொள்ள முடிந்தது. இங்கே அப்படி ஏமாந்து போகக் கூடாது. திருப்புறம்பயம் - பள்ளிப்படையென்றால், கங்க மன்னன் பிரிதிவீபதியின் பள்ளிப் படையைத்தான் சொல்லியிருக்க வேண்டும். அந்தப் பள்ளிப்படையைக் கட்டி நூறு வருஷம் ஆகிறது. ஆகையால் பாழடைந்து கிடக்கிறது; சுற்றிலும் காடு மண்டிக் கிடக்கிறது; கிராமமோ சற்றுத் தூரத்தில் இருக்கிறது. அங்கே எதற்காக இவர்கள் போகிறார்கள்! இந்த இரண்டு பேரும் மட்டும் பேச வேண்டிய விஷயமாயிருந்தால், இங்கேயே பேசிக் கொள்ளுவார்கள். காட்டு வழியில் ஒரு காத தூரம் போக வேண்டிய தில்லையே? ஆகையால், அங்கே இன்னும் சிலரும் வரப் போகிறார்கள் என்பது நிச்சயம். எதற்காக? பிரிதிவீபதியின் பள்ளிப்படையைப் ‘பகைவனின் பள்ளிப்படை’யென்று இவர்களில் ஒருவன் சொல் வானேன்? பிரிதிவீபதி யாருக்குப் பகைவன்? ஆகா! நாம் நினைத்தது உண்மையாகும் போலிருக்கிறதே! எதற்கும் பார்த்துத் தெரிந்து கொள்ளலாம். இவர்கள் கொள்ளிடக் கரையோடு போகிறார்கள். நாம் மண்ணிக் கரையோடு போகலாம். மண்ணிக் கரையில் காடு அதிக அடர்த்தியாயிருந்தாலும் பாதகமில்லை. காடும் மேடும் முள்ளும் கல்லும் நமக்கு என்ன இலட்சியம்? அவைதாம் நம்மைக் கண்டு பயப்பட வேண்டும்!...

இவ்வாறு எண்ணிக்கொண்டும் வாயோடு முணுமுணுத்துக் கொண்டும் திருமலை அரசமரத்திலிருந்து இறங்கிச் சற்றுத் தெற்கு நோக்கிப் போனான். மண்ணியாறு வந்தது. அதன் கரையோடு மேற்கு நோக்கி நடையைக் கட்டினான். ஜன சஞ்சாரமில்லாத அடர்ந்த காடுகளின் வழியாக ஆழ்வார்க்கடியான் புகுந்து சென்று சூரியன் அஸ்தமிக்கும் சமயத்தில் திருப்புறம்பயம் பள்ளிப்படைக் கோயிலை அடைந்தான்.

# ரணகள அரண்யம்

*பழந்தமிழ்நாட்டில்* போர்க்களத்தில் உயிர்துறந்த மகாவீரர்களின் ஞாபகமாக வீரக் கல் நட்டுக் கோயில் எடுப்பது மரபு. வெறும் கல் மட்டும் ஞாபகார்த்தமாக நாட்டியிருந்தால் 'நடுகற் கோயில்' என்று வழங்குவார்கள். அத்துடன் ஏதேனும் ஒரு தெய்வத்தின் சிலையையும் ஸ்தாபித்து ஆலயமாக எழுப்பியிருந்தால் அது 'பள்ளிப்படை' என்று வழங்கப்படும்.

குடந்தை நகருக்கு அரைக்காதம் வடமேற்கில் மண்ணியாற்றுக்கு வடகரையில் திருப்புறம்பயம் என்னும் கிராமத்துக்கருகில் ஒரு பள்ளிப்படைக் கோயில் இருந்தது. இது அந்தப் பிரதேசத்தில் நடந்த ஒரு மாபெரும் போரில் உயிர் நீத்த கங்க மன்னன் பிரிதிவீபதியின் ஞாபகமாக எடுத்தது. உலக சரித்திரம் அறிந்தவர்கள் வாடர்லூ சண்டை, பானிபெத் சண்டை, பிளாசிச் சண்டை போன்ற சில சண்டை களின் மூலம் சரித்திரத்தின் போக்கே மாறியது என்பதை அறிவார்கள். தமிழ்நாட்டைப் பொறுத்த வரையில் திருப்புறம்பயம் சண்டை அத்தகைய முக்கியம் வாய்ந்தது. நமது கதை நடந்த காலத்துக்குச் சுமார் நூறு ஆண்டு காலத்துக்கு முன்னால் அச்சண்டை நடந்தது. அதன் வரலாறு தமிழ் மக்கள் அனைவருக்கும் தெரிந்திருக்க வேண்டியது அவசியம்.

'கரிகால் வளவன்' பெருநற்கிள்ளி, இளஞ்சேட் சென்னி, தொடித் தோட் செம்பியன் முதலிய சோழகுல மன்னர்கள் சீரும் சிறப்புமாக சோழ நாட்டை ஆண்டிருந்த காலத்துக்குப் பிறகு ஏறக்குறைய ஐந்நூறு அறுநூறு வருஷ காலம் சோழர் குலத்தின் கீர்த்தியை நீடித்த கிரகணம் பிடித்திருந்தது. தெற்கே பாண்டியர்களும், வடக்கே பல்லவர்களும் வலிமை மிக்கவர்களாகிச் சோழர்களை நெருக்கி வந்தார்கள். கடைசி யாக, சோழ குலத்தார் பாண்டியர்களின் தொல்லையைப் பொறுக்க முடியாமல் அவர்களுடைய நெடுங்காலத் தலைநகரமான உறையூரை

விட்டு நகர வேண்டி வந்தது. அப்படி நகர்ந்தவர்கள் குடந்தைக்கு அருகில் இருந்த பழையாறை என்னும் நகருக்கு வந்து சேர்ந்தார்கள். ஆயினும் உறையூர் தங்கள் தலைநகரம் என்னும் உரிமையை விட்டு விடவில்லை. 'கோழி வேந்தர்' என்னும் பட்டத்தையும் விட்டுவிட வில்லை.

பழையாறைச் சோழ மன்னர்களில் விஜயாலய சோழர் என்பவர் இணையில்லா வீரப்புகழ் பெற்றவர். இவர் பற்பல யுத்த களங்களில் முன்னணியில் நின்று போர் செய்து உடம்பில் தொண்ணூற்றாறு காயங்களை அடைந்தவர். 'எண்கொண்ட தொண்ணூற்றின் மேலுமிரு மூன்று புண்கொண்ட வெற்றிப் புரவலன்' என்றும், 'புண்ணூறு தன்றிரு மேனியிற் பூணாகத் தொண்ணூறும் ஆறுஞ் சுமந்தோனும்' என்றெல்லாம் பிற்கால ஆஸ்தானப் புலவர்களால் பாடப் பெற்றவர். இவருடைய மகன் ஆதித்த சோழன் தந்தைக்கு இணையான பெரு வீரனாக விளங்கினான். இவனும் பல போர்களில் கலந்துகொண்டு புகழ் பெற்றான்.

விஜயாலய சோழர் முதுமைப் பிராயத்தை அடைந்து மகனுக்குப் பட்டங்கட்டி விட்டு ஓய்ந்திருந்தார். அச்சமயத்தில் பாண்டியர்க ளுக்கும் பல்லவர்களுக்கும் பகைமை முற்றி அடிக்கடி சண்டை நடந்துகொண்டிருந்தது. அந்தக் காலத்துப் பாண்டிய மன்னனுக்கு வரகுணவர்மன் என்று பெயர்; பல்லவ அரசனுக்கு அபராஜிதவர்மன் என்று பெயர். இந்த இரண்டு பேரரசர்களுக்குள் நடந்த சண்டைகள் பெரும்பாலும் சோழ நாட்டில் நடைபெற்றன. யானையும் யானையும் மோதிச் சண்டையிடும்போது நடுவில் அகப்பட்டுக் கொள்ளும் சேவல் கோழியைப் போல் சோழ நாடு அவதிப்பட்டது. சோழ நாட்டு மக்கள் துன்புற்றார்கள். எனினும் இப்போர்களை விஜயாலய சோழர் தமக்குச் சாதகமாகப் பயன்படுத்திக்கொண்டார். ஒவ்வொரு போரிலும் ஏதாவது ஒரு கட்சியில் தம்முடைய சிறிய படையுடன் போய்க் கலந்து கொண்டார். வெற்றி தோல்விகள் மாறி மாறி வந்தாலும் சோழ நாட்டில் போர்க்குணம் மிகுந்து வந்தது.

காவேரி நதியிலிருந்து பல கிளை நதிகள் பிரிந்து சோழ நாட்டை வளப்படுத்துவதை யாவரும் அறிவார்கள். அக்கிளை நதிகள் யாவும் காவிரிக்குத் தெற்கே பிரிகின்றன. கொள்ளிடத்திலிருந்து பிரிந்து காவிரிக்கும் கொள்ளிடத்துக்கும் நடுவில் பாயும் நதி ஒன்றே ஒன்றுதான்; அதற்கு மண்ணியாறு என்று பெயர். இந்த மண்ணி யாற்றின் வடகரையில், திருப்புறம்பயம் கிராமத்துக்கு அருகில், பாண்டியர்களுக்கும் பல்லவர்களுக்கும் இறுதியான பலப்பரீட்சை நடந்தது. இரு தரப்பிலும் படைபலம் ஏறக்குறைய சமமாக இருந்தது.

பல்லவ அபராஜிதவர்மனுக்குத் துணையாக கங்க நாட்டு பிரிதிவீபதி வந்திருந்தான். ஆதித்த சோழனும் அபராஜிதவர்மனுடைய கட்சியில் சேர்ந்திருந்தான்.

பாண்டிய சைன்யத்துடனும் பல்லவ சைன்யத்துடனும் ஒப்பிட்டால், சோழ சைன்யம் மிகச் சிறியதாகவே இருந்தது. எனினும், இம்முறை பாண்டியன் வெற்றி பெற்றால், சோழ வம்சம் அடியோடு நாசமாக நேரும் என்று ஆதித்தன் அறிந்திருந்தான். ஆகையால், பெரிய சமுத்திரத்தில் கலக்கும் காவேரி நதியைப் போல் பல்லவரின் மகா சைன்யத்தில் தன்னுடைய சிறு படையையும் சேர்ந்திருந்தான்.

காத தூரத்துக்குக் காத தூரம் ரணகளம் பரவியிருந்தது. ரத, கஜ, துரக, பதாதிகள் என்னும் நாலுவகைப் படைகளும் போரில் ஈடுபட்டிருந்தன. மலையோடு மலை முட்டுவது போல் யானைகள் ஒன்றையொன்று தாக்கியபோது நாலா திசைகளும் அதிர்ந்தன. புயலோடு புயல் மோதுவது போல் குதிரைகள் ஒன்றின் மீது ஒன்று பாய்ந்த போது குதிரை வீரர்களின் கையிலிருந்த வேல்கள் மின்வெட்டுகளைப் போல் பிரகாசித்தன. ரதத்தோடு ரதம் மோதிச் சுக்குநூறாகித் திசையெல்லாம் பறந்தன. காலாள் வீரர்களின் வாள்களோடு வாள்களும், வேல்களோடு வேல்களும் உராய்ந்தபோது எழுந்த ஐங்கார ஒலிகளினால் திக்குத் திகாந்தங்கள் எல்லாம் நடுநடுங்கின. மூன்று நாள் இடைவிடாமல் சண்டை நடந்த பிறகு, ரணகளம் முழுவதும் ரத்தக் கடலாகக் காட்சியளித்தது. அந்தக் கடலில் செத்த யானைகளும் குதிரைகளும் திட்டுத் திட்டாகக் கிடந்தன. உடைந்த ரதங்களின் பகுதிகள் கடலில் கவிழ்ந்த கப்பலின் பலகைகளைப் போல் மிதந்தன. இரு தரப்பிலும் ஆயிரம் பதினாயிரம் வீரர்கள் உயிரிழந்து கிடந்தார்கள்.

மூன்று நாள் இவ்விதம் கோர யுத்தம் நடந்த பிறகு பல்லவர் சைன்யத்தில் ஒரு பகுதிதான் மிஞ்சியிருந்தது. மிஞ்சியவர்களும் மிகக் களைத்திருந்தார்கள். பாண்டிய நாட்டு வீர மறவர்களோ, களைப்பையே அறியாத வரம் வாங்கி வந்தவர்களைப் போல், மேலும் மேலும் வந்து தாக்கினார்கள். அபராஜிதவர்மனுடைய கூடாரத்தில் மந்திராலோசனை நடந்தது. அபராஜிதன், பிரதிவீபதி, ஆதித்தன் ஆகிய மூன்று மன்னர்களுடன் படைத்தலைவர்களும் கலந்து ஆலோசித்தார்கள். இனி எதிர்த்து நிற்க முடியாது என்றும், பின்வாங்கிக் கொள்ளிடத்துக்கு வடகரைக்குச் சென்று விடுவதே உசிதம் என்றும் முடிவு செய்தார்கள்.

இப்படிப்பட்ட நிலைமையில் போர்க்களத்தில் ஓர் அதிசயம் நடந்தது. முதுமையினால் தளர்ந்தவனும், உடம்பில் தொண்ணூற்றாறு காயவடுக்கள் உள்ளவனும், கால்களில் பட்ட கொடிய காயத்தினால் எழுந்து நிற்கும் சக்தியை இழந்தவனுமான விஜயாலய சோழன்

எப்படியோ யுத்த அரங்கத்துக்கு வந்து விட்டான். பல்லவ சைன்யம் பின்வாங்கிக் கொள்ளிடத்துக்கு வடக்கே போய்விட்டால், சோழ நாடு மறுபடியும் நெடுங்காலம் தலையெடுக்க முடியாது என்பதை உணர்ந் திருந்த அந்தக் கிழச் சிங்கத்தின் கர்ஜனை, பல்லவர் கட்சியில் எஞ்சியிருந்த வீரர்களுக்குப் புத்துயிர் அளித்தது.

'ஒரு யானை! எனக்கு ஒரு யானை கொடுங்கள்!' என்றான்.

'நமது யானைப் படை முழுதும் அதமாகி விட்டது; ஒன்று கூடத் தப்பவில்லை' என்றார்கள்.

'ஒரு குதிரை, ஒரு குதிரையாவதுகொண்டு வாருங்கள்!' என்றான்.

'உயிருள்ள குதிரை ஒன்று கூட மிஞ்சவில்லை' என்று சொன்னார்கள்.

'சோழ நாட்டுச் சுத்த வீரர்கள் இருவரேனும் மிஞ்சி உயிரோடு இருக் கிறார்களா? இருந்தால் வாருங்கள்!' என்று விஜயாலயன் அலறினான்.

இருவருக்கு பதிலாக இருநூறு பேர் முன்னால் வந்தார்கள்.

'இரண்டு பேர் தோளில் வலியும் நெஞ்சில் உரமும் உள்ள இரண்டு பேர் என்னைத் தோள் கொடுத்துத் தூக்கிக் கொள்ளுங்கள். மற்றவர்கள் இரண்டு இரண்டு பேராகப் பின்னால் வந்துகொண்டிருங்கள். என்னைச் சுமக்கும் இருவர் விழுந்தால், பின்னால் வரும் இருவர் என்னைத் தூக்கிக் கொள்ளுங்கள்!' என்றான் அந்த வீராதி வீரன். அப்படியே இரண்டு பீமசேனர்கள் முன்னால் வந்து விஜயாலயனைத் தோளில் தூக்கிக்கொண்டார்கள்.

'போங்கள்! போர் முனைக்குப் போங்கள்!' என்று கர்ஜித்தான்.

போர்க்களத்தில் ஓரிடத்தில் இன்னமும் சண்டை நடந்துகொண் டிருந்தது. தெற்கத்தி மறவர்கள் கீழைநாட்டாரைத் தாக்கிப் பின்வாங்கச் செய்துகொண்டே வந்தார்கள். இருவருடைய தோள்களில் அமர்ந்த விஜயாலயன் அந்தப் போர் முனைக்குப் போனான். இரண்டு கைகளிலும் இரண்டு நீண்ட வாள்களை வைத்துக்கொண்டு திருமாலின் சக்ராயுதத்தைப் போல் சுழற்றிக்கொண்டு, எதிரிகளிடையே புகுந்தான். அவனைத் தடுக்க யாராலும் முடியவில்லை. அவன் புகுந்து சென்ற வழி யெல்லாம் இருபுறமும் பகைவர்களின் உடல்கள் குவிந்துகொண்டே யிருந்தன.

ஆம்; இந்த அதிசயத்தைப் பார்ப்பதற்காகப் பின்வாங்கிய வீரர்கள் பலரும் முன்னால் வந்தார்கள். விஜயாலயனுடைய அமானுஷ்ய வீரத்தைக் கண்டு முதலில் சிறிது திகைத்து நின்றார்கள். பிறகு

ஒருவரையொருவர் உற்சாகப்படுத்திக் கொண்டு தாங்களும் போர் முனையில் புகுந்தார்கள். அவ்வளவுதான்; தேவி ஜயலக்ஷ்மியின் கருணாகடாட்சம் இந்தப் பக்கம் திரும்பி விட்டது.

பல்லவர் படைத் தலைவர்கள் பின்வாங்கிக் கொள்ளிடத்துக்கு வடகரை போகும் யோசனையைக் கைவிட்டார்கள். மூன்று வேந்தர்களும் தமக்குரிய மூலபல வீரர்கள் புடைசூழப் போர்முனையில் புகுந்தார்கள். சிறிது நேரத்துக்கெல்லாம் பாண்டிய வீரர்கள் பின்வாங்கத் தொடங்கினார்கள். கங்க மன்னன் பிரதிவீபதி அன்றைய போரில் செயற்கரும் செயல்கள் பல புரிந்த பிறகு, தன் புகழுடம்பை அப்போர்க் களத்தில் நிலைநாட்டி விட்டு வீர சொர்க்கம் சென்றான். அத்தகைய வீரனுடைய ஞாபகார்த்தமாக அப்போர்க்களத்தில் வீரக் கல் நாட்டினார்கள். பிறகு பள்ளிப்படைக் கோயிலும் எடுத்தார்கள்.

அத்தகைய கொடூரமான பயங்கர யுத்தம் நடந்த ரணகளம் சில காலம் புல் பூண்டுகள் முளையாமல் கிடந்தது. அந்தப் பக்கம் மக்கள் போவதேயில்லை. சிறிது காலத்துக்குப் பிறகு அங்கே காடு மண்ட ஆரம்பித்தது. பள்ளிப்படைக் கோயிலைச் சுற்றிக் காடு அடர்ந்தது, புதர்களில் நரிகள் குடிபுகுந்தன. இருண்ட மரக்கிளைகளில் ஆந்தைகளும் கோட்டான்களும் வாசம் செய்தன. நாளடைவில் அப்பள்ளிப்படைக் கோயிலுக்கு யாரும் போவதை நிறுத்தி விட்டார்கள். எனவே, கோயிலும் நாளுக்கு நாள் தகர்ந்து போய் வந்தது. நமது கதை நடக்கும் காலத்தில் பாழடைந்து கிடந்தது.

இத்தகைய பாழடைந்த பள்ளிப்படைக் கோயிலுக்கு இருட்டுகிற நேரத்தில் ஆழ்வார்க்கடியான் வந்து சேர்ந்தான். அக்கோயிலின் மேல் மண்டப விளிம்பில் அமைந்த காவல் பூதகணங்கள் அவனைப் பயமுறுத்தப் பார்த்தன. ஆனால் அந்த வீர வைஷ்ணவ சிகாமணியா பயப்படுகிறவன்? பள்ளிப்படைக் கோயில் மண்டபத்தின் மீது தாவி ஏறினான். மண்டபத்தின்மீது கவிந்திருந்த மரக்கிளையின் மறைவில் உட்கார்ந்துகொண்டான். நாலாபுறமும் கவனமாகப் பார்த்துக் கொண்டிருந்தான். அவனுடைய கண்கள் அடர்த்தியான இருளைக் கிழித்துக்கொண்டு பார்க்கும் சக்தியைப் பெற்றிருந்தன. அவனுடைய செவிகளும் அவ்வாறே மிக மெல்லிய ஓசையையும் கேட்கக்கூடிய கூர்மை பெற்றிருந்தன.

இருட்டி ஒரு நாழிகை; இரண்டு நாழிகை; மூன்று நாழிகையும் ஆயிற்று. சுற்றிலும் சூழ்ந்திருந்த அந்தகாரம் அவனை அடியோடு அமுக்கி, மூச்சுத் திணறச் செய்தது. அவ்வப்போது காட்டு மரங்களினிடையே சலசலவென்று ஏதோ சத்தம் கேட்டது. அதோ ஒரு மரநாய் மரத்தின் மேல் ஏறுகிறது! அதோ ஒரு ஆந்தை உறுமுகிறது! இந்தப் பக்கம் ஒரு

கோட்டான் கூவுகிறது! மரநாய்க்குப் பயந்து ஒரு பறவை சடசட வென்று சிறகை அடித்துக்கொண்டு மேல் கிளைக்குப் பாய்கிறது. அதோ, நரிகள் ஊளையிடத் தொடங்கி விட்டன. தலைக்கு மேலே ஏதோ சத்தம் கேட்டது. அண்ணாந்து பார்த்தான். அணிலோ, ஓணானோ, அல்லது அத்தகைய வேறொரு சிறிய பிராணியோ மரக்கிளைகளின் மீது தாவி ஏறிற்று.

மரக்கிளைகளின் இடுக்குகளின் வழியாக வானத்தில் ஒரு சிறு பகுதி தெரிந்தது. விண்மீன்கள் 'முணுக்', 'முணுக்'கென்று மின்னிக்கொண்டு கீழே எட்டிப் பார்த்தன. அந்தத் தனிமை மிகுந்த கனாந்தகாரத்தினி டையே வானத்து நட்சத்திரங்கள் அவனுடன் நட்புரிமைகொண்டாடு வதுபோல் தோன்றின. எனவே, ஆழ்வார்க்கடியான் மரக்கிளைகளின் வழியாக எட்டிப் பார்த்த நட்சத்திரங்களைப் பார்த்து மெல்லிய குரலில் பேசினான்;

'ஓ! நட்சத்திரங்களே! உங்களை இன்றைக்குப் பார்த்தால் பூவுலக மக்களின் அறிவீனத்தைப் பார்த்துக் கேலி செய்து கண்சிமிட்டிச் சிரிப்பவர்களைப் போலத் தோன்றுகிறது. சிரிப்பதற்கு உங்களுக்கு வேண்டிய காரணம் உண்டு. நூறு வருஷத்துக்கு முன்னால் இதே இடத்தில் நடந்த பெரும் போரையும், போர் நடந்த பிறகு இங்கே வெகு நாள் வரை இரத்த வெள்ளம் பெருகிக் கிடந்ததையும் பார்த்திருக் கிறீர்கள். மனிதர்கள் எதற்காக இப்படி ஒருவரையொருவர் பகைக்க வேண்டும் என்று அதிசயிக்கிறீர்கள். எதற்காக இப்படி மனித இரத்தத்தைச் சிந்தி வெள்ளமாக ஓடச் செய்ய வேண்டும் என்றும் வியக்கிறீர்கள் இதற்குப் பெயர் வீரமாம். '

'ஒரு மனிதன் இறந்து நூறு வருஷம் ஆகியும் அவனிடம் பகைமை பாராட்டுகிறார்கள்! இந்தப் பள்ளிப்படை பகைவனுடைய பள்ளிப் படையாம்! பகைவன் பள்ளிப்படைக்கு அருகில் கூடி யோசிக்கப் போகிறார்களாம். செத்துப் போனவர்களின் பெயரால் உயிரோடிருப்ப வர்களை இம்சிப்பதற்கு! வானத்து விண்மீன்களே! நீங்கள் ஏன் சிரிக்க மாட்டீர்கள்? நன்றாய்ச் சிரியுங்கள்!

'கடவுளே! இங்கு வந்தது வீண்தானா? இன்றிரவெல்லாம் இப்படியே கழியப் போகிறதா? எதிர்பார்த்த ஆட்கள் இங்கே வரப்போவ தில்லையா? என் காதில் விழுந்தது தவறா? நான் சரியாகக் கவனிக்க வில்லையா? அல்லது அந்த மச்சஹஸ்த சமிக்ஞையாளர்கள் தங்கள் யோசனையை மாற்றிக்கொண்டு வேறிடத்துக்குப் போய் விட்டார்களா! என்ன ஏமாற்றம்? இன்றைக்கு மட்டும் நான் ஏமாந்து போனால் என்னை நான் ஒரு நாளும் மன்னித்துக் கொள்ள முடியாது!... ஆ! அதோ

சிறிது வெளிச்சம் தெரிகிறது! அது என்ன? வெளிச்சம் மறைகிறது; மறுபடி தெரிகிறது. சந்தேகமில்லை. அதோ, சுளுந்து கொளுத்திப் பிடித்துக்கொண்டு யாரோ ஒருவன் வருகிறான்! இல்லை இரண்டு பேர் வருகிறார்கள். காத்திருந்தது வீண் போகவில்லை!...'

வந்தவர்கள் இருவரும் பள்ளிப்படையைத் தாண்டிக்கொண்டு சிறிது அப்பால் போனார்கள். அடர்ந்த காட்டுக்கு மத்தியில் சிறிது இடை வெளி இருந்த இடத்தில் நின்றார்கள். ஒருவன் உட்கார்ந்து கொண்டான். கையில் சுளுந்து வைத்திருந்தவன் சுற்றும் முற்றும் பார்த்துக்கொண்டிருந்தான். யாருடைய வரவையோ அவன் எதிர்பார்த்தான் என்பதில் சந்தேகமில்லை. சற்று நேரத்துக்கெல்லாம் இன்னும் இரண்டு பேர் வந்தார்கள். அவர்கள் இதற்கு முன் இந்த இடத்துக்கு வந்தவர்களாக இருக்க வேண்டும். இல்லாவிட்டால் இந்த இருளில், அடர்ந்த காட்டில், வழி கண்டுபிடித்துக்கொண்டு வர முடியுமா?

முதலில் வந்தவர்களும் பின்னால் வந்தவர்களும் ஏதோ பேசிக் கொண்டார்கள். ஆனால் ஆழ்வார்க்கடியான் காதில் அது ஒன்றும் விழவில்லை. 'அடடா, இத்தனை கஷ்டப்பட்டு வந்தும் பிரயோஜனம் ஒண்ணும் இராது போலிருக்கிறதே! ஆட்களின் அடையாளம் கூடத் தெரியாது போலிருக்கிறதே!'

பிறகு இன்னும் இரண்டு பேர் வந்தார்கள். முன்னால் வந்தவர்களும் கடைசியில் வந்தவர்களும் ஒருவருக்கொருவர் பேசிக்கொண்டார்கள். கடைசியாக வந்தவர்களில் ஒருவன் கையில் ஒரு பை கொண்டு வந்திருந்தான். அதை அவன் அவிழ்த்து அதனுள் இருந்தவற்றைக் கொட்டினான். சுளுந்து வெளிச்சத்தில் தங்க நாணயங்கள் பளபள வென்று ஒளிர்ந்தன.

கொட்டிய மனிதன் பைத்தியம் பிடித்தவனைப் போல் சிரித்து, 'நண்பர்களே! சோழ நாட்டுப் பொக்கிஷத்தைக்கொண்டே சோழ ராஜ்யத்துக்கு உலைவைக்கப் போகிறோம்! இது பெரிய வேடிக்கை யல்லவா?' என்று சொல்லிவிட்டு மறுபடியும் கலகலவென்று சிரித்தான்.

'ரவிதாஸரே! இரைச்சல் போட வேண்டாம்; கொஞ்சம் மெதுவாகப் பேசலாம்' என்றான் ஒருவன்.

'ஆகா! இங்கு இப்படிப் பேசினால் என்ன? நரிகளும், மரநாய்களும், கூகைகளும் கோட்டான்களுந்தான் நம் பேச்சைக் கேட்கும்! நல்ல வேளையாக அவை யாரிடமும் போய்ச் சொல்லாது! என்றான் ரவிதாஸன்.

'இருந்தாலும் கொஞ்சம் மெதுவாகப் பேசுவதே நல்லது அல்லவா?'

பிறகு அவர்கள் மெல்லப் பேசத் தொடங்கினார்கள். ஆழ்வார்க் கடியானுக்கு அவர்களுடைய பேச்சைக் கேட்டறியாமல் மண்ட பத்தின் பேரில் உட்கார்ந்து இருப்பது வீண் என்று தோன்றியது. மண்டபத்திலிருந்து இறங்கி கூட்டம் நடக்கும் இடத்திற்கு அருகில் நின்று ஒட்டுக் கேட்டே தீர வேண்டும். அதனால் விளையும் அபாயத் தையும் சமாளித்துக் கொள்ள வேண்டும் - இவ்விதம் எண்ணி ஆழ்வார்க் கடியான் மண்டபத்திலிருந்து இறங்க முயன்றபோது மரக்கிளைகளில் அவன் உடம்பு உராய்ந்ததால் சலசலப்புச் சத்தம் உண்டாயிற்று.

பேசிக்கொண்டிருந்த மனிதர்களில் இருவர் சட்டென்று குதித்து எழுந்து 'யார் அங்கே' என்று கர்ஜித்தார்கள்.

ஆழ்வார்க்கடியானுடைய இதயத் துடிப்பு சிறிது நேரம் நின்று போயிற்று. அவர்களிடம் அகப்பட்டுக் கொள்ளாமல் தப்பி ஓடுவதைத் தவிர வேறு வழியில்லை. ஓடினாலும் காட்டில் சலசலப்புச் சத்தம் கேட்கத்தானே செய்யும்! அவர்கள் வந்து தன்னைப் பிடித்து விடலாம் அல்லவா?

அச்சமயத்தில், கோட்டான் ஒன்று சப்பட்டையை விரித்து உயர்த்தி அடித்துக்கொண்டதுடன் 'ஊம் ஊம்' என்று உறுமியது.

இருபதாம் அத்தியாயம்

# 'மூதற் பகைவன்!'

தக்க சமயத்தில் ஆந்தை செய்த உதவியை ஆழ்வார்க்கடியான் மனத்திற்குள் பெரிதும் பாராட்டினான். ஏனெனில், காட்டின் மத்தியில் கூடியிருந்த சதிகாரர்கள், சிறகடித்துக்கொண்டு உறுமிய ஆந்தையைப் பார்த்து அதனால் ஏற்பட்ட சத்தந்தான் என்று எண்ணிக்கொண்டார்கள்.

'அடே! இந்தக் கோட்டான் நம்மைப் பயப்படுத்திவிட்டது! வெட்டுடா அதை!' என்றான் ஒருவன்.

'வேண்டாம்! உங்கள் கத்திகளை வேறு முக்கியமான காரியங்களுக்குப் பத்திரப்படுத்தி வையுங்கள். நம் பகைவர்களைப் பூண்டோடு ஒழிப்பதற்குக் கூராக்கி வையுங்கள்! ஆந்தையும் கோட்டானும் நம் பகைவர்களல்ல; அவை நம் சிநேகிதர்கள்! மனிதர்கள் சாதாரணமாய் உறங்கும் சமயங்களில் நாம் கண் விழித்திருக்கிறோம். நம்மோடு ஆந்தைகளும் கூகைகளும் கண் விழித்திருக்கின்றன!' என்றான் ரவிதாஸன் என்பவன்.

அவனுடைய பேச்சைக் கேட்டுக்கொண்டே மெள்ள மெள்ள அடிமேல் அடியெடுத்து வைத்து நடந்து திருமலையப்பன் ஒரு பெரிய மருத மரத்தின் சமீபத்தை அடைந்தான். நூறு வயதான அந்த மரத்தின் பெரிய வேர்கள் நாலாபுறத்திலும் ஓடியிருந்தன. ஓர் ஆணிவேருக்கும் இன்னோர் ஆணிவேருக்கும் மத்தியில் தரையிலும் இடைவெளியிருந்தது; மரத்தின் அடிப்பக்கத்திலும் நல்ல குழிவு இருந்தது. அத்தகைய குழிவு ஒன்றில் மரத்தோடு மரமாகச் சாய்ந்துகொண்டு ஆழ்வார்க்கடியான் நின்றான்.

'தஞ்சாவூர் இராஜ்யத்தின் பொக்கிஷம் இருக்கும் வரையில் நமக்கு வேண்டிய பொருளுக்குக் குறைவு இல்லை. எடுத்த காரியத்தை முடிக்க வேண்டிய நெஞ்சுத் துணிவு வேண்டும். காரியம் முடிகிற வரையில் வெளியில் தெரியாதபடி இரகசியத்தைப் பேணும் சக்தி வேண்டும்! நமக்குள் இரண்டு பிரிவாகப் பிரிந்துகொள்ளவேண்டும். ஒரு பிரிவினர்

உடனே இலங்கைக்குப் போகவேண்டும் இன்னொரு பிரிவினர் தொண்டை மண்டலம் சென்று காரிய சித்திக்குத் தக்க சமயத்தை எதிர்பார்த்திருக்க வேண்டும். ஏறக்குறைய இரண்டு காரியங்களும் ஒரே சமயத்தில் முடியவேண்டும். ஒரு பகைவனை முடித்த பிறகு அவகாசம் கொடுத்தால், இன்னொரு பகைவன் ஜாக்கிரதையாகிவிடுவான்! அதற்கு இடமே கொடுக்கக் கூடாது. தெரிகிறதா? உங்களில் இலங்கைக்குப் போக யார் யார் ஆயத்தமாயிருக்கிறீர்கள்?' என்றான் ரவிதாஸன்.

'நான் போகிறேன்!', 'நான்தான் போவேன்!' என்று பல குரல்கள் ஒரே சமயத்தில் கேட்டன.

'யார் போகிறது என்பதை அடுத்த முறை பாண்டிய நாட்டில் கூடித் தீர்மானிக்கலாம்! அதுவரைக்கும் இங்கே செய்ய வேண்டிய ஏற்பாடுகள் இன்னும் சில இருக்கின்றன!' என்றான் ரவிதாஸன்.

'ஈழத்துக்கு எந்த வழி போவது நல்லது?' என்று ஒருவன் கேட்டான்.

'கோடிக்கரை வழியாகப் போகலாம். கடலைக் கடப்பதற்கு அது நல்ல வழி. ஆனால் இங்கிருந்து கோடிக்கரை வரையில் செல்வது கடினம். நெடுகிலும் பகைவர்கள்; ஆங்காங்கே ஒற்றர்கள். ஆகையால் சேதுவுக்குச் சென்று அங்கே கடலைத் தாண்டி மாதோட்டத்துக்கருகில் இறங்குவதுதான் நல்லது. இலங்கை போகிறவர்கள் சமயத்தில் படகு வலிக்கவும், கட்டுமரம் தள்ளவும், கடலில் நீந்தவும் தெரிந்தவர் களாயிருக்க வேண்டும். இங்கே யாருக்கு நீந்தத் தெரியும்?'

'எனக்குத் தெரியும்', 'எனக்கும் தெரியும்' என்ற குரல்கள் எழுந்தன.

'முதலில், இலங்கை மன்னன் மகிந்தனைக் கண்டு பேசிவிட்டுப் பிறகு காரியத்தில் இறங்க வேண்டும். ஆகையால் ஈழத்துக்குப் போகிறவர் களில் ஒருவருக்காவது சிங்கள மொழி தெரிந்திருக்க வேண்டும். ஆ! நமது சோமன் சாம்பவன் இன்னும் வந்து சேரவில்லையே? யாராவது அவனை இன்றைக்குப் பார்த்தீர்களா?'

'இதோ வந்துகொண்டிருக்கிறேன்!' என்று ஆழ்வார்க்கடியானுக்கு மிக்க சமீபத்திலிருந்து ஒரு குரல் கேட்டது.

அடியான் மேலும் மரத்தோடு மரமாக ஒட்டிக்கொண்டான். அடாடா! இந்தப் பாழும் உடம்பு இப்படிப் பெருத்துவிட்டது எவ்வளவு சங்கட மாயிருக்கிறது! புதிதாக இரண்டு பேர் அக்கூட்டத்தில் வந்து சேர்ந்து கொண்டார்கள். ஆழ்வார்க்கடியான் தன் முகத்தில் ஒரு சிறு பகுதியை மட்டுமே மரத்துக்கு வெளியே நீட்டி எட்டிப் பார்த்தான். புதிதாக வந்தவர்கள் இருவரும் கொள்ளிடக் கரையில் அரசமரத்தடியில் சந்தித்துப் பேசியவர்கள்தான் என்று தெரிந்துகொண்டான்.

புது மனிதர்களைக் கண்டதும் ரவிதாஸன், ‘வாருங்கள்! வாருங்கள்! ஒருவேளை ஏதாவது உங்களுக்கு ஆபத்து வந்து விட்டதோ, வராமலே இருந்து விடுவீர்களோ என்று பயந்தேன்; எங்கிருந்து எந்த வழியாக வந்தீர்கள்?’ என்றான்.

‘கொள்ளிடக் கரையோடு வந்தோம். வழியில் ஒரு கூட்டம் நரிகள் வளைத்துக் கொண்டன. நரிகளிடம் சிக்காமல் தப்பித்து வருவதற்கு நேரம் ஆகிவிட்டது!’ என்றான் சோமன் சாம்பவன்.

‘புலிக்கும், சிங்கத்துக்கும் பயப்பட்டால் பொருள் உண்டு. நரிக்குப் பயப்படுகிறவர்களால் என்ன காரியத்தைச் சாதித்துவிட முடியும்?’ என்றான் அந்தக் கூட்டத்துக்கு முன்னமே வந்திருந்தவர்களில் ஒருவன்.

‘அப்படிச் சொல்லாதே, அப்பனே! சிங்கம், புலியைக் காட்டிலும் நரி பொல்லாதது! ஏனெனில், சிங்கமும் புலியும் தனித்தனியே பாய்ந்து வரும் விரோதிகள். அவற்றோடு சண்டையிட்டுச் சமாளிக்கலாம். ஆனால் நரிகளோ கூட்டங்கூட்டமாக வருகின்றன. ஆகையால், அவற்றுக்குப் பலம் அதிகம். சோழ நாட்டு நரிகள் பெருங்கூட்டமாக வந்ததினால்தானே நம் ஒப்பற்ற மன்னாதி மன்னன் தோறகவும் உயிர் துறக்கவும் நேர்ந்தது? இல்லாவிட்டால் அவ்விதம் நேர்ந்திருக்குமா?’

‘அந்த நரிக்குலத்தை அடியோடு அழிப்போம்! பூண்டோடு நாசம் செய்வோம்!’ என்று ஆங்காரத்துடன் கூவினான் சோமன் சாம்பவன்.

‘இதோ அதற்கு வேண்டிய உபகரணங்கள்!’ என்று ரவிதாஸன் பொன் நாணயங்களின் குவியலைச் சுட்டிக் காட்டினான்.

சோமன் சாம்பவன் நாணயங்கள் சிலவற்றைக் கையில் எடுத்துப் பார்த்துவிட்டு, ‘ஆ! ஒரு பக்கம் புலி! இன்னொரு பக்கம் பனை!’ என்று சொன்னான்.

‘சோழனுடைய பொன்; பழுவேட்டரையனுடைய முத்திரை. நான் சொன்னது சொன்னபடி நிறைவேற்றிவிட்டேன். உங்களுடைய செய்தி என்ன? நமது இடும்பன்காரி ஏதாவது செய்திகொண்டு வந்திருக்க வேண்டுமே?’ என்றான் ரவிதாஸன்.

‘ஆம்; கொண்டு வந்திருக்கிறார்; கேளுங்கள்! அவரே சொல்லுவார்!’

இடும்பன்காரி சொல்லத் தொடங்கினான்; ‘தங்கள் கட்டளைப்படியே சம்புவரையர் மாளிகையில் பணியாளாக நான் அமர்ந்து வேலை பார்த்து வருகிறேன். அதனுடைய பலன் நேற்றிரவுதான் சித்தித்தது. நேற்று சம்புவரையர் மாளிகையில் ஒரு பெரிய விருந்து நடந்தது. பெரிய பழுவேட்டரையர், வணங்காமுடி முனையரையர், மழபாடி

மழுவரையர் முதலிய பலர் வந்திருந்தார்கள். குரவைக் கூத்தும் வேலனாட்டமும் நடைபெற்றன. வேலனாட்டம் ஆடிய தேவராளனுக்குச் சந்நதம் வந்து குறி சொன்னான். அவன் சொன்னது நம்முடைய நோக்கத்துக்கு அனுசரணையாகவே இருந்தது. பழுவேட்டரையருடன் வந்த மூடு பல்லக்கில் அவருடைய இளைய ராணி வந்திருப்பதாக எல்லாரும் எண்ணியிருந்தார்கள். சுந்தர சோழ மகாராஜாவுக்கு உடல்நலம் சரியாயில்லையென்றும் அதிக நாள் உயிரோடிருக்க மாட்டாரென்றும் பழுவேட்டரையர் தெரிவித்தார். எல்லாருமாகச் சேர்ந்து அடுத்தபடி பட்டத்துக்கு வரவேண்டியவர் ஆதித்த கரிகாலர் அல்ல, மதுராந்தகத் தேவர் என்று முடிவு செய்தார்கள். ஆனால் மதுராந்தகத்தேவர் இதற்குச் சம்மதிப்பாரா என்று சிலர் கேட்டார்கள். 'அவர் வாயினாலேயே அதற்கு மறுமொழி கூறச் செய்கிறேன்' என்று சொல்லிப் பழுவேட்டரையர் மூடு பல்லக்கின் திரையைத் திறந்தார். அதற்குள்ளிருந்து மதுராந்தகத் தேவர் வெளி வந்தார்! பட்டம் கட்டிக் கொள்ளத் தமக்குச் சம்மதம் என்று அவர் தெரிவித்தார்...'

'இப்படிப் பெண் வேஷம் போடும் பராக்கிரமசாலிக்கு முடி சூட்டப் போகிறார்களாம்! நன்றாய்ச் சூட்டட்டும்; எல்லாம் நாம் எதிர்பார்த்த படியேதான் நடந்து வருகிறது. இம்மாதிரி சோழ நாட்டிலேயே ஒரு குழப்பம் ஏற்படுவது நம்முடைய நோக்கத்துக்கு மிக உகந்தது. எது நேர்ந் தாலும், என்ன நடந்தாலும், நம்மை யாரும் சந்தேகிக்க மாட்டார்கள் அல்லவா? இடும்பன்காரி! மிக முக்கியமான செய்தி கொண்டு வந்திருக்கிறீர். ஆனால் இதெல்லாம் எப்படித் தெரிந்துகொண்டீர்? இதற்குச் சந்தர்ப்பம் எப்படி வாய்த்தது?' என்று கேட்டான் ரவிதாஸன்.

'நடு ராத்திரியில் அவர்கள் சபை கூடியபோது வேறு யாரும் அருகில் வராதபடி பார்த்துக்கொள்ள என்னைக் காவலுக்கு அமர்த்தியிருந் தார்கள். காவல் புரிந்துகொண்டே என் காது களையும் கண்களையும் உபயோகப்படுத்திக்கொண்டிருந்தேன்.'

'அப்படி உபயோகப்படுத்தியதில் வேறு ஏதாவது தெரிந்ததா?'

'தெரிந்தது. அந்த நள்ளிரவுக் கூட்டத்தில் நடந்ததையெல்லாம் இன்னொரு வேற்று மனிதன் கோட்டை மதில் சுவர் மேலிருந்து கவனித்துக் கொண்டிருந்தான்!'

'ஆஹா! அவன் யார்?'

'முன் குடுமி வைத்திருந்த ஒரு வைஷ்ணவன்...'

'ஆகா! அவன்தானா? அப்படி நான் நினைத்தேன்! அவனை நீர் என்ன செய்தீர்? சம்புவரையரிடம் பிடித்துக் கொடுக்கவில்லையா?'

‘இல்லை. ஒருவேளை அவன் நம்மவனாயிருக்கலாம் என்று நினைத்து விட்டேன். நீங்களே அனுப்பி வைத்தீர்களோ என்று எண்ணினேன்.’

‘பெரிய பிசகு செய்து விட்டீர். அவன் நம்மவன் அல்ல. கட்டையாய்க் குட்டையாய் இருப்பான். சண்டைக்காரன். பெயர் திருமலையப்பன். ‘ஆழ்வார்க்கடியான்’ என்று சொல்லிக் கொள்வான்.’

‘அவனேதான். நான் செய்த பிசகை இன்று மத்தியானம் நானே உணர்ந்துகொண்டேன். அவன் நம் ஆள் அல்லவென்று தெரிந்தது.’

‘அதை எப்படி அறிந்தீர்?’

‘நேற்று இரவு கந்தன் மாறனின் பாலிய நண்பன் ஒருவனும் கடம்பூர் மாளிகைக்கு வந்திருந்தான். அவனுக்கும் பழுவேட்டரையர் கூட்டத்துக்கும் சம்பந்தம் ஒன்றுமில்லையென்று தெரிந்தது. அவன் அங்கேயே மூலையில் படுத்து, நிம்மதியாகத் தூங்கினான். இன்று காலையில் சின்ன எஜமானர் தம் சினேகிதனைக் கொண்டுவிடக் கொள்ளிடக்கரை வரையில் வந்தார். அவர் வரப்போவதை அறிந்து அவர் முன்னால் அடிக்கடி நான் போய் நின்றேன்; என்னையும் வரச் சொன்னார். அவர் கொள்ளிடத்தின் வடகரையோடு திரும்பிவிட்டார். என்னைத் தென் கரைக்கு வந்து அவ்வாலிபனுக்கு ஒரு குதிரை சம்பாதித்துக் கொடுத்து விட்டுத் திரும்பும்படி சொன்னார். அங்கிருந்து குடந்தைக்குப் போய் என் அத்தையைப் பார்த்து விட்டு வருவதாகச் சொல்லிவிட்டு வந்தேன். அதனால்தான் சந்தேகத்துக்கு இடமின்றி இங்கே வர முடிந்தது.

‘சரிதான், சரிதான்! அந்த வீர வைஷ்ணவனைப் பற்றி எவ்விதம் தெரிந்து கொண்டீர்?’

‘கொள்ளிடத்தில் படகு புறப்படும் சமயத்துக்கு அந்த வீர வைஷ்ணவன் வந்து படகில் ஏறிக்கொண்டான். அவன் கந்தன் மாறனின் சிநேகிதனோடு பேசிய சில காரமான வார்த்தைகளிலிருந்து எனக்குச் சிறிது சந்தேகம் உதித்தது, அவனும் நம்மைச் சேர்ந்தவனோ என்று. மேலும் கொள்ளிடத்தின் தென்கரையில் அவன் எனக்காகக் காத்துக்கொண்டிருந்ததாகத் தோன்றியது. நம்முடைய அந்தரங்க சமிக்ஞையைச் செய்து காட்டினேன். ஆனால் அவன் புரிந்து கொள்ள வில்லை. அதன் பேரில் அவன் நம்மவன் அல்ல என்று தீர்மானித்தேன்…’

‘நீர் செய்தது பெரும் பிசகு! முன்பின் தெரியாதவர்களிடம் நம் சமிக்ஞையைச் செய்து காட்டக் கூடாது. நண்பர்களே! இதைக் கேளுங்கள்; நம்முடைய காரியம் காஞ்சீபுரத்தில் இருக்கிறது! இலங்கையிலும்

இருக்கிறது. இந்த இரண்டு இடங்களிலும் நம்முடைய பரம விரோதிகள் இருக்கிறார்கள். ஆனால் அவர்கள் இரண்டு பேரையும் காட்டிலும் நம்முடைய கொடிய விரோதி, முதன்மையான விரோதி, ஆழ்வார்க்கடியான் என்று பொய்ப் பெயர் பூண்டு திரியும் திருமலையப்பன்தான். அவன் நம்மையும் நம் நோக்கத்தையும் அடியோடு நாசம் செய்யக்கூடியவன். நமக்கெல்லாம் இணையில்லாத் தலைவியாக உள்ள தேவியை அவன் கொண்டுபோகப் பார்க்கிறவன். அடுத்தபடியாக அவனை உங்களில் யாராவது எங்கே கண்டாலும், எந்த நிலைமையில் சந்தித்தாலும், கைகளில் உள்ள ஆயுதத்தை உடனே அவன் மார்பில் பாய்ச்சிக் கொன்று விடுங்கள். ஆயுதம் ஒன்றுமில்லா விட்டால் கையினால் அவனுடைய மென்னியைத் திருகிக் கொல்லுங்கள். அல்லது சூழ்ச்சியால் விஷத்தைக் கொடுத்துக் கொல்லுங்கள். அல்லது வெள்ளத்தில் தள்ளி முதலைப் பசிக்கு இரையாக்குங்கள். அல்லது ஏதாவது சாக்குச் சொல்லிப் பாறை உச்சிக்கு அழைத்துப்போய் அங்கிருந்து பிடித்துத் தள்ளிக் கொன்று விடுங்கள். தேள், நட்டு வாக்கிளி, பாம்பு முதலியவற்றைக் கண்டால் எப்படி இரக்கம் காட்டாமல் கொல்வீர்களோ, அப்படிக் கொன்று விடுங்கள்! துர்க்கா தேவிக்கோ, கண்ணகியம்மனுக்கோ பலி கொடுத்து விட்டால் இன்னும் விசேஷம். எப்படியும் அவன் உயிரோடிருக்கும் வரையில் நம்முடைய நோக்கத்துக்கு இடையூறாகவே இருப்பான்!...'

'ரவிதாஸரே! நீங்கள் இவ்வளவு தூரம் வற்புறுத்திச் சொல்வதற்கு அவன் பெரிய கைகாரனாயிருக்க வேண்டும். அப்படிப்பட்டவன் யார்?'

'யாரா? அவன் பயங்கர ஆற்றல் படைத்த ஒற்றன்!'

'யாருடைய ஒற்றன்?'

'எனக்கே அது வெகு காலம் சந்தேகமாகத்தானிருந்தது. சுந்தர சோழரின் ஒற்றனோ, ஆதித்த கரிகாலனின் ஒற்றனோ என்று சந்தேகப்பட்டேன். இல்லையென்று கண்டேன். பழையாறையில் இருக்கிறாளே, ஒரு கிழப் பாதகி, அந்தப் பெரிய பிராட்டியின் ஒற்றனாயிருக்கலாம் என்று இப்போது சந்தேகிக்கிறேன்.'

'ஆகா! அப்படியா? சிவபக்தியில் மூழ்கி, ஆலயத் திருப்பணி செய்து வரும் அந்தச் செம்பியன் தேவிக்கு ஒற்றன் எதற்கு?'

'அதெல்லாம் பொய். இந்த முன் குடுமிக்காரனின் வீர வைஷ்ணவம் எப்படி வெளி வேஷமோ, அப்படித்தான் அந்த முதிய ராணியின் சிவபக்தியும். பெற்ற பிள்ளைக்கே பெரும் சத்துருவாயிருக்கும் பிசாசு அல்லவா? அதனால்தானே, அவளுடைய சொந்தச் சகோதரனாகிய

மழவரையன் கூட அவளுடன் சண்டை பிடித்துக்கொண்டு, பழுவேட்டரையன் கட்சியில் சேர்ந்திருக்கிறான்?'

'ரவிதாஸரே! அந்த முன் குடுமி வைஷ்ணவனைப் போல் இன்னும் யாராவது உண்டோ?'

'குடந்தையில் ஒரு சோதிடன் இருக்கிறான். அவன் பேரிலும் எனக்குச் சந்தேகம் இருக்கிறது. வருகிறவர் போகிறவர்களுக்கு ஜோசியம் சொல்லுவதுபோல் சொல்லி வாயைப் பிடுங்கிப் பல விஷயங்களைத் தெரிந்து கொள்கிறான். அவனிடம் நீங்கள் யாரும் போகவே கூடாது. போனால் எப்படியும் நிச்சயமாக ஏமாந்து போவீர்கள்.'

'அவன் யாருடைய ஒற்றன் என்று நினைக்கிறீர்கள்?'

'இன்னும் அதை நான் கண்டுபிடிக்க முடியவில்லை. ஒருவேளை தற்போது இலங்கையில் இருக்கும் போலி இளவரசனுடைய ஒற்றனாக இருக்கலாம். ஆனால் ஜோசியனைப் பற்றி அவ்வளவு கவலை எனக்குக் கிடையாது. அவனால் பெரிய தீங்கு எதுவும் நேர்ந்து விடாது. வைஷ்ணவன் விஷயத்திலேதான் எனக்குப் பயம்! அவனைக் கண்ட இடத்திலே தேள், நட்டுவாக்களி, பாம்பை அடித்துக் கொல்வதுபோல் இரக்கமின்றிக் கொன்றுவிட வேண்டும்!'

இதையெல்லாம் மருத மரத்தின் மறைவிலிருந்து கேட்டுக் கொண்டிருந்த ஆழ்வார்க்கடியானுக்கு மெய் நடுங்கியது; உடம்பெல்லாம் வியர்த்தது. அந்த மரத்தடியிலிருந்து உயிரோடு தப்பித்துப் போகப் போகிறோமா என்றே அவனுக்குச் சந்தேகம் உண்டாகி விட்டது. போதும் போதாதற்கு அந்தச் சமயம் பார்த்து அவனுக்குத் தும்மல் வந்தது. எவ்வளவோ அடக்கிக் கொள்ளப் பார்த்தும் முடிய வில்லை. துணியை வாயில் வைத்து அடைத்துக்கொண்டு 'நச்'சென்று தும்மினான். அந்தச் சமயம் மேலக்காற்று நின்றிருந்தது; காட்டு மரங்களின் மர்மர சத்தமும் நின்று போயிருந்தது. ஆகையால் திருமலையப்பனின் அடக்கிய தும்மல் சத்தம் பக்கத்தில் பேசிக்கொண்டிருந்த சதிகாரர்களுக்குச் சிறிது கேட்டு விட்டது.

'அந்த மருத மரத்துக்குப் பின்னால் ஏதோ சத்தம் கேட்கிறது. சுளுந்தைக் கொண்டு போய் என்னவென்று பார்' என்றான் ரவிதாஸன்.

சுளுந்து பிடித்தவன் மரத்தை நாடி வந்தான். அவன் அருகில் வர வர, வெளிச்சம் அதிகமாகி வந்தது. ஆச்சு! இதோ மரத்தின் முடுக்கில் அவன் திரும்பப் போகிறான். திரும்பிய உடனே சுளுந்து வெளிச்சம் தன் மேல் நன்றாய் விழப் போகிறது. அப்புறம் என்ன நடக்கும்? தப்பிப் பிழைத்தால் புனர் ஜன்மந்தான்!

திருமலையப்பனின் மார்பு படபடவென்று அடித்துக்கொண்டது. தப்புவதற்கு வழியுண்டா என்று சுற்றுமுற்றும் பார்த்தான்; வழி காணவில்லை. அண்ணாந்து பார்த்தான்; அங்கே மரத்திலிருந்து பிரிந்து சென்ற மரக் கிளையில் ஒரு ராட்சத வௌவால் தலைகீழாகத் தொங்கித் தவம் செய்துகொண்டிருந்தது! உடனே ஒரு யோசனை தோன்றியது. சட்டென்று கைகளை உயர நீட்டி அந்த வௌவாலைப் பிடித்துக் கையில் ஆயத்தமாக வைத்துக்கொண்டான். சுளுந்துக்காரன் மரத்தைத் தாண்டி வந்ததும், வௌவாலை அவன் முகத்தின் மீது எறிந்தான். சுளுந்து கீழே விழுந்து வெளிச்சம் மங்கியது.

வௌவாலின் இறக்கையால் முகத்தில் அடிபட்டவன், 'ஏ! ஏ! என்ன! என்ன?' என்று உளறினான். பலர் ஓடி வரும் சத்தம் கேட்டது. ஆழ்வார்க்கடியானும் ஓட்டம் பிடித்தான்; அடுத்த கணம் அடர்ந்த காட்டுக்குள் புகுந்து மறைந்தான். பலர் சேர்ந்து, 'என்ன? என்ன? என்று கூச்சலிட்டார்கள். சுளுந்து ஏந்திய ஆள் வௌவால் தன்னைத் தாக்கியது பற்றி விவரம் கூறத் தொடங்கினான். இதெல்லாம் திருமலையப்பனின் காதில் கொஞ்ச தூரம் வரையில் கேட்டுக்கொண்டிருந்தது.

இருபத்தொன்றாம் அத்தியாயம்

# திரை சலசலத்தது!

ஒரே சமயத்தில் ஒருவனுக்குள்ளே இரண்டு மனங்கள் இயங்க முடியுமா? முடியும் என்று அன்றைக்கு வந்தியத்தேவனுடைய அனுபவத்திலிருந்து தெரிய வந்தது.

சோழ வள நாட்டிற்குள்ளேயே வளம் மிகுந்த பிரதேசத்தின் வழியாக அவன் போய்க்கொண்டிருந்தான். நதிகளில் புதுப்புனல் பொங்கிப் பெருகிக்கொண்டிருந்த காலம். கணவாய்கள், மதகுகள், மடைகளின் வழியாக வாய்க்கால்களிலும் வயல்களிலும் குபுகுபுவென்று ஜலம் பாய்ந்துகொண்டிருந்தது. எங்கே பார்த்தாலும் தண்ணீர் மயமாயிருந்தது. சோழ தேசத்தை 'வளநாடு' என்றும் சோழ மன்னனை 'வளவன்' என்றும் கூறுவது எவ்வளவு பொருத்தமானது? இப்படி எண்ணியவுடனே சோழ நாட்டுக்கும் சோழ மன்னனுக்கும் ஏற்பட்டிருந்த அபாயங்கள் நினைவுக்கு வந்தன. இந்த நிலைமையில் தன்னுடைய கடமை என்ன? இளவரசர் கரிகாலர் கொடுத்த ஓலையை மட்டும் சக்கரவர்த்தியிடம் சேர்ப்பித்து விட்டுத் தன் கடமை தீர்ந்தது என்று இருந்து விடுவதா? இந்த இராஜகுலத் தாயாதிக் காய்ச்சலிலும் பூசலிலும் நாம் எதற்காகத் தலையிட்டுக்கொள்ள வேண்டும்? சோழ நாட்டுச் சிம்மாசனத்துக்கு யார் வந்தால்தான் நமக்கு என்ன? பார்க்கப் போனால், நம்முடைய குலத்தின் பூர்வீகப் பகைவர்கள்தானே இவர்கள்? சோழர்களும் கங்கர்களும் வைதும்பர்களும் சேர்ந்துகொண்டுதானே வாணகோப்பாடி ராஜ்யமே இல்லாதபடி செய்துவிட்டார்கள்? இன்றைக்கு ஆதித்த கரிகாலர் நம்மிடம் அன்பாக இருந்ததினால் அந்த அநீதியெல்லாம் மறைந்து போய்விடுமா?... சேச்சே! அந்தப் பழைய சம்பவங்களை அநீதியென்றுதான் எப்படிச் சொல்ல முடியும்? அரசர்கள் என்றால், ஒருவருக்கொருவர் சண்டையிடுவது இயற்கை. அது போலவே வெற்றியும் தோல்வியும் மாறிமாறி வருவதும் இயற்கை. வென்றவர்கள் மீது தோற்றவர்கள் கோபங்கொள்வதில் பயன் என்ன? நம்முடைய மூதாதைகள் நல்ல

நிலைமையில் இருந்தபோது அவர்களும் மற்ற அரசர்களைக் கதிகலங் கத்தானே அடித்தார்கள்? அடியோடு அழித்து விடத்தானே பார்த் தார்கள்? ஆ! அது என்ன பாடல்? இதோ ஞாபகம் வந்து விட்டது!

'சேனை தழையாக்கிச் செங்குருதி நீர்தேக்கி
ஆனை மிதித்த அருஞ்சேற்றில் - மானபரன்
பாவேந்தர் தம்வேந்தன் வாணன் பறித்து
நட்டான் மூவேந்தர் தங்கள் முடி!'

இப்படியெல்லாம் போர்க்களத்தில் கொடூரமான காரியங்களை நம் முன்னோர்களும் செய்திருக்கிறார்கள். போர்க்களத்தில் தோற்றவர் களின் கதி எப்போதும் அதோகதிதான். இராமரைப் போலவும் தர்ம புத்திரரைப் போலவும் எல்லா அரசர்களும் கருணை வள்ளல்களாக இருந்துவிட முடியுமா? அப்படி அவர்கள் இருந்தபடியினால்தான் காட்டுக்குப்போய்த் திண்டாடினார்கள்! வீர புருஷர்களாயிருந்தும், வீரர்களின் துணையிருந்தும் வெகுவாகக் கஷ்டப்பட்டார்கள். இராஜரீ கத்தில் கருணை என்பதே கூடாது. பார்க்கப்போனால் சோழ குலத்த வர்கள் சிறிது கருணையுள்ளவர்கள் என்றே சொல்ல வேண்டும். எதிரி களையும் முடியுமானால் நண்பர்களாக்கிக் கொள்ளவே பார்க் கிறார்கள். அதற்காகக் குலம் விட்டுக் குலம் கல்யாண சம்பந்தமும் செய்துகொள்கிறார்கள். சுந்தர சோழரின் தந்தை அரிஞ்சய சோழர் வைதும்பராயன் மகளைத் திருமணம் செய்து கொள்ளவில்லையா? அழகுக்குப் பெயர்போன அந்தக் கல்யாணியின் மகனாயிருப்பதினால் தானே சுந்தர சோழரும் அவருடைய மக்களும்கூட சௌந்தரியத்தில் சிறந்து விளங்குகிறார்கள்?... ஆ! அழகி என்றதும் அந்தக் குடந்தை நகரத்து மங்கை... அரிசிலாற்றங்கரைப் பெண்மணியின் நினைவு வருகிறது. நினைவு புதிதாக எங்கிருந்தோ வந்து விடவில்லை. அவனுடைய உள்ளத்துக்குள்ளேயே கனிந்துகொண்டிருந்த நினைவுதான்.

வந்தியத்தேவனுடைய வெளிமனம் சோழ நாட்டின் இயற்கை வளங்களைப் பற்றியும் இராஜரீகக் குழப்பங்களைப் பற்றியும் எண்ணிக் கொண்டிருக்கையில் அவனுடைய உள்மனம் அந்த மங்கையினிடத்தி லேயே ஈடுபட்டிருந்தது. இப்போது உள்மனம் வெளி மனம் இரண்டும் ஒத்து அம்மங்கையைக் குறித்துப் பட்டவர்த்தனமாகச் சிந்திக்கத் தொடங்கின. பிறகு, வெளியில் எந்த அழகான இயற்கைப் பொருளைப் பார்த்தாலும் அந்த மங்கையின் அவயங்களுடன் ஒப்பிடத் தோன்றின. வழுவழுப்பான மூங்கிலைப் பார்த்ததும் அவளுடைய தோள்கள் நினைவு வந்தன. ஓடைகளில் மண்டிக் கிடந்த குவளை மலர்கள் அவளுடைய கண்களுக்கு உவமையாயின. பங்கஜ மலர்கள் அவளுடைய தங்க முகத்துக்கு இணைதானா என்ற ஐயம் தோன்றியது.

நதியோர மரங்களில் குலுங்கிக்கொண்டிருந்த மலர்களில் வண்டுகள் செய்த ரீங்காரத்தை அவள் குரலின் ஒலிக்கு உவமை சொல்வது சரியாகுமா? இப்படியெல்லாம் கவிகள் கற்பித்திருக்கிறார்களே தவிர, உண்மையில் இவையெல்லாம் எங்கே? அந்த மங்கையின் சௌந்தரியம் எங்கே? அவளுடைய திருமுகத்தைப் பார்த்தபோது மெய் சிலிர்த்ததே! இப்போது நினைத்துப் பார்க்கும்போதுகூட நெஞ்சு விம்முகிறதே! இந்தப் பூக்களையும் வண்டுகளையும் பார்த்தால் அத்தகைய மெய்சிலிர்ப்பு உண்டாகவில்லையே?... சேச்சே! முதியோர்கள் நமக்குச் செய்த உபதேசத்தையெல்லாம் மறந்து விட்டோம்! பெண்களின் மோகத்தைப்போல் உலக வாழ்க்கையில் பொல்லாத மாயை வேறொன்றுமில்லை.

வாழ்க்கையில் வெற்றி பெற விரும்புவோன் பெண்களின் மோக வலையில் விழவே கூடாது; விழுந்தால் அவன் ஒழிந்தான்! கோவலன் கதைதான் அந்த விஷயத்தை அபூர்வமாய் எடுத்துச் சொல்கிறதே! கோவலன் மட்டும் என்ன? இந்த நாளில் வீராதி வீரரும் சோழ நாட்டிலே இணையற்ற செல்வாக்கு உள்ளவருமான பெரிய பழுவேட்டரையரைப் பற்றி மக்கள் பரிகாசம் பேசுங்காரணமும் அதுதானே? ஆனால் மக்கள் உண்மை அறியாதவர்கள். மூடு பல்லக்கிலே வைத்துப் பழுவேட்டரையர் யாரைக்கொண்டு வருகிறார் என்று மக்களுக்குத் தெரியாது! ஆகையால் மூடத்தனமாகப் பேசுகிறார்கள். ஆனாலும், அந்த மதுராந்தகத் தேவர் தம்மை அவ்வளவு கேவலப் படுத்திக் கொள்ள வேண்டியதில்லை. சீச்சீ! மூடுபல்லக்கில் உட்கார்ந்து கொண்டு, பழுவேட்டரையரின் ராணியின் ஸ்தானத்தில் மறைந்து கொண்டு ஊர் ஊராய்ப் போவதா? இதுதான் ஆண்மைக்கு அழகா? இப்படியாவது இராஜ்யம் சம்பாதிக்க வேண்டுமா? இப்படிச் சம்பாதித்த இராஜ்யத்தைத்தான் அவரால் காப்பாற்றிக்கொள்ள முடியுமா? பழுவேட்டரையர் முதலியோரை நம்பி அவர்களுக்கு உட்பட்டுத்தானே இராஜ்ய பரிபாலனம் செய்ய வேண்டும்? இந்த விஷயத்தில் சுந்தர சோழ சக்கரவர்த்தி செய்து வருவதே அவ்வளவு சிலாக்கியமில்லைதான்! பழுவேட்டரையர் போன்றவர்களுக்கு இவ்வளவு அதிகாரமும் செல்வாக்கும் அவர் அளித்திருக்கக் கூடாது. அதிலும் மணி மணியாக இரண்டு அருமைப் புதல்வர்கள் இருக்கும் போது? நாடெல்லாம் அதிசயிக்கும் அறிவும் திறனும் உடைய புதல்வி ஒருத்தி இருக்கும் போது...?

அந்த மங்கை, ஜோதிடர் வீட்டில் பார்த்தவள், ஆற்றங்கரையில் பேசியவள், - அவள் முகம் யாருடைய ஜாடையாயிருக்கிறது?... அப்படியும் இருக்கலாமோ? - பைத்தியக்காரத்தனம்! ஒருநாளும் அப்படி இருக்க முடியாது! - ஏன் இருக்க முடியாது? ஒருவேளை அவ்விதம் இருந்தால்,

நம்மைப் போன்ற அறிவீனன் வேறு யாரும் இல்லை! நம்மைப் போன்ற துரதிர்ஷ்டசாலியும் இல்லை! இலங்கை முதல் விந்திய பர்வதம் வரையில் எந்தப் பெண்ணரசியின் புகழ் பரந்து விரிந்து பரவியிருக் கிறதோ, அவளிடம் நாம் எப்பேர்ப்பட்ட காட்டுமிராண்டியைப்போல் நடந்து கொண்டோம்! அப்படி இருக்கவே இருக்காது! நாளைக்கு அவளிடம் எப்படி இளவரசரின் ஓலையுடனே சென்று முகத்தைக் காட்ட முடியும்?

இப்படியாக என்னவெல்லாமோ வானத்தையும் பூமியையும் சேர்த்து எண்ணமிட்டுக்கொண்டு வந்தியத்தேவன் காவேரிக் கரையோடு வந்து திருவையாற்றை அடைந்தான். அந்த ஊரின் வளமும் அழகும் அவன் உள்ளத்தைக் கொள்ளைகொண்டன. அது திருவையாறுதான் என்று கேட்டுத் தெரிந்துகொண்டான். அந்த அற்புத க்ஷேத்திரத்தின் மகிமையைப் பற்றி அவன் கேள்விப்பட்டிருந்ததெல்லாம் உண்மைக்குக் கொஞ்சம் குறைவாகவே தோன்றியது. ஞானசம்பந்தர் தேவாரத்தில் உள்ள வர்ணனை இங்கே அப்படியே தத்ரூபமாய்க் காண்கிறது. முந்நூறு ஆண்டு காலத்தில் மாறுதல் ஒன்றுமேயில்லை. அதோ காவேரியின் கரையில் உள்ள மரங்கள் என்ன செழிப்பாய் வளர்ந் திருக்கின்றன! பலா மரங்களில் எவ்வளவு பெரிய பெரிய பலாக் காய்கள் தொங்குகின்றன. இந்த மாதிரி தொண்டை மண்டலத்தில் எங்கும் பார்க்கவே முடியாதுதான். ஆகா! வளமான இடங்களுக்கென்று குரங்குகள் எங்கிருந்தோ வந்து விடுகின்றன. அவை கிளைக்குக் கிளை தாவுவது எவ்வளவு அழகாயிருக்கிறது? சம்பந்தப் பெருமான் என்ன சொல்லியிருக்கிறார்? இதோ ஞாபகம் வருகிறது!

திருவையாற்று வீதி முனை அரங்கங்களில் பெண்கள் நடனம் ஆடுகிறார்கள். இந்த ஆடலுக்கேற்ற பாடலோடு மத்தளச் சத்தமும் முழங்குகிறது. அந்த முழக்கத்தைக் கேட்ட குரங்குகள் மேகங்களின் கர்ஜனை என்று எண்ணி உயர்ந்த மரங்களின் உச்சாணிக் கிளைகளில் ஏறி மழை வருமா என்று வானத்தைப் பார்க்கின்றன! அடடா! இன்றைக்கும் எவ்வளவு பொருத்தமாயிருக்கிறது! உயர்ந்த மரங்களில் உச்சாணிக் கிளைகளில் குரங்குகள் ஏறுகின்றன! அது மட்டுமா? ஆடல் பாடல்களுக்குரிய இனிய சத்தங்களும் ஊருக்குள்ளிருந்து வருகின்றன. யாழ், குழல், முழவு, தண்ணுமை முதலிய கருவிகளின் ஒலியுடன் சதங்கைச் சத்தமும் சேர்ந்து ஒலிக்கின்றன. இங்கே ஆடுகிறவர்கள் கடம்பூர் சம்புவரையர் மாளிகையில் ஆடியவர்களைப் போல் குரவைக் கூத்தர்கள் அல்ல. ஆகா! இங்கே கேட்பது பண்பட்ட இனிய கானம். கலைச் சிறப்பு வாய்ந்த பரதநாட்டியம் ஆடுவோரின் சதங்கை ஒலி. அதோ, ஆட்டிவைக்கும் நடன ஆசிரியர்கள் கையில் பிடித்த கோலின் சத்தம் கூடச் சேர்ந்து வருகிறதே!

‘கோலோடக் கோல்வளையார் கூத்தாடக்
குவிமுகையார் முகத்தினின்று
சேலோடச் சிலையாடச் சேயிழை
யார் நடமாடுந் திருவையாறே!’

ஆகா! சம்பந்த ஸ்வாமிகள் சிறந்த சிவபக்தர்; அதைக் காட்டிலும் சிறந்த ரசிகர்! அவர் அன்றைக்கு வர்ணனை செய்தபடியே இன்றைக்கும் இந்தத் திருவையாறு விளங்குகிறதே! இப்படிப்பட்ட ஊரில் ஒருநாள் தங்கி ஆடல் பாடல் விநோதங்களைப் பார்த்துவிட்டு, ஐயாறப்பரையும் அறம் வளர்த்த நாயகி அம்மனையும் தரிசித்து விட்டுத்தான் போக வேண்டும்! அடாடா, காவேரியின் கரையில் எத்தனை பக்தர்கள் உட்கார்ந்து அனுஷ்டானம் செய்கிறார்கள்? பட்டை பட்டையாக அவர்கள் திருநீறு அணிந்திருப்பது எவ்வளவு களையாயிருக்கிறது? சில சமயம் ஆடல் பாடல் ஒலிகளை அமுக்கிக்கொண்டு, ‘நமச்சிவாய’ மந்திரத்தின் ஒலி கேட்கிறதே! ஏன்? அதோ சம்பந்தரின் தேவாரத்தையே யாரோ இனிய குரலில் அருமையாகப் பாடுகிறார்களே? இசைக்கும் கலைக்கும் என்றே இறைவன் பணித்த ஊர் இந்தத் திருவையாறு போலும்! இந்த ஊரில் கட்டாயம் ஒரு நாள் தங்கிப் பார்த்து விட்டுத்தான் போக வேண்டும்! தஞ்சாவூருக்கு அவசரமாகப் போய்த்தான் என்ன பயன்? கோட்டைக்குள் பிரவேசிக்க முடிகிறதோ என்னமோ? அப்படிப் பிரவேசித்தாலும் மகாராஜாவின் பேட்டி கிடைக்குமா? மகா ராஜாவைத்தான் இரண்டு பழுவேட்டரையர்களுமாகச் சேர்ந்து சிறையில் வைத்திருப்பது போல் வைத்திருக்கிறார் களாமே...? காவேரியின் வடகரைக்குப் போகவேண்டியதுதான்!

இந்த முடிவுக்கு வந்தியத்தேவன் வந்துவிட்ட தருணத்தில் ஒரு சம்பவம் நடந்தது. மேற்குத் திசையிலிருந்து காவேரிக் கரையோடு ஒரு பல்லக்கு வந்தது. பல்லக்குக்கு முன்னாலும் பின்னாலும் சில காவல் வீரர்களும் வந்தார்கள். வந்தியத்தேவனுக்கு ஏதோ ஒரு சந்தேகம் தோன்றியது. பல்லக்கு அருகில் வருகிறவரையில் அங்கேயே நின்று காத்துக்கொண்டிருந்தான்; அவன் நினைத்தபடியே இருந்தது. பல்லக்கை மூடியிருந்த வெளித்திரையில் பனை மரத்தின் இலச்சினைச் சித்திரம் காணப்பட்டது. ஆஹா! கடம்பூரிலிருந்து வருகிற பல்லக்குத் தான் இது! நாம் குடந்தை வழியாக வர, இவர்கள் வேறொரு வழியில் வந்திருக்கிறார்கள்! ஆனால் பழுவேட்டரையரைக் காணோம்! அவர் வேறு எங்கேயாவது வழியில் தங்கிவிட்டார் போலும்.

பல்லக்கு தஞ்சாவூர் இருந்த தென்திசை நோக்கித் திரும்பியது. அவ்வளவுதான், வந்தியத்தேவன் திருவையாற்றில் தங்கும் எண்ணத்தை விட்டுவிட்டான். அந்தப் பல்லக்கைப் பின் தொடர்ந்து

செல்லத் தீர்மானித்தான். என்ன நோக்கத்துடன் அப்படித் தீர்மானித்தான் என்றால், அது அச்சமயம் அவனுக்கே தெரிந்திருக்கவில்லை. பல்லக்கில் வீற்றிருப்பது மதுராந்தகத் தேவர் என்று மட்டும் அவனுக்கு நிச்சயமாய்த் தெரிந்தது. அவர் மேல் ஏற்பட்டிருந்த அருவருப்பு மேலும் சிறிது வளர்ந்தது. ஆனாலும் பல்லக்கைத் தொடர்ந்து கொஞ்சம் போனால், ஏதாவது ஒரு நல்ல சந்தர்ப்பம் ஏற்படலாம். பல்லக்கை சுமப் பவர்கள் அதைக் கீழே வைக்கலாம். ஏதேனும் ஒரு காரணத்துக்காக இளவரசர் மதுராந்தகர் வெளிப்பட்டு வரலாம். அச்சமயம் அவருடன் பழக்கம் செய்துகொள்ளலாம். அது தஞ்சாவூர்க் கோட்டைக்குள் பிரவேசிக்கவும், சக்கரவர்த்தியைப் பார்க்கவும் பயன்படலாம். அதற்குத் தகுந்தபடி ஏதாவது கொஞ்சம் பேசி வேஷம் போட்டால் போகிறது. தந்திர மந்திரங்களைக் கையாளாவிட்டால் எடுத்த காரியம் கைகூடாது அல்லவா? அதிலும் இராஜாங்கக் காரியங்களில்?

எனவே, பல்லக்கையும் பரிவாரங்களையும் முன்னால் போக விட்டுச் சற்றுப் பின்னாலேயே வந்தியத்தேவன் போய்க்கொண்டிருந்தான். ஆனால் அவன் எதிர்பார்த்த சந்தர்ப்பம் ஒன்றும் கிட்டவில்லை. காவேரிக்கும் தஞ்சாவூருக்கும் மத்தியிலிருந்த மற்றும் நாலு நதிகளைக் கடந்தாகிவிட்டது. அப்படியும் பல்லக்கு கீழே வைக்கப்படவில்லை; ஒரே மூச்சாகப் போய்க்கொண்டிருந்தது. அதோ சற்றுத் தூரத்தில் தஞ்சாவூர்க் கோட்டை மதிலும் வாசலும் தெரியத் தொடங்கிவிட்டன. கோட்டைக்குள் பல்லக்குப் போய்விட்டால், அப்புறம் அவன் எண்ணம் கைகூடப் போவதில்லை. அதற்குள் தைரியமாகவும் துணிச் சலாகவும் ஏதேனும் ஒன்று செய்தாக வேண்டும். என்னதான் வந்து விடும்? தலையா போய்விடும்? அப்படிப் போனால்தான் போகிறது? எடுத்த காரியத்தை முடிக்காமல் உயிரோடு திரும்பிப் போவதில் என்ன லாபம்? இதற்கெல்லாம் அடிப்படையில் மதுராந்தகத் தேவர் பேரில் வந்தியத்தேவனுக்கு கோபம் வேறு இருந்தது. பல்லக்கின் மூடுதிரையைக் கிழித்தெறிந்து உள்ளேயிருப்பது பெண்ணல்ல, மீசை முளைத்த ஆண் பிள்ளை என்பதை வெளிப்படுத்த வேண்டும் என்று அவன் கை ஊறியது; அவன் உள்ளம் துடிதுடித்தது.

இதற்கு என்ன வழி என்று அவன் தீவிரமாக யோசித்துக்கொண் டிருக்கையில் பல்லக்கோடு சென்ற பரிவாரங்களில் ஒருவன், சற்றுப் பின்தங்கி வந்தியத்தேவனை உற்று நோக்கினான்.

'நீ யார் அப்பா! திருவையாற்றிலிருந்து எங்களை ஏன் தொடர்ந்து வருகிறாய்?' என்று கேட்டான்.

'நான் உங்களைத் தொடர்ந்து வரவில்லை ஐயா! தஞ்சாவூருக்குப் போகிறேன்! இந்தச் சாலைதானே தஞ்சாவூர் போகிறது!' என்றான் வந்தியத்தேவன்.

'இந்த சாலை தஞ்சாவூருக்குத்தான் போகிறது. ஆனால் இதில் முக்கிய மானவர்கள் மட்டுமே போகலாம்; மற்றவர்களுக்கு வேறு சாலை இருக்கிறது!' என்றான் வீரன்.

'அப்படியா? ஆனால் நானும் ரொம்ப ரொம்ப முக்கியமான மனுஷன் தான்!' என்றான் வந்தியத்தேவன்.

அதைக் கேட்ட அவ்வீரன் புன்னகை செய்துவிட்டு, 'தஞ்சைக்கு எதற்காகப் போகிறாய்?' என்றான்.

'என் சித்தப்பா தஞ்சையில் இருக்கிறார். அவருக்கு நோய் என்றறிந்து பார்க்கப் போகிறேன்' என்று கூறினான் வந்தியத்தேவன்.

'உன் சித்தப்பா தஞ்சையில் என்ன செய்கிறார்? அரண்மனையில் உத்தியோகம் பார்க்கிறாரா?'

'இல்லை, இல்லை. சத்திரத்தில் மணியக்காரராயிருக்கிறார்!'

'ஓகோ! அப்படியா! சரி, எங்களுக்கு முன்னால் நீ போவதுதானே? ஏன் பின்னாலேயே வந்துகொண்டிருக்கிறாய்?'

'குதிரை களைத்துப் போயிருக்கிறது ஐயா! அதனாலேதான்! இல்லா விடில் உங்கள் முதுகைப் பார்த்துக்கொண்டே வருவதில் எனக்கு என்ன திருப்தி?'

இப்படிப் பேசிக்கொண்டே வந்தியத்தேவன் பல்லக்கின் அருகில் வந்து விட்டான். உடனே அவன் மூளையை விரட்டிக் கண்டுபிடிக்க முயன்ற உபாயமும் புலப்பட்டு விட்டது. குதிரையைக் கால்களால் அமுக்கி, முகக்கயிற்றை இழுத்து, பல்லக்கின் பின் தண்டைத் தூக்கியவர்களின் பேரில் விட்டடித்தான். அவர்கள் பயத்துடன் திரும்பிப் பார்த்தார்கள்.

வந்தியத்தேவன் உடனே, 'மஹாராஜா! மஹாராஜா! பல்லக்குத் தூக்கும் ஆள்கள் என் குதிரையை இடிக்கிறார்கள்! ஐயோ! ஐயோ!' என்று கத்தினான். பல்லக்கை மூடியிருந்த திரை சலசலத்தது.

## இருபத்திரண்டாம் அத்தியாயம்

# வேளக்காரப் படை

முதலில், பல்லக்கின் வெளிப்புறத்திரை - பனை மரச் சின்னம் உடைய துணித் திரை - விலகியது. பின்னர் உள்ளிருந்த பட்டுத் திரையும் நகரத் தொடங்கியது. முன்னொரு தடவை வல்லவரையன் பார்த்தது போன்ற பொன் வண்ணக் கையும் தெரிந்தது. வந்தியத்தேவன் இனி, தான் குதிரை மேலிருப்பது தகாது என்று எண்ணி ஒரு நொடியில் கீழே குதித்தான்.

சிவிகையின் அருகில் ஓடி வந்து, 'இளவரசே! இளவரசே! பல்லக்குச் சுமக்கும் ஆட்கள்...' என்று சொல்லிக்கொண்டே அண்ணாந்து பார்த்தான்.

மீண்டும் உற்றுப் பார்த்தான்; கண்ணிமைகளை மூடித் திறந்து மேலும் பார்த்தான்; பார்த்த கண்கள் கூசின! பேசிய நாக்குழறியது. தொண்டையில் திடீரென்று ஈரம் வற்றியது.

'இல்லை, இல்லை! தாங்கள்.. பழூவூர் இழவரசி!... பளூவூர் இரவளசி... உங்கள் ஆட்களின் குதிரை என் பல்லக்கை இடித்தது!...' என்று உளறிக் கொட்டினான்.

இதெல்லாம் கண் மூடித் திறக்கும் நேரத்துக்குள் நடந்தது. பல்லக்கின் முன்னும் பின்னும் சென்ற வேல் வீரர்கள் ஓடி வந்து, வல்லவரையனைச் சூழ்ந்துகொண்டார்கள். அப்படி அவர்கள் சூழ்ந்து கொண்டார்கள் என்பது வல்லவரையனுக்கும் தெரிந்தது. அவனுடைய கையும் இயல்பாக உறைவாளிடம் சென்றது. ஆனால் கண்களை மட்டும் பல்லக்கின் பட்டுத் திரையின் மத்தியில் ஒளிர்ந்த மோகனாங்கியின் சந்திர பிம்ப வதனத்தினின்றும் அவனால் அகற்ற முடியவில்லை!

ஆம்; வல்லவரையன் எதிர்பார்த்ததற்கு மாறாக, இப்போது அப்பல்லக்கில் அவன் கண்டது ஒரு நிஜமான பெண்ணின் வடிவந்தான்! பெண்

என்றாலும், எப்படிப்பட்ட பெண்! பார்த்தவர்களைப் பைத்தியமாக அடிக்கக்கூடிய இத்தகைய பெண்ணழகு இவ்வுலகில் இருக்கக்கூடும் என்று வந்தியத்தேவன் எண்ணியதே இல்லை! நல்லவேளையாக, அதே நிமிஷத்தில் வந்தியத்தேவனுடைய மூளை நரம்பு ஒன்று அசைந்தது. அதிசயமான ஓர் எண்ணம் அவன் உள்ளத்தில் உதயமாயிற்று. அதை உபயோகித்துக்கொள்ளத் தீர்மானித்தான்.

ஒரு பெருமுயற்சி செய்து, தொண்டையைக் கனைத்து, நாவிற்குப் பேசும் சக்தியை வரவழைத்துக்கொண்டு, 'மன்னிக்க வேண்டும்! தாங்கள் பழுவூர் இளைய ராணிதானே! தங்களைப் பார்ப்பதற்காகத்தான் இத்தனை தூரம் வந்தேன்!' என்றான்.

பழுவூர் இளைய ராணியின் பால் வடியும் முகத்தில் இளநகை அரும்பியது. அதுகாறும் குவிந்திருந்த தாமரை மொட்டு சிறிது விரிந்து, உள்ளே பதிந்திருந்த வெண்முத்து வரிசையை இலேசாகப் புலப் படுத்தியது. அந்தப் புன்முறுவலின் காந்தி நமது இளம் வீரனைத் திக்குமுக்காடித் திணறச் செய்தது. அவனருகில் வந்து நின்ற வீரர்கள் தங்கள் எஜமானியின் கட்டளைக்கு எதிர்பார்த்துக் காத்திருந்ததாகத் தோன்றியது. அந்தப் பெண்ணரசி கையினால் ஒரு சமிக்ஞை செய்யவே, அவர்கள் உடனே அகன்று போய்ச் சற்றுத் தூரத்தில் விலகி நின்றார்கள். இரண்டு வீரர்கள் பல்லக்கின் மீது மோதிக்கொண்டு நின்ற குதிரையைப் பிடித்துக்கொண்டார்கள்.

பல்லக்கிலிருந்த பெண்ணரசி வந்தியத்தேவனை நோக்கினாள். வந்தியத்தேவனுடைய நெஞ்சில் இரண்டு கூரிய வேல் முனைகள் பாய்ந்தன!

'ஆமாம்; நான் பழுவூர் இளைய ராணிதான்!' என்றாள் அப்பெண்மணி.

இவளுடைய குரலில் அத்தகைய போதை தரும் பொருள் என்ன கலந்திருக்க முடியும்? ஏன் இக்குரலைக் கேட்டு நமது தலை இவ்விதம் கிறுகிறுக்க வேண்டும்?

'சற்று முன்னால் நீ என்ன சொன்னாய்? ஏதோ முறையிட்டாயே? சிவிகை சுமக்கும் ஆட்களைப் பற்றி?'

காசிப்பட்டின் மென்மையும், கள்ளின் போதையும், காட்டுத் தேனின் இனிப்பும், கார்காலத்து மின்னலின் ஜொலிப்பும் ஒரு பெண் குரலில் கலந்திருக்க முடியுமா?.. அவ்விதம் இதோ கலந்திருக்கின்றனவே!

'பல்லக்கைக்கொண்டு வந்து அவர்கள் உன் குதிரை மீது மோதினார்கள் என்றா சொன்னாய்?'...

பழுவூர் ராணியின் பவள இதழ்களில் தவழ்ந்த பரிகாசப் புன்னகை, அந்த வேடிக்கையை அவள் நன்கு ரசித்ததாகக் காட்டியது. இதனால் வந்தியத்தேவன் சிறிது துணிச்சல் அடைந்தான்.

'ஆம், மகாராணி! இவர்கள் அப்படித்தான் செய்தார்கள்! என் குதிரை மிரண்டு விட்டது!' என்றான்.

'நீயும் மிரண்டு போய்த்தானிருக்கிறாய்! துர்கையம்மன் கோயில் பூசாரியிடம் போய் வேப்பிலை அடிக்கச் சொல்லு! பயம் தெளியட்டும்!'

இதற்குள் வந்தியத்தேவனுடைய பயம் நன்கு தெளிந்து விட்டது; அவனுக்குச் சிரிப்புகூட வந்து விட்டது.

பழுவூர் ராணியின் முகபாவம் இப்போது மாறிவிட்டது. குறுநகையின் நிலவு கோபக் கனலாயிற்று.

'வேடிக்கை அப்புறம் இருக்கட்டும்; உண்மையைச் சொல்! எதற்காகப் பல்லக்கின் மேல் குதிரையைக்கொண்டு வந்து மோதி நிறுத்தினாய்?'

இதற்குத் தக்க மறுமொழி சொல்லித்தான் ஆக வேண்டும். சொல்லா விட்டால்...? நல்லவேளையாக, ஏற்கெனவே அந்த மறுமொழி வந்தியத்தேவன் உள்ளத்தில் உதயமாகியிருந்தது.

சற்றுத் தணிந்த குரலில், பிறர் கேட்கக் கூடாது என்று வேண்டுமென்றே தணித்த அந்தரங்கம் பேசும் குரலில், 'தேவி! நந்தினி தேவி! ஆழ்வார்க் கடியார்... அவர்தான், திருமலையப்பர்... தங்களைச் சந்திக்கும்படிச் சொன்னார். அதற்காகவே இந்தச் சூழ்ச்சி செய்தேன். மன்னிக்க வேண்டும்!' என்றான்.

இவ்விதம் சொல்லிக்கொண்டே பழுவூர் ராணியின் முகத்தை வந்தியத் தேவன் கூர்ந்து கவனித்தான். தன்னுடைய மறுமொழியினால் என்ன பயன் விளையப் போகிறதோ என்னும் ஆவலுடன் பார்த்தான். கனி மரத்தின் மேல் கல் எரிவது போன்ற காரியந்தான். கனி விழுமா? காய் விழுமா? எறிந்த கல் திரும்பி விழுமா? அல்லது எதிர்பாராத இடி ஏதாவது விழுமா? பழுவூர் ராணியின் கரிய புருவங்கள் சிறிது மேலே சென்றன. கண்களில் வியப்பும் ஐயமும் தோன்றின. மறுகணத்தில் அந்தப் பெண்ணரசி ஒரு முடிவுக்கு வந்து விட்டாள்.

'சரி; நடுச்சாலையில் நின்று பேசுவது உசிதம் அல்ல; நாளைக்கு நம் அரண்மனைக்கு வா! எல்லா விஷயமும் அங்கே விவரமாகச் சொல்லிக் கொள்ளலாம்' என்றாள். வந்தியத்தேவனுடைய உள்ளம் பூரித்தது. நினைத்த காரியம் வெற்றி பெற்றுவிடும் போலே காண்கிறது! ஆனால், முக்கால் கிணறு தாண்டிப் பயனில்லை; மற்ற காற்பங்குக் கிணற்றையும் தாண்டியாக வேண்டும்.

'தேவி! தேவி! கோட்டைக்குள் என்னை விட மாட்டார்களே! அரண்மனைக்குள்ளும் விட மாட்டார்களே? என்ன செய்வது?' என்று பரபரப்புடன் சொன்னான்.

பழுவூர் ராணி உடனே பல்லக்கில் தன் அருகில் கிடந்த ஒரு பட்டுப் பையைத் திறந்து, அதற்குள்ளிருந்து ஒரு தந்த மோதிரத்தை எடுத்தாள்.

'இதைக் காட்டினால் கோட்டைக்குள்ளும் விடுவார்கள்; நம் அரண்மனைக்குள்ளும் விடுவார்கள்!' என்று சொல்லிக்கொண்டே கொடுத்தாள்.

வந்தியத்தேவன் அதை ஆவலுடன் வாங்கிக்கொண்டான். ஒருகணம் பனை இலச்சினை பொறித்த அந்தத் தந்த மோதிரத்தைப் பார்த்தான். மறுபடி நிமிர்ந்து ராணிக்கு வந்தனம் கூற எண்ணியபோது பல்லக்கின் திரைகள் மூடிக்கொண்டிருந்தன. ஆகா! பூரண சந்திரனை ராகு கவ்வும் போது சிறிது சிறிதாகக் கவ்வுகிறது. ஆனால் இந்தப் பல்லக்கின் திரைகள் அந்தப் பேசும் நிலா மதியத்தை ஒரு நொடியில் கபளீகரம் செய்து விட்டனவே!

'இனியாவது என்னைப் பின் தொடர்ந்து வராதே! அபாயம் நேரும்; நின்று மெதுவாக வா!' என்று பல்லக்குத் திரைக்குள்ளிருந்து பட்டுப் போன்ற குரல் கேட்டது. பிறகு பல்லக்கு நகர்ந்தது; வீரர்கள் முன்போலவே அதன் முன்னும் பின்னும் சென்றார்கள்.

வந்தியத்தேவன் குதிரையின் தலைக் கயிற்றைப் பிடித்துக்கொண்டு சாலையோரமாக ஒதுங்கி நின்றான். பழுவூர் ஆள்களில் தன்னை அணுகி வந்து பேசியவன், இரண்டு மூன்று தடவை திரும்பித் திரும்பிப் பார்த்ததை அவனுடைய கண்கள் கவனித்து உள்மனதுக்குச் செய்தி அனுப்பின. ஆம்; அவனுடைய வெளி மனம் பல்லக்கிலிருந்த பழுவூர் ராணியின் மோகன வடிவத்தைச் சுற்றிச் சுற்றி வந்துகொண்டிருந்தது. இத்தனை நேரம் கண்டது, கேட்டது எல்லாம் உண்மைதானா? அல்லது ஒரு மாய மனோகரக் கனவா? இப்படியும் ஓர் அழகி, ஒரு சௌந்தரிய வடிவம், இந்தப் பூவுலகில் இருக்க முடியுமா!

ரம்பை, ஊர்வசி, மேனகை என்றெல்லாம் தேவமாதர்கள் இருப்பதாகப் புராணங்களில் சொல்வதுண்டு. அவர்களுடைய அழகு, முற்றும் துறந்த முனிவர்களின் தவத்தையும் பங்கம் செய்ததாகக் கேட்டதுண்டு. ஆனால் இந்த உலகத்தில்...பெரிய பழுவேட்டரையர் இந்த மோகினியின் காலடியில் அடிமை பூண்டு கிடப்பதாக நாடு நகரங்களில் பேசுவதெல்லாம் உண்மையாகவே இருக்கலாம். இருந்தால், அதில் வியப்பு ஒன்றும் இராது! நரை திரை மூப்புக் கண்டவரும், தேகமெல்லாம் போர்க் காயங்களுடன் கடூரமான தோற்றங்

கொண்டவருமான பழுவேட்டரையர் எங்கே? சுகுமாரியும், கட்டழகியு மான இந்த இளம் மங்கை எங்கே? இவளுடைய ஒரு புன்னகையைப் பெறுவதற்காக அந்தக் கிழவர் என்ன காரியந்தான் செய்யமாட்டார்?... வெகு நேரம் சாலை ஓரத்தில் நின்று இவ்விதச் சிந்தனைகளில் ஆழ்ந் திருந்த பிறகு, வந்தியத்தேவன் குதிரை மேல் ஏறிக்கொண்டு மெள்ள மெள்ள அதைத் தஞ்சைக் கோட்டையை நோக்கிச் செலுத்தினான்.

சூரியன் அஸ்தமிக்கும் நேரத்தில் பிரதான கோட்டை வாசலை அடைந் தான். கோட்டைக்குச் சற்றுத் தூரத்திலேயே நகரம் ஆரம்பமாகி யிருந்தது. விதவிதமான பண்டங்கள் விற்கும் கடை வீதிகளும், பலவகைத் தொழில்களில் ஈடுபட்ட மக்கள் வாழும் தெருக்களும், கோட்டையைச் சுற்றி அடுக்கடுக்காக அமைந்திருந்தன. வீதிகளில் போவோரும் வருவோரும் பண்டங்கள் வாங்குவோரும் விலை கூறுவோரும் மாடு பூட்டிய வண்டிகளும் குதிரை பூட்டிய ரதங்களும் நிறைந்து, எங்கும் ஒரே கலகலப்பாயிருந்தது. அந்த வீதிகளுக்குள்ளே புகுந்து சென்று சோழ நாட்டுப் புதிய தலைநகரத்தில் வாழும் மக்களையும், அவர்கள் வாழும் விதத்தையும் பார்க்க வந்தியத் தேவனுக்கு மிக்க ஆவலாயிருந்தது. ஆனால் அதற்கெல்லாம் இப்போது அவகாசம் இல்லை. வந்த காரியத்தை முதலில் பார்க்க வேண்டும்; வேடிக்கை பார்ப்பதெல்லாம் பிற்பாடு வைத்துக் கொள்ள வேண்டும்.

இந்தத் தீர்மானத்துடன் வந்தியத்தேவன் தஞ்சை நகரின் பிரதான வாசலை அணுகினான். கோட்டை வாசலின் பிரம்மாண்டமான கதவுகள் அச்சமயம் சாத்தியிருந்தன. வாசலில் நின்ற காவலர்கள் மக்களை ஒதுங்கச் செய்து, வீதி ஓரங்களில் நிற்கும்படிச் செய்து கொண்டிருந்தார்கள். மக்களும் ஒதுங்கி நின்றார்கள். ஆம், அவரவர்கள் தங்கள் அலுவல்களைப் பார்த்துக்கொண்டு போவதற்குப் பதிலாக, ஏதோ ஊர்வலம் அல்லது பவனி பார்ப்பதற்காகக் காத்திருப்பவர் களைப் போல் நின்றார்கள். ஆண்கள், பெண்கள், குழந்தைகள் வயோதிகர் எல்லாருமே ஆவலுடன் நின்றார்கள்.

கோட்டை வாசலுக்கு முன்னால் சிறிது தூரம் வரை வெறுமையாகவே இருந்தது. வாசலண்டை காவலர்கள் மட்டும் நின்றார்கள். விஷயம் என்னவென்று தெரிந்து கொள்ள வந்தியத்தேவன் ஆவல்கொண்டான். எல்லாரும் ஒதுங்கி நிற்கும்போது, தான் மட்டும் கோட்டை வாசல் காப்பாளரிடம் சென்று முட்டிக் கொள்ள அவன் விரும்பவில்லை. அதிலிருந்து வீண் வாதமும் சண்டையும் மூளலாம். இப்போது தனக்குக் காரியம் முக்கியமே தவிர வீரியம் பெரிது அல்ல; வீண் சண்டைகளில் இறங்க இது தருணமல்ல.

எனவே, வந்தியத்தேவன் கோட்டை வாசலைக் கவனிக்கக்கூடிய இடத்தில் வீதி ஓரத்தில் ஒதுங்கி நின்றான். பக்கத்தில் கம்மென்று

மலரின் மணம் வீசியது. திரும்பிப் பார்த்தான். ஒரு வாலிபன் - திருநீறு ருத்திராட்சம் முதலிய சிவச் சின்னங்கள் தரித்தவன் - இரண்டு கைகளிலும் இரண்டு பூக்கூடைகளுடன் நிற்பதைக் கண்டான்.

'தம்பி! எல்லாரும் எதற்காக வீதி ஓரம் ஒதுங்கி நிற்கிறார்கள்! ஏதாவது ஊர்வலம் கீர்வலம் வரப் போகிறதா?' என்று கேட்டான்.

'தாங்கள் இந்தப் பக்கத்து மனிதர் இல்லையா, ஐயா?'

'இல்லை, நான் தொண்டை நாட்டைச் சேர்ந்தவன்!'

'அதனால்தான் கேட்கிறீர்கள். நீங்களும் குதிரை மேலிருந்து இறங்கிக் கீழே நிற்பது நல்லது.'

வாலிபனோடு பேசுவதற்குச் சௌகரியமாயிருக்கட்டும் என்று வந்தியத்தேவன் குதிரை மீதிருந்து குதித்தான்.

'தம்பி! எதற்காக என்னை இறங்கச் சொன்னாய்?' என்று கேட்டான்.

'இப்போது வேளக்காரப் படை அரசரைத் தரிசனம் செய்துவிட்டுக் கோட்டைக்குள்ளிருந்து வரப் போகிறது. அதற்காகத்தான் இத்தனை ஜனங்களும் ஒதுங்கி நிற்கிறார்கள்.'

'வேடிக்கை பார்க்கத்தானே?'

'ஆமாம்.'

'நான் குதிரை மேல் உட்கார்ந்துகொண்டு பார்த்தால் என்ன?'

'பார்க்கலாம். ஆனால் வேளக்காரப் படை வீரர்கள் உங்களைப் பார்த்து விட்டால் ஆபத்து'.

'என்ன ஆபத்து? குதிரையைக் கொண்டுபோய் விடுவார்களா?'

'குதிரையையும் கொண்டுபோவார்கள்; ஆள்களையே கொண்டு போய் விடுவார்கள் பொல்லாதவர்கள்.'

'குதிரையையும் ஆளையும் கொண்டுபோனால் சும்மா விட்டு விடுவார்களா?'

'விடாமல் என்ன செய்வது? வேளக்காரப் படையார் வைத்ததே இந்த நகரில் சட்டம். அவர்களைக் கேள்வி கேட்பார் கிடையாது. பழுவேட்டரையர்கள்கூட வேளக்காரப்படை விஷயத்தில் தலையிடுவது கிடையாது.'

இச்சமயத்தில் கோட்டைக்கு உட்புறத்தில் பெரிய ஆர்ப்பாட்ட ஆரவாரங்கள் கேட்டன. நகரா முழங்கும் சத்தம், பறைகள் கொட்டும்

சத்தம், கொம்புகள் ஊதும் சத்தம் இவற்றுடன் பல நூறு மனிதர் குரல்களிலிருந்து எழுந்த வாழ்த்தொலிகளும் கலந்து எதிரொலி செய்தன.

வேளக்கார வீரர் படைகளைப் பற்றி வந்தியத்தேவன் நன்கு அறிந்திருந் தான். பழந்தமிழ் நாட்டில், முக்கியமாகச் சோழ நாட்டில் இது முக்கிய ஸ்தாபனமாக இருந்து வந்தது. 'வேளக்காரர்' என்பவர் அவ்வப்போது அரசு புரிந்த மன்னர்களுக்கு மெய்க்காப்பாளர் போன்றவர். ஆனால் மற்ற சாதாரண மெய்க்காப்பாளருக்கும் இவர்களுக்கும் ஒரு வித்தி யாசம் உண்டு. இவர்கள் 'எங்கள் உயிரைக் கொடுத்தாவது அரசரின் உயிரைப் பாதுகாப்போம்' என்று சபதம் செய்தவர்கள். தங்கள் அஜாக் கிரதையினாலோ, தங்களை மீறியோ, அரசர் உயிருக்கு அபாயம் நேர்ந்து விட்டால், துர்க்கையின் சந்நிதியில் தங்களுடைய தலையைத் தங்கள் கையினாலேயே வெட்டிக்கொண்டு பலியாவதாகச் சபதம் எடுத்துக் கொண்டவர்கள். அத்தகைய கடூர சபதம் எடுத்துக் கொண்ட வீரர்களுக்கு, மற்றவர்களுக்கு இல்லாத சில சலுகைகள் இருப்பது இயல்புதானே?

கோட்டை வாசலின் கதவுகள் இரண்டும் 'படார், படார்' என்று திறந்து கொண்டன. முதலில் இரண்டு குதிரை வீரர்கள் வந்தார்கள். அவர்கள் தங்களது வலக்கையில் உயரப் பறந்த கொடி பிடித்துக்கொண்டி ருந்தார்கள். அந்தக் கொடியின் தோற்றம் விசித்திரமாக இருந்தது. செந்நிறமான அக்கொடியில் மேலே புலியும், புலிக்கு அடியில் கிரீடமும் சித்தரிக்கப்பட்டிருந்தன. கிரீடத்துக்கு அடியில் ஒரு பலிபீடமும், கழுத்து அறுபட்ட ஒரு தலையும், ஒரு பெரிய பலிக் கத்தியும் காட்சி அளித்தன. கொடியைப் பார்க்கச் சிறிது பயங்கர மாகவே இருந்தது. கொடி தாங்கிய குதிரை வீரர்களுக்குப் பின்னால் ஒரு பெரிய ரிஷபம் இரண்டு பேரிகைகளைச் சுமந்துகொண்டு வந்தது. இரண்டு ஆட்கள் நின்று பேரிகைகளை முழங்கினார்கள்.

ரிஷபத்துக்குப் பின்னால் சுமார் ஐம்பது வீரர்கள் சிறுபறை, பெரும் பறை, தம்பட்டம் ஆகியவற்றை முழக்கிக்கொண்டு வந்தார்கள். அவர் களைத் தொடர்ந்து இன்னும் ஐம்பது பேர் நீண்டு வளைந்த கொம்பு களை 'பாம், பாம், பபாம்' என்று ஊதிக்கொண்டு வந்தார்கள். அவர் களுக்கும் பின்னால் வந்த வீரர்கள் ஆயிரம் பேர் இருக்கலாம். அவர்களில் பெரும்பாலோர் பின்வரும் வாழ்த்தொலிகளை இடி முழக்கக் குரலில் எழுப்பிக்கொண்டு வந்தார்கள்.

'பராந்தக சோழ பூமண்டல சக்கரவர்த்தி வாழ்க!'

'வாழ்க, வாழ்க!'

'சுந்தர சோழ மன்னர் வாழ்க!'

'வாழ்க! வாழ்க!'

'கோழி வேந்தர் வாழ்க!'

'வாழ்க! வாழ்க!'

'தஞ்சையர் கோன் வாழ்க!'

'வாழ்க! வாழ்க!'

'வீரபாண்டியனைச் சுரம் இறக்கிய பெருமான் வாழ்க!'

'வாழ்க! வாழ்க!'

'மதுரையும் ஈழமும் தொண்டை மண்டலமும் கொண்ட கோ இராஜ கேசரி வாழ்க!'

'வாழ்க! வாழ்க!'

'கரிகால் வளவன் திருக்குலம் நீடூழி வாழ்க!'

'வாழ்க! வாழ்க!'

'துர்க்கை மாகாளி பராத்பரி பராசக்தி வெல்க!'

'வெல்க! வெல்க!'

'வீரப் புலிக்கொடி பாரெல்லாம் பரந்து வெல்க!'

'வெல்க! வெல்க!'

'வெற்றிவேல்!'

'வீரவேல்!'

நூற்றுக்கணக்கான வலிவுள்ள குரல்களிலிருந்து எழுந்த மேற்படி கோஷங்கள் கேட்போரை மெய்சிலிர்க்கச் செய்தன. கோட்டை வாசலின் வழியாக வந்தபோது அந்தக் கோஷங்கள் உண்டாக்கிய பிரதித்வனிகளும் சேர்ந்து கொண்டன. வீதி ஓரங்களில் நின்ற மக்களில் பலரும் கோஷத்தில் கலந்துகொண்டார்கள்.

இவ்விதம், *வேளக்காரப் படை வீரர்கள் தஞ்சைக் கோட்டை வாசல் வழியாக வெளிவரத் தொடங்கி, வீதி வழியாகச் சென்று, தூரத்தில் மறையும் வரையில் ஒரே அல்லோலகல்லோலமாக இருந்தது.

---

* தமிழ்நாட்டின் தெய்வமான முருகனுக்கு 'வேளக்காரன்' என்று ஒரு பெயர் உண்டு. 'பக்தர்களைக் காப்பாற்றுவதாகச் சபதம் பூண்ட தெய்வம்' என்பதால் முருகனுக்கு அப்பெயர் வந்தது என்று அறிஞர்கள் கருதுகிறார்கள்

இருபத்து மூன்றாம் அத்தியாயம்

# அமுதனின் அன்னை

வேளக்கார வீரர் படை பெரிய கடைவீதியின் வழியாகப் போயிற்று. படையின் கடைசியில் சென்ற சில வீரர்கள் கடைத்தெருவில் சில திருவிளையாடல்களைப் புரிந்தார்கள். ஒருவன் ஒரு பட்சணக் கடையில் புகுந்து ஒரு கூடை நிறைய அதிரசத்தை எடுத்துக்கொண்டு வந்து மற்ற வீரர்களுக்கு விநியோகித்தான். பிறகு வெறும் கூடையைக் கடைக்காரனுடைய தலையிலே கவிழ்த்தபோது, வீரர்களும் வீதியில் சென்றவர்களும் 'ஹஹ்ஹஹ்ஹா' என்று இரைந்து சிரித்தார்கள். இன்னொரு வீரன் வழியில் எதிர்ப்பட்ட ஒரு மூதாட்டியின் கையிலிருந்த பூக்கூடையைப் பிடுங்கினான். பூவையெல்லாம் வாரி இறைத்துக்கொண்டே 'பூமாரி பொழிகிறதடா!' என்றான். அவன் வாரி வீசிய பூக்களைப் பிடிக்க முயன்ற வீரர்கள் குதித்தும் சிரித்தும் கொம்மாளமடித்தார்கள். எதிரில் வந்த ஒரு மாட்டு வண்டியை இன்னொரு வீரன் நிறுத்தி, மாட்டை வண்டியிலிருந்து பூட்டு அவிழ்த்து விரட்டி அடித்தான். மாடு மிரண்டு மக்கள் கூட்டத்திடையே புகுந்து சிலரைத் தள்ளிக்கொண்டு ஓடியது; மீண்டும் ஒரே கோலாகலச் சிரிப்புத்தான்!

இதையெல்லாம் பார்த்துக்கொண்டிருந்த வந்தியத்தேவன், 'ஆகா! பழுவேட்டரையரின் வீரர்களைப் போல் இவர்களும் விளையாடுகிறார்கள். இவர்களுடைய விளையாட்டு மற்றவர்களுக்கு வினையாக இருக்கிறது. நல்லவேளை, இவர்களுடைய பார்வை நம்மீது விழாமல் ஒதுங்கி நின்றோம். இல்லாவிடில் ஒரு சண்டை ஏற்பட்டிருக்கும். வந்த காரியம் கெட்டுப் போயிருக்கும்' என்று எண்ணிக்கொண்டான்.

ஆனால் ஒரே ஒரு வித்தியாசமும் அவனுக்குப் புலனாயிற்று. வேளக்காரப் படை வீரர்களின் விளையாடல்களை இங்குள்ள ஜனங்கள் அவ்வளவாக வெறுக்கவில்லை. அவர்களுடைய கொம்மாளத்தில் ஜனங்களும் சேர்ந்து சிரித்துக் குதூகலித்தார்கள்! இதைப் பற்றிக் கேட்கலாம் என்று திரும்பிப் பார்த்தபோது பூக்குடலைகளுடன் நின்ற

சிறுவனை வந்தியத்தேவன் காணவில்லை. கூட்டத்திலும் கோலா கலத்திலும் அந்த வாலிபன் எங்கேயோ போய் விட்டான். ஒருவேளை அவனுடைய வேலையைப் பார்க்கப் போயிருக்கக்கூடும்.

வேளக்காரப் படை மாலையில் கோட்டையிலிருந்து வெளியேறிய பிறகு மற்ற யாரையும் உள்ளே விடுவதில்லையென்று வந்தியத்தேவன் அறிந்துகொண்டான். இரவு பகல் எந்த நேரத்திலும் கோட்டைக்குள் பிரவேசிக்கும் உரிமை பெற்றவர்கள் அரச குடும்பத்தைச் சேர்ந்தவர் களும், அமைச்சர்களும், தண்டநாயகர்களுந்தான். பழுவேட்டரையர் களின் குடும்பத்தாருக்கும் அவ்வுரிமை உண்டு என்று வந்தியத்தேவன் தெரிந்துகொண்டான். எனவே, இராத்திரியே கோட்டைக்குள் போக வேண்டும் என்ற உத்தேசம் அவனுக்கு மாறி விட்டது. தன்னிடமிருந்த இலச்சினை மோதிரத்தைக் காட்டிச் சோதனை செய்ய வந்தியத்தேவன் விரும்பவில்லை. அதை விட இரவு கோட்டைக்கு வெளியிலேயே தங்கி நகரைச் சுற்றிப் பார்த்து விட்டு நாளை உதயத்துக்குப் பிறகு கோட்டைக்குள் செல்வதே நல்லது. இராத்திரியில் அப்படியே கோட்டைக்குள் பிரவேசித்தாலும் அரசரைத் தரிசித்து ஓலை கொடுப்பது இயலாத காரியமேயல்லவா?

கோட்டை மதிலைச் சுற்றிலும் இருந்த வீதிகளின் வழியாக வந்தியத் தேவன் வேடிக்கை பார்த்துக்கொண்டே மெதுவாகச் சென்றான். அன்று பல காத தூரம் பிரயாணம் செய்திருந்த அவனுடைய குதிரை மிகக் களைத்திருந்தது. சீக்கிரத்தில் அதற்கு ஓய்வு கொடுக்க வேண்டியது தான். இல்லாவிடில் நாளைக்கு அவசியம் ஏற்படும்போது இக்குதிரை யினால் பயனில்லாமல் போய் விடும்! வசதியாகத் தங்குவதற்கு ஓரிடம் விரைவில் கண்டுபிடித்தாக வேண்டும்! தஞ்சைபுரி அப்போது புதிதாகப் பல்கிப் பெருகிப் பரந்து வளர்ந்துகொண்டிருந்த நகரம். அதிலும் அப்போது மாலை நேரம்; நூற்றுக்கணக்கான வீதி விளக்குகள் ஏற்றப்பட்டு ஒளிவீசத் தொடங்கியிருந்தன.

வீதிகளெல்லாம் 'ஜே, ஜே' என்று ஒரே ஜனக் கூட்டம். வெளியூர் களிலிருந்து பல அலுவல்களின் நிமித்தமாக வந்தவர்கள் அங்குமிங்கும் சென்றுகொண்டிருந்தார்கள். அவர்களில் சோழ நாட்டுப் பட்டணங்களி லிருந்தும் கிராமங்களிலிருந்தும் வந்தவர்களும் இருந்தார்கள். புதிதாக சோழ சாம்ராஜ்யத்துக்கு உட்பட்டிருந்த நாடுகளிலிருந்து வந்தவர் களும் காணப்பட்டார்கள். பொருணை நதியிலிருந்து பாலாற்றங்கரை வரையிலும் கீழைக் கடற்கரையிலிருந்து மேற்குக் கடற்கரை வரையிலும் பரந்திருந்த தேசங்களிலிருந்து தலைநகருக்குப் பலர் வந்திருந்தார்கள். விந்திய மலைக்கு வடக்கேயிருந்து வந்தவர்களும் கடல் கடந்த நாடுகளிலிருந்து வந்தவர்களுங்கூடச் சிலர் அம்மாநகரின் வீதிகளில் ஆங்காங்கே தோன்றினார்கள்.

ஆப்பம், அதிரசம் முதலிய தின்பண்டங்கள் விற்ற கடைகளில் மக்கள் ஈ மொய்ப்பது போல் மொய்த்து, அப்பண்டங்களை வாங்கிக்கொண்டிருந்தார்கள். வாழைப் பழங்களும் வேறு பலவிதக் கனிகளும் மலை மலையாகக் குவிந்து கிடந்தன. பூக் கடைகளைப் பற்றியோ சொல்ல வேண்டியதில்லை. முல்லையும் மல்லிகையும் திருஆத்தியும் செண்பகமும் புஷ்பக் குன்றுகளைப் போல் காட்சி தந்தன. அந்த மலர்க் குன்றுகளைச் சுற்றிப் பெண்மணிகள் வண்டுகளைப் போல் ரீங்காரம் செய்துகொண்டு மொய்த்தார்கள்.

புஷ்பக் கடைகளினருகில் சென்றதும் வந்தியத்தேவன் அந்தப் பூக்கார வாலிபனை நினைத்துக்கொண்டான். அவனை மறுபடியும் பார்க்கக் கூடுமானால் எவ்வளவு சௌகரியமாயிருக்கும்? இந்த நகரில் வசதியாகத் தங்குவதற்கு ஓரிடம் அவனைக் கேட்டுத் தெரிந்து கொள்ளலாமல்லவா?... இப்படி எண்ணியபோதே சற்றுத் தூரத்தில் அந்த வாலிபன் வந்துகொண்டிருப்பதை வந்தியத்தேவன் கண்டான். குதிரையிலிருந்து இறங்கி அவனை அணுகினான்.

'தம்பி! பூக்குடலைகளில் ஒன்றையும் காணோமே? பூவெல்லாம் எங்கே? விற்றாகிவிட்டதா?' என்றான்.

'விற்பதற்காக நான் பூக்கொண்டு வரவில்லை. கோயில் பூஜைக் காகப் பூக்கொண்டு வந்தேன்; பூவைக் கொடுத்தாகி விட்டது; வீட்டுக்குத் திரும்பிப் போகிறேன்.'

'எந்தக் கோயிலுக்கு நீ இந்தப் புஷ்பக் கைங்கரியம் செய்கிறாய்?'

'தளிக்குளத்தார் ஆலயம் என்று கேட்டதுண்டா?'

'ஓகோ! தஞ்சைத் தளிக்குளத்தார் என்று கேள்விப்பட்டிருக்கிறேன். அந்தக் கோயில்தான் போலிருக்கிறது. பெரிய கோயிலா அது?'

'இல்லை; சிறிய கோயில்தான். கொஞ்சகாலமாக இத்தஞ்சையில் துர்க்கையம்மன் கோயிலுக்குத்தான் மகிமை அதிகம். அங்கேதான் பூஜை, பொங்கல், பலி, திருவிழா ஆர்ப்பாட்டங்கள் அதிகம். அரச குடும்பத்தாரும் பழுவேட்டரையர்களும் துர்க்கை அம்மன் கோயிலுக்குத்தான் அதிகமாகப் போகிறார்கள். தளிக்குளத்தார் கோயிலுக்கு அவ்வளவு மகிமை இல்லை; தரிசனம் செய்ய ஜனங்கள் அவ்வளவாக வருவதில்லை...'

'நீ இந்தப் புஷ்பக் கைங்கரியம் செய்து வருகிறாயே? இதற்காக ஏதேனும் சன்மானம் உண்டா?'

'எங்கள் குடும்பத்துக்கு இதற்காக மானியம் இருக்கிறது. என் பாட்டனார் காலத்திலிருந்து கண்டராதித்த சக்கரவர்த்தி விட்ட நிவந்தம்

உண்டு. தற்சமயம் நானும் என் தாயாரும் இந்தக் கைங்கரியத்தைச் செய்து வருகிறோம்.'

'தளிக்குளத்தார் கோயில் செங்கல் திருப்பணியா? அல்லது கருங்கல் பணி செய்திருக்கிறார்களா?' என்று வல்லவரையன் கேட்டான்.

அவன் வருகின்ற வழியில் பல செங்கல் கோயில்களுக்குக் கருங்கல் திருப்பணி நடந்துகொண்டிருப்பதைப் பார்த்திருந்தபடியால் இவ்விதம் கேட்டான்.

'இப்போது செங்கல் கோயில்தான். கருங்கல் திருப்பணி விரைவில் தொடங்கும் என்று கேள்வி. இந்தத் திருப்பணியை உடனே நடத்த வேண்டும் என்று பழையாறைப் பெரிய பிராட்டியார் விரும்புகிறாராம். ஆனால்..' என்று அந்த வாலிபன் தயங்கி நிறுத்தினான்.

'ஆனால் என்ன?..'

'பராபரியாகக் கேள்விப்பட்டதையெல்லாம் சொல்வதில் என்ன பயன்? பகலில் பக்கம் பார்த்துப் பேசு, இரவில் அதுவும் பேசாதே என்று சொல்லக் கேட்டிருக்கிறேன். இதுவோ நாற்சந்தியும் கூடும் இடம்; நம்மைச் சுற்றிலும் ஜனங்கள்...'

'இந்த மாதிரி இடத்திலே நின்றுதான் தைரியமாக எந்த ரகசியமும் பேசலாம். இந்தப் பெருங்கூட்டத்திலும் இரைச்சலிலும் நம்முடைய பேச்சு யார் காதிலும் விழாது.'

'பேசுவதற்கு இரகசியம் என்ன இருக்கிறது?' என்றான் அந்த வாலிபன், வந்தியத்தேவனைக் கொஞ்சம் சந்தேகத்துடன் பார்த்து.

ஆகா! இந்தப் பிள்ளை நல்ல புத்திசாலி! இவனுடன் சிநேகம் செய்து கொள்வதில் லாபம் உண்டு! பல விஷயங்களை அறியலாம்! ஆனால் இவன் மனத்தில் வீண் சந்தேகத்தை உண்டாக்கக் கூடாது - இவ்விதம் வந்தியத்தேவன் எண்ணி, 'ஆமாம்; இரகசியம் என்ன இருக்கிறது? ஒன்று மில்லைதான். போனால் போகட்டும், தம்பி! இரவு எங்கேயாவது நான் நிம்மதியாகத் தூங்க வேண்டும். வெகு தூரம் பிரயாணம் செய்து மிகவும் களைப்படைந்திருக்கிறேன். எங்கே தங்கலாம்? ஒரு நல்ல விடுதிக்கு வழிகாட்டி எனக்கு உதவி செய்ய முடியுமா?' என்று கேட்டான்.

'இந்த நகரில் தங்குவதற்கு இடங்களுக்கு என்ன குறைவு? சத்திரங்கள் எத்தனையோ இருக்கின்றன. அயல்நாடுகளிலிருந்து வருகிறவர்களுக் கென்று ஏற்பட்ட ராஜாங்க விடுதிகளும் இருக்கின்றன. ஆனால், உங்களுக்கு இஷ்டமாயிருந்தால்...'

'தம்பி! உன் பெயர் என்ன?' என்று வந்தியத்தேவன் கேட்டான்.

'அமுதன்; சேந்தன் அமுதன்.'

'அடடா! எவ்வளவு நல்ல பெயர்? கேட்கும்போதே என் நாவில் அமுது ஊறுகிறதே... எனக்கு இஷ்டமாயிருந்தால் உன்னுடைய வீட்டுக்கு வந்து தங்கலாம் என்றுதானே நீ சொல்லத் தொடங்கினாய்?'

'ஆமாம், அது எப்படி உங்களுக்குத் தெரிந்தது?'

'என்னிடம் மந்திர வித்தை இருக்கிறது; அதனால் தெரிந்து கொண்டேன். உன் வீடு எங்கே இருக்கிறது?'

'நகர எல்லையைத் தாண்டிக் கூப்பிடு தூரத்தில் எங்கள் பூந்தோட்டம் இருக்கிறது. தோட்டத்துக்குள்ளே எங்கள் வீடும் இருக்கிறது' என்றான் அமுதன்.

'ஆகா! அப்படியானால் உன் வீட்டுக்கு நான் வந்தே தீருவேன். இந்தப் பட்டணத்துச் சந்தடியில் என்னால் இன்றிரவைக் கழிக்க முடியாது. மேலும் உன்னைப் போன்ற உத்தமப் புதல்வனைப் பெற்ற உத்தமியைத் தரிசிக்க விரும்புகிறேன்.'

'என்னைப் பெற்ற அன்னை உத்தமிதான்; ஆனால் துர்ப்பாக்கியசாலி...'

'அடாடா! ஏன் அவ்வாறு சொல்கிறாய்? ஒருவேளை உன் தந்தை...'

'என் தந்தை இறந்துதான் போனார். ஆனால் அது மட்டுமில்லை. என் தாய் பிறவியிலேயே துர்பாக்கியசாலி. பார்த்தால் தெரிந்து கொள் வீர்கள் வாருங்கள் போகலாம்.'

அரை நாழிகை நேரம் நடந்து அவர்கள் நகர்ப்புறத்துக்கு அப்பாலிருந்த பூந்தோட்டத்துக்கு வந்து சேர்ந்தார்கள். இரவில் மலரும் பூக்களின் இனிய மணம் வந்தியத்தேவனுக்கு அபூர்வ சுகமயக்கத்தை உண்டாக்கியது. நகரத்தின் வீதிகளில் எழுந்த கோலாகல இரைச்சலும் சந்தடியும் அங்கே அவ்வளவாகக் கேட்கவில்லை. பூந்தோட்டத்தின் மத்தியில் ஓட்டு வீடு ஒன்று இருந்தது. பக்கத்தில் இரு குடிசைகள் இருந்தன. தோட்ட வேலையில் உதவி செய்த இரு குடும்பத்தார் அக்குடிசைகளில் இருந்தார்கள். அவர்களில் ஒருவனை அமுதன் அழைத்து, வந்தியத்தேவனுடைய குதிரைக்குத் தீனி வைத்து மரத்தடியில் கட்டி வைக்கும்படிக் கூறினான்.

பிறகு, வீட்டுக்குள் அழைத்துச் சென்றான். அமுதனுடைய தாயாரைப் பார்த்ததும் வந்தியத்தேவனுக்கு அவளுடைய துர்ப்பாக்கியம் இத்தகையது என்று தெரிந்து விட்டது. அந்த மூதாட்டி பேசும் சக்தியற்ற ஊமை. காதும் கேளாது என்று தெரிந்தது. ஆனால் அந்த மாதரசியின் முகத்தில் கருணையும் அன்பும் நிறைந்து ததும்பியதை வந்தியத்தேவன் கண்டான். கூரிய அறிவின் ஒளியும் அம்முகத்திலிருந்து வீசியது. பொதுவாக,

ஏதாவது ஒரு அங்கத்தில் ஊனமுற்றவர்கள் மற்றபடி சிறந்த அறிவுக் கூர்மையுள்ளவர்களாக விளங்குவது சிருஷ்டி விசித்திரங்களில் ஒன்று அல்லவா?

அமுதன் சில சமிக்ஞைகள் செய்ததும் அந்த மூதாட்டி வந்திருப்பவன் அயல் தேசத்திலிருந்து வந்த விருந்தாளி என்று தெரிந்துகொண்டாள். முகபாவத்தினாலேயே தன்னுடைய பரிவையும் வரவேற்பையும் தெரிவித்தாள்.

சற்று நேரத்துக்கெல்லாம் இலை போட்டு அந்த அம்மாள் உணவு பரிமாறினாள். முதலில் இடியாப்பமும் இனிப்பான தேங்காய்ப் பாலும் வந்தன. அந்த மாதிரி இனிய பலகாரத்தை வந்தியத்தேவன் தன் வாழ் நாளில் அருந்தியதில்லை. பத்துப் பன்னிரண்டு இடியாப்பமும், அரைப் படி தேங்காய்ப் பாலும் சாப்பிட்டான். பிறகு புளிக்கறியும் சோளமாப் பணியாரமும் வந்தன; அவற்றையும் ஒரு கை பார்த்தான். அப்படியும் அவன் பசி அடங்கவில்லை; கடைசியாக காற்படி அரிசிச் சோறும் அரைப் படி தயிரும் நுங்கினான்! பிறகுதான் அவன் இலையிலிருந்து எழுந்தான்.

சாப்பிடும்போதே சில விஷயங்களை அமுதனிடம் கேட்டுத் தெரிந்து கொண்டான். தஞ்சைக் கோட்டைக்குள்ளே அப்போது சுந்தர சோழ சக்கரவர்த்தியையும் அவருடைய அரண்மனைப் பரிவாரங்களையும் தவிர, இன்னும் முக்கியமாக யார் யார் இருக்கிறார்கள் என்று விசாரித் தான். பெரிய பழுவேட்டரையர், சின்னப் பழுவேட்டரையர் இவர் களின் மாளிகைகளும் பரிவாரங்களும் அங்கு இருந்தன. தன பொக்கிஷம், தானிய பண்டாரம் இரண்டும் கோட்டைக்குள் இருந்த படியால் அவற்றைப் பரிபாலிக்கும் அதிகாரிகளும் கணக்கர்களும் இருந்தார்கள். சுந்தர சோழரின் அந்தரங்க நம்பிக்கைக்கும் அபிமானத் துக்கும் பாத்திரரான அநிருத்த பிரம்மராயர் என்னும் அமைச்சரும், திருமந்திர ஓலை நாயகரும் கோட்டைக்குள்ளேதான் வசித்தார்கள். மற்றும் சின்னப் பழுவேட்டரையரின் தலைமையில் தஞ்சைக் கோட் டையைக் காவல் புரிந்த வீரர்களும் அவர்களுடைய குடும்பத்தாரும் அங்கேயே தங்கியிருந்தார்கள். பொன், வெள்ளி நகை வியாபாரிகளும், நவரத்தின வியாபாரிகளும், பொன்னாசாரிகளும் கோட்டைக்குள் இடம் அளிக்கப்பட்டிருந்தார்கள். பெரிய பழுவேட்டரையரின் கீழ் வரி விதிக்கும் வேலை பார்த்த நூற்றுக்கணக்கான அலுவலர்கள் இருந்தனர். துர்க்கையம்மன் கோயில், கோட்டைக்குள்ளேதான் ஒரு மூலையில் இருந்தது. கோயில் பூசாரிகளும் பணிவிடையாளரும் கணிகையரும் கோயிலுக்கு அருகில் குடியிருந்தார்கள்.

இதையெல்லாம் தெரிந்து கொண்ட பிறகு, 'அமைச்சர்கள் அனைவரும் தற்சமயம் கோட்டையில் இருக்கிறார்களா?' என்று வந்தியத்தேவன் கேட்டான்.

'எல்லாரும் எப்படி இருப்பார்கள்? பற்பல காரியமாக வெளியிலே போய்க்கொண்டும் வந்துகொண்டும்தான் இருப்பார்கள். அநிருத்த பிரமராயர் சில காலமாகவே நகரில் இல்லை. அவர் சேர நாடு சென்றிருப்பதாகக் கேள்வி. பெரிய பழுவேட்டரையர் நாலு தினங் களுக்கு முன்னால் வெளியே சென்றார். கொள்ளிடத்துக்கு வடக்கே நடுநாட்டுக்குச் சென்றதாகக் கேள்வி.'

'போனவர் ஒருவேளை திரும்பி வந்திருக்கலாம் அல்லவா? உனக்குத் தெரியாதாக்கும்!'

'இன்று சாயங்காலம் பழுவூர் இளைய ராணியின் பல்லக்கு வந்தது. கோட்டை வாசலில் நானே பார்த்தேன். ஆனால் பழுவேட்டரையர் வரவில்லை. ஒருவேளை வழியில் எங்கேனும் தங்கி விட்டு நாளை வரக்கூடும்.'

'தம்பி! இளவரசர் மதுராந்தகத் தேவரும் கோட்டைக்குள்ளேதானே தங்கியிருக்கிறார்?'

'ஆமாம்; பழுவேட்டரையர் அரண்மனைக்குப் பக்கத்தில் மதுராந் தகரின் மாளிகை இருக்கிறது. சின்னப் பழுவேட்டரையரின் திருமகளை மணம் புரிந்த மருமகர் அல்லவா?'

'ஓஹோ! அதுவும் அப்படியா? எனக்கு இது வரையில் தெரியாதே?'

'ரொம்பப் பேருக்குத் தெரியாதுதான். சக்கரவர்த்தியின் தேக அசௌ கர்யத்தை முன்னிட்டுத் திருமணத்தைக் கோலாகலமாக நடத்தவில்லை.'

'நல்லது; மதுராந்தகத்தேவர் இப்போது கோட்டைக்குள்ளேதானே இருக்கிறார்?'

'கோட்டைக்குள்ளேதான் இருக்க வேண்டும்; ஆனால் மதுராந்தகத் தேவர் சாதாரணமாக வெளியில் வருவதில்லை. மக்கள் அவரைப் பார்க்க முடிகிறதும் இல்லை. சிவபக்தியில் ஈடுபட்டுப் பெரும்பாலும் யோகத்திலும் தியானத்திலும் பூஜையிலும் காலம் கழிப்பதாகக் கேள்வி.'

'ஆனாலும் இத்தனை நாளைக்குப் பிறகு கல்யாணம் செய்து கொண்டிருக்கிறாரே?'

'ஆமாம்; அது கொஞ்சம் வியப்பான காரியந்தான். கல்யாணத்துக்குப் பிறகு மாப்பிள்ளைத் தேவரின் மனமே மாறிப் போயிருப்பதாயும் சொல்கிறார்கள். நமக்கென்ன அதைப் பற்றி? பெரிய இடத்துப் பேச்சுப் பேசாமலிருப்பதே நல்லது...'

சேந்தன் அமுதனிடம் இன்னும் பல விஷயங்களைக் கேட்டுத் தெரிந்து கொள்ளும் ஆவல் வந்தியத்தேவனுக்கு இருந்தது. ஆனால் அதிகமாக ஏதேனும் கேட்டுச் சந்தேகத்தைக் கிளப்பி விட அவன் விரும்ப

வில்லை. இத்தகைய சாதுப்பிள்ளையின் சிநேகம் தனக்குப் பேருதவி யாயிருக்கும். தஞ்சையில் தங்க இம்மாதிரி ஒரு வீடு அகப்பட்டதும் தன்னுடைய அதிர்ஷ்டந்தான். அதையெல்லாம் கெடுத்துக் கொள் வானேன்? மேலும், நீண்ட பிரயாணக் களைப்புடன் முதல்நாள் இரவு கண் விழித்ததும் சேர்ந்துகொண்டது. கண்ணைச் சுழற்றிக்கொண்டு தூக்கம் வந்தது. சேந்தன் அமுதன் அவனுடைய நிலையை அறிந்து விரைவில் படுக்கை போட்டுக் கொடுத்தான்.

தூக்க மயக்கத்தில் கடைசியாக வந்தியத்தேவனுடைய மனத்தில் பழுவூர் இளைய ராணியின் திருமுகம் வந்தது. அப்பப்பா! என்ன அழகு! என்ன ஜொலிப்பு! அந்த மாயமோகன வடிவத்தைத் திடீரென்று அவன் பார்த்ததும் அடியோடு செயல் இழந்து கண் கொட்டாமல் திகைத்து நின்றது இன்னொரு அனுபவத்தை அவனுக்கு நினைவூட்டியது.

சிறுபிராயத்தில் ஒரு சமயம் காட்டு வழியாய்ப் போய்க் கொண் டிருக்கையில் திடீரென்று படமெடுத்து ஆடிய பாம்பு ஒன்று அவன் முன் எதிர்பட்டது. அதன் அழகே அழகு! கவர்ச்சியே கவர்ச்சி! வந்தியத் தேவனால் பாம்பின் படத்திலிருந்து கண்ணை அகற்றவே முடிய வில்லை; கண் கொட்டவும் முடியவில்லை. பார்த்தது பார்த்தபடி நின்றான். பாம்பும் ஆடிக்கொண்டேயிருந்தது! பாம்பு ஆடியபோது அதற்கிணங்க, இவன் உடம்பும் ஆடியது - இதன் முடிவு என்ன ஆகியிருக்குமோ தெரியாது. திடீரென்று ஒரு கீரிப்பிள்ளை வந்து பாம்பின் மீது பாய்ந்தது. இரண்டும் துவந்த யுத்தம் தொடங்கின. அந்தச் சந்தர்ப்பத்தைப் பயன்படுத்திக்கொண்டு வந்தியத்தேவன் ஓரே ஓட்ட மாக ஓடி வந்து விட்டான்!...

சீச்சீ! என்ன உதாரணம்! இந்தப் புவன மோகினியான சுந்த ராங்கியைப் படமெடுத்த பாம்புக்கா ஒப்பிடுவது? இவளுடைய பால்வடியும் முகத்தை ஒரு தடவை பார்த்தாலும் பசி தீர்ந்து விடுமே?... நாளைக்கு அவளை மறுபடி காணப்போகிறோமல்லவா! அவளுடைய குரலிலே தான் என்ன மதுரம்! இவள் ஓர் அபூர்வமான அழகிதான். ஆனால் குடந்தை ஜோதிடர் வீட்டிலும் அரிசிலாற்றங்கரையிலும் பார்த்த அந்த இன்னொரு பெண்?... அவளுடைய முகத்திலும் காந்தி ஒளி விட்டது! அழகு சுடர் விட்டது!... இரண்டு முகங்களும் சுந்தர முகங்களாயினும் அவற்றுக்குள் எத்தனை வேற்றுமை! அதில் கம்பீரமும் பெருந் தன்மையும்; இதில் மோகனமும் கவர்ச்சியும்!... இப்படி அவன் உள்ளம் அந்த இரு மங்கையரின் முகங்களையும் ஒப்பிட்டுக் கொண்டிருந்தபோது, மற்றொரு மங்கை வந்து குறுக்கிட்டாள். சர்வாதிகாரக் கொடுங்கோல் அரசியான நித்திராதேவி வந்தியத் தேவனைப் பரிபூரணமாக ஆட்கொண்டாள்.

இருபத்து நான்காம் அத்தியாயம்

# காக்கையும் குயிலும்

இரவெல்லாம் கட்டையைப் போல் கிடந்து தூங்கிவிட்டுக் காலையில் சூரியன் உதித்த பிறகே வந்தியத்தேவன் துயிலெழுந்தான். விழித்துக் கொண்ட பிறகும் எழுந்திருக்க மனம் வராமல் படுத்திருந்தான். மேலக்காற்று விர்ரென்று வீச, மரஞ்செடிகளின் கிளைகளும் இலைகளும் ஒன்றோடொன்று உராய்ந்து 'சோ' என்ற சத்தத்தை உண்டாக்கிக்கொண்டிருந்தன. அந்தச் சுருதிக்கிணங்க, ஓர் இளம் பிள்ளையின் இனிய குரல் சுந்தரமூர்த்தி சுவாமிகளின் தேவாரப் பாடலைப் பண்ணுடன் பாடியது.

'பொன்னார் மேனியனே புலித் தோலை அரைக்கசைத்து
மின்னார் செஞ்சடைமேல் மிளிர் கொன்றை அணிந்தவனே!'

இதைக் கேட்ட வந்தியத்தேவன் கண்ணை விழித்துப் பார்த்தான். அவனுக்கெதிரே பூந்தோட்டத்தில் கொன்னை மரங்கள் சரஞ்சரமாகப் பொன் மலர்களைத் தொங்கவிட்டுக்கொண்டு காட்சியளித்தன. சேந்தன் அமுதன் ஒரு கையில் குடலையும் இன்னொரு கையில் அலக்கும் வைத்துக்கொண்டு, வாயினால் பாடிக்கொண்டே, கொன்றை மலர்களைப் பறித்துக்கொண் டிருந்தான். அதிகாலையிலே எழுந்து ஸ்நானம் செய்து திருநீறு புனைந்திருந்த சேந்தன் அமுதன், சிவபக்தனாகிய மார்க் கண்டனைப்போல் தோன்றினான். இப்படி இனிமையாகவும் அழகாகவும் பாடும் பிள்ளையின் குரலைக் கேட்க அவனுடைய அன்னை கொடுத்து வைக்கவில்லையே என்ற எண்ணத்துடன் வந்தியத்தேவன் எழுந்தான். அமுதனைப் போல் தானும் பூந்தோட்டம் வளர்த்துச் சிவ கைங்கரியம் செய்துகொண்டு ஏன் ஆனந்தமாய்க் காலங் கழிக்கக் கூடாது? எதற்காகக் கையில் வாளும் வேலும் ஏந்திக்கொண்டு ஊர் ஊராக அலைய வேண்டும்? எந்த நேரமும் பிறரைக் கொல்லுவதற்கும் பிறரால் கொல்லப்படுவதற்கும் ஆயத்தமாக ஏன் திரிய வேண்டும்? இத்தகைய எண்ணங்கள் அவன்

மனத்தில் உதித்தன. ஆனால் சிறிது நேரத்தில் மனம் மாறியது. சேந்தன் அமுதனைப் போல் உலகில் எல்லாருமே சிவ பக்தர்களாயிருந்து விடுவார்களா? திருடர்களும் கொள்ளைக்காரர்களும் வஞ்சகர்களும் எளியவர்களைத் துன்புறுத்துவதில் களிப்படைகிறவர்களும் இருக்கத் தான் இருப்பார்கள். இவர்களையெல்லாம் அடக்கி, நியாயத்தையும் தர்மத்தையும் நிலைநாட்ட அரசாங்கம் வேண்டும். அரசாங்கம் நடத்த அரசர்களும் அமைச்சர்களும் வேண்டும். இவர்களுக்கு ஆபத்து வராமல் பாதுகாக்க வேளக்காரப் படைகளும் வேண்டும். தன்னைப் போல் அரசர்களுக்கு ஓலைகொண்டு போகவும் ஆட்கள் வேண்டும்... ஆம்! இன்று சுந்தர சோழ சக்கரவர்த்தியைப் பார்த்தே தீரவேண்டும். பெரிய பழுவேட்டரையர் திரும்பி வருவதற்குள் சக்கரவர்த்தியைப் பார்த்தால்தான் பார்த்தது. அவர் வந்து விட்டால் அது சாத்திய மில்லாமலே போகலாம்...

பூந்தோட்டத்துக்குப் பக்கத்திலேயிருந்த தாமரைக் குளத்தில் குளித்து விட்டு வந்து, வல்லவரையன் ஆடை ஆபரணங்கள் அணிந்து தன்னை நன்றாக அலங்கரித்துக்கொண்டான். சக்கரவர்த்தியைத் தரிசனம் செய்யப் போகும்போது சாதாரணமாகப் போகலாமா? இதற்காகத்தான் அலங்கரித்துக்கொண்டானா, அல்லது பழுவூர் இளைய ராணியை அன்று மீண்டும் பார்க்கப் போகிறோம் என்கிற எண்ணமும் அவன் மனத்திற்குள் இருந்ததா என்று நாம் சொல்ல முடியாது.

காலை உணவுக்குப் பிறகு சேந்தன் அமுதன் உச்சிவேளை பூஜைக் கைங்கரியத்துக்காகப் பூக்குடலையுடன் கிளம்ப, வந்தியத்தேவன் சக்கரவர்த்தியின் தரிசனத்துக்காகப் புறப்பட்டான் இருவரும் நடந்தே சென்றார்கள்.

கோட்டைக்குள் குதிரையைக் கொண்டுபோகவேண்டாம் என்று வல்லவரையன் முன்னமேயே தீர்மானித்திருந்தான். குதிரை நன்றாக இளைப்பாற அவகாசம் கொடுப்பது அவசியம். சீக்கிரத்தில் அக்குதிரையை, தான் துரிதப் பிரயாணத்துக்கு உபயோகப்படுத்த வேண்டி வரலாம், யார் கண்டது? எப்படியானாலும், அது இங்கே இருப்பதுதான் நல்லது.

கோட்டை வாசல் போய்ச் சேரும் வரையில் அமுதனுடன் பேச்சுக் கொடுத்து இன்னும் சில விவரங்களைத் தெரிந்துகொண்டான்.

'உன் அன்னையைத் தவிர உனக்கு வேறு உற்றார் உறவினர் யாரும் கிடையாதா?' என்று வல்லவரையன் கேட்டதற்கு அமுதன் கூறியதாவது;

'இருக்கிறார்கள். என் அன்னையுடன் கூடப் பிறந்த ஒரு தமக்கையும் தமையனும் உண்டு. தமக்கை காலமாகி விட்டாள்; தமையனார் கோடிக்கரைக் குழகர் கோயிலில் புஷ்ப கைங்கரியம் செய்கிறார்.

அத்துடன் இரவு நேரங்களில் கலங்கரை விளக்கத்தில் தீபமேற்றிப் பாதுகாக்கும் பணியும் செய்து வருகிறார்... அவருக்கு ஒரு புதல்வனும் புதல்வியும் உண்டு; புதல்வி...' என்று நிறுத்தினான்.

'புதல்விக்கு என்ன?'

'ஒன்றுமில்லை எங்கள் குடும்பத்திலேயே ஒரு விசித்திரம். சிலர் ஊமையாகப் பிறப்பார்கள்; மற்றவர்கள் இனிய குரல் படைத் திருப்பார்கள்; நன்றாய்ப் பாடுவார்கள்...'

'உன் மாமனின் மகள் ஊமை இல்லையே?' என்றான் வந்தியத்தேவன்.

'இல்லை, இல்லை!'

'அப்படியானால் நன்றாய்ப் பாடக் கூடியவள் என்று சொல்லு, உன்னைக் காட்டிலும் நன்றாய்ப் பாடுவாளா?'

'அழகாயிருக்கிறது உங்கள் கேள்வி! 'குயில், காக்கையை விட நன்றாய்ப் பாடுமா?' என்று கேட்பது போலிருக்கிறது. பூங்குழலி பாடினால், சமுத்திர ராஜா அலை எறிந்து ஓசை செய்வதை நிறுத்தி விட்டு அமைதியாகக் கேட்பார். ஆடு மாடுகளும் காட்டு மிருகங்களும் மெய் மறந்து நிற்கும்...'

'உன் மாமன் மகளின் பெயர் பூங்குழலியா? அழகான பெயர்!'

'பெயர் மட்டுந்தானா அழகு?'

'அவளும் அழகியாகத்தான் இருக்க வேண்டும். இல்லாவிட்டால், நீ இவ்வளவு பரவசமடைவாயா?'

'மானும் மயிலும் அவளிடம் அழகுக்குப் பிச்சை கேட்க வேண்டும். ரதியும் இந்திராணியும் அவளைப் போல் அழகியாவதற்குப் பல ஜன்மங்கள் தவம் செய்ய வேண்டும்.'

சேந்தன் அமுதனுடைய உள்ளம் சிவபக்தியிலேயே பூரணமாக ஈடுபட வில்லையென்பதை வல்லவரையன் கண்டுகொண்டான்.

'அப்படியானால் உனக்குத் தகுந்த மணப் பெண் என்று சொல்லு. மாமன் மகளாகையால் முறைப் பெண்ணுங் கூடத்தானே? கல்யாணம் எப்போது?' என்று கேட்டான் வந்தியத்தேவன்.

'எனக்குத் தகுந்தவள் என்று ஒரு நாளும் சொல்ல மாட்டேன். நான் அவளுக்கு எவ்விதத்திலும் தகுதியில்லாதவன். பழைய நாட்களிலே போலப் பூங்குழலிக்குச் சுயம்வரம் வைத்தால் ஐம்பத்தாறு தேசத்து ராஜாக்களும் வந்து போட்டி போடுவார்கள்! தமயந்தியை மணந்து

கொள்வதற்கு வானுலகத்திலிருந்து தேவர்கள் வந்தது போல்
வந்தாலும் வருவார்கள். ஆனால் இந்தக் கலியுகத்தில் அவ்வித
மெல்லாம் ஒருவேளை நடவாது...'

'அப்படியானால் உன்னை மணந்து கொள்ள அவள் விரும்பினாலும் நீ
மறுத்து விடுவாய் என்று சொல்லு!'

'நன்றாயிருக்கிறது. இறைவன் என் முன்னால் தோன்றி, 'நீ சுந்தர
மூர்த்தியைப் போல் இந்த உடம்போடு கைலாசத்துக்கு வருகிறாயா?
அல்லது பூலோகத்திலிருந்து பூங்குழலியுடன் வாழ்கிறாயா?' என்று
கேட்டால் 'பூங்குழலியுடன் வாழ்கிறேன்' என்றுதான் சொல்லுவேன்.
ஆனால் நான் சொல்லி என்ன பயன்?'

'ஏன் பயன் இல்லை? உனக்குச் சம்மதமாயிருக்கும்போது அநேகமாகக்
கல்யாணம் ஆனது போலத்தானே? எல்லாரும் பெண்களைக் கேட்டுக்
கொண்டுதானா கல்யாணம் செய்கிறார்கள்? உதாரணத்துக்கு, பெரிய
பழுவேட்டரையர் அறுபத்தைந்து வயதுக்கு மேல் கல்யாணம் செய்து
கொண்டிருக்கிறாரே! அந்த ராணியின் சம்மதத்தின் பேரிலா திருமணம்
நடந்திருக்கும்!...'

'அண்ணா! அது பெரிய இடத்துச் சமாசாரம். நாம் ஏன் அதைப் பற்றிப்
பேச வேண்டும்? முக்கியமாக, உங்களுக்கு எச்சரிக்கை செய்கிறேன்.
நீங்கள் கோட்டைக்குள் போகிறீர்கள். கோட்டைக்குள் பழுவேட்டரையர்
களைப் பற்றி எதுவும் பேச வேண்டாம் பேசினால் ஆபத்து வரும்!...'

'ஏது தம்பி, ஒரேயடியாகப் பயமுறுத்துகிறாயே?'

'உண்மையைத்தான் சொல்கிறேன். மெய்யாக, இரண்டு பழுவேட்ட
ரையர்களுந்தான் இப்போது சோழ சாம்ராஜ்யத்தையே ஆளுகிறார்கள்.
அவர்களுடைய அதிகாரத்துக்கு மிஞ்சிய அதிகாரம் வேறு கிடையாது.'

'சக்கரவர்த்திக்குக் கூடவா அவர்களை விட அதிகாரம் இல்லை?'

'சக்கரவர்த்தி நோய்வாய்ப்பட்டுக் கிடக்கிறார். பழுவூர்க்காரர்கள்
போட்ட கோட்டை அவர் தாண்டுவதில்லை என்று ஜனங்கள் சொல்லு
கிறார்கள். அவருடைய சொந்தப் புதல்வர்களுடைய பேச்சுக் கூடக்
காதில் ஏறுவதில்லை என்கிறார்கள்.'

'அப்படியா சமாசாரம்! பழுவேட்டரையர்களுடைய செல்வாக்கு
அபாரமாய்த்தான் இருக்க வேண்டும். இரண்டு வருஷத்துக்கு முன்னால்
அவர்களுக்கு இத்தனை செல்வாக்கு இல்லை அல்லவா?'

'இல்லை. அதிலும் சக்கரவர்த்தி தஞ்சைக்கு வந்த பிறகு பழு
வேட்டரையர்களுடைய அதிகாரம் எல்லையில்லாமல் போய்

விட்டது. அவர்களைத் தட்டிப் பேசுவதற்கே யாரும் கிடையாது. அநிருத்த பிரமராயர் கூட வெறுப்படைந்துதான் பாண்டிய நாட்டுக்குப் போய்விட்டார் என்று கேள்வி.'

'பழையாறையிலிருந்து சக்கரவர்த்தி தஞ்சாவூருக்கு எதற்காக வந்தார்? உனக்குத் தெரியுமா, தம்பி!'

'நான் கேள்விப்பட்டதைச் சொல்லுகிறேன். மூன்று வருஷத்துக்கு முந்தி வீரபாண்டியன் போரில் மாண்டான். அச்சமயம் சோழர் படைகள் பாண்டிய நாட்டில் சில கொடூரங்களைச் செய்ததாகக் கேள்வி. யுத்தமென்றால் அப்படித்தானே? மதுரை சோழ ராஜ்யத்துக்கு உட்பட்டு விட்டது. ஆனால் வீரபாண்டியனுக்கு அந்தரங்கமான சிலர், எப்படியாவது பழிக்குப் பழி வாங்குவதென்று சபதம் எடுத்துக் கொண்டு சதி செய்கிறார்களாம். பழையாறையில் மன்னர் இருந்தால் அவரைப் பாதுகாக்க முடியாது என்றுதான் அவரைப் பழுவேட்ட ரையர்கள் தஞ்சைக்கு அழைத்து வந்து விட்டார்கள். இங்கே கோட்டையும் வலிவுள்ளது; கட்டுக் காவலும் அதிகம். அதோடு சக்கர வர்த்தியின் உடம்பு நலத்துக்கும் பழையாறையைக் காட்டிலும் தஞ்சாவூர் நல்லது என்று வைத்தியர்கள் சொன்னார்கள்.

'சுந்தர சோழரின் உடம்பைப்பற்றி எல்லாரும் சொல்லுகிறார்கள். ஆனால் என்ன நோய் என்று மட்டும் யாருக்கும் தெரிவதில்லை.'

'தெரியாமல் என்ன? சக்கரவர்த்திக்குப் பக்கவாதம் வந்து இரண்டு கால்களும் சுவாதீனம் இல்லாமல் போய் விட்டன.'

'அடடா! அதனால் அவரால் நடக்கவே முடிவதில்லையோ?'

'நடக்க முடியாது; யானை அல்லது குதிரை மீது ஏறவும் முடியாது; படுத்த படுக்கைதான். பல்லக்கில் ஏற்றி இடத்துக்கு இடம் கொண்டு போனால்தான் போகலாம். அதிலும் வேதனை அதிகம். ஆகையால் சக்கரவர்த்தி அரண்மனையை விட்டு வெளிக் கிளம்புவதே இல்லை. சில காலமாகச் சித்தம் அவ்வளவு சுவாதீனத்தில் இல்லையென்றும் சொல்கிறார்கள்.'

'ஆஹா! என்ன பரிதாபம்!'

'பரிதாபம் என்று கூடச் சொல்லக் கூடாது அண்ணா! அதுவும் ராஜ நிந்தனை என்று சொல்லிப் பழுவேட்டரையர்கள் தண்டனை விதிப் பார்கள்.'

பழுவேட்டரையர்! பழுவேட்டரையர்! - எங்கே, யாரிடம் பேசினாலும் பழுவேட்டரையர்களைப் பற்றியே பேச்சு! அவர்கள் எவ்வளவு

பராக்கிரமசாலிகளாய் இருந்தால்தான் என்ன? தன பொக்கிஷம்; தானியக் களஞ்சியம், தஞ்சை நகர்க் காவல், ஒற்றர்படை எல்லாம் அவர்களுடைய வசத்தில் இருக்கும்படி சக்கரவர்த்தி விட்டிருக்கக் கூடாது. இவ்வளவு அதிகாரத்தையும் அவர்களிடம் விட்டதனால் அல்லவா சக்கரவர்த்திக்கு விரோதமாகச் சதி செய்யத் தொடங்கி விட்டார்கள்? இவர்களுடைய சதி எவ்வளவு தூரம் பலிக்குமோ? அது பலிக்காமல் போக நம்மால் இயன்ற பிரயத்தனம் செய்ய வேண்டும். சந்தர்ப்பம் கிடைத்தால் சக்கரவர்த்திக்கும் எச்சரிக்கை செய்து வைக்க வேண்டும்!... இதற்குள் கோட்டை வாசல் வந்து விட்டது. சேந்தன் அமுதன் தனது புதிய நண்பனைப் பிரிந்து தளிக்குளத்தார் ஆலயத்தை நோக்கிச் சென்றான். வந்தியத்தேவனோ எத்தனையோ மனக் கோட்டைகளுடன் அந்தக் கோட்டை வாசலை நெருங்கினான்.

இருபத்தைந்தாம் அத்தியாயம்

# கோட்டைக்குள்ளே

பனை இலச்சினை தாங்கிய மோதிரம் கதைகளில் வரும் மாய மோதிரத்தைப் போல் அபாரமான மந்திர சக்தி வாய்ந்ததா யிருந்தது. காலை நேரத்தில் பால், தயிர் விற்பவர்கள், பூக்கூடைக்காரர்கள், கறிகாய் விற்பவர்கள், பழக் கடைக்காரர்கள் மற்றும் பல தொழில் களையும் செய்வோர், கணக்கர்கள், உத்தியோகஸ்தர்கள் முதலியோர் ஏகக் கூட்டமாகக் கோட்டைக்குள் பிரவேசிக்க முயன்றுகொண்டிருந் தார்கள். கோட்டைக் கதவின் திட்டிவாசலைத் திறந்து அவர்களை ஒவ்வொருவராக உள்ளே விடுவதிலே கோட்டை வாசற் காவலர்கள் தங்கள் படாடோப அதிகாரத்தைக் காண்பித்துக்கொண்டிருந்தார்கள். ஆனால் நம் இளம் வீரன் பனை இலச்சினை பொறித்த மோதிரத்தைக் காட்டியதுதான் தாமதம், காவலர்கள் மிக்க மரியாதை காட்டி, கோட்டைக் கதவுகளில் ஒன்றைத் திறந்து விட்டார்கள். வந்தியத் தேவனும் கோட்டைக்குள் பிரவேசித்தான்.

ஆகா! தஞ்சைபுரிக் கோட்டைக்குள் அவன் கால் வைத்த வேளை என்ன வேளையோ தெரியாது! அதிலிருந்து எத்தனை எத்தனை முக்கிய நிகழ்ச்சிகள் தொடர்ந்து வந்தன! சோழ சாம்ராஜ்யத்தின் சரித்திரத்தி லேயே அது ஒரு முக்கிய சம்பவமாகவல்லவா ஏற்பட்டது! கோட்டைக்குள் பிரவேசித்துச் சிறிது நேரம் வரை வந்தியத்தேவன் ஒரே பிரமிப்பில் ஆழ்ந்திருந்தான். காஞ்சி பழைய பல்லவ சாம்ராஜ்யத்தின் தலைநகரம். பல தடவை பகைவர்களின் தாக்குதல்களுக்கு உட்பட்டது. அங்கிருந்த மாளிகைகளும் மண்டபங்களும் மற்ற கட்டடங்களும் பழைமை யடைந்து சிதிலமாகிப் பூஞ்சக் காளான் பூத்திருந்தன. அழகிய சிற்ப வேலைப்பாடுகள் அமைந்த கட்டடங்கள்தான். ஆனாலும் பல பகுதிகள் இடிந்தும் சிதைந்தும் கிடந்தன. ஆதித்த கரிகாலர் வந்த பிறகு புதுப்பித்துக் கட்டிய சில மாளிகைகள் மட்டும், பட்ட மரத்தில் ஒவ்வோரிடத்தில் தளிர்த்திருக்கும் மலர்களைப் போல் விளங்கி, நகரத்தின் பாழடைந்த தோற்றத்தை மிகைப்படுத்திக் காட்டின.

இந்தத் தஞ்சையின் தோற்றமோ நேர்மாறாக இருந்தது. எல்லாம் புதிய மாளிகைகள்; புதிய மண்டபங்கள். வெண் சுண்ண மாளிகைகளுக்கு மத்தியில் செம்மண்ணில் சுட்ட செங்கற் களினால் கட்டிய சிற்சில கட்டடங்கள் வைரங்களுக்கும் முத்துக்களுக்கும் இடையிலே இரத்தினங்களைப் பதித்தது போல் ஒளி வீசித் திகழ்ந்தன. ஆங்காங்கு அரண்மனைத் தோட்டங்களில் வளர்ந்திருந்த விருட்சங்கள் செம்மண் பூமியின் சத்தை உண்டு, கொழு கொழுவென்று செழித்து ஓங்கி யிருந்தன. புன்னை, தென்னை, அசோகம், அரசு, ஆல், பலா, வேம்பு முதலிய மரங்களில் அடர்ந்து தழைத்திருந்த இலைகள் மரகதப் பச்சையின் பல சாயல்களுடன் கண்ணுக்கு இனிமையையும் மனத்துக்கு உற்சாகத்தையும் அளித்தன. அதிசய சக்தி வாய்ந்த மந்திர வாதியான மயன் புதிதாக நிர்மாணித்த நகரம் இது. இந்தப் புதிய நகருக்குள் பிரவேசிக்கும் போதே ஒரு புதிய உற்சாகம் பிறந்தது; உள்ளம் பூரித்துப் பொங்கியது; காரணம் தெரியாத கர்வம் நிறைந்தது.

கோட்டையின் கட்டுக்காவலையும் கோட்டைக்குள் பிரவேசிப்பதில் உள்ள நிர்ப்பந்தங்களையும் கவனித்திருந்த வந்தியத்தேவன், உள்ளே அதிக ஜனநடமாட்டமே இல்லாமல் வெறிச்சென்று இருக்கும் என்று எண்ணியிருந்தான். ஆனால் அதற்கு நேர்மாறாக, தெருக்களெல்லாம் 'ஜேஜே' என்று கூட்டமாயிருந்தது. குதிரைகளும் குதிரை பூட்டிய ரதங்களும் பூமி அதிரும்படி சத்தமிட்டுக்கொண்டு சென்றன. கரிய குன்றுகள் அசைந்து வருவது போல் நிதானமாகவும் கம்பீரமாகவும் நடந்து வந்த யானைகளின் மணி ஓசை நாலாபுறங்களிலும் கேட்டது! பூ, கறிகாய், பழம், பால், தயிர் விற்போரின் கூச்சல்கள் செவிகளைத் தொளைத்தன. அவ்வப்போது காலத்தை அறிவிக்கும் ஆலாட்சி மணிகளின் ஓசையுடன் பேரிகையின் முழக்கமும் கலந்தது. இசைக் கருவிகள் எழுப்பிய இன்னிசைகளுடன் மங்கையர் பாடிய மதுர கீதங்கள் கலந்தன. எல்லாம் ஒரே திருவிழாக் கோலாகலமாகவே இருந்தது.

நகரம் என்றால் இதுவல்லவா நகரம்! நாளுக்கு நாள் விரிந்து பரந்து வரும் ஒரு சாம்ராஜ்யத்தின் தலைநகரம் இப்படித்தான் இருக்கும் போலும்! தான் இத்தகைய நகரத்துக்கு முற்றிலும் புதியவன் என்று காட்டிக் கொள்ள வந்தியத்தேவன் விரும்பவில்லை. யாரையாவது வழி கேட்டால் தன்னை ஏற இறங்கப் பார்த்து, 'நீ இந்த ஊருக்குப் புதியவனா?' என்று அலட்சியமாகப் பேசுவார்கள். அரண்மனைக்கு வழி கேட்கிறவனை வெளியூரிலிருந்து வந்த பட்டிக்காட்டான் என்று கூட நினைத்து விடுவார்கள். ஆகையால், யாரையும் வழி கேட்காம லேயே சக்கரவர்த்தியின் அரண்மனையைக் கண்டுபிடித்துப் போய்விட வேண்டும்; அது அப்படியொன்றும் முடியாத காரியமாயிராது...

எந்தப் பக்கம் நோக்கினாலும் மாடமாளிகைகளின் மீது மகர தோரணங் களும் கொடிகளும் தோன்றின. வேகத்துடன் வீசிய மேலக்காற்றுடன் அவை துவந்த யுத்தம் செய்து சடசட படபடவென்று சத்தம் செய்து கொண்டு பறந்தன. புலிக் கொடிகளும் பனைக்கொடிகளுமே அதிக மாகக் காணப்பட்டன. மற்ற எல்லாக் கொடிகளையும் தாழ்த்திக் கொண்டு மேக மண்டலத்தை அளாவிக் கம்பீரமாக ஒரு பெரிய புலிக் கொடி பறந்தது. அதுவே சக்கரவர்த்தி தங்கும் அரண்மனையாக இருக்க வேண்டும் என்று வல்லவரையன் ஊகித்துக்கொண்டு, அக்கொடி பறந்த திக்கை நோக்கித் தான் மேலே செய்ய வேண்டிய காரியத்தைப் பற்றிச் சிந்தித்துக்கொண்டு நடந்தான்.

சக்கரவர்த்தியை நேரில் சந்தித்து ஓலையைக் கொடுப்பது முதற் காரியம். அதோடு ஆதித்த கரிகாலர் நேரில் வாய்மொழியாகத் தெரிவிக்கச் சொன்னதையும் சொல்ல வேண்டும். சின்னப் பழுவேட்ட ரையரின் அனுமதியின்றிச் சக்கரவர்த்தியைப் பார்க்க முடியாது. அவருடைய அனுமதியை எப்படிப் பெறுவது? கோட்டைக்குள் பிரவேசிப்பதற்குத் தெய்வம் துணை செய்தது. ஆனால் முழுதும் தெய்வம் வழிகாட்டும் என்றே இருந்து விடலாமா? சக்கரவர்த்தியைப் பார்ப்பதற்கு நாமேதான் யுக்தி கண்டுபிடித்தாக வேண்டும்! அது என்ன யுக்தி! வாணர் குலத்தில் வழிவழியாக வந்த மூளையே! கொஞ்சம் வேலை செய், பார்க்கலாம்! சிறிது உன் கற்பனா சக்தியைத் தட்டி விடு! காவியம், கவிதை எழுதுவோருக்கு மட்டும் கற்பனா சக்தி தேவை என்பதில்லை. உன்னைப் போல் இராஜாங்க காரியங்களில் ஈடுபட்ட வர்களுக்கும் கற்பனா சக்தி வேண்டும். எங்கே, உன் கைவரிசையைக் காட்டு, பார்க்கலாம்!...

பெரிய பழுவேட்டரையர் இன்னும் கோட்டைக்கு வந்து சேரவில்லை என்பதை வந்தியத்தேவன் உறுதிப்படுத்திக் கொண்டான்.

கோட்டை வாசலைத் தாண்டி உள்ளே வந்ததும், அங்கே உட்புறத்தில் நின்ற காவலன் ஒருவனிடம், 'ஏன் அப்பா! பழுவேட்டரையர் திரும்பி வந்து விட்டாரா?' என்று கேட்டான்.

'யாரைக் கேட்கிறாய், தம்பி! சின்னவர் அரண்மனையில்தான் இருக்கிறார்.'

'அது எனக்குத் தெரியாதா? நடுநாட்டுக்குச் சென்றிருந்த பெரியவரைப் பற்றித்தான் கேட்கிறேன்.'

'ஓ! பெரியவர் நடுநாட்டுக்கா சென்றிருந்தார்? அது எனக்குத் தெரியாது. நேற்று மாலை இளைய ராணியின் பல்லக்குத் திரும்பி வந்தது. பெரிய அரசர் இன்னும் வரவில்லை. இன்று இரவு திரும்பக்கூடும் என்று செய்தி வந்திருக்கிறது!' என்றான் காவலன்.

இது நல்ல செய்திதான் பெரிய பழுவேட்டரையர் திரும்பி வரு வதற்குள்ளே எப்படியும் சக்கரவர்த்தியைப் பார்த்து ஓலையைக் கொடுத்தாக வேண்டும், அதற்கு என்ன வழி?... வந்தியத்தேவனுடைய மூளையில் ஒரு யோசனை உதயமாகிவிட்டது. அந்தக் கணமே அவன் முகத்தில் கவலைக்குறி மறைந்தது; குறும்புப் புன்னகையும் குதூகல மலர்ச்சியும் தோன்றின.

சக்கரவர்த்தியின் அரண்மனையை அணுகுவதற்கு அவன் அதிகமாக அலைந்து திரிய வேண்டியிருக்கவில்லை. பெரிய புலிக் கொடியைப் பார்த்துக்கொண்டே போனான். விரைவிலேயே அரண்மனை முகப்பை அடைந்து விட்டான். ஆகா! இது எத்தகைய அரண்மனை! தேவலோகத்தில் தேவேந்திரனுடைய அரண்மனையையும் உஜ்ஜயினி நகரத்து விக்ரமாதித்யனுடைய அரண்மனையையும் போல அல்லவா இருக்கிறது? அந்த முன்வாசல் மண்டபத்துத் தூண்களில் செய்திருக்கும் சிற்ப வேலைகளின் அற்புதந்தான் என்ன! ஒவ்வொரு தூணிலும் செதுக்கியிருக்கும் குதிரை, முன்கால்களைத் தூக்கிக்கொண்டு அப்படியே பாய்வது போல இருக்கிறதே!

அரண்மனையை அடைவதற்குப் பல பாதைகள் நாலா திசை களிலிருந்தும் வந்தன. ஒவ்வொரு பாதை முடிவிலும் இரண்டு குதிரை வீரர்களும் சில காலாள் வீரர்களும் நின்றார்கள். அவர்களண்டை நெருங்கி வராமலே அவ்வீதிகளில் நடமாடிய ஜனங்களில் பலர் திரும்பிப் போய் விட்டார்கள். ஒருசிலர் அவர்கள் கிட்டே வந்து சற்றே நின்று அரண்மனை முகப்பை எட்டிப் பார்த்துவிட்டும், புலிக் கொடியை அண்ணாந்து பார்த்துவிட்டும் போனார்கள். அதிக நேரம் நின்று கூட்டம் சேரும்போலிருந்தால் காவலர்கள் கையினால் சமிக்ஞை செய்து அவர்களைப் போகும்படி செய்தார்கள். கூட்டம்கூடி நின்றவர்களும் இரைந்து பேசாமல் காதோடு மெள்ளப் பேசிக் கொண்டார்கள்.

வந்தியத்தேவன் மற்றவர்களைப் போல் சிறிதும் தயங்கி நிற்கவில்லை. வேகமாகவும் மிடுக்காகவும் நடந்து சென்று அரண்மனைப் பாதைக் காவலர்களை நெருங்கினான். உடனே இரு குதிரைகளும் முகத்தோடு முகம் உராயும்படி வழி மறித்து நின்றன. குதிரை மேலிருந்தவர்கள், கீழே நின்றவர்கள், அனைவருடைய வேல்களும் முனையோடு முனை பொருந்தி வழியை அடைத்தன.

வந்தியத்தேவன் தன்னுடைய மந்திர மோதிரத்தை நீட்டினான். அவ்வளவுதான்; அதைப் பார்த்தவுடனே அவ்வீரர்களின் முடுக்கும் பெருமிதமும் அடங்கின. ஒருவர் பின் ஒருவராக மூன்று பேர் மோதிரத்தை உற்றுப் பார்த்தார்கள். 'சரி; வழி விடுங்கள்!' என்று

ஒருவன் சொன்னான். இரண்டு வேல்கள் உடனே அகன்று நின்று வழிவிட்டன. வந்தியத்தேவன் மிடுக்குடன் நடந்து சென்றான்.

ஆயினும், என்ன? இன்னும் எத்தனை காவல்கள் இப்படி உண்டோ? சின்னப் பழுவேட்டரையர் எங்கே இருக்கிறாரோ? எப்படி விசாரிப்பது? யாரிடம் கேட்பது? சின்னப் பழுவேட்டரையரின் அனுமதியின்றிச் சக்கரவர்த்தியைப் பார்க்க முடியாது. இந்தப் பெரிய விஸ்தாரமான அரண்மனையில் நோயாளியான சக்கரவர்த்தி எந்த இடத்தில் இருக்கிறாரோ? அதைத் தான் எவ்விதம் தெரிந்து கொள்வது?...

தனக்குப் பின்னால் சிலர் கூட்டமாக வருவதை அறிந்து வந்தியத் தேவன் திரும்பிப் பார்த்தான். ஆம்; பத்துப் பதினைந்து பேர் கும்பலாக வந்து, காவலர்களருகில் நின்றார்கள். அவர்கள் உயர்ந்த பட்டுப் பீதாம் பரங்கள் தரித்திருந்தார்கள். முத்து மாலைகள், மகர கண்டிகள், காதில் குண்டலங்கள் அணிந்திருந்தார்கள். சிலர் நெற்றியில் திருநீறும் மற்றவர்கள் சந்தனம், குங்குமம், சவ்வாதுப் பொட்டும் இட்டிருந் தார்கள்! ஆ! இவர்களைப் பார்த்தால் புலவர்களைப் போல அல்லவா இருக்கிறது!.. ஆம், புலவர்களின் கூட்டந்தான் என்று மறுகணமே தெரிந்து விட்டது.

காவலர்களில் ஒருவன் - அவர்களுடைய தலைவனாயிருக்க வேண்டும், - 'கவிராயர்கள் வந்திருக்கிறார்கள்! வழி விடுங்கள்!' என்று சொன்ன துடன் ஒரு வீரனைப் பார்த்து, 'சின்னப் பழுவேட்டரையர் ஆஸ்தான மண்டபத்தில் இருக்கிறார் அவரிடம் கொண்டுபோய்விடு!' என்றான்.

'புலவர்களே! ஏதாவது பரிசு கிடைத்தால் போகும்போது இந்த வழியாகவே திரும்பிச் செல்லுங்கள்! பரிசு கிடைக்காவிட்டால் வேறு வழியாகப் போய்விடுங்கள்!' என்று மேலும் அவன் சொன்னதைக் கேட்டு மற்றவர்கள் சிரித்தார்கள்!

சற்று நின்று இந்தச் சம்பாஷணையைக் கேட்டுக்கொண்டிருந்த வந்தியத்தேவன், 'பழம் நழுவிப் பாலில் விழுந்தது!' என்று எண்ணிக் கொண்டான். இந்தப் புலவர்களுடனே போனால் சின்னப் பழுவேட்ட ரையர் இருக்குமிடம் போய்ச் சேரலாம். யாரையும் வழி விசாரிக்க வேண்டியதில்லை. பிறகு, நமது சாமர்த்தியம் இருக்கிறது; அதிர்ஷ்டமும் இருக்கிறது! இவ்வாறு எண்ணியபடியே புலவர் கூட்டத்துடன் சென்றான்.

இருபத்தாறாம் அத்தியாயம்

# அபாயம்! அபாயம்!

ஆஸ்தான மண்டபத்தில் புலவர்களுக்கு முன்னதாகவே வந்தியத்தேவன் பிரவேசித்தான். அங்கே ஓர் உயர்ந்த சிம்மாசனத்தில் கம்பீரமாக வீற்றிருப்பவர்தான் சின்னப் பழுவேட்டரையராகஇருக்க வேண்டும் என்று ஊகித்துக்கொண்டான். அவரைச் சுற்றிலும் பலர் கைகட்டி வாய் புதைத்து நின்றார்கள். அன்று வந்த ஓலைகள் பலவற்றை வைத்துக்கொண்டு ஒருவர் நின்றார். கணக்காயர் கணக்குச் சொல்வதற்குக் காத்திருந்தார். காவல்படைத் தலைவர்கள் சின்னப் பழுவேட்டரையருடைய அன்றாடக் கட்டளைகளை எதிர்பார்த்து நின்றார்கள். ஏவிய வேலைகளைச் செய்வதற்குப் பணியாளர்கள் காத்திருந்தார்கள். சிம்மாசனத்துக்குப் பின்னால் நின்று சில ஏவலாளர் வெண்சாமரம் வீசிக்கொண்டிருந்தார்கள். கையில் வெற்றிலைப் பெட்டியுடன் ஒருவன் ஆயத்தமாயிருந்தான்.

மிடுக்கிலும் பெருமிதத்திலும் யாருக்கும் பின்வாங்காதவனான வந்தியத்தேவன் கூடச் சிறிது அடக்க ஒடுக்கத்துடனேதான் சின்னப் பழுவேட்டரையரிடம் அணுகினான்.

பெரியவரைக் காட்டிலும் சின்னவர் வீர கம்பீரத்தில் இன்னும் ஒருபடி உயர்ந்தவராகவே காணப்பட்டார். நமது வீரனைப் பார்த்ததும் அவர் முகமலர்ச்சியுடன், 'யார், தம்பி, நீ! எங்கிருந்து வருகிறாய்?' என்று கேட்டார்.

வீர வாலிபர்களைக் கண்டால் சின்னப் பழுவேட்டரையரின் கடுகடுத்த முகம் மலர்ந்து விடும். நாடெங்கும் உள்ள வாலிப வீரர்களைத் தம்முடைய காவல் படையில் சேர்த்துக்கொள்வதில் அவருக்கு மிக்க ஆர்வம்.

'தளபதி! நான் காஞ்சீபுரத்திலிருந்து வந்தேன்! இளவரசர் ஓலை கொடுத்து அனுப்பினார்!' என்று பணிவான குரலில் வந்தியத்தேவன் மறுமொழி சொன்னான்.

காஞ்சீபுரம் என்றதும் சின்னப் பழுவேட்டரையரின் முகம் கடுத்தது.

'என்ன? என்ன சொன்னாய்?' என்று மீண்டும் கேட்டார்.

'காஞ்சீபுரத்திலிருந்து இளவரசர் கொடுத்த ஓலையுடன் வந்தேன்!'

'எங்கே? இப்படிக் கொடு!' என்று அலட்சியமாய்க் கேட்ட போதிலும் அவருடைய குரலில் சிறிது பரபரப்புத் தொனித்தது.

வல்லவரையன் அடக்க ஒடுக்கத்துடன் ஓலைச் சுருளை எடுத்துக் கொண்டே, 'தளபதி! ஓலை சக்கரவர்த்திக்கு!' என்றான்.

அதைப் பொருட்படுத்தாமல் சின்னப் பழுவேட்டரையர் ஓலையை வாங்கி ஆவலுடன் பார்த்தார். பக்கத்தில் நின்றவனிடம் கொடுத்து அதைப் படிக்கச் சொன்னார். கேட்டுவிட்டு, 'புதிய விஷயம் ஒன்று மில்லை!' என்று தமக்குத் தாமே முணுமுணுத்துக் கொண்டார்.

'தளபதி! நான்கொண்டு வந்த ஓலை...' என்றான் வந்தியத்தேவன்.

'ஓலைக்கு என்ன? நான் கொடுத்து விடுகிறேன் சக்கரவர்த்தியிடம்!'

'இல்லை; என்னையே நேரில் சக்கரவர்த்தியின் கையில் கொடுக்கும் படி...'

'ஓகோ! என்னிடம் நம்பிக்கை இல்லையா? இளவரசர் ஆதித்தர் அப்படி உன்னிடம் சொல்லி அனுப்பினாரோ?' என்றபோது, தஞ்சைக் கோட்டைத் தளபதியின் முகத்தில் எள்ளும் கொள்ளும் வெடித்தன.

'இளவரசர் அவ்வாறு சொல்லவில்லை; தங்கள் தமையனார்தான் அவ்விதம் கட்டளையிட்டார்!'

'என்ன? என்ன? பெரியவரை நீ எங்கே பார்த்தாய்?'

'வழியில் கடம்பூர் சம்புவரையர் வீட்டில் ஒருநாள் இரவு தங்கியிருந் தேன். அங்கேதான் பார்க்க நேர்ந்தது. இந்த மோதிரத்தையும் அவர்தான் கொடுத்தனுப்பினார்...'

'ஆகா! இதை நீ ஏன் முன்னமே சொல்லவில்லை? கடம்பூரில் இரவு நீ தங்கியிருந்தாயா? இன்னும் யார் யார் வந்திருந்தார்கள்?'

'மழநாடு, நடுநாடு, திருமுனைப்பாடி நாடுகளிலிருந்து பல பிரமுகர்கள் வந்திருந்தார்கள்...'

'இரு, இரு! பிறகு சாவகாசமாகக் கேட்டுக் கொள்கிறேன். முதலில் நீயே இந்த ஓலையைச் சக்கரவர்த்தியிடம் கொடுத்து விட்டு வா! அப்புறம் தமிழ்ப் புலவர்கள் வந்து விடுவார்கள். வளவளவென்று

பேசிக்கொண்டிருப்பார்கள்... இந்தப் பிள்ளையைச் சக்கரவர்த்தியிடம் அழைத்துப் போ!' என்று அருகில் நின்ற வீரன் ஒருவனுக்குச் சின்னப் பழுவேட்டரையர் கட்டளையிட்டார்.

அந்த வீரனைத் தொடர்ந்து வந்தியத்தேவன் மேலும் அரண்மனையின் உட்புறத்தை நோக்கிச் சென்றான்.

மூன்று பக்கங்களில் அலைகடல் முழக்கம் கேட்கும்படியாகப் பரந்திருந்த சோழ சாம்ராஜ்யத்தின் சிங்காசனம் சில காலமாக நோய்ப் படுக்கையாக மாறியிருந்தது. அந்தச் சிம்மாசனத்தில் பராந்தக சுந்தர சோழ சக்கரவர்த்தி சாய்ந்து படுத்திருந்தார். இராஜ்ய அதிகாரங்களை யெல்லாம் மற்றவர்களிடம் ஒப்படைத்து விட்டு, மருத்துவ சிகிச்சை செய்துகொண்டிருந்தாராயினும் சிற்சில முக்கியமான சந்தர்ப்பங்களில் முக்கியமான மனிதர்களுக்கு அவர் தரிசனம் அளித்தே தீரவேண்டி யிருந்தது. அமைச்சர்களும் தளபதிகளும் வேளக்காரப் படை வீரர்களும் அவரைத் தினந்தோறும் வந்து தரிசித்து விட்டுப் போவது இராஜ்யத்தின் நன்மைக்கு அவசியமாயிருந்தது.

எத்தனையோ போர் முனைகளில் செயற்கரும் வீரச் செயல்கள் புரிந்து அசகாய சூரர் என்று பெயர் பெற்றவரும், நாடு நகரமெல்லாம் 'சுந்தர சோழர்' என்று அழைக்கப்பட்டவரும், அழகில் மன்மதனுக்கு ஒப்பானவர் என்று புகழ் பெற்றவருமான சக்கரவர்த்தியின் நோய்ப்பட்டு மெலிந்த தோற்றத்தைக் கண்டதும் வந்தியத்தேவனால் பேசவே முடியாமற் போய் விட்டது. அவனுடைய கண்களில் நீர் ததும்பியது. அருகில் சென்று அடிபணிந்து வணங்கிப் பயபக்தியுடன் ஓலையை நீட்டினான்.

சக்கரவர்த்தி ஓலையை வாங்கிக்கொண்டே, 'எங்கிருந்து வந்தாய்? யாருடைய ஓலை?' என்று ஈனஸ்வரத்தில் கேட்டார்.

'பிரபு! காஞ்சியிலிருந்து வந்தேன். இளவரசர் ஆதித்தர் தந்த ஓலை!' என்று வந்தியத்தேவன் நாத் தழுதழுக்கக் கூறினான்.

சக்கரவர்த்தியின் முகம் உடனே பிரகாசம் அடைந்தது. அவர் அருகில் திருக்கோவலூர் மலையமான் புதல்வியான சக்கரவர்த்தினி வானமா தேவி வீற்றிருந்தாள். அவளைப் பார்த்து, 'தேவி! உன் புதல்வனிட மிருந்து ஓலை வந்திருக்கிறது!' என்று சொல்லிவிட்டுப் படித்தார்.

'ஆகா! இளவரசன் காஞ்சியில் பொன் மாளிகை கட்டியிருக்கிறானாம். நீயும் நானும் அங்கு வந்து சில நாள் தங்கியிருக்க வேண்டுமாம்!' என்று சொல்லியபோதே, சக்கரவர்த்தியின் முகம் முன்னைவிடச் சுருங்கியது.

'தேவி! உன் புதல்வன் செய்கையைப் பார்த்தாயா? என் பாட்டனார், உலகமெல்லாம் புகழ்பெற்ற பராந்தக சக்கரவர்த்தி, அரண்மனையில்

சேர்ந்திருந்த தங்கத்தையெல்லாம் அளித்துத் தில்லை அம்பலத்துக்குப் பொன் கூரை வேய்ந்து, பொன்னம்பலம் ஆக்கினார். நம்முடைய குலத்தில் தோன்றிய பெரியவர்கள் யாரும் தாங்கள் வசிக்கும் அரண் மனையைப் பொன்னால் கட்டியதில்லை. அரண்மனை கட்டுவதைக் காட்டிலும் ஆலயம் எடுப்பதையே முக்கியமாகக் கருதினார்கள். ஆனால் ஆதித்த கரிகாலன் இப்படிச் செய்திருக்கிறான்! ஆகா! இந்தத் தெய்வ நிந்தனைக்கு என்ன பரிகாரம் செய்வது?' என்றார்.

மகனிடமிருந்து ஓலை வந்தது என்பதை கேட்டுச் சிறிது மலர்ச்சி யடைந்த தேவியின் முகம் மறுபடி முன்னைக் காட்டிலும் அதிகமாக வாடியது; மறுமொழி ஒன்றும் அவளால் சொல்ல முடியவில்லை.

அச்சமயத்தில் வந்தியத்தேவன் தைரியமும், துணிவும் வரவழைத்துக் கொண்டு, 'பிரபு! தங்கள் திருக்குமாரர் செய்தது அப்படியொன்றும் தவறில்லையே? உசிதமான காரியத்தையே செய்திருக்கிறார். மகனுக்குத் தாயும் தந்தையுமே முதன்மையான தெய்வங்கள் அல்லவா? ஆகையால் தாங்களும், தேவியும் வசிப்பதற்காகத் தங்கள் புதல்வர் பொன் மாளிகை கட்டியது முறைதானே? என்றான்.

சுந்தர சோழர் புன்னகை பூத்து, 'தம்பி! நீ யாரோ தெரியவில்லை. மிக்க அறிவாளியாயிருக்கிறாய்; சாதுர்யமாகப் பேசுகிறாய். ஆனால் மகனுக்குத் தாய் தந்தை தெய்வமே என்றாலும், மற்றவர்களுக்கு இல்லைதானே? எல்லாரும் வழிபடும் தெய்வத்துக்கு அல்லவா பொன் கோயில் எடுக்க வேண்டும்!' என்றார்.

'பிரபு! மகனுக்குத் தந்தை தெய்வம்; மக்களுக்கெல்லாம் அரசர் தெய்வம். அரசர்கள் திருமாலின் அம்சம் பெற்றவர்கள் என்று வேத புராணங்கள் சொல்லுகின்றன. ஆகையால் அந்த வகையிலும் தங்களுக்குப் பொன்மாளிகை எடுத்தது பொருத்தமானதே!' என்றான் நம் வீரன்.

சுந்தர சோழர் மறுபடியும் மலையமான் திருமகளை நோக்கி, 'தேவி! இந்தப் பிள்ளை எவ்வளவு புத்திசாலி, பார்த்தாயா? நம்முடைய ஆதித்தனுக்கு இவனையொத்தவர்களின் உதவியிருந்தால், அவனைப் பற்றி நாம் கவலைப்பட வேண்டியதில்லை. அவனுடைய அஜாக்கிரதை சுபாவத்தைப் பற்றியும் விசாரப்பட வேண்டியதில்லை!' என்றார்.

பிறகு, வந்தியத்தேவனைப் பார்த்து, 'தம்பி! பொன் மாளிகை கட்டியது உசிதமானாலும் உசிதமில்லாவிட்டாலும் நான் காஞ்சிக்கு வருவது சாத்தியமில்லை. நீதான் பார்க்கிறாயே! எப்போதும் படுத்த படுக்கை யாக இருந்து வருகிறேன். நெடுந்தூரப் பிரயாணத்தை மேற் கொள்ளுதல் இயலாத காரியம். ஆதித்தன்தான் என்னைப் பார்ப்பதற்கு

இங்கே வந்தாக வேண்டும். அவனைக் காண்பதற்கு எங்களுக்கும் ஆசையாகத்தான் இருக்கிறது. நாளைக்கு மீண்டும் வா! மறு ஓலை எழுதி வைக்கும்படிச் சொல்லுகிறேன்!' என்றார்.

இச்சமயத்தில், கூட்டமாகப் பலர் தரிசன மண்டபத்தை நெருங்கி வருவதை வந்தியத்தேவன் அறிந்தான். ஆகா! அந்தப் புலவர் கூட்டம் வருகிறது போலும்! அவர்களுடன் ஒருவேளை சின்னப் பழுவேட்ட ரையரும் வருவார். அப்புறம் தான் சொல்ல வேண்டியதைச் சொல்ல முடியாமலே போய் விடலாம்! நாலு வார்த்தையில் சுருக்கமாக இப்போதே சொல்லிவிட வேண்டியதுதான்! - இவ்விதம் சில விநாடிப் பொழுதில் சிந்தித்து முடிவு செய்து, 'சக்கரவர்த்தி! தயவு செய்யுங்கள்! கருணைகூர்ந்து என் விண்ணப்பத்தைக் கேளுங்கள். தாங்கள் அவசியம் இந்தத் தஞ்சையிலிருந்து கிளம்பிவிட வேண்டும். இங்கே தங்களை அபாயம் சூழ்ந்திருக்கிறது! அபாயம்! அபாயம்!...' என்றான்.

அவன் இவ்விதம் சொல்லிக்கொண்டிருக்கும்போதே சின்னப் பழுவேட்டரையர் தரிசன மண்டபத்துக்குள் பிரவேசித்தார். அவரைத் தொடர்ந்து புலவர்கள் வந்தார்கள்.

வந்தியத்தேவன் கடைசியாகக் கூறிய வார்த்தைகள் கோட்டைத் தளபதியின் காதில் விழுந்தன. அவருடைய முகத்தில் கோபக் கனல் ஜ்வாலை விட்டது!

# ஆஸ்தானப் புலவர்கள்

பராக்! பராக்! இதோ வருகிறார்கள் புலவர் பெருமக்கள்! கவிஞர் சிகாமணிகள்! தமிழ்ப் பெருங்கடலின் கரை கண்டவர்கள்! அகத்தியனாரின் வழி வந்தவர்கள்! தொல்காப்பியம் முதலிய சங்க நூல்களைக் கரைத்துக் குடித்தவர்கள்! சிலப்பதிகாரம் முதலிய ஐம்பெருங் காவியங்களைத் தலைகீழாகப் படித்தவர்கள்! தெய்வத் தமிழ் மறையான திருக்குறளையும் ஒரு கை பார்த்தவர்கள்! இலக்கியம் கண்டதற்கு இலக்கணம் அறிந்தவர்கள்! இலக்கணம் கூறியதற்கு இலக்கியம் தெரிந்தவர்கள்! தாங்களே சுயமாகவும் கவி பாட வல்லவர்கள். அவர்கள் ஒவ்வொருவரும் எழுதிய கவிகள் அடங்கிய ஏட்டுச் சுவடிகள் கோடானு கோடி கரையான்களுக்குப் பல்லாண்டு உயிர் வாழ்வதற்கு உணவாகும் என்றால் பார்த்துக் கொள்ளுங்கள்!

புலவர் பெருமக்கள் அவ்வளவு பேரும் கும்பலாகச் சுந்தர சோழ சக்கரவர்த்தியின் சந்நிதானத்துக்கு வந்து சேர்ந்தார்கள். 'வாழ்க! வாழ்க! ஏழுலகமும் ஒரு குடையின் கீழ் ஆளும் சுந்தர சோழ மகா சக்கரவர்த்தி வாழ்க! பாண்டியனைச் சுரம் இறக்கின பெருமான் வாழ்க! புலவர்களைப் புரக்கும் பெருமான் வாழ்க! கவிஞர்களின் கதியான கருணை வள்ளல் வாழ்க! பண்டித வத்ஸலராகிய பராந்தக சக்கரவர்த்தியின் திருப்பேரர் நீடூழி வாழ்க!' என்று வாழ்த்தினார்கள்.

இந்தக் கோஷங்களையும் கூச்சல்களையும் சுந்தர சோழர் அவ்வளவாக விரும்பவில்லை. எனினும் அதை வெளியில் காட்டிக் கொள்ளாமல், தமது நோயையும் மறந்து, வந்தவர்களை வரவேற்பதற்காக எழுந்திருக்க முயன்றார்.

உடனே, சின்னப் பழுவேட்டரையர் முன் வந்து, 'பிரபு, புலவர்கள் தங்களைத் தரிசித்து மரியாதை செலுத்திவிட்டுப் போக வந்திருக்கிறார்களேயன்றித் தங்களுக்குச் சிரமம் கொடுக்க வரவில்லை. ஆகையால் தயவு செய்து தங்களைச் சிரமப்படுத்திக் கொள்ளக் கூடாது!' என்றார்.

'ஆம், ஆம்! அரசர்க்கரசே! சக்கரவர்த்திப் பெருமானே! தங்களுக்குச் சிறிதும் சிரமம் கொடுக்க நாங்கள் வந்தோமில்லை!' என்றார் புலவர்களின் தலைவராகிய நல்லன் சாத்தனார்.

'உங்களையெல்லாம் நெடுநாளைக்குப் பிறகு பார்ப்பதில் எனக்கு மிக்க மகிழ்ச்சி. அனைவரும் அமர வேண்டும்; சில பாடல்கள் சொல்லி விட்டுப் போக வேண்டும்!' என்றார் தமிழன்பரான சக்கரவர்த்தி.

தரையில் விரித்திருந்த ரத்தின ஜமக்காளத்தில் எல்லோரும் உட்கார்ந் தார்கள். அதுதான் சமயமென்று நமது வீரன் வல்லவரையனும் புலவர் கூட்டத்துடன் கலந்து உட்கார்ந்துகொண்டான். தான் சொல்ல விரும் பியதை முழுதும் சக்கரவர்த்தியிடம் சொல்லாமல் போக அவனுக்கு மனம் இல்லை. சந்தர்ப்பம் ஒருவேளை மறுபடி கிடைத்தால் சொல்லி விட்டுப் போகலாம் என்று எண்ணி உட்கார்ந்தான்.

இதைச் சின்னப் பழுவேட்டரையர் கவனித்தார். அவருடைய மீசை துடித்தது. முதலில் அவனை வெளியில் அனுப்பி விடலாமா என்று நினைத்தார். பிறகு, அவன் அங்கே தம்முடைய கண்காணிப்பில் இருப்பதே நலம் என்று தீர்மானித்தார். எனவே, அவனைப் பார்த்தும் பார்க்காதது போல் இருந்தார். இந்தப் புலவர்கள் சென்ற பிறகு அவனை வெளியே அழைத்துச் சென்று அவன் மகாராஜாவிடத்தில் சொன்ன செய்தி என்னவென்பதை நன்கு தெரிந்து கொள்ள விரும் பினார். 'அபாயம்! அபாயம்!' என்ற அவனுடைய குரல் அவர் காதில் இன்னும் ஒலித்துக்கொண்டே இருந்தது.

'புலவர்களே! தமிழ்ப் பாடல்கள் கேட்டு அதிக காலமாயிற்று. என் செவிகள் தமிழ்ப் பாடலுக்குப் பசித்திருக்கின்றன. உங்களில் எவரேனும் புதிய பாடல் ஏதேனும் கொண்டுவந்திருக்கிறீர்களா?' என்று சக்கரவர்த்தி சுந்தர சோழர் கேட்டார்.

உடனே ஒரு புலவர் சிகாமணி எழுந்து நின்று, 'பிரபு! உலகபுரத்தில் தங்கள் திருப்பெயரால் விளங்கும் சுந்தர சோழப் பெரும்பள்ளியி லிருந்து அடியேன் வந்தேன். சிவநேசச் செல்வராகிய தாங்கள் பௌத்த மடாலயத்துக்கு நிவந்தம் அளித்து உதவியதை இந்தத் தமிழகமெங்கும் உள்ள பௌத்தர்கள் பாராட்டிப் போற்றுகிறார்கள். தாங்கள் உடல் நோயுற்றிருப்பது அறிந்தது முதல், பிக்ஷுக்கள் மிக்க கவலைகொண்டு தங்கள் உடல்நலத்துக்காகப் பிரார்த்தனை நடத்தி வருகிறார்கள். அந்தப் பிரார்த்தனைப் பாடலை இவ்விடம் சொல்ல அருள் கூர்ந்து அனுமதி தரவேண்டும்!' என்றார்.

'அப்படியே சொல்லவேணும்; கேட்கக் காத்துக்கொண்டிருக் கிறேன்' என்றார் சக்கரவர்த்தி.

புலவரும் பின்வரும் பாடலை இசையுடன் பாடினார்.

'போதியந் திருநிழல் புனித! நிற்பரவுதும்
    மேதகு நந்திபுரி* மன்னர் சுந்தரச்
சோழர் வண்மையும் வனப்பும்
    திண்மையும் உலகிற் சிறந்துவாழ் கெனவே!'

பாடலைக் கேட்டதும் புலவர்கள் அத்தனை பேரும் 'நன்று! நன்று!' என்று கூறித் தங்கள் பாராட்டுதலைத் தெரிவித்தார்கள்.

'புத்தர்கள் இவ்வளவு நன்றியுடையவர்களாக இருப்பது வியப்பு, வியப்பு!' என்றார் ஒரு வீர சைவக் கவிராயர்.

'ஆம்; அது வியப்பான காரியந்தான். உலகபுரம் புத்தமடத்துக்கு நான் செய்த சேவை மிக அற்பம். அதற்கு இவ்வளவு பாராட்டு வேண்டுமா?' என்றார் மன்னர்.

'சக்கரவர்த்தியின் வண்மைத் திறத்தை அனுபவித்தவர் யார்தான் என்றென்றைக்கும் நன்றி செலுத்திப் பாராட்டாதிருக்க முடியும்? இந்திரனும் சூரியனும் சிவபெருமானும் கூடத் தங்களுடைய வண்மையின் பயனை அனுபவித்திருக்கிறார்கள்!' என்றார் மற்றொரு புலவர் சிரோமணி.

சுந்தர சோழர் முகத்தில் புன்னகை தவழ, 'அது என்ன? இந்திரனும் சூரியனும் சிவபெருமானும் கூடவா? அவர்கள் எதற்காக என்னிடம் நன்றி செலுத்த வேண்டுமாம்?' என்று கேட்டார்.

'ஒரு பாடல் சொல்ல அனுமதி தரவேண்டும்!' என்றார் அப்புலவர்.

'அப்படியே நடக்கட்டும்!' என்றார் மன்னர்.

புலவர் கையில் கொண்டு வந்திருந்த ஓலையைப் பிரித்துப் படிக்கலுற்றார்:

'இந்திரன் ஏறக் கரி அளித்தார்,
    பரிஏ ழளித்தார்
செந்திரு மேனித் தினகரற்கு,
    சிவனார் மணத்துப்

---

* அந்நாளில் பழையாறை நகருக்கு நந்திபுரி என்னும் பெயரும் உண்டு. சில காலத்துக்கு முன்பு சோழ மண்டலம் பல்லவர் ஆட்சியின் கீழ் இருந்தபோது நந்திபுரி என்னும் பெயர் பிரபலமாய் விளங்கியது. ஆகையினாலேயே இந்தப் பழம் பாடலில் நந்திபுரி மன்னர் என்று குறிப்பிடப்பட்டிருக்கிறது

ஆஸ்தானப் புலவர்கள்                                             203

பைந்துகி லேறப் பல்லக்களித்தார்,
   பழையாறை நகர்ச்
சுந்தரச்சோழரை யாவரொப்பார்கள் இத் ந
   தொன்னிலத்தே!'

பாடலைப் புலவர் படித்து முடித்ததும் சபையிலிருந்த மற்றப்
புலவர்கள் எல்லாரும் சிரக்கம்ப கரக்கம்பம் செய்தும், 'ஆஹாகாரம்'
செய்தும், 'நன்று!நன்று!' என்று கூறியும் தங்கள் குதூகலத்தை
வெளியிட்டார்கள்.

சுந்தர சோழர் முகமலர்ச்சியுடன், 'இந்தப் பாடலின் பொருள் இன்ன
தென்பதை யாராவது விளக்கிச் சொல்ல முடியுமா?' என்றார்.

ஒரே சமயத்தில் பலர் எழுந்து நின்றார்கள். பிறகு நல்லன் சாத்தனாரைத்
தவிர மற்றவர்கள் அனைவரும் உட்கார்ந்தார்கள்; நல்லன் சாத்தனார்
பாடலுக்குப் பொருள் கூறினார்:

'ஒரு சமயம் தேவேந்திரனுக்கும் விருத்திராசுரனுக்கும் போர் நடந்தது.
அதில் இந்திரனாருடைய ஐராவதம் இறந்து போய் விட்டது. அதற்கு
இணையான வேறொரு யானை எங்கே கிடைக்கும் என்று இந்திரன்
பார்த்துக்கொண்டிருந்தான். கடைசியில் பழையாறை நகரில் வாழ்ந்த
சுந்தர சோழ சக்கரவர்த்தியிடம் அவன் வந்து 'ஐராவதத்துக்கு நிகரான
ஒரு யானை வேண்டும்' என்று யாசித்தான். 'ஐராவதத்துக்கு நிகரான
யானை என்னிடம் இல்லை. அதைவிடச் சிறந்த யானைகள்தான்
இருக்கின்றன!' என்று கூறி, இந்திரனைத் தமது யானைக் கொட்டா
ரத்துக்கு அழைத்துச் சென்றார். அங்கே குன்றங்களைப் போல் நின்ற
ஆயிரக்கணக்கான யானைகளைத் தேவேந்திரன் பார்த்துவிட்டு, 'எதைக்
கேட்பது?' என்று தெரியாமல் திகைத்து நின்றான். அவனுடைய
திகைப்பைக் கண்ட சுந்தர சோழர், தாமே ஒரு யானையைப் பொறுக்கி
இந்திரனுக்கு அளித்தார். 'அந்த யானையை எப்படி அடக்கி ஆளப்
போகிறோம்? நம் வஜ்ராயுதத்தினால் கூட முடியாதே!' என்ற பீதி
இந்திரனுக்கு உண்டாகி விட்டதைக் கவனித்து வஜ்ராயுதத்தை விட
வலிமை வாய்ந்த ஓர் அங்குசத்தையும் அளித்தார்...

'பின்னர் ஒரு காலத்தில், செங்கதிர் பரப்பி உலகுக்கெல்லாம் ஒளி தரும்
சூரிய பகவானுக்கும் ராகு என்னும் அரக்கனுக்கும் பெரும் போர்
மூண்டது. ராகு, தினகரனை விழுங்கப் பார்த்தான். முடியவில்லை!
தினகரனுடைய ஒளி அவ்விதம் ராகுவைத் தகித்து விட்டது. ஆனால்
சூரியனுடைய தேரில் பூட்டிய குதிரைகள் ஏழும் ராகுவின் காலகோடி
விஷத்தினால் தாக்கப்பட்டு இறந்தன. சூரியன் தன் பிரயாணத்தை
எப்படித் தொடங்குவது என்று திகைத்து நிற்கையில், அவனுடைய

திக்கற்ற நிலையைக் கண்ட சுந்தர சோழர், ஏழு புதிய குதிரைகளுடன் சூரிய பகவானை அணுகி, 'ரதத்தில் இந்தக் குதிரைகளைப் பூட்டிக் கொண்டு சென்று உலகத்தை உய்விக்க வேண்டும்' என்று கேட்டுக் கொண்டார். தன் குலத்தில் வந்த ஒரு சோழ சக்கரவர்த்தி இவ்விதம் சமயத்தில் செய்த உதவியைச் சூரியனும் மிக மெச்சினான்.

'பின்னர் சிவபெருமானுக்கும் பார்வதி தேவிக்கும் கைலையங்கிரியில் திருமணம் நடந்தது. பெண் வீட்டார் கல்யாணச் சீர்வரிசைகளுடன் வந்திருந்தார்கள். ஆனால் பல்லக்குக் கொண்டுவரத் தவறிவிட்டார்கள். ஊர்வலம் நடத்துவதற்கு எருது மாட்டைத் தவிர வேறு வாகனம் இல்லையே என்று கவலையுடன் பேசிக்கொண்டார்கள். இதை அறிந்த சுந்தர சோழச் சக்கரவர்த்தி உடனே பழையாறை அரண்மனையிலிருந்து தமது முத்துப் பல்லக்கைக் கொண்டுவரச் சொன்னார். பயபக்தியுடன் சிவபெருமான் திருமணத்துக்குத் தம் காணிக்கையாக அப்பல்லக்கை அளித்தார். அப்படிப்பட்ட சுந்தர சோழ சக்கரவர்த்திக்கு உவமை சொல்லக்கூடியவர்கள் இந்த விரிந்து பரந்த, அலைகடல் சூழ்ந்த பெரிய உலகத்தில் வேறு யார் இருக்கிறார்கள்?...'

இதையெல்லாம் கேட்டுக்கொண்டிருந்த சுந்தர சோழ சக்கரவர்த்தி 'கலீர்' என்று சிரித்தார். நோயின் வேதனையினால் நெடுநாள் சிரித் தறியாத சக்கரவர்த்தியின் சிரிப்பு அவருடைய இணைபிரியாப் பத்தினி யான மலையமான் மகள் வானவன் மாதேவிக்கும் தாதியர்களுக்கும் அரண்மனை வைத்தியருக்கும் கூடச் சிறிது உற்சாகத்தை அளித்தது.

கோட்டைத் தளபதி சின்னப் பழுவேட்டரையர் இத்தனை நேரமும் நின்றுகொண்டேயிருந்தவர், சக்கரவர்த்தியைக் கைகூப்பி வணங்கி, 'பிரபு! நான் பெரிய தவறு செய்து விட்டேன்; பிழை பொறுத்து மன்னிக்க வேண்டும்!' என்றார்.

'ஆ! தளபதியா பேசுகிறது? நீர் என்ன பிழை செய்தீர்? எதற்காக மன்னிப்பு? ஒருவேளை இந்திரனுக்கு நான் அளித்த வெள்ளை யானை யையும் சூரியனுக்கு அளித்த குதிரைகளையும் திரும்பப் பறித்துக் கொண்டு வந்து விட்டீரோ? சிவபெருமானிடமிருந்து சிவிகையையும் பிடுங்கிக்கொண்டு வந்து விட்டீரோ? செய்யக்கூடியவர்தான் நீர்!' என்று சுந்தர சோழர் சொல்லி மீண்டும் சிரித்ததும், சக்கரவர்த்தியுடன் சேர்ந்து புலவர்களும் சிரித்தார்கள். எல்லாரையும் காட்டிலும் அதிக மாக வந்தியத்தேவன் சிரித்தான். அதைச் சின்னப் பழுவேட்டரையர் கவனித்து அவனை நோக்கிக் கடுமையாக ஒரு பார்வை பார்த்தார். உடனே, சக்கரவர்த்தியின் பக்கம் திரும்பிப் பார்த்துக் கூறினார்:

'அரசர்க்கரசே! நான் செய்த பிழை இதுதான். இத்தனை காலமும் நான் இவர்களைப் போன்ற புலவர் சிகாமணிகளைத் தங்களிடம்

வரவொட்டாமல் தடை செய்து வைத்திருந்தேன். அரண்மனை மருத்துவர் சொற்படி செய்தேன். ஆனால் இப்போது அது பிழை என்று உணர்கிறேன். இந்தப் புலவர்களின் வரவினால் தங்கள் முகம் மலர்ந்தது. இவர்களுடைய பேச்சைக் கேட்டுத் தாங்கள் வாய்விட்டுச் சிரித்தீர்கள். அந்தக் குதூகலச் சிரிப்பின் ஒலியைக் கேட்டு உடைய பிராட்டியின் (பட்டத்து அரசியை 'உடைய பிராட்டி' என்று குறிப் பிடுவது அக்காலத்து மரபு.) முகமும் தாதியரின் முகங்களும் மலர்ந்தன; நானும் மகிழ்ந்தேன். இவ்வளவு குதூகலம் தங்களுக்கு அளிக்கக் கூடியவர்களை இத்தனை நாள் தங்கள் சந்நிதானத்துக்கு வரவொட்டாமல் தடுத்தது என்னுடைய பெரும் பிழைதானே?...' என்றார்.

'நன்று சொன்னீர், தளபதி! இப்போதாவது இதை நீர் உணர்ந்தீர், அல்லவா? 'வைத்தியர் சொல்லுவதைக் கேட்க வேண்டாம்; புலவர்கள் வருவதைத் தடுக்க வேண்டாம்' என்று உமக்கு நான் அடிக்கடி சொன்னதின் காரணம் தெரிகிறது அல்லவா?' என்றார் சக்கரவர்த்தி.

அரண்மனை வைத்தியர் எழுந்து கைகட்டி வாய் புதைத்து ஏதோ சொல்லத் தொடங்கினார். அதைச் சுந்தர சோழர் சட்டை செய்யாமல் புலவர்களைப் பார்த்து 'இந்த அருமையான பாடலைப் பாடிய புலவர் யார் என்று உங்களில் யாருக்காவது தெரியுமா? தெரிந்தால் சொல்ல வேணும்!' என்றார்.

நல்லன் சாத்தனார், 'அரசர்க்கரசே! அதுதான் தெரியவில்லை! நாங்களும் அதைக் கண்டுபிடிக்க முயன்றுகொண்டுதானிருக்கிறோம். கண்டுபிடித்து அந்த மாபெரும் புலவருக்குக் 'கவிச் சக்கரவர்த்தி' என்று பட்டம் சூட்டவும் சிவிகையில் ஏற்றி அவரை நாங்கள் சுமந்து செல்லவும் சித்தமாயிருக்கிறோம். இதுகாறும் எங்கள் முயற்சி பலன் அளிக்கவில்லை' என்று சொன்னார்.

'அதில் வியப்பு ஒன்றுமில்லை; நாலுவரி கொண்ட பாடலில் இவ்வளவு பெரும் பொய்களை அடக்கக்கூடிய மகா கவிஞர் தமது பெயரை வெளிப்படுத்திக்கொண்டு முன்வர விரும்ப மாட்டார்தானே?' என்று மகாராஜா கூறியதும், புலவர்களின் திருமுகங்களைப் பார்க்க வேண்டுமே! ஒருவர் முகத்திலாவது ஈ ஆடவில்லை; என்ன மறுமொழி சொல்லுவது என்றும் அவர்களுக்குத் தெரியவில்லை.

இந்த நிலைமையில் நமது வந்தியத்தேவன் துணிச்சலாக எழுந்து, 'பிரபு! அப்படி ஒரே அடியாகப் பொய் என்று தள்ளி விடக்கூடாது. இல்லாத விஷயத்தைச் சாதாரண பாமர மக்கள் சொன்னால் அது பொய்; இராஜாங்க நிர்வாகத்தில் ஈடுபட்டவர்கள் அவ்விதம் சொன்னால், அது இராஜதந்திர சாணக்கியம்; கவிகள் அவ்வாறு கூறினால் அது கற்பனை, அணி அலங்காரம், இல்பொருள் உவமை...' என்றான்.

புலவர்கள் அத்தனை பேரும் அவன் பக்கமாகப் பார்த்து 'நன்று! நன்று!' என்று உற்சாகத்துடன் ஆர்ப்பரித்தார்கள்.

சக்கரவர்த்தியும் வந்தியத்தேவனை உற்று நோக்கி, 'ஓ! நீ காஞ்சி யிலிருந்து ஓலைகொண்டு வந்தவன் அல்லவா? கெட்டிக்காரப் பிள்ளை! நன்றாக என்னை மடக்கி விட்டாய்!' என்றார். பிறகு சபையைப் பார்த்து, 'புலவர்களே! பாடல் மிக அருமையான பாடலாக இருந்தாலும், அதைப் பாடியவரைக் கண்டுபிடிக்க வேண்டிய சிரமமும், அவருக்குக் கவிச்சக்கரவர்த்தி என்னும் பட்டம் சூட்ட வேண்டிய அவசியமும் இல்லை. இதைப் பாடிய புலவரை எனக்குத் தெரியும். ஏற்கெனவே அவருடைய சிரஸின் பேரில் தூக்க முடியாத கனமுடைய சோழ சாம்ராஜ்ய மணிமகுடம் உட்கார்ந்து அழுத்திக் கொண்டிருக்கிறது. 'புவிச் சக்கரவர்த்தி', 'திரிபுவனச் சக்கரவர்த்தி', 'ஏழுலகச் சக்கரவர்த்தி', என்னும் பட்டங்களையும் அந்தக் கவிராயர் சுமக்க முடியாமல் சுமந்துகொண்டிருக்கிறார்!' என்றார் சுந்தர சோழர்.

இதைக் கேட்ட புலவர்கள் அத்தனை பேரும் ஆச்சரியக் கடலில் முழுகித் தத்தளித்தார்கள் என்று கூறினால், அதை வாசகர்கள் பொய் என்று தள்ளி விடக் கூடாது! ஆசிரியரின் கற்பனை, அணி அலங்காரம், இல்பொருள் உவமை - என்று இவ்விதம் ஏதாவது ஒருவகை இலக்கணம் கூறி ஒப்புக் கொள்ளத்தான் வேண்டும்!

இருபத்தெட்டாம் அத்தியாயம்

# இரும்புப் பிடி

திடீரென்று பொங்கிய புது வெள்ளம் போன்ற ஆச்சரியத்தின் வேகம் சிறிது குறைந்ததும், புலவர் தலைவரான நல்லன் சாத்தனார், 'பிரபு! அப்படியானால், இந்தப் பாடலை இயற்றிய கவி...' என்று தயங்கினார்.

'உங்கள் முன்னால், கால்களின் சுவாதீனத்தை இழந்து, நோய்ப் படுக்கையில் படுத்திருக்கும் புவிச் சக்கரவர்த்திதான்!' என்றார் சுந்தர சோழர்.

புலவர்களிடையே பலவித வியப்பொலிகளும் ஆஹாகாரமும் எழுந்தன. சிலர் தங்களுடைய மனோநிலையை எவ்விதம் வெளியிடுவது என்று தெரியாமல் தலையையும் உடம்பையும் அசைத்துக்கொண்டிருந் தார்கள். இன்னும் சிலர் தங்களுடைய மனோநிலை இன்னதென்று தங்களுக்கே தெரியாமல் கல்லாய்ச் சமைந்திருந்தார்கள்!

சுந்தர சோழர் கூறினார்: 'புலவர் பெருமக்களே! ஒரு சமயம் பழை யாறையில் புலவர்களும் கவிஞர்களும் என்னைப் பார்க்க வந்தார்கள். அந்தக் கூட்டத்தில் உங்களில் சிலரும் இருந்திருக்கலாம். ஒவ்வொரு வரும் சோழ குலத்தின் வள்ளல் தன்மையைக் குறித்து ஒவ்வொரு பாடல் சொன்னார்கள்; என்னைப் பற்றியும் பாடினார்கள். நான் 'இவருக்கு அதைக் கொடுத்தேன்', 'அவருக்கு இதை அளித்தேன்' என்றெல்லாம் பாடினார்கள். அச்சமயம் இளைய பிராட்டி குந்தவையும் என் அருகில் இருந்தாள். புலவர்கள் பரிசில்கள் பெற்றுச் சென்ற பிறகு அவர்கள் பாடிய பாடல்களை அரசிளங்குமரி புகழ்ந்து பாராட்டினாள். குந்தவையிடம் நான் 'புலவர்களையெல்லாம் விட என்னால் நன்றாகப் பாட முடியும்' என்று சபதம் கூறினேன். பிறகுதான் வேடிக்கையாக இந்தப் பாடலைப் பாடினேன். 'எனக்குப் பரிசு கொடு!' என்று கேட்டேன். குழந்தை என் முதுகின் மேல் ஏறி உட்கார்ந்துகொண்டு, 'இந்தாருங்கள் பரிசு' என்று கன்னத்துக்கு இரண்டு அறை கொடுத்தாள்!

அது நேற்று நடந்தது போல் எனக்கு ஞாபகம் இருக்கிறது; ஆனால் ஆண்டு எட்டுக்கு மேல் ஆகிறது!...' என்றார்.

'விந்தை! விந்தை!' என்றும், 'அற்புதம்! அற்புதம்!' என்றும் புலவர்கள் கூறி மகிழ்ந்தார்கள்.

குந்தவை என்ற பெயரைக் கேட்டதுமே வந்தியத்தேவனுக்கு மெய்சிலிர்த்தது. சோழ குலத்தில் பிறந்த அந்த இணையில்லாப் பெண்ணரசியின் எழிலையும் புலமையையும் அறிவுத்திறனையும் பற்றி அவன் எவ்வளவோ கேள்விப்பட்டதுண்டு. அத்தகைய அதிசய அரசகுமாரியைப் பெற்றெடுத்த பாக்கியசாலியான தந்தை இவர்; தாய் அதோ பக்கத்தில் அமர்ந்திருக்கும் மூதாட்டி. சுந்தர சோழர் தம் செல்வப் புதல்வியைக் குறித்துப் பேசும்போது எவ்வளவு பெரு மிதத்துடன் பேசுகிறார்? அவர் குரல் எப்படித் தழுதழுத்து உருக்கம் பெறுகிறது?...

வந்தியத்தேவனுடைய வலக்கரம் அவனுடைய இடையைச் சுற்றிக் கட்டியிருந்த பட்டுத் துணிச் சுருளைத் தடவிப் பார்த்தது. ஏனெனில் குந்தவைப் பிராட்டிக்கு அவன்கொண்டு வந்திருந்த ஓலை அச்சு ருளுக்குள் இருந்தது. தடவிப் பார்த்த கை திகைப்படைந்து செயலிழந்து நின்றது; அவனுடைய உள்ளம் திக்பிரமைகொண்டது. 'ஐயோ! இது என்ன? ஓலையைக் காணோமே? எங்கே போயிற்று? எங்கேயாவது விழுந்து விட்டதோ? சக்கரவர்த்தியின் ஓலையை எடுத்தபோது அதுவும் தவறி விழுந்திருக்குமோ? எங்கே விழுந்திருக்கும்? ஒருவேளை ஆஸ்தான மண்டபத்தில் விழுந்திருக்குமோ? அப்படியானால் சின்னப் பழுவேட்டரையரின் கையில் சிக்கி விடுமோ? சிக்கிவிட்டால் அதிலிருந்து ஏதேனும் அபாயம் முளைக்குமோ? அடடா? என்ன பிசகு! எத்தனை பெரிய தவறுதல்! இதிலிருந்து எப்படிச் சமாளிப்பது?...'

குந்தவை தேவிக்கு கொணர்ந்த ஓலை தவறிவிட்டது என்று அறிந்த பிறகு வந்தியத்தேவனுக்கு அங்கு இருப்புக் கொள்ளவில்லை. மேலே நடந்த பேச்சுவார்த்தைகளும் அவன் காதில் சரியாக விழவில்லை; விழுந்ததும் மனத்தில் நன்கு பதியவில்லை.

சுந்தர சோழர் வியப்புக் கடலில் மூழ்கியிருந்த புலவர் கூட்டத்தைப் பார்த்து மேலும் கூறினார்:--

'நான் விளையாட்டாகச் செய்த பாடலைக் குந்தவை யாரிடமாவது சொல்லியிருக்க வேண்டும். ஒருவேளை பழையாறை திருமேற்றளி ஆலயத்தின் ஈசான்ய பட்டாச்சாரியாரிடம் சொல்லியிருக்கலாம். அவர் இப்பாடலை நாடெங்கும் பரவும்படி செய்து என்னை உலகம் பரிகசிப் பதற்கு வழி செய்து விட்டார்!...'

'பிரபு! தாங்களே பாடியிருந்தால் என்ன? பாடல் அற்புதமான பாடல்தான்! சந்தேகமே இல்லை. தாங்கள் 'புவிச் சக்கரவர்த்தி' யாயிருப்பதோடு 'கவிச் சக்கரவர்த்தி'யும் ஆவீர்கள்!' என்றார் நல்லன் சாத்தனார்.

'ஆயினும், இச்சமயம் அதே பாடலை நான் பாடியிருந்தால் இன்னொரு கொடையையும் சேர்த்திருப்பேன். இந்திரனுக்கு யானையும், சூரியனுக்குக் குதிரையும், சிவனாருக்குப் பல்லக்கும் கொடுத்ததோடு நிறுத்தியிருக்க மாட்டேன். மார்க்கண்டனுக்காக மறலியைச் சிவபெரு மான் உதைத்தார் அல்லவா? அந்த உதைக்கு யமன் தப்பித்துக் கொண்டான். ஆனால் அவனுடைய எருமைக்கடா வாகனம் சிவபெரு மான் கோபத்தைத் தாங்காமல் அங்கேயே விழுந்து செத்து விட்டது. வாகனமில்லாமல் யமன் திண்டாடிக்கொண்டிருந்ததையறிந்து பழை யாறைச் சுந்தர சோழர் யமனுக்கு எருமைக்கடா வாகனம் ஒன்றை அனுப்பினார்!... இப்படி ஒரு கற்பனையும் சேர்த்திருப்பேன். அந்த எருமைக்கடாவின் பேரில் ஏறிக்கொண்டுதான் யமன் இப்போது ஜாம்ஜாம் என்று என்னைத் தேடி வந்துகொண்டிருக்கிறான். நமது தஞ்சைக் கோட்டைத் தளபதி சின்னப் பழுவேட்டரையரால் கூட யமதர்ம ராஜனையும், அவனுடைய எருமைக்கடா வாகனத்தையும் தடுத்து நிறுத்திவிட முடியாது அல்லவா?'

இப்படிச் சுந்தர சோழர் சொன்னபோது அவர் அருகில் வீற்றிருந்த உடைய பிராட்டி வானவன்மாதேவியின் கண்களில் நீர் அருவி பெருகிற்று. அங்கிருந்த புலவர்கள் பலர் விம்மி அழத் தொடங்கி விட்டார்கள்.

சின்னப் பழுவேட்டரையர் மட்டுமே மனோதிடத்துடன் இருந்தார்.

'பிரபு! தங்களுடைய சேவையில் யமனுடன் போர் தொடுக்கவும் நான் சித்தமாயிருப்பேன்!' என்றார்.

'அதற்கு ஐயமில்லை, தளபதி! ஆயினும் யமனுடன் போர் தொடுக்கும் சக்தி மானிடர் யாருக்கும் இல்லை. யமனைக் கண்டு அஞ்சாமலிருக் கத்தான் நாம் இறைவனைப் பிரார்த்திக்க வேண்டும். புலவர்களே! 'நமனை அஞ்சோம்' என்று தமிழகத்தில் தவப்புதல்வர் ஒருவர் பாடினார் அல்லவா?' என்றார் சக்கரவர்த்தி.

ஒரு புலவர் எழுந்து அப்பாடலைப் பாடினார்:

'நாமார்க்கும் குடியல்லோம்
நமனை அஞ்சோம்
நரகத்தில் இடர்ப்படோம்

நடலையல்லோம்
ஏமாப்போம் பிணியறியோம்...'

சக்கரவர்த்தி இந்த இடத்தில் குறுக்கிட்டு, 'ஆகா! இறைவனைப்
பிரத்யட்சமாகத் தரிசித்த மகானைத் தவிர வேறு யாரால் இவ்வளவு
துணிச்சலாகப் பாட முடியும்? அப்பர் சுவாமிகளுக்குக் கொடிய சூலை
நோய் இருந்தது; இறைவன் அருளால் நோய் நீங்கிற்று. எனவே,'
பிணியறியோம்' என்று பாடியிருக்கிறார். புலவர்களே! என்னைப்
பற்றியும் என் கொடைகளைப் பற்றியும் பாடுவதை நிறுத்திவிட்டு, இனி
இத்தகைய அருள் வாக்கைப் பாடுங்கள்! அப்பரும், சம்பந்தரும்,
சுந்தரமூர்த்தியும் இதுபோல் ஆயிரக்கணக்கான பக்திமயமான தீந்தமிழ்ப்
பாடல்களைப் பாடியிருக்கிறார்கள். அப்பாடல்கள் எல்லாவற்றையும்
ஒருங்கு சேர்த்தால் எவ்வளவு நன்றாயிருக்கும்? படித்தும் பாடியும்
பரவசம் அடைவதற்கு ஓர் ஆயுட் காலம் போதாது அல்லவா?' என்றார்.

'அரசர்க்கரசே! தாங்கள் அனுமதித்தால் அந்தத் திருப்பணியை
இப்போதே தொடங்குகிறோம்!'

'இல்லை; என்னுடைய காலத்தில் நடக்கக்கூடிய திருப்பணி அல்ல
அது. எனக்குப் பின்னால்...' இவ்விதம் கூறித் தயங்கி நின்ற சுந்தர
சோழர் சிந்தனையில் ஆழ்ந்தார்.

அரண்மனை மருத்துவர், சின்னப் பழுவேட்டரையரின் அருகில் வந்து
அவர் காதில் ஏதோ சொன்னார். அதைக் கவனித்த சுந்தர சோழர்
தூக்கிவாரிப் போட்டவரைப் போல் கண்ணை நன்கு விழித்துச் சபை
யோரைப் பார்த்தார். வேறொரு உலகத்திலிருந்து, மரணத்தின் வாசலி
லிருந்து, யமனுலகக் காட்சியிலிருந்து, திடீரென்று திரும்பி வந்தவரைப்
போல் சக்கரவர்த்தி தோன்றினார்.

'பிரபு! சங்கப் பாடல் ஒன்றைக் கேட்க வேண்டும் என்று தங்கள்
விருப்பத்தைத் தெரிவித்தீர்கள். அதை மட்டும் சொல்லிவிட்டு
இவர்கள் போகலாமல்லவா?' என்றார் சின்னப் பழுவேட்டரையர்.

'ஆம், ஆம்; மறந்து விட்டேன். என்னுடைய உடல் மட்டும் அல்ல;
உள்ளமும் சுவாதீனத்தை இழந்து வருகிறது. எங்கே? சங்கப் பாடலைச்
சொல்லட்டும்!' என்றார் மன்னர்.

சின்னப் பழுவேட்டரையர் நல்லன் சாத்தனாருக்குச் சமிக்ஞை செய்தார்.
புலவர் தலைவர் எழுந்து கூறினார்; 'அரசே! தங்களுடைய முன்னோர்
களில் மிகப் பிரபலமானவர் கரிகால் பெருவளத்தார். இமயமலையில்
புலிக் கொடியைப் பொறித்த மாவீரர். அவருடைய ஆட்சிக் காலத்தில்
பூம்புகார் - காவேரிப்பட்டினம் - சோழ மகாராஜ்யத்தின் தலைநகர
மாயிருந்தது. பற்பல வெளிநாடுகளிலிருந்தும் பற்பல பொருள்கள்

மரக்கலங்களில் வந்து இறங்கியவண்ணமிருந்தன. பூம்புகாரின் செல்வப் பெருக்கையும் வளத்தையும் வர்ணிக்கும் சங்கப் புலவர் ஒருவர் இன்னின்ன நாட்டிலிருந்து இன்னின்ன பொருள்கள் வந்தன என்பதைத் தெளிவாகச் சொல்லியிருக்கிறார். அந்தப் பாடல் பகுதி இது:

வடமலைப் பிறந்த மணியும் பொன்னும்
  குடமலைப் பிறந்த வாரமும் அகிலும்
தென்கடல் முத்தும் குணகடல் துகிரும்
  கங்கை வாரியும் காவிரிப் பயனும்
ஈழத்து உணவும் காழகத் தாக்கமும்...'

பாடலில் இந்த இடம் வந்தபோது சுந்தர சோழர் கையினால் சமிக்ஞை செய்யவே, புலவர் நிறுத்தினார்.

'தளபதி! கரிகால் வளவர் காலத்தில் ஈழநாட்டிலிருந்து தமிழகத்துக்கு உணவுப் பொருள் வந்துகொண்டிருந்தது என்று இப்பாடல் சொல்கிறது. அதை நான் அறிவதற்காகத்தானே இப்புலவர்களை அழைத்து வந்தீர்?'

'ஆம், அரசே!' என்று கோட்டைத் தளபதி கூறியது சிறிது ஈனஸ்வரத்தில் கேட்டது.

'அறிந்துகொண்டேன். இனி இப்புலவர்களைப் பரிசில்கள் கொடுத்து அனுப்பி விடலாம்!' என்றார் மன்னர்.

'புலவர்களே! நீங்கள் இப்போது விடைபெற்றுக் கொள்ளலாம்!' என்றார் கோட்டைத் தளபதி.

புலவர்கள், மன்னருக்கு 'வாழி!' கூறிக் கோஷித்துக்கொண்டு புறப் பட்டுச் சென்றார்கள்.

குந்தவை தேவிக்குக் கொண்டுவந்த ஓலையைக் காணாததால் மனக்கலக்கம் அடைந்திருந்த வல்லவரையன், அப்புலவர்களுடனே தானும் நழுவி விடலாம் என்று எண்ணி எழுந்து கூட்டத்தின் நடுவில் நடந்து சென்றான்.

ஆனால், அவன் எண்ணம் நிறைவேறவில்லை. வாசற்படியை நெருங்கியபோது ஒரு வலிய இரும்புக் கை அவனுடைய கையின் மணிக்கட்டை இறுகப் பிடித்தது. வல்லவரையன் நல்ல பலசாலிதான்! ஆயினும் அந்த வஜ்ரப் பிடியின் வேகம் அவன் உச்சந்தலை முதலாவது உள்ளங்கால் வரையில் ஒரு குலுக்குக் குலுக்கி அவனைச் செயலிழந்து நிற்கும்படிச் செய்துவிட்டது.

அவ்விதம் பிடித்த இரும்புக்கரம் சின்னப் பழுவேட்டரையரின் கரந்தான் என்பதை நிமிர்ந்து பார்த்துத் தெரிந்துகொண்டான்.

புலவர்கள் தரிசன மண்டபத்திலிருந்து வெளியேறினார்கள்.

இருபத்தொன்பதாம் அத்தியாயம்

# 'நம் விருந்தாளி'

புலவர்கள் சென்ற பிறகு அரண்மனை மருத்துவர் சக்கரவர்த்திக்கு மருந்து கலந்துகொண்டு வந்தார். மலையமான் மகளான பட்டத்தரசி அதைத் தன் திருக்கரத்தால் வாங்கிக் கணவருக்குக் கொடுத்தாள்.

அதுவரை பொறுமையாய்க் காத்திருந்த சின்னப் பழுவேட்டரையர், வந்தியத்தேவனைப் பிடித்தபிடி விடாமல் இழுத்துக் கொண்டே சக்கரவர்த்தியின் அருகில் போய்ச் சேர்ந்தார்.

'பிரபு! புது மருந்தினால் ஏதாவது பலன் தெரிகிறதா?' என்று கேட்டார்.

'பலன் தெரிகிறதாக மருத்துவர் சொல்லுகிறார்; தேவியும் சொல்கிறார். ஆனால் எனக்கென்னவோ நம்பிக்கை உண்டாகவில்லை. உண்மையைச் சொன்னால், தளபதி! இதெல்லாம் வீண் முயற்சி என்றே தோன்றுகிறது. என் விதி என்னை அழைக்கிறது. யமன் என்னைத் தேடிக்கொண்டு பழையாறைக்குப் போயிருக்கிறான் என்றே நினைக்கிறேன். அங்கே நான் இல்லையென்று அறிந்ததும், இவ்விடம் என்னைத் தேடிக் கொண்டு வந்து சேருவான்!...'

'பிரபு! தாங்கள் இப்படி மனமுடைந்து பேசக் கூடாது. எங்களை யெல்லாம் இப்படி மனங்கலங்கச் செய்யக் கூடாது. தங்கள் குல முன்னோர்கள்...'

'ஆ! என் குல முன்னோர்கள் யமனைக் கண்டு அஞ்சியதில்லையென்று சொல்லுகிறீர்! எனக்கும் என் குல முன்னோர்கள் பலரைப் போல் போர்க்களத்தில் முன்னணியில் நின்று போர் செய்து உயிர் விடும் பாக்கியம் கிடைக்குமானால், அத்தகைய மரணத்துக்குச் சிறிதும் அஞ்ச மாட்டேன்; சோர்வும் கொள்ள மாட்டேன். உற்சாகத்துடன் வரவேற்பேன். என்னுடைய பெரிய தகப்பனார் இராஜாதித்தியர் தக்கோலத்தில் யானை மேலிருந்து போர் புரிந்தபடியே உயிர் நீத்தார். சோழ குலத்தின் வீரப் புகழைத் தக்கோலம் போர்க்களத்தில்

என்றென்றும் நிலைநாட்டினார். 'யானை மேல் துஞ்சிய தேவர்' என்று புகழ்பெற்றார். நான் என்ன புகழைப் பெறுவேன்? 'நோய்ப் படுக்கையில் துஞ்சிய சுந்தர சோழன்' என்றுதானே பெயர் பெறுவேன்? என்னுடைய இன்னொரு பெரிய தகப்பனார், கண்டராதித்த தேவர் சிவபக்தியில் ஈடுபட்டு மரண பயத்தை விட்டிருந்தார். ஸ்தல யாத்திரை செய்வதற்கு மேற்குக் கடற்கரை நாடுகளுக்குப் போனார். அங்கேயே காலமானார். 'மேற்கெழுந்தருளிய தேவர்' என்று அவரும் பெயர் பெற்றார். அவரைப் போன்ற சிவபக்தனும் அல்ல நான்; ஸ்தல யாத்திரை செய்யவும் இயலாதவனாகி விட்டேன். இப்படியே எத்தனை நாள் படுத்திருப்பேன்? என்னைச் சேர்ந்தவர்கள் எல்லோருக்கும் பாரமாக!... ஆனால் என் மனத்திற்குள் ஏதோ சொல்கிறது. அதிக காலம் நான் இந்தப் பூவுலகில் இருக்க மாட்டேன் என்று...'

'சக்கரவர்த்தி! அரண்மனை வைத்தியர் தங்களுக்கு அபாயம் ஏதும் இல்லை என்று கூறுகிறார். ஜோதிடர்களும் அபாயம் இல்லையென்றே சொல்கிறார்கள். ஆனால் இந்தச் சிறு பிள்ளை தங்களிடம் ஏதோ அபாயத்தைப் பற்றிச் சொல்லிக் கொண்டிருந்தான்...'

'ஆ! இவன் காஞ்சி நகரிலிருந்து வந்த பிள்ளைதானே? ஆமாம், ஏதோ அபாயம் என்று சொன்னான். எதைப் பற்றிச் சொன்னாய், தம்பி? என்னுடைய நிலையைப் பற்றியா?'

வல்லவரையனுடைய மூளை மின்னல் வேகத்தில் வேலை செய்தது. 'அபாய'த்தைப் பற்றித் தான் எச்சரித்ததாக ஒப்புக்கொண்டால் சந்தேகங்கள் ஏற்பட்டுத் தனக்கு அபாயம் நேருவது நிச்சயம். அந்த இக்கட்டிலிருந்து தப்ப வேண்டும். நல்லது; ஓர் உபாயம் செய்து பார்க்கலாம். இலக்கணத்தைத் துணையாகக்கொண்டு நெடிலைக் குறில் ஆக்கலாம்!

'சக்கரவர்த்திப் பெருமானே! அபாயத்தைப் பற்றிச் சொல்வதற்கு நான் யார்? நம் வீரத் தளபதி சின்னப் பழுவேட்டரையரும், அரண்மனை வைத்தியரும், சாவித்திரி அம்மனையொத்த மகாராணியும் இருக்கும் போது என்ன அபாயம் வந்துவிடும்? 'அபயம்' 'அபயம்' என்று தங்களிடம் நான் முறையிட்டுக்கொண்டேன். பழைய வாணர் குலத்துக்கு நான் ஒரு அறியாச் சிறுவன்தான் இப்போது பிரதிநிதியாக மிஞ்சியிருக் கிறேன். தங்கள் திருப்புதல்வர் மனம் மகிழும்படி சோழப் பேரரசுக்குத் தொண்டு புரிந்து வருகிறேன். எங்கள் பழைய பூர்வீக ராஜ்யத்தில் ஒரு சிறு பகுதியையாவது அடியேனுக்குத் திருப்பிக் கொடுக்க அருள்புரிய வேண்டும். அரசர்க்கரசே! அபயம்! அபயம்! இந்த அறியாச் சிறுவன் தங்கள் அபயம்!' என்று வல்லவரையன் மூச்சு விடாமல் படபடவென்று பேசி நிறுத்தினான்.

இதைக் கேட்ட பழுவேட்டரையரின் முகம் சுருங்கியது. சுந்தர சோழரின் முகம் மீண்டும் மலர்ந்தது. மகாராணியின் முகத்தில் கருணை ததும்பியது.

'இந்தப் பிள்ளை பிறந்தவுடனே சரஸ்வதி தேவி இவனுடைய நாவில் எழுதி விட்டாள் போலும்! இவனுடைய வாக்குவன்மை அதிசயமா யிருக்கிறது!' என்றாள் தேவி.

இதுதான் சமயம் என்று வந்தியத்தேவன், 'தாயே! தாங்கள் எனக்காகப் பரிந்து ஒரு வார்த்தை சொல்லவேணும். நான் தாய் தந்தையற்ற அநாதை; வேறு ஆதரவு அற்றவன். என்னுடைய வேண்டுகோளை நானேதான் வெளியிட்டாக வேண்டும். பக்தனுக்குப் பரிந்து பார்வதி தேவி பரமசிவனாரிடமும், லக்ஷ்மிதேவி மகாவிஷ்ணுவிடமும் பேசுவதுபோல் தாங்கள் எனக்காகப் பேச வேண்டும். எங்கள் பூர்வீக அரசில் ஒரு பத்துக் கிராமத்தை திரும்பக் கொடுத்தாலும் போதும். நான் மிகவும் திருப்தி அடைவேன்!' என்றான்.

இதையெல்லாம் கேட்கக் கேட்கச் சுந்தர சோழருக்கு ஒரே வியப்பும் மகிழ்ச்சியுமாயிருந்தது. அவர் சின்னப் பழுவேட்டரையரைப் பார்த்து, 'தளபதி! இந்த இளைஞனை எனக்கு ரொம்பவும் பிடித்திருக்கிறது. தேவியின் முகத்தைப் பார்த்தால், இவனை மூன்றாவது பிள்ளையாகச் சுவீகாரம் எடுத்துக்கொண்டுவிடலாமா என்றே யோசிப்பதாகத் தெரிகிறது. இவனுடைய கோரிக்கையை நிறைவேற்றி வைக்கலாம் அல்லவா? அதில் ஒன்றும் கஷ்டம் இராதே? உமது அபிப்பிராயம் என்ன?' என்றார்.

'இதில் அடியேனுடைய அபிப்பிராயத்துக்கு இடம் என்ன இருக்கிறது? இளவரசர் கரிகாலரின் கருத்தையல்லவோ அறிய வேண்டும்?' என்றார் தஞ்சைக் கோட்டைத் தளபதி.

'சக்கரவர்த்தி! இளவரசரைக் கேட்டால், பழுவூர்த்தேவரைக் கேட்க வேண்டும் என்று சொல்கிறார். பழுவூர்த்தேவரோ இளவரசரைக் கேட்க வேண்டும் என்கிறார். இரண்டு பேருக்கும் நடுவில் என் கோரிக்கை...'

'பிள்ளாய்! நீ கவலைப்படாதே! இரண்டு பேரையும் சேர்த்து வைத்துக் கொண்டே கேட்டு விடலாம்!' என்றார் சக்கரவர்த்தி.

பிறகு சின்னப் பழுவேட்டரையரைப் பார்த்து, 'தளபதி! இளவரச னிடமிருந்து இந்தப் பிள்ளை ஓலைகொண்டு வந்தான். பழையபடி காஞ்சிக்கு நான் வரவேண்டும் என்றுதான் ஆதித்தன் ஓலையில் எழுதியிருக்கிறான். அங்கே புதிதாய்ப் பொன் மாளிகை கட்டி

யிருக்கிறானாம். அதில் நான் சில நாளாவது தங்க வேண்டுமாம்!' என்றார்.

'தங்கள் சித்தம் எப்படியோ, அப்படியே செய்கிறது!' என்றார் கோட்டைத் தளபதி.

'ஆ! என்னுடைய சித்தம் எப்படியோ அப்படி நீர் நடத்துவீர். ஆனால் என் கால்கள் மறுக்கின்றன. காஞ்சிக்குப் பிரயாணம் செய்வது இயலாத காரியம். அரண்மனைப் பெண்டுகளைப் போல் பல்லக்கில் ஏறித் திரைபோட்டுக்கொண்டு யாத்திரை செய்வதென்பதை நினைத்தாலே எனக்கு அருவருப்பாயிருக்கிறது. ஆதித்த கரிகாலனை இங்கே வந்து விட்டுப் போகும் படிதான் மறு ஓலை எழுதிக் கொடுக்க வேண்டும்...'

'இளவரசர் இச்சமயம் காஞ்சியை விட்டு இங்கு வரலாமா? வடதிசையில் நம் பகைவர்கள் இன்னும் பலசாலிகளாக இருக்கிறார்களே!'

'பார்த்திபேந்திரனும் மலையமானும் அங்கிருந்து பார்த்துக் கொள்வார்கள். இளவரசன் இச்சமயம் இங்கே என் பக்கத்தில் இருக்க வேண்டும் என்று என் உள்ளத்தில் ஏதோ சொல்கிறது. அது மட்டுமல்ல; ஈழ நாட்டுக்குச் சென்றிருக்கும் இளங்கோவையும் உடனே இங்கு வந்து சேரும்படி அழைப்பு அனுப்ப வேண்டும். இரண்டு பேரையும் வைத்துக்கொண்டு ஒரு முக்கியமான விஷயத்தைப் பற்றிப் பேசி முடிவு செய்ய விரும்புகிறேன். அருள்மொழி இங்கு வரும்போது ஈழப் படைக்கு உணவு அனுப்புவது பற்றி உங்கள் ஆட்சேபத்தையும் அவனிடம் தெரிவிக்கலாம்...'

'சக்கரவர்த்தி! மன்னிக்க வேண்டும். ஈழத்துக்கு உணவு அனுப்புவதை நான் ஆட்சேபிக்கவில்லை. தனதான்யாதிகாரியும் ஆட்சேபிக்க வில்லை. சோழ நாட்டுக் குடிமக்கள் ஆட்சேபிக்கிறார்கள். சென்ற அறுவடையில் சோழ நாட்டில் விளைவு குறைந்து விட்டது. நம்முடைய மக்களுக்கே போதாமலிருக்கும்போது, இலங்கைக்குக் கப்பல் கப்பலாக அரிசி அனுப்புவதை மக்கள் ஆட்சேபிக்கிறார்கள்! தற்போது வாய்க்குள் முணுமுணுக்கிறார்கள். கொஞ்ச நாள் போனால், மக்களின் கூச்சல் பலமாகும். தங்கள் உடல்நிலையைப் பாதிக்கும்படி இந்த அரண்மனைக்குள்ளேயும் அவர்களுடைய கூச்சல் வந்து கேட்கும்!...'

'குடிமக்கள் ஆட்சேபிக்கிற காரியத்தைச் செய்ய அருள்மொழி ஒரு நாளும் விரும்ப மாட்டான். எல்லாவற்றுக்கும், அவன் ஒரு தடவை இங்கு வந்து விட்டுப் போகட்டும். பெரிய பழுவேட்டரையர் வந்ததும் இலங்கைக்கு ஆள் அனுப்புவது பற்றி முடிவு செய்யலாம்; அவர் எப்போது திரும்புகிறார்?'

'இன்று இரவு கட்டாயம் வந்து விடுவார்!'

'காஞ்சிக்கும் நாளைய தினம் ஓலை எழுதி அனுப்பலாம். இந்தப் பிள்ளையினிடமே அந்த ஓலையையும் கொடுத்தனுப்பலாம் அல்லவா?'

'இந்தச் சிறுவன் காஞ்சியிலிருந்து ஒரே மூச்சில் வந்திருக்கிறான். சில நாள் இவன் இங்கேயே தங்கி இளைப்பாறி விட்டுப் போகட்டும். வேறு ஆளிடம் ஓலையைக் கொடுத்தனுப்பலாம்.'

'அப்படியே செய்க. இளவரசன் வருகிற வரையிலேகூட இவன் இங்கேயே இருக்கலாம்!'

இச்சமயம் மலையமான் மகள் எழுந்து நிற்கவே, சின்னப் பழுவேட்டரையர், 'இன்று அதிக நேரம் தங்களுக்குப் பேசும் சிரமம் கொடுத்து விட்டேன். மன்னிக்க வேணும். தேவி எச்சரிக்கை செய்யும் வரையில் நீண்டு விட்டது!' என்று சொன்னார்.

'தளபதி! இந்தப் பிள்ளை நம் விருந்தாளி. இவனுக்கு வேண்டிய வசதிகள் செய்து கொடுங்கள். சக்கரவர்த்திக்கு மட்டும் உடம்பு சரியாயிருந்தால், இவனைத் தமது அரண்மனையிலேயே இருக்கச் சொல்லியிருக்கலாம்!' என்றாள் மலையமான் மகள்.

'நான் கவனித்துக் கொள்கிறேன், தாயே! தங்களுக்கு அந்தக் கவலை வேண்டாம். நன்றாய்க் கவனித்துக் கொள்கிறேன்!' என்றார் சின்னப் பழுவேட்டரையர். அப்போது அவரை அறியாமலே அவருடைய ஒரு கை மீசையைத் தொட்டு முறுக்கிற்று.

முப்பதாம் அத்தியாயம்

# சித்திர மண்டபம்

சின்னப் பழுவேட்டரையர் வந்தியத்தேவனைத் தம்முடன் ஆஸ்தான மண்டபத்துக்கு அழைத்துப் போனார். சக்கரவர்த்தியிடம் அவன் கூறியது என்ன என்பதைப் பற்றி அவன் சொன்ன சமாதானம் அவருக்கு அவ்வளவாகப் பூரண திருப்தி அளிக்கவில்லை. சக்கரவர்த்தியைத் தனியாகப் போய்ப் பார்க்கும்படி அவனுக்கு அனுமதி அளித்தது ஒருவேளை தவறோ என்றும் தோன்றியது. ஆதித்த கரிகாலரிடமிருந்து வந்தவனாதலால், அவனைப் பற்றிச் சந்தேகிக்க வேண்டியது முறை. ஆனால் தமையனார் முத்திரை மோதிரத்துடன் அனுப்பியுள்ளபடியால் சந்தேகிக்க இடமில்லை. ஆகா! இம்மாதிரி காரியங்களில் பெரிய வருக்கு வேறொருவர் ஜாக்கிரதை சொல்லித்தர வேண்டுமா, என்ன? ஆனாலும், தாம் திடீரென்று தரிசன மண்டபத்துக்குள் சென்ற பொழுது அவ்வாலிபன் தயங்கி நின்று பயந்தவன் போல் விழித்தது அவர் கண் முன்னால் தோன்றியது. 'அபாயம்! அபாயம்!' என்று அவன் கூவியது நன்றாகக் காதில் விழுந்ததாக ஞாபகம் வந்தது. 'அபயம்' என்று சொல்லியிருந்தால், அது தம் காதில் 'அபாயம்' என்று விழுந்திருக் கக்கூடியது சாத்தியமா? எல்லாவற்றுக்கும் இவனை உடனே திருப்பி அனுப்பாமலிருப்பது நல்லது. தமையனார் வந்த பிறகு இவனைப் பற்றி நன்றாய்த் தெரிந்துகொண்டு பிறகு உசிதமானதைச் செய்யலாம். இம்மாதிரி தீரனாகிய வாலிபனை நாம் நம்முடைய அந்தரங்கக் காவற் படையில் சேர்த்துக் கொள்ளப் பார்க்கவேண்டும். சமயத்தில் உபயோக மாயிருப்பான். ஏன்? இவனுக்கு இவனுடைய முன்னோர்களின் பழைய அரசில் ஒரு பகுதியை வாங்கிக் கொடுத்தாலும் கொடுக்கலாம். இம்மாதிரி பிள்ளைகளுக்கு ஒருமுறை உதவி செய்து விட்டால், அப்புறம் என்றைக்கும் நமக்குக் கட்டுப்பட்டு நன்றியுடனிருப் பார்கள். ஒருவேளை, இவன் உறுதியான விரோதி என்று ஏற்பட்டு விட்டால், அதற்குத் தக்க ஏற்பாடு செய்ய வேண்டும். எதற்கும் தமையனார் வந்து சேரட்டும் பார்க்கலாம்.

ஆஸ்தான மண்டபம் சென்றதும் வந்தியத்தேவன் அப்புறமும் இப்புறமும் ஆவலுடன் பார்க்கத் தொடங்கினான். தளபதியிடம் தான் ஓலையை எடுத்துக் கொடுத்த இடத்தில் உற்று உற்று நன்றாகப் பார்த்தான். தப்பித் தவறி இன்னொரு ஓலை, - அந்த முக்கியமான ஓலை - கிடக்கிறதா என்றுதான். அதை மட்டும் கண்டுபிடிக்க முடியா விட்டால், தன்னைப் போன்ற மூடன் வேறு யாரும் இருக்க முடியாது! உலகமே புகழும் சோழ குலத்து அரசிளங்குமரியைத் தான் பார்க்க முடியாமலே போய்விடும். ஆதித்த கரிகாலர் தன்னிடம் ஒப்புவித்த பணியில் சரி பாதியைச் செய்ய முடியாமலே போய்விடும்.

சின்னப் பழுவேட்டரையர் அங்கிருந்த ஏவலாளர்களில் ஒருவனைப் பார்த்து, 'இந்தப் பிள்ளையை நமது அரண்மனைக்கு அழைத்துக் கொண்டு போ! விருந்தாளி விடுதியில் வைத்து வேண்டிய வசதிகள் செய்து கொடுத்துப் பார்த்துக்கொள்! நான் வரும் வரையில் அங்கேயே இரு!' என்றார்.

வந்தியத்தேவனும் ஏவலாளனும் வெளியே சென்ற உடன், இன்னொருவன் தளபதியிடம் பயபக்தியுடன் நெருங்கி, ஒரு ஓலைச் சுருளை நீட்டினான். 'இங்கிருந்து தரிசன மண்டபத்துக்குப் போகும் வழியில் இது கிடந்தது. இப்போது சென்ற அந்தப் பையனுடைய மடியிலிருந்து விழுந்திருக்கக்கூடும்!' என்று சொன்னான்.

தளபதி அதை ஆர்வத்துடன் வாங்கிப் பிரித்துப் பார்த்தார். அவருடைய புருவங்கள் நெற்றியின் சரிபாதி வரையில் உயர்ந்து நெரிந்தன. அவருடைய முகத்தில் கொடூரமான மாறுதல் ஒன்று உண்டாயிற்று.

'ஆஹா! இளைய பிராட்டிக்கு ஆதித்த கரிகாலர் எழுதிய ஓலை. 'அந்தரங்கமான காரியங்களுக்கு உண்மையான வீரன் ஒருவன் - நினைத்த காரியத்தை முடிக்கக் கூடிய தீரன், - வேண்டும் என்று கேட்டிருந்தாயல்லவா? அதற்காக இவனை அனுப்பியிருக்கிறேன். இவனைப் பூரணமாக நம்பி எந்த முக்கியமான காரியத்தையும் ஒப்புவிக்கலாம்' என்று இளவரசர் தம் கைப்பட எழுதியிருக்கிறார். ஆ! இதில் ஏதோ மர்மம் இருக்கிறது. இந்த ஓலையைப் பற்றிப் பெரியவருக்குத் தெரியுமோ, என்னவோ? இவன் விஷயத்தில் இன்னும் அதிக ஜாக்கிரதையாயிருக்க வேண்டும்!' என்று கோட்டைத் தளபதி தமக்குள்ளே சொல்லிக்கொண்டார். ஓலையைப் பொறுக்கிக் கொண்டு வந்தவனை அழைத்துக் காதோடு சில விஷயங்களைக் கூறினார். அவனும் உடனே புறப்பட்டுச் சென்றான்.

சின்னப் பழுவேட்டரையரின் மாளிகையில் வந்தியத்தேவனுக்கு ஆசார உபசாரங்கள் பலமாக நடந்தன. அவனைக் குளிக்கச் செய்து,

புதிய உடைகள் அணிந்துகொள்ளக் கொடுத்தார்கள். நல்ல உடைகள் அணிந்து கொள்வதில் பிரியமுள்ள வந்தியத்தேவனும் குதூகலத்தில் ஆழ்ந்தான். காணாமற்போன ஓலையைப் பற்றிய கவலையைக்கூட மறந்து விட்டான். புது உடை உடுத்திய பின்னர் இராஜபோகமான அறுசுவைச் சிற்றுண்டிகளை அளித்தார்கள். பசித்திருந்த வந்தியத் தேவன் அவற்றை ஒரு கை பார்த்தான். பின்னர், அவனைச் சின்னப் பழு வேட்டரையர் மாளிகையின் சித்திர மண்டபத்துக்கு அழைத்துச் சென்றார்கள். 'தளபதி வருகிற வரையில் இந்த மண்டபத்திலுள்ள அபூர்வ சித்திரங்களைப் பார்த்துக்கொண்டிருக்கலாம்!' என்றார்கள். இவ்விதம் சொல்லிவிட்டு, காவலர்கள் மூன்று பேர் மண்டபத்தின் வெளியில் உட்கார்ந்து அரட்டை அடித்துக்கொண்டே சொக்கட்டான் ஆடத் தொடங்கினார்கள்.

சோழ குலத்தின் புதிய தலைநகரமான தஞ்சைபுரி அந்த நாளில் சிற்ப சித்திரக் கலைக்குப் பெயர் பெற்றதாயிருந்தது. திருவையாற்றில் இசைக் கலையும் நடனக் கலையும் வளர்ந்தது போல் தஞ்சையில் சிற்ப சித்திரக் கலைகள் வளர்ந்து வந்தன.

முக்கியமாக, சின்னப் பழுவேட்டரையர் மாளிகையில் இருந்த சித்திர மண்டபம் மிகப் பிரசித்தி அடைந்திருந்தது. அந்த மண்டபத்துக்குள் இப்போது வந்தியத்தேவன் பிரவேசித்தான். சுவர்களில் பல அழகிய வர்ணங்களில் தீட்டியிருந்த அற்புதமான சித்திரங்களைப் பார்த்துப் பார்த்துப் புளகாங்கிதம் அடைந்தான். அந்த ஆனந்தத்தில் தன்னை மறந்தான்; தான் வந்த முக்கியமான காரியத்தையும் கூட மறந்தான்.

சோழ வம்சத்தின் பூர்வீக அரசர்களையும் அவர்களுடைய வாழ்க்கைச் சம்பவங்களையும் சித்தரிக்கும் காட்சிகள் அவனுடைய கவனத்தைக் கவர்ந்து பரவசமடையச் செய்தன. முக்கியமாக, சென்ற நூறு வருஷத்துச் சோழர்களின் சரித்திரம் அந்தச் சித்திர மண்டபத்தின் பெரும் பகுதியை ஆக்ரமித்துக்கொண்டிருந்தன. வந்தியத்தேவனுக்கு அதிகமான ஆர்வத்தை உண்டாக்கிய சித்திரங்களும் அவைதாம்.

இந்தக் கட்டத்தில், சென்ற நூறு வருஷமாகப் பழையாறையிலும் தஞ்சையிலும் இருந்து அரசு புரிந்த சோழ மன்னர்களின் வம்ச பரம்பரையை வாசகர்களுக்குச் சுருக்கமாக ஞாபகப்படுத்த விரும்பு கிறோம். இனி இந்தக் கதையில், மேலே வரும் நிகழ்ச்சிகளை அறிந்து கொள்வதற்கு இதைத் தெரிந்து கொள்வது மிக்க உபயோக மாயிருக்கும்.

தொண்ணூற்றாறு போர்க் காயங்களைத் தன் திருமேனியில் ஆபரணங் களாகப் பூண்ட விஜயாலய சோழனைப் பற்றி முன்னமே கூறியிருக்கிறோம்.

சோழ மன்னர்கள் பரகேசரி, இராஜகேசரி என்னும் பட்டங்களை மாறி மாறிப் புனைந்து கொள்வது வழக்கம். பரகேசரி விஜயாலயனுக்குப் பிறகு அவனுடைய புதல்வன் ராஜகேசரி ஆதித்த சோழன் பட்டத்துக்கு வந்தான். அவன் தந்தைக்குத் தகுந்த தனயனாக விளங்கினான். முதலில் அவன் பல்லவர் கட்சியில் நின்று பாண்டியனைத் தோற்கடித்துச் சோழ ராஜ்யத்தை நிலைப்படுத்திக்கொண்டான். பிறகு, பல்லவன் அபராஜித வர்மனோடு போர் தொடுத்தான். யானை மீது அம்பாரியில் இருந்து போர் புரிந்த அபராஜிதவர்மன் மீது ஆதித்த சோழன் தாவிப் பாய்ந்து அவனைக் கொன்று தொண்டை மண்டலத்தை வசப்படுத்தினான். பிறகு கொங்கு மண்டலமும் இவன் ஆட்சிக்குள் வந்தது. ஆதித்தன் சிறந்த சிவபக்தன். காவிரி ஆறு உற்பத்தியாகும் சஹ்ஸ்ய மலையிலிருந்து அப்புண்ணிய நதி கடலில் கலக்கும் இடம் வரையில் ஆதித்த சோழன் பல சிவாலயங்களை எடுப்பித்தான்.

இராஜகேசரி ஆதித்த சோழனுக்குப் பிறகு பரகேசரி பராந்தகன் பட்டத்துக்கு வந்தான். நாற்பத்தாறு ஆண்டு காலம் அரசு புரிந்தான். இமயத்தில் புலிச் சின்னம் பொறித்த கரிகால் பெருவளத்தானுக்குப் பின்னர் சோழ வம்சத்தில் மாபெரும் மன்னன் பராந்தகன்தான். வீரநாராயணன், பண்டிதவத்சலன், குஞ்சரமல்லன், சூரசிகாமணி என்பன போன்ற பல பட்டப் பெயர்கள் அவனுக்கு உண்டு. 'மதுரையும் ஈழமும் கொண்டவன்' என்ற பட்டமும் உண்டு. இந்த முதற் பராந்தகன் காலத்திலேயே சோழ சாம்ராஜ்யம் கன்யாகுமரியிலிருந்து கிருஷ்ணாநதி வரையில் பரவியது. ஈழ நாட்டிலும் சிறிது காலம் புலிக்கொடி பறந்தது. தில்லைச் சிற்றம்பலத்துக்குப் பொன் கூரை வேய்ந்து புகழ்பெற்ற பராந்தகனும் இவனேதான். இவனுடைய ஆட்சியின் இறுதி நாட்களில் சோழ சாம்ராஜ்யத்துக்குச் சில பேரபாயங்கள் வந்தன. அந்த நாளில் வடக்கே பெருவலி படைத்திருந்த இராஷ்டிரகூடர்கள் சோழர் களுடைய பெருகி வந்த பலத்தை ஒடுக்க முனைந்தார்கள். சோழ சாம்ராஜ்யத்தின் மீது படை எடுத்து வந்து ஓரளவு வெற்றியும் அடைந்தார்கள்.

பராந்தகச் சக்கரவர்த்திக்கு மூன்று புதல்வர்கள் உண்டு. இவர்களில் வீராதி வீரனாக விளங்கியவன் மூத்த புதல்வனாகிய இராஜாதித்யன் என்பவன். வடநாட்டுப் படையெடுப்பை எதிர்பார்த்து இராஜாதித்யன் திருமுனைப்பாடி நாட்டில் பெரும் சைன்யத்துடன் பல காலம் தங்கியிருந்தான். தன் தந்தையின் பெயர் விளங்கும்படி வீரநாராயண ஏரி எடுத்தான். அரக்கோணத்துக்கு அருகில் தக்கோலம் என்னு மிடத்தில் சோழ சைன்யத்துக்கும் இராஷ்டிரகூடப் படைகளுக்கும் பயங்கரமான பெரும் போர் நடந்தது. இந்தப் போரில் எதிரிப் படை களை அதாஹதம் செய்து தன் வீரப் புகழை நிலைநாட்டிய பிறகு,

இராஜாதித்யன் போர்க்களத்தில் உயிர் துறந்து வீர சொர்க்கம் அடைந்தான். இவனும் பல்லவ அபராஜிதவர்மனைப் போல் யானை மீதிருந்து போர் புரிந்து யானை மேலிருந்தபடியே இறந்தபடியால், இவனை 'ஆனைமேல் துஞ்சிய தேவன்' என்று கல்வெட்டுச் சாஸனங்கள் போற்றிப் புகழ்கின்றன.

இராஜாதித்யன் மட்டும் இறந்திராவிட்டால், அவனே பராந்தக சக்கர வர்த்திக்குப் பிறகு சோழ சிம்மாசனம் ஏறியிருக்க வேண்டும். இவனுடைய சந்ததிகளே இவனுக்குப் பின்னர் முறையாகப் பட்டத்துக்கு வந்திருக்க வேண்டும்.

ஆனால் இளவரசன் இராஜாதித்யன் பட்டத்துக்கு வராமலும் சந்ததியில்லாமலும் இறந்துவிடவே, இவனுடைய இளைய சகோதரர் கண்டராதித்த தேவர் தந்தையின் விருப்பத்தின்படி இராஜகேசரி பட்டத்துடன் சிங்காதனம் ஏறினார்.

இவர் தமது தந்தையையும் பாட்டனையும் போலவே சிவபக்தி மிகுந்தவர். அத்துடன் தமிழன்பு மிக்கவர். உண்மையில் இவருக்கு இராஜ்யம் ஆளுவதில் அவ்வளவு சிரத்தையே இருக்கவில்லை. ஆலய வழிபாட்டிலும் தமிழ் இன்பத்திலும் அதிகமாக ஈடுபட்டிருந்தார். மகான்களாகிய நாயன்மார்களைப் பின்பற்றிச் சிவபெருமான் மீது துதிப்பாடல்கள் பாடினார். 'திருவிசைப்பா' என்று வழங்கும் இப்பாடல்களில் கடைசிப் பாட்டில் இவர் தம்மைப் பற்றியே பின்வருமாறு சொல்லிக்கொண்டிருக்கிறார்:

'சீரான்மல்கு தில்லைச் செம்பொன்
  அம்பலத்தாடி தன்னைக்
காரார் சோலைக் கோழி வேந்தன்
  தஞ்சையர்கோன் கலந்த
ஆராவின் சொற் கண்டராதித்தன்
  அருந்தமிழ் மாலை வல்லார்
பேரா உலகிற் பெருமை யோடும்
  பேரின்ப மெய்துவரே!'

விஜயாலயனுக்குப் பிற்பட்ட சோழ மன்னர்கள் பழையாறையிலும் தஞ்சையிலும் வசித்தபோதிலும் பூர்வீகச் சோழத் தலைநகர் உறையூர் என்னும் பாத்தியதையை விட்டுவிடவில்லை. உறையூருக்கு இன்னொரு பெயர் கோழி என்பதாகும். ஆகையால் சோழ மன்னர்கள் தங்களைக் 'கோழி வேந்தர்' என்று சொல்லிக்கொண்டார்கள்.

கண்டராதித்த தேவர் சிம்மாசனத்திலிருந்து பெயரளவில் அரசு புரிந்த போதிலும், உண்மையில் அவருடைய இளைய சகோதரனாகிய

அரிஞ்சயன்தான் இராஜ்ய விவகாரங்களைக் கவனித்து வந்தான். இராஜாதித்யனுக்குத் துணையாக அரிஞ்சயன் திருநாவலூர் முதலிய இடங்களில் சைன்யங்களுடன் தங்கியிருந்தான். இராஷ்டிரகூடர் களுடன் வீரப் போர் நடத்தினான். தக்கோலத்தில் சோழ சைன்யத்துக்கு நேர்ந்த பெருந்தோல்வியை விரைவிலேயே வெற்றியாக மாற்றிக் கொண்டான். இராஷ்டிரகூடர் படையெடுப்பைத் தென்பெண்ணைக்கு அப்பாலேயே தடுத்து நிறுத்தினான்.

எனவே, இராஜகேசரி கண்டராதித்த சோழர் தம் தம்பி அரிஞ்சயனுக்கு யுவராஜ பட்டம் சூட்டி, அவனே தமக்குப் பின் சோழ சிங்காதனத்துக்கு உரியவன் என்றும் நாடறியத் தெரிவித்து விட்டார்.

இவ்விதம் கண்டராதித்தர் முடிவு செய்ததற்கு இன்னொரு முக்கியக் காரணமும் இருந்தது. இவருடைய மூத்த மனைவி இவர் பட்டத்துக்கு வருவதற்கு முன்பே காலமாகி விட்டாள். பிறகு வெகு காலம் கண்டராதித்தர் மணம் புரிந்து கொள்ளவில்லை. ஆனால் இவருடைய தம்பி அரிஞ்சயனுக்கோ அழகிலும் அறிவிலும் ஆற்றலிலும் சிறந்த புதல்வன் இருந்தான். பாட்டனாரின் பராந்தகன் என்னும் பெயரையும், மக்கள் அளித்த சுந்தர சோழன் என்னும் காரணப் பெயரையும் சூட்டிக் கொண்டிருந்தான். எனவே, தமக்குப் பிறகு தமது சகோதரன் அரிஞ்சய னும் அரிஞ்சயனுக்குப் பிறகு அவனுடைய புதல்வன் சுந்தர சோழனும் பட்டத்துக்கு வரவேண்டும் என்று கண்டராதித்தர் திருவுளங் கொண்டார். இந்த ஏற்பாட்டிற்குச் சாமந்த கணத்தினர், தண்ட நாயகர்கள் பொது ஜனப் பிரதிநிதிகள் எல்லாருடைய சம்மதத்தையும் ஒருமனதாகப் பெற்றுப் பகிரங்கமாக உலகறியத் தெரிவித்தும் விட்டார்.

இந்த ஏற்பாடுகள் எல்லாம் நடந்து முடிந்த பிறகு கண்டராதித் தரின் வாழ்க்கையில் ஓர் அதிசய சம்பவம் நிகழ்ந்தது. மழவரையன் என்னும் சிற்றரசன் திருமகளை அவர் சந்திக்கும்படி நேர்ந்தது. அந்த மங்கையர் திலகத்தின் அழகும் அடக்கமும் சீலமும் சிவபக்தியும் அவர் உள்ளத்தைக் கவர்ந்தன. முதிர்ந்த பிராயத்தில் அந்தப் பெண்மணியை மணந்துகொண்டார். இந்தத் திருமணத்தின் விளைவாக உரிய காலத்தில் ஒரு குழந்தையும் உதித்தது. அதற்கு மதுராந்தகன் என்று பெயரிட்டுப் பாராட்டிச் சீராட்டி வளர்த்தார்கள். ஆனால் அரசர், அரசி இருவருமே இராஜ்யம் சம்பந்தமாக முன்னம் செய்திருந்த ஏற்பாட்டை மாற்ற விரும்பவில்லை. தம்பதிகள் இருவரும் சிவபக்தியிலும், விரக்தி மார்க்கத்திலும் ஈடுபட்டவர்களாதலால் தங்கள் அருமைப் புதல் வனையும் அந்த மார்க்கத்திலேயே வளர்க்க விரும்பினார்கள். கேவலம் இந்த உலக சாம்ராஜ்யத்தைக் காட்டிலும் சிவலோக சாம்ராஜ்யம் எவ்வளவோ மேலானது என்று நம்பியவர்கள் ஆதலால், அந்தச்

சிவலோக சாம்ராஜ்யத்துக்கு உரியவனாக மதுராந்தகனை வளர்க்க ஆசைப்பட்டார்கள். ஆகையால் கண்டராதித்தர் தமக்குப் பிறகு தம் சகோதரன் அரிஞ்சயனும் அவனுடைய சந்ததிகளுமே சோழ சாம் ராஜ்யத்துக்கு உரியவர்கள் என்ற தமது விருப்பத்தைப் பகிரங்கப்படுத்தி நிலைநாட்டினார். எனவே, இராஜாதித்தன், கண்டராதித்தர் என்னும் இரு உரிமையாளர் வம்சத்தைத் தாண்டி அரிஞ்சயன் வம்சத்தாருக்குச் சோழ சிங்காதனம் உரிமையாயிற்று.

கண்டராதித்தருக்குப் பிறகு அதிக காலம் பரகேசரி அரிஞ்சயன் ஜீவிய வந்தனாக இருக்கவில்லை. ஒரு வருஷத்திலேயே தமையனாரைப் பின் தொடர்ந்து தம்பியும் கைலாச பதவிக்குச் சென்று விட்டான்.

பின்னர், இளவரசர் சுந்தர சோழருக்கு நாட்டாரும் சிற்றரசர்களும் பிற அரசாங்க அதிகாரிகளும் சேர்ந்து முடிசூட்டி மகிழ்ந்தார்கள். இராஜ கேசரி சுந்தர சோழரும் அதிர்ஷ்டவசத்தினால் தமக்குக் கிடைத்த மகத்தான பதவியைத் திறம்படச் சிறப்பாக வகித்தார். ஆட்சியின் ஆரம்பக் காலத்தில் பல வீரப் போர்கள் புரிந்து பாண்டிய நாட்டையும் தொண்டை மண்டலத்தையும் மீண்டும் வென்றார். இராஷ்டிரக்கூடப் படைகளைத் தென்பெண்ணைக் கரையிலிருந்து விரட்டி அடித்தார்.

சுந்தர சோழ சக்கரவர்த்தியின் புதல்வர்களான ஆதித்த கரிகாலரும் அருள்மொழிவர்மரும் தந்தையை மிஞ்சக்கூடிய இணையற்ற வீரர்களா யிருந்தார்கள். அவர்கள் இருவரும் தந்தைக்குப் பரிபூரண உதவி செய்தார்கள். அவர்கள் மிகச் சிறுபிராயத்திலேயே போருக்குச் சென்று முன்னணியில் நின்று போர் புரிந்தார்கள். அவர்கள் சென்ற போர் முனைகளிலெல்லாம் விஜயலக்ஷ்மி சோழர்களின் பக்கமே நிலைநின்று வந்தாள்.

# 'திருடர்! திருடர்!'

விஜயாலய சோழர் முதல், இரண்டாம் பராந்தகராகிய சுந்தர சோழர் வரையில் சோழ மன்னர்களின் உயிர்ச் சித்திரங்களை நம் வீரன் வந்தியத் தேவன் பார்த்து மகிழ்ந்தான். ஆஹா! இவர்களில் ஒவ்வொருவரும் எப்பேர்ப்பட்டவர்கள்? எத்தகைய மஹாவீரர்கள்! உயிரைத் திரணமாக மதித்து எவ்வளவு அரும்பெரும் செயல்களை இயற்றியிருக்கிறார்கள்! கதைகளிலும் காவியங்களிலும் கூட இப்படிக் கேட்டதில்லையே? இத்தகைய மன்னர் பரம்பரையைப் பெற்ற சோழ நாடு பாக்கியம் செய்த நாடு; இன்று அவர்களுடைய ஆட்சியின் கீழ் உள்ள நாடுகள் எல்லாம் பாக்கியம் செய்த நாடுகள்தாம்.

மேற்கூறிய சோழ மன்னர்களின் சரித்திரங்களைச் சித்திரித்த காட்சி களில் இன்னொரு முக்கியமான அம்சத்தை வந்தியத்தேவன் கவனித் தான். ஒவ்வொரு சோழ அரசருக்கும் பழுவூர்ச் சிற்றரசர் வம்சத்தினர் தலைசிறந்த உதவிகள் செய்திருக்கிறார்கள். வீரத் தொண்டுகள் பல புரிந்து வந்திருக்கிறார்கள்.

முத்தரையர் வசத்திலிருந்த தஞ்சைக் கோட்டையை முற்றுகையிட்டு முதலில் அந்நகரில் பிரவேசித்தவர் ஒரு பழுவேட்டரையர். இரு கால்களும் இழந்த விஜயாலய சோழன் திருப்புறம்பியம் போர்க்களத்தில் புகுந்து அதிபராக்கிரமச் செயல்களைப் புரிந்தபோது அவனுக்குத் தோள் கொடுத்துத் தூக்கிச் சென்றவர் ஒரு பழுவேட்டரையர். ஆதித்த சோழன் தலையில் கிரீடத்தை வைத்துப் பட்டாபிஷேகம் செய்வித்தவர் ஒரு பழுவேட்டரையர். ஆதித்த சோழன் யானை மீது பாய்ந்து பல்லவ அபராஜிதவர் மனைக் கொன்றபோது ஆதித்தன் பாய்வதற்கு வசதியாக முதுகும் தோளும் கொடுத்தவர் ஒரு பழுவேட்டரையர். பராந்தக சக்கர வர்த்தி நடத்திய பல போர்களில் முன்னணியில் புலிக் கொடியை எடுத்துச் சென்றவர்கள் பழுவேட்டரையர்கள். இராஜாதித்யன் போர்க் களத்தில் காயம்பட்டு விழும்போது அவனை ஒரு பழுவேட்டரையர்

தன் மடியின் மீது போட்டுக்கொண்டு, 'இராஷ்டிரகூடப் படைகள் தோற்று ஓடுகின்றன!' என்ற செய்தியைத் தெரிவித்தார். அவ்விதமே அரிஞ்சயருக்கும் சுந்தர சோழருக்கும் வீரத் தொண்டுகள் புரிந்து உதவியவர்கள் பழுவேட்டரையர்கள்தாம்.

இதையெல்லாம் சித்திரக் காட்சிகளில் பிரத்யட்சமாகப் பார்த்த வல்ல வரையன் சொல்ல முடியாத வியப்பில் ஆழ்ந்தான். அண்ணன் தம்பி களான பழுவேட்டரையர்கள் இன்று சோழ நாட்டில் இவ்வளவு ஆதிக்கம் வகிப்பதற்குக் காரணம் இல்லாமற் போகவில்லை. சுந்தர சோழர் எது விஷயத்திற்கும் அவர்களுடைய யோசனையைக் கேட்டு நடப்பதிலும் வியப்பில்லை.

ஆனால், தான் இப்போது பெரிய சங்கடத்தில் அகப்பட்டுக் கொண்டிருப்பது என்னவோ நிச்சயம். சின்னப் பழுவேட்டரைய ருக்குத் தன் பேரில் ஏதோ சந்தேகம் ஜனித்துவிட்டது. பெரியவர் வந்து விட்டால் அந்தச் சந்தேகம் ஊர்ஜிதமாகி விடும். முத்திரை மோதிரத்தின் குட்டு வெளியாகிவிடும். பிறகு தன்னுடைய கதி அதோகதிதான்! சின்னப் பழுவேட்டரையரின் நிர்வாகத்திலுள்ள தஞ்சாவூர் பாதாளச் சிறையைப் பற்றி வல்லவரையன் கேள்விப்பட்டிருந்தான். அதில் ஒருவேளை தன்னை அடைத்து விடக்கூடும். பாதாளச் சிறையில் ஒருவனை ஒரு தடவை அடைத்து விட்டால், பிறகு திரும்பி வெளி யேறுவது அநேகமாக நடவாத காரியம். அப்படி வெளியேறினாலும், எலும்பும் தோலுமாய், அறிவை அடியோடு இழந்து, வெறும் பித்துக் குளியாகத்தான் வெளியேற முடியும்!

ஆகா! இத்தகைய பேரபாயத்திலிருந்து தப்புவது எப்படி? ஏதாவது யுக்தி செய்து பெரியவர் வருவதற்குள்ளே கோட்டையை விட்டு வெளியேறி விடவேண்டும். பழுவூர் இளைய ராணியைப் பார்க்க வேண்டும் என்ற ஆசை கூட நம் வீரனுக்கு இப்போது போய்விட்டது. உயிர் பிழைத்து, பாதாளச் சிறைக்குத் தப்பி, வெளியேறி விட்டால் போதும்! ஓலை யில்லாவிட்டாலும் குந்தவைப் பிராட்டியை நேரில் பார்த்துச் செய்தியைச் சொல்லி விடலாம். நம்பினால் நம்பட்டும்; நம்பா விட்டால் போகட்டும். ஆனால் தஞ்சைக் கோட்டையை விட்டு வெளி யேறுவதற்கு என்ன வழி?

தான் உடுத்தியிருந்த பழைய ஆடைகள் என்ன ஆயின என்ற சந்தேகம் திடீரென்று வந்தியத்தேவன் மனத்தில் உதயமாயிற்று. தன்னுடைய உடைகளைப் பரிசீலனை செய்து பார்ப்பதற்காகவே தனக்கு இவ்வளவு உபசாரம் செய்து புது ஆடைகளும் கொடுத்திருக்கிறார்கள்! குந்தவை தேவியின் ஓலை தளபதியிடம் அகப்பட்டிருக்க வேண்டும்; சந்தேக மில்லை. தான் புலவர்களுடன் திரும்பிப் போய்விடா வண்ணம் தன்

கையை இரும்புப் பிடியாக அவர் பிடித்ததின் காரணமும் இப்போது தெரிந்தது. ஒரு ஆளுக்கு மூன்று ஆளாய்த் தன்னுடன் அனுப்பிய காரணமும் தெரிந்தது. ஆகா! ஒரு யுக்தி! உடனே ஒரு யுக்தி கண்டு பிடிக்க வேண்டும்! - இதோ தோன்றிவிட்டது ஒரு யுக்தி! பார்க்க வேண்டியதுதான் ஒரு கை! வீரவேல்! வெற்றிவேல்!

வந்தியத்தேவன் சித்திர மண்டபத்தின் பலகணி வழியாக வெளியே பார்த்தான். சின்னப் பழுவேட்டரையர் பரிவாரங்கள் புடைசூழக் குதிரை மேல் வந்துகொண்டிருந்தார். ஆகா! இதுதான் சமயம்! இனி ஒரு கணமும் தாமதிக்கக் கூடாது!

வாசற்படிக்குப் பக்கத்தில் உட்கார்ந்து சொக்கட்டான் ஆடிய ஏவலாளர்கள் மூவரும் ஆட்டத்தை நிறுத்திவிட்டு எழுந்தார்கள். மாளிகை வாசலில் சின்னப் பழுவேட்டரையர் வரும் சப்தம் அவர்களுடைய காதிலும் விழுந்தது.

வந்தியத்தேவன் அவர்கள் அருகில் நெருங்கி, 'அண்ணன்மார்களே! நான் தரித்திருந்த உடைகள் எங்கே?' என்று கேட்டான்.

'அந்த அழுக்குத் துணிகள் இப்போது என்னத்துக்கு? எஜமான் உத்தரவுப் படி புதிய பட்டுப் பீதாம்பரங்கள் உனக்குக் கொடுத்திருக்கிறோமே!' என்றான் ஒருவன்.

'எனக்குப் புதிய உடைகள் தேவையில்லை. என்னுடைய பழைய துணிகளே போதும். அவற்றைச் சீக்கிரம் கொண்டு வாருங்கள்!'

'அவை சலவைக்குப் போயிருக்கின்றன. வந்த உடனே தருகிறோம்.'

'அதெல்லாம் முடியாது! நீங்கள் திருடர்கள். என்னுடைய பழைய உடையில் பணம் வைத்திருந்தேன். அதைத் திருடிக் கொள்வதற்காக எடுத்திருக்கிறீர்கள். உடனே கொண்டுவாருங்கள். இல்லாவிட்டால்...!'

'இல்லாவிட்டால் என்ன செய்து விடுவாய், தம்பி! எங்கள் தலையை வெட்டித் தஞ்சாவூருக்கு அனுப்பி விடுவாயோ? ஆனால் இதுதான் தஞ்சாவூர்! ஞாபகம் இருக்கட்டும்!'

'அடே! என் துணிகளை உடனே கொண்டுவருகிறாயா? இல்லையா?'

'இருந்தால்தானே தம்பி கொண்டுவருவேன்! அந்த அழுக்குத் துணிகளை வெட்டாற்று முதலைகளுக்குப் போட்டு விட்டோம்! முதலை வயிற்றில் போனது திரும்பி வருமா?'

'திருட்டுப் பயல்களா! என்னுடன் விளையாடுகிறீர்களா? இதோ உங்கள் எஜமானரிடம் சென்று சொல்கிறேன், பாருங்கள்!' என்று

வந்தியத்தேவன் வாசற்படியைத் தாண்டத் தொடங்கினான். மூவரில் ஒருவன் அவனைத் தடுப்பதற்காக நெருங்கினான். வந்தியத்தேவன் அவனுடைய மூக்கை நோக்கிப் பலமாக ஒரு குத்து விட்டான். அவ்வளவுதான்; அந்த ஆள் மல்லாந்து கீழே விழுந்தான். அவன் மூக்கிலிருந்து இரத்தம் சொட்டத் தொடங்கியது.

இன்னொருவன் வந்தியத்தேவனுடன் மல்யுத்தம் செய்ய வருகிற வனைப் போல இரண்டு கைகளையும் முன்னால் நீட்டிக்கொண்டு வந்தான். நீட்டிய கைகளை வந்தியத்தேவன் பற்றிக்கொண்டு, தன் கால்களில் ஒன்றை எதிராளியின் கால்களின் மத்தியில் விட்டு ஒரு முறுக்கு முறுக்கினான். அவ்வளவுதான்! அந்த மனிதன் 'அம்மாடி' என்று அலறிக்கொண்டு கீழே உட்கார்ந்து விட்டான். இதற்குள் மூன்றாவது ஆளும் நெருங்கி வரவே, வந்தியத்தேவன் தன் கால் களை எடுத்துக்கொண்டு ஒரு காலால் எதிரியின் முழங்கால் முட்டைப் பார்த்து ஒரு உதை விட்டான். அவனும் அலறிக்கொண்டு கீழே விழுந்தான்.

மூன்று பேரும் சட் புட்டென்று எழுந்து மறுபடியும் வந்தியத்தேவனைத் தாக்குவதற்கு வளைத்துக்கொண்டு வந்தார்கள். வெகு ஜாக்கிரதை யாகவே வந்தார்கள்.

இதற்குள் மாளிகை வாசலில் குதிரை வந்து நின்ற சத்தம் கேட்டது. வந்தியத்தேவன் தன் குரலின் சக்தியையெல்லாம் உபயோகித்துத் 'திருடர்கள்! திருடர்கள்!' என்று சத்தமிட்டுக் கொண்டே அவர்கள் மீது பாய்ந்தான். மூன்று பேரும் அவனைப் பிடித்து நிறுத்தப் பார்த்தார்கள். மறுபடியும் 'திருட்டுப் பயல்கள்! திருட்டுப் பயல்கள்!' என்று பெருங் குரலில் கூச்சலிட்டான் வந்தியத்தேவன்.

அச்சமயம் சின்னப் பழுவேட்டரையர், 'இங்கே என்ன ரகளை?' என்று கேட்டுக்கொண்டே உள்ளே வந்தார்.

முப்பத்திரண்டாம் அத்தியாயம்

# பரிசோதனை

சின்னப் பழுவேட்டரையரைக் கண்டதும் வந்தியத்தேவன் சண்டையை நிறுத்திவிட்டு அவரை நோக்கி நடந்தான். காவலர்கள் எழுந்து ஓடி வந்து அவனைப் பிடித்துக்கொண்டார்கள். அவர்களை அவன் சிறிதும் இலட்சியம் செய்யாமல் நாலு அடி முன்னால் நடந்து வந்து, 'தளபதி! நல்ல சமயத்தில் தாங்கள் வந்து சேர்ந்தீர்கள். இந்தப் பக்காத் திருடர்கள் என்னுடைய உடைமைகளைத் திருடிக்கொண்டது மல்லாமல், என்னையும் கொல்லப் பார்த்தார்கள்! விருந்தாளியை இப்படித்தானா நடத்துவது? இதுவா தஞ்சாவூர் சம்பிரதாயம்? நான் தங்களுக்கு மட்டும் விருந்தாளியல்ல, சக்கரவர்த்திக்கும் விருந்தாளி. சக்கரவர்த்தினி சொன்னதைத்தான் தாங்களும் கேட்டீர்களே! பட்டத்து இளவரசரிடமிருந்து ஓலைகொண்டுவந்த தூதன். அப்படிப்பட்ட என்னை இந்தப் பாடுபடுத்துகிறவர்கள் மற்றவர்களை என்ன செய்து விட மாட்டார்கள்! இப்படிப்பட்ட திருடர்களைத் தங்கள் பணி ஆட்களாக வைத்துக்கொண்டிருப்பது பற்றி ஆச்சரியப்படு கிறேன். எங்கள் தொண்டை மண்டலத்தில் இப்படிப்பட்ட திருடர்களை உடனே கழுவில் ஏற்றிவிட்டு மறுகாரியம் பார்ப்போம்!' என்று சரமாரியாய்ப் பொழிந்தான்.

மூன்று வீரர்களை ஏக காலத்தில் எதிர்த்துப் புரட்டிக் கீழே தள்ளிய வாலிபனுடைய வீரச் செயலைப் பற்றிய வியப்பு இன்னும் பழுவேட்ட ரையரின் மனத்தை விட்டு அகலவில்லை. இத்தகைய வீரனை நாம் நமது காவற் படையில் சேர்த்துக்கொள்ள வேண்டும் என்னும் ஆசை அவருக்கு அதிகமாயிற்று. எனவே, அவர் சாந்தமான குரலில், 'பொறு! தம்பி! பொறு! அப்படியெல்லாம் இவர்கள் செய்திருப்பார்கள் என்று தோன்றவில்லை! இவர்களை விசாரித்துப் பார்க்கிறேன்!' என்றார்.

'நான் கோருவதும் அதுதான்! இவர்களை விசாரியுங்கள்; விசாரித்து நீதி வழங்குங்கள்! என்னுடைய உடையும் உடைமையும் என்னிடம் திரும்பி வருவதற்கு ஏற்பாடு செய்யுங்கள்!' என்றான் வல்லவரையன்.

'அடே! அந்தப் பிள்ளையை விட்டு விட்டு இப்படி வாருங்கள்! நான் சொன்னது என்ன? நீங்கள் செய்தது என்ன? இவன் மீது ஏன் கை வைத்தீர்கள்?' என்று கோபமாகக் கேட்டார் கோட்டைத் தளபதி.

'எஜமானே! தாங்கள் சொன்னது சொன்னபடியே செய்தோம். இவரை எண்ணெய் முழுக்காட்டிப் புதிய ஆடைகளையும் ஆபரணங்களையும் அணிவித்தோம். அறுசுவை உண்டி அளித்தோம். சித்திர மண்ட பத்துக்கும் அழைத்து வந்தோம்! இவர் சிறிது நேரம் சித்திர மண்டபத்தில் உள்ள சித்திரங்களைப் பார்த்துக்கொண்டிருந்தார். திடீரென்று நினைத்துக் கொண்டு இவருடைய பழைய உடைகளைக் கேட்டார். உடனே எங்களைத் தாக்கவும் ஆரம்பித்தார்!' என்றான் அவ்வீரர்களில் ஒருவன்.

'ஒரு சிறு பிள்ளையிடமா மூன்று தடியர்கள் அடிபட்டு விழுந்தீர்கள்?' என்று கூறி இரத்தக் கனல் வீச விழித்துப் பார்த்தார்.

'எஜமான்! அரண்மனை விருந்தாளியாயிற்றே என்று யோசித்தோம். இப்போது சற்று அனுமதி கொடுங்கள்; இவனை உடனே வேலை தீர்த்துவிடுகிறோம்.'

'போதும் உங்கள் வீரப் பிரதாபம்! நிறுத்துங்கள்! தம்பி!... நீ என்ன சொல்லுகிறாய்?'

'இவர்களுக்கு அனுமதி கொடுங்கள் என்றுதான் சொல்கிறேன். எனக்கும் அனுமதி கொடுங்கள். சோழ குலத்துப் பகைவர்களோடு போராடிக் கொஞ்சம் நாள் ஆயிற்று. தோள்கள் தினவெடுக்கின்றன. அரண்மனை விருந்தாளிகளை எப்படி நடத்த வேண்டுமென்று இவர் களுக்கு பாடம் கற்பிக்கின்றேன்!' என்றான் நமது வீரன்.

சின்னப் பழுவேட்டரையர் புன்னகை புரிந்து, 'தம்பி! உன் தோள் தினவைத் தீர்த்துக் கொள்வதைச் சோழப் பகைவர்களோடேயே வைத்துக் கொள்! சக்கரவர்த்தி நோய்வாய்ப்பட்டிருக்கும் நிலையில் தஞ்சைக் கோட்டைக்குள் இவ்விதம் சண்டை, சந்தடி ஒன்றும் உதவாது என்று கட்டளை!' என்று சொன்னார்.

'அப்படியானால் என்னுடைய உடைகளையும் உடைமைகளையும் உடனே கொண்டுவந்து கொடுக்கச் சொல்லுங்கள்!'

'எங்கேடா அவை?'

'எஜமான்! தங்கள் கட்டளைப்படி பத்திரப்படுத்தி வைத்திருக்கிறோம்.'

'தளபதி! இவர்கள் எப்படிப் புளுகுகிறார்கள், பாருங்கள்! சற்றுமுன் உடைகளை வெளுக்கப் போட்டிருப்பதாய்ச் சொன்னார்கள். இப்போது தாங்கள் 'பத்திரப்படுத்தி' வைக்கச் சொன்னதாகக்

கூறுகிறார்கள். சற்றுப் போனால் தங்களுக்கே திருட்டுப் பட்டம்கூடக் கட்டி விடுவார்கள்!' என்றான் வந்தியத்தேவன்.

தளபதி காவலர்களைப் பார்த்து, 'முட்டாள்களா! இந்தப் பிள்ளைக்கு புது ஆடைகள் கொடுக்கும்படி மட்டுந்தானே சொன்னேன்? பழையவைகளைப் பற்றி நான் ஒன்றுமே சொல்லவில்லையே?... இந்த மூடர்கள் என்னவோ உளறுகிறார்கள். தம்பி! போனால் போகட்டும், பழைய உடைகளைப் பற்றி எதற்காக இவ்வளவு கவலைப்படுகிறாய்? அதற்குள் ஏதாவது உயர்ந்த பொருள் வைத்திருந்தாயோ?' என்று கேட்டார்.

'ஆம்; வழிநடைச் செலவுக்காகப் பொற்காசுகள் வைத்திருந்தேன்...' என்று வந்தியத்தேவன் சொல்வதற்குள், 'அதற்காக நீ கவலைப்பட வேண்டாம். உனக்கு வழிச் செலவுக்கு எவ்வளவு பொன் வேண்டுமோ அவ்வளவு தருகிறேன்!' என்றார் பழுவேட்டரையர்.

'தளபதி! நான் இளவரசர் கரிகாலருடைய தூதன். பிறரிடம் கை நீட்டி பணம் பெறும் வழக்கம் என்னிடம் கிடையாது...'

'அப்படியானால், உன்னுடைய உடைகளையும் அதற்குள்ளிருந்த பொற்காசுகளையும் திருப்பி உன்னிடம் சேர்ப்பிக்கச் செய்கிறேன். கவலைப்படாதே! உன் உடையில் வேறு பொருள் ஒன்றும் இல்லை யல்லவா?'

வல்லவரையன் ஒரு கணம் யோசித்தான். அந்தத் தயக்கத்தைச் சின்னப் பழுவேட்டரையரும் பார்த்துக்கொண்டார்.

'வேறொரு முக்கியமான பொருளும் என் அரைச்சுற்று ஆடையில் இருக்கிறது. அதை உங்கள் ஆட்கள் தொட்டிருக்க மாட்டார்கள் என்று நினைக்கிறேன். தொட்டிருந்தால் அவர்கள் தொலைந்தார்கள்!...'

'ஆகா! உனக்கு எத்தனை கோபம் வருகிறது? எங்கே, யாரிடத்தில் பேசுகிறோம் என்பதை மறந்துவிட்டே பேசுகிறாய். சிறு பிள்ளையாயிற்றே என்று மன்னித்து விடுகிறேன்; அப்படிப்பட்ட பொருள் என்ன?'

'தளபதி! அதைச் சொல்வதற்கு இல்லை. அது அந்தரங்க விஷயம்!'

'தஞ்சைக் கோட்டைக்குள் எனக்குத் தெரியாத அந்தரங்கம் ஒன்றும் இருக்க முடியாது!'

'இளவரசர் கரிகாலர் என்னிடம் ஒப்புவித்த அந்தரங்க விஷயம்.'

'இளவரசர் வடதிசையின் மாதண்ட நாயகர். அவருடைய அதிகாரம் பாலாற்றுக்கு வடக்கே செல்லும். இங்கே சக்கரவர்த்தியின் அதிகாரந் தான் செல்லும்.'

'தளபதி! புலிக் கொடி பறக்கும் இடமெல்லாம் சக்கரவர்த்தியின் அதிகாரந்தான். அதில் என்ன சந்தேகம்?'

'ஆகையினால்தான், இந்தக் கோட்டைக்குள்ளே எனக்குத் தெரியாத அந்தரங்கம் எதுவும் இருக்க முடியாது என்று சொல்கிறேன். சக்கர வர்த்தியின் க்ஷேமத்தைக் கருதித்தான்!'

'தளபதி! சக்கரவர்த்தியைக் கண்ணுங் கருத்துமாய்க் காப்பாற்றி வருவதற்காக தங்களுக்கும் பெரிய பழுவேட்டரையருக்கும் சோழ சாம்ராஜ்யம் நன்றிக் கடன்பட்டிருக்கிறது. இன்றைக்குச் சக்கரவர்த்தி தங்களைப் பாராட்டியதும் என் காதில் விழுந்தது. தங்களுக்குப் பயந்து கொண்டுதான் யமன் தஞ்சைக் கோட்டைக்குள் புகுந்து வராமல் தயங்கிக்கொண்டிருக்கிறான் என்று சக்கரவர்த்தி சொன்னாரே? அது எவ்வளவு பொருள் பொதிந்த வார்த்தை!'

'ஆம், தம்பி! பழையாறையிலிருந்து சக்கரவர்த்தியை நாங்கள் இங்கே அழைத்து வந்து கட்டுக் காவலுக்குள் வைத்திராவிட்டால், இத்தனை நாளும் என்ன விபரீதம் நடந்திருக்குமோ, தெரியாது. பாண்டிய நாட்டுச் சதிகாரர்களின் நோக்கம் நிறைவேறியிருந்தாலும் இருக்கலாம்.'

'ஆ! தாங்கள்கூட அவ்விதமே சொல்கிறீர்களே! அப்படியானால் நான் கேள்விப்பட்டது உண்மையாகத்தான் இருக்க வேண்டும்!'

'என்ன கேள்விப்பட்டாய்?'

'சக்கரவர்த்திக்கு விரோதமாக ஒரு சதி நடக்கிறதென்றும், சக்கர வர்த்தியின் திருக்குமாரர்களுக்கு விரோதமாக இன்னொரு சதி நடக்கிற தென்றும் கேள்விப்பட்டேன்.'

சின்னப் பழுவேட்டரையர் தம் வஜ்ரப் பற்களினால் உதட்டைக் கடித்துக்கொண்டார். இந்தச் சிறு அறியாப் பையனுடன் பேச்சுக் கொடுத்ததில் தமக்கே இத்தனை நேரமும் தோல்வி என்பதை உணர்ந்தார். ஏறக்குறைய அவனுடைய குற்றச்சாட்டுகளுக்குத் தாம் பதில் சொல்லிச் சமாளிக்கும் நிலைமை வந்து விட்டது! எனவே, பேச்சை அத்துடன் வெட்டிவிட விரும்பினார்.

'உனக்கென்ன அதைப் பற்றிக் கவலை? எல்லாச் சதிகளையும் உடைத்துச் சோழ குலத்தைப் பாதுகாக்க நாங்கள் இருக்கிறோம். உன்னுடைய கோரிக்கையைச் சொல்லு. உன் பழைய ஆடைகள் உனக்கு வேண்டும்; அவ்வளவுதானே!' என்றார்.

'என் பழைய ஆடைகளும் வேண்டும்; அவற்றுக்குள் இருந்த பொருள்களும் வேண்டும்.'

'என்ன பொருள்கள் என்று இன்னமும் நீ சொல்லவில்லையே!'

'சொல்லத்தான் வேண்டுமானால் சொல்லுகிறேன். அதன் பொறுப்பு தங்களைச் சார்ந்தது. இளவரசர் சக்கரவர்த்திக்குக் கொடுத்திருந்த ஓலையைத் தவிர இன்னொரு ஓலையும் என்னிடம் கொடுத்திருந்தார்...'

'இன்னொரு ஓலையா! யாருக்கு? நீ சொல்லவே இல்லையே!'

'அந்தரங்கமானபடியால் சொல்லவில்லை; நீங்கள் இப்போது வற்புறுத்துகிறபடியால் சொல்லுகிறேன். பழையாறையிலுள்ள இளைய பிராட்டி குந்தவை தேவிக்கு இளவரசர் ஓலை ஒன்று கொடுத்தார்!...'

'ஓஹோ! அப்படியானால், நாளைக்குச் சக்கரவர்த்தி கொடுக்கும் திருமுகத்தை நீ உடனே எடுத்துக்கொண்டு காஞ்சிக்குப் போக முடியாது. இளைய பிராட்டிக்கு இளவரசர் ஓலை அனுப்பும்படி இப்போது என்ன அவசரம் நேர்ந்ததோ?'

'தளபதி! நான் பிறருக்கு எழுதப்படும் ஓலையைப் படிப்பதில்லை. சக்கரவர்த்தியின் ஓலையைப் படித்ததுபோல் இதையும் நீங்கள் படிப்பதில் எனக்கு ஒன்றும் ஆட்சேபம் கிடையாது. அந்தப் பொறுப்பு தங்களுடையது. என் உடையிலிருந்த பொன்னும் ஓலையும் களவு போகாமல் என்னிடம் திரும்பி வந்தால் போதும்.'

'அதைப் பற்றி பயம் வேண்டாம். நானே பார்த்து எடுத்து வருகிறேன்' என்று சின்னப் பழுவேட்டரையர் நடந்தார். அவர் பின்னோடு வந்தியத்தேவனும் தொடர்ந்தான். அதையறிந்த கோட்டைத் தளபதி கண்களினால் சமிக்ஞை செய்யவே ஐந்தாறு வேல் பிடித்த வீரர்கள் வந்து வாசற்படியண்டை குறுக்கே நின்றார்கள். அவர்களுடன் சண்டை பிடிப்பதில் அனுகூலம் ஒன்றுமில்லையென்று கருதி வந்தியத்தேவன் அங்கேயே நின்றான்.

சற்று நேரத்துக்கெல்லாம் சின்னப் பழுவேட்டரையர் திரும்பி வந்தார். அவருக்குப் பின்னால் ஒருவன் ஒரு தட்டில் சீர் வரிசை ஏந்திக்கொண்டு வருவது போல் வந்தியத்தேவனுடைய பழைய ஆடைகளை எடுத்து வந்தான்.

'தம்பி! இதோ உன் ஆடைகள், பத்திரமாயிருக்கின்றன. நன்றாக சோதனை செய்து பார்த்துக் கொள்!' என்றார் கோட்டைத் தளபதி.

அவ்விதமே வந்தியத்தேவன் சோதனை செய்து பார்த்தான். அரைச் சுற்றுச் சுருளில் அவன் வைத்திருந்ததைக் காட்டிலும் அதிகமாகப் பொற்காசுகள் இருந்தன. குந்தவை தேவியிடம் சேர்ப்பிக்க வேண்டிய ஓலையும் இருந்தது. அதிகப் பொற்காசுகள் எப்படி வந்தன? முதலில் அவன் தேடிப் பார்த்தபோது இல்லாத ஓலை இப்போது எப்படி வந்தது? சின்னப் பழுவேட்டரையரிடம் அது அகப்பட்டிருக்க வேண்டும். அதைப் பார்த்துவிட்டு இப்போது திரும்பி வந்த பிறகு அவர் அந்த ஓலையைத் திரும்பச் செருகியிருக்க வேண்டும்! எதற்காக

இப்படிச் செய்திருக்கிறார்? பொற்காசுகள் எதற்காக அதிகம் வைத்திருக் கிறார்? பொல்லாத மனிதர் இவர்! இன்னும் எப்படியெல்லாம் தன்னைச் சோதிக்கப் போகிறாரோ, தெரியாது! இவரிடம் சர்வ ஜாக்கிரதையாக நடந்து கொள்ள வேண்டும். ஏமாந்து போகக் கூடாது!

'எல்லாம் சரியாயிருக்கிறதா, தம்பி! நீகொண்டு வந்த பொன், பொருள் எல்லாம்?' என்று சின்னப் பழுவேட்டரையர் கேட்டார்.

'இதோ பார்த்துச் சொல்கிறேன்' என்று கூறி வந்தியத்தேவன் பொற் காசுகளை எண்ணினான். அதிகப்படி காசுகளை எடுத்துத் தனியாக பழுவேட்டரையர் முன்பு வைத்துவிட்டு, 'தளபதி! வாணர் குலத்தில் பிறந்தவன் நான்; ஆதித்த கரிகாலரின் தூதன்; பிறர் பொருளுக்கு ஆசைப்படுவதில்லை!' என்றான்.

'உன்னுடைய நேர்மையை மிக மெச்சுகிறேன். ஆயினும் உன்னுடைய வழிச் செலவுக்கு இதை நீ வைத்துக் கொள்ளலாம்! எப்போது புறப்பட விரும்புகிறாய்? இன்றைக்கே புறப்படுகிறாயா? அல்லது இன்றிரவு தங்கி இளைப்பாறிவிட்டு, பெரியவரையும் பார்த்துவிட்டுப் போகிறாயா?' என்று கேட்டார் தளபதி.

'அவசியம் இன்றிரவு இங்கே தங்கிப் பெரிய பழுவேட்டரையரையும் தரிசித்து விட்டுத்தான் போக எண்ணியிருக்கிறேன். ஆனால் உங்கள் ஆட்களிடம் மட்டும் கொஞ்சம் சொல்லி வையுங்கள்; என் பொருள் களில் கை வைக்க வேண்டாம் என்று!' - இவ்விதம் சொல்லிக் கொண்டே அதிகப்படியாயிருந்த பொற்காசுகளையும் வந்தியத்தேவன் எடுத்துத் துணிச்சுருளில் பத்திரப்படுத்திக்கொண்டான்.

'மிக்க சந்தோஷம். உனக்கு இங்கே எந்தவிதமான இடைஞ்சல்களும் இனிமேல் இராது. உனக்கு என்ன வேண்டுமோ, தாராளமாய்க் கேட்டுப் பெற்றுக் கொள்ளலாம்.'

'தளபதி! இந்தத் தஞ்சை நகரைச் சுற்றிப் பார்க்க வேண்டும் என்று எனக்கு ஆசையாயிருக்கிறது. பார்க்கலாம் அல்லவா?'

'தாராளமாகப் பார்க்கலாம். இதோ இவர்கள் இருவரும் உன்னோடு வந்து கோட்டைக்குள் எல்லா இடங்களையும் காட்டுவார்கள். கோட்டைக்கு வெளியில் மட்டும் போக வேண்டாம். சாயங்காலம் கோட்டைக் கதவுகளைச் சாத்திவிடுவார்கள்! வெளியில் போய் விட்டால் திரும்பி இரவு வர முடியாது. கோட்டைக்குள்ளே உன் விருப்பப்படி சுற்றி அலையலாம்!' - இவ்விதம் கூறிவிட்டு இரண்டு புதிய ஆட்களைச் சின்னப் பழுவேட்டரையர் தம் அருகில் அழைத்து அவர்களிடம் ஏதோ சொன்னார். அவர் சொன்னது என்னவாயிருக்கும் என்று வந்தியத்தேவன் ஒருவாறு ஊகித்துத் தெரிந்துகொண்டான்.

முப்பத்து மூன்றாம் அத்தியாயம்

# மரத்தில் ஒரு மங்கை!

கோட்டைத் தளபதியின் இரு ஆட்களும் தன் இரண்டு பக்கத்தில் வர, வந்தியத்தேவன் தஞ்சைக் கோட்டையைச் சுற்றிப் பார்க்கப் புறப்பட்டான். தான் தப்பித்து ஓடிவிடாமல் பார்த்துக் கொள்ளவே அவர்கள் தன்னுடன் வருகிறார்கள் என்பதைப் பற்றி அவனுக்கு சந்தேகம் இருக்கவில்லை. கோட்டை வாசல் வழியாக வெளியே யாரையும் போக விடாமல் பார்த்துக் கொள்ளும்படி கட்டளை பிறந்திருக்கும் என்பதிலும் ஐயமில்லை. ஆனாலும் அவன் அன்று முன்னிரவுக்குள் தப்பிச் சென்றே தீரவேண்டும். பெரிய பழுவேட்டரையர் வந்துவிட்டால், பிறகு தப்பித்துச் செல்வது இயலாத காரியம்; உயிர் பிழைத்திருப்பதே முடியாத காரியமாகிவிடும்!

ஆகவே, தஞ்சாவூர் கோட்டைக்குள் வந்தியத்தேவன் அங்குமிங்கும் அலைந்து வேடிக்கை பார்த்துக்கொண்டிருந்த போது, அவனுடைய மனம் தப்பிச் செல்லும் வழிகளைப் பற்றி ஆலோசித்துக்கொண்டே யிருந்தது. முதலில் இந்த யமகிங்கரர்களிடமிருந்து தப்ப வேண்டும். பின்னர், கோட்டையிலிருந்து தப்பிச் செல்ல வேண்டும். எப்படித் தப்புவது? அதுதான் தெரியவில்லை.

பார்க்கப்போனால் இவர்களிடமிருந்து தப்புவது பெரிய காரிய மில்லை. இரண்டு பேரையும் ஒரு வினாடி நேரத்தில் தாக்கிக் கீழே தள்ளிவிட்டு ஓடிவிடலாம். ஆனால் எங்கே ஓடுவது? தஞ்சைக் கோட்டையைப் பழுவேட்டரையர்கள் எவ்வளவு பலப்படுத்திக் கட்டியிருக்கிறார்கள் என்பது நாடறிந்த செய்தி. அவர்களுடைய அனுமதியின்றித் தஞ்சைக் கோட்டைக்குள் காற்றுக்கூட நுழைய முடியாது என்று ஜனங்கள் சொல்லுவார்கள். யமனும் வரமுடியாது என்று சக்கரவர்த்தியே இன்று காலையில் சொன்னார். அத்தகைய கோட்டையிலிருந்து எப்படிச் செல்வது? இந்த இருவரையும் தொட வேண்டியதுதான்; அவர்கள் உடனே கூச்சல் கிளப்பிவிடுவார்கள்.

அடுத்த கணத்தில் தான் பாதாளச் சிறைக்குப் போக நேரிடும்; அல்லது உயிரிழக்க நேரிடும். இவர்களைத் தாக்குவதில் பயனில்லை. தாக்காமல் தந்திரத்தினாலேயே தப்பிக்க வேண்டும். அப்படித் தப்பித்த பிறகு கோட்டையிலிருந்து வெளியேற வழி தேட வேண்டும். எவ் வளவு பலமான கோட்டையாயிருந்தாலும் இரகசியச் சுரங்கவழி இல்லாமற் போகாது. அதை எப்படி கண்டு பிடிப்பது? அது யாருக்குத் தெரிந்திருக்கும்? தெரிந்தவர்கள் யாரேனும் இருந்தாலும், தனக்குச் சொல்வார்களா?

இப்படிப் பலவகையாகச் சிந்தித்துக்கொண்டே நடந்தபோது, சட்டென்று பழுவூர் இளைய ராணியின் நினைவு வந்தது. ஆகா! அந்தக் கோட்டைக்குள் யாராவது தனக்கு உதவி செய்வதாயிருந்தால், அந்த மாதரசிதான் செய்யக்கூடும். அதுவும் சந்தேகந்தான். ஆனால் ஆழ்வார்க்கடியானின் பெயரைச் சொல்லி ஏதேனும் தந்திர மந்திரம் செய்து பார்க்கலாம். அப்படிப் பார்ப்பதற்கு முதலில் பெரிய பழுவேட்டரையரின் அரண்மனையைக் கண்டுபிடிக்க வேண்டும். கண்டுபிடித்தாலும், தான் அங்கே ராணியைப் பார்க்கச் செல்வது இந்தத் தடியர்களுக்குத் தெரியக் கூடாது. தெரிந்தால் இவர்கள் போய்ச் சின்னப் பழுவேட்டரையரிடம் சொல்லிவிடுவார்கள். அதிலிருந்து என்ன விபரீதம் நேருமோ, யார் கண்டது? ஒருவேளை, பெரிய பழுவேட்டரையர் அரண்மனையில் இருக்கும்போது அவரே வந்து விட்டால் என்ன செய்வது? சிங்கத்தின் குகைக்குள் நாமாகச் சென்று தலையைக் கொடுப்பது போல ஆகுமே?

வந்தியத்தேவனுடைய மனம் சிந்தித்துக்கொண்டிருந்தபோது அவனுடைய வாயும் கண்களும் சும்மா இருந்துவிடவில்லை. பின்னோடு வந்தவர்களை 'அது என்ன? இது என்ன?', 'அது யார் அரண் மனை?', 'இது யார் மாளிகை?', 'இது என்ன கட்டடம்?', 'அது என்ன கோபுரம்?' என்றெல்லாம் அவன் வாய் கேட்டுக்கொண்டேயிருந்தது. அவனுடைய காதுகள், 'இது பெரிய பழுவேட்டரையர் அரண்மனை' அல்லது 'பழுவூர் இளைய ராணி அரண்மனை' என்ற மறுமொழி வருகிறதா என்று கூர்ந்து கவனித்துக்கொண்டேயிருந்தன. அவனுடைய கண்களோ அப்புறமும் இப்புறமும் நாலாபுறமும் கவனமாகப் பார்த்துக்கொண்டு வந்தன. அப்படிப் பார்த்து வந்தபோது ஒரு விஷயம் அவன் கண்கள் வழியாக மனத்தில் நன்கு பதிந்தது. கோட்டைக்குள்ளே பிரதான வீதிகள் விசாலமாயும் ஜனப் போக்குவரவு நிறைந்ததாயும் இருந்தபோதிலும் சந்து பொந்துகளும் ஏராளமாயிருந்தன. மரமடர்ந்த தோட்டங்களும் அதிகமாயிருந்தன. அந்தச் சந்து பொந்துகளின் வழியாகச் சென்று அடர்ந்த தோட்டங்களுக்குள் புகுந்து மறைந்து கொள்வது அசாத்தியமான காரியம் அல்ல. ஒரு நாள், இரண்டு நாள்

கூடத் தலைமறைவாக இருப்பது சாத்தியந்தான். ஆனால் யாரும் பாராத சமயத்தில் மறைந்து கொள்ள வேண்டும்; யாரும் தேடாமலும் இருக்க வேண்டும். சின்னப் பழுவேட்டரையர் அவருடைய கணக்கற்ற ஆட்களைத் தேடுவதற்கு ஏவிவிட்டால் மறைந்திருப்பது சாத்திய மல்ல. அல்லது யாருடைய வீட்டுக்குள்ளாவது புகுந்து அடைக்கலம் பெற வேண்டும். அம்மாதிரி தஞ்சைக் கோட்டைக்குள் தனக்கு அடைக்கலம் யார் கொடுப்பார்கள்? பழுவூர் ராணி கொடுத்தால்தான் கொடுத்தது. தன்னுடைய கற்பனா சக்தியையெல்லாம் பிரயோகித்து அவளிடம் கதை கட்டிச் சொல்லி நம்பும்படிச் செய்ய வேண்டும். அதற்கு முதலில், இவர்களிடமிருந்து தப்பித்து நழுவ வேண்டும்...

ஆகா! இது என்ன கோஷம்? இது என்ன ஆர்ப்பாட்டம்? - ஓ! இவ்வளவு கூட்டமாகப் போகிறார்களே, இவர்கள் யார்? தெய்வமே! நீ என் பக்கத்தில் இருக்கிறாய் என்பதில் சந்தேகமில்லை. இதோ ஒரு வழி புலப்படுகிறது! இதோ ஒரு துணை தோன்றுகிறது!...

குறுக்கு வீதியில் ஒரு திருப்பத்துக்கு வந்ததும், பிரதான வீதி வழியாக ஒரு பெரிய கும்பல் வாத்திய கோஷ ஜயகோஷ முழக்கங்களுடன் போய்க்கொண்டிருந்ததைப் பார்த்து வந்தியத்தேவன் மேற்கண்டவாறு நினைத்தான். அந்தக் கும்பலில் சென்றவர்கள் வேளக்காரப் படையினர் என்பதைத் தெரிந்துகொண்டான். வழக்கம்போல் மகாராஜாவை தரிசனம் செய்துவிட்டு அவர்கள் கோட்டையை விட்டு வெளியேறு கிறார்கள் போலும்! இந்தக் கூட்டத்தில் தானும் கலந்து விட்டால்?... ஆகா! தப்புவதற்கு இதைக் காட்டிலும் வேறு சிறந்த உபாயம் என்ன?

பின்னோடு வருகிறவர்கள் அவ்வளவு சுலபத்தில் தன்னை விட்டு விடமாட்டார்கள். தான் கூட்டத்தில் கலந்தால் அவர்களும்கூடத் தொடர்ந்து வருவார்கள். கோட்டை வாசல் வழியாக வெளியேறுவதும் எளிதாயிராது! வாசற் காவல் செய்வோர் அவ்வளவு ஏமாந்தவர்களாக இருந்துவிடுவார்களா? தன்னைக் கண்டுபிடித்துத் தடுத்து நிறுத்திவிட மாட்டார்களா? ஆயினும் ஒரு பிரயத்தனம் செய்து பார்க்க வேண்டியது தான்; வேறு வழியில்லை. கடவுளே பார்த்துக் காட்டியிருக்கும் இந்த வழியை உபயோகித்துக் கொள்ளாவிட்டால் தன்னைப் போன்ற மூடன் வேறு யாரும் இல்லை.

வழக்கம்போல், பின்னோடு வந்தவர்களைப் பார்த்து, 'இது என்ன கூட்டம்?' என்று வந்தியத்தேவன் கேட்டான். 'வேளக்காரப் படை' என்று சொன்னதும், அந்தப் படையைப் பற்றிய விவரங்களைக் கேட்கலானான். அத்தகைய வீரப் படையில் தானும் சேர்ந்துவிட விரும்புவதாகவும், ஆகையால் நெருங்கிப் பார்க்க வேண்டுமென்றும் சொன்னான். இப்படியெல்லாம் பேசிக்கொண்டே வேளக்காரப்

படையை அணுகினான். சிறிது நேரத்தில் 'முன்னால் தாரை தப்பட்டை முழக்குகிறவர்களைப் பார்க்க வேண்டும்' என்று சொல்லிக்கொண்டே வேளக்காரப் படைக் கூட்டத்தில் கலந்துவிட்டான்.

கூட்டம் மேலே போகப் போக, இவனும் ஒரே இடத்தில் நில்லாமல் மேலும் கீழும் அப்பாலும் இப்பாலும் நகர்ந்துகொண்டிருந்தான். வேளக்காரப் படை வீரர்களைக் காட்டிலும் அதிக உற்சாகத்துடன் கோஷங்களைச் செய்தான். அவ்வீரர்களில் சிலர் இவனை உற்று உற்றுப் பார்த்தார்கள். 'இவன் யார் பைத்தியக்காரன்?' என்ற பாவனையில் சிலர் பார்த்தார்கள். 'மிதமிஞ்சி மதுபானம் செய்தவன் போலிருக்கிறது!' என்ற பாவனையில் சிலர் பார்த்தார்கள். ஆனால் யாரும் அவனைத் தடுக்கவோ, அப்புறப்படுத்தவோ முயலவில்லை.

அவனுடன் வந்த சின்னப் பழுவேட்டரையரின் ஆட்களோ, வேளக் கார படைக்குள் நுழையத் துணியவில்லை. 'எப்படியும் அவன் வெளியில் வருவான், அப்போது மீண்டும் பற்றிக் கொள்ளலாம்' என்ற நம்பிக்கையுடன் வேளக்காரப் படையின் ஓரமாகச் சற்று விலகியே அவர்கள் சென்றுகொண்டிருந்தார்கள்.

அச்சமயம் வீதியில் எதிர்ப்புறமாகத் தயிர்க் கூடையுடன் வந்து கொண்டிருந்த ஒரு ஸ்திரீ வேளக்காரப் படைக்கு ஒதுங்கி ஒரு சந்தில் நின்றாள். அந்த வீரர்களில் ஒருவன், 'அம்மா! தாகமாயிருக்கிறது; கொஞ்சம் தயிர் தருகிறாயா? என்று கேட்டான். அந்தப் பெண் துடுக்காக, 'தயிர் இல்லை; கன்னத்தில் இரண்டு அறை வேணுமானால் தருகிறேன்!' என்றாள்.

அதைக் கேட்ட ஒரு வீரன் 'ஓகோ! அதைத்தான் கொடுத்துவிட்டுப் போ!' என்று அந்தப் பெண்ணை அணுகிச் சென்றான். தயிர்க்காரப் பெண் பயந்து ஓடினாள். வீரன் அவளைத் தொடர்ந்து ஓடினான். அவளைப் பிடித்துக்கொண்டு வருவதற்காக இன்னும் இரண்டு வீரர்கள் ஓடினார்கள். ஓடியவர்கள் அனைவரும் தலைக்குத் தலை ஒவ்வொரு விதமாகக் கூச்சல் போட்டுக் கொண்டு ஓடியபடியால் விஷயம் என்ன வென்பதே யாருக்கும் தெரியவில்லை. ஏதோ தமாஷ் என்று மட்டும் எல்லாரும் எண்ணினார்கள்.

இதையெல்லாம் பார்த்துக்கொண்டிருந்தான் வல்லவரையன். அந்த ஒரு கணத்தில் அவன் மனத்திற்குள் தீர்மானத்துக்கு வந்து விட்டான். தீர்மானிப்பதும் தீர்மானத்தைக் காரியத்தில் நிறைவேற்றுவதும் வந்தியத்தேவனுக்கு ஒன்றுதான் என்பதை நாம் ஏற்கெனவே பல முறை பார்த்திருக்கிறோம். தீர்மானித்த பிறகு தயங்குவதென்பது அவனுடைய இயற்கைக்கு விரோதமானது. எனவே, 'ஓடு! ஓடு!',

'பிடி! பிடி!' என்று கூவிக்கொண்டே வந்தியத்தேவனும், தயிர்க்காரப் பெண்ணைத் துரத்திக்கொண்டு ஓடியவர்களைத் தொடர்ந்து தானும் ஓடினான். அந்தப் பெண் சற்றுத் தூரம் ஓடி, ஒரு குறுகிய சந்தில் திரும்பினாள். பின் தொடர்ந்து ஓடியவர்கள் அங்கே போய்ப் பார்த்த போது தயிர்க்காரப் பெண்ணைக் காணவில்லை. மாயமாய் மறைந்து விட்டாள்! துரத்தி வந்த வீரர்களும் அவளைப் பற்றி அப்புறம் கவலைப் படவில்லை; திரும்பிவிட்டார்கள். வந்தியத்தேவன் மட்டும் திரும்ப வில்லை. அந்தப் பெண் புகுந்து சென்ற சந்து வழியாகவே மேலும் ஓடினான். இன்னும் இரண்டு மூன்று சந்துகள் புகுந்து திரும்பிய பிறகே ஓட்டத்தை நிறுத்தி மெதுவாக நடக்கலுற்றான்.

வேளக்காரப் படை சாதாரணமாகக் கோட்டையிலிருந்து வெளி யேறும் நேரம் சூரியாஸ்தமன நேரம் அல்லவா? வந்தியத்தேவன் இப்போது புகுந்து சென்ற சந்துகளில் ஏற்கெனவே இருள் சூழ்ந்து விட்டது. இருபுறமும் சில இடங்களில் மதில்சுவராயிருந்தது. சில இடங்களில் செடி கொடிகள் அடர்ந்த வேலியாயிருந்தது. வந்தியத் தேவன் எங்கும் நிற்காமல் போய்க்கொண்டேயிருந்தான். திசையைப் பற்றி அவன் கவலைப்படவில்லை. பெரிய வீதிகளில் புகாமல் சந்து பொந்துகளின் வழியாகப் புகுந்து போனால் எப்படியும் கோட்டை வெளிச்சுவரை அடைந்தே தீர வேண்டும். கோட்டைச் சுவரை அடைந்த பிறகு என்ன செய்வது என்பதைப் பிறகு தீர்மானித்துக் கொள்ளலாம். யோசித்து யுக்திகள் கண்டுபிடிப்பதற்குத்தான் இரவெல்லாம் நேரம் இருக்கிறதே!

சற்று நேரத்துக்கெல்லாம் நன்றாக இருட்டிவிட்டது. அவன் சென்ற பாதை கடைசியில் ஒரு மதில் சுவரில் வந்து முடிந்தது. இருட்டில் நடந்து வந்த வந்தியத்தேவன் அச்சுவரின் மேல் இலேசாக மோதிக் கொண்டான். சுவர் என்று மட்டும் தெரிந்தது. அது என்ன சுவர், எவ்வளவு உயரமான சுவர் என்பது ஒன்றும் தெரியவில்லை. அநேக மாக அது கோட்டை மதில் சுவராகவே இருக்கலாம். அப்படியானால் இங்கேயே உட்கார்ந்து விடுவதுதான் சரி. சிறிது நேரத்துக்கெல்லாம் சந்திரன் உதயம் ஆகும். அப்போது பார்த்துத் தெரிந்து கொள்ளலாம். அதுவரை ஒளிந்திருப்பதற்கு இதைக் காட்டிலும் நல்ல இடம் இருக்க முடியாது. இத்தனை நேரம் சின்னப் பழுவேட்டரையரின் ஆட்கள் திரும்பிப் போய்ச் சொல்லியிருப்பார்கள். கோட்டைத் தளபதி தன்னுடைய ஆட்களை நாலாபுறமும் ஏவியிருப்பார். ஒருவேளை வேளக்காரப் படையுடன் தான் வெளியேறியிருக்கலாம் என்றும் சந்தேகித்திருப்பார். கோட்டைக்கு உள்ளேயும் வெளியிலேயும் தன்னைத் தேடிக்கொண்டிருப்பார்கள். தேடட்டும்; தேடட்டும்; நன்றாகத் தேடட்டும். அவர்களையெல்லாம் ஏமாற்றிவிட்டு, நான்

இக்கோட்டையை விட்டுத் தப்பித்துச் செல்லாவிட்டால் நான் வாணர் குலத்தவன் அல்ல! என் பெயரும் வந்தியத்தேவன் அல்ல!

ஆனால் சந்திரன் உதயமாகி நிலா அடிக்கத் தொடங்கி விட்டால் பழுவேட்டரையர் ஆட்களுக்கும் வசதியாகப் போய்விடும். தன்னைத் தேடி இங்கே வந்தாலும் வந்துவிடுவார்கள். வந்தால் வரட்டும்; தாராள மாய் வரட்டும்; இந்த அடர்ந்த தோப்புக்குள் ஒளிந்துகொண்டால் யார்தான் தேடிக் கண்டுபிடிக்க முடியும்?

இப்படி எண்ணிக்கொண்டே சுவரின் மீது சாய்ந்துகொண்டு வந்தியத் தேவன் உட்கார்ந்தான். இளம்பிள்ளையாதலாலும் பகலெல்லாம் அலைந்து களைத்திருந்தபடியாலும் கண்ணைச் சுழற்றிக்கொண்டு தூக்கம் வந்தது. மேலக்காற்றில் மரக்கிளைகள் ஆடி ஒன்றோடொன்று உராய்ந்து உண்டாக்கிய சத்தம் தாலாட்டுப் பாடலைப் போல மயக்கத்தை உண்டுபண்ணியது. அப்படியே தூங்கிவிட்டான்.

அவன் தூக்கம் நீங்கிக் கண் விழித்தபோது சந்திரன் உதயமாகிக் கீழ்வானத்தில் சிறிது தூரம் மேலே வந்திருந்தது. அடர்ந்த மரக்கிளை களின் வழியாக நிலா வெளிச்சம் வந்து சுற்றுப்புற காட்சிகளை அரை குறையாக அவனுக்குக் காட்டியது. தனது நிலை என்னவென்பதை வந்தியத்தேவன் ஞாபகப்படுத்திக் கொண்டான். சுவரில் சாய்ந்தபடி தான் தூங்கிவிட்டது அவனுக்கு வியப்பை அளித்தது. அதைக் காட்டிலும் துயில் நீங்கி விழித்துக்கொண்டது ஆச்சரியம் அளித்தது. தன்னுடைய துயிலை நீக்கி விழிக்கச் செய்த காரணம் யாது? ஏதோ ஒரு குரல் கேட்டதுபோல் தோன்றியதே? அது மனிதக் குரலா? அல்லது விலங்கின் குரலா? அல்லது இரவில் விழித்திருக்கும் பறவையின் குரலா? - குரல் கேட்டதுதான் உண்மையா?

வந்தியத்தேவன் அண்ணாந்து பார்த்தான். அரைகுறையான நிலா வெளிச்சத்தில் செங்குத்தான சுவர் தெரிந்தது. ஆ! இது கோட்டைச் சுவராயிருக்க முடியாது; கோட்டைச் சுவர் இன்னும் உயரமாயிருக்கும். ஒருவேளை வெளிக்கோட்டைச் சுவருக்குள்ளே இன்னொரு சிறிய கோட்டைச் சுவராக இருக்குமோ? அல்லது பெரியதொரு அரண் மனைத் தோட்டத்தின் மதிள் சுவரோ?

அண்ணாந்து பார்த்துக்கொண்டே வந்தியத்தேவன் எழுந்தான். ஒருகணம் அவனுடைய இருதயத் துடிப்பு நின்று போயிற்று. வயிற்றிலுள்ள குடல் மேலே மார்பு வரை விம்மி வந்து அடைத்தது. அவ்வளவு பீதி உண்டாயிற்று. அதோ அந்த மதில் சுவருக்கு மேலேயுள்ள மரக்கிளையில் இருப்பது என்ன? மரங்களில் வசிக்கும் வேதாளம் என்னும் பிசாசைப் பற்றி அவன் கேட்டிருந்த கதைகள் பலவும் நினைவுக்கு வந்தன.

ஆனால் வேதாளம் பேசுமா? மனிதக் குரலில் பேசுமா? அதுவும் பெண்ணின் குரலில் பேசுமா? இந்த வேதாளம் அவ்வாறு பேசுகிறதே? என்ன சொல்கிறது என்று கேட்கலாம்.

'என்ன ஐயா! சுவரில் சாய்ந்தபடி தூங்கிவிட்டாயா? எத்தனை தடவை கூப்பிடுகிறது?'

ஆ! இது வேதாளம் அல்ல. மனித குலத்துப் பெண்மணிதான் பேசுகிறாள். மரக்கிளையின் மீது உட்கார்ந்திருப்பவள் ஒரு பெண் மணிதான்! இது என்ன கனவா? அல்லது உண்மையில் நடப்பதா?

'அழகுதான்! இன்னும் தூக்கம் கலையவில்லை போலிருக்கிறது. இதோ ஏணியை வைக்கிறேன். ஜாக்கிரதையாக ஏறி வா! கீழே விழுந்து தொலைக்காதே!'

இப்படிச் சொல்லிக்கொண்டே அப்பெண் சுவரின் உட்புறத்திலிருந்து மெல்லிய மூங்கிலினால் ஆன ஏணி ஒன்றை எடுத்து வெளிப்புறத்தில் சுவர் ஓரமாக வைத்தாள்.

வந்தியத்தேவனுக்கு ஒன்றும் விளங்கவில்லைதான்! ஆனாலும் இப்படிப்பட்ட அரிய சந்தர்ப்பத்தை - தன்னைத் தேடி வரும் சந்தர்ப் பத்தை - அவன் விட்டு விடுவானா?

வருகிறது வரட்டும்; பிறகு நடப்பது நடக்கட்டும். இப்போது இந்த ஏணியில் ஏறலாம்; சுவரின் உச்சியை அடைந்த பிறகு மற்ற விவரங்கள் கேட்டுத் தெரிந்து கொள்ளலாம்.

ஏணியில் முக்கால் பங்கு அவன் ஏறியபோது அந்தப் பெண் மறுபடியும், 'நல்ல தாமதக்காரன் நீ! அங்கே இளைய ராணியம்மாள் காத்துக் கொண்டிருக்கிறார்கள். இங்கே நீ மதில் சுவரில் சாய்ந்து தூங்கிக் கொண்டிருக்கிறாய்!' என்றாள். அப்போது ஏற்பட்ட அதிர்ச்சியினால் வந்தியத்தேவன் ஏணியில் இருந்து நழுவி விழுந்துவிட இருந்தான். நல்ல வேளையாக, அங்கே சுவரில் நீட்டிக்கொண்டிருந்த கல்லைப் பிடித்துக்கொண்டு சமாளித்தான்.

இளைய ராணியென்றால், பழுவூர் இளைய ராணியாகத்தான் இருக்கும்! நான் இங்கே வந்து உட்கார்ந்தது அவளுக்கு எப்படித் தெரிந்தது? மாயமந்திரம் ஏதோ அவள் அறிந்திருக்க வேண்டும்! தன்னைப் பார்ப்பதில் அவளுக்கு இவ்வளவு சிரத்தை ஏற்படக் காரணம் என்ன? ஒருவேளை, - ஒருவேளை - வேறு எவனுக்காகவோ வைத்த ஏணியில் நான் ஏறி விட்டேனோ? எப்படியிருந்தாலும் இருக்கட்டும்! முன் வைத்த காலைப் பின் வைக்க முடியாது! எல்லாம் சற்று நேரத்தில் தெரிந்து போய்விடுகிறது.

சுவரின் உச்சியருகில் வந்ததும் அவனுடைய கையைப் பிடித்து அந்தப் பெண் தூக்கிவிட்டாள். அப்போது நிலா வெளிச்சம் அவள் முகத்தில் அடித்தது. இதற்குள் ஆச்சரியப்படும் சக்தியையே வந்தியத்தேவன் இழந்து விட்டான். அதனால்தான் அவளுடைய முகம் வேளக்காரப் படையினர் துரத்திய தயிர்க்கூடைக்காரியின் முகம் போலத் தோன்றியும், அவன் சுவரிலிருந்து தவறி விழவில்லை. இன்றிரவு இதற்கு மேல் என் னென்ன வியப்பான நிகழ்ச்சிகள் நடந்தாலும் வியப்படைவதற்கு இடமில்லைதான்.

'ஊம்! ஏன் விழித்துக்கொண்டு சுவர் மேலேயே உட்கார்ந்திருக்கிறாய்? ஏணியை எடுத்து உள்ளே இறக்கிவிட்டுக் குதி சீக்கிரம்!' என்று சொல்லிக்கொண்டே அந்தப் பெண் சரசரவென்று மரக்கிளையிலிருந்து கீழே இறங்கினாள்.

வந்தியத்தேவன் அவள் கூறியவாறே செய்தான். அவன் இறங்கிய இடம் ஒரு விஸ்தாரமான தோட்டம் என்று தெரிந்தது. சற்றுத் தூரத்தில் ஒரு பெரிய அரண்மனையின் மாடகூட கோபுரங்களும் சிகரங்களும் மங்கிய நிலா வெளிச்சத்தில் சொப்பன உலகக் காட்சியைப் போல் தோன்றின.

அது யாருடைய அரண்மனை என்று கேட்பதற்காக வந்தியத்தேவன் தொண்டையைக் கனைத்துக்கொண்டான். உடனே அந்தப் பெண் 'உஷ்' என்று சொல்லி, உதட்டில் விரலை வைத்து எச்சரித்துவிட்டு முன்னால் நடந்தாள். வந்தியத்தேவன் அவளைத் தொடர்ந்து சென்றான்.

முப்பத்து நான்காம் அத்தியாயம்

# லதா மண்டபம்

அடர்ந்த மாந்தோப்புக்கிடையே சென்ற ஒற்றையடிப் பாதையின் வழியாக அம்மங்கை விடுவிடுவென்று நடந்து செல்ல, வந்தியத் தேவனும் விரைவாகத் தொடர்ந்து சென்றான். மரஞ் செடிகளின்மீது மோதிக் கொள்ளாமல், அந்த இருளில் நடந்து செல்லுவது கஷ்ட மாகத்தான் இருந்தது. ஒரு சமயம் இவன் மரத்தில் மோதிக் கொள்ளப் பார்த்துத் தயங்கி நின்றபோது, அந்த மங்கை திரும்பிப் பார்த்து, 'ஏன் நிற்கிறாய்? வழி மறந்து போய் விட்டதா? நீதான் இருட்டில் கண் தெரிகிற மனிதன் ஆயிற்றே!' என்றாள். அதற்குப் பதிலாக வந்தியத் தேவன் உதட்டில் விரலை வைத்து முன்னால் அவள் சொன்னது போல் 'உஷ்!' என்றான். அதே நேரத்தில் மதில் சுவருக்கு வெளியே ஏதோ சப்தம் கேட்டது. மனித நடமாட்டம் போலத் தொனித்தது. பிறகு இருவரும் மறுபடி நடந்தார்கள். கொஞ்ச தூரம் போனதும் வல்லவரையன் இலேசாகச் சிரித்தான். அந்த மங்கை திரும்பிப் பார்த்து, 'என்னத்தைக் கண்டு சிரிக்கிறாய்?' என்றாள்.

'கண்டு சிரிக்கவில்லை; கேட்டுச் சிரிக்கிறேன்!'

'அப்படியென்றால்?...'

'என்னைத் தேடி வந்தவர்களின் காலடிச் சத்தத்தைச் சற்று முன் நீ கேட்க வில்லையா? அவர்கள் ஏமாந்து போனதை எண்ணிச் சிரிக்கிறேன்!'

அவள் சிறிது பயத்துடன், 'உன்னை யாராவது தேடி வருகிறார்களா என்ன? எதற்காக?' என்றாள்.

'இல்லாவிட்டால் எதற்காக இந்தக் குருட்டு இருட்டில் மதில் சுவரில் வந்து மோதிக்கொண்டு உட்கார்ந்திருக்க வேண்டும்?' அச்சமயம் காற்றின் அசைவில் மரக்கிளைகள் விலகி நிலாக் கதிர் ஒன்று வந்தியத் தேவனுடைய முகத்தின் மீது விழுந்தது.

அந்தப் பெண் சற்று வியப்புடனும் திகைப்புடனும் அவனைப் பார்த்தாள்.

'என்ன பார்க்கிறாய்?' என்று கேட்டான்.

'நீ, நீதானா என்று பார்த்தேன்!'

'நான், நான் இல்லாவிட்டால் வேறு யாராயிருப்பேன்?'

'போன தடவை நீ வந்திருந்தபோது பெரிய மீசை வைத்திருந்தாயே!'

'நல்ல கேள்வி கேட்கிறாய்! என்னைப் போல் சுவர் ஏறிக் குதித்து வருகிறவன் அடிக்கடி வேஷத்தை மாற்றிக் கொள்ளாவிட்டால் எப்படி?'

'முன்னைக்கு இப்போது இளமையாய்த் தோன்றுகிறாயே?'

'உற்சாகம் இருக்கும்போது இளமை தானே வருகிறது!'

'அப்படி உனக்கு என்ன உற்சாகம் வந்தது?'

'உங்கள் மகாராணியின் தயவு இருக்கும்போது உற்சாகத்துக்கு என்ன குறைவு?'

'பரிகாசம் செய்ய வேண்டாம். இன்றைக்கு எங்கள் எஜமானி இளைய ராணிதான். ஒருநாள் நிச்சயமாக மகாராணி ஆவார்கள்!'

'அதைத்தான் நானும் சொல்லுகிறேன்.'

'இதுதானா சொல்வாய்? உன்னுடைய மந்திர சக்தியினால்தான் மகாராணி ஆனார்கள் என்று கூடச் சொல்வாய்! பாதி ராஜ்யத்தைக் கொடு என்று கேட்டாலும் கேட்பாய்!'

வந்தியத்தேவன் அறிய விரும்பியதை ஒருவாறு அறிந்துகொண்டான். பிறகு அவன் ஒன்றும் பேசவில்லை. தீவிரமாக யோசித்துக்கொண்டே நடந்தான்.

தான் சந்திக்கப் போகிறது யாரை? பழுவூர் இளைய ராணியா யிருக்கலாம். அல்லது மதுராந்தகத் தேவரை மணந்து கொண்ட சின்னப் பழுவேட்டரையரின் மகளாயிருக்கலாம். தன்னை மந்திரவாதியென்று எண்ணி அந்தப் பெண் அழைத்துக்கொண்டு போகிறாள். போய், அந்த 'இளைய ராணி' யாராயிருந்தாலும் அவளைச் சந்திக்கும்போது எப்படி நடந்து கொள்வது? நெஞ்சே! தைரியத்தைக் கைவிடாதே! தைரியம் உள்ள வரையில் ஜயமும் உண்டு! சமயத்தில் ஏதேனும் யுக்தி தோன்றாமல் போகாது! இதுவரையில் எந்த நெருக்கடியிலும் நாம் தோல்வியுற்று வந்ததில்லை. அதிலும் பெண்பிள்ளை ஒருத்தியிடமா தோல்வியடையப் போகிறோம்?

ஒரு பெரிய மாளிகையை அவர்கள் நெருங்கிச் சென்றார்கள். ஆனால் மாளிகையின் முன் வாசலை நோக்கிச் செல்லவில்லை. பின்புற வாசலையும் நெருங்கவில்லை. மாளிகையின் ஒரு பக்கத்தில் தோட்டத்துக்குள் நீட்டி விட்டிருந்த சிருங்கார லதா மண்டபத்தை நெருங்கினார்கள். இன்னும் அருகில் நெருங்கிய போது, அந்த லதா மண்டபம் இரண்டு பெரிய பிரம்மாண்டமான மாளிகைகளை ஒன்று சேர்க்கும் பாதையைப் போல் அமைந்திருப்பது தெரிந்தது. அப்படிச் சேர்க்கப்பட்ட இரு கட்டடங்களும் ஒருவிதத்தில் மாறுபட்டிருந்தன. வலதுபுறத்து மாளிகை அதன் உள்ளே சுடர் விட்டு எரிந்த பல தீபங்களினால் ஜொலித்துக்கொண்டிருந்தது. உள்ளிருந்து பலவித கலகலப்பான தொனிகள் வந்துகொண்டிருந்தன. இடதுபுறத்துக் கட்டடத்திலோ, ஒரு சின்னஞ் சிறு தீபம் கூட எரியவில்லை. நிலா வெளிச்சத்தில் அதன் வெளிச்சுவர்கள் நெடிதுயர்ந்து தெரிந்தன. ஆனால் அந்த மாளிகையின் உள்ளே நிசப்தமும் இருளும் குடிகொண் டிருந்தன.

வந்தியத்தேவனை அழைத்துக்கொண்டு வந்த பெண், லதா மண்ட பத்தை அணுகியதும் அவனைப் பார்த்துச் சமிக்ஞையினால் அங்கேயே நிற்கும்படி சொன்னாள். அவனும் அப்படியே நின்றான். அவ்விதம் நின்றபோதுதான் அந்த இடத்தில் நிறைந்திருந்த மலர்களின் நறுமணத்தை அவன் உணர்ந்தான். அப்பப்பா! என்ன வாசம்! என்ன வாசம்! மூக்கில் நெடி போல ஏறித் தலையைக் கிறுகிறுக்க அடிக்கிறதே!

அந்தப் பெண் லதா மண்டபத்துக்குள் நுழைந்ததும், அவளுடைய குரலும் இன்னொரு இனிய பெண் குரலும் கேட்டன. 'வரச் சொல் உடனே! கேட்பானேன்? நான்தான் இத்தனை நேரமாய்க் காத்திருக் கிறேன் என்று தெரியுமே?' என்ற சொற்கள் அவனுக்கு மயக்கத்தை உண்டாக்கின. அந்தக் குரல் பழுவூர் இளையராணியின் குரல்தான்! சந்தேகமில்லை! அடுத்த கணம் அவள் முன்னால் போய் நிற்கப் போகிறோம். அந்த நிலைமையை எவ்விதம் சமாளிக்கப் போகிறோம்? எதிர்பார்த்த மந்திரவாதிக்குப் பதிலாகப் பல்லக்கில் வந்து மோதிய மனிதன் வந்து நிற்பதைக் கண்டு அவள் என்ன நினைப் பாள்? ஆச்சரியப்படுவாளா? கோபம் கொள்வாளா? ஒருவேளை மகிழ்ச்சி அடைவாளா?... அல்லது எவ்வித உணர்ச்சியையும் வெளியில் காட்டாமல் நடந்து கொள்வாளா?

அவனை அழைத்து வந்த மங்கை லதா மண்டபத்து வாசலில் நின்றபடி சமிக்ஞையால் அழைத்தாள்.

வந்தியத்தேவன் அவள் நின்ற இடத்தை அடைந்து மண்டபத்தின் உட்புறம் நோக்கினான். ஒரு நொடிப் பொழுதில் அங்கே தோன்றிய

காட்சி அவன் கண் வழியாக மனத்தில் பதிந்தது. தங்க விளக்கு ஸ்தம்பத்தில் ஒளிர்ந்த தீபச் சுடர் பொன் ஒளியைப் பரப்பியது. ஏதோ ஓர் அபூர்வமான வாசனைத் தைலத்தை அந்த விளக்கில் விட்டிருக்க வேண்டும். ஆதலின் தீபச் சுடரின் புகை கமகமவென்று மணம் வீசிற்று. பல வர்ண நறுமண மலர்களைப் பரப்பிய சப்ரகூட மஞ்சத்தில் ஒரு பெண் ஒய்யாரமாகச் சாய்ந்துகொண்டு வீற்றிருந்தாள்.

அவள் பழுவூர் இளைய ராணிதான். பகலில் பல்லக்கில் பார்த்தபோது அவள் அழகியாகத் தோன்றினாள். இரவில் தங்கக் குத்துவிளக்கின் வெளிச்சத்தில் அழகென்னும் தெய்வமே உருவெடுத்தது போலக் காணப்பட்டாள். மலரின் மணமும் விளக்கின் புகை மணமும் பழுவூர் இளைய ராணியின் மோகன உருவமும் சேர்ந்து வந்தியத்தேவனைப் போதை கொள்ளச் செய்தன.

*வந்தியத்தேவா! ஜாக்கிரதை! ஒரே ஒரு தடவை நீ மதுபானம் செய்தாய்! உன் அறிவு கலங்குவதை அறிந்தாய்! பிறகு மதுவைத் தொடுவதில்லை என்று சபதம் செய்தாய்! இப்போது அதை ஞாபகப்படுத்திக்கொள்! மதுவின் போதையைக் காட்டிலும் சக்தி வாய்ந்த இந்த மயக்கத்தில் உன் அறிவைப் பறிகொடுத்து விடாதே!*

வந்தியத்தேவனைப் பார்த்த பழுவூர் இளைய ராணி நந்தினி, அவளுடைய பவழ இதழ்கள் சிறிது விரிந்து முத்துப் பற்களை வெளிக்காட்டும்படி வியப்புடன் நோக்கிக்கொண்டிருந்தாள். பேச முடியாத நிலையை அவள் அச்சமயம் அடைந்திருந்தது வந்தியத் தேவனுக்கு அனுகூலமாகப் போயிற்று.

இலேசாக அவன் ஒரு சிரிப்புச் சிரித்து விட்டு, 'அம்மணி! தங்கள் தாதிப் பெண்ணுக்குத் திடீரென்று சந்தேகம் வந்து விட்டது; - நான் மந்திர வாதியா இல்லையா என்று! அதை எப்படிக் கேட்டாள் என்று நினைக்கிறீர்கள்? 'நீ நீதானா?' என்று கேட்டாள்!' என்று சொல்லி மறுபடியும் சிரித்தான்.

நந்தினி புன்னகை புரிந்தாள். வந்தியத்தேவனுடைய கண் முன்னால் ஒரு மின்னல் மின்னியது! அது தேனைச் சொரிந்தது.

'இவளுக்கு அப்படித்தான் ஏதாவது சந்தேகம் திடீர் திடீர் என்று வந்துவிடும்! வாசுகி! ஏன் இங்கேயே மரம்போல் நிற்கிறாய்? உன் இடத்துக்குப் போ! யாராவது வரும் காலடிச் சத்தம் கேட்டால் கதவைப் படீரென்று சாத்து!' என்றாள் நந்தினி.

'இதோ, அம்மா!' என்று சொல்லிவிட்டு, வாசுகி லதா மண்டபத்தின் உள் வழியாகப் பிரகாச மாளிகைக்குச் சென்ற நடைபாதையில் நடந்து

போய்ச் சற்றுத் தூரத்தில் மங்கலாகத் தெரிந்த வாசற்படியாண்டை உட்கார்ந்துகொண்டாள்.

நந்தினி சிறிது குரலைத் தாழ்த்திக்கொண்டு, 'உன்னை மந்திரவாதி யில்லையென்றா இவள் சந்தேகிக்கிறாள்? அசட்டுப் பெண்! மந்திர வாதிகள் என்று சொல்லிக் கொள்கிறவர்களில் முக்கால்வாசிப் பேர் வெறும் பொய்யர்கள். நீதான் உண்மை மந்திரவாதி! என்ன மாய மந்திரம் செய்து இந்தச் சமயத்தில் இங்கே வந்தாய்?' என்று கேட்டாள்.

'அம்மணி! மாயமந்திரம் செய்து நான் இங்கு வரவில்லை. சுவர் மீது சாத்தியிருந்த ஏணி மேல் ஏறித்தான் வந்தேன்!' என்றான் வந்தியத் தேவன்.

'அதுதான் தெரிகிறதே! இந்தப் பெண்ணை என்ன மாயமந்திரம் செய்து ஏமாற்றினாய் என்று கேட்டேன்.'

'நிலா வெளிச்சத்தில் ஒரு புன்னகை புரிந்தேன். அவ்வளவுதான்! அதற்குச் சரிப்பட்டு வராவிட்டால் தாங்கள் கொடுத்த மந்திர மோதி ரத்தைக் காட்ட எண்ணியிருந்தேன்.'

'அதைப் பத்திரமாய் வைத்திருக்கிறாய் அல்லவா? அந்த மோதிரம் இருக்கும்போது பட்டப் பகலில் பகிரங்கமாக இங்கே வந்திருக் கலாமே? எதற்காக இந்தக் குருட்டு வழியில் திருட்டுத்தனமாக வந்தாய்?'

'அம்மணி! தங்கள் மைத்துனர் இருக்கிறாரே, சின்னப் பழுவேட் டரையர், அவருடைய ஆட்கள் சுத்தத் திருடர்கள். முதலில் என்னுடைய உடைகளையும் உடைமைகளையும் திருடப் பார்த்தார்கள். பிறகு என்னைப் பின்தொடர்ந்து ஒரு கணம் கூடப் பிரியாமல் வந்து கொண்டிருந்தார்கள். அவர்களிடமிருந்து பிரிய பட்டபாடு பெரும் பாடாகப் போயிற்று. பிரிந்த பிறகு சந்து பொந்துகளில் புகுந்து தங்களுடைய மாளிகை மதில் சுவரைச் சுற்றிச் சுற்றி வந்துகொண்டிருந் தேன். அந்தச் சமயத்தில் சுவர் மேல் வைத்த ஏணியைப் பார்த்ததும் தாங்கள்தான் இந்த ஏழையை நினைவுகூர்ந்து இந்த ஏற்பாடு செய்திருக் கிறீர்கள் என்று எண்ணிவிட்டேன். அது தவறு என்று தெரிந்து கொண்டேன். மன்னிக்க வேண்டும்.'

'மன்னிப்பதற்கு அவசியம் ஒன்றும் ஏற்படவில்லையே!'

'அது எப்படி, அம்மணி ?'

'நீ நினைத்தது அவ்வளவாகத் தவறும் இல்லை. மந்திரவாதியை எதற்காக நான் தருவிக்க நினைத்தேன், தெரியுமா?'

'தெரியவில்லை அம்மணி! எனக்கு மந்திரமும் தெரியாது; ஜோசியமும் தெரியாது!'

'உன்னை நேற்றுக் காலையில் பார்த்தது முதலாவது உன்னுடைய ஞாபகமாகவே இருந்தது. நீ ஏன் இன்னும் என்னைப் பார்க்க வரவில்லையென்று தெரிந்து கொள்ள விரும்பினேன். அதற்காகவே தான் நான் மந்திரவாதியைக் கூப்பிட்டனுப்பினேன்.'

'மிக்க ஆச்சரியமாயிருக்கிறது.'

'எது?'

'இப்போது நீங்கள் சொன்னதுதான். நேற்று உங்களைப் பார்த்தது முதலாவது எனக்கும் உங்கள் ஞாபகமாகவேயிருந்தது!'

'பூர்வ ஜன்ம வாசனையில் உனக்கு நம்பிக்கை உண்டா?'

'அப்படியென்றால்?'

'பூர்வ ஜன்மத்தில் இரண்டு பேருக்கு நட்போ, உறவோ இருந்தால், இந்த ஜன்மத்திலும் அத்தகைய சொந்தம் ஏற்படும் என்கிறார்களே, அதைத்தான் சொல்லுகிறேன்.'

'நேற்று வரையில் எனக்கு அந்த நம்பிக்கை இல்லை. நேற்றுத் தான் அதில் நம்பிக்கை பிறந்தது.'

இவ்விதம் வந்தியத்தேவன் கூறியபோது வெளிப்படையாகப் பொய் சொன்னான் என்றாலும், மனத்திற்குள் குடந்தை ஜோதிடர் வீட்டில் பார்த்த பெண்ணை நினைத்துக்கொண்டுதான் சொன்னான். ஆனால் நந்தினிக்கு அதைப் பற்றிய விவரமே தெரிய இடமில்லையல்லவா? தன்னைப் பற்றிச் சொல்வதாகவே நினைத்துக்கொண்டாள்.

'ஆனால் அதற்காக நீ என்னைப் பார்க்க வரவில்லையே? ஏதோ ஆழ்வார்க்கடியார்நம்பி என்பவர் செய்தி சொல்லி அனுப்பியதாக...'

'ஆம், அம்மணி, அவர் சொல்லி அனுப்பிய செய்தியைத் தங்களிடம் சொல்வதற்காகவே முதலில் தங்களைப் பார்க்க விரும்பினேன். தங்களை ஒருமுறை பார்த்த பிறகு, பழைய காரணமெல்லாம் மறந்து போய்விட்டது.'

'ஆழ்வார்க்கடியாரை நீ எங்கே பார்த்தாய்? என்ன செய்தி சொல்லி யனுப்பினார்?'

'வீர நாராயணபுரத்துக்கு அருகில் ஆழ்வார்க்கடியார் நம்பியைச் சந்தித்தேன். அவர் தம் கைத்தடியின் சக்தியைக்கொண்டு விஷ்ணுதான்

பெரிய தெய்வம் என்று மெய்ப்பிக்க முயன்றார். அச்சமயத்தில் பெரிய பழுவேட்டரையரின் பரிவாரங்கள் வந்தன. அவரைத் தொடர்ந்து தங்கள் பல்லக்கும் வந்தது. அங்கே என்ன ரகளை என்று பார்ப்பதற்காகவோ என்னவோ, தங்களுடைய ஒரு பொற்கரம் பல்லக்கின் திரையை விலக்கிற்று. அப்போதுதான் தாங்கள் என்று தெரிந்து கொண்டு ஆழ்வார்க்கடியார் தங்களுக்கு ஒரு செய்தி அனுப்ப விரும்பினார். நானும் அன்றிரவு கடம்பூர் சம்புவரையர் மாளிகையில் தங்கிய படியால் என்னிடம் செய்தி சொல்லி அனுப்பினார். ஆனால் கடம்பூரில் தங்களை நான் பார்க்க முடியவில்லை. தஞ்சாவூர்க் கோட்டைக்கருகில் சாலையில்தான் சந்திக்க முடிந்தது. அதுவும் தங்கள் பல்லக்கு என் குதிரை மேல் மோதியதினால்தான்!'

இவ்விதம் வந்தியத்தேவன் சொல்லி வந்தபோது நந்தினி மேலே அண்ணாந்து பார்த்துக்கொண்டிருந்தாள். ஆகையால் அவளுடைய முகபாவத்திலிருந்து ஒன்றும் கண்டுபிடிக்க முடியவில்லை. கடைசியில் வந்தியத்தேவன் சொன்னதைக் கேட்டதும், அவனைத் திரும்பிப் பார்த்து ஒரு மோகனப் புன்னகை புரிந்தாள். 'ஆமாம்; நான் ஏறும் பல்லக்கு வெகு பொல்லாத பல்லக்குதான்!' என்றாள்.

முப்பத்தைந்தாம் அத்தியாயம்

# மந்திரவாதி

தூரத்தில் பேரிகைகளின் பெருமுழக்கம் கேட்டது. எக்காளங்கள் சப்தித்தன. மனிதர்களின் குரல்கள் ஜயகோஷம் செய்தன. கோட்டைக் கதவுகள் திறந்து மூடிக் கொள்ளும் சத்தமும், யானைகள் குதிரைகளின் காலடிச் சத்தமும் எழுந்தன.

நந்தினியின் கவனத்தை அந்தச் சத்தங்கள் கவர்ந்தன என்பதை வந்தியத் தேவன் அறிந்துகொண்டான். காவல் புரிந்த தாதிப் பெண் திடுக்கிட்டு எழுந்து சற்று அருகில் வந்து, ‘அம்மா! எஜமான் வந்து விட்டார் போலிருக்கிறது’ என்றாள்.

நந்தினி, ‘எனக்குத் தெரியும்; நீ உன் இடத்துக்குப் போ!’ என்றாள்.

பிறகு வந்தியத்தேவனைப் பார்த்து, ‘தனாதிகாரி கோட்டையில் பிரவே சிக்கிறார். சக்கரவர்த்தியின் க்ஷேமத்தை விசாரித்து விட்டு, கோட்டைத் தளபதியைப் பார்த்துப் பேசிவிட்டு, இங்கே வருவார். வருவதற்குள் நீ போய்விட வேண்டும். ஆழ்வார்க்கடியார் கூறிய செய்தி என்ன?’ என்று வினவினாள்.

‘அம்மணி! அந்த வீர வைஷ்ணவ சிகாமணி தங்களை அவருடைய சகோதரி என்று சொல்லிக்கொண்டார்; அது உண்மைதானா?’ என்று வல்லவரையன் கேட்டான்.

‘அதைப் பற்றி நீ ஏன் சந்தேகப்படுகிறாய்?’

‘பச்சைக் கிளியும் கடுவன் குரங்கும் ஒரு தாயின் குழந்தைகள் என்றால் எளிதில் நம்ப முடியுமா?’

நந்தினி சிரித்துவிட்டு, ‘ஒரு விதத்தில் அவர் சொன்னது உண்மைதான். நாங்கள் ஒரே வீட்டில், ஒரே குடும்பத்தில் வளர்ந்/தோம். உடன்பிறந்த தங்கையைப் போலவே என்னிடம் பிரியம் வைத்திருந்தார். பாவம்! அவருக்குப் பெரும் ஏமாற்றம் அளித்து விட்டேன்!’

'அப்படியானால் சரி! ஆழ்வார்க்கடியார் தங்களுக்குச் சொல்லி அனுப்பிய செய்தி கிருஷ்ணபகவான் தங்களுக்காகக் காத்துக்கொண்டிருக்கிறார் என்பதுதான். தாங்கள் கண்ணனை மணந்து கொள்ளும் கல்யாணக் காட்சியைப் பார்க்க வீர வைஷ்ணவ பக்தகோடிகளும் காத்துக்கொண்டிருக்கிறார் களாம்!'

நந்தினி ஒரு பெருமூச்சு விட்டாள். 'ஆகா! இன்னும் அவருக்கு அந்தச் சபலம் நீங்கவில்லை போலிருக்கிறது! நீ அவரைப் பார்த்தால் எனக்காக இதைச் சொல்லி விடு. என்னை அடியோடு மறந்து விடச் சொல்லு! ஆண்டாளைப் போல் பரமபக்தையாகக் கொஞ்சமும் தகுதியற்றவள் நான் என்று சொல்லு!'

'நான் அதை ஒப்புக் கொள்ளவில்லை, அம்மா!'

'என்னத்தை ஒப்புக் கொள்ளவில்லை?'

'தாங்கள் ஆண்டாள் ஆக முடியாது என்பதைத்தான் ஒப்புக் கொள்ள வில்லை. ஆண்டாள் பக்தி செய்து, பாட்டுப் பாடி, அழுது கண்ணீர் விட்டு, பூமாலை தொடுத்துச் சூட்டி, - இப்படி யெல்லாம் செய்து கண்ணனை மணந்து கொள்ள வேண்டி யிருந்தது. ஆனால் தங்களுக்கு அத்தகைய கஷ்டமே தேவை யில்லை. தங்களைக் கிருஷ்ணபகவான் பார்த்துவிட வேண்டியது தான். ருக்மிணி, சத்தியபாமாவையும், ராதையையும், கோபிகா ஸ்திரீகளையும் உடனே கைவிட்டு அவர்கள் வீற்றிருந்த சிம்மா சனத்தில் தங்களை ஏற்றி உட்கார வைத்து விடுவார்!'

'ஐயா! நீர் முகஸ்துதி செய்வதில் சமர்த்தராயிருக்கிறீர். அது எனக்குப் பிடிப்பதேயில்லை.'

'அம்மணி! முகஸ்துதி என்றால் என்னவோ?'

'முகத்துக்கு நேரே ஒருவரைப் புகழ்வதுதான்.'

'அப்படியானால் சற்றே நீங்கள் திரும்பி முதுகைக் காட்டிக்கொண்டு உட்காருங்கள்.'

'எதற்காக?'

'முகத்தைப் பார்க்காமல் முதுகைப் பார்த்துக்கொண்டு புகழ்ச்சி கூறுவதற்காகத்தான். அதில் ஒன்றும் தவறு இல்லையல்லவா?'

'நீர் பேச்சில் மிக கெட்டிக்காரராயிருக்கிறீர்.'

'இப்போது தாங்கள் அல்லவா முகஸ்துதி செய்கிறீர்கள்?'

'நீரும் உமது முகத்தைத் திருப்பிக்கொண்டு, முதுகைக் காட்டுவது தானே?'

'மகாராணி! போர்க்களத்திலாகட்டும், பெண்மணிகளிடம்ஆகட்டும், நான் முதுகு காட்டுவது எப்போதும் கிடையாது. தாங்கள் தாராளமாய் என்னை முகஸ்துதி செய்யலாம்!'

இதைக் கேட்டு விட்டு நந்தினி 'கலீர்' என்று சிரித்தாள்.

'நீர் மந்திரவாதிதான்; சந்தேகமில்லை. நான் இம்மாதிரி வாய்விட்டுச் சிரித்து வெகு காலம் ஆயிற்று!' என்று சொன்னாள்.

'ஆனால், அம்மணி! தங்களைச் சிரிக்கப் பண்ணுவது வெகு அபாயம்! தடாகத்தில் தாமரை சிரித்து மகிழ்ந்தது; தேன் வண்டு மயங்கி விழுந்தது!' என்றான் வந்தியத்தேவன்.

'நீர் மந்திரவாதி மட்டுமல்ல; கவியும் போலிருக்கிறதே!'

'நான் முகஸ்துதிக்கும் அஞ்சமாட்டேன்; வசவுக்கும் கலங்க மாட்டேன்.'

'உம்மை யார் வைதது?'

'சற்றுமுன் என்னைக் 'கவி' என்றீர்களே?'

'அப்படியென்றால்?'

'நான் சிறுவனாயிருந்தபோது என்னைச் சிலர் 'குரங்கு மூஞ்சி!' என்று சொல்வதுண்டு. வெகு நாளைக்குப் பிறகு இன்றைக்குத்தான் தங்களுடைய பவளச் செவ்வாயினால் அதைக் கேட்டேன்.'

'உம்மையா 'குரங்கு மூஞ்சி' என்றார்கள்? யார் அப்படிப்பட்ட புத்திசாலிகள்?'

'அவர்களில் யாரும் இப்போது உயிரோடில்லை.'

'உம்மை நான் அவ்விதம் சொல்லவில்லை. கவிபாடக் கூடியவர் போலிருக்கிறதே என்று சொன்னேன்.'

'கொஞ்சம் கவியும் பாடுவேன்; ஆனால் பகைவர்களுக்கு முன்னால் தான் பாடுவேன். வில்லம்பினால் சாகாதவர்கள், சொல்லம்பினால் சாகட்டும் என்று!'

'ஐயா, கவிராஜ வீரசிங்கமே! உம்முடைய பெயர் என்னவென்று இன்னமும் சொல்லவில்லையே!'

'என் சொந்தப் பெயர் வந்தியத்தேவன்; பட்டப்பெயர் வல்ல வரையன்.'

'அரச குலத்தினரா?'

‘பழைய புகழ்பெற்ற வாணாதி ராஜர் குலத்தில் வந்தவன்.’

‘இப்போது உங்கள் ராஜ்யம்?’

‘மேலே ஆகாசம்; கீழே பூமி; இப்போது நான் சகல பூமண்டலத்துக்கும் ஏக சக்கராதிபதி!’

நந்தினி சிறிது நேரம் வல்லவரையனை ஏறத்தாழப் பார்த்துக் கொண்டிருந்தாள்.

‘அப்படி ஒன்றும் நடக்காத காரியம் இல்லை. உம்முடைய பூர்வீக ராஜ்யத்தை நீர் திரும்பவும் பெறலாம்.’

‘அது எப்படி சாத்தியம்? புலியின் வயிற்றுக்குள்ளே போனது திரும்பவும் வருமா? சோழ சாம்ராஜ்யத்தில் சேர்ந்த அரசு திரும்பக் கிடைக்குமா?’

‘கிடைக்கும்படிச் செய்ய என்னால் முடியும்.’

‘அம்மணி! வேண்டாம்! இராஜ்யம் ஆளும் ஆசை எனக்கு எப்போதும் கிடையாது. கொஞ்சம் இருந்ததும் இன்றைக்குச் சுந்தர சோழ சக்கர வர்த்தியைப் பார்த்த பிறகு அடியோடு போய்விட்டது. இம்மாதிரி பிறர் கையை எதிர்பார்த்துச் சக்கரவர்த்தியாயிருப்பதைக் காட்டிலும் மறுநாள் உணவு எங்கே கிடைக்கும் என்று தெரியாத சுதந்திர மனிதனா யிருப்பதே மேல்.’

‘என்னுடைய கருத்தும் அதுதான்!’ என்றாள் நந்தினி. பிறகு ஏதோ மறந்து போன விஷயத்தை ஞாபகப்படுத்திக் கொண்டவள் போல், ‘சின்னப் பழுவேட்டரையரின் ஆட்கள் உம்மை எதற்காக தேடுகிறார்கள்?’ என்று கேட்டாள்.

‘தங்களுடைய தாதிப் பெண்ணைப் போல் அவருக்கும் என் பேரில் சந்தேகம் உண்டாகி விட்டது.’

‘என்ன சந்தேகம்?’

‘பனை இலச்சினை உள்ள முத்திரை மோதிரம் என்னிடம் எப்படி வந்தது என்று.’

நந்தினியின் முகத்தில் பயத்தின் சிறிய சாயல் தென்பட்டது.

‘மோதிரம் எங்கே?’ என்று திடுக்கிட்ட குரலில் கேட்டாள்.

‘இதோ இருக்கிறது, அம்மணி! இலேசில் அதைப் போக்கடித்து விடுவேனா?’ என்று கூறிக்கொண்டே மோதிரத்தை எடுத்துக் காட்டினான்.

‘இது உம்மிடம் இருப்பது அவருக்கு எப்படித் தெரிந்தது?’ என்று நந்தினி கேட்டாள்.

'சுந்தர சோழ சக்கரவர்த்தியைப் பார்க்க வேண்டும் என்ற ஆசை என் மனத்தில் நெடுநாளாக இருந்தது. அதற்கு இந்த முத்திரை மோதிரத்தை உபயோகப்படுத்திக்கொண்டேன். பார்த்து முடிந்த பிறகு இந்த மோதிரம் என்னிடம் எப்படி வந்தது என்று கோட்டைத் தளபதி கேட்டார்...'

'நீர் என்ன சொன்னீர்?' என்று நந்தினி வினாவிய குரலில் திகில் தொனித்தது.

'தங்கள் பெயரைச் சொல்லவில்லை, அம்மணி! பெரிய பழுவேட்டரையர் கொடுத்தார் என்று சொன்னேன். கடம்பூர் மாளிகையில் கொடுத்தார் என்றும் சொன்னேன்...'

நந்தினி பெருமூச்சு விட்டாள். அவள் முகத்திலும் குரலிலும் இருந்த திகில் நீங்கியது.

'நீர் சொன்னதை அவர் நம்பினாரா?' என்று கேட்டாள்.

'முழுதும் நம்பியதாகத் தெரியவில்லை. அதனால்தானே என்னைப் பின்தொடரும்படி ஆட்களை விட்டிருக்க வேண்டும்? தமையனார் திரும்பி வந்ததும் என்னை அவர் முன்னால் நிறுத்தி உண்மையை அறிய எண்ணியிருக்கலாம்!' என்றான் வந்தியத்தேவன்.

நந்தினி புன்னகை புரிந்து, 'பெரிய பழுவேட்டரையரிடம் நீர் பயப்பட வேண்டாம். அவர் உம்மைக் கடித்துத் தின்றுவிடாமல் நான் பார்த்துக் கொள்கிறேன்' என்றாள்.

'அம்மணி! தனாதிகாரியின் பேரில் தங்களுடைய செல்வாக்கு எவ்வளவு என்பது உலகம் அறிந்த செய்தி. ஆனால் எனக்கு வெளியில் அவசர காரியம் இருக்கிறது. ஆகையினால்தான் தப்பிச் செல்லத் தங்கள் உதவியைக் கோருகிறேன்.'

'அப்படி என்ன அவசர வேலை இருக்கிறது?'

'எத்தனையோ இருக்கிறது. உதாரணமாக ஆழ்வார்க்கடியாரைப் பார்த்துத் தங்கள் மறுமொழியைச் சொல்ல வேண்டும். அவருக்கு என்ன சொல்லட்டும்?'

'அவருக்கு 'நந்தினி' என்று ஒரு சகோதரி இருந்தாள்' என்பதை அடியோடு மறந்து விடும்படி சொல்லும்!'

'சொல்லி விடலாம்; ஆனால் நடக்கிற காரியமில்லை.'

'எது?'

'தங்களை மறப்பதுதான். இரண்டு தடவை தற்செயலாகப் பார்த்த என்னாலேயே தங்களை மறக்க முடியாது போலிருக்கிறதே! வாழ் நாளெல்லாம் தங்களோடு இருந்தவரால் எப்படி மறக்க முடியும்?'

நந்தினியின் முகத்தில் வெற்றிப் பெருமிதத்தின் சாயல் பரிணமித்தது. அவளுடைய வேல்விழிகள் வந்தியத்தேவனுடைய நெஞ்சை ஊடுருவின போல் நோக்கின.

'சக்கரவர்த்தியைப் பார்ப்பதற்கு நீர் ஏன் அவ்வளவு ஆவல் கொண்டிருந்தீர்?' என்று கேட்டாள்.

'உலகப் பிரசித்தி பெற்ற அந்தச் சுந்தர புருஷரைப் பார்க்க நான் விரும்பியதில் வியப்பு என்ன? உலகத்தில் வீர மன்னர்கள் தங்கள் வீரமும் பௌருஷமும் பெருக வேண்டும் என்றும், இராஜ்யமும் கீர்த்தியும் விஸ்தரிக்க வேண்டும் என்றும் விரும்புவார்கள். அவ்விதமே பிரஜைகளைப் பிரார்த்தனை செய்யும்படியும் சொல்வார்கள். ஆனால் நம்முடைய சக்கரவர்த்தியைப் பற்றிப் புத்த பிக்ஷுக்களின் மடங்களில் என்ன பிரார்த்தனை செய்கிறார்கள்?

> '.........சுந்தரச்
> சோழர் வண்மையும் 'வனப்பும்'
> திண்மையும் உலகிற் சிறந்து வாழ்கெனவே'

என்று பிரார்த்தனை செலுத்துகிறார்கள். இத்தகைய கலியுக மன்மதனைப் பார்க்க வேண்டும் என்று எனக்கு வெகு நாளாக ஆசையாயிருந்தது...'

'ஆமாம்; சக்கரவர்த்திக்குத் தம்முடைய அழகைப் பற்றி ரொம்பப் பெருமைதான். அவருடைய செல்வக் குமாரிக்கு அதைவிட அதிக கர்வம்...'

'குமாரியா? யாரைச் சொல்லுகிறீர்கள்?'

'பழையாறையிலே இருக்கிறாளே, ஒரு அகம்பாவம் பிடித்த கர்வி, - அந்த இளைய பிராட்டி குந்தவை தேவியைத்தான் சொல்லுகிறேன்.'

வந்தியத்தேவா! நீ அதிர்ஷ்டக்காரன். நீ தேடிக்கொண்டிருந்த உபாயம் இதோ உன் முன்னால் தானே வந்து நிற்கிறது! அதை நன்கு உபயோகப் படுத்திக் கொள்! - இவ்வாறு வல்லவரையன் தனக்குத் தானே சொல்லிக்கொண்டான்.

இத்தனை நேரமும் ஒய்யாரமாகப் படுக்கையில் சாய்ந்து படுத்திருந்த நந்தினி திடீரென்று எழுந்து நிமிர்ந்து உட்கார்ந்தாள்.

'ஐயா! நான் ஒன்று சொல்கிறேன். அதை ஒப்புக் கொள்வீரா?' என்று கேட்டாள்.

'சொல்லுங்கள், அம்மணி!'

'நீரும் நானும் ஓர் உடன்படிக்கை செய்து கொள்ளலாம். நீர் எனக்கு உதவி செய்ய வேண்டியது. நான் உமக்கு உதவி செய்ய வேண்டியது. என்ன சொல்கிறீர்!'

‘அம்மணி! தாங்கள் சோழ மகாராஜ்யத்தில் சர்வ சக்தி வாய்ந்த தனாதிகாரியின் ராணி. நினைத்ததை நினைத்தபடி சாதிக்கக்கூடிய சக்தி வாய்ந்தவர். நானோ ஒருவிதச் செல்வாக்கும் இல்லாதவன். தங்களுக்கு நான் என்ன விதத்தில் உதவி செய்ய முடியும்?’ என்றான்.

அவன் உள்ளத்திலிருந்து பேசுகிறானா, உதட்டிலிருந்து பேசுகிறானா என்று தெரிந்து கொள்ள விரும்பிய நந்தினி தன் கூரிய விழிகளை அவன் மீது செலுத்தினாள்.

வந்தியத்தேவன் அதற்குச் சிறிதும் கலங்காமல் நின்றான்.

‘எனக்கு அந்தரங்கமான பணி ஆள் ஒருவர் தேவையாயிருக்கிறது. இந்த அரண்மனையில் உமக்கு வேலை வாங்கிக் கொடுத்தால், ஒப்புக் கொள்வீரா?’ என்று கேட்டாள்.

‘இதே மாதிரி சேவையை இன்னொரு மாதரசிக்குச் செய்வதாக ஏற்கெனவே ஒப்புக்கொண்டு விட்டேன். அவள் வேண்டாமென்று நிராகரித்தால் தங்களிடம் வருகிறேன்.’

‘அது யார் அவள், என்னோடு போட்டிக்கு வருகிறவள்?’

‘சற்று முன் மிகப் பிரியத்தோடு பேசினீர்களே, அந்த இளைய பிராட்டி குந்தவை தேவிதான்.’

‘பொய்! பொய்! அப்படி ஒரு நாளும் இருக்க முடியாது! என்னை வேடிக்கை செய்யப் பார்க்கிறீர்...!’

‘மகாராணி! இந்த ஓலையை ஏற்கெனவே பலர் திருடிப் பார்த்து விட்டார்கள். ஆகையால் தாங்களும் இதைப் பார்ப்பதினால் மோசம் ஒன்றும் வந்து விடாது!’ என்று சொல்லிக்கொண்டே வந்தியத்தேவன், ஆதித்த கரிகாலர் குந்தவைக்குக் கொடுத்த ஓலையை எடுத்து நீட்டினான்.

நந்தினி ஓலையை விளக்கினடியில் பிடித்துக்கொண்டு படித்தாள். படித்து முடித்தபோது அவளுடைய கண்களிலிருந்து கிளம்பிய மின்னல் ஜுவாலை நாக சர்ப்பத்தின் வாயிலிருந்து வெளிவந்து மறையும் அதன் பிளவுபட்ட நாவை வந்தியத்தேவனுக்கு நினை ஆட்டியது. அவனையறியாமல் அவன் உடம்பு நடுங்கியது.

நந்தினி கம்பீர பாவத்துடன் வந்தியத்தேவனைப் பார்த்து, ‘ஐயா! நீர் இந்தக் கோட்டையிலிருந்து உயிரோடு தப்பிச் செல்ல எண்ணுகிறீர் அல்லவா?’ என்று கேட்டாள்.

‘ஆம் அம்மா! அதற்குத்தான் தங்கள் உதவியை நாடி வந்தேன்.’

‘ஒரு நிபந்தனையின் பேரில்தான் உம்மைத் தப்பித்து விட நான் உதவி செய்யலாகும்.’

'நிபந்தனையைச் சொல்லுங்கள்!'

'இந்த ஓலைக்குக் குந்தவை என்ன மறு ஓலை கொடுக்கிறாளோ, அதை மறுபடியும் என்னிடம் கொண்டுவந்து காட்ட வேண்டும், சம்மதமா?'

'மிக அபாயமான நிபந்தனை போடுகிறீர்கள்!'

'அபாயத்துக்கு அஞ்சாதவர் என்று சற்று முன்னால் பெருமை அடித்துக் கொண்டீரே?'

'அபாயத்துக்குத் துணிவது என்றால் அதற்குத் தகுந்த பரிசு கிட்ட வேண்டும் அல்லவா?...'

'பரிசா? பரிசா வேண்டும்? நீர் கனவிலும் அடையக் கருதாத பரிசு உமக்குக் கிடைக்கும். சோழ சாம்ராஜ்யத்தில் இன்று சர்வ சக்தி வாய்ந்தவராய் விளங்கும் பெரிய பழுவேட்டரையர் எந்தப் பரிசுக்காக வருஷக்கணக்காகத் தவம் கிடக்கிறாரோ அத்தகைய பரிசு உமக்குக் கிடைக்கும்!' என்று கூறி நந்தினி வந்தியத்தேவன் பேரில் மறுபடியும் மோகனாஸ்திரத்தைத் தூவினாள்.

பாவம்! வல்லவரையனுடைய தலை சுழன்றது. நெஞ்சே! தைரியத்தைக் கடைப்பிடி! அறிவை இழந்து விடாதே! என்று தனக்குள் சொல்லிக் கொண்டான்.

அச்சமயம் அவனுக்குத் துணை செய்ய வந்ததைப் போல் அருகிலுள்ள தோட்டத்திலிருந்து ஆந்தையின் கடூரமான குரல் கேட்டது. ஒரு தடவை, இரண்டு தடவை, மூன்று தடவை கேட்டது.

வந்தியத்தேவனுடைய உடம்பு சிலிர்த்தது. நந்தினி தோட்டத்தில் ஆந்தைக் குரல் வந்த இடத்தை நோக்கி, 'நிஜ மந்திரவாதியே வந்து விட்டான்!' என்றாள்.

பிறகு வந்தியத்தேவனைப் பார்த்து, 'அவன் எனக்கு இனித் தேவை யில்லை. ஆனாலும் இரண்டு வார்த்தை அவனிடம் சொல்லி அனுப்புகிறேன். ஒரு வேளை, உம்மைத் தப்பித்து விடுவதற்கும் அவன் உபயோகமாயிருக்கலாம். சற்று நேரம் நீர் அதோ அந்தப் பக்கம் போய் இருட்டில் மறைந்து நில்லும்!' என்று முன்னம் அவளுடைய தாதிப் பெண் போன திசைக்கு நேர் எதிர்த் திசையைக் காட்டினாள்.

முப்பத்தாறாம் அத்தியாயம்

# 'ஞாபகம் இருக்கிறதா?'

லதா மண்டபத்தின் தோட்ட வாசலண்டை வந்து நின்று நந்தினி மூன்று தடவை கையைத் தட்டினாள்.

அப்போது அவள் முகத்தில் படிந்திருந்தது பயத்தின் ரேகையா அல்லது மரங்களின் இருண்ட நிழலா என்று சொல்ல முடியாது.

தோட்டத்தில் சிறிது தூரம் வரையில் பெரிய பெரிய அடி மரங்களும் அவற்றைச் சுற்றிக்கொண்டிருந்த கொடிகளும் தெரிந்தன. அப்பால் ஒரே இருட் பிழம்பாயிருந்தது.

இருளைக் கீறிக்கொண்டு, கொடிகளை விலக்கிக்கொண்டு, மரம் ஒன்றின் பின்னாலிருந்து மந்திரவாதி வெளியே வந்தான்.

நந்தினி தன்னுடைய புஷ்ப மஞ்சத்தில் போய் உட்கார்ந்துகொண்டாள். அவள் அழகிய முகத்தில் இப்போது அமைதி குடிகொண்டிருந்தது.

மந்திரவாதி லதா மண்டபத்துக்குள் நுழைந்தான். தங்க விளக்கின் சுடர் ஒளி அவன் முகத்தின் மீது விழுந்தது.

ஏற்கெனவே பார்த்த முகமாயிருக்கிறதே! யார் இவன்? ஆம்! திருப்புறம்பியம் பள்ளிப் படையினருகில் நள்ளிரவில் கூடியிருந்த மனிதர்களில் ஒருவன் இவன். பையிலிருந்து பொன் நாணயங்களைக் கலகலவென்று கொட்டியவன். 'ஆழ்வார்க்கடியானைக் கண்ட இடத்தில் உடனே கொன்று விடுங்கள்!' என்று மற்றவர்களுக்குக் கூறிய ரவிதாசன்தான் இவன்.

வரும்போதே அவன் முகத்தில் கோபம் கொதித்தது. மலர்ப் படுக்கையில் சாந்த வடிவமாய் அமர்ந்திருந்த நந்தினியைக் கண்டதும் அவனுடைய பூனைக் கண்கள் வெறிக் கனல் வீசின.

மஞ்சத்தின் எதிரில் கிடந்த பலகையில் உட்கார்ந்துகொண்டு நந்தினியை உற்றுப் பார்த்துக்கொண்டு 'ஹூம் ஹ்ரீம் ஹ்ராம்! பகவதி! சக்தி! சண்டிகேசுவரி!...' என்று சில மந்திரங்களைச் சொன்னான்.

'போதும்! நிறுத்து! தாதிப் பெண் வாசற்படியில் உட்கார்ந்தபடி தூங்கித் தொலைத்து விட்டாள் போலிருக்கிறது! சொல்ல வேண்டியதைச் சீக்கிரம் சொல்! 'அவர்' கோட்டைக்குள் வந்து விட்டார்!' என்றாள் நந்தினி.

'அடி பாதகி!' என்று ரவிதாசன் கூறியது, நாகப்பாம்பு சீறுவது போலத் தொனித்தது.

'யாரைச் சொன்னாய்?' என்று நந்தினி சாந்தமாகவே கேட்டாள்.

'நன்றி கெட்ட நந்தினியைத்தான்! பழுவூர் இளைய ராணியைத்தான்! உன்னைத்தான்!' என்று ரவிதாசன் தன் ஒரு கை விரலால் அவளைச் சுட்டிக்காட்டினான்.

நந்தினி மௌனமாயிருந்தாள்.

'பெண்ணே! நினைவில் வைத்திருக்க வேண்டிய சில சம்பவங்களை நீ மறந்து விட்டாய் போலிருக்கிறது. அவற்றை உனக்கு ஞாபகப் படுத்துகிறேன்' என்றான் ரவிதாசன்.

'பழைய கதை இப்போது எதற்கு?' என்றாள் நந்தினி.

'இப்போது எதற்கு என்றா கேட்கிறாய்? சொல்கிறேன், முதலில் ஞாபகப்படுத்தி விட்டுப் பிற்பாடு சொல்கிறேன்' என்றான் ரவிதாசன்.

அவனைத் தடுப்பதில் பயனில்லையென்று கருதியவளைப் போல் நந்தினி ஒரு பெருமூச்சு விட்டு விட்டு, வேறு பக்கம் திரும்பிக் கொண்டாள்.

'ராணி! கேள்! மூன்று வருஷத்துக்கு முன்னால் ஒரு நாள் நடுநிசியில் வைகை நதிக் கரையில் உள்ள மயானத்தில் ஒரு சிதை எரிந்து கொண்டிருந்தது. சாஸ்திரப்படி புரோகிதர்களைக் கொண்டு அந்தி மக்கிரியை ஒன்றும் அங்கு நடக்கவில்லை. காட்டில் காய்ந்து கிடந்த கட்டைகளையும் குச்சிகளையும் இலைச் சருகுகளையும் கொண்டு வந்து அச்சிதையை அடுக்கினார்கள். மரத்துக்குப் பின்னால் மறைத்து வைத்திருந்த ஓர் உடலைக்கொண்டு வந்து அந்தச் சிதையில் இட்டார்கள். பிறகு தீ மூட்டினார்கள். காட்டுக் கட்டைகளில் தீ நன்றாய்ப் பிடித்துக் கொழுந்து விட்டு எரிந்தது. அப்போது காட்டு நிழலிலிருந்து உன்னைச் சிலர் பிடித்து இழுத்துக்கொண்டு வந்தார்கள். உன் காலையும் கையையும் கட்டிப் போட்டிருந்தது. உன் வாயில் துணி அடைத்திருந்தது. இன்று அழகாகப் பூ வைத்துக் கொண்டை போட்டுக் கொண்டிருக்கிறாயே, அந்தக் கூந்தல் விரிந்து தரையில் புரண்டு கொண்டிருந்தது. உன்னை அம்மனிதர்கள் ஜுவாலை விட்டு

எரிந்துகொண்டிருந்த சிதையில் உயிரோடு போட்டுக் கொளுத்தி விட எண்ணியிருந்தார்கள். 'இன்னும் கொஞ்சம் தீ நன்றாக எரியட்டும்!' என்று அவர்களில் ஒருவன் சொன்னான். உன்னை அங்கேயே போட்டு விட்டு அந்த மனிதர்கள் தனித்தனியே ஒரு பயங்கரமான சபதம் எடுத்துக்கொண்டார்கள். அதை நீ கேட்டுக்கொண்டிருந்தாய். உன் வாயை அடைத்திருந்தார்களே தவிர, கண்ணையும் கட்டவில்லை; காதையும் அடைக்கவில்லை. ஆகையால், பார்த்துக்கொண்டும் கேட்டுக்கொண்டுமிருந்தாய். அவர்கள் அனைவரும் சபதம் கூறி முடிந்த பிறகு உன்னை நெருங்கினார்கள். அது வரை சும்மா இருந்தவள், கட்டுண்டிருந்த உன் கைகளால் ஏதோ சமிக்ஞை செய்ய முயன்றாய். உன் கண்களை உருட்டி விழித்துப் புருவத்தை நெரித்துக் கஷ்டப்பட்டாய். அவர்களில் ஒருவன் 'இவள் ஏதோ சொல்ல விரும்புகிறாளடா!' என்றான். 'பழைய கதையாகத்தான் இருக்கும்; தூக்கிச் சிதையில் போடு!' என்றான் இன்னொருவன். 'இல்லையடா! தீயில் போடுவதற்கு முன்னால் என்னதான் சொல்கிறாள், கேட்டு விடலாம்! வாயிலிருந்து துணியை எடு!' என்றான் மற்றொருவன். அவனே அவர்களுக்குத் தலைவன் ஆனபடியால் உன் வாயிலிருந்து துணியை எடுத்தார்கள். நீ அப்போது என்ன சொன்னாய் என்பது நினைவிருக்கிறதா, பெண்ணே!' என்று ரவிதாசன் கேட்டுவிட்டு நிறுத்தினான்.

நந்தினி மறுமொழி சொல்லவும் இல்லை; அவனைத் திரும்பிப் பார்க்கவும் இல்லை. நெஞ்சில் குடிகொண்டிருந்த அருவருப்பையும் பீதியையும் அதே சமயத்தில் பயங்கர சங்கல்பத்தின் உறுதியையும் அவள் முக மண்டலம் காட்டியது. அவளுடைய கரிய கண்களிலிருந்து இரு கண்ணீர்த் துளிகளும் ததும்பி நின்றன.

'பெண்ணே! பேச மாட்டேன் என்கிறாய்! வேண்டாம்! அதையும் நானே சொல்லி விடுகிறேன். அந்த மனிதர்களைப் போலவே நீயும் பழி வாங்கும் விரதம் பூணப் போவதாகச் சொன்னாய். பழி வாங்குவதற்கு அவர்களைக் காட்டிலும் உனக்கே அதிகக் காரணம் உண்டு என்று சத்தியம் செய்தாய். உன்னுடைய அழகையும் மதியையும் அதற்கே பயன்படுத்துவதாகக் கூறினாய். அவர்களுக்கு உன்னால் முடிந்த அளவு உதவி புரிவதாகவும் சொன்னாய். சபதத்தை நிறைவேற்றியதும் நீயே உன் உயிரை விட்டு விடத் தீர்மானித்திருப்பதாகவும் ஆணையிட்டுச் சொன்னாய். உன்னை மற்றவர்கள் நம்பவில்லை. ஆனால் நான் நம்பினேன். நம்பி, உன்னைத் தீயில் போட்டு விடாமல் தடுத்தேன். உன் உயிரைத் தப்புவித்தேன். இதெல்லாம் உனக்கு ஞாபகம் இருக்கிறதா?' என்று ரவிதாசன் கூறி நிறுத்தினான்.

நந்தினி சற்றுத் திரும்பி அவனைப் பார்த்து, 'ஞாபகம் இருக்கிறதா என்று கேட்கிறாயே? என் நெஞ்சில் அவ்வளவும் தீயினால் எழுதியது போல் எழுதி வைத்திருக்கிறதே?' என்றாள்.

'பின்னர் ஒருநாள் நாம் எல்லோரும் அகண்ட காவேரிக் கரை யோரமாகக் காட்டு வழியில் போய்க்கொண்டிருந்தோம். திடீரென்று பின்னால் குதிரை வீரர்கள் வரும் சப்தம் கேட்டது. அவர்கள் போகும் வரையில் நாம் ஒவ்வொருவரும் தனித்தனியாகக் காட்டில் ஒளிந்து கொள்ளத் தீர்மானித்தோம். ஆனால் நீ மட்டும் அத்தீர்மானத்தை மீறி வழியிலேயே நின்றாய். அந்த வீரர்கள் உன்னைப் பிடித்துக் கொண்டார்கள். அவர்களுடைய தலைவனாகிய பழுவேட்டரையன் உன்னைக் கண்டு மயங்கி உன் மோக வலையில் விழுந்தான். அவனை நீ மணந்தாய். என்னைச் சேர்ந்தவர்கள் எல்லாரும் நான் ஏமாந்து விட்டதாக என்னை இடித்துக் கூறினார்கள். நான் உன்னை விடவில்லை. எப்படியோ ஒரு நாள் உன்னைத் தனியே பிடித்துக்கொண்டேன். துரோகியாகிய உன்னைக் கத்தியால் குத்திக் கொன்று விட எண்ணினேன். மறுபடியும் நீ உயிர்ப் பிச்சை கேட்டாய். நம்முடைய சபதத்தை நிறைவேற்றுவதற்காகவே இங்கு வந்திருப்பதாகக் கூறினாய். இந்த அரண்மனையில் இருந்தபடியே எங்களுக்கு வேண்டிய உதவி யெல்லாம் செய்வதாகச் சத்தியம் செய்தாய். இதெல்லாம் உண்மையா இல்லையா?' என்று கேட்டு விட்டு நிறுத்தினான் ரவிதாசன்.

'இதெல்லாம் உண்மைதான்; யார் இல்லை என்றார்கள்? எதற்காகத் திருப்பித் திருப்பிச் சொல்லுகிறாய்? இப்போது நீ வந்த காரியத்தைச் சொல்லு!' என்றாள் நந்தினி.

'இல்லை, பெண்ணே! உனக்கு ஞாபகம் இல்லை. எல்லாவற்றையும் நீ மறந்து விட்டாய்! பழுவூர் அரண்மனையின் சுகபோகத்தில் அழுந்தி உன் சபதத்தை மறந்து விட்டாய்! அறுசுவை உண்டி அருந்தி, ஆடை ஆபரணங்கள் புனைந்து, சப்ரகூட மஞ்சத்தில் பட்டு மெத்தையில் உறங்கி, தந்தப் பல்லக்கில் பிரயாணம் செய்யும் ராணி நீ! உனக்குப் பழைய ஞாபகங்கள் எப்படி இருக்கும்?'

'சீச்சீ! இந்த மஞ்சமும் மெத்தையும் ஆடை ஆபரணமும் யாருக்கு வேண்டும்? இந்த அற்ப போகங்களுக்காகவா நான் உயிர் வாழ்கிறேன்? இல்லவே இல்லை!'

'அல்லது வழியில் போகிற வாலிபனுடைய சௌந்தரிய வதனத்தைக் கண்டு மயங்கி விட்டாய் போலும்! புதிதாகக் கொண்ட மையலில் பழைய பழிவாங்கும் எண்ணத்தை மறந்திருக்கலாம் அல்லவா?'

நந்தினி சிறிது துணுக்கம் அடைந்தாள். அதை உடனே சமாளித்துக் கொண்டு 'பொய்! முழுப் பொய்!' என்றாள்.

‘அது பொய்யானால், நான் இன்று வரப் போவதாக முன்னதாகச் சொல்லி அனுப்பியிருந்தும் வழக்கமான இடத்துக்கு உன் தாதிப் பெண்ணை ஏன் அனுப்பி வைக்கவில்லை?’

‘அனுப்பி வைத்துத்தான் இருந்தேன். உனக்கு வைத்திருந்த ஏணியில் இன்னொருவன் ஏறி வந்து விட்டான். அந்த மூடப் பெண் அவனை நீதான் என்று எண்ணி அழைத்துக்கொண்டு வந்து விட்டாள். அது என்னுடைய குற்றமா?’

‘யாருடைய குற்றமாயிருந்தால் என்ன? இன்னும் ஒருகணத்தில் என் உயிருக்கு ஆபத்து வருவதாயிருந்தது. அந்த வாலிபனைத் தேடி வந்த கோட்டைக் காவலர் என்னைப் பிடித்துக் கொள்ள இருந்தார்கள். இந்த அரண்மனைக்குப் பக்கத்துக் காட்டிலுள்ள குளத்தில் மூச்சுத் திணறும் வரையில் முழுகியிருந்து, அவர்கள் போன பிறகு தப்பித்து வந்தேன். சொட்டச் சொட்ட நனைந்து வந்தேன்...’

‘உனக்கு அது வேண்டியதுதான். என்னைச் சந்தேகித்த பாவத்தை அந்த முழுக்கினால் கழுவிக்கொண்டாய்!’

‘பெண்ணே! சத்தியமாகச் சொல்! அந்த வாலிபனுடைய அழகில் நீ மதிமயங்கி விடவில்லையா?’

‘சீச்சீ! இது என்ன வார்த்தை! ஆண்பிள்ளைகளின் அழகைப் பற்றி யாராவது பேசுவார்களா? இந்த வெட்கங்கெட்ட சோழ நாட்டிலேதான் ‘அரசன் அழகன்’ என்றுகொண்டாடுவார்கள். ஆண் பிள்ளைகளுக்கு அழகு உடம்பிலுள்ள போர்த் தழும்புகள் அல்லவா?’

‘நன்றாகச் சொன்னாய்; இதை நீ உண்மையாகச் சொல்லும் பட்சத்தில், அந்த வாலிப வழிப்போக்கன் இங்கு எதற்காக வந்தான்?’

‘முன்னமே சொன்னேனே, நீதான் என்று எண்ணி வாசுகி அவனை அழைத்துக்கொண்டு வந்தாள் என்று.’

‘என்னிடம் கூட நீ கொடுக்காத உன் முத்திரை மோதிரத்தை அவனிடம் ஏன் கொடுத்தாய்?’

‘அவனை இவ்விடம் தருவித்துப் பேசுவதற்காகவே கொடுத்தேன். இப்போது அம்மோதிரத்தை அவனிடமிருந்து வாங்கிக்கொண்டு விடப் போகிறேன்...’

‘எதற்காக அவனைத் தருவித்தாய்? அவனிடம் இவ்வளவு நேரம் என்ன சல்லாபம் செய்துகொண்டிருந்தாய்?’

‘ஒரு முக்கியமான லாபத்தைக் கருதியே அவனுடன் சல்லாபம் செய்து கொண்டிருந்தேன். நம்முடைய நோக்கத்தை நிறைவேற்றிக்கொள்ள அவனால் பெரிய அனுகூலம் ஏற்படும்.’

'அடி பாதகி! கடைசியில் உன் பெண் புத்தியைக் காட்டி விட்டாயா? யாரோ முன்பின் தெரியாத வாலிபனிடம் நமது இரகசியத்தை...'

'வீணில் ஏன் பதறுகிறாய்? நான் ஒன்றும் அவனிடம் சொல்லி விடவில்லை. அவனிடமிருந்துதான் இரகசியத்தைக் கிரஹித்துக் கொண்டேன்.'

'என்ன கிரஹித்துக்கொண்டாய்?'

'இவன் காஞ்சியிலிருந்து பழையாறைக்கு ஓலைகொண்டு போகிறான். பழையாறையிலுள்ள பெண் புலிக்குக் கொண்டு போகிறான், அதை என்னிடம் காட்டினான். அவள் கொடுக்கும் மறு ஓலையை என்னிடம் கொண்டுவரவேண்டும் என்று சொல்லிக்கொண்டிருந்தேன். அதற்குள் நீ வந்து விட்டாய்.'

'ஓலையுமாயிற்று; எழுத்தாணியும் ஆயிற்று. இதனாலெல்லாம் நமக்கு என்ன உபயோகம்?'

'உன்னுடைய அறிவின் ஓட்டம் அவ்வளவுதான்! புலிக் குலத்தை அடியோடு அழிப்பது என்று நாம் விரதம்கொண்டிருக்கிறோம். ஆனால் நீங்கள் ஆண்புலிகளை மட்டுமே எண்ணிக்கொண்டிருக்கிறீர்கள். பெண் புலியினாலும் குலம் வளரும் என்பதை மறந்து விட்டீர்கள். அது மட்டுமல்ல; தற்போது இந்தச் சோழ ராஜ்யத்தை ஆளுவது யார் என்று எண்ணியிருக்கிறாய்? பலமிழந்து செயலிழந்து நோய்ப் படுக்கையில் படுத்திருக்கும் கிழவனா? காஞ்சியிலும் இலங்கையிலும் உள்ள இளவரசர்களா?...'

'இல்லை! உன்னை ராணியாகப் பெறும் பாக்கியம் பெற்ற தனாதிகாரி பழுவேட்டரையர்தான். இது உலகம் அறிந்ததாயிற்றே!'

'அதுவும் தவறு! உலகம் அப்படி எண்ணுகிறது; இந்தக் கிழவரும் அப்படி எண்ணியே ஏமாந்து போகிறார். நீயும் அந்த ஏமாற்றத்துக்கு உள்ளாகியிருக்கிறாய். உண்மையில் பழையாறையில் உள்ள பெண் புலிக்குட்டிதான் இந்த ராஜ்யத்தை ஆளுகிறது. அரண்மனைக்குள் இருந்தபடி அந்தக் கர்வக்காரி சூத்திரக் கயிற்றை இழுத்து எல்லாரையும் ஆட்டி வைக்கப் பார்க்கிறாள்! அவளுடைய கொட்டத்தை நான் அடக்குவேன். அதற்காகவே இந்த வாலிபனை உபயோகப்படுத்திக் கொள்ளப் போகிறேன்...'

ரவிதாசனுடைய முகத்தில் வியப்புக்கும் மரியாதைக்கும் உரிய அறிகுறிகள் தென்பட்டன.

'நீ பெரிய கைகாரிதான்; சந்தேகம் இல்லை! ஆனால் இதெல்லாம் உண்மை என்பது என்ன நிச்சயம்? உன்னை எப்படி நம்புவது?' என்றான்.

'ஞாபகம் இருக்கிறதா?'

‘அந்த வாலிபனை உன்னிடமே ஒப்புவிக்கிறேன். நீயே அவனைச் சுரங்க வழியில் கோட்டைக்கு வெளியே அழைத்துக்கொண்டு போ! கண்ணைக் கட்டி அழைத்துக் கொண்டு போ! பழையாறைக்கு அருகில் சென்று காத்திரு! குந்தவை கொடுக்கும் மறு ஓலையுடன் இங்கே அவனை மீண்டும் அழைத்துக்கொண்டு வா! அவன் தப்பித்துக் கொள்ளப் பார்த்தாலும் உன்னை ஏமாற்றப் பார்த்தாலும் உடனே கொன்று விடு’ என்றாள் நந்தினி.

‘வேண்டாம்! வேண்டாம்! நீயும் அவனும் எப்படியாவது போங்கள்! அவனைச் சின்னப் பழுவேட்டரையரின் ஆட்கள் கோட்டைக்குள் இப்போது தேடுகிறார்கள்; வெளியிலும் சீக்கிரத்தில் தேடப் போகிறார்கள். அவனோடு சேர்ந்து போனால் எனக்கும் ஆபத்து வரும். நான் வந்த காரியத்தைப் பற்றிச் சொல்லு!’

‘வந்த காரியம் என்னவென்று நீ இன்னமும் தெரிவிக்கவில்லை...’

‘காஞ்சிக்கும் இலங்கைக்கும் ஆட்கள் போக ஏற்பாடாகி விட்டது. இலங்கைக்கு போகிறவர்கள் பாடு ரொம்பவும் கஷ்டம். அங்கே வெகு சாமர்த்தியமாக நடந்துகொள்ள வேண்டும்...’

‘அதற்கு என்னை என்ன செய்யச் சொல்கிறாய்? இன்னும் பொன் வேண்டுமா? உங்களுடைய பொன்னாசைக்கு எல்லையே கிடையாதா?’

‘பொன் எங்களுடைய சொந்த உபயோகத்துக்கு அல்ல; எடுத்த காரியத்தை முடிப்பதற்காகத்தான். பின் எதற்காக உன்னை இங்கு விட்டு வைத்திருக்கிறோம்? இலங்கைக்குப் போகிறவர்களுக்குச் சோழ நாட்டுப் பொன் நாணயத்தினால் பயன் இல்லை. இலங்கைப் பொன் இருந்தால் நல்லது...’

‘இதைச் சொல்வதற்கு ஏன் இத்தனை நேரம்? நீ கேட்பதற்கு முன்பே நான் எடுத்து வைத்திருக்கிறேன்’ என்று நந்தினி கூறி, தான் இருந்த மஞ்சத்தின் அடியில் குனிந்தாள். ஒரு பையை எடுத்து ரவிதாஸன் கையில் தந்தாள். ‘இது நிறைய இலங்கைப் பொற்காசு இருக்கிறது. எடுத்துக்கொண்டு போ! அவர் வரும் நேரமாகிவிட்டது!’ என்றாள்.

ரவிதாஸன் பையை வாங்கிக்கொண்டு புறப்பட்டபோது, ‘கொஞ்சம் பொறு! அந்த வாலிபனைக் கோட்டைக்கு வெளியிலாவது கொண்டு போய் விட்டு விடு! அப்புறம் அவன் வேறு பாதையில் போகட்டும்! சுரங்க வழியை அவனுக்கு காட்டிக் கொடுக்க எனக்கு விருப்ப மில்லை!’ என்று சொல்லிவிட்டு எழுந்து நின்று, இருண்ட மாளிகைப் பக்கம் பார்த்தாள்.

அங்கே ஒன்றும் தெரியவில்லை விரல்களினால் சமிக்ஞை செய்தாள்; இலேசாகக் கையைத் தட்டினாள்; ஒன்றிலும் பலன் இல்லை.

அவளும் ரவிதாசனும் லதா மண்டபப் பாதை வழியாகச் சிறிது தூரம் சென்றார்கள். அந்தப் பிரம்மாண்டமான இருள் மாளிகையில் அங்கிருந்து பிரவேசிக்கும் வாசலை நெருங்கினார்கள்.

ஆனால் வந்தியத்தேவனைக் காணவில்லை! சுற்றும் முற்றும் நாலாபுறத்திலும் அவனைக் காணவில்லை!

## முப்பத்தேழாம் அத்தியாயம்

# சிம்மங்கள் மோதின!

பழுவூர்ச் சகோதரர்கள் மீது தஞ்சைபுரிவாசிகள் தனிப்பட்ட அபிமானம் வைத்திருந்தார்கள். அந்தப் பழைய நகருக்குப் புதிய பெருமையும் செல்வாக்கும் அளித்தவர்கள் பழுவேட்டரையர்கள் அல்லவா?

யானை, குதிரை, ஒட்டகங்களுடன் பவனி என்றால், எந்த நாளிலும் ஜனங்களுக்கு வேடிக்கை பார்ப்பதில் குதூகலந்தான். அதிலும் தனாதிகாரி பெரிய பழுவேட்டரையர் தஞ்சையை விட்டு வெளியே போனாலும் சரி, வெளியே போயிருந்து கோட்டைக்குள் பிரவேசித்தாலும் சரி, வீதியின் இருபுறங்களிலும் ஜனங்கள் திரண்டு நின்று வேடிக்கை பார்ப்பார்கள்; ஜயகோஷம் செய்வார்கள்; வாழ்த்துக் கூறுவார்கள்; பூமாரியும், பொரி மழையும் பொழிவார்கள்.

சாதாரணமாகப் பெரிய சகோதரர் வெளியில் போய்விட்டு வந்தால் இளையவர் கோட்டை வாசலில் வந்து நின்று வரவேற்று அழைத்துச் செல்வார்.

அண்ணனும் தம்பியும் ஒருவரையொருவர் கண்டதும் தழுவிக் கொள்ளும் காட்சி நீலகிரியும் பொதிகை மலையும் ஆலிங்கனம் செய்து கொள்வது போலிருக்கும்.

இருவரும் இரண்டு யானைகள் மீதோ அல்லது குதிரைகளின் மீதோ ஏறிக்கொண்டு அருகருகே சென்றார்களானால், அந்தக் காட்சியைப் பார்க்கப் பதினாயிரம் கண்கள் வேண்டும்.

பழுவூர்ச் சகோதரர்களைச் சிலர் இரணியனுக்கும் இரண்யாட்சனுக்கும் ஒப்பிட்டுப் பேசுவார்கள். இன்னும் சிலர் ‘சுந்தோப சுந்தர்கள்’ என்பார்கள். இராமரையும் பரதரையும் ஒத்த அருமைச் சகோதரர்கள் என்றும், வீமனையும் அருச்சுனனையும் ஒத்த வீரச் சகோதரர்கள் என்று கூறுவோரும் உண்டு.

ஆனால் இன்றைக்குப் பெரிய பழுவேட்டரையர் தஞ்சைக் கோட்டைக்குள் பிரவேசித்தபோது அவருடன் வந்த பரிவாரங்கள் வழக்கமான முழக்கங்களைச் செய்தபோதிலும் வீதிகளில் குதூகல ஆரவாரம் இல்லை; ஜனக் கூட்டமும் அதிகமில்லை. சின்னப் பழுவேட்டரையர் கோட்டை வாசலுக்கு அண்ணனை வரவேற் பதற்காக வந்து காத்திருக்கவும் இல்லை.

ஆனால் தனாதிகாரி இதைப் பொருட்படுத்தாமல் நேரே தம்பியின் மாளிகையை நோக்கிச் சென்றார். ஏதோ ஒரு முக்கியமான காரியத்தில் இளையவன் ஈடுபட்டிருக்க வேண்டும் என்று அவர் எண்ணினார். ஒருவேளை சக்கரவர்த்தியின் உடல்நிலை மிகவும் மோசமாகி விட்டதோ, அல்லது... அல்லது, 'பெரிய காரியம்'தான் நடந்து விட்டதோ என்ற ஐயம் உண்டாயிற்று. ஆகையால், வழக்கத்தை விடத் துரித மாகவே அவருடைய பரிவார ஊர்வலம் சென்று கோட்டைத் தளபதி சின்னப் பழுவேட்டரையரின் மாளிகையை அடைந்தது.

மாளிகை வாசலுக்குத் தமையனை வரவேற்க வந்த தளபதியின் முகத்தில் பரபரப்பும் கவலையும் காணப்பட்டன. தமையனுக்கு வணக்கம் செலுத்திப் பிறகு மார்புறத் தழுவிக்கொண்டார். இருவரும் மாளிகைக்குள் சென்றார்கள். நேரே அந்தரங்க மந்திராலோசனை மண்டபத்துக்குள் பிரவேசித்தார்கள்.

இருவரும் தனிப்பட்டதும், 'தம்பி! காலாந்தகா! என்ன ஒரு மாதிரி இருக்கிறாய்? ஏதாவது விசேஷம் உண்டா? சக்கரவர்த்தி சுகமா?' என்று தமையனார் கேட்டார்.

சின்னப் பழுவேட்டரையராகிய காலாந்தக கண்டர், 'சக்கரவர்த்தி எப்போதும் போல் இருக்கிறார். அவரது சுகத்தில் அபிவிருத்தியும் இல்லை; சீர்கேடும் இல்லை!' என்றார்.

'பின் ஏன் வாட்டம் அடைந்திருக்கிறது உன் முகம்? ஏன் கோட்டை வாசலுக்கு வரவில்லை? ஊரும் ஒரு மாதிரி சலசலப்புக் குறைந்திருக் கிறதே!' என்று பெரியவர் கேட்டார்.

'அண்ணா! ஒரு சிறு சம்பவம் நடந்திருக்கிறது. பிரமாதம் ஒன்றும் இல்லை. அதைப் பற்றிப் பிற்பாடு சொல்கிறேன். தாங்கள் போன காரியங்களெல்லாம் எப்படி?' என்று காலாந்தககண்டர் கேட்டார்.

'நான் சென்றிருந்த காரியம் பூரண வெற்றிதான். அழைத்திருந்தவர்கள் அவ்வளவு பேரும் கடம்பூருக்கு வந்திருந்தார்கள். எல்லோரும் ஒருமுக மாக உன் மருமகன் மதுராந்தகனே அடுத்த பட்டத்துக்கு உரியவன் என்று ஒப்புக்கொண்டார்கள். ஜயகோஷத்துடன் ஆமோதித்தார்கள். நியாயத்துக்குக் கட்டுப்படவில்லையென்றால் கத்தி எடுத்துப் போர்

செய்து உரிமையை நிலைநாட்டவும் அவ்வளவு பேரும் சித்தமாயிருக் கிறார்கள். கொல்லி மழவனும், வணங்காமுடி முனையரையனும்கூட ஒப்புக்கொண்டார்கள் என்றால், நம்முடைய நோக்கம் நிறை வேறுவதற்குத் தடை என்ன? சம்புவரையர் தம் கோட்டை, கொத்தளம், படை, செல்வம் எல்லாவற்றையும் ஈடுபடுத்தச் சித்தமாயிருக்கிறார். அவருடைய மகன் கந்தமாறன் மிகத் தீவிரமாயிருக்கிறான். நடுநாட்டையும் திருமுனைப்பாடி நாட்டையும் பற்றிக் கவலை யேயில்லை. சோழ தேசந்தான் எப்போதும் நம் கையில் இருக்கிறது. வேறு என்ன யோசனை? திருக்கோவலூர் மலையமான், பல்லவன் பார்த்திபேந்திரன், கொடும்பாளூர் வேளான் இந்த மூன்று பேருந்தான் ஒருவேளை எதிர்க்கக்கூடும். அவர்களில் கொடும்பாளூரான் இங்கில்லை; இலங்கையில் இருக்கிறான். மற்ற இருவராலும் என்ன புரட்டிவிட முடியும்? கூடிய சீக்கிரத்தில் சக்கரவர்த்தியிடம் சொல்லி உடனே முடிவு செய்துவிட வேண்டியதுதான்!' என்றார் பெரிய பழுவேட்டரையர்.

'தலைவர்களைப் பற்றித் தாங்கள் சொல்வதெல்லாம் சரி; ஜனங்கள்? ஜனங்கள் ஆட்சேபித்தால்?' என்று கேட்டார் காலாந்தககண்டர்.

'ஆகா! ஜனங்களை யார் கேட்கப் போகிறார்கள்? ஜனங்களைக் கேட்டுக் கொண்டா இராஜ்ய காரியங்கள் நடக்கின்றன? ஜனங்கள் ஆட்சேபிக்கத் துணிந்தால், மறுபடியும் அவர்கள் இம்மாதிரி காரியங்களில் பிரவே சிக்காதபடி செய்துவிட வேண்டும். அப்படி ஒன்று நேரும் என நான் நினைக்கவில்லை. சக்கரவர்த்தியின் விருப்பம் என்றால் பேசாமல் அடங்கி விடுவார்கள். மேலும், அருள்மொழிவர்மன் நல்லவேளை யாக இலங்கையில் இருக்கிறான். அவன் இருந்தாலும் ஒருவேளை ஜனங்கள் தங்கள் குருட்டு அபிமானத்தைக் காட்ட முயல்வார்கள். ஆதித்த கரிகாலன் மீது ஜனங்கள் அவ்வளவு பிரேமைகொண்டிருக்க வில்லை. மதுராந்தகன் மீது அவர்களுடைய அபிமானத்தைத் திருப்பு வது சுலபம். 'சிவபக்தன்', 'உத்தம குணம் படைத்தவன்' என்று ஏற்கெனவே பெயர் வாங்கியிருக்கிறான். சுந்தர சோழரின் புதல்வர்கள் இருவரைக் காட்டிலும் உன் மருமகனுடைய முகத்தில் களை அதிகம் என்பதுதான் உனக்குத் தெரியுமே? 'அகத்தின் அழகு முகத்தில் தெரியும்' என்று கருதும் முட்டாள் ஜனங்கள் 'மதுராந்தக சக்கரவர்த்தி வாழ்க' என்று கோஷிக்காவிட்டால்தான் ஆச்சரியமாயிருக்கும். எப்படியிருந் தாலும் நான் ஒருவன் இருக்கும்போது உனக்கு என்ன கவலை...?'

'ஆனால் வேளக்காரப் படை இருக்கிறதே! அவர்களை எப்படிச் சமாளிப்பது?'

'வேளக்காரப் படையார் சுந்தர சோழருக்குத்தான் உயிர்ப் பலி விரதம் எடுத்தவர்களே தவிர, அவருடைய பிள்ளைகளுக்கு அல்லவே?

அப்படி அவர்கள் குறுக்கிட்டாலும் உன்னுடைய கோட்டைக் காவல் படை எங்கே போயிற்று? ஒரு நாழிகைப் பொழுதில் அவ்வளவு பேரையும் பிடித்துப் பாதாளச் சிறையில் தள்ள வேண்டியதுதானே?'

'அண்ணா! முக்கியமான எதிர்ப்பு பழையாறையிலிருந்துதான் வரும். அந்தக் கிழவியும் குமரியும் சேர்ந்து என்ன சூழ்ச்சி செய்வார்களோ, தெரியாது. அதைத்தான் முக்கியமாகக் கவனிக்க வேண்டும்...'

'தம்பி! காலாந்தகா! போயும் போயும் இரண்டு பெண் பிள்ளைகளுக்கா என்னைப் பயப்படச் சொல்கிறாய்? அவர்களுடைய தந்திர மந்திரங்களுக்கெல்லாம் மாற்று என்னிடம் இருக்கிறது. கவலைப்படாதே!'

'இரண்டு பிள்ளைகளையும் தஞ்சைக்கு வரும்படி அழைப்பு அனுப்ப வேண்டும் என்று சக்கரவர்த்தி கட்டளையிட்டிருக்கிறார்...'

'ஆதித்த கரிகாலன் வரமாட்டான். ஒருவேளை அருள்மொழி தந்தை கட்டளைப்படி புறப்பட்டு வருவான். வந்தால், அவனைத் தடுக்க வேண்டியதுதான்! மதுராந்தகனுக்கு இளவரசுப் பட்டம் கட்டிச் சிம்மாசனத்தில் சகல அதிகாரங்களுடன் ஏற்றிய பிறகுதான் அவர்கள் இருவரும் வந்தால் வரலாம். அதற்கு முன் வரக் கூடாது. இதை என்னிடம் விட்டு விடு! மற்றபடி நீ என்னவோ சிறிய விசேஷம் இங்கே நடந்ததாகச் சொன்னாயே, அது என்ன?'

'காஞ்சியிலிருந்து வாலிபன் ஒருவன் வந்தான். சக்கரவர்த்திக்கு ஒரு ஓலையும் குந்தவைக்கு ஒரு ஓலையும் கொண்டுவந்தான்...'

'அவனை என்ன செய்தாய்? ஓலைகளைப் பிடுங்கிக்கொண்டு அவனைச் சிறைப்படுத்தியிருக்கிறாய் அல்லவா?'

'இல்லை, அண்ணா! கடம்பூரில் தங்களைப் பார்த்ததாகவும், சக்கரவர்த்தியிடம் நேரில் கொடுக்கச் சொன்னதாகவும் கூறினான். அது உண்மையா?'

'ஆகா! வெறும் பொய்! கடம்பூரில் அழையாத வாலிபன் ஒருவன் - கந்தமாறனின் சிநேகிதன் என்று சொல்லிக்கொண்டு வந்திருந்தான். ஆனால் ஓலைகொண்டு வந்திருப்பதாக என்னிடம் சொல்லவே இல்லையே! அவன் முகத்தைப் பார்த்ததுமே சந்தேகித்தேன். அவனிடம் நீ ஏமாந்து போய் விட்டாயா என்ன?'

'ஆம், அண்ணா! ஏமாந்துதான் போய்விட்டேன். தங்கள் பெயரைச் சொன்னதால் ஏமாந்தேன்!'

'அட மூடா! ஏமாந்து என்ன செய்தாய்? ஓலையைச் சக்கரவர்த்தியிடம் கொடுத்து விட்டாயா? அதைப் பார்க்கக் கூட இல்லையா?'

'பார்த்தேன். அதில் ஒன்றுமில்லை. காஞ்சி பொன் மாளிகைக்கு வரும்படிதான் எழுதியிருந்தது. ஓலையைக் கொடுத்து விட்டு அந்த வாலிபன் ஏதோ 'அபாயம்' என்று சொல்லிக் கொண்டிருந்தான்...'

'பிறகாவது, சந்தேகித்துச் சிறைப்படுத்தவில்லையா?'

'சந்தேகித்தேன்; ஆனால் சிறைப்படுத்தவில்லை!'

'பின்னே, என்ன செய்தாய்?'

'ஊர் பார்க்க வேண்டும் என்றான். பார்த்துவிட்டு வரட்டும் என்று இரண்டு ஆளையும் பின்னோடு அனுப்பினேன். அவர்களை ஏமாற்றி விட்டு மறைந்து விட்டான். அவனைத் தேடுவதற்குத்தான் ஏற்பாடு செய்துகொண்டிருந்தேன். அதனால்தான் கோட்டை வாசலுக்குக்கூட வரவில்லை! நகர மக்களுக்கு எச்சரிக்கை செய்திருக்கிறேன்...'

'அட சீ! நீயும் ஒரு மனிதனா? மீசை முளைக்காத ஒரு சிறு பிள்ளையிடமா ஏமாந்து போனாய்? உனக்குக் காலாந்தககண்டன் என்று பெயர் வைத்தேனே, என் முட்டாள்தனத்தை நொந்துகொள்ள வேண்டும். உன்னைக் கோட்டைத் தளபதியாக்கினேனே? எனக்கு இது வேண்டியதுதான்! என் பெயரைச் சொல்லி ஒரு தறுதலைப் பயல் உன்னை ஏமாற்றி விட்டான் என்று சொல்லிக் கொள்ள வெட்கமாயில்லையா?'

'வெறுமனே உங்கள் பெயரைச் சொன்னதோடு இல்லை. உங்கள் முத்திரை மோதிரத்தையும் காட்டினான். அதை அவனுக்கு நீங்கள் கொடுத்தீர்களா?'

'இல்லவே இல்லை! அப்படியெல்லாம் ஏமாந்து விட நான் உன்னைப் போல் ஏமாளியா?'

'அவனிடம் முத்திரை மோதிரம் இருந்தது உண்மை. என்னிடமும் காட்டினான். கோட்டை வாசல் காவலர்களிடமும் காட்டி விட்டுத்தான் உள்ளே புகுந்தான். நீங்கள் கொடுத்திராவிட்டால், இன்னும் ஒரே ஒரு இடத்திலிருந்துதான் அதை அவன் பெற்றிருக்க முடியும்.'

'யாரைச் சொல்கிறாய்?'

'தங்களால் ஊகிக்க முடியவில்லையா? இளைய ராணியைத்தான் சொல்கிறேன்...'

'சீச்சீ! ஜாக்கிரதை! நாக்கை அறுத்து விடுவேன்!'

'நாக்கை அறுத்தாலும் அறுங்கள்; தலையைக் கொய்தாலும் கொய்யுங்கள். வெகு நாளாய்ச் சொல்ல விரும்பியதை இப்போது சொல்லி

விடுகிறேன். விஷ நாகத்தை அழகாயிருக்கிறது என்று எண்ணி வீட்டில் வைத்து வளர்க்கிறீர்கள். அது ஒருநாள் கடிக்கத்தான் போகிறது. நம் எல்லோரையும் நாசம் செய்யப் போகிறது! வேண்டாம்! அவளைத் துரத்தி விட்டு மறு காரியம் பாருங்கள்!'

'காலாந்தககண்டா! வெகு நாளாக உனக்குச் சொல்ல எண்ணியிருந்த ஒரு விஷயத்தை நானும் உனக்கு இன்று சொல்லுகிறேன். வேறு எந்தக் காரியத்தைப் பற்றி வேண்டுமானாலும் உன் அபிப்ராயத்தை நீ தாராள மாய்ச் சொல்லலாம். என் காரியம் பிடிக்காவிட்டால் தைரியமாகக் கண்டித்துப் பேசலாம். ஆனால் நான் கைப்பிடித்து மணந்து கொண்ட வளைப் பற்றிக் குறைவாக இனி எப்போதேனும் ஒரு வார்த்தை சொன்னாலும் சரி; உன்னை வளர்த்த இதே கையினால் உன்னைக் கொன்று விடுவேன். உனக்குக் கத்தி பிடிக்கச் சொல்லிக் கொடுத்த நான், உன் கத்தியைப் பிடுங்கியே உன்னை வெட்டிக் கொல்லுவேன்! ஜாக்கிரதை!'

அந்த இரு சகோதரர்களும் அப்போது போட்டுக் கொண்ட ஆத்திரச் சொற்போர் சிங்கமும் சிங்கமும் மோதிப் பயங்கரமான சண்டை பிடிப்பது போலவே இருந்தது. அவர்களுடைய குரலும் சிம்ம கர்ஜனையைப் போலவே முழங்கிற்று. அவர்கள் பேசியது அந்தரங்க மந்திராலோசனை மண்டபத்தில்தான் என்றாலும், வெளியில் காத்திருந் தவர்களுக்கெல்லாம் அவர்களுடைய குரல், விவரம் இன்னதென்று தெரியாமல் இடிமுழக்கம் போல் கேட்டது. அனைவரும் 'என்ன விபரீதமோ' என்று நடுங்கிக்கொண்டிருந்தார்கள்.

முப்பத்தெட்டாம் அத்தியாயம்

# நந்தினியின் ஊடல்

பெரிய பழுவேட்டரையர் கடைசியாகத் தமது மாளிகைக்குத் திரும்பியபோது நள்ளிரவு கழிந்து மூன்றாவது ஜாமம் ஆரம்பமாகியிருந்தது. வீதிப் புழுதியை வாரி அடித்துக்கொண்டு சுழன்று சுழன்று அடித்த மேலக் காற்றைக் காட்டிலும் அவருடைய உள்ளத்தில் அடித்த புயல் அதிகப் புழுதியைக் கிளப்பியது. அருமைச் சகோதரனை அவ்வளவு தூரம் கடிந்து கொள்ள வேண்டியிருந்தது பற்றிச் சிறிது பச்சாதாபப்பட்டார். அவர் மீது தம்பி வைத்திருந்த அபிமானத்துக்கு அளவேயில்லை. அந்த அபிமானத்தின் காரணமாகத்தான் ஏதோ சொல்லிவிட்டான். இருந்தாலும் சந்தேகக்காரன், எதற்காக அநாவசியமாய் நந்தினியைப் பற்றிக் குறைகூற வேண்டும்? மனித சுபாவம் அப்படித்தான் போலும். தான் செய்த தவறுக்குப் பிறர் பேரில் குற்றம் சொல்லித் தப்பித்துக்கொள்ள முயல்வது சாதாரண மக்களின் இயற்கை. ஆனால் இவன் எதற்காக அந்த இழிவான முறையைக் கடைப்பிடிக்க வேண்டும்? கைவசம் சிக்கியிருந்த அந்த மோசக்காரத் திருட்டு வாலிபனை விட்டு விட்டு, அதற்காக ஒரு பெண்ணின் பேரில், அதுவும் மதனியின் பேரில் குற்றம் சொல்லுவது இவனுடைய வீரத்துக்கும் ஆண்மைக்கும் அழகாகுமா? போனால் போகட்டும்! அதற்காகத்தான் அவன் வருந்தி மன்னிப்பும் கேட்டுக்கொண்டு விட்டானே? மேலும் அதைப் பற்றி நாம் எதற்காக நினைக்க வேண்டும்?

இருந்தாலும், அவன் கூறியதில் அணுவளவேனும் உண்மை இருக்கக் கூடுமா? ஒருவேளை இந்த முதிய பிராயத்தில் நமக்குப் பெண் பித்துதான் பிடித்திருக்குமோ? எங்கேயோ காட்டிலிருந்து பிடித்து வந்த ஒரு பெண்ணுக்காக, கூடப்பிறந்த சகோதரனை, நூறு போர்க்களங்களில், நமக்குப் பக்கபலமாயிருந்து போரிட்டவனை, பலமுறை தன் உயிரைப் பொருட்படுத்தாமல் நமக்கு வந்த அபாயத்தைத் தடுத்துக் காத்தவனையல்லவா கடிந்து கொள்ள வேண்டியிருந்தது? அப்படி என்ன அவள் உயர்த்தி? அவளுடைய பூர்வோத்திரம் நமக்குத் தெரியாது.

அவளுடைய நடவடிக்கையும் பேச்சும் சில சமயம் சந்தேகத்துக்கு இடமாகத்தான் இருக்கின்றன. சீச்சீ! தம்பியின் வார்த்தை நம் உள்ளத்திலும் இத்தகைய குழப்பத்தை உண்டாக்கிவிட்டதே! என்ன அநியாயம்? அவள் எப்படி நம்மிடம் உயிர்க்குயிரான அன்பு வைத்திருக் கிறாள்? எவ்வளவு மட்டுமரியாதையுடன் நடந்து கொள்ளுகிறாள்? நம்முடைய காரியங்களில் எல்லாம் எவ்வளவு உற்சாகம் காட்டு கிறாள்? சில சமயம் நமக்கு யோசனைகள்கூடச் சொல்லி உதவுகிறாளே? இந்த அறுபது வயதுக்கு மேலான கிழவனைத் துணிந்து மணந்து கொண்டாளே, அதைப் பார்க்க வேண்டாமா? தேவலோக மாதரும் பார்த்துப் பொறாமைப்படும்படியான அந்தச் சுந்தரிக்குச் சுயம்வரம் வைத்தால், சொர்க்கத்திலிருந்து தேவேந்திரன்கூட ஓடி வருவானே? இந்த உலகத்து மணிமுடி வேந்தர் யார்தான் அவளை மணந்து கொள்ள ஆசைப்பட மாட்டார்கள்? ஆ! இந்தச் சுந்தரச் சோழன் கண்ணில் அவள் அகப்பட்டிருந்தால் போதுமே? அப்படிப்பட்டவளைப் பற்றி எந்த விதத்திலும் ஐயப்படுவது எவ்வளவு மடமை? இளம் பெண்ணை மணந்து கொண்ட கிழவர்கள், இல்லாத சந்தேகங்கள் எல்லாம் தோன்றி தம் வாழ்க்கையை நரகமாக்கிக் கொள்வார்கள் என்று கேள்விப் பட்டிருக்கிறோம். உலக வாழ்க்கையில் அத்தகைய உதாரணங்களைப் பார்த்துமிருக்கிறோம். அம்மாதிரி ஊரார் சிரிப்பதற்கு நம்மை நாமே இடமாக்கிக் கொள்வதா?

இருந்தபோதிலும் சிற்சில விவரங்களை அவளுடைய வாய்ப் பொறுப்பில் கேட்டறிந்து கொள்வதும் அவசியம்தான். அடிக்கடி முத்திரை மோதிரம் வேண்டும் என்று கேட்டு வாங்கிக் கொள்கிறாளே, எதற்காக? அடிக்கடி தன்னந்தனியாக லதா மண்டபத்தில் போய் உட்கார்ந்து கொள்ளுகிறாளே, அது எதற்கு? யாரோ ஒரு மந்திரவாதி அடிக்கடி அவளைப் பார்க்க வருகிறதாகக் கேள்விப்படுகிறோமே, அவளே ஒப்புக் கொண்டாளே, அது எதற்காக? மந்திரவாதியிடம் இவள் என்னத்தைக் கேட்டறியப் போகிறாள்? மந்திரம் போட்டு இவள் யாரை வசப்படுத்த வேண்டும்? இதெல்லாம் இருக்க, 'கல்யாணம் பண்ணியும் பிரம்மச்சாரி' என்ற நிலையில் என்னை எத்தனை காலம் வைத்திருக்கப் போகிறாள்? ஏதோ விரதம், நோன்பு என்று சொல்லு கிறாளே தவிர, என்ன விரதம், என்ன நோன்பு என்று விளங்கச் சொல்கிறாள் இல்லை! கதைகளிலே வரும் தந்திரக்காரப் பெண்கள் தட்டிக் கழிக்கக் கையாளும் முறையைப் போலத்தானே இருக்கிறது? அதற்கு இனிமேல் இடம் கொடுக்கக் கூடாது! இன்றிரவு அதைப் பற்றிக் கண்டிப்பாகப் பேசித் தீர்த்துக் கட்டிவிட வேண்டியதுதான்!

பழுவேட்டரையர் அவருடைய மாளிகை வாசலுக்கு வந்தபோது அரண்மனைப் பெண்டிரும் ஊழியர்களும் தாதியர்களும் காத்திருந்து

வரவேற்றார்கள். ஆனால் அவருடைய கண்கள் சுற்றிச் சுழன்று பார்த்தும் அவர் பார்க்க விரும்பிய இளைய ராணியை மட்டும் காண வில்லை. விசாரித்ததில், இன்னும் லதா மண்டபத்தில் இருப்பதாகத் தெரிய வந்தது. அவர் மனத்தில், 'நள்ளிரவு ஆன பிறகும் அங்கு இவளுக்கு என்ன வேலை?' என்ற கேள்வியுடன், தம்மை அலட்சியம் செய்கிறாளோ என்ற ஐயமும் கோபமும் எழுந்தன. சிறிது ஆத்திரத்துட னேயே கொடி மண்டபத்தை நோக்கிச் சென்றார்.

இவர் கொடி மண்டப வாசலை அடைந்த போது நந்தினியும் அவளுடைய தோழியும் எதிரே வருவதைக் கண்டார். அப்படி வந்தவள் இவரைக் கண்டதும் நின்று, அவரைப் பார்க்காமல், தோட்டத்தில் குடிகொண்டிருந்த இருளை நோக்கத் தொடங்கினாள். தாதிப் பெண் சற்று அப்பாலேயே நின்றுவிட்டாள்.

பழுவேட்டரையர் நந்தினியின் அருகில் வந்த பின்னரும் அவள் அவரைத் திரும்பிப் பார்க்கவில்லை. நந்தினியைக் கடிந்து கொள்ளலாம் என்று எண்ணிக்கொண்டு வந்ததற்கு மாறாக அவளுடைய கோபத்தை இவர் தணிக்க முயல வேண்டியதாயிற்று!

'நந்தினி! என் கண்மணி! என்ன கோபம்? ஏன் பாராமுகம்?' என்று கேட்டுக்கொண்டு தம் இரும்பையொத்த கையை அவளுடைய தோளின் மீது மிருதுவாக வைத்தார்.

நந்தினியோ மலரினும் மிருதுவான தன் கர மலரினால் அவருடைய வஜ்ராயுதத்தையொத்த கையை ஒரு தள்ளுத் தள்ளினாள். அம்மம்மா! மென்மைக்கும் மிருதுத் தன்மைக்கும் இத்தனை பலமும் உண்டா?

'என் உயிரே! உன் பட்டுக் கையினால் தொட்டு என்னைத் தள்ளினாயே, அதுவே என் பாக்கியம்! திரிகோண மலையிலிருந்து விந்திய மலை வரையில் உள்ள வீராதிவீரர் யாரும் செய்ய முடியாத செயலை நீ செய்தாய்! அது என் அதிர்ஷ்டம்! என்றாலும், எதற்குக் கோபம் என்று சொல்ல வேண்டாமா? உன் தேன் மதுரக் குரலைக் கேட்க என் காது தாபம் அடைந்து தவிக்கின்றதே?' என்று கெஞ்சினார் ஆயிரம் போர்க் களங்களில் வெற்றி கண்ட அந்த மகா வீரர்.

'தாங்கள் என்னைப் பிரிந்து போய் எத்தனை நாள் ஆயிற்று? முழுமை யாக நாலு நாள் ஆகவில்லையா?' என்று சொன்ன நந்தினியின் குரலில் விம்மல் தொனித்தது. அது எத்தனையோ வாள்களையும் வேல் களையும் தாங்கி நின்றும் தளராத பழுவேட்டரையரின் நெஞ்சத்தை அனலில் இட்ட மெழுகைப்போல் உருக்கி விட்டது.

'இதற்காகத்தானா இவ்வளவு கோபம்? நாலு நாள் பிரிவை உன்னால் சகிக்க முடியவில்லையா? நான் போர்க்களத்துக்குப் போக நேர்ந்தால்

என்ன செய்வாய்? மாதக்கணக்காகப் பிரிந்திருக்க நேரிடுமே?'
என்றார்.

'தாங்கள் போர்க்களத்துக்குப் போனால் மாதக்கணக்கில் தங்களை நான்
பிரிந்திருப்பேன் என்றா எண்ணினீர்கள்? அந்த எண்ணத்தை மாற்றிக்
கொள்ளுங்கள். தங்களுடைய நிழலைப் போல் தொடர்ந்து நானும்
போர்க்களத்துக்கு வருவேன்...'

'அழகாயிருக்கிறது! உன்னைப் போர்க்களத்துக்கு அழைத்துப் போனால்
நான் யுத்தம் பண்ணினாற் போலத்தான்! கண்மணி! இந்த மார்பும்
தோள்களும் எத்தனையோ கூரிய அம்புகளையும் வேல் முனை
களையும் தாங்கியதுண்டு. அவ்வாறு ஏற்பட்ட காயங்கள் அறுபத்து
நான்கு என்று உலகோர் என்னைப் புகழ்வதுமுண்டு. ஆனால்
உன்னுடைய மிருதுவான மலர் மேனியில் ஒரு சிறு முள் தைத்து
விட்டால், என்னுடைய நெஞ்சு பிளந்து போய்விடும். எத்தனையோ
வாள்களும் வேல்களும் என்னைத் தாக்கிச் சாதிக்க முடியாத காரியத்தை
உன் காலில் தைக்கும் சிறிய முள் சாதித்து விடும். உன்னை எப்படி யுத்த
களத்துக்கு அழைத்துப் போவேன்? நீ இத்தனை நேரம் கருங்கல்
தரையில் நின்றுகொண்டிருப்பதே எனக்கு வேதனையாய் இருக்கிறது.
இப்படி வா; வந்து உன் மலர்ப் படுக்கையில் வீற்றிரு! உன் திருமுகத்தைப்
பார்க்கிறேன். நாலு நாள் பிரிவு உனக்கு மட்டும் வேதனை அளித்தது
என்று நினையாதே! உன்னைக் காணாத ஒவ்வொரு கணமும் எனக்கு
ஒரு யுகமாயிருந்தது. இப்போதாவது என் தாபம் தீர, உன் பொன்
முகத்தைப் பார்க்கிறேன்!' என்று கூறி, நந்தினியின் கரத்தைப் பற்றி
அழைத்துக்கொண்டு போய் மஞ்சத்தில் உட்கார வைத்தார்.

நந்தினி தன் கண்களைத் துடைத்துக்கொண்டு பழுவேட்டரையரை
நிமிர்ந்து பார்த்தாள். தங்க விளக்கின் பொன்னொளியில் அவளுடைய
முகத்தில் மலர்ந்த முத்து முறுவலைப் பார்த்தார் தனாதிகாரி. ஆகா!
இந்தப் புன்சிரிப்புக்கு மூன்று உலகத்தையும் கொடுக்கலாமே? மூன்று
உலகமும் நம் வசத்தில் இல்லாதபடியால், நம் உடல், பொருள், ஆவி
மூன்றையும் இவளுக்காகத் தத்தம் செய்யலாம்! ஆனால் இவளோ
நம்மிடம் ஒன்றும் கேட்கிறாள் இல்லை! - இவ்விதம் எண்ணினார் அந்த
வீராதி வீரர். அவளைக் கேள்வி கேட்பது, கடிந்து கொள்வது என்கிற
உத்தேசம் போயே போய் விட்டது! நந்தினி காலால் இட்ட பணியைத்
தலையால் நடத்தி வைக்கும் நிலைமைக்கு வந்து விட்டார்! எந்தவித
அடிமைத்தனமும் பொல்லாததுதான்! ஆனால் பெண்ணடிமைத்தனத்தைப்
போல் ஒருவனை மதி இழக்கச் செய்வது வேறொன்றுமில்லை!

'நாலு நாள் வெளியூரில் இருந்து விட்டுத்தான் வந்தீர்களே? திரும்பி
வந்தவுடனே நேரே ஏன் இங்கு வரவில்லை? என்னை விடத்

தங்களுக்குத் தங்கள் தம்பிதானே முக்கியமாகிவிட்டார்!' என்று கேட்டாள் நந்தினி. கேட்டுவிட்டுக் கள்ளக் கோபத்துடன் அவரைக் கடைக்கண்ணால் பார்த்தாள்.

'அப்படியில்லை, என் கண்மணி! வில்லிலிருந்து புறப்பட்ட பாணத்தைப் போல் உன்னிடம் வருவதற்குத்தான் என் மனம் ஆசைப்பட்டது. ஆனால் அந்த அசட்டுப் பிள்ளை - மதுராந்தகன் - சுரங்க வழியின் மூலமாகப் பத்திரமாகத் திரும்பி வந்து சேர்கிறானா என்று தெரிந்து கொள்வதற்காகவே தம்பியின் வீட்டில் தாமதிக்க வேண்டிய தாயிற்று...'

'ஐயா! தாங்கள் எடுத்த காரியங்களிலெல்லாம் எனக்குச் சிரத்தை உண்டு. தங்கள் முயற்சி அனைத்தும் வெற்றி பெற வேண்டுமென்று தான் நானும் ஆசைப்படுகிறேன். ஆனாலும் நான் ஏற வேண்டிய மூடுபல்லக்கில் ஓர் ஆண் பிள்ளையைத் தாங்கள் ஏற்றிக்கொண்டு போவதை நினைத்தால் எனக்குக் கஷ்டமாயிருக்கிறது. நாடு நகரங்களில் உள்ள ஜனங்கள் எல்லோரும் தாங்கள் போகுமிடமெல்லாம் என்னையும்கூட அழைத்துப் போவதாக எண்ணுகிறார்கள்...'

'அது எனக்கு மட்டும் சந்தோஷமளிக்கிறது என்றா நினைக்கிறாய்? இல்லவே இல்லை! ஆனால் எடுத்த காரியம் பெரிய காரியம். அதை நிறைவேற்றுவதற்காகச் சகித்துக்கொண்டு செய்கிறேன். மேலும், இந்த யோசனை கூறியதே நீதான் என்பதை மறந்து விட்டாயா? உன்னுடைய மூடுபல்லக்கில் மதுராந்தகனை அழைத்துப் போகும்படி நீதானே சொன்னாய்? கோட்டையிலிருந்து போகும்போதும் வரும் போதும் அவனைத் தனியாகச் சுரங்க வழியில் அனுப்பும் யுக்தியையும் நீதானே கூறினாய்?...'

'என்னுடைய கடமையைத்தான் நான் செய்தேன். கணவர் எடுத்திருக்கும் காரியத்துக்கு உதவி செய்வது மனைவியின் கடமை அல்லவா? ஏதோ எனக்குத் தெரிந்த யுக்தியைச் சொன்னேன். தங்களுக்கு அதனால்...'

'அது மட்டுமா செய்தாய்? இந்த மதுராந்தகன் உடம்பெல்லாம் விபூதியைப் பூசிக்கொண்டு ருத்ராட்ச மாலையை அணிந்து நமசிவாய ஜபம் செய்துகொண்டிருந்தான்! கோயில், குளம் என்று சொல்லிக் கொண்டு 'அம்மாவுக்குப் பிள்ளை நான்தான்' என்பதை நிரூபித்துக் கொண்டிருந்தான்! அரசாள்வதில் ஆசை உண்டாக்க நாங்கள் எவ்வளவோ முயன்றும், முடியவில்லை. இரண்டு தடவை நீ அவனுடன் பேசினாய், உடனே மாறிப் போய் விட்டான். இப்போது அவனுக்கு உள்ள இராஜ்ய ஆசையைச் சொல்லி முடியாது. தற்போது அவனுடைய மனோராஜ்யம் இலங்கையிலிருந்து இமயமலை வரையில் பரவியிருக்கிறது! பூமியிலிருந்து ஆகாசம் வரையில் வியாபித்திருக்கிறது. நம்மைக்

காட்டிலும் அவனுக்கு அவசரம் தாங்கவில்லை. சோழ சிம்மாசனத்தில் ஏறத் துடித்துக்கொண்டிருக்கிறான். நந்தினி! அந்தப் பிள்ளை விஷயத்தில் நீ என்ன மாயமந்திரம் செய்தாயோ, தெரியவில்லை!... ஆமாம், நீதான் இப்படிப்பட்ட மாயமந்திரக் காரியாயிருக்கிறாயே? வேறு மந்திரவாதியை நீ ஏன் அழைக்கிறாய்? அதைப் பற்றி அநாவசிய மாக ஜனங்கள்...'

'அரசே! அதைப் பற்றி அநாவசியமாக யாரேனும் பேசினால், அப்படிப் பட்ட துஷ்டர்களின் நாக்கைத் துண்டித்துப் புத்தி கற்பிப்பது தங்கள் பொறுப்பு. மந்திரவாதியை நான் ஏன் அழைக்கிறேன் என்பதை முன்னமே சொல்லியிருக்கிறேன். தாங்கள் மறந்திருந்தால், இன்னொரு தடவையும் சொல்லுகிறேன். பழையாறையிலுள்ள அந்தப் பெண் பாம்பின் விஷத்தை இறக்கத்தான். நீங்கள் ஆண்மை உள்ள புருஷர்கள். யுத்த களத்தில் நேருக்கு நேர் நின்று ஆண் பிள்ளைகளோடு போரிடு வீர்கள். 'கேவலம் பெண் பிள்ளைகள்' என்று அலட்சியம் செய்வீர்கள். பெண் பிள்ளைகளுடன் போர் செய்வது உங்களுக்கு அவமானம். ஆனால் நூறு ஆண் பிள்ளைகளைக் காட்டிலும் ஒரு பெண் பிள்ளை அதிகமான தீங்கு செய்து விடுவாள். பாம்பின் கால் பாம்பு அறியும். அந்தக் குந்தவையின் வஞ்சனையெல்லாம் உங்களுக்குத் தெரியாது; எனக்குத் தெரியும். தங்களையும் என்னையும் சேர்த்து அவள் அவமானப்படுத்தியதைத் தாங்கள் மறந்திருக்கலாம், நான் மறக்க முடியாது. நூறு பெண்களுக்கு மத்தியில் என்னைப் பார்த்து, 'அந்தக் கிழவனுக்குத்தான் சாகப் போகிற சமயத்தில் பெண் மோகம் பிடித்துப் புத்தி கெட்டுப் போய்விட்டது; - உன் அறிவு எங்கேயடி போயிற்று? அந்தக் கிழவனைப் போய் ஏன் மணந்துகொண்டாய்?' என்று கேட்டாளே, அதை நான் மறக்க முடியுமா? 'தேவலோக மோகினியைப் போல் ஜொலிக்கிறாயே? எந்த ராஜகுமாரனும் உன்னை விரும்பி மாலையிட்டுப் பட்டமகிஷியாக வைத்திருப்பானே? போயும் போயும் அந்தக் கிழ எருமை மாட்டைப் போய்க் கல்யாணம் செய்து கொண்டாயே!' என்று அவள் என்னைக் கேட்டதை மறக்க முடியுமா!' என்று கூறி நந்தினி விம்மி அழத் தொடங்கினாள். அவளுடைய கண்களில் பொங்கிய கண்ணீர் தாரை தாரையாகக் கன்னங்களின் வழியாகப் பெருகி அவளது மார்பகத்தை நனைத்தது.

முப்பத்தொன்பதாம் அத்தியாயம்

# உலகம் சுழன்றது!

முதிய பிராயத்தில் தாம் கல்யாணம் செய்துகொண்டது பற்றிப் பலர் பலவிதமாகப் பேசிக் கொள்கிறார்கள் என்பதைப் பழுவேட்டரையர் அறிந்திருந்தார். அப்படி நிந்தனையாகப் பேசியவர்களில் குந்தவைப் பிராட்டியும் ஒருத்தி என்பது அவர் காதுக்கு எட்டியிருந்தது. ஆனால் குந்தவை என்ன சொன்னாள் என்பதை இதுவரை யாரும் அவரிடம் பச்சையாக எடுத்துச் சொல்லவில்லை. இப்போது நந்தினியின் வாயினால் அதைக் கேட்டதும் அவருடைய உள்ளம் கொல்லர் உலைக் களத்தை ஒத்தது. குப், குப் என்று அனல் கலந்த பெருமூச்சு வந்தது. நந்தினியின் கண்ணீர் அவருடைய உள்ளத் தீயை மேலும் கொழுந்து விட்டெரியச் செய்ய நெய்யாக உதவிற்று.

‘என் கண்ணே! அந்தச் சண்டாளப் பாதகி அப்படியா சொன்னாள்? என்னைக் கிழ எருமை மாடு என்றா சொன்னாள்? இருக்கட்டும்; அவளை... அவளை... என்ன செய்கிறேன், பார்! எருமை மாடு அல்லிக் கொடியைக் காலில் வைத்து நசுக்குவது போல் நசுக்கி எறிகிறேன், பார்! இன்னும்... அவளை... அவளை...’ என்று பழுவேட்டரையர், கோபாவேசத்தினால் பேச முடியாது தத்தளித்தார். அவர் முகம் அடைந்த கோர சொரூபத்தை வர்ணிக்க முடியாது.

நந்தினி அவரைச் சாந்தப்படுத்த முயன்றாள். அவருடைய இரும்புக் கையைத் தன் பூவையொத்த கரத்தினால் பற்றி விரல்களோடு விரல்களை இணைத்துக் கோத்துக்கொண்டாள்.

‘நாதா! எனக்கு நேர்ந்த அவமானத்தைத் தாங்கள் பொறுக்க மாட்டீர்கள் என்பது எனக்குத் தெரியும். ஆனால் மத்தகஜத்தின் மண்டையைப் பிளந்து இரத்தத்தைக் குடிக்கும் வலிமையுள்ள சிங்கம், கேவலம் ஒரு பூனையின் மீது பாய முடியாது. குந்தவை ஒரு பெண் பூனை. ஆனால் பெரிய மந்திரக்காரி. மாயமும் மந்திரமும் செய்துதான் எல்லோரையும் அவள் இஷ்டம் போல் ஆட்டி வைத்துக்கொண்டிருக்கிறாள்! இந்தச்

சோழ ராஜ்யத்தையே ஆட்டி வைத்துக்கொண்டிருக்கிறாள்! அவளுடைய மந்திரத்தை மாற்று மந்திரத்தால்தான் வெல்ல வேண்டும். தங்களுக்கு விருப்பமில்லாவிட்டால் சொல்லி விடுங்கள். இன்றைக்கே நான் இந்த மாளிகையை விட்டு வெளியேறுகிறேன்...' என்று கூறி மீண்டும் விம்மினாள்.

பழுவேட்டரையரின் கோப வெறி தணிந்தது; மோக வெறி மிகுந்தது.

'வேண்டாம்; வேண்டாம்! ஆயிரம் மந்திரவாதிகளை வேண்டுமானாலும் அழைத்து வைத்துக்கொள். நீ போக வேண்டாம்! என் உயிர் அனையவள் நீ! அனையவள் என்ன? என் உயிரே நீதான்! உயிர் போய் விட்டால் அப்புறம் இந்த உடம்பு என்ன செய்யும்?... இப்போதே என்னை நீ விலக்கி வைத்திருப்பது என்னை உயிரோடு வைத்துக் கொல்கிறது! இத்தனை மந்திரம் தெரிந்து வைத்திருக்கிறாயே? எனக்கு ஒரு மந்திரம் சொல்லித் தரக்கூடாதா?' என்றார்.

'நாதா! உங்கள் கையில் வாளும் வேலும் இருக்கும்போது மந்திரம் எதற்கு? பேதைப் பெண்ணாகிய என்னிடம் விட்டு விடுங்கள் மாய மந்திரங்களை! தங்களுக்கு எதற்கு மாயமும் மந்திரமும்?' என்றாள் நந்தினி.

'கண்ணே! நீ உன் பவள வாய் திறந்து 'நாதா' என்று அழைக்கும்போதே என் உடம்பு சிலிர்க்கிறது... உன் பொன் முகத்தைப் பார்த்தால் என் மதி சுழல்கிறது! என் கையில் வாளும் வேலும் இருப்பது உண்மைதான். அதையெல்லாம் போர்க்களத்தில் பகைவர்களைத் தாக்குவதற்கு உபயோகிப்பேன். ஆனால் அந்த ஆயுதங்களை வைத்துக்கொண்டு இந்தக் கொடி மண்டபத்தில் என்ன செய்வேன்? மன்மதனுடைய பாணங்களுக்கு எதிர்ப் பாணம் என்னிடம் ஒன்றுமில்லையே? உன்னிடம் அல்லவா இருக்கிறது? எனக்கு மந்திரம் எதற்காக என்று கேட்கிறாய்! என் உடலையும் உயிரையும் ஓயாமல் எரித்துக்கொண்டிருக்கிறதே, அந்தத் தீயைத் தணிப்பதற்காகத்தான்! அதற்கு ஏதாவது மந்திரம் உனக்குத் தெரிந்திருந்தால் சொல்லு! இல்லையென்றால், உன் பூ மேனியைத் தொட்டு மகிழும் பாக்கியத்தை எனக்குக் கொடு! எப்படியாவது என் உயிரைக் காப்பாற்று! கண்மணி! உலகம் அறிய சாஸ்திர விதிப்படி நீயும் நானும் மணந்து இரண்டரை ஆண்டுகள் ஆகின்றன! ஆயினும் நாம் உலக வழக்கப்படி இல்வாழ்க்கை நடத்த ஆரம்பிக்கவில்லை. விரதம் என்றும், நோன்பு என்றும் சொல்லி என்னை ஒதுக்கியே வைத்துக்கொண்டிருக்கிறாய். கரம் பிடித்து மணந்து கொண்ட கணவனை வாட்டி வதைக்கிறாய்! அல்லது ஒரு வழியாக எனக்கு உன் கையினால் விஷத்தைக் கொடுத்துக் கொன்று விடு!...'

நந்தினி தன் செவிகளைப் பொத்திக்கொண்டு, 'ஐயையோ! இம்மாதிரி கொடிய வார்த்தைகளைச் சொல்லாதீர்கள்! இன்னொரு முறை இப்படிச் சொன்னால், நீங்கள் சொல்லுகிறபடியே செய்துவிடுவேன். விஷத்தைக் குடித்துச் செத்துப் போவேன். அப்புறம் தாங்கள் கவலையற்று நிம்மதியாக இருக்கலாம்!' என்றாள்.

'இல்லை, இல்லை; இனி அப்படிச் சொல்லவில்லை. என்னை மன்னித்து விடு! நீ விஷங்குடித்து இறந்தால் எனக்கு மன நிம்மதி உண்டாகுமா? இப்போது அரைப் பைத்தியமாயிருக்கிறேன் அப்போது முழுப் பைத்தியமாகி விடுவேன்...!'

'நாதா! எதற்காகத் தாங்கள் பைத்தியமாக வேண்டும்? என்றைக்கு நாம் கைப்பிடித்து மணந்துகொண்டோமோ, அன்றைக்கே நாம் இரண்டு உடம்பும் ஓர் உயிரும் ஆகிவிட்டோம். உயிரும் உயிரும் கலந்து விட்டன; உள்ளமும் உள்ளமும் சேர்ந்து விட்டன; தங்கள் இதயத்தின் ஒவ்வொரு துடிப்பும் இங்கே என் இதயத்தில் எதிரொலியை உண்டாக்குகிறது. தங்கள் நெஞ்சில் உதிக்கும் ஒவ்வொரு எண்ணமும் இங்கே என் அகக் கண்ணாடியில் பிரதிபலிக்கிறது. தங்கள் புருவம் நெரிந்தால் என் கண் கலங்குகிறது. தங்கள் மீசை துடித்தால் என் குடல் துடிக்கிறது. இப்படி நாம் உயிர்க்குயிரான பிறகு, கேவலம் இந்த உடலைப் பற்றி ஏன் சிந்தனை? மண்ணினால் ஆன உடம்பு இது; ஒருநாள் எரிந்து சாம்பலாகி மண்ணோடு மண் ஆகப்போகிற உடம்பு இது!...'

'நிறுத்து! நிறுத்து! உன் கொடுமையான வார்த்தைகளைக் கேட்டு என் காது கொப்புளிக்கிறது!' என்று பழுவேட்டரையர் அலறினார். மேலும் அவள் பேச இடங்கொடாமல் பேசினார்: 'மண்ணினால் ஆன உடம்பு என்றா சொன்னாய்? பொய்! பொய்! தேன் மணம் கமழும் உன் கனி வாயினால் அத்தகைய பெரும் பொய்யைச் சொல்லாதே! உன் உடம்பை மண்ணினால் செய்ததாகவா சொன்னாய்? ஒருநாளும் இல்லை. உலகில் எத்தனையோ பெண்கள் இருக்கிறார்கள். அவர்களை யெல்லாம் பிரம்மதேவன் மண்ணினாலும் செய்திருக்கலாம், கல்லினாலும் செய்திருக்கலாம். கரியையும் சாம்பரையும் கலந்து செய்திருக்கலாம். ஆனால் உன்னுடைய திருமேனியைப் பிரம்மா எப்படிச் செய்தான் தெரியுமா? தேவலோகத்து மந்தார மரங்களிலிருந்து உதிர்ந்த மலர்களைச் சேகரித்தான்; தமிழகத்துக்கு வந்து செந்தாமரை மலர்களைப் பறித்துச் சேகரித்தான்; சேகரித்த மலர்களைத் தேவ லோகத்தில் தேவாமிர்தம் வைத்திருக்கும் தங்கக் கலசத்தில் போட்டான். அமுதமும் மலர்களும் ஊறிக் கலந்து ஒரே குழம்பான பிறகு எடுத்தான். அந்தக் குழம்பில் வெண்ணிலாக் கிரணங்களை ஊட்டினான். பண்டைத்

தமிழகத்துப் பாணர்களை அழைத்து வந்து யாழ் வாசிக்கச் சொன்னான். அந்த யாழின் இசையையும் கலந்தான். அப்படி ஏற்பட்ட அற்புதமான கலவையினால் உன் திருமேனியைப் படைத்தான் பிரம்மதேவன்...'

'நாதா! ஏதோ பிரம்மாவுக்குப் பக்கத்தில் இருந்து பார்த்தவரைப் போல் பேசுகிறீர்களே! இந்த வர்ணனைகளுக்கெல்லாம் நான் ஒருத்திதானா அகப்பட்டேன்? தங்களுடைய அந்தப்புரத்தில் எவ்வளவோ பெண்ணரசிகள் இருக்கிறார்கள்; இராஜ குலங்களில் பிறந்தவர்கள். எத்தனையோ நீண்ட காலமாக அவர்களுடன் இல்லறம் நடத்தியிருக் கிறீர்கள். என்னைத் தாங்கள் பார்த்து இரண்டரை ஆண்டுதான் ஆகிறது!...' என்று நந்தினி சொல்வதற்குள், பழுவேட்டரையர் குறுக்கிட்டார். அவருடைய உள்ளத்தில் பொங்கிக்கொண்டிருந்த உணர்ச்சி வெள்ளத்தை வார்த்தைகளின் மூலமாகவாவது வெளிப்படுத்திவிட விரும்பினார் போலும். அவரைப் பற்றி எரிந்த தாபத்தீயைச் சொல்மாரியினால் நனைத்து அணைக்க முயன்றார் போலும்.

'நந்தினி! என் அந்தப்புரத்து மாதர்களைப் பற்றிச் சொன்னாய். பழமை யான பழுவூர் மன்னர் குலம் நீடித்து வளர வேண்டும் என்பதற்காகவே அவர்களை நான் மணந்தேன். அவர்களில் சிலர் மலடிகளாகித் தொலைந்தார்கள். வேறு சிலர் பெண்களையே பெற்று அளித்தார்கள். 'கடவுள் அருள் அவ்வளவுதான்' என்று மன நிம்மதியடைந்தேன். பெண்களின் நினைவையே வெகு காலம் விட்டொழித்திருந்தேன். இராஜாங்கக் காரியங்களே என் கவனம் முழுவதையும் கவர்ந்திருந்தன. சோழ ராஜ்யத்தின் மேன்மையைத் தவிர வேறு எந்த நினைவுக்கும் இந்த நெஞ்சில் இடமிருக்கவில்லை. இப்படி இருக்கும்போதுதான் பாண்டியர்களோடு இறுதிப் பெரும் யுத்தம் வந்தது. வாலிபப் பிராயத்துத் தளபதிகள் பலர் இருந்தபோதிலும் என்னால் பின்தங்கி இருக்க முடியவில்லை. நான் போர்க்களம் சென்றிராவிட்டால், அத் தகைய மாபெரும் வெற்றி கிடைத்தும் இராது. பாண்டியர் படையை அடியோடு நாசம் செய்து மதுரையில் வெற்றிக் கொடி நாட்டிய பிறகு கொங்கு நாடு சென்றேன். அங்கிருந்து அகண்ட காவேரிக் கரையோடு திரும்பி வந்துகொண்டிருந்தேன். வழியில் காடு அடர்ந்த ஓர் இடத்தில் உன்னைக் கண்டேன். முதலில் நீ அங்கு நிற்கிறாய் என்பதை என்னால் நம்பவே முடியவில்லை. கண்ணை மூடித் திறந்து பார்த்தேன். அப்போதும் நீ நின்றாய். 'நீ வனதேவதையாக இருக்க வேண்டும்; அருகில் சென்றதும் மறைந்து விடுவாய்!' என்று எண்ணிக்கொண்டு நெருங்கினேன். அப்போதும் நீ மறைந்து விடவில்லை. 'புராணக் கதைகளிலே சொல்லியிருப்பது போல், சொர்க்கத்திலிருந்து சாபம் பெற்றுப் பூமிக்கு வந்த தேவ கன்னிகை அல்லது கந்தர்வப் பெண்ணா

யிருக்க வேண்டும்; மனித பாஷை உனக்குத் தெரிந்திராது!' என்று எண்ணிக்கொண்டு, 'பெண்ணே! நீ யார்?' என்று கேட்டேன். நீ நல்ல தமிழில் மறுமொழி கூறினாய். 'நான் அநாதைப் பெண்; உங்களிடம் அடைக்கலம் புகுந்தேன்; என்னைக் காப்பாற்றுங்கள்' என்றாய். உன்னைப் பல்லக்கில் ஏற்றி அழைத்துக்கொண்டு வந்தபோது என் மனம் எண்ணாததெல்லாம் எண்ணியது. உன்னை எங்கேயோ, எப்போதோ, முன்னம் பார்த்திருப்பது போலத் தோன்றியது. ஆனால் நினைத்து நினைத்துப் பார்த்தும் எங்கே என்று தெரியவில்லை. சட்டென்று என் மனத்தை மூடியிருந்த மாயத்திரை விலகியது; உண்மை உதயமாயிற்று. உன்னை இந்த ஜன்மத்தில் நான் முன்னால் பார்த்ததில்லை. ஆனால் முந்தைய பல பிறவிகளில் பார்த்திருக்கிறேன் என்பது தெரிந்தது. அந்தப் பூர்வ ஜன்மத்து நினைவுகள் எல்லாம் மோதிக்கொண்டு வந்தன. நீ அகலிகையாக இந்த உலகில் பிறந்திருந் தாய்; அப்போது நான் தேவேந்திரனாக இருந்தேன். சொர்க்கலோக ஆட்சியைத் துறந்து ரிஷி சாபத்துக்கும் துணிந்து உன்னைத் தேடிக் கொண்டு வந்தேன். பிறகு நான் சந்தனு மகாராஜனாகப் பிறந்திருந்தேன். கங்கைக் கரையோடு வேட்டையாடச் செல்லுகையில் உன்னைக் கண்டேன்; பூலோகப் பெண்ணைப் போல் உருக்கொண்டிருந்த கங்கையாகிய உன்னைக் காதலித்தேன். பிறகு ஒரு காலத்தில் காவேரிப் பூம்பட்டினத்தில் நான் கோவலனாய்ப் பிறந்திருந்தேன்; நீ கண்ணகி யாக அவதரித்திருந்தாய். என் அறிவை மறைத்த மாயையினால் உன்னைச் சில காலம் மறந்திருந்தேன். பிறகு மாயைத் திரை விலகிற்று. உன் அருமையை அறிந்தேன். மதுரை நகருக்கு அழைத்துச் சென்றேன். வழியில் உன்னை ஆயர் குடியில் விட்டு விட்டுச் சிலம்பு விற்கச் சென்றேன். வஞ்சகத்தினால் உயிரை இழந்தேன். அதற்குப் பழிக்குப் பழியாக இந்தப் பிறவியில் மதுரைப் பாண்டியன் குலத்தை நாசம் செய்து விட்டுத் திரும்பி வரும் போது உன்னைக் கண்டேன். பல நூறு ஆண்டுகளுக்கு முன்பு பிரிந்த கண்ணகி நீதான் என்பதை உணர்ந்தேன்!...'

இப்படிப் பழுவேட்டரையர் முற்பிறவிக் கதைகளைச் சொல்லிக் கொண்டு வந்தபோது நந்தினி, அவர் முகத்தைப் பார்க்காமல் வேறு திசையை நோக்கிக்கொண்டிருந்தாள். அதனால் அவள் முகத்தில் அப்போது தோன்றிய பாவ வேறுபாடுகளைப் பழுவேட்டரையர் கவனிக்கவில்லை. கவனித்திருந்தால், அவர் தொடர்ந்து பேசியிருப் பாரா என்பது சந்தேகந்தான்.

மூச்சு விடுவதற்காக அவர் சற்று நிறுத்தியபோது, நந்தினி அவரைத் திரும்பிப் பார்த்து, 'நாதா! தாங்கள் கூறிய உதாரணங்கள் அவ்வளவு பொருத்தமாயில்லை. எல்லாம் கொஞ்சம் அபசகுனமாகவே

இருக்கின்றன. வேண்டுமென்றால், தங்களை மன்மதன் என்றும் என்னை ரதி என்றும் சொல்லுங்கள்!' என்று முன்போல் முகமலர்ந்து புன்னகை செய்தாள்.

பழுவேட்டரையரின் முகம் அப்போது மகிழ்ச்சியினாலும் பெருமை யினாலும் மலர்ந்து விளங்கியது. எவ்வளவு அவலட்சணமான மனிதனாயினும், தான் காதலித்த பெண்ணினால் 'மன்மதன்' என்று அழைக்கப்பட்டால் குதூகலப்படாதவன் யார்? என்றாலும், தற்பெருமையை விரும்பாதவர் போல் பேசினார்:

'கண்மணி! உன்னை ரதி என்பது மிகவும் பொருத்தமானதுதான். ஆனால் என்னை 'மன்மதன்' என்று சொல்லுவது பொருந்துமா! உன் அன்பு மிகுதியினால் சொல்கிறாய்!' என்றார்.

'நாதா! என் கண்களுக்குத் தாங்கள் தான் மன்மதன். ஆண் பிள்ளை களுக்கு அழகு வீரம். தங்களைப் போன்ற வீராதி வீரர் இந்தத் தென்னாட்டில் யாரும் இல்லை என்பதை உலகமே சொல்லும். அடுத்த படியாக, ஆண்மை படைத்தவர்களுக்கு அழகு தருவது அபலைகளிடம் இரக்கம். அந்த இரக்கம் தங்களிடம் இருப்பதற்கு நானே அத்தாட்சி. இன்ன ஊர், இன்ன குலம் என்று தெரியாத இந்த ஏழை அநாதைப் பெண்ணைத் தாங்கள் அழைத்து வந்து அடைக்கலம் அளித்தீர்கள். இணையில்லாத அன்பையும் ஆதரவையும் என் பேரில் சொரிந்தீர்கள். அப்படிப்பட்ட தங்களை நான் வெகு காலம் காத்திருக்கும்படிச் செய்ய மாட்டேன். என்னுடைய விரதமும் நோன்பும் முடியும் காலம் நெருங்கி விட்டது...' என்றாள்.

'கண்மணி! என்ன விரதம், என்ன நோன்பு என்பதை மட்டும் தெளிவாகச் சொல்லிவிடு! எவ்வளவு சீக்கிரம் முடித்துத் தரலாமோ அவ்வளவு சீக்கிரத்தில் முடித்துத் தருவேன்!' என்றார் பழுவூர் அரசர்.

'தன்னைக் காட்டிலும் மன்மதன் வேறு இல்லை என்று எண்ணி யிருக்கும் இந்தச் சுந்தர சோழருடைய சந்ததிகள் தஞ்சைச் சிம்மா சனத்தில் ஏறக்கூடாது. தற்பெருமை கொண்ட அந்தக் குந்தவையின் கர்வத்தை ஒடுக்க வேண்டும்...'

'நந்தினி! அந்த இரண்டு காரியங்களும் நிறைவேறி விட்டதாகவே நீ வைத்துக் கொள்ளலாம். ஆதித்தனுக்கும் அருள்மொழிவர்மனுக்கும் பட்டம் கிடையாது. மதுராந்தகனுக்கே பட்டம் கட்ட வேண்டும் என்று இந்த ராஜ்யத்தின் தலைவர்கள் எல்லாரும் சம்மதித்து விட்டார்கள்...'

'எல்லாரும்' சம்மதித்து விட்டார்களா? உண்மைதானா?' என்று நந்தினி அழுத்தமாகக் கேட்டாள்.

‘இரண்டு மூன்று பேரைத் தவிர மற்றவர்கள் எல்லாரும் சம்மதித்து விட்டார்கள். கொடும்பாளூரானும், மலையமானும், பார்த்திபேந்திரனும் நம்முடன் என்றும் இணங்க மாட்டார்கள். அவர்களைப் பற்றிக் கவலையில்லை...’

‘ஆயினும் காரியம் முடியும் வரையில் ஜாக்கிரதையாக இருக்க வேண்டியதுதானே?’

‘அதற்குச் சந்தேகம் இல்லை. எல்லா ஜாக்கிரதையும் நான் செய்து கொண்டுதான் வருகிறேன். மற்றவர்களின் முட்டாள் தனத்தினால் பிசகு நேர்ந்தால்தான் நேர்ந்தது. இன்றைக்குக்கூட அத்தகைய பிசகு ஒன்று நேர்ந்திருக்கிறது. காஞ்சியிலிருந்து வந்த ஒரு வாலிபன் காலாந்தகனை ஏமாற்றி விட்டுச் சக்கரவர்த்தியைச் சந்தித்து ஓலை கொடுத்திருக்கிறான்...’

‘ஆகா! தங்கள் தம்பியைப் பற்றி தாங்கள் ஓயாமல் புகழ்ந்துகொண்டிருக் கிறீர்கள். அவருக்குச் சாமர்த்தியம் போதாது என்று நான் சொல்ல வில்லையா?’

‘இந்த விஷயத்தில் அசட்டுத்தனமாகத்தான் போய் விட்டான்! ஏதோ நம் அரண்மனை முத்திரை மோதிரத்தை அந்த வாலிபன் காட்டியதாகச் சொல்கிறான்!’

‘ஏமாந்து போனவர்கள் இப்படித்தான் ஏதாவது காரணம் சொல்லு வார்கள்! ஏமாற்றிய அந்த வாலிபனைப் பிடிக்க முயற்சி ஏதும் செய்ய வில்லையா?’

‘முயற்சி செய்யாமல் என்ன? கோட்டைக்கு உள்ளேயும் வெளியேயும் வேட்டை ஆரம்பமாகி விட்டது! எப்படியும் பிடித்து விடுவார்கள். இதனாலெல்லாம் நம்முடைய காரியத்துக்கு ஒன்றும் பங்கம் வந்து விடாது. சக்கரவர்த்தி காலமானதும் மதுராந்தகன் சிம்மாசனம் ஏறுவது நிச்சயம்...’

‘நாதா! என்னுடைய விரதம் என்னவென்பதைத் தங்களுக்குத் தெரியப்படுத்தும் காலம் இப்போது நெருங்கி வந்து விட்டது...’

‘கண்ணே! அதைச் சொல்லும்படிதான் நானும் கேட்கிறேன்..’’

‘மதுராந்தகன் - அந்த அசட்டுப் பிள்ளை - பெண் என்றால் பல்லை இளிப்பவன் - அவன் பட்டத்துக்கு வருவதினால் என்னுடைய விரதம் நிறைவேறி விடாது...’

‘வேறு எதனால் நிறைவேறும்? உன் விருப்பத்தைச் சொல்லு! நிறை வேற்றி வைக்க நான் இருக்கிறேன்...’

'அரசே! என் சிறு பிராயத்தில் ஒரு பிரபல ஜோசியன் என் ஜாதகத்தைப் பார்த்தான். பதினெட்டுப் பிராயம் வரையில் நான் பற்பல இன்னல் களுக்கு உள்ளாவேன் என்று சொன்னான்...'

'இன்னும் என்ன சொன்னான்?'

'பதினெட்டுப் பிராயத்துக்குப் பிறகு தசை மாறும் என்றான். இணையில்லாத உன்னதப் பதவியை அடைவேன் என்று சொன்னான்...'

'அவன் சொன்னது உண்மைதான்! அந்தச் ஜோசியன் யார் என்று சொல்லு! அவனுக்குக் கனகாபிஷேகம் செய்து வைக்கிறேன்.'

'நாதா!'

'கண்ணே!'

'இன்னும் அந்தச் ஜோசியன் கூறியது ஒன்று இருக்கிறது. அதைச் சொல்லட்டுமா?'

'கட்டாயம் சொல்லு! சொல்லியே தீர வேண்டும்!'

'என்னைக் கைபிடித்து மணந்து கொள்ளும் கணவர், மணிமகுடம் தரித்து ஒரு மகா சாம்ராஜ்யத்தின் சிம்மாசனத்தில் ஐம்பத்தாறு தேசத்து ராஜாக்களும் வந்து அடிபணிந்து ஏத்தும் சக்கரவர்த்தியாக வீற்றிருப்பார் என்று அந்தச் ஜோசியன் சொன்னான். அதை நிறைவேற்றுவீர்களா?'

பழுவேட்டரையரின் செவியில் இவ்வார்த்தைகள் விழுந்ததும், அவருக்கு முன்னாலிருந்த நந்தினியும் அவள் வீற்றிருந்த மஞ்சமும் சுழன்றன. லதா மண்டபம் சுழன்றது. அந்த மண்டபத்தின் தூண்கள் சுழன்றன. எதிரே இருந்த இருளடர்ந்த தோப்பு சுழன்றது. நிலாக் கதிரில் ஒளிர்ந்த மர உச்சிகள் சுழன்றன. வானத்து நட்சத்திரங்கள் சுழன்றன. இருபுறத்து மாளிகைகளும் சுழன்றன. உலகமே சுழன்றது!

நாற்பதாம் அத்தியாயம்

# இருள் மாளிகை

காணாமற்போன வந்தியத்தேவன் என்ன ஆனான் என்பதை இப்போது நாம் கவனிக்கலாம். இருளடர்ந்த மாளிகைக்கு அருகில் சென்று அவன் மறைந்து நின்றான் என்பதைப் பார்த்தோம் அல்லவா? மந்திரவாதியும் நந்தினியும் என்ன பேசிக் கொள்கிறார்கள் என்பதை அவன் முதலில் காது கொடுத்துக் கேட்க முயன்றான். ஆனால் அவர்களுடைய பேச்சு ஒன்றும் அவன் காதில் விழவில்லை. அதைக் கேட்டுத் தெரிந்து கொள்வதில் அவ்வளவாக அவனுக்குச் சிரத்தையும் இல்லை. நந்தினியுடன் பேசிக்கொண்டிருந்தபோது தன் அறிவு தன்னை விட்டு அகன்று ஒருவித போதை உணர்ச்சி உண்டாகியிருந்தது என்பதை இப்போது உணர்ந்தான். மறுபடியும் அவளைச் சந்திக்காமல் தப்பித்துக் கொண்டு போய்விட்டால் நல்லது. பழுவேட்டரையர்களிடம் அகப் பட்டுக் கொள்வதைக் காட்டிலும் இந்த இளைய ராணியிடம் அகப் பட்டுக் கொள்வதில் அபாயம் அதிகம் இருக்கிறது. அவர்கள் முன்னிலையில் தன் அறிவு நன்றாய் இயங்குகிறது; தோள் வலி ஓங்குகிறது; அரையில் உள்ள கத்தியில் எப்போதும் கை இருக்கிறது. யுக்தியினாலும் ஒரு கை பார்க்கலாம்; கத்தியினாலும் ஒரு கை பார்க் கலாம். ஆனால் இந்த மோகினியின் முன்னால் புத்தி மயங்கி விடுகிறது; கையும் கத்தி பிடிக்கும் சக்தியை இழந்து விடுகிறது. மீண்டும் இவள் முன்னால் சென்றால், என்ன நேருமோ என்னவோ? போதும் போதாதற்கு மந்திரவாதி ஒருவனுடைய கூட்டுறவும் இவள் வைத்துக் கொண்டிருக் கிறாள்! இரண்டு பேரும் சேர்ந்து என்ன மாயமந்திரம் செய்வார்களோ? குந்தவைப் பிராட்டியிடந்தான் இவளுக்கு எவ்வளவு துவேஷம்? அந்தத் துவேஷம் இவளுடைய கண்களில் தீப்பொறியாக வெளிப்படுகிறதே! ஒருவேளை மனத்தை மாற்றிக்கொண்டு பழுவேட்டரையரிடம் தன்னைப் பிடித்துக் கொடுத்தாலும் கொடுத்து விடலாம்! பெண்களின் சபல சித்தமும் சஞ்சலப் புத்தியும் பிரசித்த மானவை அல்லவா? ஆகையால் மீண்டும் இவளைச் சந்திக்காமல்

தப்பித்துக்கொண்டு போய் விட்டால் நல்லது. ஆனால் எப்படி? தோட்டத்துக்குள் புகுந்துதான் வழி கண்டுபிடித்துப் போகவேண்டும்! மதில் ஏறிக் குதிக்க வேண்டும்! மதிலுக்கு வெளியில் தன்னைத் தேடி வந்தவர்கள் காத்திருந்தால்?... வேறு ஏதேனும் உபாயம் இல்லையா? வந்தியத்தேவா! இத்தனை நாளும் உனக்கு உதவி செய்து வந்த அதிர்ஷ்டம் எங்கே போயிற்று? யோசி! யோசி! மூளையைச் செலுத்தி யோசி! கண்களையும் கொஞ்சம் உபயோகப்படுத்து! நாலாபக்கமும் பார்! இதோ இந்த இருள் அடைந்த மாளிகை இருக்கிறதே! இது ஏன் இருளடைந்திருக்கிறது? இதற்குள்ளே என்ன இருக்கும்? இதன் உள்ளே புகுந்தால் இதன் இன்னொரு வாசல் எங்கே கொண்டு போய் விடும்? எல்லாவற்றுக்கும் இதற்குள் புகுந்து பார்த்து வைக்கலாமா? இப்போது உபயோகப்படாவிட்டாலும் வேறு ஒரு சமயத்துக்கு உபயோகப் படலாம். யார் கண்டது?

ஆனால், இதற்குள்ளே எப்படிப் பிரவேசிப்பது? எவ்வளவு பெரிய, பிரம்மாண்டமான கதவு! இதற்கு எவ்வளவு பெரிய பூட்டு! அப்பப்பா! என்ன அழுத்தம்! என்ன கெட்டி! ஆ! இது என்ன? கதவுக்குள் ஒரு சிறிய கதவு போலிருக்கிறதே! கையை வைத்ததும் இந்தச் சிறிய கதவு திறந்து கொள்கிறதே! அதிர்ஷ்டம் என்றால், இதுவல்லவா அதிர்ஷ்டம்! உள்ளே புகுந்து பார்க்க வேண்டியதுதான்!

பெரிய கதவுக்குள்ளே, பார்த்தால் தெரியாதபடி பொருத்தியிருந்த சிறிய கதவைத் திறந்துகொண்டு வந்தியத்தேவன் அந்த இருளடைந்த மாளிகைக்குள் புகுந்தான். உள்ளே காலடி வைத்ததும் அவனுக்குத் தோன்றிய முதலாவது எண்ணம், தான் அம்மாளிகைக்குள் புகுந்தது நந்தினிக்குக் கூடத் தெரியக் கூடாது என்பதுதான். ஆகையால் சிறிய கதவைச் சாத்தினான். சாத்தியவுடன் உள்ளிருந்த இருள் இன்னும் பன்மடங்கு கனத்து விட்டதாகத் தோன்றியது. கதவு திறந்திருந்த ஒரு வினாடி நேரத்தில் சில பெரிய தூண்கள் நிற்பது தெரிந்தது. இப்போது அதுவும் தெரியவில்லை. இருட்டு என்றால், இப்படிப்பட்ட இருட்டைக் கற்பனை செய்யவும் முடியாது!.. சீச்சீ! வெளிச்சத்தி லிருந்து இருட்டில் வந்திருப்பதால் முதலில் இப்படித்தான் இருக்கும். சற்று போனால் இருட்டின் கனம் குறைந்து பொருள்கள் மங்கலாகக் கண்ணுக்குப் புலப்படும். இதை எத்தனையோ தடவை அனுபவத்தில் கண்டிருந்தும், இருளைக் கண்டு கலக்கம் ஏன்? சும்மா நிற்பதற்குப் பதில் கொஞ்சம் நடந்து பார்க்கலாம். கையினால் தடவிக்கொண்டே போகலாம். முதலில் தெரிந்த தூண் இப்போது இல்லாமல் எங்கே போய்விடும்...? சற்றுத் தூரம் குருடனைப் போல் கையை முன்னால் நீட்டிக்கொண்டு வந்தியத்தேவன் நடந்தான். அவன் நினைத்தபடியே ஒரு தூண் கைக்குத் தட்டுப்பட்டது! ஆ! எவ்வளவு பெரிய தூண்!

கருங்கல் தூண்! இதைச் சுற்றி வளைத்துக்கொண்டு மேலே போய்ப் பார்க்கலாம். மேலும் கொஞ்ச தூரம் நடந்ததும் இன்னொரு தூண் கைக்கு அகப்பட்டது. ஆனால் இன்னமும் கண்ணுக்கு ஏதும் தெரிந்த பாடாயில்லை. திடீரென்று கண் குருடாகப் போய் விட்டதா, என்ன? இது என்ன பைத்தியக்கார எண்ணம்! கண் திடீர் என்று எப்படிக் குருடாகும்? இன்னும் கொஞ்சம் நடந்து பார்க்கலாம். மேலே தூண் ஒன்றும் கைக்கு அகப்படவில்லை! ஏதோ பள்ளத்தில் இறங்குவது போன்ற உணர்ச்சி உண்டாகிறது! ஆ! இதோ ஒரு படி! நல்லவேளை, விழாமல் தப்பினோம்! இப்படியே இந்த இருட்டில் ஒன்றும் தெரியாமல் எத்தனை நேரம், எத்தனை தூரம் போவது?... எதனாலோ வந்தியத்தேவன் மனத்தில் ஒரு பீதி உண்டாயிற்று. மேலே போகத் துணிவு ஏற்படவில்லை. வந்த வழியில் திரும்ப வேண்டியதுதான்! கதவைத் திறந்துகொண்டு லதா மண்டபத்துக்கே போக வேண்டியதுதான்! இந்தப் பயங்கர இருட்டில் உழலுவதைக் காட்டிலும் நந்தினியை மீண்டும் சந்தித்து அவளுடைய யோசனைப்படி நடப்பதே நல்லது. என்ன வாக்குறுதி கேட்டாலும் இப்போதைக்குக் கொடுத்து விட்டால், பிறகு சமயம் போல் பார்த்துக்கொள்கிறது! இவ்வாறு எண்ணி வந்தியத்தேவன் திரும்பினான். ஆனால் திரும்பிச் செல்லும் வழி வந்த வழியேதானா? எப்படிச் சொல்ல முடியும்!... நடக்க நடக்கக் கைக்கு ஒன்றும் தட்டுப்படவில்லையே! அந்தக் கருங்கல் தூண்கள் எங்கே போயின! கதவைக் கண்டுபிடிக்க முடியாமலே போய் விடுமோ? இரவெல்லாம் இந்த இருளில் இப்படியே சுற்றிச் சுற்றி வந்துகொண்டிருக்க நேரிடுமோ? கடவுளே! இது என்ன ஆபத்து!...

ஆகா! இது என்ன ஓசை! சடசட வென்ற ஓசை! எங்கேயிருந்து வருகிறது? வௌவால்கள் சிறகை அடித்துக் கொள்ளும் ஓசையாக இருக்க வேண்டும். அவ்வளவு இருட்டில் வௌவால்கள் நிறையக் குடிகொண்டிருப்பது இயல்புதானே? இல்லை! இது வௌவால் இறகின் சத்தம் மட்டும் இல்லை! காலடிச் சத்தம்! யாரோ நடக்கும் சத்தம்!... நடப்பது யார்? மனிதர்கள்தானா? அல்லது... வந்தியத் தேவனுடைய தொண்டை உலர்ந்து போயிற்று! நா மேலண்ணத்தில் ஒட்டிக்கொண்டது! திடீரென்று யாரோ அவன் முகத்தில் இடித்தாற் போலிருந்தது. வந்தியத்தேவன் தன் சக்தியையெல்லாம் காட்டி ஒரு குத்து விட்டான்! குத்திய கை துண்டிக்கப்பட்டது போல வலித்தது. இன்னொரு கையினால் தொட்டுப் பார்த்தான். இருட்டில் கருங்கல் தூணின் மேல் மோதிக்கொண்டதுமல்லாமல் அதைக் குத்தியதாகவும் தெரிந்துகொண்டான்! கையை அவ்வளவு ‘விண், விண்’ என்று வலித்திராவிட்டால் வந்தியத்தேவன் சிரித்தேயிருப்பான். ஆயினும் அதனால் அவனுடைய பயம் சிறிது அகன்றது. முழுதும் அகல வில்லை. காது கொடுத்துக் கேட்டபோது அந்தக் காலடிச் சத்தம்

மேலும் மேலும் கேட்டது. ஒரு சமயம் எட்டிப் போவது போல இருந்தது! இன்னொரு சமயம் நெருங்கி வருவது போல் இருந்தது! வந்தியத்தேவன் நின்ற இடத்திலேயே நின்று உற்றுக் கேட்டான். அதே சமயத்தில் ஓசை வந்த திசையை நோக்கி அவனுடைய கண்களும் உற்றுப் பார்த்தன.

ஆ! வெளிச்சம்! அதோ வெளிச்சம்! கொஞ்சம் கொஞ்சமாக அதிகமாகி வருகிறது! நெருங்கியும் வருகிறது! வெளிச்சத்துடன் புகை! யாரோ தீவர்த்தியுடன் வருகிறார்கள். நந்தினிதான் தன்னைத் தேடிக்கொண்டு வருகிறாளோ, என்னமோ! அப்படியானால் நல்லது. வேறு யாராவ தாயிருந்தால்? எல்லாவற்றுக்கும் சிறிது நேரம் ஒளிந்திருந்து பார்க் கலாம். ஒளிந்து நிற்பதற்கு இங்கே இடத்துக்குக் குறைவில்லை! தூரத்திலே வந்த தீவர்த்திக் கொழுந்து அது ஒரு விசாலமான மண்டபம் என்பதைக் காட்டியது. அதில் பெரிய பெரிய தூண்கள் இருந்தன. தூண்களில் பயங்கரமான பூதங்களின் வடிவங்கள் செதுக்கப் பட்டிருந்தன. கீழேயிருந்து ஒரு படிக்கட்டு மேலே வந்து அங்கே ஒரு வளைவு வளைந்து திரும்பி மேலேறிச் சென்றது. அந்தப் படிக்கட்டின் அடிப்பக்கத்திலிருந்துதான் தீவர்த்தி வெளிச்சம் வந்தது என்பதையும் அறிந்துகொண்டான். ஆகையால் வருவது நந்தினியாக இருக்க முடியாது. 'பாதாளச் சிறை' என்று தான் கேள்விப்பட்டது இந்த இருண்ட மாளிகையின் அடியிலேதான் இருக்கிறதோ? ஒருவேளை அங்கிருந்துதான் யாரேனும் வருகிறார்களோ? பாதாளச் சிறையின் பயங்கரங்களைப் பற்றி வந்தியத்தேவன் அதிகம் கேள்விப்பட்டிருந்த படியால், அந்த எண்ணம் அவனுடைய ரோமக் கால்களில் எல்லாம் வியர்வை துளிக்கும்படி செய்தது. அடுத்த கணம் ஒரு பெரிய தூணின் மறைவில் போய் நின்றுகொண்டான். மகா தைரியசாலியான வந்தியத் தேவனுடைய கைகால்கள் எல்லாம் அச்சமயம் வெலவெலத்துப் போய் நடுநடுங்கின!

படிக்கட்டின் வழியாக மேலேறி மூன்று உருவங்கள் வந்தன. மூவரும் மனிதர்கள்தான். ஒருவன் கையில் தீவர்த்தியிருந்தது. இன்னொருவன் கையில் வேல் இருந்தது. நடுவில் வந்தவன் கையில் ஒன்றும் பிடித் திருக்கவில்லை. தீவர்த்தி வெளிச்சத்தில் அவர்கள் முகங்கள் புலப் பட்டதும் வந்தியத்தேவனுடைய பீதி அடியோடு அகன்றது. பீதியைக் காட்டிலும் பன்மடங்கு அதிகமான வியப்பு உண்டாயிற்று. அவர்களில் முன்னால் வந்தவன் வேறு யாரும் இல்லை; வந்தியத்தேவனுடைய பிரிய நண்பனாகிய கந்தமாறன்தான்! நடுவில் வந்த உருவம், முதலில், ஓர் அதிசயமான பிரமையை வந்தியத்தேவனுக்கு உண்டாக்கிற்று. பழுவூர் இளைய ராணியாகிய நந்தினிதான் வருகிறாள் என்று தோன்றியது. மறு கணத்திலேயே, அந்தப் பிரமை நீங்கியது. வருகிறவன் ஆண் மகன்

என்று தெரிந்தது. கடம்பூர் சம்புவரையர் மாளிகையில் அரை குறையாகத் தான் பார்த்த இளவரசர் மதுராந்தகத் தேவர் என்பதை அறிந்துகொண்டான். மூன்றாவதாக, கையில் தீவர்த்தியுடன் வந்தவனை வல்லவரையன் முன்னால் பார்த்ததில்லை. அவன் வாசற் காவலனாகவோ, ஊழியக்காரனாகவோ இருக்க வேண்டும்.

வந்தியத்தேவனுடைய மூளை அதிவேகமாக வேலை செய்தது. அவர்கள் அந்தப் பாதாள வழியில் படிக்கட்டு ஏறி வருவதன் மர்மம் என்னவென்பது வெகு விரைவில் அவனுக்கு விளங்கி விட்டது. பழுவூர் இளைய ராணி பல்லக்கில் ஏறி முதலாவது நாளே வந்து விட்டாள். பெரிய பழுவேட்டரையர் அன்றிரவு தஞ்சைக் கோட்டைக்குத் திரும்பி விட்டார். இருவரும் கோட்டை வாசல் வழியாகப் பகிரங்கமாக வந்து விட்டார்கள். ஆனால், மதுராந்தகத்தேவர் வெளியில் போனதும் தெரியக் கூடாது; திரும்பி வருவதும் தெரியக் கூடாது. அதற்காக இந்த இரகசியச் சுரங்க வழியைப் பயன்படுத்திக் கொள்கிறார்கள். இந்த இருளடைந்த மாளிகையின் மர்மமே இதுதான் போலும்! கந்தமாறன் தன்னைக் கொள்ளிடக் கரையில் விட்டுப் பிரிந்த பின்னர், வேறு எங்கேயோ ஓரிடத்தில் பெரிய பழுவேட்டரையருடன் சேர்ந்திருக் கிறான். இந்த அந்தரங்க வேலைக்கு அவனைப் பழுவேட்டரையர் பயன்படுத்திக் கொண்டிருக்கிறார். மதுராந்தகத்தேவரைச் சுரங்க வழியில் அழைத்துச் செல்லத் துணையாக அனுப்பி வைத்திருக்கிறார். ஆகா! இப்போது நினைத்துப் பார்த்தால் ஞாபகம் வருகிறது. 'எனக்குக் கூடத் தஞ்சாவூரில் ஒரு வேலை இருக்கிறது. நானும் அங்கே வந்தாலும் வருவேன்!' என்று கந்தமாறன் சொன்னான் அல்லவா?... இப்போது இங்கே திடீர் என்று, தான் கந்தமாறன் முன்னால் போய் நின்றால், அவன் என்ன செய்வான்?... இந்த எண்ணம் தோன்றியவுடனேயே அதை வல்லவரையன் மாற்றிக்கொண்டான். இந்தச் சமயத்தில் கந்தமாறன் முன்னால் தான் எதிர்ப்பட்டால், அவன் செய்துள்ள சபதத்தை முன்னிட்டுத் தன்னைக் கொல்ல நேரிடும்; அல்லது தான் அவனைக் கொல்ல நேரும். அப்படிப்பட்ட தர்ம சங்கடத்தை எதற்காக வருவித்துக் கொள்ள வேண்டும்?...

இதற்குள் அந்த மூவரும் படிக்கட்டில் மேலேறிப் போய் விட்டார்கள். வெளிச்சமும் வர வர மங்கத் தொடங்கியது. அவர்களைப் பின் தொடர்ந்து போகலாமா என்று வந்தியத்தேவன் ஒருகணம் நினைத்து, அதையும் உடனே மாற்றிக்கொண்டான். அவர்கள் கோட்டைத் தளபதி சின்னப் பழுவேட்டரையரின் அரண்மனைக்குப் போகிறார்கள் என்பது நிச்சயம். அங்கே தான் திரும்பிப் போவதில் என்ன பயன்? சிங்கத்தின் குகையிலிருந்து தப்பித்து வந்த பிறகு தலையைக் கொடுப்பது போலத்தான்! இனித் திரும்ப நந்தினி இருந்த லதா மண்டபத்துக்குப்

போவதிலும் பயன் இல்லை. ஒருவேளை பெரிய பழுவேட்டரையர் இதற்குள் அங்கு வந்திருக்கலாம். அதுவும் அபாயகரந்தான். வேறு என்ன செய்யலாம்?... ஏன்? இந்தப் படிக்கட்டு வழியாக இறங்கிப் போய்ப் பார்த்தால் என்ன்ன? இவ்விதம் எண்ணி நம் வாலிப வீரன் அந்தச் சுரங்கப் படிக்கட்டில் இறங்கினான்.

நாற்பத்தொன்றாம் அத்தியாயம்

# நிலவறை

இருண்ட சுரங்கப் பாதையில் வந்தியத்தேவன் காலை ஊன்றி வைத்து, விழுந்து விடாமல் நடந்தான். படிகள் கொஞ்ச தூரம் கீழே இறங்கின. பிறகு சம நிலமாயிருந்தது. மறுபடியும் படிகள். மீண்டும் சமதரை. இரண்டு கைகளையும் எட்டி விரித்துப் பார்த்தான் சுவர் தட்டுப்பட வில்லை. ஆகவே, அந்தச் சுரங்க வழி விசாலமானதாகவே இருக்க வேண்டும். மறுபடி சற்றுத் தூரம் போனதும் படிகள் மேலே ஏறின. வளைந்து செல்வதாகவும் தோன்றியது. அப்பப்பா! இத்தகைய கும்மிருட்டில் தட்டுத் தடுமாறி இன்னும் எத்தனை தூரம் நடக்க வேண்டுமோ தெரியவில்லையே!

ஆகா! இது என்ன! இருள் சிறிது குறைந்து வருகிறதே! மிக மிக மங்கலான ஒளி தோன்றுகிறதே! இந்த மங்கிய ஒளி எப்படி எங்கிருந்து வருகிறது? மேலே கூரையில் எங்கிருந்தாவது வரும் நிலவின் ஒளியா? அல்லது சுவர்களில் உள்ள பலகணி வழியாக வரும் ஒளியா? மறை வான இடத்தில் வைத்திருக்கும் விளக்கிலிருந்து பரவும் ஒளியா?...

இல்லை, இல்லை! இது என்ன அற்புதம்? நம் கண் முன்னால் தெரியும் இந்தக் காட்சி மெய்யான காட்சிதானா? அல்லது நமது மூளை கலங்கியதால் ஏற்பட்ட தோற்றமா?

அது ஒரு விசாலமான மண்டபம். கல்லைக் குடைந்து எடுத்து அமைத்த நிலவறை மண்டபம். அதனாலேதான் தலையை இடித்து விடும் போல் அவ்வளவு தாழ்வாகச் சமமட்டமான மேல் தளம் அமைந்திருக்கிறது. அந்த நிலவறையில் குடிகொண்டுள்ள மங்கிய நிலவொளி வெளியி லிருந்து வருவது அல்ல; கூரை வழியாகவோ பலகணி வழியாகவோ வருவதும் அல்ல. அங்கங்கே அந்த நிலவறையில் கும்பல் கும்பலாகவும் சில இடங்களில் பரவலாகவும் வருகிறது. ஆ! அப்படி நிலவொளி வீசும் அப்பொருள்கள் எத்தகைய பொருள்கள்! ஒரு மூலையில் மணி மகுடங்கள்; முத்தும் மணியும் வைரமும் பதித்த மகுடங்கள்;

இன்னொரு பக்கத்தில் ஹாரங்கள்; முத்து வடங்கள்; நவரத்தின மாலைகள். அதோ அந்த வாயகன்ற அண்டாவில் என்ன? கடவுளே! அவ்வளவும் புன்னை மொட்டுக்களைப் போன்ற வெண் முத்துக்கள்! குண்டு குண்டான கெட்டி முத்துக்கள்! அதோ அந்தப் பானையில் பளபளவென்று மஞ்சள் வெயில் வீசும் பொற்காசுகள். இதோ இங்கே குவிந்து கிடப்பவை தங்கக் கட்டிகள். தஞ்சை அரண்மனையின் நிலவறைப் பொக்கிஷம் இதுதான் போலும்! தனாதிகாரி பழுவேட்ட ரையரின் மாளிகையையொட்டி இந்த இருள் மாளிகையும் அதில் இந்தப் பொக்கிஷ நிலவறையும் இருப்பதில் வியப்பில்லையல்லவா? அம்மம்மா! இந்த நிலவறைக்குள் நாம் வந்து சேர்ந்தோமே? பாக்கிய லட்சுமியும் அதிர்ஷ்ட தேவதையும் சேர்ந்தல்லவா நம்மை இங்கே கொண்டு வந்து சேர்த்திருக்கிறார்கள்? எப்படிப்பட்ட அதிசயமான, அபூர்வமான இரகசியத்தை, நம்முடைய முயற்சி ஒன்றும் இல்லாமலே நாம் தெரிந்துகொண்டோம்! இதை எப்படிப் பயன்படுத்துவது? பயன் படுத்துவது அப்புறம் இருக்கட்டும்; இங்கிருந்து போவதற்கே மனம் வராது போலிருக்கிறதே! இங்கேயே சுற்றிச் சுழன்றுகொண்டிருக் கலாம் போலத் தோன்றுகிறதே! இங்கேயே இருந்தால் பசி, தாகம் தெரியாது! உறக்கம் அருகிலும் அணுகாது! நூறு வருஷ காலமாகச் சோழ நாட்டு வீர சைன்யங்கள் அடைந்த வெற்றிகளின் பலன்கள் எல்லாம் இங்கே இருக்கின்றன. நவநிதி என்று சொல்வார்களே; அவ்வளவும் இங்கே இருக்கிறது! குபேரனுடைய பொக்கிஷத்தையும் தோற்கடிக்கும் செல்வக் களஞ்சியம் இங்கே இருக்கிறது. இதை விட்டு எதற்காகப் போக வேண்டும்!

வந்தியத்தேவன் அந்த நிலவறையைச் சுற்றிச் சுற்றி வந்தான். ஒரு மூலையில் கிடந்த மணிமகுடங்களைத் தொட்டுப் பார்த்தான். இன்னொரு பக்கத்தில் கிடந்த ரத்தின ஹாரங்களைக் கையில் எடுத்துப் பார்த்தான். அவற்றைப் போட்டுவிட்டு இன்னொரு பக்கம் சென்று செப்புப் பானையில் நிறைந்திருந்த முத்துக்களில் கைகளை விட்டு அளைந்தான். வேறொரு பானையில் கையை விட்டுப் பொற்காசுகளை அள்ளிச் சொரிந்தான். ஒரு மூலையில் தரையில் பளபளவென்று ஏதோ பரவலாக ஜொலிப்பதைக் கண்டு அங்கே சென்றான். முதலில் என்னவென்று தெரியவில்லை பிறகு, குனிந்து உற்றுப் பார்த்தான். ஐயோ! ஆண்டவனே! அது ஓர் எலும்புக்கூடு! ஒரு காலத்தில் சதையும் இரத்தமும் தோலும் உரோமமும் மூக்கும் முகமும் கண்ணும் காதுமாக இருந்த மனித உடலின் எலும்புக்கூடு!

ஆ! இந்த எலும்புக்கூடு அசைகிறதே! உயிர்பெற்று எழுகிறதே! பொற்காசுகளைப் போலவே சத்தமிடுகிறதே! நமக்கு ஏதோ சேதி சொல்ல எழுந்திருப்பதாய்க் காண்கிறதே!... வல்லவரையனுடைய

உடம்பிலிருந்து ஒவ்வொரு ரோமமும் குத்திட்டு நின்றது. தனக்குப் பைத்தியந்தான் பிடித்து விட்டது என்று நினைத்தான். சீச்சீ! எலும்புக் கூடு எழுந்திருக்கவில்லை! அதற்குள்ளேயிருந்து ஒரு பெருச்சாளி ஓடி வருகிறது! நம் கால் மீது விழுந்து ஓடுகிறது!... ஆம்; இப்போது பார்த்தால் எலும்புக்கூடு தரையிலேதான் விழுந்து கிடக்கிறது! ஆனால் அது நமக்கு ஒரு சேதி சொல்லுகிறது என்பது உண்மை. 'ஓடிப் போ! இங்கே தாமதியாதே! நானும் உன்னைப் போல் உடல் படைத்த மனிதனாயிருந்தேன். இங்கு வந்து அகப்பட்டுக்கொண்டேன். இங்கேயே மாண்டு மடிந்தேன்! இப்போது எலும்புக்கூடாகக் கிடக்கிறேன்! ஓடிப் போ!' என்று அது நம்மை எச்சரிக்கிறது. இங்கிருந்து, உடனே தப்பிச் சென்றோமோ, பிழைத்தோம். இல்லா விட்டால் அதோகதிதான்; அந்த மனிதனுக்கு ஏற்பட்ட கதிதான்.

வந்தியத்தேவன் அந்த நிலவறையிலிருந்து வெளியேற எண்ணினான். ஆனால் வெளியேறும் வழிதான் தெரியவில்லை. வந்த வழியைக் கண்டுபிடிக்க முடியவில்லை. நிலவறையின் ஓரமாக எங்கே போனாலும் இருள் என்னும் பூதம் வாயைப் பிளந்துகொண்டிருந்தது. கீழே பார்த்தால் அதலபாதாளப் படுகுழியாகத் தோன்றியது. ஏறி வந்த படிக்கட்டு எங்கேயோ ஓரிடத்தில் இருக்கத்தான் வேண்டும். அதைக் கண்டுபிடிக்க வந்தியத்தேவன் மேலும் முயன்றான். தேடித் தேடி அலைந்தான். அப்படி அலையும்போது ஓரிடத்தில் சுவர் ஓரமாக ஒரு குப்பல் தங்கக் காசுகள் கிடப்பதைக் கண்டான். அந்தக் குப்பலின் மீது ஏதோ வலை பின்னியது போலிருந்தது. உற்றுப் பார்த்தபோது, அக் குவியலின் பேரில் சிலந்தி வலை கட்டியிருப்பதாகத் தெரிந்தது. சிலந்தியின் வலை அவனது சிந்தனையைத் தூண்டியது.

பெரியோர்கள் மண்ணாசை, பெண்ணாசை, பொன்னாசைகளைச் சிலந்தி வலைக்கு ஒப்பிட்டிருக்கிறார்கள். வலையை விரித்துக் கொண்டு சிலந்தி காத்திருக்கிறது. எங்கிருந்தோ பறந்து வந்து ஈ அதில் அகப்பட்டுக் கொள்கிறது. பிறகு சிறிது சிறிதாகச் சிலந்தி ஈயை இழுத்து விழுங்குகிறது. மூன்று வித ஆசைகளும் அப்படித்தான். மனிதன் வழி தவறிச் சென்று அந்த ஆசை வலைகளில் விழுந்து அகப்பட்டுக் கொள்கிறான்; அப்புறம் மீளுவதில்லை! மண்ணாசை, பெண்ணாசை, பொன்னாசை ஆகிய மூன்று ஆசைகளின் இயல்பையும் அன்று ஒரே நாளில் நாம் அனுபவித்தாகி விட்டது. நந்தினி என்னும் பழுவூர் இளைய ராணி தன்னுடைய வலையில் நம்மை அகப்படுத்தப் பார்த்தாள். பழைய வாணர்குல ராஜ்யத்தை அடையலாம் என்னும் மண்ணாசையும் காட்டினாள். கடைசியாக, இங்கே இந்தப் பயங்கர மான பொன்னாசைப் பூதம் நம்மை அடியோடு விழுங்கப் பார்க்கிறது. முதலாவது இரண்டிலிருந்தும் தப்பினோம், இந்த மூன்றாவது

அபாயத்திலிருந்தும் தப்ப வேண்டும். நமக்கு எதற்காக இந்த வம்பெல்லாம்? இராஜ்யம் எதற்கு? செல்வம் எதற்கு? பெண்களின் கூட்டுறவுதான் எதற்காக? வானத்தைக் கூரையாகப் பெற்ற அகண்ட மான பூமியே நமது அரண்மனை! 'யாதும் ஊரே யாவரும் கேளிர்' என்று பண்டைத் தமிழ் நாட்டுப் பெரியோர்கள் சொல்லியிருக்கிறார்களே! எல்லா ஊரும் நம்முடைய ஊர்தான். எல்லா மனிதர்களும் நம்முடைய உறவினர்கள்தான். ஊர் ஊராகப் போக வேண்டியது; புதுவெள்ளம் பொங்கி வரும் நதிகளையும், புதிய இலைகள் தளிர்த்து விளங்கும் மரங்களையும், பல வர்ணப் பட்சிகளையும், மகான்களையும், மயில் களையும் மலைகளையும் மலைகளின் சிகரங்களையும், வானத்தையும், மேகத்தையும், கடலையும் கடல் அலைகளையும் பார்த்துக் களிக்க வேண்டியது; பசிக்கு உணவு கிடைக்கின்ற இடத்திலே உண்ண வேண்டியது; உறக்கம் வந்த இடத்தில் உறங்க வேண்டியது! ஆகா! இது வல்லவா இன்ப வாழ்க்கை! எளிதில் கிடைக்கக்கூடிய இத்தகைய ஆனந்த வாழ்க்கையை விட்டு விட்டு, தொல்லைகளும் சூழ்ச்சிகளும் ஆசைகளும் அபாயங்களும் நிறைந்த வாழ்க்கையை ஏன் மேற்கொள்ள வேண்டும்? எப்படியாவது இந்த நிலவறையை விட்டு இப்போது வெளியேறி விட்டால் போதும்; பிறகு இந்த இருள் மாளிகையையும் தஞ்சாவூர்க் கோட்டையையும் விட்டு வெளியேறி விடவேண்டும். பின்னர், இத்தகைய தொல்லைகளில் என்றைக்கும் அகப்பட்டுக் கொள்ளவே கூடாது...

ஆகா! கதவு திறந்து மூடும் ஓசை!... மறுபடியும் காலடி ஓசை!... இன்றைய இரவின் அதிசயங்களுக்கு முடிவே கிடையாது போலும்! அதிசயங்களுக்கும் அளவில்லை! பயங்கரங்களுக்கும் எல்லையில்லை! இம்முறை வெகு தூரத்திலிருந்து அந்தக் காலடிச் சத்தங்கள் கேட்டன. இரண்டு பக்கங்களிலிருந்தும் வருவதாகத் தோன்றியது. வந்தியத் தேவன் காது கொடுத்துக் கவனமாகக் கேட்டான். பொக்கிஷ நிலவறையில் நாலுபுறமும் சூழ்ந்திருந்த இருளைக் கிழித்துக்கொண்டு பார்ப்ப வனைப் போல் உற்றுப் பார்த்தான். சிறிது நேரத்துக்கெல்லாம் அவன் எதிர்பார்த்தது போலவே அபூர்வமான காட்சியைக் கண்டான்.

கூத்து மேடையிலிருந்து மிகத் தொலைவிலே உட்கார்ந்திருப்பவனுக்கு மேடையில் தோன்றும் காட்சிகள் எப்படியிருக்குமோ அப்படி யிருந்தது வந்தியத்தேவன் அப்போது கண்ட காட்சி. அவன் அச்சமயம் இருந்த இடத்துக்கு உயரமான ஓர் இடத்தில், தொலை தூரம் என்று தோன்றிய தூரத்தில் அது நடந்தது. கூத்து மேடையின் ஒரு பக்கத்தி லிருந்து ஒரு தீவர்த்தி வந்தது. இன்னொருபுறத்துப் பக்கம் படுதாவை நீக்கிக்கொண்டு மற்றொரு தீவர்த்தி வந்தது. தீவர்த்திகள் இரண்டும் நெருங்கி நெருங்கி வந்துகொண்டிருந்தன. ஒரு தீவர்த்தி வெளிச்சத்தில்

இரு நெடிய கரிய உருவங்கள் தெரிந்தன. இன்னொரு தீவர்த்தியின் ஒளியில் மற்றும் இரு உருவங்கள் காணப்பட்டன. அவற்றில் ஒன்று நெடிய கம்பீரமான உருவம்; மற்றொன்று சிறிது குட்டையான மெல்லிய வடிவம். இருதரப்பு உருவங்களும் ஒன்றையொன்று நெருங்கி வந்து கொண்டிருந்தன. வந்தியத்தேவன் மேலும் கண் விழிகள் பிதுங்கும்படி உற்றுப் பார்த்து அந்த உருவங்கள் யாருடையவை என்பதை ஒருவாறு தெரிந்துகொண்டான். இடது பக்கத்திலிருந்து வந்த இரு உருவங்கள் மதுராந்தகத்தேவரை அழைத்துச் சென்ற கந்தமாறனும் காவலனும். வலது புறத்திலிருந்து வந்த உருவங்கள் பெரிய பழுவேட்டரையரும் அவருடைய இளைய ராணி நந்தினி தேவியும்.

இந்த இரு கோஷ்டியாரும் சந்திக்கும் போது என்ன நடக்கும்? ஏதாவது விபரீதமாக நடக்குமா? அல்லது ஒருவருக்கொருவர் வழி விட்டு விட்டுச் சாவதானமாகப் போய் விடுவார்களா?... வந்தியத்தேவன் அந்தப் பரபரப்பில் மூச்சு விடுவதைக்கூட நிறுத்திக்கொண்டு அத்தனை கவனமாகப் பார்த்துக் கொண்டிருந்தான்.

இரு கோஷ்டியாரும் சந்தித்தார்கள். அவர்கள் தடுமாறித் தயங்கி நின்றதிலிருந்து இரு சாராருக்கும் அச்சந்திப்பு வியப்பையும் திகைப்பையும் அளித்திருக்க வேண்டுமென்று தோன்றியது. ஆனால் விபரீதம் ஒன்றும் நேர்ந்துவிடவில்லை. பழுவேட்டரையர் கந்த மாறனைப் பார்த்து ஏதோ கேட்டார். அதற்குக் கந்தமாறன் ஏதோ விடை சொன்னான். கேள்வியும் விடையும் என்னவென்பது வந்தியத் தேவனின் காதில் விழவில்லை. பிறகு, பழுவேட்டரையர் கையினால் சமிக்ஞை செய்து சுரங்க வழியின் படிக்கட்டைச் சுட்டிக்காட்டினார். கந்தமாறன் அவரைப் பணிவுடன் வணங்கினான். வணங்கி விட்டுப் படிக்கட்டில் இறங்கினான். அவனுக்குப் பின் கையில் தீவர்த்தியுடன் வந்த காவலனைப் பார்த்துப் பழுவேட்டரையர் ஏதோ சமிக்ஞை செய்தார். அவனும் மறு மொழி சொல்லாமல் ஒரு கையினால் வாயைப் பொத்திக்கொண்டு வணங்கினான். பிறகு கந்தமாறனைத் தொடர்ந்து படிக்கட்டில் இறங்கினான். பழுவேட்டரையரும் இளைய ராணியும் இடதுபக்கம் நோக்கிச் சென்றார்கள்.

நிழலாட்டத்தையும் பொம்மலாட்டத்தையும் ஒத்த மேற்கூறிய நிகழ்ச்சிகள் எல்லாம் சில கண நேரத்தில் நடந்து விட்டன. இவ்வளவும் சுரங்க வழியில் இறங்கும் படிக்கட்டின் அருகில் நிகழ்ந்தன என்பதை வந்தியத்தேவன் கவனித்துக்கொண்டான். ஆகா! நாம் வழியில் எங்கும் நில்லாமல் இந்த நிலவறையில் வந்து சுற்றிச் சுழன்றுகொண்டிருந்தது எவ்வளவு நல்லதாய்ப் போயிற்று! நாம் மட்டும் அந்த இரு கோஷ்டிக்கும் நடுவில் அகப்பட்டுக்கொண்டிருந்தால் நம் கதி என்ன வாகியிருக்கும்? ஏதோ அந்த மட்டுக்கும் பிழைத்தோம். தப்பித்துக்

கொள்ள வழி என்ன? கந்தமாறன் மதுராந்தகத்தேவரை அழைத்து வந்த சுரங்க வழியில் திரும்பிச் செல்கிறான் என்பதில் ஐயமில்லை. அந்த வழியிலிருந்து நாம் சிறிது விலகி இந்தப் பொக்கிஷ நிலவறைக்கு வந்திருக்க வேண்டும். இப்போது கந்தமாறன் போகும் வழியைத் தொடர்ந்து சென்றால், எப்படியும் வெளியேறும் வாசலைக் கண்டு கொள்ளலாம். பிறகு ஏதேனும் உபாயம் செய்து தப்பிக்கலாம். அப்படி அவசியம் நேர்ந்தால், கந்தமாறனிடமே உதவி கேட்கலாம். இல்லா விட்டால் அவனையும் அந்தக் காவலனையும் ஒரு கை பார்த்து விட்டுத் தப்பிச் செல்லலாம். எனவே, கந்தமாறனை இப்போது பின் தொடரலாம்.

முதலில், தீவர்த்தி வெளிச்சம் நிலவறைக்கு அருகில் வருவது போலிருந்தது. வந்தியத்தேவன் மூச்சைப் பிடித்துக்கொண்டு நின்றான். பிறகு அவ்வெளிச்சம் அகன்று செல்வது போலிருந்தது. அதற்குள் வந்தியத்தேவன் சுற்றுமுற்றும் பார்த்தான். அந்த நிலவறைக்குள் பிரவேசித்த படிக்கட்டு எது என்பதை அறிந்துகொண்டான். அதன் வழியாகக் கீழே இறங்கி மீண்டும் மேலேறினான். தீவர்த்தி வெளிச் சத்தை விட்டு விடாமல், அதிகமாகவும் நெருங்காமல், காலடி ஓசை கேட்காதபடி மெதுவாக அடிவைத்து நடந்து சென்றான். வளைந்தும் நெளிந்தும் சுற்றியும் சுழன்றும் ஏறியும் இறங்கியும் சென்ற அந்தச் சுரங்கப் பாதையில் நாமாக இருளில் நடந்து வழி கண்டுபிடித்துப் போவது எவ்வளவு அசாத்தியமான காரியம்! வாழ்க கந்தமாறன்! அவன் இப்போது தன்னை அறியாமல் நமக்குச் செய்யும் உதவிக்கு எப்போது என்ன கைம்மாறு செய்யப் போகிறோம்!...

அதற்கு ஒரு சந்தர்ப்பம் அவ்வளவு சீக்கிரத்திலேயே கிடைக்கும் என்று வந்தியத்தேவன் எண்ணவேயில்லை!...

சுரங்கப் பாதையின் முடிவு வந்து விட்டது. எதிரில் ஒரு பெருஞ்சுவர் தெரிந்தது. அதில் ஒரு வாசலோ, கதவோ இருக்கும் என்று யாரும் கருத முடியாது. ஆயினும் இருக்கத்தான் வேண்டும்! சுரங்கப் பாதைக்கு ஒரு இரகசிய வாசல் இருந்தே தீர வேண்டுமல்லவா?

காவலன் தன் வலது கையிலிருந்த தீவர்த்தியை இடது கைக்கு மாற்றிக் கொள்கிறான். வலது கையினால் சுவரில் ஓரிடத்தில் கைவைத்து ஏதோ செய்கிறான். திருகாணியைத் திருகுவது போல் திருகுகிறான். சுவரில் மெல்லிய கோடு போல் ஒரு பிளவு தோன்றுகிறது. அப்பிளவு வரவரப் பெரிதாகி வருகிறது. ஓர் ஆள் நுழையும்படியான பிளவாகிறது. காவலன் ஒரு கையினால் அதைச் சுட்டிக்காட்டுகிறான். கந்தமாறன் அவனிடம் ஏதோ சொல்லிவிட்டுச் சுவரில் தோன்றிய பிளவில் ஒரு காலை வைக்

கிறான். ஒரு கால் இன்னும் சுரங்கப் பாதையிலேதான் இருக்கிறது. இப்பொழுது அவனுடைய முதுகுப் பிரதேசம் முழுதும் புலனாகிறது!

ஆகா! இது என்ன? இந்தக் காவலன் என்ன செய்கிறான்? அரையில் செருகியிருந்த கூரிய வளைந்த சிறு கத்தியை எடுக்கிறானே? கடவுளே! கந்தமாறனுடைய முதுகில் ஓங்கிக் குத்தி விட்டானே! படு பாதகன்! ஒருவனுக்குப் பின்னாலிருந்து முதுகில் குத்தும் சண்டாளன்!...

வந்தியத்தேவன் தான் ஒதுங்கி நின்றுகொண்டிருந்த இடத்திலிருந்து வெளிவந்தான். ஒரே பாய்ச்சலாகப் பாய்ந்தான்! அந்தச் சத்தத்தைக் கேட்டுக் காவலன் திரும்பினான்! தீவர்த்தியின் ஒளி வந்தியத்தேவனின் கோபாவேச முகத்தில் விழுந்தது.

# நட்புக்கு அழகா?

வந்தியத்தேவனுடைய முதலாவது எண்ணம், எப்படியாவது கந்தமாறனைக் காப்பாற்ற வேண்டும் என்பதுதான். ஆனால் அவனைக் காப்பாற்றும் பிரயத்தனம் முதலில் செய்தால், அவனுடைய கதிதான் நமக்கும் ஏற்படும். ஆகையால் இந்தக் கொடூரக் காவலனை முதலில் சரிப்படுத்த வேண்டும். எனவே, பாய்ந்து சென்றவன் காவலனுடைய கழுத்தில் தன்னுடைய ஒரு கையைச் சுற்றி வளைத்துக்கொண்டான். இன்னொரு கையால் தீவர்த்தியைத் தட்டிவிட்டான். தீவர்த்தி தரையில் விழுந்தது. அதன் ஒளிப் பிழம்பு சுருங்கிப் புகை அதிகமாயிற்று. காவல னுடைய கழுத்தை ஒரு இறுக்கு இறுக்கி வந்தியத்தேவன் தன் பலத்தை யெல்லாம் பிரயோகித்து அவனைக் கீழே தள்ளினான். காவலனுடைய தலை சுரங்கப் பாதையின் சுவரில் மோதியது அவன் கீழே விழுந்தான். வந்தியத்தேவன் தீவர்த்தியை எடுத்துக்கொண்டு அவன் அருகில் சென்று பார்த்தான். செத்தவனைப் போல் அவன் கிடந்தான். ஆயினும் முன் ஜாக்கிரதையுடன் அவன் அங்கவஸ்திரத்தை எடுத்து இரண்டு கையையும் சேர்த்து இறுக்கிக் கட்டினான். இவ்வளவையும் சில வினாடி நேரத்தில் செய்து விட்டுக் கந்தமாறனிடம் ஓடினான். அவன் முதுகில் குத்திய கத்தியுடன் பாதி உடம்பு சுரங்கப் பாதையிலும் பாதி உடல் வெளியிலுமாகக் கிடப்பதைக் கண்டான். அவனுடைய வேலும் பக்கத்தில் விழுந்து கிடந்தது. வந்தியத்தேவன் வெளியில் சென்று கந்தமாறனைப் பிடித்து இழுத்து வெளியேற்றினான். வேலையும் எடுத்துக்கொண்டான். உடனே கதவு தானாகவே மூடிக்கொண்டது. சுவர் அந்தப் பெரும் இரகசியத்தை மறைத்துக்கொண்டு இருள் வடிவ மாக ஓங்கி நின்றது. ஓங்கி அடித்த காற்றிலிருந்து கோட்டைக்கு வெளியே வந்தாகிவிட்டது என்பதை வந்தியத்தேவன் அறிந்து கொண்டான்.

அடர்ந்த மரங்களும் கோட்டைச் சுவர் கொத்தளங்களும் சந்திரனை மறைத்துக்கொண்டிருந்தபடியால் நிலா வெளிச்சம் மிக மிக

மங்கலாகத் தெரிந்தது. கந்தமாறனைத் தூக்கி வந்தியத்தேவன் தோளில் போட்டுக்கொண்டான். ஒரு கையில் கந்தமாறனின் வேலையும் எடுத்துக்கொண்டான். ஓர் அடி எடுத்து வைத்தான். சடசடவென்று மண் சரிந்து செங்குத்தாகக் கீழே விழும் உணர்ச்சி ஏற்பட்டது. சட்டென்று வேலை ஊன்றிக்கொண்டு பெரு முயற்சி செய்து நின்றான். கீழே பார்த்தான். மரங்களும் கோட்டைச் சுவரும் அளித்த நிழலில் நீர்ப் பிரவாகம் தெரிந்தது. அதிவேகமாகப் பிரவாகம் சுழல்கள் சுழிகளுடன் சென்றுகொண்டிருந்ததும் ஒருவாறு தெரிந்தது. நல்ல வேளை! கரணம் தப்பினால் மரணம் என்ற கதி நேரிட்டிருக்கலாம். கடவுள் காப் பாற்றினார்! அந்தக் கொடும் பாதகக் காவலன் - ஆனால் அவனை நொந்து என்ன பயன்? எஜமான் கட்டளையைத்தானே அவன் நிறை வேற்றியிருக்க வேண்டும்! வாசற்படியில் முதுகில் குத்தி அப்படியே இந்தப் பள்ளப் புனல் வெள்ளத்தில் தள்ளிவிட உத்தேசித்திருக்க வேண்டும். நம்முடைய கால் இன்னும் சிறிது சறுக்கி விட்டிருந்தால் இரண்டு பேரும் இந்த ஆற்று மடுவில் விழுந்திருக்க நேர்ந்திருக்கும். நாம் ஒருவேளை தப்பிப் பிழைத்தாலும் கந்தமாறன் கதி அதோகதிதான்!

தஞ்சைக் கோட்டைச் சுவரை ஓரிடத்தில் வடவாறு நெருங்கிச் செல்வ தாக வந்தியத்தேவன் அறிந்திருந்தான். இது வடவாறாகத்தான் இருக்க வேண்டும். வடவாற்றில் அதிக வெள்ளம் அப்போது இல்லை யென்றாலும் இந்தக் கோட்டை ஓரத்தில் ஆழமான மடுவாக இருக்கலாம். யார் கண்டது? வேலைத் தண்ணீரில் விட்டு ஆழம் பார்த்தான் வந்தியத்தேவன். வேல் முழுவதும் தண்ணீருக்குள் சென்று முழுகியும் தரை தட்டுப்படவில்லை! ஆகா! என்ன கொடூரமான பாதகர்கள் இவர்கள்!... அதைப் பற்றி யோசிக்க இது சமயமில்லை. நாமும் தப்பிக் கந்தமாறனையும் தப்புவிக்கும் வழியைத் தேட வேண்டும். வெள்ளப் பிரவாகத்தின் ஓரமாகவே கால்கள் சறுக்கி விடாமல் கெட்டியாக அழுத்திப் பாதங்களை வைத்து வந்தியத்தேவன் நடந்தான். தோளில் கந்தமாறனுடனும் கையில் அவனுடைய வேலுடனும் நடந்தான். கந்தமாறன் இரண்டு மூன்று தடவை முக்கி முனகியது அவனுடைய நண்பனுக்குத் தைரியத்தையும் மன உறுதியையும் அளித்தது. கொஞ்ச தூரம் இப்படியே சென்ற பிறகு கோட்டைச் சுவர் விலகி அப்பால் சென்றது. கரையோரத்தில் காடு தென்பட்டது. கீழே முட்கள் நிறையக் கிடந்தபடியால் கால் அடி வைப்பதும் கஷ்டமாயிருந்தது.

ஆகா! இது என்ன? ஒரு மரம் ஆற்றில் விழுந்து கிடக்கிறதே! நல்ல உயரமான மரமாயிருந்திருக்க வேண்டும்.வெள்ளம் அதனுடைய வேரைப் பறித்துவிட்டது போலும்! பாதி ஆறு வரையில் விழுந்து கிடக்கிறது. அதில் ஏறித் தட்டுத் தடுமாறி நடந்தான். வெள்ளத்தின்

வேகத்தில் மரம் அசைந்துகொண்டிருந்தது. மரத்தின் கிளைகளும் இலைகளும் தண்ணீரில் அலைப்புண்டு தவித்தன. காற்றோ அசாத்திய மாக அடித்துக்கொண்டிருந்தது. மரத்தின் நுனிக்கு வந்ததும் வேலை விட்டு ஆழம் பார்த்தான். நல்ல வேளை! முருகன் காப்பாற்றினார். இங்கே அவ்வளவு பள்ளமில்லை! வந்தியத்தேவன் மரத்திலிருந்து நதியில் இறங்கிக் கடந்து சென்றான். அங்கங்கே பள்ளம் மேடுகளைச் சமாளித்துக்கொண்டு சென்றான். வெள்ளத்தின் வேகத்தையும் காற்றின் தீவிரத்தையும் தன் மன உறுதியினால் எதிர்த்துப் போராடிக்கொண்டு சென்றான். அவன் உடம்பு வெடவெடவென்று சில சமயம் நடுங்கியது.

தோளில் கிடந்த கந்தமாறன் சில சமயம் நழுவி விழுந்துவிடப் பார்த்தான். இந்த அபாயங்களையெல்லாம் தப்பி வந்தியத்தேவன் அக்கரையை அடைந்தான். கொஞ்ச தூரம் இடுப்பு வரை நனைந்த ஈரத் துணியுடன் ஆஜானுபாகுவான கந்தமாறனுடைய கனமான உடலைத் தூக்கிக்கொண்டு தள்ளாடிச் சென்ற பிறகு மரநிழலில் சிறிது இடைவெளி ஏற்பட்ட ஓரிடத்தில் கந்தமாறனைக் கீழே மெதுவாக வைத்தான். முதலில் சிறிது சிரமபரிகாரம் செய்துகொள்ள விரும்பினான். அத்துடன் கந்தமாறனுடைய உடம்பில் இன்னும் உயிர் இருக்கிறதா என்பதை நிச்சயப்படுத்திக்கொள்ள விரும்பினான். உயிரற்ற உடலைச் சுமந்து சென்று என்ன உபயோகம்? அதைக் காட்டிலும் அக்காவலன் உத்தேசித்தது போல் வெள்ளத்திலேயே விட்டுவிட்டுச் செல்லலாம். இல்லை! இல்லை! உயிர் இருக்கிறது; பெருமூச்சு வருகிறது. நாடி வேகமாக அடித்துக் கொள்ளுகிறது; நெஞ்சு விம்முகிறது. இப்போது என்ன செய்யலாம்? முதுகிலிருந்து கத்தியை எடுக்கலாமா? எடுத்தால் இரத்தம் பீறிட்டு அடிக்கும். அதனால் உயிர் போனாலும் போய்விடும். காயத்துக்கு உடனே சிகிச்சை செய்து கட்டுக் கட்ட வேண்டும். ஒருவனாகச் செய்யக் கூடிய காரியமல்லவே? வேறு யாரை உதவிக்குத் தேடுவது?...சேந்தன் அமுதனுடைய நினைவு வந்தது. அவனுடைய தோட்டமும் வீடும் வடவாற்றின் கரையிலேதான் இருக்கிறது. இங்கே சமீபத்திலேயே இருக்கக் கூடும். எப்படியாவது சேந்தன் அமுதனுடைய வீட்டுக்குத் தூக்கிக்கொண்டு போய்ச் சேர்த்தால் கந்தமாறன் பிழைக்க வழியுண்டு. ஒரு முயற்சி செய்து பார்க்கலாம்.

கந்தமாறனை மறுபடியும் தூக்க முயன்றபோது அவனுடைய கண்கள் திறந்திருப்பதைக் கண்டு வந்தியத்தேவன் வியப்பும் மகிழ்ச்சியும் கொண்டான்.

'கந்தமாறா! நான் யார் தெரிகிறதா?' என்று கேட்டான்.

'தெரிகிறது, நன்றாய்த் தெரிகிறது. வல்லவரையவன் நீ! உன்னைப் போல் அருமையான நண்பனைத் தெரியாமலிருக்குமா? மறக்கத்தான்

முடியுமா? பின்னால் நின்று முதுகிலே குத்தும் ஆப்த சிநேகிதன் அல்லவா நீ?' என்றான் கந்தமாறன்.

வல்லவரையனை இந்தக் கடைசி வார்த்தைகள் சவுக்கினால் அடிப்பது போலிருந்தது.

'ஐயோ! நானா உன்னைப் பின்னாலிருந்து குத்தினேன்...?' என்று ஆரம்பித்தவன் ஏதோ ஞாபகம் வந்து சட்டென்று நிறுத்தினான்.

'நீ குத்தவில்லை... உன் கத்தி என் முதுகைத் தடவிக் கொடுத்தது... அடப்பாவி! உனக்காகவல்லவா இந்தச் சுரங்க வழியில் அவசரமாகக் கிளம்பினேன். பழுவேட்டரையருடைய ஆட்கள் உன்னைப் பிடிப் பதற்குள் நான் பிடிப்பதற்காக விரைந்தேன். உன்னை யாரும் எந்தவித உபத்திரவமும் செய்யாமல் தடுப்பதற்காக ஓடி வந்தேன். உன்னைத் தேடிப் பிடித்து வந்து சின்னப் பழுவேட்டரையரின் கோட்டைக் காவல் படையில் சேர்த்து விடுவதாகச் சபதம் கூறிவிட்டு வந்தேன். இப்படி உனக்கு நன்மை செய்ய நினைத்த நண்பனுக்கு நீ இவ்வாறு துரோகம் செய்துவிட்டாய்? இதுதானா நட்புக்கு அழகு? நாம் ஒருவருக்கொருவர் உதவி செய்துகொள்ள வேண்டுமென்று எத்தனை தடவை கையடித்துச் சத்தியம் செய்து கொடுத்திருக்கிறோம்! அவ்வளவையும் காற்றில் பறக்கும்படி விட்டு விட்டாயே! இந்தச் சோழ நாட்டு இராஜாங்கத்தில் நடக்கப் போகும் ஒரு பெரிய மாறுதலைப் பற்றியும் உனக்குச் சொல்லி எச்சரிக்க எண்ணியிருந்தேனே! அடாடா! இனி இந்த உலகத்தில் யாரைத்தான் நம்புவது?' என்று சொல்லிக் கந்தமாறன் மறுபடியும் கண்களை மூடினான். இவ்வளவு அதிகமாகவும் ஆத்திரமாகவும் பேசியது அவனை மீண்டும் மூர்ச்சையடையும்படிச் செய்திருக்க வேண்டும்.

'நம்புவதற்கு மனிதர்களா இல்லை? பழுவேட்டரையர்களையா நம்புவது?' என்று வந்தியத்தேவன் முணுமுணுத்தான். ஆயினும் அவனுடைய கண்களில் கண்ணீர் துளித்தது. தான் சொல்ல எண்ணியதைச் சொல்லாமல் விட்டதே நல்லது என்று எண்ணிக் கொண்டான். கந்தமாறனுடைய உடலை மறுபடி தோளில் தூக்கிப் போட்டுக்கொண்டு நடக்கலுற்றான்.

இரவில் மலரும் பூக்களின் நறுமணம் குபீரென்று வந்தது. சேந்தன் அமுதனுடைய வீடு சமீபத்தில்தான் இருக்க வேண்டும் என்று அவன் எண்ணியது வீண் போகவில்லை. விரைவில் தோட்டம் வந்தது. ஆனால் அந்தத் தோட்டம்! முதலாவது நாள் பார்த்ததற்கும் இன்று பார்ப் பதற்கும் எவ்வளவு வித்தியாசம்? அனுமார் அழித்த அசோகவனத்தையும் வானரங்கள் அழித்த மதுவனத்தையும் அத்தோட்டம் அப்போது ஒத்திருந்தது. ஆகா! தன்னைத் தேடிக்கொண்டு பழுவேட்டரையரின்

ஆட்கள் இங்கே வந்திருந்தார்கள் போலிருக்கிறது. வந்தவர்கள் இத்தகைய அக்கிரமங்களைச் செய்துவிட்டுப் போயிருக்கிறார்கள்! அடடா! சேந்தன் அமுதனும் அவனுடைய அருமை அன்னையும் எவ்வளவு அரும்பாடுபட்டு இந்த நந்தவனத்தை வளர்த்திருக்க வேண்டும்? அவ்வளவும் பாழாய்ப் போய்விட்டதே!

நந்தவனம் அழிந்ததில் அனுதாபம் சட்டென்று விலகியது. தன்னுடைய அபாயகரமான நிலைமை நினைவு வந்தது. ஒற்றர்களும் கோட்டைக் காவல் வீரர்களும் இங்கே சமீபத்தில் எங்கேயாவது காத்திருந்தால் என்ன செய்வது?... அவர்களை ஒரு கை பார்த்துச் சமாளிக்க வேண்டியதுதான். நல்லவேளையாக, அதோ நமது குதிரை, கட்டிய மரத்திலேயே இன்னும் இருக்கிறது!... ஒருவேளை தன்னைப் பிடிப்பதற்காகவே அதைவிட்டு வைத்திருக்கிறார்களோ? எப்படியிருந் தாலும் என்ன செய்ய முடியும்? இவனை இக்குடிசையில் உள்ள நல்ல மனிதர்களிடம் ஒப்புவித்து விட்டுக் குதிரையில் ஏறித் தட்டிவிட வேண்டியதுதான். இங்கே புறப்படும் குதிரை பழையாறை போய்த் தான் நிற்க வேண்டும்.

மெள்ள மெள்ள அடிமேல் அடி வைத்து நடந்து குடிசை வாசலை அடைந்தான். வாசல் திண்ணையில் படுத்திருந்த சேந்தன் அமுதனைத் தட்டி எழுப்பினான். தூக்கி வாரிப் போட்டுக்கொண்டு எழுந்த அமுதனுடைய வாயைப் பொத்தினான். பிறகு மெல்லிய குரலில் சொன்னான்: 'தம்பி! நீதான் எனக்கு உதவி செய்ய வேண்டும். பெரிய சங்கடத்தில் அகப்பட்டுக்கொண்டிருக்கிறேன். இவன் என் அருமைச் சிநேகிதன். கடம்பூர் சம்புவரையர் மகன் கந்தமாறன். நான் வரும் வழியில் யாரோ இவனை முதுகிலே குத்திப் போட்டிருந்தார்கள். எடுத்து வந்தேன்' என்றான்.

'படுபாவிகள்! முதுகிலே குத்தியிருக்கிறார்களே! எப்பேர்பட்ட சுத்த வீரர்கள்!' என்றான் அமுதன்.

பிறகு, 'இவனை என்னால் முடிந்த வரை பார்த்துக் கொள்கிறேன். இன்று மாலையிலிருந்து கும்பல் கும்பலாகப் பல வீரர்கள் வந்து உன்னைத் தேடிவிட்டுப் போனார்கள். அவர்களால் நந்தவனமே அழிந்து போய் விட்டது. போனாலும் போகட்டும். நீ தப்பிப் பிழைத் தால் சரி. நல்லவேளையாக உன் குதிரையை அவர்கள் விட்டுப் போய் விட்டார்கள். குதிரையில் ஏறி உடனே புறப்படு!'

'அப்படித்தான் என் உத்தேசமும். ஆனால் இவன் உயிரைக் காப்பாற்ற ஏதேனும் செய்ய வேண்டும்!'

'அதைப் பற்றி உனக்குக் கவலை வேண்டாம். என் தாயார் இம்மாதிரி விஷயங்களில் கைதேர்ந்தவள். காயங்களுக்குச் சிகிச்சை செய்ய

அவளுக்கு நன்றாய்த் தெரியும்!' என்று சொல்லி, சேந்தன் அமுதன் குடிசையின் கதவை இலேசாக இரண்டு தட்டுத் தட்டினான். உடனே கதவு திறந்தது. சேந்தன் அமுதனுடைய அன்னை வாசற்படியில் நின்றாள்.

கந்தமாறனை இருவருமாகத் தூக்கிக்கொண்டு போய் உள்ளே கூடத்தில் போட்டார்கள். கைவிளக்கின் வெளிச்சத்தில் சேந்தன் அமுதன் தன் அன்னையுடன் சமிக்ஞையினால் பேசினான். அதை அவள் நன்கு அறிந்து கொண்டதாகத் தோன்றியது. கந்தமாறனை உற்றுப் பார்த்தாள். முதுகில் செருகியிருந்த கத்தியைப் பார்த்து, பிறகு உள்ளே போய்ச் சில பச்சிலைத் தழைகளையும் பழந்துணியையும் எடுத்துக் கொண்டு வந்தாள். இருவரையும் நிமிர்ந்து பார்த்தாள்.

கந்தமாறனைச் சேந்தன் அமுதன் இறுக்கிப் பிடித்துக்கொண்டான். முதுகில் இத்தனை நேரமாய் நீட்டிக்கொண்டிருந்த கத்தியை வல்லவரையன் பலங்கொண்டு இழுத்து வெளியேற்றினான்.

இரத்தம் குபீரென்று வெளியிட்டுப் பாய்ந்தது. உணர்ச்சியற்ற நிலையில் கந்தமாறன் 'ஓ'வென்று கத்தினான்.

வந்தியத்தேவன் அவனது வாயைப் பொத்தினான்.

காயத்தைச் சேந்தன் அமுதன் அமுக்கிப் பிடித்துக்கொண்டான்.

அமுதனுடைய அன்னை பச்சிலைத் தழைகளைக் காயத்தில் வைத்துக் கட்டினாள்.

கந்தமாறன் மறுபடியும் முக்கி முனகினான்.

தூரத்தில் திடுதிடுவென்று மனிதர்கள் ஓடிவரும் சத்தம் கேட்டது.

'போ! போ! சீக்கிரம்!' என்றான் அமுதன்.

இரத்தக் கறை படிந்த கத்தியையும் வேலையும் கையில் எடுத்துக் கொண்டான் வந்தியத்தேவன். புறப்பட்டவன் தயங்கி நின்றான்.

'தம்பி! நீ என்னை நம்புகிறாயா?' என்று கேட்டான்.

'நான் கடவுளை நம்புகிறேன். உன்னிடம் பிரியம் வைத்திருக்கிறேன். எதற்காகக் கேட்டாய்?'

'எனக்கு ஓர் உதவி செய்ய வேணும். இந்தப் பக்கத்தில் எனக்கு அவ்வளவாக வழி தெரியாது. அவசரமாகப் பழையாறைக்குப் போக வேண்டும். குந்தவைப் பிராட்டிக்கு முக்கியமான செய்தி ஒன்று கொண்டுபோக வேண்டும். கொஞ்ச தூரம் வழிகாட்டுவதற்கு வருகிறாயா?'

உடனே சேந்தன் அமுதன் தன் அன்னையிடம் இன்னும் ஏதோ ஜாடை யாகச் சொன்னான். இதிலெல்லாம் அவள் அதிக வியப்பு அடைந்த தாகத் தோன்றவில்லை. போய் வரும்படி சமிக்ஞையினால் தெரிவித் தாள். காயம் பட்டவனைத் தான் கவனித்துக் கொள்வதாகவும் ஜாடை காட்டினாள்.

சேந்தனும் தேவனும் புறப்பட்டுச் சென்றார்கள். முதலில் தேவனும் பின்னால் சேந்தனும் குதிரை மேல் ஏறிக்கொண்டார்கள்.

குதிரையின் சத்தம் கேளாதபடி மெதுவாகவே செலுத்தினான் வந்தியத் தேவன். சற்றுத் தூரம் போன பிறகு தட்டி விட்டான். குதிரை பாய்ச்சலில் பிய்த்துக்கொண்டு சென்றது.

குதிரை புறப்பட்ட அதே நேரத்தில் ஐந்தாறு வீரர்கள் குடிசைக்கு வந்து சேர்ந்தார்கள். கதவைத் தடதடவென்று தட்டினார்கள்.

அமுதனின் தாய் கதவைத் திறந்தாள். வாசற்படியில் நின்றாள்.

'இங்கே என்னமோ கூச்சல் கேட்டதே? அது என்ன?' என்று இரைந்தான் ஒரு வீரன்.

அமுதனின் அன்னை ஏதோ உளறிக் குளறினாள்.

'இந்தச் செவிட்டு ஊமையிடம் பேசி என்ன பயன்? உள்ளே போய்ப் பார்க்கலாம்!' என்றான் ஒருவன்.

'இவள் வழிமறித்துக்கொண்டு நிற்கிறாளே?'

'அந்தப் பூக்குடலைப் பையன் எங்கே போனான்?'

'ஊமையைத் தள்ளிவிட்டு உள்ளே நுழையுங்களடா!'

சேந்தன் அமுதனுடைய தாயார் மேலும் ஊமைப் பாஷையில் ஏதேதோ கத்தினாள்.

தன்னைத் தள்ள முயன்ற வீரனை அவள் தள்ளிவிட்டுக் கதவைத் தாளிடப் பார்த்தாள். நாலைந்து பேராகக் கதவைப் பிடித்துத் தள்ளிச் சாத்த முடியாதபடிச் செய்தார்கள்.

அமுதனுடைய தாய் இன்னும் உரத்த கூச்சல் புலம்பலுடன் திடீரென்று கதவை விட்டாள்.

இரண்டு மூன்று பேர் கீழே உருட்டியடித்துக்கொண்டு விழுந்தார்கள்.

மற்றவர்கள் அவர்களை மிதித்துக்கொண்டு உள்ளே புகுந்தார்கள்.

'ஆள் இங்கே இருக்கிறான்!' என்று ஒருவன் கத்தினான்.

'அகப்பட்டுக்கொண்டானா?' என்றான் இன்னொருவன்.

'ஓடப் போகிறான்! பிடித்துக் கட்டிப் போடுங்கள்!' என்றான் இன்னொருவன்.

ஊமை மேலும் புலம்பினாள்.

'ஒரே இரத்த விளாறாக இருக்கிறதே!' என்று ஒருவன் கூவினான்.

ஊமை கைவிளக்கைத் தூக்கிப் பிடித்துக் கீழே கிடந்தவனைச் சுட்டிக் காட்டி, 'பே!பே!பே' என்றாள்.

'அடே! இவன் வேறு ஆள் போலத் தோன்றுகிறதே!'

'பே! பே!'

'நேற்று இங்கு வந்திருந்தவன்தானா இவன்?'

'பே! பே!'

'உன் மகன் எங்கே?'

'பே! பே!'

'ஊமைப் பிணமே! சற்றுச் சும்மா இரு! அடே! இவனை நன்றாய்ப் பாருங்கள்! அடையாளம் யாருக்காவது தெரியுமா?'

'அவன் இல்லை!'

'அவன்தான்!'

'இல்லவே இல்லை!'

'பே! பே!'

'எப்படியிருந்தாலும் இவன் வேற்று ஆள்! தூக்குங்கள் இவனை! கொண்டு போகலாம்!'

'பே! பே! பே! பே!'

'சனியனே! சும்மா இரு!'

நாலுபேர் சேர்ந்து கந்தமாறனைத் தூக்கினார்கள்.

'பே! பே! பே! பே!' என்று அமுதனுடைய அன்னை இடைவிடாமல் அலறினாள்.

'அடே! குதிரைச் சத்தம் கேட்கிறதடா!'

'பாதிப் பேர் இவனைத் தூக்குங்கள்! பாதிப் பேர் ஓடிப் போய்ப் பாருங்கள்!'

'எல்லோரும் ஓடுங்கள்! இவன் எங்கும் போய்விட மாட்டான்.'

தூக்கிய கந்தமாறனைக் கீழே போட்டுவிட்டு எல்லோரும் ஓடினார்கள்.

'பேப்பே! பேப்பே! பேப்பே!' என்ற அமுதன் அன்னையின் ஓலம் அவர்களைத் தொடர்ந்து வந்தது.

நாற்பத்து மூன்றாம் அத்தியாயம்

# பழையாறை

வந்தியத்தேவன் வழியில் பல கஷ்டங்களுக்கு உள்ளாகி, பல அபாயங்களுக்குத் தப்பிப் பழையாறை நகருக்கு வந்து சேர்வதற்கு முன்னால், நம்முடன் பழையாறைப் பதிக்கு விஜயம் செய்யும்படி நேயர்களை அழைக்கிறோம்.

அரிசிலாற்றுக்குத் தென் கரையில் நின்று அந்நகரைப் பார்ப்போம். அடடா! வெறும் நகரமா இது? தமிழ்த்தாயின் அழகிய நெற்றியில் தொங்கும் ஆபரணத்தைப் போல அல்லவா விளங்குகிறது? பச்சை மரகதங்களும், சிவந்த ரத்தினங்களும், நீலக்கற்களும் பதித்த நெற்றிச் சுட்டியைப் போல அல்லவா திகழ்கிறது!

நதிகளும் ஓடைகளும் தடாகங்களும் கழனிகளும் புதுநீர் நிறைந்து ததும்புகின்றன. அவற்றில் பல வர்ண மலர்கள் பூத்துத் திகழ்கின்றன. தென்னை மரங்களும் புன்னை மரங்களும் குளிர்ச்சியான பசுமையைப் பரப்புகின்றன. இவ்வளவுக்கும் இடையிடையே விண்முட்டும் மணிமாட மாளிகைகளின் பொற்கலசங்களும், கோயில் கோபுரங்களின் உச்சியில் உள்ள தங்க ஸ்தூபிகளும் ஒளிவீசுகின்றன.

அப்பப்பா! பழையாறை என்னும் இந்த ஒரு பெரும் நகரத்துக்குள்ளே எத்தனை சிறிய ஊர்கள்? நந்திபுர விண்ணகரம், திருச்சத்திமுற்றம், பட்டீச்சுரம், அரிச்சந்திரபுரம் முதலிய ஊர்களும் அந்த ஊர்களின் ஆலயங்களும் இந்தப் பழையாறை என்னும் சோழர் தலைநகரில் அடங்கியுள்ளன. பழையாறையின் நாலு திசைகளிலும் வடதளி, கீழ்த்தளி, மேற்றளி, தென்தளி என்னும் நாலு சிவனார் கோயில்கள் இருக்கின்றன. போர் வீரர்கள் குடியிருக்கும் ஆரியப் படை வீடு, புதுப்படை வீடு, மணப்படை வீடு, பம்பைப்படை வீடு ஆகிய நாலு வீரபுரிகள் காணப்படுகின்றன. இவ்வளவுக்கும் நடுநாயகமாகச் சோழ மாளிகை என்றால், ஒரே மாளிகையா? விஜயாலய சோழருக்கு முன்னால் இது ஒரு தனி மாளிகையாக இருந்தது. பிறகு ஒவ்வொரு

அரசகுமாரனுக்கும் ஒவ்வொரு இளவரசிக்குமாகப் பழைய சோழ மாளிகையையொட்டிப் புதிய புதிய மாளிகைகள் எழுந்து நிற்கும் காட்சியைக் காண்பதற்கு ஆயிரம் கண்கள் வேண்டும். வர்ணிப் பதற்கோ பதினாயிரம் கவிஞர்களின் கற்பனாசக்தி போதாது.

இருநூறு ஆண்டுகளுக்குப் பின்னால் வந்த சேக்கிழார் பெருமான்,

'தேரின் மேவிய செழுமணி வீதிகள் சிறந்து
            பாரில் நீடிய பெருமைசேர் பதி பழையாறை'

என்று வர்ணித்தார் என்றால், சுந்தர சோழரின் காலத்தில் இந்த நகர் எவ்வளவு கோலாகலமாக இருந்திருக்கும் என்று ஊகித்துக் கொள்ளலாம். எனினும், நாம் முதன் முதலில் இந்தப் பழம்பெரும் பதிக்குச் செல்லும் சமயத்தில் அதைப் பூரண கோலாகலத் தோற்றத் துடன் பார்த்து மகிழ முடியவில்லை.

சுந்தர சோழ சக்கரவர்த்தி இந்நகரின் சோழ மாளிகையில் வீற்றிருந்து அரசு செலுத்திய காலத்தில் இங்கு வந்து பார்க்க நமக்குக் கொடுத்து வைத்திருக்கவில்லை.

சக்கரவர்த்தி நோய்ப்பட்டுத் தஞ்சை மாநகர் சென்ற பிறகு வெளிநாடு களிலிருந்து சிற்றரசர்களும் இராஜ தூதர்களும் மந்திரிப் பிரதானிகளும் சேனாதிபதிகளும் இங்கு வருவது நின்று போயிற்று. அவர்களுடன் வழக்கமாக வரும் பரிவாரங்களின் கூட்டமும் குறைந்து விட்டது.

நாலு படை வீடுகளிலும் வசித்த போர் வீரர்களில் பாதிப் பேர் இப்போது ஈழ நாட்டுப் போர்க்களங்களில் தமிழர் வீரத்தை நிலை நாட்டிக்கொண்டிருந்தார்கள்.

மற்றவர்களில் ஒரு பகுதியார் வடதிசை எல்லையிலும் இன்னொரு பகுதியினர் மதுரையிலும் இருந்தார்கள்.

எனவே, படைவீட்டுப் பகுதிகளில் இப்போது பெரும்பாலும் வயோதிகர் களும் பெண்மணிகளும் சிறுவர் சிறுமிகளுமே காணப்பட்டார்கள்.

மழவர்பாடியில் வாழ்ந்து வந்த வேளக்காரப் படையினர் தத்தம் குடும் பங்களோடு தஞ்சைக்குச் சென்று விட்டபடியால், நகரின் அப்பகுதி யானது பூட்டப்பட்ட வீடுகளுடன் வெறிச்சென்று இருந்தது.

இராஜாங்க காரியங்களை நடத்தி வந்த அமைச்சர்கள், சாமந்தகர்கள், அதிகாரிகள் அனைவரும் தத்தம் குடும்பத்தோடு தஞ்சைபுரிக்குச் சென்று விட்டார்கள்.

இப்படியெல்லாம் இருந்தபோதிலும் பழையாறை வீதிகளில் கூட்டத்துக்கும் கலகலப்புக்கும் குறைவில்லை. இப்போது

அவ்வீதிகளில் பெரும்பாலும் ஆலய ஸ்தபதிகள், சிற்பக் கலைஞர்கள், சிவனடியார்கள், தேவார ஓதுவார்கள், அரண்மனை ஊழியர்கள், ஆலயப் பணியாளர்கள், கோயில்களில் சுவாமி தரிசனம் செய்யவும் திருவிழாக் காட்சிகளைப் பார்க்கவும் வெளியூர்களிலிருந்து வரும் ஜனங்கள் ஆகியோர் அதிகமாகச் சஞ்சரித்துக்கொண்டிருந்தனர்.

இன்றைக்கு ஏதோ திருவிழா போலக் காண்கிறது. வீதிகளில் அழகிய ஆடை ஆபரணங்கள் அணிந்து ஆடவரும் பெண்டிரும் சிறுவர் சிறுமிகளும் உலாவி வருகின்றனர். தெருமுனைகளில் ஆங்காங்கு ஜனங்கள் கும்பல் கூடி நிற்கின்றனர். அக்கும்பல்களுக்கு மத்தியில் ஏதேதோ வேடம் புனைந்தவர்கள் நின்று ஆடிப் பாடுகிறார்களே! சற்றுக் கவனித்துப் பார்க்கலாம். ஆம்; இவர்கள் கிருஷ்ணனைப் போலவும் கோபாலர்களைப் போலவும் அல்லவா வேடம் புனைந் திருக்கிறார்கள்! இந்தக் கூட்டத்துக்கு நடுவில் ஒரு கிருஷ்ணர் ஒரு மலையைத் தூக்கிக்கொண்டு நிற்கிறாரே? அவரைத் தேவராஜனாகிய இந்திரன் வந்து வணங்குகிறானே? இன்னொரு கூட்டத்தின் நடுவில் கிருஷ்ணனை நாலு முகங்கள் உள்ள பிரம்மதேவர் வந்து தோத்தரித்து வணங்குகிறாரே! ஆகா! இப்போது தெரிகிறது. இன்று ஸ்ரீஜயந்தி; கண்ணன் பிறந்த நாள். அந்த விழாவைத்தான் ஜனங்கள் இவ்வளவு குதூகலமாகக்கொண்டாடுகிறார்கள். அங்கங்கே உறியடித் திருநாள் நடைபெறுகிறது. மஞ்சள் நீரை வாரி இறைக்கிறார்கள்.

நந்திபுர விண்ணகரத்துப் பெருமாள் கோயிலைச் சுற்றி இந்தத் திருவிழாக்கொண்டாட்டங்கள் அதிகமாக நடை பெறுகின்றன.

இது என்ன?

> 'கண்டேன் கண்டேன் கண்டேன்
> கண்ணுக்கினியன கண்டேன்!'

என்று பாடுவது யார்? தெரிந்த குரலாயிருக்கிறதே! இதோ நமது பழைய சிநேகிதர் ஆழ்வார்க்கடியார் நம்பி சாக்ஷாத்காரமாக நிற்கிறார்! நின்று பாடுகிறார். அவரைச் சுற்றிலும் ஒரு கும்பல் கூடுகிறது. சிலர் பக்தி சிரத்தையுடன் கேட்கிறார்கள். வேறு சிலர் எகத்தாளம் பண்ணத் தொடங்குகிறார்கள். ஆழ்வார்க்கடியாரின் கைத் தடியினால் யாருடைய தலைக்குச் சேதம் நேருமோ என்று நாம் அஞ்சுகிறோம்.

விண்ணகரக் கோயிலின் வாசலில் ஒரு சலசலப்பு. வீதிப்புறத்தில் நிறுத்தியிருந்த ரதங்களும் பல்லக்குகளும் கோயில் வாசலுக்கு வருகின்றன. கோயிலுக்குள்ளேயிருந்து மாதரசிகள் சிலர் வருகிறார்கள். இப்பெண்மணிகள் பெரிய குலத்துப் பெண்டிராகவே இருக்க வேண்டும்.

ஆம்; ஆம்! பழையாறை அரண்மனைகளில் வாழும் மகாராணிகளும் இளவரசிகளுந்தான் இவர்கள்.

எல்லாருக்கும் முதலில் 'பெரிய பிராட்டி' என்று நாடு நகரமெல்லாம் போற்றும் செம்பியன் மாதேவி வருகிறார். இவர் மழவரையர் குலப் புதல்வி; சிவஞானச் செல்வரான கண்டராதித்தரின் பட்ட மகிஷி. வயது முதிர்ந்த விதவைக் கோலத்திலும் இவருடைய முகத்தில் எத்தகைய தேஜஸ் ஜொலிக்கிறது! அவருக்குப் பின்னால் அரிஞ்சய சோழரின் பத்தினியான வைதும்பராயர் குலப் புதல்வி ராணி கல்யாணி வருகிறார். ஆகா! இவருடைய அழகை என்னவென்று சொல்ல! இந்த முதிய பிராயத்திலும் இவர் முகத்தில் இப்படிக் களை வீசுகிறதே! யௌவனப் பிராயத்தில் எப்படி இருந்திருப்பாரோ? இவருடைய புதல்வராகிய சுந்தர சோழர் வனப்பு மிக்கவர் என்று பிரசித்தி பெற்றிருப்பதில் வியப்பு என்ன?

இவரைத் தொடர்ந்து சுந்தர சோழரின் மற்றொரு பத்தினியான சேரமான் மகள் பராந்தகன் தேவி வருகிறார்.

இன்னும் பின்னால், வானுலகிலிருந்து நேரே இறங்கி வந்த தேவ கன்னிகையரையொத்தக் குந்தவைப் பிராட்டி, வானதி, இன்னும் நாம் அரிசிலாற்றங்கரையில் பார்த்த அரசகுலப் பெண்கள் வருகிறார்கள்.

விஜயாலயன் காலத்திலிருந்து சோழ வம்சத்தினர் சிவனையும் துர்க்கையையும் குலதெய்வமாகக்கொண்டு வழிபடுகிறவர்கள். ஆனால் திருமாலிடமும் மற்ற சமயங்களிடமும் இவர்களுக்குத் துவேஷம் என்பது கிடையாது. இன்று கண்ணன் பிறந்த நாள் என்பதை முன்னிட்டுப் பெருமாள் கோயிலுக்கு வந்தார்கள் போலும்.

பெரியபிராட்டி செம்பியன் மாதேவி பல்லக்கில் ஏறும் சமயத்தில் ஆழ்வார்க்கடியாருடைய பாடல் அவருடைய காதில் விழுந்தது. அதற்காகவென்றே ஆழ்வார்க்கடியார் உரத்த சத்தம் போட்டுப் பாடினார் போலும். செம்பியன் மாதேவி அவரைத் தம் அருகில் அழைத்து வரச் செய்தார்.

ஆழ்வார்க்கடியார் அடக்க ஒடுக்கத்துடன் வந்து நின்றார்.

'திருமலை! சில நாட்களாக உன்னைக் காணோமே? ஸ்தல யாத்திரை சென்றிருந்தாயோ?' என்று கேட்டார்.

'ஆம், தாயே! ஸ்தல யாத்திரை சென்றிருந்தேன். திருப்பதி, காஞ்சி, வீரநாராயணபுரம் முதலிய பல க்ஷேத்திரங்களைத் தரிசித்தேன். சென்ற இடங்களிலெல்லாம் பல விந்தைகளைக் கண்டும் கேட்டும் வந்தேன்!'

'அரண்மனைக்கு நாளைக்கு வந்து, யாத்திரையில் கண்டு கேட்ட விந்தைகளைச் சொல்லு!'

‘இல்லை, அம்மா! இன்றிரவு மறுபடியும் நான் புறப்பட வேண்டும்.’

‘அப்படியானால் இன்று மாலையே வந்துவிட்டுப் போ!’

‘வருகிறேன் தாயே! தங்கள் சித்தம் என் பாக்கியம்!’

பல்லக்குகள், ரதங்கள் எல்லாம் புறப்பட்டு அரண்மனைக்கு விரைந்து சென்றன.

குந்தவைப் பிராட்டி, ஆழ்வார்க்கடியாரைச் சுட்டிக்காட்டி ஏதோ கூற, மற்ற அரசிளங்குமாரிகள் ‘கலீர்’ என்று சிரித்தார்கள்.

சிரிப்புக்குக் காரணம் கண்டறிய ஆழ்வார்க்கடியார் அந்தப் பக்கத்தை நோக்கினார்.

குந்தவைப் பிராட்டியின் கண்கள் ஆழ்வார்க்கடியாருடன் ஏதோ சங்கேத பாஷையில் பேசின.

ஆழ்வார்க்கடியார் அச்செய்தியை அறிந்துகொண்டதற்கு அறிகுறியாகத் தலைவணங்கினார்.

சோழ மாளிகைகளிலே செம்பியன் மாதேவி வசித்த மாளிகை நடுநாயகமாக இருந்தது. அதன் சபா மண்டபத்தில், பொன்னால் செய்து நவரத்தினங்கள் இழைத்த சிம்மாசனத்தில் அந்தப் பெருமூதாட்டி அமர்ந்திருந்தார். காரைக்காலம்மையார், திலகவதியார் முதலான பரம சிவ பக்தைகளின் வழித்தோன்றிய அப்பெண்மணி வெண் பட்டாடை உடுத்தி, விபூதியும், ருத்ராட்ச மாலையும் தரித்து, வேறு எவ்வித ஆபரணங்களும் பூணாமல், அளவற்ற செல்வங்களுக்கிடையில் - அஷ்ட ஐஸ்வரியங்களுக்கு மத்தியில், வைராக்கிய சீலையாக வாழ முடியும் என்பதை நிரூபித்துக்கொண்டிருந்தாள். தலையில் மணிமகுடமும் வேறு ஆபரணங்களும் அணியாதிருந்த போதிலும் அவருடைய கம்பீரத் தோற்றமும் சுயம் பிரகாசமான முகமும் அரச குலத்தில் பிறந்து அரச குலத்தில் புகுந்த அரசர்க்கரசி என்பதை புலப்படுத்தின. சோழ அரச குடும்பத்தைச் சேர்ந்தவர்கள் அத்தனை பேரும் விதிவிலக்கின்றி இந்தப் பெருமூதாட்டியைத் தெய்வமாக மதித்துப் பாராட்டிக்கொண்டாடி அவருடைய விருப்பத்துக்கு மாறாக எதுவும் சொல்லாமல் நடந்து வந்ததில் யாதொரு வியப்பும் இல்லை என்றே நினைக்கத் தோன்றும்.

ஆயினும் அத்தகைய பயபக்தி மரியாதைக்கு இப்போது ஒரு களங்கம் ஏற்பட்டிருந்தது. அந்தப் பெண்ணரசியின் புதல்வர் மதுராந்தகத் தேவர் அன்னையின் கருத்துக்கு மாறாக, அவருடைய கட்டளையை மீறி, பழுவேட்டரையர் குலத்தில் மணம் புரிந்துகொண்டார். அதுமட்டுமின்றி சோழ சிம்மாசனத்துக்கு அவர் ஆசைப்படுகிறார் என்ற சேதியும்

பராபரியாக வந்து செம்பியன் மாதேவியின் காதில் விழுந்து அவருக்குச் சிறிது மனக் கவலையை ஏற்படுத்தியிருந்தது.

செம்பியன் மாதேவியின் அரண்மனை முற்றத்திலும் சபா மண்டபத்திலும் சிற்பிகளின் கூட்டமும் தேவாரப் பாடகர்களின் கோஷ்டியும் ஜேஜே என்று எப்போதும் கூடியிருப்பது வழக்கம். தூர தூர தேசங்களிலிருந்து சிவனடியார்களும் தமிழ்ப் புலவர்களும் அடிக்கடி வந்து பரிசில்கள் பெற்றுப் போவது வழக்கம். சிவ பூஜைப் பிரசாதம் கொண்டுவரும் அர்ச்சகர்களின் கூட்டமும் அதிகமாகவே இருக்கும்.

அன்றைக்குத் திருமுதுகுன்றம் (விருத்தாசலம்), தென்குரங்காடுதுறை, திருமழபாடி முதலிய ஊர்களிலிருந்து சிற்பிகளும் சிவபக்தர்களும் வந்து தத்தம் ஊர்களில் கோயில்களில் கருங்கல் திருப்பணி செய்வதற்கு மகாராணியின் உதவியைக் கோரினார்கள். கோயில்களை எந்தெந்த ஊர்களில் என்ன முறையில் கட்ட உத்தேசம் என்பதற்குச் சித்திரங்களும் பொம்மைக் கோயில்களும் கொண்டுவந்திருந்தார்கள்.

முதலாவது இரண்டு கோயில்களின் திருப்பணியைச் செய்ய உதவி அளிப்பதாகச் சொல்லிவிட்டு, 'மழபாடியா? எந்த மழபாடி?' என்று பெரிய பிராட்டி கேட்டார்.

'சுந்தரமூர்த்தி சுவாமிகளைக் குரல் கொடுத்து அழைத்துப் பாடல் பெற்றாரே, அந்தப் பெருமான் வீற்றிருக்கும் மழபாடிதான்!' என்று அந்த ஊர்க்காரர் சொன்னார்.

'அது என்ன சம்பவம்?' என்று மழவரையரின் செல்வி கேட்க, மழபாடிக்காரர் கூறினார்:

'சுந்தரமூர்த்தி சுவாமிகள் சோழ நாட்டு ஸ்தலங்களுக்கு யாத்திரை செய்துகொண்டிருந்தபோது ஒரு நதியைக் கடக்க வேண்டியதா யிருந்தது.

நதியைத் தாண்டி அப்பால் செல்லத் தொடங்கினார். அப்போது, 'சுந்தரம்! என்னை மறந்தாயோ!' என்று ஒரு குரல் கேட்டது.

சுந்தரமூர்த்தி திடுக்கிட்டார். அது தம்மை ஆட்கொண்ட இறைவ னுடைய குரல் என்பதை உணர்ந்தார்.

பக்கத்தில் இருந்த சீடர்களைப் பார்த்து 'இங்கே சமீபத்தில் எங்கே யாவது சிவன் கோயில் இருக்கிறதா?' என்று கேட்டார்.

'ஆம், சுவாமி! அந்தக் கொன்னை மரங்களின் மறைவில் மழபாடி கிராமத்துச் சிவன் கோயில் இருக்கிறது!' என்று சீடர்கள் சொன்னார்கள்.

உடனே சுந்தரமூர்த்தி அங்கே சென்றார். பூத்துக் குலுங்கிய கொன்னை மரங்களின் மறைவில் ஒரு சிறிய கோயில் இருந்தது. சுந்தரமூர்த்தி அங்கே சென்று சுவாமி தரிசனம் செய்துவிட்டு மனமுருகிப் பாடினார். அன்றொரு நாள் தன்னைத் தடுத்தாட்கொண்டது போல், இன்றைக்குத் தன்னைக் கூப்பிட்டு அருள்புரிந்த கருணைத் திறனை வியந்தார். 'சுவாமி! தங்களை நான் மறந்து விடுவேனா? என்ன கேள்வி கேட்டீர்கள்? தங்களை மறந்துவிட்டு வேறு யாரை நினைப்பேன்?' என்னும் கருத்து அமைத்து,

> பொன்னார் மேனியனே!
>   புலித் தோலை அரைக்கசைத்து
> மின்னார் செஞ்சடைமேல்
>   மிளிர் கொன்றை அணிந்தவனே
> மன்னே மாமணியே
>   மழபாடியுள் மாணிக்கமே!
> அன்னே உன்னையல்லால்
>   இனி யாரை நினைக்கேனே?

என்று பாடினார். தாயே! இன்னும் அந்தக் கோயில் சிறிய கோயிலாகக் கொன்னை மரங்களின் மறைவிலேயே இருக்கின்றது. அதற்குத்தான் உடனே திருப்பணி ஆரம்பிக்க வேண்டும் என்று கோருகிறோம்.'

'அப்படியே ஆகட்டும்!' என்றார் செம்பியன் மாதேவி.

ஆழ்வார்க்கடியாரும் அவருடன் இன்னொருவரும் சற்று முன்னால் வந்து நடந்ததையெல்லாம் கவனமாகக் கேட்டுக்கொண்டிருந்தார்கள்.

நாற்பத்து நான்காம் அத்தியாயம்

# 'எல்லாம் அவள் வேலை!'

மாமல்லபுரத்து மகா சிற்பிகளின் பரம்பரையில் தோன்றிய சிற்பக் கலைஞர் ஒருவர் இப்போது முன் வந்தார். புதிய முறையில் கருங்கற்றளி அமைப்பதற்கு அவருடைய மனோதர்ம கற்பனைப்படி சிறிய பொம்மைக் கோயில் ஒன்று அவர் செய்துகொண்டு வந்திருந்தார். அதை இப்போது மகாராணியிடம் காட்டினார்.

அதைப் பார்த்து மகாராணி மிகவும் வியந்தார். ஆழ்வார்க்கடியானுக்கு அருகில் நின்றவரைப் பார்த்து, 'பட்டரே! இந்த ஆலய அமைப்பு எவ்வளவு சிறப்பாயிருக்கிறது, பார்த்தீர்களா? தமிழகத்திலுள்ள முக்கியமான சிவஸ்தலங்களிலெல்லாம் இம்மாதிரி புது முறையில் ஆலயம் எடுப்பிக்க வேண்டும் என்று என்னுடைய உள்ளத்தில் ஆவல் பொங்குகிறது!? என்று சொன்னார்.

'தாயே! தங்கள் விருப்பம் நிறைவேறுவதில் தடை என்ன இருக்கிறது? தேவாரப் பதிகப் பாடல் பெற்ற சிவ ஸ்தலங்களில் இம்மாதிரி கற்றளிகள் எடுப்பிக்கலாம். இந்த ஆலய அமைப்பைப் பார்த்தவுடனே இது 'பாடல் பெற்ற ஸ்தலம்' என்பதை ஜனங்கள் உணர்ந்து கொள் வார்கள்!' என்று சொன்னார் ஈசான சிவபட்டர்.

'ஆம், ஆம்! அப்பர் பெருமானும் ஞானசம்பந்தரும் சுந்தரமூர்த்தியும் பாடிய பதிகங்களையெல்லாம் சேகரிக்க வேண்டும். அவர்களுடைய பாதங்கள் பட்டுப் புனிதமாகி, அவர்களுடைய பாடல்களினால் தெய்வீகமடைந்த ஸ்தலங்களில் எல்லாம் இம்மாதிரி வானளாவிய விமான கோபுரங்களுடன் கற்றளிகளை எடுக்க வேண்டும். இந்த இரண்டுந்தான் என் மனோரதங்கள். இவை நிறைவேறுமா என்று அடிக்கடி ஐயம் உண்டாகிறது. என்னுடைய நாயகர் மட்டும் மேற்குத் திசை சென்று அகாலத்தில் இறைவன் திருவடிகளைச் சேராதிருந்தால், - இன்னும் சில காலம் ஜீவித்திருந்தால், - என் மனோரதங்கள் எல்லாம் நிறைவேறியிருக்கும்...'

'இப்போது மட்டும் என்ன குறைவு, தாயே! தாங்கள் நினைத்ததை நினைத்தபடி நிறைவேற்றித் தர வேண்டும் என்று சக்கரவர்த்தி கட்டளை பிறப்பித்திருக்கிறார் அல்லவா? அவருடைய புதல்வர்கள் இருவரும் தங்கள் மனத்தில் நினைப்பதற்கு முன்னாலேயே தங்களுக்கு இது விருப்பமாயிருக்கும் என்று ஊகித்தறிந்து, அதை நிறைவேற்றச் சித்தமாயிருக்கிறார்கள். அப்படியிருக்கும்போது...'

'இருந்தாலும் என் மனத்தில் இப்போது அவ்வளவு உற்சாகம் இல்லை. ஏதேதோ கேள்விப்படுகிறேன். நான் செய்யும் கோயில் திருப் பணியினால் அரசாங்கப் பொக்கிஷம் காலியாகி விடுகிறதென்று சிலர் குறைபடுகிறார்களாம். 'சிவனுக்கு இவ்வளவு ஆலயங்கள் என்னத்திற்கு?' என்று கேட்கிறார்களாம். மற்றவர்கள் கேட்பதைப் பற்றி எனக்குக் கவலையில்லை. காஞ்சியில் உள்ள இளவரசர் கூட...'

இவ்விதம் பெரிய பிராட்டியார் சொல்லியபோது, ஆழ்வார்க்கடியான் ஓர் அடி முன்னால் வந்து நின்று, 'தாயே! அந்த மாதிரி கேட்பவர்களில் அடியேனும் ஒருவன்!' என்றான்.

மகாராணி அவனைச் சற்று வியப்புடன் பார்த்தார். மற்றவர்கள், 'இது என்ன விபரீதம்?' என்ற முகபாவத்துடன் ஆழ்வார்க்கடியானை உற்று நோக்கினார்கள்.

ஆழ்வார்க்கடியான் மேலும் தொடர்ந்து ஆத்திரம் ததும்பிய குரலில், 'அன்னையே! என் வயிறு கொதிக்கிறதே! இந்த மாதிரி அநியாயம் உண்டா? தர்ம தேவதையின் அவதாரமாக விளங்கும் தாங்கள் இந்த அநீதிக்கு இடம் கொடுக்கலாமா?' என்று அலறினான்.

திருமலையப்பனுக்குப் பக்கத்தில் நின்ற ஈசான சிவபட்டர், 'மகாராணி! என் சகோதரன் இப்படித்தான் ஏதாவது உளறுவான். திடீரென்று அவனுக்கு வெறி வந்துவிடும். தயவு செய்து மன்னித்து அருள வேண்டும்!' என்றார்.

அக்காலத்தில் சைவர்களும் வைஷ்ணவர்களும் தனித் தனி சாதியாகப் பிரிந்திருக்கவில்லை. ஒரே குடும்பத்தில் சைவப் பற்றுள்ளவர்களும் வீர வைஷ்ணவர்களும் இருப்பார்கள். ஒரே பட்டர் சிவன் கோயிலிலும் திருமால் கோயிலிலும் பூஜா கைங்கரியம் செய்வார். ஈசான சிவ பட்டர் அத்தகைய பரந்த நோக்கம் கொண்டவர். திருமலையப்பன் அவருடைய ஒன்றுவிட்ட சகோதரன். இருவரும் பரஸ்பரம் மிக்க அன்பு கொண்ட வர்கள். ஆகவே தம்பியின் பதற்றமான பேச்சுக்காக ஈசான சிவபட்டர் மகாராணியிடம் மன்னிப்புக் கோரினார்.

தேவி புன்னகை புரிந்து, 'திருமலை! சற்று அமைதியாகப் பேசு! இப்போது என்ன அநியாயம் நடந்து விட்டது?' என்று கேட்டார்.

‘அம்மா! பேயாண்டியும் கையில் கபாலம் ஏந்திப் பிக்ஷை எடுத்துப் பிழைப்பவனுமாகிய சிவனுக்கு எத்தனை ஆலயங்கள்? எத்தனை மாடக் கோயில்கள்? எத்தனை கற்றளிகள்? உலகத்தையெல்லாம் காத்து ரக்ஷிக்கும் விஷ்ணு மூர்த்திக்கு ஒரு திருக்கோயில் கூடக் கிடையாதா? ஒரு பழைய கோயிலைத் திருப்பணியாவது செய்யக் கூடாதா?’ என்று திருமலையப்பன் ஓலமிட்டான்.

‘அம்மா! அகில புவனமும் உய்ய ஆனந்த நடனமாடும் பெருமானுக்கு அரங்கமும் அம்பலமும் சிற்சபையும் பொற்சபையும் மாடக் கோயிலும் மதில் சூழ்ந்த மாளிகையும் வேண்டும். ஓயாமல் தூங்குகிற திருமாலுக்கு ஒரு சிறிய இடம் போதாதா? தீபம் இல்லாத இருட்டறை தானே அவருக்கு வேண்டும்? மாடக் கோயில்களும் கற்றளிகளும் என்னத்திற்கு?’ என்றார் ஈசான சிவபட்டர்.

‘அண்ணா! ஓயாமல் தூங்கும் பெருமாள்தான் உலகளந்த பெருமாள்! மகாபலியைப் பாதாளத்தில் அழுத்திய பெருமாள்!’ என்றான் ஆழ்வார்க் கடியான்.

‘அப்படிப்பட்ட உலகளந்த பெருமாள் எங்கள் சிவபெருமானுடைய பாதார விந்தங்களைத் தரிசிப்பதற்குத் தோண்டித் தோண்டிப் பாதாளம் வரையில் சென்றும் எம்பெருமான் பாதங்களைக் கண்டுபிடிக்க முடிய வில்லை!’ என்றார் ஈசான சிவபட்டர்.

‘உங்கள் சிவன் அவ்வளவு பெரியவராயிருந்தால், அவருக்குக் கோயில் எதற்கு என்றுதான் கேட்கிறேன். கோயிலுக்குள் வரும்போது அவர் தலை இடித்துக் கோயில் இடிந்து விழுந்து விடுமே!’ என்று சொன்னான் ஆழ்வார்க்கடியான்.

மழவரையர் திருமகள் இதைக் கேட்டுச் சிரித்துக்கொண்டே, ‘உங்கள் சண்டையைக் கொஞ்சம் நிறுத்துங்கள். திருமலை! நீ சொல்வது என்ன? பெருமாளுக்குக் கோயில் கட்டக் கூடாது என்று யார் சொன்னது? எந்த ஊர் விண்ணகரத்தைப் புதுப்பிக்க வேண்டும் என்கிறாய்? அதை நல்ல முறையில் சொல்லுவதுதானே?’ என்றார்.

‘அம்மணி! தங்களுடைய மாமனார், மூன்று உலகும் கீர்த்தி பெற்ற பராந்தக சக்கரவர்த்தி. அவருடைய பட்டப் பெயரால் விளங்கும் வீரநாராயணபுரத்துக்குப் போயிருந்தேன். அங்கே வீரநாராயணப் பெருமாள் அல்லும் பகலும் தூங்காமல், கண் மூடாமல், மாகடல் போன்ற வீரநாராயண ஏரியைக் காத்து அருள் புரிந்து வருகிறார். அத்தகைய பெருமானுடைய கோயிலில் செங்கல் சுவர்கள் இடிந்து விழுந்து வருகின்றன. கோயில் இடிந்தால் ஏரிக் கரையும் இடிந்து நூறு நூறு ஊர்கள் பாழாகிவிடும். வீரநாராயணப் பெருமாளின் கோயிலைக் கற்றளியாக்கித் திருப்பணி செய்ய வேண்டும்!’ என்றான்.

'ஆகட்டும், செய்வோம்! அதைப் பற்றி விவரமாக என்னிடம் சொல்! இவர்கள் எல்லாரும் இப்போது போகட்டும்!' என்று சோழகுல மூதாட்டி கூறினார்.

அந்தக் குறிப்பை உணர்ந்து ஈசான சிவபட்டர் உள்பட அனைவரும் வெளியேறிச் சென்றார்கள்.

உடனே, செம்பியன் மாதேவி குரலைத் தாழ்த்திக்கொண்டு, 'திருமலை! யாத்திரையில் எங்கெங்கே போயிருந்தாய்? என்னென்ன பார்த்தாய்? என்னென்ன கேள்விப்பட்டாய்? விவரமாய்ச் சொல்லு! ஏதோ முக்கிய மான விஷயம்கொண்டு வந்திருக்கிறாய். அதனால் தான் அப்படிக் குறுக்கிட்டுப் பேசினாய், இல்லையா?' என்று சொன்னார்.

'ஆம், தாயே! முக்கியமான விஷயம் பலகொண்டு வந்திருக்கிறேன். ஆயினும் தங்கள் திருவுள்ளத்தை நோக்கிக் காத்திருப்பேன். ஆனால் காஞ்சியில் உள்ள இளவரசரைப் பற்றி ஏதோ சொல்லத் தொடங் கினீர்கள். அதற்காகவே தடை செய்தேன். சற்று முன் இங்கே இருந்தவர்களில் உண்மையானவர் யார், ஒற்றர் யார் என்று யாருக்குத் தெரியும்? நாட்டில் எத்தனையோ விபரீதங்கள் நிகழ்ந்து வருகின்றன. எப்போது யாரால் என்ன துரோகம் நடக்கும் என்று சொல்வதற் கில்லை!' என்றான் திருமலையப்பன்.

பெரிய பிராட்டி பெருமூச்சு எறிந்தார். 'ஒரு குடும்பத்தைச் சேர்ந்த வர்கள், இரத்த பாசம் உள்ளவர்கள், ஒருவரையொருவர் சந்தேகிக்கும் படி ஆகிவிட்டது. ஆதித்த கரிகாலன் ஒரு காலத்தில் என்னிடம் எவ்வளவு விசுவாசம் வைத்திருந்தான்? சொந்தத் தாயைக் காட்டிலும் நூறு மடங்கு அன்பும் மரியாதையும் கொண்டிருந்தானே? அவன் கூடவல்லவா என் பேரில் ஐயுறும்படி ஆகிவிட்டது! திருமலை! என் நாயகருடன் நானும் இந்த மண்ணுலகை விட்டுப் போயிருந்தால் எவ்வளவு நன்றாயிருக்கும்! என்னை வரக் கூடாதென்று தடுத்து விட்டாரே? இங்கே செய்ய வேண்டிய பணிகளையும் கொடுத்து விட்டல்லவா போய் விட்டார்? என்ன துர்ப்பாக்கியசாலி நான்?' என்றார்.

'அம்மா! தங்கள் பதி முக்காலமும் உணர்ந்த மகான். கலியுகத்தில் ஜனக மகாராஜாவைப் போல் இந்தச் சோழ சிம்மாசனத்தில் வீற்றிருந்தார். தங்களை இருக்கும்படி அவர் சொல்லிப் போனது இந்த நாடு செய்த பாக்கியம். நூறு ஆண்டாகப் பல்கிப் பெருகிவரும் இந்தச் சோழப் பேரரசு சகோதரச் சண்டையினால் நசித்து நாசமாகாமல் காப்பாற்றும் பொறுப்பு தங்களைச் சார்ந்தது. தங்களாலேதான் அது முடியக் கூடியது!'

‘எனக்குத் தோன்றவில்லை. என் சொந்த மகன் நான் சொல்வதைக் கேட்கவில்லை என்று ஏற்பட்ட பிறகு மற்றவர்களை நான் எப்படிக் கட்டுப்படுத்த முடியும்? இருக்கட்டும்; ஒற்றர்களைப் பற்றிச் சொன்னாயே? இங்கே யார் ஒற்றர்களை அனுப்பியிருக்க முடியும்? இளவரசன் ஆதித்த கரிகாலன் அனுப்பியிருப்பான் என்று நினைக் கிறாயா? என் பேரில் அவனுக்கு அவ்வளவு அவநம்பிக்கை வந்து விட்டதா?’ என்றார் சிவ பக்த சிரோமணியான மாதரசி.

‘என்னுடைய இரு காதினாலும் கேட்டேன், தாயே! இல்லாவிட்டால் இளவரசர் கரிகாலர் தங்கள் பேரில் ஐயப்படுவார் என்பதை நான் ஒரு நாளும் நம்பியிருக்க மாட்டேன்...’

‘என்ன கேட்டாய், திருமலை! உன் காதினால் என்ன கேட்டாய்?’

‘மாமல்லபுரத்துக் கற்கோயில் ஒன்றின் அருகில் உட்கார்ந்து அவர்கள் பேசிக்கொண்டிருந்ததைக் கேட்டேன்...’

‘அவர்கள் என்றால் யார்?’

‘இளவரசர் ஆதித்த கரிகாலர் ஒன்று, திருக்கோவலூர் மலையமான் இரண்டு, பல்லவப் பார்த்திபேந்திரன் மூன்று, - இவர்கள் மூவரும் பேசிக்கொண்டிருந்தார்கள். இருளடைந்த கற்கோயிலுக்குள் நான் மறைந்திருந்து கேட்டேன். மலையமானும் பார்த்திபேந்திரனும் வெகு ஆத்திரமாகப் பேசினார்கள். இரண்டு பழுவேட்டரையர்களும் தங்கள் குமாரர் மதுராந்தகத் தேவரும் சேர்ந்து சதி செய்து சக்கரவர்த்தியைச் சிறைப்படுத்தி வைத்திருக்கிறார்களாம். அதில் தங்களுக்கும் சம்பந்தம் இருக்கத்தான் வேண்டும் என்று மலையமான் கூறினான். அதை மற்றவர்கள் ஆமோதித்தார்கள். தஞ்சாவூர் மீது படையெடுத்துச் சென்று சக்கரவர்த்தியை விடுவித்துக்கொண்டு வர வேண்டும் என்று பார்த்தி பேந்திரன் சொன்னான். அதையும் மற்ற இருவரும் ஆமோதித்தார்கள். ஆனால் சக்கரவர்த்தியைச் சண்டையின்றிக் காஞ்சீபுரத்துக்குக்கொண்டு வர இன்னும் ஒரு முயற்சி செய்து பார்க்க வேண்டும் என்று இளவரசர் கூறினார். அதன் பேரில் சக்கரவர்த்திக்கு ஓலை எழுதி ஒரு தூதனிடம் கொடுத்து அனுப்பத் தீர்மானித்தார்கள். அந்தத் தூதன் யார் என்பதையும் நான் கண்டுகொண்டேன். அவன் சாதாரணத் தூதன் அல்ல. மகா சாமர்த்தியசாலி; வீர பராக்கிரமசாலி. தூதன் வேலையோடு ஒற்றன் வேலையையும் செய்யக்கூடியவன். அவனுடன் நான் பேச்சுக் கொடுத்துப் பார்த்தேன். நான் தட்டியில் நுழைந்தால் அவன் கோலத்துக்குள் நுழையப் பார்த்தான். அவன் ஒன்றுமே தெரியப்படுத்தாமல் என்னிட மிருந்து பல விஷயங்களைக் கிரஹிக்கப் பார்த்தான். குடந்தை ஜோதிடர் அவனிடம் தமது கைவரிசையைக் காட்டினார். அதுவும் பலிக்கவில்லை. பிறகு அவன் தஞ்சாவூருக்குச் சென்று

சக்கரவர்த்தியிடம் ஓலையைக் கொடுத்துவிட்டான் என்று கேள்விப் படுகிறேன்...'

'அப்புறம் என்ன நடந்தது? அதற்குச் சக்கரவர்த்தி என்ன மறுமொழி சொன்னாராம்?'

'மறு நாளைக்கு விடை எழுதித் தருவதாகச் சொன்னாராம். அதற்குள் அவன் பேரில் பழுவேட்டரையர்களுக்கு ஏதோ சந்தேகம் வந்து விட்டது. அவர்களுடைய கட்டுக் காவல்களையெல்லாம் மீறிக்கொண்டு அவன் எப்படியோ தப்பித்துச் சென்று விட்டானாம்!'

'அப்படியானால் அவன் மிகச் சாமர்த்தியசாலிதான்; சந்தேகமில்லை. அப்புறம் நீ என்ன செய்தாய்? காஞ்சீபுரத்திலிருந்து கிளம்பிய பின்...?'

'நேரே இங்கு வருவதற்காகவே புறப்பட்டேன். வழியில் வீரநாராயண புரத்தில் பெருமாளைத் தரிசிக்கத் தங்கினேன். தங்கிய இடத்தில் பெருமாள் அருளினால் ஒரு பெரிய இரகசியத்தை அறியும்படி நேர்ந்தது...'

'அது என்ன? இன்னும் ஒரு இரகசியமா?'

'ஆம், தாயே! கடம்பூர் சம்புவரையர் மாளிகையில் அன்று இரவு ஒரு பெரிய விருந்து என்று தெரிந்தது. அந்த விருந்துக்குப் பெரிய பழுவேட்டரையர் வந்தார். அவருடன் இளைய ராணியின் பல்லக்கும் வந்தது!'

'திருமலை! எல்லாம் அவளுடைய செயல்தான்! இந்தச் சோழ நாட்டுக்கு இப்போது நேர்ந்திருக்கும் ஆபத்து அந்தப் பெண்ணால் ஏற்பட்டதுதான்! அவளை நீ சந்தித்துப் பேச முடிந்ததா?'

'முடியவில்லை, அம்மா! முடியவில்லை! தங்கள் கட்டளையின் பேரில் அந்தப் பெண் பாம்பை என் சகோதரியாகப் பாவித்து எத்தனை வருஷம் வளர்த்தேன்! எங்கெல்லாம் தேடி அலைந்து பிரபந்த பாசுரங்களைக் கற்றுக்கொண்டு வந்து அவளுக்குக் கற்பித்தேன்! அதையெல்லாம் நினைத்துப் பார்த்தால் என் நெஞ்சம் கொதிக்கிறது! பெரிய பழுவேட் டரையரின் ராணியான பிறகு அவள் என்னைப் பார்க்கக் கூட மறுக்கிறாள்...!'

'அதற்காக வருத்தப்பட்டு என்ன பயன்? இந்த உலகத்து மனிதர்களின் காரியங்கள் இப்படித்தான். நினைப்பது ஒன்றும், நடப்பது ஒன்றுமாக முடிகிறது... அப்புறம் கடம்பூரில் நடந்தது என்ன?'

'பல்லக்கிலே வந்தவள் நந்தினிதான் என்று எண்ணிக்கொண்டு எப்படி யாவது அவளைச் சந்திப்பது அல்லது ஓலை எழுதி அனுப்பியாவது

எச்சரிக்கை செய்வது என்ற உத்தேசத்துடன் கடம்பூருக்குச் சென்றேன். பெரும் அபாயத்துக்குத் துணிந்து கடம்பூர் மாளிகையின் வெளிச் சுவர் ஏறிக் குதித்தேன்; அப்போது தான் அந்த அதிசயமான மர்ம இரகசியம் தெரிய வந்தது...'

'திருமலை! உன் வழக்கமே இப்படித்தான். மேலும் மேலும் ஆவலைக் கிளப்புவாயே தவிர, செய்தியைச் சொல்ல மாட்டாய். அது என்ன அப்படிப்பட்ட அதிசயமான மர்ம இரகசியம்...?'

'மன்னிக்க வேண்டும், தாயே! அதைச் சொல்லுவதற்கே தயக்கமாயிருக்கிறது. மூடு பல்லக்கில் இருந்தது பழுவூர் இளைய ராணி அல்ல. பழுவேட்டரையர் தாம் போகுமிடமெல்லாம் இளைய ராணியை அழைத்துக்கொண்டு போகிறார் என்று நாம் எல்லாரும் எண்ணிக் கொண்டிருந்தோமே, அது பெரிய தவறு...'

'பழுவேட்டரையர் பின் யாரை மூடுபல்லக்கில் வைத்து அழைத்துப் போகிறார்? அந்தக் கிழவரின் பெண் சபலத்துக்கு அளவேயில்லையா?'

'மூடு பல்லக்கில் இருந்தது ஸ்திரீ அல்ல, தாயே!'

'ஸ்திரீ இல்லை என்றால்? எந்த ஆண்மகன் அப்படி மூடுபல்லக்கில் மறைந்துகொண்டு வருவான்?'

'மன்னிக்க வேண்டும், அம்மா! மூடுபல்லக்கில் மறைந்து வந்தது தங்களுடைய திருக்குமாரர் மதுராந்தகத் தேவர்தான்!'

செம்பியன் மாதேவி சிறிது நேரம் திகைத்து நின்று விட்டார்.

'கடவுளே! நான் செய்த குற்றத்துக்கு இவ்வளவு பெரிய தண்டனையா?' என்று தமது வாய்க்குள்ளே சொல்லிக்கொண்டார்.

பிறகு, ஆழ்வார்க்கடியான் சம்புவரையர் மாளிகையில் அர்த்த ராத்திரியில் நடந்த சதிக் கூட்டத்தைப் பற்றிச் சொன்னான். அதைக் கேட்டு அம்மாதரசி அடைந்த மனத்துயரைச் சொல்லி முடியாது. 'ஐயோ! என் மகனே! உன்னைச் சிவஞானச் செல்வனாக வளர்க்க முயன்றேனே? அதன் பயனா இது? சோழர் பெருங்குலத்துக்கு உன்னால் இத்தகைய அபகீர்த்தியா நேர வேண்டும்? சோழப் பேரரசுக்கு இத்தகைய பெருந் தீங்கு உன்னாலேயா ஏற்பட வேண்டும்?' என்று புலம்பினார்.

பின்னர், 'திருமலை! மறுபடியும் என்னைப் பார்த்துவிட்டுப் போ! அதற்குள் குந்தவையிடம் பேசி இந்தப் பெரும் விபத்தை எப்படித் தடுக்கலாம் என்று யோசித்துச் சொல்லுகிறேன்!' என்றார்.

'தாயே! இளவரசியிடம் கூடத் தாங்கள் இதைப் பற்றிப் பேசாமல் இருப்பது நல்லது.'

'ஏன்? அவளைப் பற்றிக்கூட ஐயப்படுகிறாயா என்ன?'

'அது இயற்கைதானே அம்மா? ஆதித்த கரிகாலரின் அருமைச் சகோதரி தானே அவர்?'

'அதனால் என்ன...? திருமலை! சூரியன் மேற்கில் உதயமாகிக் கிழக்கே அஸ்தமித்தது என்று நீ சொன்னாலும் நம்புவேன். சிவபெருமானைக் காட்டிலும் திருமால் பெரிய தெய்வம் என்று நீ சாதிப்பதை நம்பினாலும் நம்புவேன். ஆனால் குந்தவையின் பேரில் குற்றம் சொன்னால் நம்ப மாட்டேன். அவள் பிறந்த அன்றைக்கு அரண்மனை மருத்துவச்சி எடுத்து வந்து குழந்தையை என் இரு கரங்களிலும் கொடுத்தாள். அன்று முதலாவது நானே அவளை வளர்த்து வந்தேன். என் வயிற்றில் பிறந்த மகனைக் காட்டிலும் அருமையாக வளர்த்து வந்தேன். அவளும் என்னையே பெற்ற தாயாகவும், தகப்பனாகவும் எண்ணி இன்று வரை அன்பும் மரியாதையும் செலுத்தி வருகிறாள்...'

'அம்மா! ஒன்று கேட்கிறேன். குந்தவை தேவி குடந்தை சோதிடரிடம் சென்று வந்ததைப் பற்றித் தங்களிடம் சொன்னாரா?'

'இல்லை; அதனால் என்ன?'

'ஜோசியர் வீட்டில் வாணர்குலத்து வாலிபன் ஒருவனைப் பார்த்தது பற்றியும் மறுபடி அவனை அரிசிலாற்றங்கரையில் சந்தித்தது பற்றியும் சொன்னாரா?'

'இல்லை; இதெல்லாம் என்ன கேள்வி? இப்படிக் கேட்பதில் உன் கருத்து என்ன?'

'தங்களிடம் சொல்லக் கூடாத இரகசியம் ஒன்று இளவரசி வைத் திருக்கிறார் என்பதுதான். நான் குறிப்பிட்ட அந்த வாலிபன்தான் ஆதித்த கரிகாலரின் தூதன்; ஒற்றன் என்று சொன்னாலும் தவறாகாது.'

'திருமலை! அதெல்லாம் எப்படியாவது இருக்கட்டும். என்னிடம் குந்தவை ஏதேனும் ஒன்றைச் சொல்லவில்லையென்றால், அதற்குத் தக்க காரணம் இருக்கும். அவளிடம் சந்தேகப்படுவதைக் காட்டிலும் என் பிராணனையே விட்டு விடுவேன்!' என்றார் சிவஞான கண்ட ராதித்தரின் பட்டமகிஷி.

'ஐயையோ! அப்படி ஒன்றும் நேர வேண்டாம். தங்களுடைய நம்பிக்கையே மெய்யாகட்டும். இளவரசி என்னிடம் ஏதோ கேட் பதற்காக வரச் சொல்லியிருக்கிறார். தாங்கள் பார்க்க விரும்புவதாக நானே தெரிவித்து விடுகிறேன்' என்றான் ஆழ்வார்க்கடியான்.

நாற்பத்து ஐந்தாம் அத்தியாயம்

# குற்றம் செய்த ஒற்றன்

இரண்டாயிரம் ஆண்டுகளுக்கு முன்பு கரிகால் பெருவளத்தான் என்னும் சோழ மன்னன் காவேரி நதிக்கு இருபுறமும் கரை எடுத்தான். வெகு காலம் அந்தக் கரைகள் நல்ல நிலைமையில் இருந்து காவேரி ஆற்றைக் கட்டுக்குள் வைத்திருந்தன. பின்னர், சோழ குலத்தின் வலி குறைந்தது. பாண்டியர்களும் பல்லவர்களும் களப்பாளரும் வாணரும் தலையெடுத்தார்கள். இந்தக் காலத்தில் காவலன் இல்லாத காவேரி நதி அடிக்கடி கட்டு மீறிக் கரையை உடைத்துக்கொண்டது. இவ்விதம் பெரிய அளவில் கரை உடைந்த சில சந்தர்ப்பங்களில் நதியின் போக்கே மேலும் கீழுமாக மாறுவதுண்டு. பழங்காவேரி புதுக் காவேரியாகும்; அடியோடு நதியின் கதி மாறிப் போய்விட்டால், பழைய நதிப்படுகை சில சமயம் நன்செய் நிலமாக மாறும்; வேறு சில சமயங்களில் தண்ணீர் தேங்கி நிற்கும் ஓடைகளாகிக் கடல் போல் அலைமோதிக் கொண்டிருக்கும்.

பழையாறு நகரின் சோழ மாளிகைகளையொட்டித் தென்புறத்தில் அத்தகைய ஓடை ஒன்று இருந்தது.

காவேரியின் கதி மாறியதால் ஏற்பட்ட இந்த ஓடையைச் சோழ மன்னர்கள் வேண்டுமென்றே ஆழமாக்கி, விசாலப்படுத்தி, எப்போதும் தண்ணீர் ததும்பி நிற்கும்படிச் செய்திருந்தார்கள். அரண்மனைக்கும், முக்கியமாக அந்தப்புரங்களுக்கும் இந்த விசாலமான நீர் ஓடை ஒரு நல்ல பாதுகாப்பாக இருந்தது. அந்த வழியில் யாரும் எளிதில் வந்து விட முடியாது. அரண்மனையோடு நெருங்கிய தொடர்புள்ளவர்கள் தான் படகில் ஏறி வரலாம்.

அரண்மனை அந்தப்புரங்களின் அழகிய உத்தியான வனங்கள் இந்த நீரோடையை ஒட்டி அமைந்திருந்தன. அரண்மனை மாதர்கள் நிர்ப்பய மாக அந்த உத்தியான வனங்களில் எந்த நேரமும் உலாவுவார்கள். கூடிக் குலாவுவார்கள்; மயில்களாகி ஆடுவார்கள்; குயில்களாகிப்

பாடுவார்கள். சில சமயம் ஓடையில் இறங்கி நீராடுவார்கள். ஓடையில் ஓடம் ஓட்டியும் விளையாடுவார்கள்.

சோழர் குலத்தில் ஓர் அரசர் காலமாகி இன்னொருவர் பட்டத்துக்கு வரும்போது புதிய அரண்மனை கட்டிக் கொள்வதுண்டு. பழைய அரண்மனையில் காலமான மன்னரின் ராணிகளும் மற்றப் பிள்ளை களும் வசிப்பார்கள்.

பழையாறு அரண்மனைகளில் செம்பியன் மாதேவியின் அரண் மனைக்கு அடுத்தபடியாகக் குந்தவைப் பிராட்டியின் மாளிகை அழகிலும் கம்பீரத்திலும் சிறந்து விளங்கியது. அது சுந்தர சோழர் வசித்த அரண்மனை அல்லவா? அவர் தஞ்சை சென்ற பிறகு, குந்தவை அந்த அரண்மனையின் எஜமானியாக விளங்கினாள்.

அம்மாளிகையின் பின்புறத்து உத்தியானவனம் மிகச் சோபிதமாக விளங்கியது. அதில் வானளாவிய ஆலமரங்களும் இருந்தன; சின்னஞ் சிறு பூஞ்செடிகளும் இருந்தன. வளைந்து நெளிந்து மரங்களைத் தழுவிக்கொண்டிருந்த பூங்கொடிகளும், பூங்கொடிகளாலான கொடி வீடுகளும் இருந்தன.

குந்தவையும் அவளுடைய தோழிமார்களும் மாலை நேரங்களைப் பெரும்பாலும் அந்த உத்தியானவனத்திலேயே கழிப்பது வழக்கம்.

சில சமயம் எல்லாரும் சேர்ந்து ஓரிடத்தில் உட்கார்ந்துகொண்டு கதைகள் பேசிக் கொட்டமடிப்பார்கள்.

இன்னும் சில சமயம் இரண்டு பேராகவும், மூன்று பேராகவும் பிரிந்து சென்று அந்தரங்கம் பேசுவார்கள்.

சில நாளாகக் குந்தவையும் வானதியும் தனியே பிரிந்து சென்று பேசுவது வழக்கமாய்ப் போயிருந்தது.

அன்றைக்கு ஒரு பெரிய ஆலமரக் கிளையில் கட்டித் தொங்க விட்டிருந்த கொடி ஊஞ்சலில் குந்தவையும் வானதியும் அமர்ந்து ஆடிக் கொண்டும் பேசிக்கொண்டுமிருந்தார்கள்.

பறவைகளின் கலகலத் தொனியுடன் போட்டியிட்டுக் கொண்டு பெண்மணிகளின் குதூகலச் சிரிப்பொலியும் அவ்வப்போது அந்த உத்தியான வனத்தில் கேட்டுக்கொண்டிருந்தது.

ஆனால் குந்தவையும் வானதியும் மட்டும் சிரிக்கவில்லை. மற்றவர் களின் சிரிப்பு அவர்களுக்கு அவ்வளவாய்ப் பிடிக்கவும் இல்லை. பேச்சுத்தான் அவர்கள் அதிகமாகப் பேசினார்களோ என்றால் அதுவும் அவ்வளவாக இல்லை.

கொடி வீடு ஒன்றிலிருந்து ஒரு பெண் கீதம் ஒன்று பாடினாள். அது கண்ணன் பிறந்த நாள் அல்லவா? அவள் பாடியதும் கண்ணனைப் பற்றிய பாடல்தான்.

வெண்ணிலாவில் வேணுகானம் கேட்கிறது. அது கண்ணனிடம் காதல் கொண்ட ஒரு பெண்ணை வேதனை செய்கிறது. அவள் தன் வேதனையை வாய் திறந்து வெளியிடுகிறாள். மரக்கிளையிலிருந்து ஒரு கிளி அவளுக்கு ஆறுதல் சொல்லுகிறது.

பெண்:

வேதனை செய்திடும் வெண்ணிலவில் -இங்கு
  வீணன் எவன் குழல் ஊதுகின்றான்?
நாதன் இலா இந்தப் பேதை தன்னை
  நலிந்திடுதல் என்ன புண்ணியமோ?

கிளி:

வானமும் வையமும் இன்புறவே - ஐயன்
  வாய்மடுத்தூதும் குழலிசைதான்
மானே உந்தனை வருத்திடுமோ - இந்த
  மானிலம் காணாப் புதுமை அம்மா!

பெண்:

பூவையே! உந்தனைப் போற்றிடுவேன் - நல்ல
  புன்னைமலர் கொய்து சூட்டிடுவேன் - எந்தன்
ஆவி குலைந்திடும் வேளையிலே - ஒரு
  ஆறுதல் கூற நீ வந்தனையோ?

கிளி:

கட்டழகி! உந்தன் காதலினால் - எங்கள்
  கண்ணன் படுந்துயர் சொல்ல வந்தேன் - உன்னை
விட்டுப் பிரிந்த நாள் முதலாய் - நல்ல
  வெண்ணெயும் வேம்பாய்க் கசந்த தென்பான்!

பாடலின் பின் பகுதியைக் கவனமாகக் கேட்டு வந்த குந்தவை, பாடல் முடிந்ததும், 'நல்ல கண்ணன் இந்தச் செந்தமிழ் நாட்டுக்குத் தெய்வமாக வந்து வாய்த்தான்! வெண்ணெய் உண்டு வேய்ங்குழல் ஊதிப் பெண் களுடன் காலங் கழித்துக்கொண்டிருந்தால் மற்ற காரியங்களெல்லாம் என்ன ஆவது?' என்றாள்.

மறுமொழி சொல்லாமலிருந்த வானதியைப் பார்த்து, 'என்னடி மௌனம் சாதிக்கிறாய்? நீயும் கண்ணன் குழலில் மயங்கிவிட்டாயா, என்ன?' என்று கேட்டாள்.

'அக்கா! என்ன கேட்டீர்கள்?' என்றாள் வானதி.

'என்ன கேட்டேனா? உன் கவனம் எங்கே சென்றிருந்தது?'

'எங்கும் போகவில்லையே? உங்களிடந்தான் இருந்தது.'

'அடி கள்ளி! ஏனடி பொய் சொல்லுகிறாய்? உண்மையில் உன் மனம் இவ்விடத்தில் இல்லவே இல்லை! எங்கே இருக்கிறது என்று நான் சொல்லட்டுமா?'

'தெரிந்தால் சொல்லுங்களேன்!'

'நன்றாகத் தெரியும். ஈழநாட்டுப் போர்க்களத்துக்குப் போயிருக்கிறது. அங்கே என் தம்பி, ஒரு கபடற்ற பிள்ளை இருக்கிறானே, அவனை இன்னும் என்ன பொடி போட்டு மயக்கலாம் என்று உன் மனம் யோசித்துக்கொண்டிருக்கிறது!'

'நீங்கள் கூறியதில் ஒரு பாதி உண்மைதான், அக்கா! என் மனம் ஈழ நாட்டுக்குத்தான் அடிக்கடி போய் விடுகிறது. ஆனால் அவரைப் பொடி போட்டு மயக்குவதைப் பற்றி யோசிக்கவில்லை. அவர் போர்க் களத்தில் எப்படியெல்லாம் கஷ்டப்படுகிறாரோ, அவருடைய திருமேனியில் எத்தனை காயம் பட்டிருக்கிறதோ, அவர் எங்கே படுத்துக்கொள்கிறாரோ, என்ன உணவு சாப்பிடுகிறாரோ - என்றெல்லாம் எண்ணமிடுகிறது. அவர் அப்படியெல்லாம் அங்கே கஷ்டப்பட்டுக்கொண்டிருக்க, இங்கே நான் சுகமாக உண்டு உடுத்துப் பஞ்சணை மெத்தையில் படுத்துத் தூங்குவதை நினைக்கும்போது வேதனையாயிருக்கிறது. எனக்கு மட்டும் இறகுகள் இருந்தால், இந்த நிமிஷமே இலங்கைக்குப் பறந்து போய் விடுவேன்...!'

'பறந்து போய் என்ன செய்வாய்? அவனுக்கு மேலும் உபத்திர வந்தானே செய்வாய்?'

'ஒரு நாளும் இல்லை. அர்ச்சுனனுக்குச் சுபத்திரையும் கிருஷ்ணனுக்குச் சத்தியபாமாவும் ரதம் ஓட்டியது போல் நானும் ஓட்டுவேன். அவர் பேரில் எய்யும் அம்புகளை என் மார்பில் நான் தாங்கிக்கொள்வேன்...'

'நீ தாங்கிக்கொண்டால் அதை அவன் பார்த்துக்கொண்டிருப்பானா?'

'அது அவருக்கு இஷ்டமில்லாவிட்டால் பாசறையில் காத்திருப்பேன். போர்க்களத்திலிருந்து அவர் திரும்பி வந்ததும் காயங்களுக்கு மருந்து

போட்டுக் கட்டுவேன். மலர்ப் படுக்கை விரித்து வைத்திருப்பேன். அறுசுவை உண்டி சமைத்து வைத்திருந்து அளிப்பேன். உடல் வலியை மறப்பதற்கு வீணை மீட்டிப் பாட்டுப் பாடித் தூங்கப் பண்ணுவேன்...'

'இதெல்லாம் நடவாத காரியங்கள், வானதி! சோழ குலத்து வீரர்கள் போர்க்களங்களுக்குப் பெண்களை அழைத்துப் போவதில்லை...'

'ஏன் அக்கா, அப்படி?'

'அவர்களுக்குப் புண்களைப் பற்றிப் பயமில்லை; அதைக் காட்டிலும் பெண்களைப் பற்றித்தான் அதிக பயம்!'

'அது ஏன்? பெண்கள் அவர்களை என்ன செய்து விடுவார்கள்?'

'அவர்களை ஒன்றும் செய்ய மாட்டார்கள்; ஆனால் உன்னைப் போன்ற பெண்கள் போர்க்களத்துக்குப் போனால் எதிரிப் படை வீரர்கள் உங்களுடைய அழகைக் கண்டு மயங்கி வந்து சரணாகதி அடைந்து விட்டால் என்ன செய்கிறது? அப்போது நம் சோழ நாட்டு வீரர்கள் தங்களுடைய வீரத்தைக் காட்ட முடியாதல்லவா? பெண்களைக் கொண்டு வெற்றியடைந்தார்கள் என்ற புகழைச் சோழ குலத்தார் விரும்புவதில்லை.'

'அப்படிக்கூட உண்டா? எதிரி வீரர்கள் அவ்வளவு மூடர்களாயிருந்து விடுவார்களா? பெண்களின் அழகைக் கண்டு மயங்கி விடுவதற்கு?'

'ஏன் மாட்டார்கள்? அடியே, வானதி! குடந்தை ஜோதிடர் வீட்டிலும் அரிசிலாற்றங்கரையிலும் நாம் ஒரு வாலிப வீரனைப் பார்த்தோமே, ஞாபகம் இருக்கிறதா?'

'இருக்கிறது; அதற்கு என்ன?'

'நம்மையெல்லாம் கண்டதும் அவன் எப்படிப் போதை கொண்டவன் போல் மயங்கி நின்றான் என்பது ஞாபகம் இருக்கிறதா?'

'அதுவும் ஞாபகம் இருக்கிறது. ஆனால் 'நம்மையெல்லாம் பார்த்து விட்டு' என்று தாங்கள் சொல்லுவதுதான் தவறு. அவன் தங்களைப் பார்த்து விட்டுத்தான் அப்படி மயங்கி நின்றான். பக்கத்தில் நின்றவர் களை அவன் கண்ணெடுத்தும் பார்க்கவில்லை, அக்கா!'

'வானதி! நல்ல பொய் சொல்கிறாய்! பரிகாசம் செய்கிறாயா என்ன?'

'இல்லவே இல்லை! நான் ஒன்று கேட்கிறேன்; அதற்கு உண்மையாக விடை சொல்கிறீர்களா?'

'கேட்டுப் பாரேன்!'

'அந்த வாலிப வீரனுடைய ஞாபகம் உங்களுக்கு இப்போது ஏன் வந்தது?'

'நல்ல வாயாடியாகப் போய்விட்டாய் நீ! அவனுடைய ஞாபகம் வந்ததில் என்ன தவறு?'

'தவறு என்று யார் சொன்னது? நான் சொல்லவில்லையே? அது மிகவும் இயற்கைதான்! எனக்குக்கூட, அந்த வாலிபனுடைய கதி அப்புறம் என்னவாயிற்றோ என்று கவலைதான்.'

'உனக்கு ஏன் அதைப் பற்றிக் கவலை உண்டாக வேண்டும்?'

'ஏன் கவலைப்படக் கூடாது? ஒருவரை நாம் பார்த்திருந்தால், அவரைப் பற்றிய ஞாபகம் நமக்கு அடிக்கடி வந்தால், அவர் என்ன ஆனார் என்று தெரிந்து கொள்ள விரும்புவது இயற்கை அல்லவா!'

'நல்ல இயற்கை! அப்படியெல்லாம் மனம் சிதறுவதற்கு நாம் இடம் கொடுத்து விடக் கூடாது. மனத்தைக் கட்டுப்படுத்தி வைக்க வேண்டும்... அதோ கேளடி, வானதி அது என்ன பறைச் சத்தம்? அந்தக் குரல் என்ன சொல்லுகிறது? சற்றுக் கவனமாகக் கேள், பார்க்கலாம்!'

ஆம்; தூரத்தில் எங்கேயோ வீதியில் பறை கொட்டும் சப்தமும், நடு நடுவே மனிதக் குரல் கூச்சலிடும் சப்தமும் கேட்டது. காது கொடுத்துக் கவனமாகக் கேட்டபோது, மனிதக் குரல் கூறியது இது என்று தெரிந்தது.

'சத்துரு நாட்டிலிருந்து வந்த ஒற்றன் ஒருவன் தஞ்சாவூர்க் கோட்டையில் பொய் முத்திரையைக் காட்டிப் புகுந்து உளவு அறிந்து கொண்டு ஓடி விட்டான். இரண்டு பேரை மரண காயப்படுத்தி விட்டுத் தப்பிப் போய்விட்டான். வாலிபப் பிராயத் தினன். வாட்டசாட்டமான தேகம் உடையவன். இந்திரஜித்தைப் போன்ற மாய தந்திரக்காரன். பெயர் வல்லவரையன் வந்தியத்தேவன். அவனுக்கு அடைக்கலம் கொடுப்போருக்கு மரணதண்டனை விதிக்கப்படும். அவனைப் பிடித்துக் கொடுப்போருக்கு ஆயிரம் பொன் பரிசு அளிக்கப்படும். தஞ்சைக் கோட்டைத் தளபதி பழுவேட்டரையர் காலாந்தககண்டரின் கண்டிப்பான கட்டளை!'

இவ்விதம் மனிதக் குரல் கூறி முடித்ததும் பறை, 'தம், தம், தடதடதம்' என்று முழங்கியது. குந்தவை தேவியின் திருமேனி ஏனோ நடுங்கியது.

அச்சமயம் தாதி ஒருத்தி வந்து, 'தேவி! ஆழ்வார்க்கடியார் என்னும் வீர வைஷ்ணவர் தங்களைப் பார்க்க வந்திருக்கிறார். ஏதோ அவசர காரியமாம்!' என்றாள்.

'இதோ வந்துவிட்டேன்!' என்று சொல்லிவிட்டுக் குந்தவை, கொடி ஊஞ்சலிலிருந்து இறங்கிச் சென்றாள்.

நாற்பத்தாறாம் அத்தியாயம்

# மக்களின் முணுமுணுப்பு

சோழகுல மூதாட்டியின் சந்நிதியிலிருந்து ஆழ்வார்க்கடியான் இளைய பிராட்டியின் மாளிகைக்குப் புறப்பட்டுச் சென்றான். வழியில் பழையாறை வீதிகளில் கண்ட காட்சிகள் அவனுக்கு மிக்க உற்சாகத்தை அளித்தன. கண்ணன் பிறந்த திருநாளை இந்த ஜனங்கள் எவ்வளவு குதூகலமாகக்கொண்டாடுகிறார்கள்? வைஷ்ணவம் இந்தச் சோழ நாட்டில் நிலைத்து நின்று பரவப் போகிறது என்பதில் ஐயம் இல்லை. சைவ சமயத்துக்கு இங்கே செல்வாக்குப் பெருகுவதற்குப் பல காரணங்கள் உண்டு. நூறு வருஷ காலமாகச் சோழ குலத்து மன்னர்கள் புதிய புதிய சிவாலயங்களை நாடெங்கும் நிர்மாணித்து வருகிறார்கள். மூவர் பாடிய தேவாரப் பாசுரங்கள் அக்கோயில்களின் மூலமாகப் பிரசாரம் செய்யப்பட்டு வருகின்றன. சிவாலயங்களில் தேர்த் திருவிழாக்கள் சிறப்பாக நடத்தப்படுகின்றன. இப்படியெல்லாம் இருந்தும் திருமாலின் பெருமைக்கு யாதொரு குறையும் ஏற்பட வில்லை. விஷ்ணுமூர்த்தியின் ஒன்பதாவது பரிபூரண அவதாரமாகிய கண்ணன், மக்களின் இதயத்தைக் கவர்ந்து விட்டான். கோகுலத்திலும் பிருந்தாவனத்திலும் வட மதுரையிலும் எம்பெருமான் நிகழ்த்திய லீலைகள் இவர்களுடைய உள்ளத்தில் குடிகொண்டு விட்டன. அம்மம்மா! எத்தனை பாகவத கோஷ்டிகள்! எத்தனை வீதி நாடகங்கள்! எத்தனை விதவிதமான வேஷங்கள்! - ஆம்; முன்னம் நாம் பார்த்ததைக் காட்டிலும் இப்போது அதிகமாகவே இருந்தன. கோஷ்டிகளைச் சூழ்ந்து நின்று வேடிக்கை பார்ப்போரின் கூட்டமும் ஆரவாரமும் கூட அதிகமாகவே இருந்தன. பழையாறையைச் சுற்றிலுமிருந்த கிராமங் களிலிருந்து புதிய புதிய நாடக கோஷ்டியினர் வந்துகொண்டே யிருந்தார்கள்.

நாடக கோஷ்டி ஒன்றில் வஸுதேவர், தேவகி, கிருஷ்ணன், பலராமன், கம்ஸன் ஆகியவர்கள் வேஷம் தரித்துக்கொண்டு வந்தார்கள். பாட்டும், கூத்தும், வேஷக்காரர்களின் பேச்சும் இந்தக் கோஷ்டியில்

அதிகமாயிருந்தபடியால் ஆழ்வார்க்கடியான் சற்று நின்று கவனித்தான். அப்போது கிருஷ்ணனுக்கும், கம்ஸனுக்கும் சம்வாதம் நடந்து கொண்டிருந்தது. கிருஷ்ணன் வேஷம் பூண்டிருந்தவன் சிறு பிள்ளை. அவன் மழலைச் சொல்லினால் கம்ஸன் செய்த குற்றங்களை எடுத்துக் கூறி, ‘வா, என்னோடு சண்டைக்கு!’ என்று அழைத்தான். அதற்குக் கம்ஸன் உரத்த இடிமுழக்கக் குரலில், ‘அடே! கிருஷ்ணா! உன் மாயாவித்தனமெல்லாம் இனி என்னிடம் பலிக்காது. உன்னை இதோ கொல்லப் போகிறேன். உன் அண்ணன் பலராமனையும் கொல்லப் போகிறேன். உன் அப்பன் வஸுதேவனையும் கொல்லப் போகிறேன். அதோ நிற்கிறானே, உடம்பெல்லாம் சந்தனத்தைக் குழைத்து நாமமாகப் போட்டுக்கொண்டு - அந்த வீர வைஷ்ணவனையும் கொன்று விடப் போகிறேன்!’ என்று கூறியதும், சுற்றிலும் நின்றவர்கள் எல்லாரும் நமது ஆழ்வார்க் கடியானைப் பார்த்துச் சிரிக்கத் தொடங்கினார்கள். கிருஷ்ணன், பலராமன் வேஷம் போட்டிருந்தவர்கள் கூட அவனை நோக்கினார்கள். கூட்டத்தில் பலர் அவனை நெருங்கி வந்து சூழ்ந்துகொண்டு ‘கெக் கெக்கே’ என்று சிரிக்கவும் கேலி செய்யவும் ஆரம்பித்தார்கள்.

திருமலை நம்பிக்குக் கோபம் பிரமாதமாக வந்தது. கையிலிருந்த தடியைச் சுழற்றி அக்கூட்டத்திலிருந்தவர்களை ஒரு கை பார்த்து விடலாமா என்று எண்ணினான். முக்கியமாக, அந்தக் கம்ஸனுடைய தலையில் ஒரு போடு போட விரும்பினான். ஆனால் கம்ஸனுடைய தலையில் அடிப்பதில் பயனில்லை. ஏனெனில் அவனுடைய சொந்த முகத்தை மறைத்துக்கொண்டு மரத்தினால் செய்து கோரமான மீசையும் கோரைப் பற்களும் வைத்து வர்ணத்தினால் எழுதியிருந்த பொய்த் தலையைக் கம்ஸ வேடக்காரன் வைத்திருந்தான். மொத்தத்தில் இவ்வளவு பெரிய கூட்டத்தில் தடியை உபயோகிப்பது நல்லதல்ல என்று திருமலை தீர்மானித்து அவ்விடத்தை விட்டு நழுவிச் சென்றான். அந்தக் கம்ஸனுடைய குரல், - வேண்டுமென்று பெருங்குரலில் அவன் கத்தியபோதிலும் - எங்கேயோ கேட்ட குரலாக ஆழ்வார்க்கடியானுக்குத் தோன்றியது. அது எங்கே கேட்ட குரல் என்று யோசித்துக் கொண்டே அவன் வீதியோடு நடந்தான்.

ஜனங்களின் குதூகலத்தில் திடீரென்று ஒரு மாறுதல் ஏற்பட்டது. போகப் போக மக்களின் உற்சாகக் குறைவு தெளிவாகப் புலப்பட்டது. இது என்ன? திடீரென்று ஏன் இந்த மாறுதல்? ஜனக் கூட்டம் ஏன் இவ்வளவு விரைவாகக் கலைந்துகொண்டிருக் கிறது? வாத்திய முழக்கங்களும் ஆடல் பாடல் சப்தங்களும் நின்று விட்டன...! அதற்குப் பதிலாக ஜனங்கள் வீதி ஓரங்களில் ஒதுங்கிச் சிறு சிறு கும்பலாக நின்று என்ன இரகசியம் பேசுகிறார்கள்? பேசிவிட்டு ஏன் விரைந்து நடக்கிறார்கள்? வீட்டுக் கதவுகள் ஏன் தடால் தடால் என்று சாத்தப்படுகின்றன?

இதோ காரணம் தெரிகிறது. குந்தவைப் பிராட்டிக்குக்கூட உடல் நடுக்கத்தை உண்டு பண்ணிய பறை முழக்கமும், ஒற்றனைப் பிடித்துக் கொடுப்பது பற்றிய அறைகூவலும்தான் காரணம். இந்தப் பறை முழக்கம் அவ்வளவு தூரம் திருவிழாக்கொண்டாட் டத்துக்காகக் கூடியிருந்த மக்களின் குதூகலத்தைப் பாழ்படுத்தி விட்டது. தனியாகப் போகிறவர்களை மற்றவர்கள் உற்றுப் பார்த்துக்கொண்டு போனார்கள்! தெரியாத வேற்று முகங்களை யெல்லாம் சந்தேகத்துடன் பார்த்தார்கள். ஆழ்வார்க்கடியானைக் கூடச் சிலர் அவ்விதம் ஐயப்பாடு உள்ள பார்வையுடன் பார்த்துவிட்டு அவசரமாக மேலே சென்றார்கள்.

இதன் காரணத்தைத் திருமலை ஊகித்து அறிந்துகொண்டான். அது மட்டும் அல்ல. ஜனங்கள் சிறு சிறு கும்பலாக வீதி ஓரங்களில் நின்று பேசுவது என்னவென்பதும் அவனுக்கு ஒருவாறு ஊகத்தினால் தெரிந்திருந்தது. காதில் விழுந்த சிற்சில வார்த்தைகளினால் அது உறுதியாயிற்று. பழுவேட்டரையர் களின் கொடுங்கோல் ஆட்சியைப் பற்றியே அந்த ஜனங்கள் பேசினார்கள். பழையாறை நகர மாந்தருக்கும் சுற்றுப்புறத்துக் கிராமவாசிகளுக்கும் பழுவேட்டரையர்களின் பேரில் கோபம் இருப்பது இயற்கைதான்.

> 'பழையாறை நகர்ச் சுந்தர சோழரை
> யாவரொப்பார்கள் இத்தொன்னிலத்தே!'

என்று கவிவாணர்களினால் புகழ்ந்து பாடப்பட்ட சக்கரவர்த்தி யைப் பழையாறையிலிருந்து அவர்கள் தஞ்சைக்குக் கொண்டு போய் விட்டார்கள் அல்லவா? அதுமுதலாவது பழையாறையின் சிறப்பு நாளுக்கு நாள் குறைவுபட்டு வருகிறதல்லவா? இன்றைக்கு இந்தக் கிருஷ்ண ஜெயந்தி விழாவன்று சக்கரவர்த்தி மட்டும் இந்நகரில் இருந்தால், இன்னும் எவ்வளவு கோலாகலமாக இருக்கும்? கண்ணன் கதை சம்பந்தமான வேடம் புனைந்து வரும் நாடக கோஷ்டிகள் எல்லாம் நகரத்தின் வீதிகளில் சுற்றி விட்டுச் சக்கரவர்த்தியின் அரண்மனை முற்றத்தில் வந்து கூடும் அல்லவா? நடிகர்களுக்கும் பாட்டில் வல்லவர்களுக்கும் பாணர்களுக்கும் பாடினிகளுக்கும் புலவர்களுக்கும் சக்கரவர்த்தி வெகுமதி அளிப்பார் அல்லவா? சோழ நாடே பழையாறைக்குத் திரண்டு வந்து விட்டது என்று கூறும்படி ஜனத்திரள் சேர்ந்திருக்கும் அல்லவா! கடை கண்ணிகளில் வியாபாரம் இதை விட நூறு மடங்கு அதிகம் நடந்திருக்கும் அல்லவா? இரவு நந்திபுர விண்ணகரக் கோயிலிலிருந்து வேணுகோபால சுவாமி புறப் பட்டு வீதி வலம் வரும்போது எவ்வளவு மேளமும் தாளமும் ஆட்டமும் பாட்டமும் சிலம்ப விளையாட்டுக்களும் கத்திச் சண்டைகளும் திமிலோகப்படும்?

அவ்வளவும் இந்தப் பழுவேட்டரையர்களினால் இல்லாமற் போய் விட்டது. இதைத் தவிர இன்னொரு பெருங்குறையும் பழையாறை மக்களின் உள்ளங்களில் குடிகொண்டிருந்தது. அவர்களுடைய கண்ணுக்குக் கண்ணான இளவரசர் அருள்மொழிவர்மர் கடல் கடந்து சென்று இலங்கைத் தீவில் போர் புரிந்து வருகிறார். பழையாறையின் நாலு படை வீட்டுப் பகுதிகளையும் சேர்ந்த பதினாயிரம் வீரர்கள் இளவரசர் தலைமையில் ஈழநாடு சென்றிருக்கிறார்கள். காடும் மலையும் நிறைந்த அந்நாட்டில் தமிழகத்தின் மானத்தையும் வீரப் பண்பையும் நிலைநாட்டுவதற்காக அவர்கள் போர் புரிந்து வருகிறார்கள். கொடும்பாளூர் இளங்கோ அந்த ஈழ நாட்டுக்குப் படை யெடுத்துச் சென்று போர்க்களத்தின் முன்னிலையில் நின்று, மார்பில் வேலைத் தாங்கி உயிரை விடவில்லையா? எஞ்சியிருந்த சோழ வீரர்கள் அத்தனை பேரும் இறுதிவரைப் போரிட்டு மடியவில்லையா? அப்படி இறந்தவர்களின் ஆவிகள் அமைதியுறும் பொருட்டு மீண்டும் புலிக் கொடியின் வெற்றியை அந்த ஈழத் தீவில் நிலைநாட்டுவதற்காகவே இளவரசர் அருள்மொழித் தேவர் சென்றிருக்கிறார். அவருடைய தலைமையில் போரிடும் நம் வீரர்களுக்கு இந்தப் பழுவேட்டரையர்கள் உணவும் துணியும் பணமும் ஆயுதமும் அனுப்ப மறுக்கிறார்களாமே? இது என்ன அநியாயம்? இப்படியும் உண்டா? தஞ்சாவூர்க் கோட்டையில் உள்ள தானியக் களஞ்சியங்களில் ஏராளமாக நெல்லை நிரப்பி வைத்திருக் கிறார்களே? அவ்வளவும் என்னத்திற்கு? நூறு ஆண்டு காலமாக அரண்மனைப் பொக்கிஷங்களில் சேர்ந்திருக்கும் பணந்தான் எதற்கு? இந்தச் சமயத்தில் நம்முடைய வீரர்களுக்குப் பயன் படாத தனமும் தானியமும் என்னத்திற்கு? எல்லாவற்றையும் இந்தப் பழுவேட்டரையர்கள் என்ன செய்யப் போகிறார்கள்? சாகும்போது யமலோகத்திற்குத் தங்களுடன் கொண்டு போகப் போகிறார்களா...?

இப்படியெல்லாம் சில காலமாகவே சோழ நாட்டு மக்கள் முணு முணுத்துக்கொண்டிருந்தது திருமலை நம்பிக்குத் தெரிந்திருந்த விஷயந்தான். அதிலும் பழையாறை மக்களுக்கு இது விஷயமாகக் கோபம் அதிகமாக இருப்பதும் இயற்கையே. ஈழநாட்டுப் போர்க் களத்துக்குச் சென்றிருக்கும் பதினாயிரம் வீரர்களின் பெண்டு பிள்ளைகளும் உற்றார் உறவினரும் இந்த மாநகரில் இன்னும் வசித்து வருகிறார்கள் அல்லவா?

ஆகவே, பழுவேட்டரையர்களின் கட்டளையின் பேரில், குற்றம் செய்துவிட்ட ஒற்றனைப் பற்றிப் பறை முழங்கி அறைகூவியதைப் பழையாறை மக்கள் விரும்பவில்லை. பழுவேட்டரையர்கள் மீது தங்களுக்குள்ள குறைகளைப் பற்றிப் பேசிக் கொள்வதற்கு அது ஒரு காரணமாயிற்று. ஒற்றனாம் ஒற்றன்! எந்த நாட்டிலிருந்து ஒற்றன்

இங்கே வந்து விடப் போகிறான்! குமரி முனையிலிருந்து வட பெண்ணை வரையில்தான் புலிக்கொடி பறந்து வருகிறதே! ஒற்றனை அனுப்பும்படியாக வேற்றரசன் யார் அவ்வளவு பலசாலியாக இருக்கிறான்? இந்தப் பழுவேட்டரையர்களுக்குப் பிடிக்காதவன் யாராவது இருந்தால் அவன் பேரில் ஒற்றன் என்று குற்றம்சாட்டி வேலை தீர்த்து விடுவார்கள்! அல்லது பாதாளச் சிறையில் தள்ளி விடுவார்கள்!... இருந்தாலும் நமக்கென்னத்துக்கு வம்பு? அதிகாரம் அவர்களுடைய கையில் இருக்கிறது! நியாயம் அநியாயம் எது வேணு மானாலும் செய்வார்கள்! ஒற்றன் என்ற பட்டத்தைச் சூட்டி விட்டால், ஊர்ப் பஞ்சாயத்துக்களைக் கூடக் கேட்க வேண்டியதில்லை அல்லவா..?

இப்படியெல்லாம் பழையாறை மக்கள் மனத்தில் நினைத்ததையும் வாயினால் முணுமுணுத்ததையும் ஒருவருக்கொருவர் மெல்லிய குரலில் பேசிக் கொண்டதையும் ஆழ்வார்க்கடியான் செவிப் புலன் வழியாகவும் மதி ஊகத்தினாலும் தெரிந்துகொண்டான்.

இவ்வாறு மக்களின் மனத்தில் புகைந்து வரும் அதிருப்தி எதில் போய் முடியப் போகிறதோ என்று சிந்தித்துக்கொண்டே குந்தவை தேவியின் மாளிகையை அடைந்தான்.

ஆழ்வார்க்கடியானிடம் உலக நடப்பைக் குறித்துப் பேசுவதில் இளைய பிராட்டிக்கு எப்போதும் விருப்பம் உண்டு. நாடு நகர மெல்லாம் திரிந்து அவன் ஆங்காங்கு நடக்கும் நிகழ்ச்சிகளைப் பற்றிச் சொல்லிக்கொண்டு வருவான். அதையெல்லாம் அறிந்து கொள்ளு வதில் அரசிளங்குமரி ஆவல்கொண்டாள். அவன் தேடிக்கொண்டு வந்து பாடிக் காட்டும் ஆழ்வார் பாசுரங்களைக் கேட்பதிலும் இளைய பிராட்டிக்குப் பிரியம் உண்டு. ஆகையால் திருமலை நம்பி எப்போது வந்தாலும் ஆர்வத்துடன் வரவேற்பாள். முகமலர்ச்சியுடன் அவனிடம் யோக க்ஷேமங்களைப் பற்றி விசாரிப்பாள்.

ஆனால் இன்றைக்கு இளவரசியின் முகபாவத்திலும் பேச்சிலும் சிறிது மாறுதல் தோன்றியதை ஆழ்வார்க்கடியான் கண்டான். மனது எங்கேயோ எதிலேயோ ஈடுபட்டிருப்பதைக் காட்டும் முகபாவம்; பேச்சில் இயற்கைக்கு மாறான ஒரு பரபரப்பு; கொஞ்சம் தடுமாற்றம்.

'திருமலை! என்ன விசேஷம்? எங்கே வந்தாய்?' என்று குந்தவை கேட்டாள்.

'விசேஷம் ஒன்றுமில்லை, தாயே! வழக்கம் போல் தாங்கள் உலக நடப்பைக் குறித்து விசாரிப்பதற்கு வரச் சொன்னதாக நினைத்துக் கொண்டு வந்தேன். மன்னிக்க வேண்டும். போய் வருகிறேன்.'

‘இல்லை, இல்லை! கொஞ்சம் இருந்து விட்டுப் போ! நான்தான் உன்னை வரும்படி சொன்னேன்...’

‘தாயே! சொல்ல மறந்து விட்டேன்! சற்று முன் பெரிய பிராட்டியின் சந்நிதியில் இருந்தேன். தங்களிடம் ஏதோ முக்கியமான செய்தி சொல்ல வேண்டுமாம். தங்களை வரும்படி சொல்லச் சொன்னார்கள்...’

‘ஆகட்டும்; நானும் போகத்தான் எண்ணியிருக்கிறேன். நீ இந்தப் பிரயாணத்தில் எங்கெங்கே போயிருந்தாய்? அதைச் சொல்லு!’

‘தென் குமரியிலிருந்து வட வேங்கடம் வரையில் போயிருந்தேன்.’

‘போன இடங்களில் ஜனங்கள் என்ன பேசிக் கொள்ளுகிறார்கள்?’

‘சோழ குல மன்னர் குலத்தின் பெருமையைப் பற்றிப் பேசிக் கொள்கிறார்கள். இன்னும் சில காலத்தில் வடக்கே கங்கா நதி வரையிலும், ஹிமோத்கிரி வரையிலும் சோழ மகாராஜ்யம் பரவி விடும் என்று பேசிக் கொள்கிறார்கள்...’

‘அப்புறம்?’

‘பழுவேட்டரையர்களின் வீரப் பிரதாபங்களைப் பற்றியும் பாராட்டிப் பேசுகிறார்கள். சோழ சாம்ராஜ்யம் இவ்வளவு உன்னத நிலைமையை அடைந்ததற்குக் காரணமே பழுவூர்ச் சிற்றரசர்களின்...’

‘போதும், இன்னும் என்ன சொல்லுகிறார்கள்?’

‘தங்களுடைய சகோதரர்கள் இருவரையும் பற்றி ஆசையோடு பேசிக் கொள்கிறார்கள். முக்கியமாக இளவரசர் அருள்மொழிவர்மர் மீது குடிமக்களுக்கு இருக்கும் அன்பையும் ஆதரவையும் சொல்லி முடியாது.’

‘அதில் ஒன்றும் வியப்பில்லைதான்! இன்னும் ஏதேனும் பேச்சு உண்டா?’

‘சோழ மகா சக்கரவர்த்தியின் திருக்குமாரிக்கு ஏன் இன்னும் திருமணம் ஆகவில்லையென்று பேசிக் கொள்கிறார்கள். என்னைக் கூடப் பலரும் கேட்டார்கள்...’

‘நீ என்ன மறுமொழி சொன்னாய்?’

‘எங்கள் இளைய பிராட்டியை மணந்து கொள்ளத் தகுதி வாய்ந்த அரசகுமாரன் இன்னும் இந்தப் பூவுலகில் பிறக்கவில்லை என்று சொன்னேன்...’

‘அழகாயிருக்கிறது! இனிமேல் அப்படிப்பட்டவன் பிறக்க வேண்டுமாக்கும்! அவன் பிறந்து கல்யாண வயதை அடைவதற்கு

முன்னால் நான் கிழப்பாட்டி ஆகிவிடுவேன்! என் விஷயம் இருக்கட்டும் திருமலை! வேறு ஏதாவது பேச்சு உண்டா?'

'ஏன் இல்லை? சிவஞான யோகீசுவரராகப் போவதாய்ச் சொல்லிக் கொண்டிருந்தத் தேவர் திடீரென்று கல்யாணம் செய்து கொண்டதைப் பற்றிப் பலரும் ஆச்சரியப்படுகிறார்கள்...'

'உன் அருமைச் சகோதரி... ஆண்டாளைப் போன்ற பக்த சிரோமணி ஆகப் போவதாகச் சொல்லிக்கொண்டிருந்தாயே... அவள் இப்பொழுது எப்படியிருக்கிறாள்?'

'அவளுக்கு என்ன குறைவு தாயே! பெரிய பழுவேட்டரையரின் அரண் மனையில் சர்வாதிகாரிணியாக ஆட்சி செலுத்தி வருகிறாள்...'

'பழுவேட்டரையரின் அரண்மனையில் மட்டும்தானா? இந்தச் சோழ ராஜ்யத்துக்கே அவள்தான் சர்வாதிகாரிணி என்றல்லவா கேள்விப் பட்டேன்...!'

'அப்படியும் சிலர் பேசிக் கொள்கிறார்கள் தாயே! ஆனால் அவளை விட்டுத் தள்ளுங்கள். இந்த நல்ல நாளில் அவளுடைய பேச்சு எதற்கு? தாங்கள் 'ஆண்டாள்' பெயரைக் குறிப்பிட்டதால், எனக்கு ஒன்று ஞாபகம் வருகிறது. ஸ்ரீவில்லிபுத்தூருக்குப் போயிருந்தேன். பட்டர் பிரான் விஷ்ணு சித்தரின் பாடல்கள் சிலவற்றைத் தெரிந்துகொண்டேன். இதைக் கேளுங்கள், அம்மா! கண்ணன் பிறந்த திருநாளைப் பற்றிய பாடல்:-

'வண்ண மாடங்கள் சூழ்திருக் கோட்டியூர்
  கண்ணன் கேசவன் நம்பி பிறந்தினில்
எண்ணெய் சுண்ணம் எதிர் எதிர் தூவிடக்
  கண்ணன் முற்றம் கலந்தன றாயிற்றே!
ஓடுவார் விழுவார் உகந்தாலிப்பார்
  நாடுவார் நம்பிரான் எங்குற்றான் என்பார்
பாடுவார்களும் பல்பறை கொட்ட நின்று
  ஆடுவார்களும் ஆயிற்று ஆய்ப்பாடியே!'

இன்றைக்கு நம் பழையாறை நகரமும் ஆயர்பாடி போலவே ஒரே குதூகலமாயிருக்கிறது, தாயே!'

'குதூகலமாயிருக்கிறது சரிதான்; ஆனால் சற்று முன்னால் வேறொரு விதமான பறை கொட்டிற்றே, அது என்ன திருமலை?'

இந்தக் கேள்விக்காகவே ஆழ்வார்க்கடியான் காத்துக்கொண் டிருந்தான்.

'யாரோ ஒற்றனாம்! தப்பித்துக்கொண்டானாம்! அவனைப் பிடித்துக் கொடுப்பவர்களுக்குப் பரிசு கொடுப்பார்களாம்! அதையெல்லாம் பற்றி நான் என்ன கண்டேன் தாயே!'

'உனக்கு ஒன்றும் தெரியாதா? யாராயிருக்கும் என்பது பற்றிச் சந்தேகம் கூட இல்லையா?'

'மனத்தில் ஒரு சந்தேகம் இருக்கிறது. ஆனால் அதைப் பற்றிப் பேசுவது அபாயம். தெரு வீதியில் நான் நடந்து வந்தபோது என்னைக் கூடச் சிலர் முறைத்துப் பார்த்துக்கொண்டு போனார்கள். என்னை யாரேனும் பிடித்துக்கொண்டு போய்ப் பாதாளச் சிறையில் போட்டு விட்டால்...?'

'உன்னைப் பிடிப்பதற்குத் தலையில் கொம்பு முளைத்தவர் களாயிருக்க வேண்டும்! உன் மனத்தில் தோன்றியதை என்னிடம் சொல்லலாம் என்றால் சொல்! நான் உன்னைக் காட்டிக் கொடுத்து விடுவேன் என்ற எண்ணம் இல்லையே?'

'கிருஷ்ணா! கிருஷ்ணா! அப்படியெல்லாம் ஒன்றுமில்லை. வீரநா ராயணபுரத்தில் ஒரு வீர வாலிபனைப் பார்த்தேன். அவன் தஞ்சாவூர் போகிறதாகச் சொன்னான். எதற்காகவென்று சொல்லவில்லை. என்னைப் பல கேள்விகள் கேட்டான்...'

குந்தவை பரபரப்புடன், 'அவன் எப்படியிருந்தான்?' என்றாள்.

'பெரிய குலத்தில் பிறந்தவனைப் போல் காணப்பட்டான். முகம் களையாயிருந்தது. ஊக்கமும் உள்வலியும் கொண்டவன் என்று தெரிந்தது...'

'உன்னிடம் என்ன கேட்டான்?'

'சக்கரவர்த்தியின் உடல் நிலைமையைப் பற்றிக் கேட்டான். அடுத்தபடி பட்டத்துக்கு வர வேண்டியவரைப் பற்றிக் கேட்டான். இலங்கை சென்றிருக்கும் இளவரசரைப் பற்றிக் கேட்டான். பிற்பாடு, குடந்தை ஜோதிடரிடமும் அதே கேள்விகளைக் கேட்டதாக அறிந்தேன்...'

'ஆகா! குடந்தை ஜோதிடர் வீட்டுக்கு அவன் வந்திருந்தானா?'

'இப்போது ஞாபகம் வருகிறது. தாங்கள் ஜோதிடரின் வீட்டில் இருந்த போதே அவன் தடபுடல் செய்துகொண்டு உள்ளே வந்து விட்டானாம்... நல்லவேளையாகத் தங்களை அவன் தெரிந்து கொள்ள வில்லையாம்...!'

'நான் நினைத்தது சரியாய்ப் போயிற்று...'

'என்ன தாயே நினைத்தீர்கள்?'

'அந்த முரட்டு வாலிபனுக்குச் சீக்கிரம் ஏதாவது ஆபத்து வரலாம் என்று நினைத்தேன்...'

'தாங்கள் நினைத்தது சரிதான். அவன்தான் ஒற்றன் என்று சந்தேகிக் கிறேன். அவனைப் பிடிப்பதற்குத்தான் பழுவேட்டரை யர்கள் பரிசு கொடுப்பதாகப் பறையடித்திருக்கிறார்கள் என்று தோன்றுகிறது.'

'திருமலை! எனக்கு ஓர் உதவி செய்வாயா?'

'கட்டளையிடுங்கள் தாயே!'

'அந்த வாலிபனை நீ எப்போதாவது பார்க்க நேர்ந்தால்...'

'பிடித்துக் கொடுத்துப் பரிசு பெற்றுக்கொள்ளட்டுமா?'

'வேண்டாம், வேண்டாம்! என்னிடம் அழைத்துக்கொண்டு வா! அவனிடம் எனக்கு முக்கியமான காரியம் ஒன்று இருக்கிறது.'

ஆழ்வார்க்கடியான் அதிசயம் அடைந்தவனைப் போல் சிறிது நேரம் குந்தவைப் பிராட்டியைப் பார்த்துக்கொண்டு நின்றான். பின்னர், 'அதற்கு அவசியம் ஏற்படாது, தாயே! நான் அவனைத் தேடிப் பிடித்து வர அவசியம் நேராது. அவனே தங்களைத் தேடிக்கொண்டு வந்து சேருவான்!' என்றான்.

நாற்பத்தேழாம் அத்தியாயம்

# ஈசான சிவபட்டர்

ஆழ்வார்க்கடியான் அரசிளங்குமரியைப் பார்த்துவிட்டு அவனுடைய தமையனார் ஈசான சிவ பட்டரின் வீட்டுக்குச் சென்றான். அவருடைய வீடு வடமேற்றளி சிவன் கோயிலுக்கு மிக அருகில் இருந்தது. அரண்மனையிலிருந்து அரைக் காத தூரம் இருக்கும். சோழ மாளிகையிலிருந்து வடமேற்றளி ஆலயத்துக்குப் போனால், பழையாறு நகரின் விஸ்தீரணத் தையும் அதன் மற்றச் சிறப்புக்களையும் ஒருவாறு அறியலாம்.

கிருஷ்ண ஜயந்திக் கொண்டாட்டங்கள் எல்லாம் ஒருவாறு அடங்கி விட்டன என்பதை ஆழ்வார்க்கடியான் பார்த்துக் கொண்டு போனான். வீட்டுப் பகுதிகளின் வழியாகச் சென்றபோது ஸ்திரீகள் அங்கங்கே வீட்டு ஓரங்களில் கூடி நின்று கோபமாகப் பேசிக்கொண்டிருப்பதைக் கவனித்துக்கொண்டு போனான். அந்த ஸ்திரீகள் அனைவரும் தத்தம் கணவர்கள் அல்லது புதல்வர்களின் கழுத்தில் வஞ்சிப் பூமாலை அணிவித்து உற்சாகமாக ஈழத்துப் போர் முனைக்கு அனுப்பியவர்கள். நாலு திசைகளிலும் சோழ சைன்யங்கள் நடத்திய வீரப் போர்களில் யாராவது ஒரு வீரன் அந்த ஒவ்வொரு வீட்டிலிருந்தும் சென்று வீர சொர்க்கம் அடையாமலிருந்தது கிடையாது. அப்படிப்பட்ட பெண்கள் இப்போது அதிருப்தியுடன் முணுமுணுத்துப் பேசிக்கொண்டிருந் ததைத் திருமலையப்பன் பார்த்தான். இதெல்லாம் என்ன விபரீதத்தில் போய் முடியப்போகிறதோ என்று கவலைப்பட்டுக்கொண்டே சென்றான்.

வடமேற்றளி கோயிலை அவன் அடைந்தபோது நன்றாக இருட்டி விட்டது. அப்பர் பெருமானால் பாடப் பெற்ற கோயில் இதுதான். அந்த மகானுடைய காலத்தில் இக்கோயிலைச் சுற்றிச் சமணர்கள் செயற்கைக் குன்றுகளை எடுத்து, அந்தக் குன்றுகளில் முழைகளை அமைத்திருந் தார்கள். அப்படி ஏற்பட்ட செயற்கை மலைக் குகைகளில் திகம்பர

சமணர்கள் உட்கார்ந்து தவம் செய்து கொண்டிருந்தார்கள். இதை நமக்கு ஞாபகப்படுத்துவதற்காக இன்றைக்கும் பழையாறைக்கு அருகில் முழையூர் என்று ஓர் ஊர் இருக்கிறது.

அப்பர் பெருமான் பழையாறை ஸ்தல மகிமையைப் பற்றிக் கேள்விப் பட்டு அங்கு வந்து சேர்ந்தபோது சமணர்களின் முழைகள் சிவன் கோயிலை அடியோடு மறைத்திருந்தன. இதை ஆத்ம ஞானத்தினால் அறிந்த அப்பர் மனம் வருந்தினார். பல்லவர்களின் பிரதிநிதியாக அச்சமயம் சோழ நாட்டைப் பரிபாலித்து வந்த சிற்றரசனிடம் முறையிட்டார். அரசன் அந்தச் செயற்கை முழைகளில் ஒரு பகுதியை இடித்து அப்புறப்படுத்தினான். உள்ளே சிறிய சிவன் கோயில் இருப்பது தெரிந்தது. அப்பர் பரவசமடைந்து பாடினார்.

அந்தக் கோயில் பிற்பாடு சோழ மன்னர்களால் சிறப்படைந்து கற்றளி யாகக் கட்டப்பட்டது. ஆனால் இன்னமும் கோயிலைச் சுற்றிலும் முழைகள் சூழ்ந்து பிராகாரச் சுவர் போல் அமைந்திருந்தன. கோயிலுக்குள் பிரவேசிப்பதற்கு கோபுர வாசல் ஒன்றுதான் இருந்தது; வேறு வாசலே கிடையாது. கோபுர வாசல் வழியாகக் கோயில் பிராகாரத்துக்குள் சென்று, ஈசான சிவபட்டரின் வீட்டைச் சுலபமாக அடையலாம். இல்லாவிட்டால் சுற்றி வளைத்துக்கொண்டு போக வேண்டும்.

இப்படித் தன் தமையனாரின் வீட்டைக் குறுக்கு வழியில் அடை வதற்காகத் திருமலை கோபுர வாசலுக்குள் நுழைந்தான். உள்ளே சுவாமி சந்நிதியில் சில அடியார்கள் நிற்பது தெரிந்தது. அவர்கள் கிருஷ்ணனைப் போலவும் பலராமரைப் போலவும் வேஷந்தரித்து வந்த கோஷ்டியார் என்று தோன்றியது. 'ஆகா! இவர்கள் எங்கே இங்கு வந்து சேர்ந்தார்கள்!' என்று அவன் எண்ணமிடுவதற்குள், ஈசான சிவபட்டர் கோயிலுக்குள்ளே யிருந்து அவசரமாக வெளியேறி வந்தார். அப்போதுதான் கோபுர வாசலுக்குள் நுழைந்திருந்த திருமலையின் கையைப் பிடித்துப் பரபரவென்று வெளியில் இழுத்துச் சென்றார்.

'அண்ணா! இது என்ன?' என்று ஆழ்வார்க்கடியான் கேட்டான்.

'சொல்லுகிறேன், திருமலை! இனிமேல் நம்முடைய உறவெல்லாம் கோயிலுக்கு வெளியே இருக்கட்டும். நீ பதிதன்; சிவ நிந்தனை செய்யும் சமயப் பிரஷ்டன்; இந்தச் சிவாலயத்துக்குள் நீ அடியெடுத்து வையாதே! தெரிகிறதா? நானும் எத்தனையோ பொறுத்திருந்தேன். இன்றைக்குப் பெரிய மகாராணியின் முன்னால் நீ பேசியதை என்னால் சகிக்க முடியவில்லை. வீட்டுக்கு வேண்டுமானால் வந்து உன் பெரிய வயிற்றை நிரப்பிக்கொண்டு போ! ஆனால் கோயிலுக்குள் அடியெடுத்து வைக் காதே! அடி வைத்தால் நான் சண்டேசுவர நாயனார் ஆகி விடுவேன்!'

இவ்வாறு சொல்லி ஈசான சிவபட்டர் திருமலையின் கழுத்தைப் பிடித்து ஒரு தள்ளுத் தள்ளி விட்டு, கோயில் கதவைப் படார் என்று சாத்தினார். 'அண்ணா! அண்ணா!...' என்று திருமலை ஏதோ சொல்ல ஆரம்பித்ததை ஒருகணமும் காது கொடுத்துக் கேட்காமல் கோயில் கதவை உட்புறம் தாளிட்டுக்கொண்டு போய் விட்டார்.

'ஓகோ! அப்படியா சமாசாரம்?' என்று ஆழ்வார்க்கடியான் முணு முணுத்துக்கொண்டான். சற்று நேரம் அங்கேயே நின்றான். பிறகு, அச்சிவனார் கோயிலை, சமணர் முழைகள் உட்பட, இரண்டு மூன்று தடவை சுற்றி வந்தான். வலப்புறமாய்ச் சென்றால் பிரதட்சிணம் செய்ததாகி விடும் என்று வேண்டுமென்றே இடதுபுறமாகச் சுற்றி வந்தான். வட்ட வடிவமாக அமைந்திருந்த செய்குன்றுகளில் சமணர் முழை வாசல்கள் எல்லாம் நன்கு அடைக்கப்பட்டிருப்பதைப் பார்த்தான். பின்னர், ஈசான சிவபட்டரின் வீடு சென்றான். வேடிக்கை வேடிக்கையாகப் பேசும் திருமலையிடம் பட்டரின் மனையாளுக்கு மிக்க பிரியம். அந்த அம்மாளிடம் வழக்கத்தை விட வேடிக்கையாகப் பேசி, வயிறு நிறையச் சிவன் கோயில் பிரசாதத்தைச் சாப்பிட்டு விட்டு, வாசல் திண்ணையில் வந்து படுத்தான்.

முதலாவது நாள் குடமுருட்டி நதிக்கரையோடு வந்தபோது அவன் கண்ட காட்சி ஒன்று நினைவு வந்தது. அவனுக்கு எதிர்த் திசையில் சில குதிரைகள் வேகமாக வரும் சப்தம் கேட்டுப் பக்கத்தில் அடர்த்தியாக இருந்த மூங்கில் புதர்களுக்குப் பின்னால் மறைந்துகொண்டு நின்றான்.

முதலில் வந்த குதிரை தறிகெட்டு ஓடிவருவது போல் ஓடி வந்தது. அது சொட்டச் சொட்ட நனைந்திருந்தது; வியர்வை யினாலா, நதி வெள்ளத்தில் முழுகி வந்ததினாலா என்று தெரியவில்லை. அக்குதிரையின் பேரில் ஒரு சிறு பிள்ளை உட்கார்ந்திருந்தான். அவனைக் குதிரையோடு சேர்த்துக் கட்டியிருந்தது. அந்தப் பிள்ளையின் முகத்தில் பீதியும், அத்துடன் ஓர் உறுதியும் சேர்ந்து காணப்பட்டன. சற்றுப் பின்னால் இன்னும் நாலைந்து குதிரைகள் வந்தன. அவற்றின் மீது வேல் பிடித்த வீரர்கள் வந்தார்கள். சீக்கிரத்தில் பிடித்து விடுவார்கள் என்று தோன்றியது. அவர்களில் ஒருவன் தன்னுடைய வேலாயுதத்தைத் தலைக்கு மேலே தூக்கிப் பிடித்து முன்னால் வந்த குதிரை மேல் எறிவதற்குக் குறி பார்த்தான். இன்னொருவன் அதைத் தடுத்தான்.

அச்சமயத்தில் அந்தப் பிள்ளை அடர்ந்த மூங்கில் புதர்களுக்குக் கீழே போக வேண்டியிருந்தது. சற்று வளைந்து தாழ்ந்திருந்த மூங்கில் மரக்கிளை ஒன்று அவனுடைய தலை மயிரில் சிக்கிக்கொண்டது. குதிரை முன்னால் இழுக்கவும் அந்தப் பிள்ளையின் கதி என்ன ஆகுமோ என்று இருந்த நிலையில் பின்னால் வந்தவர்கள் அக்குதிரையை வந்து பிடித்துக்கொண்டார்கள்.

குதிரை மீது வைத்துக் கட்டியிருந்த பிள்ளையைப் பார்த்து வியப்பும் திகைப்பும் கோபமும் அடைந்தார்கள். ஏதோ அவனைக் கேட்டார்கள். அவன் தட்டுத் தடுமாறி மறுமொழி சொன்னான். விவரமாக ஆழ்வார்க் கடியான் காதில் விழவில்லை. 'அவன் எங்கே?' 'அவன் எங்கே?' என்று அடிக்கடி பலமுறை கேட்ட கேள்வி காதில் விழுந்தது. அந்த இளம் பிள்ளை 'ஆற்றோடு போய் விட்டான்!' 'வெள்ளத்தில் விழுந்து விட்டான்!' என்று விம்மி அழுதுகொண்டே சொன்னதும் காதில் விழுந்தது. பிறகு அவ்வீரர்கள் அந்தப் பையனையும் குதிரையையும் தங்களுடன் அழைத்துக்கொண்டு ஆற்றங்கரையோடு போய் விட்டார்கள்.

இந்தச் சம்பவத்தின் பொருள் என்னவென்பது திருமலையப்பனுக்கு அச்சமயம் விளங்கவில்லை. இப்போது கொஞ்சம் விளங்குவது போல் தோன்றியது.

இதற்கிடையில், அந்த வீதி நாடக கோஷ்டியின் நினைவும் அவனுக்கு வந்தது. முக்கியமாக, கம்ஸன் வேஷம் தரித்து, மரப் பொம்மை முகத்தினால் சொந்த முகத்தை மறைத்துக் கொண்டிருந்தவனின் நடை உடை பாவனைகளும், குரலும் நினைவு வந்தன. முன்னம் கேட்டது போல் தொனித்த அக்குரல் யாருடைய குரல் என்பது பற்றியும் விளக்கம் ஏற்படத் தொடங்கியது.

இரவு அர்த்த ஜாம பூஜையை முடித்துக்கொண்டு ஈசான சிவபட்டர் தம் இல்லத்துக்கு வந்தார். வாசல் திண்ணையில் ஆழ்வார்க்கடியான் படுத்திருப்பதைப் பார்த்தார்.

'திருமலை! திருமலை!' என்று கோபக் குரலில் கூப்பிட்டார்.

திருமலை நல்ல தூக்கத்தில் ஆழ்ந்திருப்பதாகப் பாசாங்கு செய்தான்.

வீட்டுக் கதவைப் படார் என்று சாத்திக்கொண்டு பட்டர் உள்ளே போனார். தமது மனைவியாருடன் அவர் சண்டை பிடிக்கிற தோரணையில் பேசியது அரைகுறையாகத் திருமலையின் காதில் விழுந்தது. தன்னைப் பற்றித்தான் சண்டை என்பதைத் திருமலை தெரிந்துகொண்டான்.

காலையில் எழுந்ததும் ஈசான சிவபட்டர் திருமலையிடம் வந்து, 'மறுபடி நாடு சுற்ற எப்போது புறப்படுகிறாய்?' என்று கேட்டார்.

'தங்கள் கோபம் தணிந்த பிறகு புறப்படுவேன் அண்ணா!' என்றான்.

'இனி என்னை 'அண்ணா' என்று கூப்பிடாதே. இன்று முதலாவது நான் உன் தமையனும் அல்ல; நீ என் தம்பியும் அல்ல. நீ சிவத்துவேஷி; நீசன்; சண்டாளன்...'

பட்டரின் மனைவி திருமலைக்காகப் பரிந்து, 'எதற்காக இப்படி யெல்லாம் அவனைச் சபிக்கிறீர்கள்! இத்தனை நாளும் சொல்லாததை

அவன் இப்போது என்ன புதிதாகச் சொல்லி விட்டான்! உங்களுக்குத் தான் சிவபக்தி ரொம்ப அதிகமாக முற்றி விட்டது!' என்றாள்.

'உனக்கு ஒன்றும் தெரியாது! அவன் நேற்று பெரிய மகாராணியின் முன்னிலையில் என்னவெல்லாம் சொன்னான் தெரியுமா? 'சுடுகாட்டில் சாம்பரைப் பூசிக்கொண்டு திரியும் பரமசிவனுக்குக் கோயில் என்னத்திற்கு!' என்று கேட்டான். என் காதில் ஈயத்தைக் காய்ச்சி ஊற்றியது போலிருந்தது. மகாராணி இராத்திரியெல்லாம் தூங்கவேயில்லையாம்!'

'இனிமேல் அப்படியெல்லாம் பேச மாட்டான். நான் புத்தி சொல்லித் திருத்தி விடுகிறேன். அவனிடம் நல்ல வார்த்தையாகச் சொன்னால் கேட்கிறான்!' என்றாள்.

'நல்ல வார்த்தையும் ஆயிற்று; பொல்லாத வார்த்தையும் ஆயிற்று. அவன் இராமேசுவரத்துக்கு உடனே போகட்டும். இராமர், பூஜை செய்து பாவத்தைப் போக்கிக் கொண்ட சிவலிங்கத்தை இவனும் பூஜை செய்து விட்டு வரட்டும். அதுதான் இவனுக்குப் பிராயச்சித்தம். அப்படிச் செய்யும் வரையில் நான் இவன் முகத்திலேயே விழிக்க மாட்டேன்!' என்றார்.

திருமலையின் உதடுகள் துடித்தன. வட்டியுடன் சேர்த்துத் திருப்பிக் கொடுப்பதற்குத்தான். ஆனால் பேசினால் காரியம் கெட்டுவிடும் என்று பொறுமையைக் கடைப்பிடித்தான்.

பட்டரின் பத்தினி இச்சமயத்தில் மறுபடியும் தலையிட்டு, 'அதற்கு என்ன? இராமேசுவரத்துக்குப் போகச் சொன்னால் போகிறான். அவனுடன் நாமும் போகலாம். இத்தனை நாள் ஆகியும் நமக்குந்தான் குழந்தை பிறக்கவில்லை. பூர்வ ஜன்மத்தில் என்ன பாவம் செய்தோமோ, என்னமோ...? திருமலை! எல்லாருமாக இராமேசு வரத்துக்குப் போகலாமா?' என்று கேட்டாள்.

அவர்கள் இரண்டு பேரையும் சிவபட்டர் முறைத்துக் கோபமாகப் பார்த்து விட்டுப் போய்விட்டார்.

கொஞ்ச நேரத்துக்கெல்லாம் ஈசான பட்டர் திரும்பி வந்து திருமலை யிடம் சாந்தமாகப் பேசினார்.

'தம்பி! 'கோபம் பாபம் சண்டாளம்' என்று பெரியோர்கள் சொல்லி யிருக்கிறார்கள். நான் கோபத்துக்கு இடம் கொடுத்து விட்டேன். உனக்கு ஒன்றும் வருத்தம் இல்லையே?' என்றார்.

'இல்லவே இல்லை!' என்று சொன்னான் ஆழ்வார்க்கடியான்.

'அப்படியானால் நீ இங்கேயே இரு! உச்சிகால பூஜையை முடித்துக் கொண்டு நான் வந்து விடுகிறேன். உன்னிடம் சில முக்கியமான

விஷயங்களைப் பற்றிச் சொல்லி யோசனை கேட்க வேண்டும். இங்கேயே இருக்கிறாய் அல்லவா? எங்கும் போய் விட மாட்டாயே?' என்றார்.

'எங்கும் போகவில்லை, அண்ணா! தங்களை விட்டு எங்கும் போவதாக உத்தேசமில்லை!' என்றான்.

பட்டர் போய் விட்டார். ஆழ்வார்க்கடியான் தனக்குத்தானே, 'அப்படியா சமாசாரம்!' என்று சிலமுறை சொல்லிக்கொண்டான். பிறகு அண்ணியிடம் கூடச் சொல்லிக் கொள்ளாமல் புறப்பட்டான். செய்குன்றுகள் சூழ்ந்த வடமேற்றளிக் கோயிலை இரண்டு மூன்று தடவை சுற்றி வந்தான். அவ்வப்போது ஏதேனும் சத்தம் கேட்டால் உடனே மறைந்து நின்றுகொண்டான்.

அவன் எதிர்பார்த்தது வீண் போகவில்லை. சமணர் முழைகளில் ஒன்றின் வாசல் மெதுவாகத் திறந்தது. முதலில் ஈசான சிவபட்டர் மூன்று பக்கமும் பார்த்துவிட்டு வெளியே வந்தார். பின்னால் இன்னொரு மனிதன் வெளிப்புறப்பட்டு வந்தான். ஆகா! இவன் யார்? முகம் தெரியவில்லையே? உடல் அமைப்பைப் பார்த்தால் கம்ஸன் வேடம் பூண்டிருந்தவன் மாதிரி இருக்கிறது! யாரா யிருக்கும்? இதைக் கண்டுபிடிக்காமல் விடுவதில்லை. ஓஹோ! இதற்குத்தானா, இவ்வளவு கோபதாபம் மூடுமந்திரம் எல்லாம்!

முழையிலிருந்து வெளிப்பட்ட இருவரும் முன்னால் சென்றார்கள். ஆழ்வார்க்கடியான் ஒதுங்கிப் பதுங்கி மறைந்து பின்தொடர்ந்தான்.

சிறிது நேரம் நடந்ததும் ஓடைக் கரையை அடைந்தார்கள். சோழ மாளிகைக்குப் பின்புறத்தில் கடலைப் போல பரவி அலைமோதிக் கொண்டிருந்த ஓடையைத்தான். ஆனால் மாளிகைக்கு வெகு தூரம் மேற்கில் இருந்தது அத்துறை.

ஓடைக்கரையில் அடர்ந்த மரங்கள் பல இருந்தன. அவற்றில் ஒன்றின் பின்னால் ஆழ்வார்க்கடியான் நின்று இரண்டு கிளை களுக்கு நடுவில் தலையை நீட்டிப் பார்த்துக் கொண்டிருந்தான்.

படகு ஒன்று அலையில் அலைப்புண்டு மிதந்தது. அரண்மனைப் படகு மாதிரி தோன்றியது. படகுக்காரன் கரையில் நின்றுகொண்டிருந்தான்.

பட்டரையும் அவருடன் வந்தவனையும் பார்த்ததும் அவன் படகைக் கரையோரமாக இழுத்து நிறுத்தினான்.

இருவரும் படகில் ஏறிக்கொண்டார்கள். படகு நீரில் போக ஆரம் பித்ததும் பட்டருடன் வந்த மனிதன் கரைப் பக்கம் திரும்பிப் பார்த்தான்.

அவன் முகம் பளிச்சென்று நன்றாய்த் தெரிந்தது.

ஆழ்வார்க்கடியானுக்கு வியப்பு ஒன்றும் உண்டாகவில்லை. அவன் எதிர்பார்த்த மனிதன்தான் அவன்.

வீரநாராயணபுரத்திலும் கொள்ளிடத்துப் படகிலும் சந்தித்த அந்த வீர வாலிபன்தான்!

கம்ஸன் வேடம் பூண்டிருந்தவனும் அவனே என்பதில் சந்தேக மில்லை.

அவர்கள் படகில் ஏறி எங்கே போகிறார்கள்? -- அதையும் கண்டு பிடித்து விட வேண்டியதுதான்! அதாவது தன்னுடைய ஊகம் சரிதானா என்று பார்த்து விட வேண்டும்.

சோழ மாளிகைகள் பல வானளாவி நின்ற வீதியில் கடைசி மாளிகை ஒன்று பூட்டப்பட்டுக் கிடந்தது. அது சுந்தர சோழரின் முதன் மந்திரியான அநிருத்த பிரும்மராயரின் மாளிகை. முதன் மந்திரி அநிருத்தர் பாண்டிய நாட்டின் இராஜரீக நிர்வாகத்தைச் செப்பனிட்டு அமைப்பதற்காக மதுரை சென்றிருந்தார். அவருடைய குடும்பத்தார் தஞ்சாவூரில் இருந்தார்கள். ஆகையால் அவருடைய பழையாறை மாளிகை பூட்டப்பட்டுக் கிடந்தது.

ஆழ்வார்க்கடியான் இந்த மாளிகைக்கு வந்து சேர்ந்தான். அவனைக் கண்டதும் மாளிகைக் காவலர்கள் பயபக்தியுடன் வந்து நின்றார்கள். மாளிகையின் கதவைத் திறக்கும்படிப் பணித்தான். காவலர்கள் கதவைத் திறந்தார்கள். பிறகு அவன் கட்டளைப்படி வெளிப்பக்கம் சாத்திப் பூட்டினார்கள். மாளிகையின் மூன்று கட்டுக்களையும் கடந்து பின்புறத் தோட்டத்துக்கு வந்து சேர்ந்தான். அத்தோட்டத்திலிருந்து நெருக்கமான மரஞ்செடிகளைப் பிளந்துகொண்டு கொடி வழி ஒன்று சென்றது. திருமலை அதில் புகுந்து சென்று சிறிது நேரத்தில் குந்தவை தேவியின் மாளிகைத் தோட்டத்தை அடைந்தான். கொடி வீடு ஒன்றில் மறைவான இடத்தில் நின்று சுற்றுமுற்றும் பார்த்துக்கொண்டிருந்தான். இவ்வளவு சிரமம் அவன் எடுத்துக்கொண்டது வீண் போகவில்லை.

காளிதாஸன் முதலிய மகா கவிகள் வர்ணிக்க வேண்டிய நாடக நிகழ்ச்சி ஒன்று அங்கே நடந்தது.

நீரோடைக் கரையில் படகு வந்து நின்றது. அதிலிருந்து ஈசான பட்டரும் வந்தியத்தேவனும் இறங்கினார்கள். பிறகு நீர்த்துறையின் படிக் கட்டுகளின் வழியாக ஏறி வந்தார்கள்.

படிக்கட்டுகளுக்குச் சற்றுத் தூரத்தில் தோட்டத்தில் அமைந்திருந்த பளிங்குக்கல் மேடையில் இளைய பிராட்டி குந்தவை அமர்ந்திருந்தாள்.

படகில் வந்தவர்கள் நீர்த்துறையில் படிக்கட்டுகளில் ஏறி மேற்படிக்கு வந்ததும் இளைய பிராட்டி குந்தவை தேவி எழுந்து நின்றாள்.

வந்தியத்தேவன் அப்போதுதான் அப்பெண்ணரசியின் திருமுகத்தைக் கூர்ந்து பார்த்தான்.

பார்த்தது பார்த்தபடியே நின்றான்.

அவனுக்கும் இளைய பிராட்டி குந்தவைக்கும் மத்தியில் ஒரு பூங்கொடி தன் இளந்தளிர்க்கரத்தை நீட்டி இடைமறித்து நின்றது.

அந்தக் கொடியில் ஓர் அழகிய பட்டுப் பூச்சி - பல வர்ண இறகுகள் படைத்த பட்டுப் பூச்சி - வந்து உட்கார்ந்தது. குந்தவை தன் பொன் முகத்தைச் சிறிது குனிந்து அந்தப் பட்டுப் பூச்சியைப் பார்த்துக் கொண்டிருந்தாள்.

வந்தியத்தேவனோ குந்தவையின் முக மலரையே கண்கொட்டாமல் பார்த்துக்கொண்டு நின்றான்.

ஓடையில் அலைகள் ஓய்ந்து அடங்கின.

பட்சி ஜாலங்கள் பாடுவதை நிறுத்தின. அண்ட பகிரண்டங்கள் அசையாது நின்றன.

பல யுகங்கள் சென்றன.

## நாற்பத்தெட்டாம் அத்தியாயம்

# நீர்ச் சுழலும் விழிச் சுழலும்

கடவுள் படைத்த ஆதி மனிதன் ஒரு மலையின் சாரலில் வசித்தான். மழைக்கும், காற்றுக்கும் அவனுக்கு மலைக்குகை அடைக்கலம் தந்தது. வன விருட்சங்கள் அவனுக்குத் தேவையான கனி வர்க்கங் களை உணவாக அளித்தன. காட்டு மிருகங்கள் அவனைக் கண்டு நடுநடுங்கின. வானத்துப் பறவைகளைப் போல் அவன் சுயேச்சையாக ஒரு குறையும் இல்லாமல் வாழ்ந்து வந்தான். ஆயினும் அவனுடைய உள்ளத்தின் உள்ளே ஏதோ ஒரு குறை - இனந்தெரியாத ஒரு வகைத் தாபம் - இடைவிடாமல் குடிகொண்டிருந்தது. ஏதோ ஒரு காந்த சக்தி அவனைக் கவர்ந்து இழுத்துக்கொண்டிருந்தது. ஏதோ ஓர் அரிய பொருளை - இது வரை பார்த்தும் அனுபவித்தும் அறியாத இன்பத்தை - அவனுடைய இதயம் தேடிக்கொண்டிருந்தது. பகலில் அதைப் பற்றிக் கற்பனை செய்தான்; இரவில் அதைப் பற்றிக் கனவு கண்டான். 'எனக்காகவே படைக்கப்பட்ட அந்த அற்புதப் பொருளை,- கற்பகக் கனியை, - என்னைக் கவர்ந்திழுக்கும் காந்தத்தை, எங்கே காண்பேன்? எப்போது காண்பேன்?' என்று அவன் இதயம் ஏங்கித் தவித்துக் கொண்டிருந்தது. ஆதி மனிதனைப் படைத்த அதே சமயத்தில் இறைவன் ஆதி ஸ்திரீயையும் படைத்தார். மலையின் மற்றொரு பக்கத்துச் சாரலில் அவள் வசித்து வந்தாள். பசிக்கு உணவும், தாகத்துக்குச் சுனை நீரும், தங்கியிருக்க மலைக்குகையும் அவளுக்கு இருந்தன. வெளிப்படையாகப் பார்த்தால் ஒரு குறையும் இல்லை. ஆனால் உள்ளத்தினுள்ளே ஒரு தீப்பிழம்பு ஜுவாலை விட்டு அவளை எரித்துக்கொண்டிருந்தது. ஏதோ ஒரு சக்தி அவளைக் கவர்ந்து இழுத்துக்கொண்டிருந்தது. அச்சக்தி எங்கிருந்து அவளை இழுக்கிறது, எந்தத் திசையை நோக்கி இழுக்கிறது என்பது ஒன்றும் தெரியவில்லை.

ஆதி மனிதனுக்கும் ஆதி ஸ்திரீக்கும் இடையில் ஒரு பெரிய மலை ஓங்கி நின்று ஒருவரையொருவர் சந்திக்க முடியாமல் தடுத்துக் கொண்டிருந்தது.

வெயிற் காலத்தில் ஒருநாள் இயற்கை நியதி காரணமாகக் காட்டில் தீ மூண்டு நாலாபுறமும் பரவத் தொடங்கியது. மலையைச் சுற்றி நெருப்பு அதிவேகமாகப் பரவி வந்தது. மனிதனும் ஸ்திரீயும் காட்டுக்குள் போனால் ஆபத்துக்குள்ளாவோம் என்று உணர்ந்து மலை மேல் ஏறினார்கள். மலையின் உச்சியில் அவர்கள் ஒருவரையொருவர் பார்த்தார்கள். பார்த்த கண்கள் பார்த்தபடி கண் கொட்டாமல் நின்றார்கள். காட்டுத் தீயை மறந்தார்கள். எதற்காக மலை உச்சியில் ஏறினோம் என்பதையும் மறந்தார்கள். பசி தாகங்களை அடியோடு மறந்தார்கள். இத்தனை காலமும் தாங்கள் உயிர் வாழ்ந்ததெல்லாம் இந்த ஒரு சந்திப்புக்காகவே என்பதை உள்ளுணர்வினால் அறிந்தார்கள். தங்களைக் கவர்ந்திழுத்த இனந் தெரியாத சக்தி இதுதான் என்பதையும் தெரிந்துகொண்டார்கள். தங்களில் ஒருவரிடம் உள்ள குறையை இன்னொருவரால் இட்டு நிரப்பிப் பூர்த்தி செய்ய முடியும் என்பதை அறிந்தார்கள். இவ்விதம் ஒன்று சேர்ந்து விட்டவர் களை இனிப் பிரிக்கக் கூடிய சக்தி உலகில் வேறொன்றும் கிடையாது என்பதையும் உறுதியாக உணர்ந்தார்கள்.

இந்த அற்புதக் காட்சியைப் பார்த்துக்கொண்டிருந்த படைப்புக் கடவுளான பிரம்மதேவர் தாம் ஆரம்பித்த வேலை நல்ல முறையில் தொடங்கி விட்டது என்பதை அறிந்து பரிபூரணத் திருப்தி அடைந்தார்!

மேற்கூறிய ஆதி மனிதனையும் ஆதி ஸ்திரீயையும் ஒத்திருந்தார்கள் அந்த நேரத்தில் நம் வல்லவரையனும் குந்தவை தேவியும். இப்பூவுலகில் தாங்கள் பிறந்து வளர்ந்ததெல்லாம் இந்த நிமிஷத்துக்காகவே- இந்தச் சந்திப்புக்காகவே - என்பதை அவர்களுடைய உள்ளுணர்ச்சி உணர்த்தியது. ஆனால் ஆதி மனிதனையும் ஆதி ஸ்திரீயையும் போலின்றி இவர்கள் நாகரிக வாழ்க்கையை மேற்கொண்டவர்கள் அல்லவா? ஆகையால் தங்களுடைய பரஸ்பர அந்தஸ்தில் இருந்த வேற்றுமையை அவர் களால் மறக்க முடியவில்லை. முழுதும் உணர்ச்சி வசப்பட்டு மனத்தைக் கட்டுக்கடங்காமல் அவர்கள் விட்டுவிடவில்லை. ஒரு கணம் ஒருவரையொருவர் பார்த்துக் கண்ணோடு கண் சேர்வதும், அடுத்த கணத்தில் தங்கள் கண்களைத் திருப்பி அக்கம் பக்கத்திலிருந்த பூ, மரம், பட்டுப் பூச்சி, ஓடை முதலியவற்றைப் பார்ப்பதுமாயிருந் தார்கள்.

ஈசான சிவபட்டர் தொண்டையைக் கனைத்த பிறகுதான் இருவரும் ஏதோ ஒரு முக்கியமான காரியம் பற்றி இங்கே சந்திக்கிறோம் என்பதை ஞாபகப்படுத்திக்கொண்டார்கள்.

'நீர் என்னைத் தனிமையில் பார்க்க வேண்டுமென்று ஈசான பட்டரிடம் தெரிவித்தது உண்மையா?' என்று குரலைக் கடுமைப்படுத்திக்கொண்டு இளைய பிராட்டி வினவினாள்.

அந்தக் குரலின் கடுமையும் அதிகாரத் தோரணையும் வந்தியத்தேவனை நிமிர்ந்து நிற்கச் செய்தன.

'தாங்கள் யார் என்று தெரிந்தால் அல்லவா தங்களது கேள்விக்கு விடை சொல்லலாம்? ஈசான பட்டர் என்னைத் தவறான இடத்துக்கு அழைத்து வந்து விட்டாரோ என்று ஐயுறுகிறேன்!' என்றான் அந்த வீர வாலிபன்.

'எனக்கும் அவ்வித சந்தேகம் உண்டாகிறது. நீர் யாரைப் பார்க்க விரும்பினீர்?'

'சோழர் தொல்குலத்தின் மங்காமணி விளக்கை, சுந்தர சோழ மன்னரின் செல்வத் திருமகளை, ஆதித்த கரிகாலருக்குப் பின் பிறந்த சகோதரியை, அருள்மொழிவர்மரின் அருமைத் தமக்கையை, இளைய பிராட்டி குந்தவை தேவியைப் பார்க்க வேண்டுமென்று ஈசான சிவபட்டரிடம் சொன்னேன்...'

குந்தவைப் பிராட்டி புன்னகை பூத்து, 'அவ்வளவு பெருமையையும் தாங்க முடியாமல் தாங்கிக்கொண்டிருப்பவள் நான்தான்!' என்றாள்.

'அப்படியானால் குடந்தை ஜோதிடர் வீட்டிலும் அரிசிலாற்றங் கரையிலும் நான் பார்த்த நாரீமணி தாங்கள் இல்லைதானே?' என்றான் வல்லவரையன்.

'ஆமாம், ஆமாம்! அந்த இரண்டு இடத்திலும் அவ்வளவு மரியாதைக் குறைவாகத் தங்களிடம் நடந்து கொண்டவளும் நானேதான். அந்த நாகரிகமில்லா மங்கையை மறுபடியும் இவ்வளவு சீக்கிரத்தில் சந்திப்போம் என்று எதிர்பார்த்திருக்க மாட்டீர்!'

'மறுபடியும் சந்திப்பதாகச் சொல்வது பொருத்தமில்லை, தேவி!'

'ஏன்?'

'விட்டுப் பிரிந்திருந்தால் அல்லவா மறுபடியும் சந்திப்பதாகச் சொல்லலாம்? தாங்கள் என் மனத்தை விட்டு ஒரு கணமும் அகலவில்லை...'

'தொண்டை மண்டலத்தார் இவ்வளவு சமத்காரமாகப் பேசுவார்கள் என்று நான் எதிர்பார்க்கவில்லை.'

'எல்லாப் பெருமையையும் சோழ நாட்டிற்கேதான் கொடுப்பீர் களாக்கும். வேறு நாடுகளுக்கு ஒரு பெருமையும் தர மாட்டீர்கள் போலிருக்கிறது.'

'ஆம்; என்னிடம் அந்தக் குற்றம் இருப்பது உண்மைதான். உமக்கு எங்கள் சோழ நாட்டைப் பிடிக்கவில்லையாக்கும்!'

'பிடிக்காமல் என்ன? நன்றாய்ப் பிடித்திருக்கிறது. ஆனால் இச்சோழ நாட்டில் இரண்டு பெரும் அபாயங்கள் இருக்கின்றன. அவற்றை எண்ணினாலே எனக்குப் பயமாயிருக்கிறது...!'

'சோழ நாட்டு வீரர்களின் வாளும் வேலும் அபாயகரமான ஆயுதங்கள் தான்! அயல் நாட்டவர்கள் இங்கே ஜாக்கிரதையாகவே வர வேண்டும். முக்கியமாக, ஒற்றர் வேலை செய்வதற்கென்று வருவோர்...'

'இளவரசி! அந்த இரு அபாயங்களை நான் குறிப்பிடவில்லை. வாளும் வேலும் என்னிடமும் இருக்கின்றன. அவற்றை உபயோகிப்பதற்கும் நான் நன்கு அறிவேன்...'

'உமது வேலின் வன்மையைத்தான் அரிசிலாற்றங்கரையில் அன்று பார்த்தேனே? செத்துப் போன முதலையை உமது வேல் எத்தனை வேகமாய்த் தாக்கியது? ஒரே தாக்குதலில் உள்ளே அடைத்திருந்த பஞ்சையெல்லாம் வெளிக்கொண்டு வந்து விட்டதே?'

'அம்மணி! சோழ நாட்டு மாதரசிகள் செத்த முதலையைக் கண்டு பயந்து சாகும் வீர நாரீமணிகள் என்பதை நான் அறியேன். சோழ நாட்டு வீரர்கள் செத்த முதலையைத் தாக்கும் சுத்த வீரர்கள் என்றும் எனக்குத் தெரியாது. உயிருள்ள முதலையாக்கும் என்று எண்ணி வேலை எறிந்தேன். அது என் தவறும் அன்று; என் வேலின் தவறும் அன்று!...'

'அந்த அசட்டு முதலையின் தவறுதான்! வாணர் குலத்தில் பிறந்த வீர வந்தியத்தேவர் வேலோடு வரும் வரையில் காத்துக்கொண்டிராமல் முன்னதாகவே செத்துப் போய்விட்டதல்லவா? அதற்கு நன்றாய் வேணும் இந்த அவமானம்...! வேறு எந்த இரு அபாயங்களைப் பற்றிச் சொன்னீர்?'

'இந்தச் சோழ நாட்டு நதிகளில் புது வெள்ளம் வரும்போது உண்டாகும் சுழல்கள் அபாயமானவை! அவற்றை ஒரு போதும் நம்பவே கூடாது. என்னைத் திண்டாடித் திணறும்படிச் செய்து விட்டன!'

'வெள்ளச் சூழலில் நீர் எப்படி அகப்பட்டுக் கொண்டீர்? தண்ணீரில் காலையே வைக்க மாட்டீர் என்றல்லவா உம்மைப் பார்த்தால் தோன்றுகிறது?'

'வேதாளத்துக்கு வாழ்க்கைப்பட்டு முருங்கை மரத்தில் ஏற மாட்டேன் என்றால், முடிகிற காரியமா? சோழ நாட்டுக்கு வந்த காரணத்தினால், நதி வெள்ளத்தில் முழுகிச் சுழலிலும் சிக்கும்படியாகி விட்டது! என்னோடு துணைக்கு வந்த ஒரு அசட்டுப் பிள்ளையின் பிடிவாதத் தினால் அப்படி நேர்ந்தது! கேளுங்கள், தேவி! அந்தப் பிள்ளை ஒரு சின்னஞ் சிறிய பொய் சொல்ல முடியாது என்றான். அதனால் வந்த வினை...'

'நீர் சொல்லுவது புதிராக இருக்கிறது. இன்னும் கொஞ்சம் விளக்கமாகச் சொன்னால் நல்லது.'

'சொல்கிறேன். தங்களுடைய அருமைச் சகோதரரின் ஓலையுடன் தூதனாக வந்த என்னைத் தஞ்சைக் கோட்டைத் தலைவர் சிறிய பழுவேட்டரையர் 'ஒற்றன்' என்று குற்றஞ்சாட்டிப் பிடித்து வர ஆட்களை ஏவினார். வந்த காரியம் பூர்த்தியாவதற்குள் சிறைப்பட நான் விரும்பவில்லை. ஆகையால் நான் தஞ்சையில் தங்கியிருந்த வீட்டுச் சிறுவனை வழிகாட்ட அழைத்துக்கொண்டு கிளம்பினேன்...'

'தஞ்சை நகரில் யாருடைய வீட்டில் தங்கினீர்?'

'கோட்டைக்கு வெளியிலே பூக்காரப் பெண்மணி ஒருத்தியின் வீட்டில் தங்கினேன். அந்த அம்மாள் ஊமை.'

'ஓகோ! அவளுடைய பெயர்?'

'அந்த அம்மாளின் பெயர் தெரியாது; ஆனால் அவளுடைய பிள்ளையின் பெயர் மட்டும் எனக்குத் தெரியும். அவன் பெயர் சேந்தன் அமுதன்...'

'நான் நினைத்தது சரிதான்; மேலே சொல்லுங்கள்!'

'என் குதிரை மேல் அச்சிறுவனையும் ஏற்றிக்கொண்டு இந்தப் பழையாறை நகரை நோக்கி வந்துகொண்டிருந்தேன். அதற்குள் பழுவேட்டரையரின் ஆட்கள் சிலர் எங்களை நெருங்கி வந்து விட்டார்கள். நான் வந்த காரியம் முடிவதற்குள் அவர்களிடம் பிடிபட விரும்பவில்லை. குடமுருட்டி ஆறு வந்ததும் அச்சிறுவனிடம், 'நான் இங்கே இறங்கிக் கொள்கிறேன், தம்பி! நீ பாட்டுக்குக் குதிரையை விட்டுக்கொண்டு போ! உன்னை நான்தான் என்று அவர்கள் தொடர்ந்து துரத்தி வருவார்கள். உன்னைப் பிடித்த பிறகு ஏமாறுவார்கள்! நான் எங்கே என்று அவர்கள் கேட்டால் ஆற்றில் விழுந்து முழுகிப் போய் விட்டதாகச் சொல்!' என்றேன். அந்தப் பையனோ அரிச்சந்திரனுடைய சந்ததியில் வந்தவன் போலிருக்கிறது. 'நீங்கள் முழுகாத போது எப்படி முழுகி விட்டதாகப் பொய் சொல்லுவேன்?' என்றான். அந்தப் பிள்ளை பொய் சொல்ல வேண்டிய அவசியம் ஏற்படாமலிருக்கும் பொருட்டு, அவனைக் குதிரையில் சேர்த்துக் கட்டி விட்டு, நான் நதியில் குதித்து முழுகி விட்டேன். அம்மம்மா! இந்தச் சோழ நாட்டு நதிகளில், அதுவும் கரை ஓரங்களில், எப்பேர்ப்பட்ட நீர்ச் சுழல்கள்! அவற்றில் அகப்பட்டுக்கொண்டு நான் பெரிதும் திண்டாடிப் போனேன். கடைசியில், கரை ஓரத்தில் இருந்த மரத்தின் வேர் ஒன்றைப் பிடித்துக்கொண்டு கரையேறி உயிர் பிழைத்து வந்தேன் தேவி! நீர்ச்

சுழலில் நான் அகப்பட்டுக்கொண்டு சுழன்று சுழன்று மதி மயங்கி மூச்சுத் திணறிக் கஷ்டப்பட்டபோது என்ன கண்டேன், எதை நினைத்துக்கொண்டேன் என்று எண்ணுகிறீர்கள்?'

'நான் எவ்விதம் அறிவேன்? ஒருவேளை கஜேந்திர மோட்சத்தை நினைத்துக்கொண்டிருக்கலாம்...'

'இல்லை, இல்லை; என்னைப் போலவே அந்த நீர்ச் சுழலில் அகப்பட்டுக்கொண்டு திண்டாடிய சில கயல் மீன்களைக் கண்டேன். அந்தக் கயல் மீன்கள் இந்தச் சோழ நாட்டுப் பெண்களின் கண்களை நினைவூட்டின. நதியின் நீர்ச் சுழலில் அகப்பட்டுக் கொண்டவனாவது எப்படியோ தப்பிப் பிழைக்கலாம்; ஆனால் இந்தச் சோழ நாட்டுப் பெண்களின் விழிச் சுழலில் அகப்பட்டுக் கொண்டவன் ஒரு காலும் தப்பிப் பிழைக்க முடியாது என்று எண்ணிக்கொண்டேன்!...'

'இம்மாதிரி பெண்களைக் குற்றம் கூறி பழி சொல்வதில் சிலருக்கு ஒரு பெருமை. தாங்கள் செய்யும் தவறுக்குப் பெண்களின் மீது குற்றம் சொல்வது ஆண் பிள்ளைகளின் வழக்கம்...'

'அந்த வழக்கத்தைத்தான் நானும் கைப்பற்றினேன். அதில் என்ன தவறு?' என்றான் வந்தியத்தேவன்.

அச்சமயம் அரண்மனைக்குள்ளேயிருந்து இனிய குழலோசை கேட்டது. அதைத் தொடர்ந்து தண்டைச் சிலம்புகளின் கிண்கிணி ஒலியும், மத்தளத்தின் முழக்கமும் கலந்து வந்தன. பின்னர், இளம் பெண்களின் இனிய குரல்கள் பல சேர்ந்து ஒலித்தன. சிலப்பதிகாரக் காவியத்தில் உள்ள பின்வரும் ஆய்ச்சியர் குரவைப் பாடலைப் பாடினார்கள்:--

'கன்று குணிலாக் கனி உதிர்த்த மாயவன்
இன்றுநம் ஆனுள்வருமேல் அவன் வாயில்
கொன்றையந் தீங்குழல் கேளாமோ தோழீ!
கொல்லையஞ் சாரற் குருந்தொசித்த மாயவன்
எல்லைநம் ஆனுள் வருமேல் அவன் வாயில்
முல்லையந் தீங்குழல் கேளாமோ தோழீ!'

பாடல் முடியும் வரையில் குந்தவையும் வந்தியத்தேவனும் அதன் இனிமையில் ஈடுபட்டுத் தம் வசமிழந்து நின்றார்கள். மறுபடியும் வாத்திய முழக்கத்துடன் ஆடல் தொடங்கியதற்கு அறிகுறியாகத் தண்டைச் சதங்கைகளின் ஒலி எழுந்தது.

'அரண்மனையில் குரவைக் கூத்து நடக்கிறது போலும்! கடம்பூர் மாளிகையில் குரவைக் கூத்து ஒன்று பார்த்தேன். அது முற்றும் வேறுவிதமாயிருந்தது!' என்றான் வல்லவரையன்.

'ஆம்; என் தோழிகள் குரவைக் கூத்துப் பயில்கிறார்கள். சீக்கிரத்தில் என்னைக் காணாமல் தேடத் தொடங்கி விடுவார்கள். தாங்கள் வந்த காரியம் என்ன?' என்று இளைய பிராட்டி குந்தவை தேவி கேட்டாள்.

'இதோ நான் வந்த காரியம்; தங்கள் தமையனாரின் ஓலை. எத்தனையோ அபாயங்களுக்குத் தப்பி, நீர்ச் சுழல்கள் - விழிச் சுழல்களிலிருந்து காப்பாற்றி, இதைக்கொண்டு வந்தேன்!' என்று வல்லவரையன் கூறி ஓலையை எடுத்து நீட்டினான்.

நாற்பத்தொன்பதாம் அத்தியாயம்

# விந்தையிலும் விந்தை!

குந்தவைப் பிராட்டி வந்தியத்தேவன் நீட்டிய ஓலையைப் பெற்றுக் கொண்டு படித்தாள். அதுவரையில் நெரிந்த புருவங்களுடன் சுருங்கியிருந்த அவள் முகம் இப்போது மலர்ந்து பிரகாசித்தது.

வல்லவரையனை நிமிர்ந்து நோக்கி, 'ஓலையைக் கொடுத்து விட்டீர். இனி என்ன செய்வதாக உத்தேசம்?' என்று கேட்டாள் குந்தவை தேவி.

'தங்களிடம் ஓலையைக் கொடுத்ததுடன் என் வேலையும் முடிந்து விட்டது. இனி, நான் ஊருக்குத் திரும்ப வேண்டியதுதான்.'

'உமது வேலை முடியவில்லை; இப்போதுதான் ஆரம்பமாகி யிருக்கிறது!'

'தாங்கள் சொல்லுவது ஒன்றும் விளங்கவில்லை, தேவி!'

'உம்மிடம் அந்தரங்கமான வேலை எதையும் நம்பி ஒப்புவிக்கலாம் என்று இதில் இளவரசர் எழுதியிருக்கிறாரே? அதன்படி நீர் நடந்து கொள்ளப் போவதில்லையா?'

'இளவரசரிடம் அவ்விதம் ஒப்புக்கொண்டுதான் வந்தேன். ஆனால் என்னை நம்பி முக்கியமான வேலை எதுவும் ஒப்புவிக்க வேண்டாம். தங்களை ரொம்பவும் கேட்டுக் கொள்கிறேன்.'

'உமது கோரிக்கை எனக்கு விளங்கவில்லை. ஒன்றை ஒப்புக் கொண்ட பிறகு பின்வாங்குவதுதான் வாணர் குலத்தின் மரபா?'

'பழம் பெருமை பேசுவது வாணர் குலத்தின் மரபு அன்று; ஒப்புக் கொண்டு பின்வாங்குவதும் வாணர் குலத்து மரபு அன்று.'

'பின்னர், ஏன் தயக்கம்? பெண் குலத்தின் பேரில் கொண்ட வெறுப்பா? அல்லது என்னைக் கண்டால் பிடிக்கவில்லையா?' என்று இளவரசி கூறி இளநகை புரிந்தாள்.

'ஆகா! இது என்ன கேள்வி? கடலுக்குச் சந்திரனைப் பிடிக்காமல் போகுமா? பிடிக்கவில்லையென்றால் ஆயிரம் அலைக் கைகளையும் நீட்டிப் பூரண சந்திரனை ஏன் தாவிப் பிடிக்க முயல்கிறது? நீல வானத்துக்குப் பூமாதேவியைப் பிடிக்கவில்லையென்று யார் சொல்லு வார்கள்? பிடிக்காது போனால், இரவெல்லாம் ஆயிரமாயிரம் நட்சத்திரக் கண்களினால் இந்தப் பூமியை உற்று உற்றுப் பார்த்து ஏன் பூரித்துக் கொண்டிருக்கிறது? மேகத்துக்கு மின்னலைப் பிடிக்காதிருக்குமா? பிடிக்கவில்லையென்றால், தன்னைப் பிளந்துகொண்டு பாய்ந்தோடும் மின்னலை அப்படி ஏன் இறுகத் தழுவி மார்போடு அணைத்துக் கொள்கிறது? வண்டுக்கு மலர் பிடிப்பதில்லையென்பது உண்டா? அங்ஙனமானால் ஏன் ஓயாமல் மலரைச் சுற்றி வட்டமிட்டு மதிமயங்கி விழுகிறது? விட்டில் பூச்சிக்கு விளக்கைப் பிடிக்கவில்லையென்றால் யாரேனும் நம்புவார்களா? அவ்வாறெனில், ஏன் அந்த விளக்கின் ஒளியில் விழுந்து உயிரை விடுகிறது? தேவி! நல்ல கேள்வி கேட்டீர்! தங்களை எனக்குப் பிடிக்கவில்லையென்றால், தங்களது கடைக்கண் பார்வை என்னை ஏன் இப்படித் திகைக்க வைக்கிறது? தங்களது இதழ்களின் ஓரத்தில் விளையாடும் இளநகை என்னை ஏன் இவ்விதம் சித்தப்பிரமை கொள்ளச் செய்கிறது?...' இவ்வளவு எண்ணங்களும் வந்தியத்தேவனுடைய உள்ளத்தில் தோன்றின. ஆனால் நாவினால் சொல்லக் கூடவில்லை.

'ஐயா! என்னுடைய கேள்விக்கு மறுமொழி சொல்ல வில்லையே? வாணர் குலத்தில் பிறந்த வீர புருஷன் கேவலம் ஒரு பெண்ணின் ஏவலைச் செய்வதா என்று தயக்கமா? இளவரசர் உங்களிடம் இந்த ஓலையைக் கொடுத்தபோது இதில் எழுதியிருப்பதைப் பற்றிச் சொல்ல வில்லையா?' என்று இளவரசி மீண்டும் வினவினாள்.

'தேவி! இளவரசர் விருப்பத்தை நன்கு தெரிந்துகொண்டுதான் புறப்பட்டு வந்தேன். ஆனால் நல்லவேளையில் என் யாத்திரையைத் தொடங்கவில்லையெனத் தோன்றுகிறது. ஆகையால் வழியெல்லாம் விரோதிகளைச் சம்பாதித்துக் கொண்டு வந்தேன். உற்ற நண்பனையும் பகைவன் ஆக்கிக் கொண்டேன். நாலாபுறத்திலும் பகைவர்கள் என்னைத் தேடிக் கொண்டிருக்கிறார்கள். இந்த நிலையில் தாங்கள் இடும் பணியை நான் நிறைவேற்றுவதாக எப்படி உறுதி சொல்ல முடியும்? இதனால்தான் தயங்குகிறேன். என்னால் தங்கள் காரியம் கெட்டுப் போகக் கூடாதல்லவா?' என்று சொன்னான் வல்லவரையன்.

'யார் யார் அந்தப் பகைவர்கள்? எனக்குத் தெரிவிக்கலாமா?' என்று குந்தவை கவலை தொனித்த குரலில் கேட்டாள்.

'பழுவேட்டரையர்கள் என்னை வேட்டையாடிப் பிடிக்க நாலாபுறமும் ஆட்களை ஏவியிருக்கிறார்கள். என் உயிர் நண்பனாயிருந்த கந்தமாறன்

நான் அவனை முதுகில் குத்திக் கொல்ல முயன்றதாக எண்ணிக் கொண்டிருக்கிறான். ஆழ்வார்க் கடியான் என்னும் வீர வைஷ்ணவ வேஷதாரி ஒருவன் என்னைத் தொடர்ந்துகொண்டிருக்கிறான். பழவூர் இளைய ராணி நந்தினி தேவி என் மீது ஒரு மந்திரவாதியை ஏவி விட்டிருக்கிறாள். எந்த நிமிஷத்தில் யாரிடம் நான் அகப்பட்டுக் கொள்வேனோ, தெரியாது...'

வெள்ளத்திலிருந்து கரையேறித் தப்பிய அன்றிரவு மந்திரவாதியுடன் நேர்ந்த அனுபவம் வந்தியத்தேவனுக்கு நினைவு வந்தது. பகலில் பிரயாணம் செய்வதன் அபாயத்தை எண்ணி மூங்கில் காடுகளிலும் வாழைத் தோப்புகளிலும் அவன் பொழுது போக்கினான். இரவில் நதிக் கரையோடு நடந்து சென்றான். வெகுதூரம் நடந்து களைத்து இரவு மூன்றாம் ஜாமத்தில் ஒரு பாழடைந்த பழைய மண்டபத்தை அடைந் தான். வெளியில் நிலா மதியம் பட்டப் பகல் போலப் பிரகாசித்துக் கொண்டிருந்தது. மண்டபத்துக்குள்ளேயும் சிறிது தூரம் நிலா வெளிச்சம் புகுந்து பிரகாசப்படுத்திக் கொண்டிருந்தது. வெளிச்சமாயிருந்த பகுதியைக் கடந்து இருளடைந்த பகுதிக்குச் சென்று வந்தியத்தேவன் படுத்துக்கொண்டான். கண்ணைச் சுற்றிக்கொண்டு தூக்கம் வந்த சமயத்தில் வெகு சமீபத்திலிருந்து ஆந்தையின் அகோரமான குரல் வந்தது. பழுவூர் இளைய ராணியுடன் லதா மண்டபத்தில் பேசிக்கொண்டிருந்தபோது அதே மாதிரி ஆந்தைக் குரல் கேட்டது அவனுக்கு நினைவு வந்து திடுக்கிட்டு எழுந்தான். உள்ளே இருட்டின பகுதியிலிருந்து இரு சிறிய ஒளிப் பொட்டுகள் அவனை உற்று நோக்கின.

வெளியிலே போய் விடலாம் என்று எண்ணி இரண்டு அடி நடந்தான். வெளியிலிருந்து யாரோ உள்ளே வரும் காலடிச் சத்தம் கேட்டது. இடிந்து விழுந்து கரடு முரடாயிருந்த தூண் ஒன்றைப் பிடித்துக் கொண்டு அதன் மறைவில் நின்றான். வெளியிலிருந்து வந்தவன் முகம் நிலா வெளிச்சத்தில் கொஞ்சம் தெரிந்தது.

பழுவூர் ராணியைப் பார்க்க வந்த மந்திரவாதிதான் அவன் என்பதைத் தெரிந்துகொண்டான். மந்திரவாதி அந்தத் தூணை நோக்கியே வந்தான். தான் அவ்விடம் மறைந்திருப்பது அவனுக்குத் தெரியாது என்றும், தன்னைக் கவனியாமல் மண்டபத்துக்குள்ளே போய் விடுவான் என்றும் வந்தியத்தேவன் நினைத்தான். ஆனால் தூணின் அருகில் வரும் வரையில் மெள்ள மெள்ளப் பூனை போல நடந்து வந்த மந்திரவாதி திடீரென்று கோரமான குரலில் ஒரு கூச்சல் போட்டுக்கொண்டு வந்தியத்தேவனுடைய கழுத்தை ஒரு கையினால் பிடித்து நெறித்தான். 'எடு! அந்தப் பனை இலச்சினை மோதிரத்தைக் கொடு! கொடுக்கா விட்டால் உன் கழுத்தை நெறித்துக் கொன்று விடுவேன்!' என்று கத்தினான்.

வந்தியத்தேவனுடைய கழுத்து முறிந்து விடும் போலிருந்தது; அவனுடைய விழிகள் பிதுங்கி வெளி வந்து விடும் போலிருந்தன. மூச்சுத் திணறியது. எனினும் மனத்தைத் திடப்படுத்திக்கொண்டான். அந்தப் பழைய தூணை ஒரு கையினால் அழுத்திக்கொண்டு ஒரு காலைத் தூக்கிப் பூரண பலத்தையும் பிரயோகித்து ஓர் உதை விட்டான். மந்திரவாதி ஓலமிட்டுக்கொண்டு கீழே விழுந்தான். அதே சமயத்தில் அந்தப் பழைய தூண் சரிந்து விழுந்தது. மேலே கூரையிலிருந்து பொல பொலவென்று கற்கள் விழுந்தன. வௌவால் ஒன்று படபடவென்று சிறகை அடித்துக்கொண்டு வெளியே சென்றது. அதைத் தொடர்ந்து வந்தியத்தேவனும் வெளியேறினான். ஓட்டம் பிடித்தவன் சிறிது தூரம் வரையில் திரும்பிப் பார்க்கவேயில்லை. பின்னால் யாரும் தொடர்ந்து வரவில்லையென்று நிச்சயமான பிறகுதான் நின்றான். அந்த இரவு அனுபவத்தை நினைத்ததும் வந்தியத்தேவனுடைய உடம்பெல்லாம் இப்போதுகூட கிடுகிடுவென்று நடுங்கியது.

அந்தப் பயங்கர நினைவுகளுக்கிடையில், 'ஐயா! காஞ்சியிலிருந்து தாங்கள் புறப்பட்டு எத்தனை காலமாயிற்று?' என்று குந்தவை கேட்டது அவனுடைய காதில் விழுந்து அவனுக்கு மனத்தெளிவை அளித்தது.

'ஒரு வாரமும் ஒரு நாளும் ஆயிற்று, தேவி!' என்றான்.

'இதற்குள் இவ்வளவு பகைவர்களை நீர் சம்பாதித்துக்கொண்டது விந்தையிலும் விந்தைதான். இவ்வளவு அதிசயமான காரியத்தை எப்படிச் சாதித்தீர்?'

'அது பெரிய கதை, தேவி!'

'இருந்தால் பாதகமில்லை. சொல்லலாம். அந்த விவரங்களைத் தெரிந்து கொண்ட பிறகுதான் தங்களுக்கு நான் இட வேண்டிய பணியை இடக் கூடும்.'

இவ்வாறு இளவரசி கூறிவிட்டு, ஈசான சிவபட்டரை அருகில் அழைத்து, 'படகோட்டி எப்படிப்பட்டவன்?' என்று கேட்டாள்.

'இரண்டு காதும் நல்ல செவிடு; இடி இடித்தாலும் கேளாது, தாயே!'

'ரொம்ப நல்லது. படகிலேறிக் கொஞ்ச தூரம் ஓடையில் போய்விட்டு வரலாம், வாருங்கள்! இவருடைய கதையை முழுதும் நான் கேட்க வேண்டும்!' என்றாள்.

வல்லவரையன் புளகாங்கிதம் அடைந்தான். சோழர் குலத் திருமகளோடு ஒரே படகில் செல்லும் பாக்கியம் எளிதில் கிட்டுவதா? அதைப் பெறுவதற்கு ஏழு ஜன்மங்களில் தான் தவம் செய்திருக்க

வேண்டாமா? படகில் ஏறிய பிறகு எவ்வளவு தூரம் முடியுமோ அவ்வளவு தூரம் கதையை நீட்டி வளர்த்திச் சொல்ல வேண்டும்! சுருக்கமாக முடித்து விடக் கூடாது! அவசரம் என்ன? அரிதில் பெற்ற பாக்கியத்தை எளிதில் கை நழுவ விட்டு விடலாமா?

வந்தியத்தேவனுக்கு அவசரமில்லைதான். ஆனால் படகு ஓடையில் நகர்ந்து, அவன் கடம்பூர் சம்புவரையர் மாளிகையில் நடந்ததைச் சொல்லத் தொடங்கியது முதலாவது குந்தவைக்கு நிமிஷத்துக்கு நிமிஷம் அவசரமும் பரபரப்பும் அதிகமாகி வந்தன. 'மேலே என்ன?' 'அப்புறம் என்ன?' என்று கேட்டுத் துரிதப்படுத்தி வந்தாள். வந்தியத்தேவன் அவனுடைய தீர்மானத்தின்படி கூடியவரையில் கதையை வளத்தினான். எவ்வளவு நீண்ட கதையாயினும் முடிவு ஒன்று வந்துதானே ஆக வேண்டும்? கதை முடிந்தபோது படகும் திரும்ப ஓடைப் படித்துறைக்கு வந்து சேர்ந்தது.

படகிலிருந்து அவர்கள் இறங்கிப் பூங்காவுக்குள் வந்தபோது, அரண் மனையில் இன்னும் குரவைக் கூத்து நடந்து வந்ததற்கு அறிகுறியாக இசைக்கருவிகளும் தண்டைச் சிலம்புகளும் ஒலித்தன. பின்வரும் சிலப்பதிகார வரிப் பாடலும் கேட்டது:-

'பெரியவனை மாயவனைப் பேருலகமெல்லாம்
  விரிகமல வுந்தியுடை விண்ணவனைக்கண்ணும்
திருவடியும் கையும் திருவாயும் செய்ய
  கரியவனைக் காணாத கண்ணென்ன கண்ணே!
கண்ணிமைத்துக் காண்பார் தம் கண்ணென்ன கண்ணே!
  மடந் தாழு நெஞ்சத்துக் கஞ்சனார் வஞ்சம்
கடந்தானை நூற்றுவர்பால் நாற்றிசையும் போற்றப்
  படர்ந்தாரண முழங்கப் பஞ்சவர்க்குத் தூது
நடந்தானை ஏத்தாத நாவென்ன நாவே!
  நாராயணா வென்னா நாவென்ன நாவே!'

இதைக் கேட்ட வல்லவரையன் 'கஞ்சனார் மிக்க வஞ்சனாராயிருக் கலாம்! ஆனால் எனக்கு நேற்றுப் பேருதவி செய்தார்!' என்றான்.

'அது என்ன? கம்ஸன் உமக்கு என்ன உதவி செய்திருக்க முடியும்?' என்று இளைய பிராட்டி கேட்டாள்.

'நான் இந்த நகரத்துக்குள் புகுவதற்குக் கம்ஸன்தான் உதவி செய்தான்!' என்றான் வந்தியத்தேவன். பிறகு, அந்த உதவியின் வரலாற்றையும் கூறினான்.

பழையாறைக்குத் தான் வந்து சேர்வதற்குள்ளாகவே பழுவேட்ட ரையரின் ஆட்கள் வந்திருப்பார்கள் என்று வந்தியத்தேவன்

ஊகித்திருந்தான். நகரத்தின் நுழை வாசல்கள் தோறும் அவர்கள் காத்திருப்பார்கள். சந்தேகம் ஏதேனும் தோன்றினால் பிடித்துக் கொண்டு போய் விடுவார்கள். அவர்களிடம் சிக்காமல் பழையாறை நகருக்குள் பிரவேசிப்பது எப்படி? - இந்தக் கவலையுடன் அந்த மாநகரின் பிரதான வாசலுக்குச் சற்றுத் தூரத்தில் அரிசிலாற்றங்கரையில் வந்தியத்தேவன் நின்றிருந்தபோது நாடகக் கோஷ்டி ஒன்று வந்தது. கண்ணன், பலதேவன், கம்ஸன் முதலிய வேஷக்காரர்கள் வந்தார்கள். அவர்களில் கம்ஸன் மட்டும் மரத்தினாலான முகத்தைத் தரித்திருந் தான். வந்தியத்தேவனுக்கு ஒரு யோசனை தோன்றியது. நாடகக் கோஷ்டியுடன் பேச்சுக் கொடுத்தான். கம்ஸன் வேஷம் போட்ட வனுக்கு ஆட்டத் திறமை அவ்வளவு போதாது என்றான். கம்ஸ வேஷக் காரன் இவனுடன் சண்டைக்கு வந்தான். வந்த சண்டையை இலகுவில் வல்லவரையன் விடுவானா? 'உன்னைவிட நான் நன்றாக ஆடுவேன். பார்க்கிறாயா?' என்று சொல்லி முகமூடியைப் பலவந்தமாகப் பிடுங்கி வைத்துக்கொண்டு ஆடினான். அச்சமயம் அவனுடைய ஆரவாரத் தடபுடலைப் பார்த்தவர்கள் அவனை மெச்சினார்கள். அவன் ஆடியது தான் அதிகப் பொருத்தமாயிருந்தது என்றும் சொன்னார்கள். கம்ஸ வேஷக்காரன் கோபித்துக்கொண்டு போய் விட்டான். 'அவன் போனால் போகட்டும்; நானே உங்களுடன் நகரத்துக்குள் வந்து ஆடுகிறேன்' என்று வந்தியத்தேவன் ஒப்புக்கொண்டான். நாடகக் கோஷ்டியார் மகிழ்ச்சியுடன் அவனைத் தங்களுடன் சேர்த்துக்கொண்டு சென்றார்கள்.

பழையாறை வீதிகளில் ஆட்டம் பாட்டமெல்லாம் முடிந்த பிறகு வந்தியத்தேவன் ஆதித்த கரிகாலர் சொல்லி அனுப்பியபடி வடமேற்றளி ஆலயத்துக்குச் சென்று ஈசான பட்டரைச் சந்தித்துப் பேசினான். அவர் அவனைக் கோயிலைச் சுற்றியிருந்த சமணர் முழையில் இருக்கச் செய்து, இளவரசி குந்தவைப் பிராட்டியிடம் முன்னால் தெரிவித்து விட்டு ஓடை வழியாக அழைத்து வந்தார்.

இந்த விவரங்களைக் கேட்ட இளவரசி வந்தியத்தேவனை வியப் பினால் மலர்ந்த கண்களைக்கொண்டு பார்த்து, 'வெற்றித் தெய்வ மாகிய கொற்றவையின் கருணை இந்தச் சோழர் குலத்துக்குப் பரிபூரண மாக இருக்கிறது. ஆகையினாலேதான் இந்தச் சங்கடமான நிலைமையில் தங்களை எனக்கு உதவியாகத் தேவி அனுப்பி வைத்திருக்கிறாள்!' என்றாள்.

'அரசி! இன்னும் தாங்கள் எந்த விதப் பணியும் எனக்கு இட வில்லையே? என் பூரண ஆற்றலைக் காட்டக் கூடிய சமயம் இன்னும் கிட்டவில்லையே!' என்றான் வல்லவரையன்.

'அதைப் பற்றிக் கவலை வேண்டாம். இதுகாறும் உமக்கு நேர்ந்திருக்கும் அபாயங்கள் எல்லாம் ஒன்றுமில்லை என்று சொல்லக் கூடிய அளவு அபாயம் நிறைந்த வேலையைத் தரப் போகிறேன்!' என்றாள்.

வந்தியத்தேவன் உள்ளம் பொங்கி உடல் பூரித்து நின்றான். அந்தப் பெண்ணரசி இடும் பணியை நிறைவேற்றுவதற்காக ஏழு கடல்களைக் கடந்து செல்லவும், ஆயிரம் சிங்கங்களுடன் ஆயுதம் இன்றிப் போர் செய்யவும், மேரு பர்வதத்தின் உச்சியில் ஏறி விண்மீன்களைக் கையினால் பறித்து எடுத்துக்கொண்டு வரவும் அவன் சித்தமானான்.

அரண்மனை நந்தவனத்தின் மத்தியில் பளிங்கினால் ஆன வஸந்த மண்டபம் ஒன்று இருந்தது. அதை நோக்கிக் குந்தவை நடந்தாள். பட்டரும் வந்தியத்தேவனும் இளவரசியைத் தொடர்ந்து சென்றார்கள்.

மண்டபத்துக்குள்ளிருந்த மணி மாடம் ஒன்றிலிருந்து குந்தவை ஒரு சிறிய பனை ஓலைத் துணுக்கையும் தங்கப் பிடி அமைத்த எழுத் தாணியையும் எடுத்தாள். ஓலைத் துணுக்கில் பின் வருமாறு எழுதினாள்:

'பொன்னியின் செல்வ! இந்த ஓலை கண்டதும் உடனே புறப்பட்டு வரவும். விவரங்கள் இதுகொண்டு வருகிறவர் சொல்லுவார். இவரைப் பூரணமாக நம்பலாம்.'

இவ்விதம் எழுதி அடியில் ஆத்தி இலை போன்ற சிறிய சித்திரம் ஒன்று வரைந்தாள். ஓலையை வந்தியத்தேவன் கையில் கொடுப்பதற்காக நீட்டியவாறு, 'சிறிதும் தாமதியாமல் இந்த ஓலையை எடுத்துக் கொண்டு ஈழ நாட்டுக்குச் செல்ல வேண்டும். இளவரசர் அருள் மொழிவர்மரிடம் கொடுத்து அவரைக் கையோடு அழைத்து வர வேண்டும்!' என்றாள்.

வந்தியத்தேவன் ஆனந்தத்தின் அலைகளினால் மோதப்பட்டுத் தத்தளித்தான். நெடு நாளாக அவன்கொண்டிருந்த மனோரதங்கள் இரண்டில் ஒன்று நிறைவேறி விட்டது. சோழர் குல விளக்கான இளைய பிராட்டியைச் சந்தித்தாகி விட்டது. அவர் மூலமாகவே இரண்டாவது மனோரதமும் நிறைவேறப் போகிறது. இளவரசர் அருள்மொழிவர்மரைச் சந்திக்கும் பேறு கிடைக்கப் போகிறது.

'தேவி! என் மனத்துக்குகந்த பணியையே தருகிறீர்கள். ஓலையை எடுத்துக்கொண்டு இப்போதே புறப்படுகிறேன்!' என்று சொல்லி ஓலையைப் பெற்றுக் கொள்வதற்காக வலக் கரத்தை நீட்டினான்.

குந்தவை ஓலையை அவனிடம் கொடுத்த போது காந்தள் மலரை யொத்த அவளுடைய விரல்கள் வந்தியத்தேவனுடைய அதிர்ஷ்டக்

கையைத் தொட்டன. அவனுடைய மெய் சிலிர்த்தது; நெஞ்சு வெடித்து விடும் போலிருந்தது. ஆயிரம் பதினாயிரம் பட்டுப் பூச்சிகள் அவன் முன்னால் இறகுகளை அடித்துக்கொண்டு பறந்தன. ஆயிரம் பதினாயிரம் குயில்கள் ஒன்று சேர்ந்து இன்னிசை பாடின. மலை, மலையான வண்ண மலர்க் குவியல்கள் அவன் மீது விழுந்து நாலா பக்கமும் சிதறின.

இந்த நிலையில் வந்தியத்தேவன் தலை நிமிர்ந்து குந்தவை தேவியைப் பார்த்தான். என்னவெல்லாமோ சொல்ல வேணும் என்று அவனுடைய உள்ளம் பொங்கியது. ஆனால் அதைச் சொல்லும் சக்தி உயிரற்ற வெறும் வார்த்தைகளுக்கு ஏது?

சொல்ல வேண்டியதையெல்லாம் அவனுடைய கண்களே சொல்லின. அச்சமயம் வந்தியத்தேவனுடைய கண்கள் புனைந்துரைத்த கவிதை களுக்கிணையான காதற் கவிதைகளைக் காளிதாஸனும் புனைந்த தில்லை. 'முத்தொள்ளாயிரம்' இயற்றிய பழந்தமிழ்க் கவிஞர்களும் இயற்றியதில்லையென்றால் வேறு என்ன சொல்ல வேண்டும்?

வஸந்த மண்டபத்துக்கு வெளியில் எங்கேயோ சற்று தூரத்தில் காய்ந்த இலைச் சருகுகள் சலசலவென்று சப்தித்தன. ஈசான சிவபட்டர் தம் குரலைக் கனைத்துக்கொண்டார்.

வந்தியத்தேவன் இந்த உலகத்துக்கு வந்து சேர்ந்தான்!

ஐம்பதாம் அத்தியாயம்

# பராந்தகர் ஆதுரசாலை

மறு நாள் காலையில் சூரிய பகவான் உதயமாகி உலகத்தை ஒளி மயமாகச் செய்துகொண்டிருந்தார். சூரியனுடைய செங்கிரணங்கள் பழையாறை அரண்மனைகளின் பொற்கலசங்களின் மீது விழுந்து தகதகா மயமாய்ச் செய்துகொண்டிருந்தன. குந்தவைப் பிராட்டியின் மாளிகை முன்றிலில் அம்பாரி வைத்து அலங்கரித்த மாபெரும் யானை ஒன்று வந்து நின்றது. குந்தவையும் வானதியும் மாளிகையின் உள்ளே யிருந்து வெளிவந்து மேடைப் படிகளின் மீது ஏறி யானையின் மேல் ஏறிக்கொண்டார்கள். படை வீடுகளுக்கு நடுவில் இருந்த பராந்தக சோழர் ஆதுர சாலையை நோக்கி யானை பூமி அதிரும்படி நடந்து சென்றது. யானைப் பாகன் அதனருகில் நடந்து, அதன் நடை வேகத்தைக் குறைத்து அழைத்துச் சென்றான். யானையின் மணி ஓசையைக் கேட்டு நகர மாந்தர் தத்தம் வீடுகளுக்குள்ளேயிருந்து விரைந்து வெளி வந்து பார்த்தார்கள். பெண்ணரசிகள் இருவரையும் கண்டதும் அவர்கள் முகமலர்ந்து கைகூப்பி நின்று முகமன் செலுத்தினார்கள்.

மற்ற வீதிகளைக் கடந்து, யானை, படை வீடுகள் இருந்த நகரத்தின் பகுதியை அடைந்தது. அந்த வீதிகளின் தோற்றமே ஒரு தனி மாதிரி யாகத்தான் இருந்தது. கொழுத்த சேவற் கோழிகள் ஒன்றையொன்று சண்டைக்காகத் தேடிக்கொண்டு சென்றன. வளைந்து சுருண்ட கொம்புகளையுடைய ஆட்டுக் கடாக்கள் 'போருக்கு வருவோர் யாரேனும் உண்டோ?' என்ற பாவனையுடன் அங்குமிங்கும் பார்த்துக் கொண்டு நின்றன. ரோஸம் மிகுந்த வேட்டை நாய்களைத் தோல் வாரினாலும் மணிக் கயிறுகளினாலும் வீட்டு வாசல் தூண்களில் பிணைத்திருந்தார்கள். சின்னஞ் சிறு பிள்ளைகள் கைகளில் மூங்கில் கழி பிடித்து ஒருவரோடொருவர் சிலம்பம் விளையாடிக் கொண்டிருந் தார்கள். சிலம்பக் கழிகள் மோதிக் கொண்ட போது, 'சடசடா படபடா' என்ற ஓசைகள் எழுந்தன.

வீடுகளின் திண்ணைச் சுவர்களிலே காவிக் கட்டிகளினால் விதவிதமான சித்திரக் காட்சிகள் வரையப்பட்டிருந்தன. பெரும்பாலும் அவை முருகப் பெருமானுடைய லீலைகளையும், சோழ மன்னர்களின் வாழ்க்கை வரலாறுகளையும் சித்திரித்தன. அவற்றில் யுத்தக் காட்சிகளே அதிகமாயிருந்தன. முருகப் பெருமான் சூரபதுமாசுரனுடைய தலை களை முளைக்க முளைக்க வெட்டித் தள்ளிய காட்சியும், துர்க்கா பரமேசுவரி மகிஷாசுரனை வதம் செய்த காட்சியும் மிகப் பயங்கரமாக எழுதப்பட்டிருந்தன. தெள்ளாறு, தஞ்சை, குடமூக்கு, அரிசிலாறு, திருப்புறம்பயம், வெள்ளூர், தக்கோலம், சேவூர் முதலிய போர்க் களங்களில் சோழ நாட்டு வீரர்கள் நிகழ்த்திய அற்புத பராக்கிரமச் செயல்கள் திண்ணைச் சுவர்களில் தத்ரூபமாகக் காட்சி அளித்தன.

இந்தப் படை வீட்டு வீதிகளில் இளவரசிகள் ஏறியிருந்த யானை வந்ததும் ஒரே அல்லோலகல்லோலமாயிற்று. சேவல்கள் இறகு களைச் சடசடவென்று அடித்துக்கொண்டு பறந்து, கூரை மீது உட்கார்ந்து கூவின. பிள்ளைகள் ஒருவரையொருவர் கூச்சலிட்டு அழைத்துக் கொண்டு ஓடினார்கள். அவரவர்களின் வீட்டுக் கதவுகளைத் தட்டி உள்ளேயிருந்தவர்களுக்குச் செய்தி அறிவித்தார்கள்.

படை வீட்டு வீதிகள் வழியாக யானை சென்றபோது வீட்டு வாசல் தோறும் பெண்களும் குழந்தைகளும் முதியோர்களும் நின்று 'இளைய பிராட்டி குந்தவை தேவி வாழ்க!' 'சுந்தர சோழரின் செல்வத்திருமகள் வாழ்க!' என்று வாழ்த்தி மகிழ்ந்தார்கள். அவர்களில் சிலர் யானையைத் தொடர்ந்து செல்லவும் ஆரம்பித்தார்கள். வரவர இக்கூட்டம் அதிகமாகி வந்தது. பலவித வாழ்த்தொலிகள் மூலமாகத் தங்கள் மகிழ்ச்சியை அவர்கள் வெளியிட்டுக்கொண்டு வந்தார்கள்.

அப்படை வீடுகளில், இலங்கைக்குப் போர் புரியச் சென்றிருந்த வீரர்களின் பெண்டு பிள்ளைகளும் பெற்றோர்களும் அச்சமயம் வசித்து வந்தார்கள் என்பதை முன்னமே குறிப்பிட்டிருக்கிறோம். அவர் களுடைய நலத்துக்காக ஒரு மருத்துவச் சாலையைக் குந்தவை தன் சொந்த நில மான்யங்களின் வருமானத்தைக் கொண்டு ஸ்தாபித்திருந் தாள். சோழ குலத்தாரிடம் தம் முன்னோர்களைப் போற்றும் வழக்கம் சிறப்பாக இருந்து வந்தது. குந்தவையின் மூதாதைகளில் அவளுடைய பாட்டனாரின் தந்தையான முதற் பராந்தக சக்கரவர்த்தி மிகப் பிரசித்தி பெற்றவர். அவருடைய பெயர் விளங்கும்படி குந்தவை தேவி இந்தப் 'பராந்தகர் ஆதுரசாலை'யை ஸ்தாபித்து நடத்தி வந்தாள். அடிக்கடி அந்த வைத்திய சாலைக்கு வரும் வியாஜத்தை வைத்துக்கொண்டு போர் வீரர்களின் குடும்பத்தாருடைய க்ஷேமலாபங்களைப் பற்றி அவள் விசாரிப்பது வழக்கம்.

ஆதுர சாலைக்கு அருகில் வந்து சேர்ந்ததும் யானை நின்றது. முன்னங் கால்களை முதலில் மடித்துப் பிறகு பின்னங் கால்களையும் மடித்து அது தரையில் படுத்துக்கொண்டது. பெண்ணரசிகள் இருவரும் யானை மேலிருந்து பூமியில் இறங்கினார்கள்.

யானை சிறிது நகர்ந்து அப்பால் சென்றதும் ஜனக் கூட்டம் - முக்கிய மாகப் பெண்கள் - குழந்தைகளின் கூட்டம் தேவிமார்களை நெருங்கிச் சூழ்ந்துகொண்டது.

'ஆதுர சாலை உங்களுக்கெல்லாம் உபயோகமாயிருக்கிறதல்லவா? வைத்தியர்கள் தினந்தோறும் வந்து தேவையானவர்களுக்கு மருந்து கொடுத்து வருகிறார்கள் அல்லவா?' என்று இளவரசி கேட்டாள்.

'ஆம், தாயே! ஆம்!' என்று பல குரல்கள் மறுமொழி கூறின.

'மூன்று மாதமாக இருமலினால் கஷ்டப்பட்டுக்கொண்டிருந்தேன். ஒரு வாரம் வைத்தியரிடம் மருந்து வாங்கிச் சாப்பிட்டதில் குணமாகி விட்டது!' என்றாள் ஒரு பெண்மணி.

'அம்மா! என் மகன் மரத்தின் மேல் ஏறி விழுந்து காலை ஒடித்துக் கொண்டான். வைத்தியர் கட்டுப் போட்டு விட்டுப் பதினைந்து நாள் மருந்து கொடுத்தார். சுகமாகி விட்டது. இப்போது துள்ளி ஓடி விளையாடுகிறான். மறுபடி மரத்தின் மேல் ஏறவும் ஆரம்பித்து விட்டான்!' என்றாள் இன்னொரு ஸ்திரீ.

'என் தாயாருக்குக் கொஞ்ச காலமாகக் கண் மங்கலடைந்து வந்தது. ஒரு மாதம் இந்த ஆதுர சாலைக்கு வந்து மருந்து போட்டுக்கொண்டு வந்தாள். இப்போது கண் அவளுக்கு நன்றாய்த் தெரிகிறது!' என்றாள் இளம் பெண் ஒருத்தி.

'பார்த்தாயா வானதி! நம் தமிழகத்தில் வாழ்ந்த முன்னோர்கள் எப்பேர்ப் பட்டவர்கள்? இன்ன வியாதியை இன்ன மூலிகையினால் தீர்க்கலாம் என்று அவர்கள் எப்படித்தான் கண்டுபிடித்தார்களோ தெரியவில்லை!' என்றாள் குந்தவைப் பிராட்டி.

'ஞானக் கண்கொண்டு பார்த்துத்தான் அவர்கள் இவ்வளவு அதிசயமான மருந்துகளைக் கண்டுபிடித்திருக்க வேண்டும். வேறு எப்படி முடியும்?' என்றாள் வானதி.

'எவ்வளவோ அதிசயமான மருந்துகளை அவர்கள் கண்டுபிடித் திருப்பது உண்மைதான். ஆனால் உன்னைப் போல் மனோவியாதி யினால் வருந்துகிறவர்களுக்கு மருந்து ஒன்றும் கண்டுபிடிக்க வில்லையே? என்ன செய்வது?'

'அக்கா! எனக்கு ஒரு மனோவியாதியும் இல்லை. கருணை கூர்ந்து இவ்விதம் அடிக்கடி சொல்லாதிருங்கள்! என் தோழிகள் ஓயாது என்னைப் பரிகசித்து என் பிராணனை வாங்குகிறார்கள்!'

'நன்றாக வேண்டுமடி உனக்கு! உலகத்தில் ஒரு கவலையும் இல்லாமல் வாழ்ந்து வந்த என் தம்பியின் மனம் பேதலிக்கும்படிச் செய்து விட்டாய் அல்லவா? ஒவ்வொரு தடவையும் இலங்கையிலிருந்து ஆள் வரும் போதெல்லாம் உன் உடம்பு எப்படியிருக்கிறது என்று கேட்டு அனுப்பு கிறானே!' என்றாள் இளைய பிராட்டி.

இதற்குள் 'வைத்தியருக்கு வழி விடுங்கள்! வைத்தியருக்கு வழி விடுங்கள்!' என்று கோஷம் கேட்டது. அங்கே சூழ்ந்து நின்றவர்களைக் காவலர்கள் விலக்கினார்கள். ஆதுர சாலையின் வயது முதிர்ந்த தலைமை வைத்தியர் வந்து இளவரசிகளை வரவேற்று உபசரித்தார்.

'வைத்தியரே! கோடிக்கரைப் பக்கத்துக் காடுகளில் சில உயர்ந்த மூலிகைகள் இருக்கின்றனவென்று சொன்னீர் அல்லவா? அங்கே போய் வருவதற்காக ஒரு வாலிப வீரரை அனுப்பினேனே? அவர் வந்தாரா?' என்று குந்தவை கேட்டாள்.

'ஆம், தாயே! அந்தச் சூடிகையான இளம் பிள்ளை வந்தான். ஈசான சிவபட்டர் அழைத்துக்கொண்டு வந்தார். அவனுடன் என் மகன் ஒருவனை அனுப்பி வைக்கிறேன். என் மகன் கோடிக்கரையிலிருந்து திரும்பி வந்து விடுவான். தாங்கள் அனுப்பிய வீரன் இலங்கைத் தீவுக்கும் போய் வருவதாகச் சொல்கிறான்...'

'இலங்கையிலிருந்து கூடவா மூலிகை கொண்டுவரவேண்டும்!' என்று வானதி கேட்டாள்.

'ஆம் தாயே! லக்ஷ்மணருடைய உயிரைக் காப்பாற்றுவதற்காக அனுமார் சஞ்சீவி பர்வதம் கொண்டுவந்தபோது கோடிக்கரை வழியா கத்தான் கடலைத் தாண்டினாராம். அப்போது சஞ்சீவி மலையிலிருந்து சில மூலிகைகள் கோடிக்கரைக் காட்டில் விழுந்தபடியால்தான் அங்கே இன்றைக்கும் நல்ல மூலிகைகள் கிடைக்கின்றன. இலங்கையில் சஞ்சீவி பர்வதமே இருந்தபடியால் அங்கே இன்னும் அபூர்வமான மூலிகைகள் கிடைக்கும் அல்லவா? நான் எதிர்பார்க்கும் மூலிகைகள் மட்டும் கிடைத்து விட்டால், சக்கரவர்த்தியின் நோயை நானே கட்டாயம் குணப்படுத்தி விடுவேன்...'

'கடவுள் கிருபையினால் அப்படியே ஆகட்டும். இப்போது அந்த வாலிபர்கள் இருவரும் எங்கே?'

'உள்ளே இருக்கிறார்கள், அம்மா! பிரயாணத்துக்கு ஆயத்தமாகத் தங்களிடம் விடை பெற்றுக்கொண்டு புறப்படக் காத்திருக் கிறார்கள்!'

தலைமை மருத்துவர் அழைத்துச் செல்ல இளவரசிகள் இருவரும் ஆதுர சாலைக்குள் சென்றார்கள். அங்கே தாழ்வாரங்களில் மருந்து வாங்கிக்கொண்டு வந்தவர்களையும் மருந்துக்காகக் காத்திருப்பவர் களையும் பார்த்துக்கொண்டு நடந்தார்கள். அவர்கள் அனைவரும் குந்தவைப் பிராட்டியைப் பார்த்ததும் அகமும் முகமும் மலர்ந்து இவ்வளவு நல்ல மருத்துவ சாலையைத் தங்களுக்கு ஏற்படுத்திக் கொடுத்ததற்காக இளவரசியை வாழ்த்தினார்கள்.

தலைமை மருத்துவரின் அறையில் இருவர் காத்திருந்தனர். அவர்களில் நம் வந்தியத்தேவன் புதிய முறையில் உடை அணிந்திருந்ததைப் பார்த்து இளைய பிராட்டி புன்னகை பூத்தாள். வானதிக்கும் அவ்வீரனை ஒருவாறு அடையாளம் தெரிந்து விட்டது. குந்தவையின் காதோடு, 'அக்கா! குடந்தை ஜோதிடரின் வீட்டில் பார்த்தவர் மாதிரி இருக்கிறதே!' என்றாள்.

'அவர் மாதிரிதான் எனக்கும் தோன்றுகிறது. ஜோதிடரைப் பார்த்த பிறகு வைத்தியரிடம் வந்திருக்கிறார். உன் மாதிரியே இவருக்கும் ஏதாவது சித்தக் கோளாறு போலிருக்கிறது!' என்று சொல்லிவிட்டு, வந்தியத் தேவனைப் பார்த்து, 'ஏன் ஐயா! சக்கரவர்த்தியின் உடல் நலத்துக்காக மூலிகை கொண்டு வருவதற்கு இலங்கைக்குப் போக ஒப்புக் கொண்டவர் நீர்தானா?' என்று கேட்டாள்.

வந்தியத்தேவனுடைய கண்களும் கண்ணிமைகளும் வேறு ஏதோ இரகசிய பாஷையில் பேசின. அவன் வாயினால், 'ஆம், இளவரசி! நான்தான் இலங்கைக்குப் போகிறேன். ஒருவேளை அங்கு இளவர சரைப் பார்த்தாலும் பார்ப்பேன். அவருக்கு ஏதாவது செய்தி சொல்ல வேண்டுமா?' என்று கேட்டான்.

'பார்த்தால் அவசியம் இந்தச் செய்தியைச் சொல்லுவீர். கொடும்பாளூர் இளவரசி வானதிக்கு உடம்பு சரியாகவே இல்லை. அடிக்கடி நினைவு இழந்து மூர்ச்சை போட்டு விழுகிறாள். இளவரசியைச் சுயப் பிரக்ஞை யோடு பார்க்க வேண்டுமானால் உடனே புறப்பட்டு வர வேண்டும் என்பதாகத் தெரிவிக்க வேண்டும்' என்றாள் இளைய பிராட்டி.

'அப்படியே தெரிவிக்கிறேன், அம்மணி!' என்று கூறி வந்தியத்தேவன் வானதியை நோக்கினான்.

குந்தவையின் வார்த்தைகளைக் கேட்டதும் உண்டான நாணத்தினால் வானதியின் இனிய முகம் இன்னும் பன் மடங்கு அழகு பெற்றுப் பொலிந்தது. பொங்கி வந்த நாணத்தையும் கூச்சத்தையும் சமாளித்துக் கொண்டு வானதி தட்டுத் தடுமாறி, 'ஐயா! அப்படியொன்றும் தாங்கள் சொல்லி விடவேண்டாம். ரொம்பவும் தங்களைக் கேட்டுக்கொள்கிறேன்.

கொடும்பாளூர் வானதி, இளைய பிராட்டியின் போஷணையில் தினம் நாலு வேளை உண்டு உடுத்துச் சுகமாக இருப்பதாகத் தெரியப் படுத்துங்கள்' என்றாள்.

'அப்படியே தெரிவித்து விடுகிறேன், அம்மணி!' என்றான் வந்தியத் தேவன்.

'அழகாயிருக்கிறது! நான் கூறியதையும் 'அப்படியே தெரிவிக்கிறேன்' என்றீர். இவள் சொன்னதையும் 'அப்படியே தெரிவிக்கிறேன்' என்று ஒப்புக் கொள்கிறீரே? இரண்டில் ஏதாவது ஒன்றுதானே உண்மையாக இருக்க முடியும்?'

'அதனால் என்ன, அம்மணி! வாதி கூறியதையும் பிரதிவாதி சொன்ன தையும் அப்படி அப்படியே நான் சொல்லி விடுகிறேன். எது உண்மை, எது இல்லை என்பதை இளவரசரே நீதிபதியாக இருந்து தீர்மானித்துக் கொள்ளட்டும்!' என்று சொன்னான் வந்தியத்தேவன்.

'ஆனால் ஒருவர் சொன்னதை இன்னொருவர் சொன்னதாக மட்டும் மாற்றிச் சொல்லி விடவேண்டாம்! உமக்குப் புண்ணியம் உண்டு!' என்றாள் வானதி.

குந்தவை இந்தப் பேச்சை அத்துடன் நிறுத்த விரும்பி, 'வைத்தியரே! அரண்மனைத் திருமந்திர அதிகாரியிடமிருந்து இவர்களுக்குக் கொடுத்து அனுப்ப ஓலை கிடைத்ததா?' என்று கேட்டாள்.

'கிடைத்தது தாயே! 'சக்கரவர்த்திக்கு வைத்தியம் செய்வதற்காக இவர்கள் மூலிகை கொண்டுவரப்போவதால் வழியிலுள்ள அரசாங்க அதிகாரிகள் எல்லாரும் இவர்கள் கோரும் உதவி செய்ய வேண்டும்' என்று பொதுவாக ஓர் ஓலையும், கோடிக்கரைக் கலங்கரைவிளக்கக் காவலருக்குத் தனியாக ஓர் ஓலையும் கிடைத்தன. இவர்களிடம் கொடுத்து விட்டேன்!' என்றார் வைத்தியர்.

'அப்படியானால் ஏன் தாமதம்? உடனே புறப்பட வேண்டியதுதானே?' என்றாள் இளைய பிராட்டி குந்தவை.

'ஆம்; புறப்பட வேண்டியதுதான்!' என்றான் வந்தியத்தேவன்.

ஆனால் உடனே புறப்பட்டு விடும் காரியம் அவ்வளவு சுலபமாக இல்லை.

மருத்துவ சாலையிலிருந்து அவர்கள் வெளியேறி வெளியில் வந்தார்கள். அரச குமாரிகளை ஏற்றிச்செல்ல அம்பாரி யானை காத்திருந்தது. வந்தியத் தேவனையும் அவனுடைய துணைவனையும் ஏற்றிக்கொண்டு காற்றாகப் பறந்து செல்வதற்கு அரண்மனைக் குதிரைகள் இரண்டு துடிதுடித்துக்கொண்டு நின்றன.

ஆனால் வந்தியத்தேவனுக்குத் திடீர் திடீர் என்று ஏதாவது சந்தேகம் ஏற்பட்டுக்கொண்டிருந்தது. குந்தவைக்கும் புதிது புதிதாக எச்சரிக்கை செய்வதற்கு ஏதேனும் விஷயம் தோன்றிக்கொண்டிருந்தது. போகும் வழியில் அவர்களுக்கு ஏற்படக் கூடிய அபாயங்களைப் பற்றிக் குந்தவை முக்கியமாக எச்சரிக்கை செய்தாள்.

அரசகுமாரிகள் அம்பாரி யானை மீது ஏறிக்கொண்டார்கள். பிறகு வந்தியத்தேவனும் அவனுடைய துணைவனும் குதிரைகள் மீது ஏறினார்கள்.

யானை புறப்படுகிற வழியாகத் தோன்றவில்லை. நெடுந்தூரம் பிரயாணம் போகிறவர்கள்தான் முதலில் புறப்பட வேண்டும் என்று குந்தவை குறிப்பினால் தெரியப்படுத்தினாள்.

வந்தியத்தேவன் மனமின்றித் தயக்கத்துடன் குதிரையைத் திருப்பினான். இன்னும் ஒரு முறை ஆவல் ததும்பிய கண்களுடன் இளவரசியைத் திரும்பிப் பார்த்தான். பிறகு குதிரையின் பேரில் கோபங் கொண்டவன் போல் சுளீர் என்று ஓர் அடி கொடுத்தான். ரோஸம் மிகுந்த அந்தக் குதிரை நாலு கால் பாய்ச்சலில் பிய்த்துக்கொண்டு பறந்து சென்றது. அவனைத் தொடர்ந்து போவதற்கு வைத்தியரின் புதல்வன் திணற வேண்டியிருந்தது.

*யா*னை திரும்பிச் செல்லத் தொடங்கிய பிறகு குந்தவை சிந்தனையில் ஆழ்ந்தாள். 'இந்த மனதுதான் என்ன விசித்திரமான இயல்பை உடையது? மன்னாதி மன்னர்களையும் வீராதி வீரர்களையும் நிராகரித்த இந்த மனது வழிப்போக்கனாக வந்த இவ்வாலிபனிடம் ஏன் இவ்வளவு சிரத்தை கொள்கிறது? இவன் ஏற்றுக்கொண்ட காரியத்தை வெற்றியுடன் முடித்துக்கொண்டு பத்திரமாய்த் திரும்ப வேண்டுமே என்று ஏன் இவ்வளவு கவலைப்படுகிறது?...'

'அக்கா! என்ன யோசிக்கிறீர்கள்?' என்ற வானதியின் குரல் குந்தவையை இந்த உலகத்துக்குக்கொண்டு வந்தது.

'ஒன்றுமில்லை வானதி! அந்த வாலிபனுடைய அகம்பாவ சுபாவத்தைப் பற்றி யோசித்துக்கொண்டிருந்தேன். அவனிடம் என் தம்பிக்கு ஏன் செய்தி சொல்லி அனுப்பினோம் என்று இப்போது தோன்றுகிறது...'

'ஆம், அக்கா! அவன் ரொம்பப் பொல்லாதவன்தான்! பெரிய கொள்ளைக்காரன் என்று கூடச் சொல்லத் தோன்றுகிறது...'

'அது என்ன? கொள்ளைக்காரன் என்று எதனால் சொல்கிறாய்?'

'சாதாரண கொள்ளைக்காரர்கள் பொன் வெள்ளி முதலிய பயனற்ற பொருள்களைக் கொள்ளையடிப்பார்கள். இந்த வாலிபன் சோழ வள

நாட்டின் குல தெய்வத்தையே கொள்ளையடித்துக்கொண்டு போய் விடுவான் என்று எனக்குப் பயமாயிருக்கிறது. தாங்கள் அதற்கு இடங்கொடுக்க மாட்டீர்கள் அல்லவா?' என்று வானதி கூறினாள்.

'அடி கள்ளி! உன்னைப் போல் என்னையும் நினைத்து விட்டாயா? அப்படியெல்லாம் ஒருநாளும் நடவாது!' என்றாள் குந்தவை.

யானை திரும்பிச் சிறிது தூரம் சென்றபோது வீதியில் ஓரிடத்தில் பெண்கள் பலர் கூட்டம் கூடி நிற்பதை அரசிளங்குமரிகள் பார்த்தார்கள். யானையை நிறுத்தச் செய்து விட்டு, 'ஏன் கூட்டம் கூடி நிற்கிறீர்கள்? ஏதாவது சொல்ல வேண்டுமா?' என்று இளைய பிராட்டி குந்தவை கேட்டாள்.

அந்தப் பெண்களில் ஒருத்தி முன் வந்து, 'தாயே! இலங்கையில் உள்ள எங்கள் புருஷர்களைப் பற்றி ஒரு செய்தியும் இல்லையே! அவர்களுக்கு இங்கிருந்து அரிசி அனுப்பக் கூடாதென்று தஞ்சாவூர்க்காரர்கள் தடுத்து விட்டார்களாமே? வயிற்றுக்குச் சாப்பாடு இல்லாமல் எப்படி அம்மா, அவர்கள் சண்டை போட முடியும்?' என்று கேட்டாள்.

'அதற்காக நீங்கள் கவலைப்படவேண்டாம். மாமல்லபுரம் துறை முகத்திலிருந்து அவர்களுக்கு வேண்டிய தானியம் போய்க் கொண்டி ருக்கிறது. தஞ்சாவூர்க்காரர்கள் என்ன செய்தாலும், உங்கள் இளவரசர் சும்மா விட்டு விடுவாரா? சோழ நாட்டு மகாவீரர்கள் பட்டினி கிடக்கும் படிப் பார்த்துக்கொண்டிருந்து விடுவாரா!' என்றாள் இளைய பிராட்டி.

வேறொரு சந்தர்ப்பமாயிருந்தால், குந்தவை அங்கேயே இறங்கி அந்தப் பெண்களுக்கு மேலும் சமாதானம் சொல்லியிருப்பாள். இப்போது அவளுடைய மனம் வேறுவிதமான சஞ்சலத்துக்கு உள்ளாகி யிருந்தபடியால் தனிமையை விரும்பினாள். யானை அரண்மனையை நோக்கி சென்றது.

ஐம்பத்தொன்றாம் அத்தியாயம்

# மாமல்லபுரம்

நேயர்கள் ஏற்கெனவே நன்கு அறிந்துள்ள மாமல்லபுரத்துக்கு இப்போது அவர்களை அழைத்துச் செல்ல விரும்புகிறோம்.

மகேந்திர பல்லவரும் மாமல்ல நரசிம்மரும் இத்துறைமுகப் பட்டினத்தை அற்புதச் சிற்பவேலைகளின் மூலம் ஒரு சொப்பன புரியாகச் செய்த காலத்திற்குப் பிறகு இப்போது முந்நூறு ஆண்டு களுக்கு மேலேயே ஆகி விட்டன.

நகரத்தின் தோற்றம் ஓரளவு மங்கியிருக்கிறது. மாறுதல் நம் மனத்துக்கு மகிழ்ச்சி தரவில்லை.

மாடமாளிகைகள் இடிந்து விழுந்து பாழடைந்து கிடக்கின்றன. வீதிகளிலும் துறைமுகத்திலும் முன்போல் அவ்வளவு ஜனக்கூட்டம் இல்லை. வர்த்தகப் பெருக்கமும் அவ்வளவாக இல்லை. பெரிய பெரிய பண்டக சாலைகள் இல்லை. வீதிகளிலெல்லாம் ஏற்றுமதி இறக்குமதிப் பண்டங்கள் மலை மலையாகக் குவிந்திருக்கவில்லை.

கடல் பூமிக்குள் புகுந்து ஆழம் மிகுந்த கால்வாயாக அமைந்து கப்பல்கள் வந்து பத்திரமாய் நிற்பதற்குரிய இயற்கைத் துறைமுகமாக இருந்ததை முன்னர் பார்த்தோம். இப்போது அந்தக் கால்வாயில் மணல் அடித்து அடித்துத் தூர்ந்து போய் ஆழம் வெகுவாகக் குறைந்து போயிருக்கிறது. ஆழமற்ற அக்கடற்கழியில் சிறிய படகுகளும் ஓடங்களும்தான் வரக்கூடும். நாவாய்களும் மரக்கலங்களும் சற்றுத் தூரத்தில் கடலிலேதான் நிற்க வேண்டும். படகுகளில் வர்த்தகப் பொருள்களை ஏற்றிச் சென்று அந்த மரக்கலங்களில் சேர்ப்பிக்க வேண்டும்.

மேலே கூறிய இடைக் காலத்தில் மாமல்லபுரம் சில புதிய சிறப்புக் களையும் அடைந்திருந்ததைக் குறிப்பிட வேண்டும். முக்கியமாக கடற்கரையோரத்தில் விளங்கிய அழகிய கற்கோயில் நம் கண்களையும்

கருத்தையும் கவர்கின்றது. அது மகேந்திரன் - மாமல்லன் காலத்தில் அமைக்கப்பட்ட குன்றுகளைக் குடைந்தெடுத்த கோயில்களைப் போன்றதல்ல. குன்றுகளிலிருந்து கற்களைப் பெயர்த்துக்கொண்டு வந்து கட்டப்பட்ட கோயில். சமுத்திர ராஜனுடைய தலையில் சூட்டப் பட்ட அழகிய மணிமகுடத்தைப் போல் விளங்குகிறது. அடடா! அந்தக் கோயில் அமைப்பின் அழகை என்னவென்று சொல்வது?

இதைத் தவிர நகரத்தின் நடுவே மூவுலகும் அளந்த பெருமாள் சயனித் திருக்கும் விண்ணகரக் கோயில் ஒன்றும் காட்சி அளிக்கிறது. சைவத்தையும் வைஷ்ணவத்தையும் இரு கண்களைப் போல எண்ணிப் போற்றி வளர்த்த பரமேசுவர பல்லவன் திருப்பணி செய்த விண்ணகரம் அது. திருமங்கையாழ்வார் இந்தக் கோயிலுக்கு வந்து தலசயனப் பெருமாளைத் தரிசித்துப் பக்தி வெள்ளம் பெருக்கெடுத்து ஓடும் தமிழ்ப் பாடல்களைப் பாடியிருக்கிறார். அவருடைய காலத்திலேகூடப் பல்லவ சாம்ராஜ்யம் பெருகி வளர்ந்த சிறப்புடன் விளங்கியது என்பதையும் மாமல்லபுரம் செல்வம் கொழிக்கும் துறைமுகமாக விளங்கியது என்பதையும் பின்வரும் பாசுரத்தின் மூலம் நன்கு அறியலாம்:

‘புலன்கொள் நிதிக்குவை யொடு
  புழைக்கை மா களிற்றினமும்
நலங்கொள் நவமணிக் குவையும்
  சுமந்தெங்கும் நான் றொசிந்து
கலங்கள் இயங்கும் மல்லைக்
  கடல் மல்லைத் தலசயனம்
வலங்கொள் மனத்தா ரவரை
  வலங்கொள் என் மட நெஞ்சே!’

திருமங்கையாழ்வாரின் காலத்துக்குப் பிற்பட்ட நூறாண்டுக் காலத்தில் பல்லவ சாம்ராஜ்ய சூரியன் அஸ்தமித்துவிட்டது. ‘கல்வியில் இணை யில்லாத காஞ்சி’ மாநகரின் சிறப்பும் குறைந்து விட்டது. ‘கலங்கள் இயங்கும் கடல் மல்லை’யின் வர்த்தக வளமும் குன்றி வந்தது.

ஆனால் தமிழகத்துக்கு அழியாப் புகழ் அளிப்பதற்கென்று அமைந்த அந்த அமர நகரத்தின் அற்புதச் சிற்பக் கலைகளுக்கு மட்டும் எந்தவிதக் குறைவும் நேரவில்லை. பாறைச் சுவர்களில் செதுக்கப்பட்ட சித்திர விசித்திரமான சிற்பங்களும் குன்றுகளைக் குடைந்து எடுத்து அமைத்த விமான ரதங்களும் முந்நூறு ஆண்டுகளுக்கு முன்னால் அவற்றை அமைத்த காலத்தில் விளங்கியது போலவே இன்றைக்கும் புத்தம் புதியன வாக விளங்கின. பண்டங்களை ஏற்றுமதி செய்வதற்காக வந்த வர்த்தகர்களின் கூட்டத்தைக் காட்டிலும் சிற்பச் செல்வங்களைக் கண்டுகளித்துப் போவதற்காக வந்த ஜனக் கூட்டம் அதிகமாயிருந்தது.

மாமல்லபுரத்து வீதிகளின் வழியாக இரட்டைக் குதிரைகள் பூட்டிய அழகிய விமான ரதம் ஒன்று சென்றது. குதிரைகளின் அலங்காரங்களும், ரதத்தின் வேலைப்பாடுகளும், பொன் தகடு வேய்ந்து மாலை வெயிலில் மற்றொரு சூரியனைப்போல் பிரகாசித்த ரதத்தின் மேல் விதானமும் அதில் இருந்தவர்கள் அரச குலத்தினராயிருக்க வேண்டும் என்பதை உணர்த்தின.

ஆம்; அந்தப் பொன் ரதத்தின் விசாலமான உட்புறத்தில் அரச குலத்தினர் மூவர் அமர்ந்திருந்தார்கள். அவர்களில் ஒருவன்தான், வீராதி வீரனும் சுந்தர சோழரின் மூத்த குமாரனுமான ஆதித்த கரிகாலன். மிக இளம்பிராயத்திலேயே இவன் போர்க்களத்துக்குச் சென்று செயற்கரும் வீரச் செயல்கள் புரிந்தான். மதுரை வீரபாண்டியனை இறுதிப் போரில் கொன்று, 'வீரபாண்டியன் தலை கொண்ட கோப்பரகேசரி' என்று பட்டப் பெயர் பெற்றான். வீரபாண்டியன் வீர சொர்க்கம் அடைந்து பாண்டிய நாடு சோழ சாம்ராஜ்யத்தின் கீழ் வந்த உடனடியாகத்தான் சுந்தரசோழர் நோய்வாய்ப்பட்டார். ஆதித்த கரிகாலனே அடுத்த பட்டத்துக்கு உரியவன் என்பதை ஐயமற நிலைநாட்ட அவனுக்கு யுவராஜ்ய பட்டாபிஷேகம் செய்வித்தார். அது முதலாவது கல்வெட்டுக்களில் தன் பெயரைப் பொறித்துச் சாஸனம் அளிக்கும் உரிமையும் ஆதித்த கரிகாலன் பெற்றான்.

பின்னர், தொண்டை மண்டலத்தை இரட்டை மண்டலத்துக் கன்னர தேவனுடைய ஆதிக்கத்திலிருந்து முழுதும் விடுவிக்கும் பொருட்டு ஆதித்த கரிகாலன் வடநாட்டுக்குப் பிரயாணமானான். அங்கேயும் பல போர்க்களங்களில் செயற்கரும் வீரச் செயல்களைப் புரிந்தான். இரட்டை மண்டலத்துப் படைகளை வட பெண்ணைக்கு வடக்கே துரத்தியடித்தான். மேலும் வடதிசையில் படையெடுத்துச் செல்வதற்குப் படை பலத்தைப் பெருக்கிக் கொள்ளுதல் அவசியமாயிற்று. ஆதலின் காஞ்சியில் வந்து தங்கிப் படை திரட்டவும் மற்றும் படையெடுப்புக்கு அவசியமான ஆயுத தளவாட சாமக்ரியைகளைத் திரட்டவும் தொடங் கினான். இந்த நிலையில் பழுவேட்டரையர்கள் அவனுடைய முயற்சிக்குத் தடங்கல் செய்யத் தொடங்கினார்கள். இலங்கைப் போர் முடிந்த பிறகுதான் வடநாட்டுப் படையெடுப்புத் தொடங்கலாம் என்று சொன்னார்கள். இன்னும் பலவிதமான வதந்திகளும் காற்றிலே மிதந்து வரத் தொடங்கின. இலங்கையில் போர் செய்யச் சென்றுள்ள படைக்குச் சோழ நாட்டிலிருந்து வேண்டிய உணவுப் பொருள் போகவில்லை யென்று தெரிந்தது. இதனாலெல்லாம் ஆதித்த கரிகாலனுடைய வீர உள்ளம் துடித்துக் கொந்தளித்துக்கொண்டிருந்தது.

நமது கதை நடந்த காலத்துக்கு முன்னும் பின்னும் சுமார் முந்நூறு ஆண்டு காலத்தில் தமிழ் அன்னையின் திருவயிற்றில் இதிகாச

காவியங்களில் நாம் படிக்கும் மகா வீரர்களையொத்த வீரப் புதல்வர்கள் தோன்றிக்கொண்டிருந்தார்கள். வீமனையும் அர்ச்சுனனையும் பீஷ்மரையும் துரோணரையும் கடோத்கஜனையும் அபிமன்யுவையும் ஒத்த வீரர்கள் தமிழகத்தில் அவதரித்தார்கள். உலகம் வியக்கும்படியான தீரச் செயல்களைப் புரிந்தார்கள். போரில் அடைந்த ஒவ்வொரு வெற்றியும் இவர்களுடைய தோள்களுக்கு மேலும் வலி அளித்தன. வயது முதிர்ந்த கிழவர்கள் மலையைப் பெயர்த்தெடுக்கும் வலிமை பெற்றிருந்தார்கள். பிராயம் ஆகாத இளம் வாலிபர்கள் காற்றில் ஏறிச் சென்று வான முகட்டை அடைந்து விண்மீன்களை உதிர்க்கும் ஆற்றல் பெற்றிருந்தார்கள்.

இப்படிப்பட்ட வீரர்கள் இருவர் அச்சமயம் ஆதித்த கரிகாலன் ஏறிச் சென்ற ரதத்தில் அவனுடன் சம ஆசனத்தில் உட்கார்ந்திருந்தார்கள்.

இவர்களில் ஒருவர் திருக்கோவலூர் மலையமான். இவர் ஆண்ட மலையமானாடு வழக்கத்தில் பெயர் சுருங்கி 'மலாடு' என்றும் 'மிலாடு' என்றும் வழங்கியது. ஆகையால் இவருக்கு 'மிலாடுடையார்' என்ற பட்டப் பெயர் ஏற்பட்டிருந்தது.

சுந்தர சோழ சக்கரவர்த்தியின் இரண்டாவது பத்தினியாகிய வானமா தேவி இவருடைய செல்வத் திருமகள்தான். எனவே, ஆதித்த கரிகாலனுடைய பாட்டனார் இவர். முதிர்ந்த பிராயத்திலும் நிறைந்த அறிவிலும் இவர் கௌரவர்களின் பாட்டனாரான பீஷ்மரை ஒத்திருந்தார். ஆதித்த கரிகாலன் இவரிடம் பெரும் பக்தி வைத்திருந்த போதிலும் இவருடைய புத்திமதி சில சமயம் அந்த வீர இளவரசனின் பொறுமையைச் சோதித்தது.

ரதத்தில் இருந்தவர்களில் இன்னொருவன் பார்த்திபேந்திரன். இவன் பழைய பல்லவர் குலத்திலிருந்து கிளை வழி ஒன்றில் தோன்றியவன். ஆதித்த கரிகாலனை விட வயதில் சிறிது மூத்தவன். அரசுரிமை அற்றவனாதலால் போர்க்களத்தில் தன் ஆற்றலைக் காட்டி வீரப் புகழை நிலை நாட்ட விரும்பினான். ஆதித்த கரிகாலனைச் சென்றடைந்தான். வீரபாண்டியனோடு நடத்திய போரில் ஆதித்த கரிகாலனுக்கு வலது கையைப் போல இருந்து உதவி புரிந்தான். இதனால் ஆதித்த கரிகாலனுடைய அந்தரங்க நட்புக்கு உரியவனானான். வீரபாண்டியன் விழுந்த நாளிலிருந்து இருவரும் இணை பிரியாத் தோழர்கள் ஆனார்கள்.

இந்த மூவரும் ரதத்தில் சென்றபோது தஞ்சாவூரிலிருந்து பராபரியாக வந்த செய்திகளைப் பற்றியே பேசிக்கொண்டிருந்தார்கள்.

'இந்தப் பழுவேட்டரையர்களின் அகம்பாவத்தை இனிமேல் என்னால் ஒரு கணமும் சகித்துக்கொண்டிருக்க முடியாது. நாளுக்கு நாள்

அவர்கள் வரம்பு கடந்து போகிறார்கள். நான் அனுப்பிய தூதன் பேரில் 'ஒற்றன்' என்ற குற்றம் சுமத்துவதற்கு இவர்களுக்கு எத்தனை அகந்தை இருக்க வேண்டும்? அவனைப் பிடித்துக் கொடுப்பவர்களுக்கு ஆயிரம் பொன் வெகுமதி கொடுப்பதாகப் பறையறைவித்தார்களாமே? இதை யெல்லாம் நான் எப்படிப் பொறுக்க முடியும்? என் உறையிலுள்ள வாள் அவமானத்தில் குன்றிப் போயிருக்கிறது. நீங்களோ பொறுமை உபதேசம் செய்கிறீர்கள்!' என்றான் ஆதித்த கரிகாலன்.

'பொறுமை உபதேசம் நான் செய்யவில்லை. ஆனால் இந்த மாதிரி முக்கியமான காரியத்துக்கு வந்தியத்தேவனை அனுப்ப வேண்டாம் என்று மட்டும் அப்போதே சொன்னேன். அந்தப் பதற்றக்காரன் காரியத்தைக் கெடுத்து விடுவான் என்று எனக்குத் தெரியும்! வாளை வீசவும் வேலை எறியவும் மட்டும் தெரிந்திருந்தால் போதுமா? இராஜ காரியமாகத் தூது செல்கிறவனுக்குப் புத்திக் கூர்மை இருக்க வேண்டும்...' என்று கூறினான் பார்த்திபேந்திரன்.

இளவரசன் கரிகாலன் வந்தியத்தேவனிடம் காட்டிய அபிமானம் பார்த்தி பேந்திரனுக்குப் பிடிப்பதில்லை. எப்போதும் அவனைப் பற்றி ஏதாவது குறை சொல்லிக்கொண்டிருப்பான். அவன் செய்யும் எந்தக் காரியத்திலும் குற்றம் கண்டுபிடிப்பான். ஆகையால் இந்தச் சந்தர்ப்பத்திலும் அவ்வாறு குற்றம் சொன்னான்.

'ஆரம்பித்து விட்டாயா, உன் கதையை? வந்தியத்தேவன் பேரில் ஏதாவது சொல்லிக்கொண்டிராவிட்டால் உனக்குப் பொழுது போகாது. அவனுக்குப் புத்திக் கூர்மையில்லாவிட்டால் வேறு யாருக்கு இருக்கிறது? எந்த விதத்திலாவது, எப்படியாவது, சக்கரவர்த்தியிடம் நேரில் ஓலையைக் கொடுத்து விடவேண்டும் என்று நான் இட்ட கட்டளையை அவன் நிறைவேற்றி விட்டான். அதனால் பழுவேட்ட ரையர்கள் கோபங்கொண்டிருக்கிறார்கள். இதில் வந்தியத்தேவனின் தவறு என்ன?' என்று ஆதித்த கரிகாலன் கேட்டான்.

'தாங்கள் சொல்லி அனுப்பிய காரியத்தோடு அவன் நின்றிருக்க மாட்டான். வேறு வேண்டாத காரியங்களிலும் தலையிட்டிருப்பான்!' என்றான் பார்த்திபேந்திரன்.

'நீ சற்றுச் சும்மாயிரு! தாத்தா! ஏன் இப்படி மௌனமாயிருக்கிறீர்கள்? தங்களுடைய கருத்து என்ன? ஒரு பெரும் படை திரட்டிக்கொண்டு சென்று தஞ்சாவூரிலிருந்து சக்கரவர்த்தியை மீட்டு காஞ்சிக்கு அழைத்து வந்துவிட்டால் என்ன? எத்தனை நாள் சக்கரவர்த்தியைப் பழுவேட்ட ரையர்கள் சிறையில் வைத்திருப்பது போல் வைத்திருப்பதை நாம் பார்த்துக் கொண்டிருப்பது? எத்தனை நாள் பழுவேட்டரையர்களுக்குப் பயந்து காலம் கழிப்பது?' என்று பொங்கினான் ஆதித்த கரிகாலன்.

தம் வாழ் நாளில் அறுபத்தாறு போர்க்களங்களைக் கண்டு அனுபவம் பெற்றவரான திருக்கோவலூர் மலையமான் - மிலாடுடையார் - மறுமொழி சொல்லுவதற்காகத் தொண்டையைக் கனைத்துக்கொண்டார். இதற்குள் எதிரே கடல் அலைகள் தெரியவும், 'முதலில் இந்த ரதத்திலிருந்து இறங்கு வோம், தம்பி! வழக்கமான இடத்தில் போய் உட்கார்ந்து பேசுவோம். எனக்கு வயது ஆகி விட்டதல்லவா? ஓடுகிற ரதத்தில் பேசுவது எளிதாக இல்லை' என்றார்.

ஐம்பத்திரண்டாம் அத்தியாயம்

# கிழவன் கல்யாணம்

மாமல்லபுரத்துக் கடற்கரையில் சிறிய சிறிய கற்பாறைகள் பல உண்டு. சில சமயம் கடல் பொங்கி வந்து அப்பாறைகளின் மீது அலைகள் மோதிக்கொண்டிருக்கும். சில சமயம் கடல் பின்வாங்கிச் சென்று அப்பாறைகள் உலருவதற்கு அவகாசம் அளிக்கும். அவற்றில் ஒரு சிறிய பாறையையேனும் மாமல்லபுரத்து மகா சிற்பிகள் சும்மா விட்டுவிடவில்லை. அந்தந்தப் பாறைக்குத் தகுந்தபடி பெரிதாகவும் சிறிதாகவும் காட்சிகளைக் கற்பனை செய்து அழியாச் சிற்ப உருவங்களை அமைத்து வைத்தார்கள்.

அவ்விதம் சிறிய பாறைகள் இரண்டு எதிரெதிராக அமைந்திருந்த இடத்தை ஆதித்த கரிகாலனும் மற்ற இருவரும் அணுகினார்கள். ரதத்திலிருந்து இறங்கிச் சென்றார்கள். இரண்டு பாறைகளையும் இரண்டு சிம்மாசனங்களாகக் கருதி, கரிகாலனும் மலையமானும் அமர்ந்தார்கள். பார்த்திபேந்திரன் அவர்களுக்குச் சற்று அப்பால் நின்றான். அடிக்கடி அலைகள் வந்து அவர்களுடைய முழங்கால் வரையில் நனைத்துக்கொண்டிருந்தன. அலைகள் பாறைகளில் மோதியபோது எழுந்த திவலைகள் சில சமயம் அவர்கள் மீது முத்து மழையாகப் பொழிந்துகொண்டிருந்தன. சற்றுத் தூரத்தில் படகுகள் வரிசை வரிசையாகப் பல்வகைப் பண்டங்களைச் சுமந்துகொண்டு கடலைக் கிழித்துக்கொண்டு சென்றன. அப்பண்டங்களைப் படகிலிருந்து இறக்கிப் பாய்மரம் விரித்து நின்ற பெரிய மரக் கலங்களில் ஏற்றிக் கொண்டிருந்தார்கள்.

'இரட்டை மண்டலப் படையெடுப்புக்காகச் சேகரித்து வைத்த பண்டங்களெல்லாம் இலங்கைக்குப் போக வேண்டியிருப்பதை நினைத்தால் என் நெஞ்சம் கொதிக்கிறது!' என்றான் பார்த்திபேந்திரன்.

'பின்னே என்ன செய்கிறது? சோழ நாட்டின் பொறுக்கி எடுத்த வீரர் படைகள் இலங்கையில் இருக்கின்றன. அவர்கள் போர்க்களங்களில்

வெற்றி மேல் வெற்றி அடைந்து வருகிறார்கள். ஆயிரம் வருஷமாக இலங்கை அரசர்கள் வீற்றிருந்து அரசு புரிந்த அனுராதபுரத்தைக் கைப்பற்றி ஜயக்கொடி நாட்டியிருக்கிறார்கள். அப்படிப்பட்ட வீரர்கள் பட்டினி கிடந்து சாகும்படி விட்டுவிடுவதா?' என்றான் ஆதித்த கரிகாலன்.

'அப்படி விட வேண்டும் என்று யார் சொன்னார்கள்? உணவுப் பண்டங்கள் அனுப்ப வேண்டியதுதான். ஆனால் சோழ நாட்டிலிருந்து நாகைப்பட்டினத் துறைமுகத்தில் ஏறிப் போக வேண்டும். அல்லது பாண்டிய நாட்டிலிருந்து சேதுக்கரையில் ஏற்றி அனுப்ப வேண்டும். இந்த வரண்ட தொண்டை மண்டலத்திலிருந்து போக வேண்டிய அவசியம் என்ன? அதிலும் நாம் வடக்கே படையெடுத்துச் செல்வதற்கு இதனால் தடை ஏற்படுமே என்பதை எண்ணிச் சொன்னேன்!' என்றான் பார்த்திபேந்திரன்.

'அதை நினைத்தால் எனக்கும் உள்ளம் கொதிக்கத்தான் கொதிக்கிறது. அந்தப் பாவி பழுவேட்டரையர்களின் நோக்கம் என்னதான் என்று தெரியவில்லை. எத்தனை நாள் இதையெல்லாம் சகித்துக்கொண்டிருப்பது? தாத்தா! ஏன் இன்னும் பேசாமல் வாயை மூடிக்கொண்டிருக்கிறீர்கள்? ஏதாவது வாயைத் திறந்து சொல்லுங்கள்!' என்றான் கரிகாலன்.

'குழந்தாய்! இந்தக் கடல் அலைகள் ஓயாமல் 'ஓ' வென்று சத்தமிடு கின்றன. கடல் அலைகளோடு போட்டி போட்டுக்கொண்டு உன் தோழன் பார்த்திபேந்திரனும் கூச்சலிடுகிறான். இதற்கு நடுவில் நான் என்னமாய்ப் பேசுவது? எனக்கோ வயதாகித் தள்ளாமை வந்து விட்டது...!' என்றார் மலையமான் மிலாடுடையார்.

'பார்த்திபேந்திரா! சற்று நேரம் நீ சும்மா இரு. தாத்தா அவருடைய கருத்தைச் சொல்லட்டும்!' என்றான் ஆதித்த கரிகாலன்.

'இதோ வாயை மூடிக்கொண்டு விட்டேன். பாவம்! தாத்தா தள்ளாத வயதில் மலைக் கோட்டையிலிருந்து கீழே இறங்கி இவ்வளவு தூரம் சிரமப்பட்டு வந்திருக்கிறார். அவர் முன்னால் நான் வாயைத் திறக்கலாமா? இந்தக் கடலுக்குத் தான் கொஞ்சமும் புத்தியில்லை! ஓயாமல் இரைந்துகொண்டிருக்கிறது! இதை அடக்குவார் ஒருவரும் இல்லை. நம் மலை அரசரிடம் சமுத்திர ராஜனுக்குக் கொஞ்சமும் பயமில்லை போலிருக்கிறது!' என்றான் பார்த்திபேந்திரன்.

'தம்பி! பார்த்திபேந்திரா! அப்படியும் ஒரு காலம் இருந்தது. திருக் கோவலூர் மலையமான் என்ற பெயரைக் கேட்டு இந்தக் காசினியில் உள்ள அரசர்களெல்லாம் நடுநடுங்குவார்கள். இரட்டை மண்டலத்துச் சளுக்கர்களும், வல்லத்து வாண கோவரையர்களும், வைதும்பராயர்களும்,

கங்கர்களும், கொங்கர்களும் மலையமான் பெயரைக் கேட்டதுமே இடி முழக்கம் கேட்ட சர்ப்பத்தைப் போல் பொந்தில் ஒளிந்து கொள் வார்கள். சமுத்திர ராஜனும் கொஞ்சம் அடக்க ஒடுக்கமாகத்தான் இருப்பான். இந்த உடம்பு கொஞ்சம் தளர்ச்சி அடைந்ததும் இப்போது எல்லாரும் துள்ள ஆரம்பித்திருக்கிறார்கள். ஆயிரம் வருஷத்துப் பழங்குடியைச் சேர்ந்த என்னை நேற்றைக்கு மேற்கேயிருந்து வந்த பழுவேட்டரையர்கள் ஒழித்துவிடப் பார்க்கிறார்கள்! அது ஒரு நாளும் நடக்கப் போவதில்லை! கரிகாலா! பழுவேட்டரையர்களின் நோக்கம் இன்னதென்று தெரியவில்லை என்பதாகச் சற்று முன்னால் சொன்னாய் அல்லவா! அவர்களுடைய நோக்கம் இன்னதென்று நான் சொல்லு கிறேன், கேள்! உன்னையும் உன் சகோதரனையும் தனித் தனியே பலவீனப்படுத்துவதுதான் அவர்களுடைய நோக்கம். இலங்கையில் உன் தம்பி அருள்மொழி தோல்வி அடைய வேண்டும். அதனால் அவனுக்கு அவமானம் நேர வேண்டும். இங்கே உனக்கு உன் தம்பியின் பேரில் கோபம் ஏற்பட வேண்டும். நீங்கள் இரண்டு பேரும் சண்டை போட்டுக் கொள்ள வேண்டும். அதைப் பார்த்து இந்தக் கிழவன் வேதனைப் படவேண்டும்! இதுதான் அவர்களுடைய அந்தரங்க நோக்கம்...' என்று மிலாடுடையார் ஆத்திரத்துடன் சொல்லி வருகையில் கரிகாலன் குறுக்கிட்டான்.

'இந்த நோக்கத்தில் அவர்கள் ஒரு நாளும் வெற்றி அடையப் போவதில்லை, தாத்தா! என் தம்பியையும் என்னையும் யாராகிலும் பிரிக்க முடியாது. அருள்மொழிக்காக நான் உயிரையும் விடுவேன். எனக்கு ஒவ்வொரு சமயம் தோன்றுகிறது; - கப்பல் ஏறி நானும் இலங்கைக்குப் போகலாமா என்று. அங்கே அவன் என்ன கஷ்டப் பட்டுக்கொண்டிருக்கிறானோ என்னமோ! நான் இங்கே சுகமாக உண்டு உடுத்து அரண்மனையில் தூங்கிக்கொண்டு காலங்கழிக்கிறேன். என் வாளும் வேலும் துருப்பிடித்துப் போகின்றன. ஒவ்வொரு கணமும் எனக்கு ஒரு யுகமாய்ப் போய்க்கொண்டிருக்கிறது. இங்கு இருக்கவே பிடிக்கவில்லை. தாத்தா! சொல்லுங்கள்! இந்தப் பண்டங்கள் ஏற்றும் கப்பல்களில் ஒன்றில் ஏறி நானும் இலங்கைக்குப் போகட்டுமா?' என்று கேட்டான் கரிகாலன்.

'அரசே! அருமையான யோசனை! பல நாளாக நான் நினைத்துக் கொண்டிருந்ததைத் தாங்களும் சொல்லுகிறீர்கள். புறப்படலாம், வாருங்கள்! இதற்குத் தாத்தாவை யோசனை கேட்பதில் பயனில்லை. இவரைக் கேட்டால் 'வேண்டாம் பொறு!' என்றுதான் புத்திமதி சொல்லுவார்! நாளைக்கே நாம் புறப்படலாம். தொண்டை மண்டலப் படையில் பாதியை அழைத்துக்கொண்டு போகலாம். இலங்கை யுத்தத்தை ஒரு வழியாக முடித்துக்கொண்டு நேரே நாகைப்பட்டினத்தில்

வந்து இறங்கலாம். இறங்கித் தஞ்சாவூருக்குச் சென்று அந்தப் பழுவேட்டரையர்களை ஒரு கை பார்த்து விடலாம்...!' என்று பார்த்திபேந்திரன் பொறித்துக் கொட்டினான்.

'கரிகாலா! பார்த்தாயா? நான் முதலிலேயே என்ன சொன்னேன்? இவன் வாயை மூடிக்கொண்டிருந்தால் தான் நான் பேசுவேன் என்று சொல்ல வில்லையா?'

'இதோ வாயை மூடிக் கொள்கிறேன், தாத்தா! நீங்கள் சொல்வதை யெல்லாம் சொல்லி முடியுங்கள்!' என்று பார்த்திபேந்திரன் வாயைக் கையினால் பொத்திக்கொண்டான்.

'கரிகாலா! நீ வீராதி வீரன். உன்னைப் போன்ற பராக்கிரமசாலி இந்த வீரத் தமிழகத்திலே கூட அதிகம் பேர் பிறந்ததில்லை. என்னுடைய எண்பது பிராயத்துக்குள் நானும் எத்தனையோ பெரிய யுத்த களங் களைப் பார்த்திருக்கிறேன். ஆனால் எதிரிகளின் கூட்டத்தில் தன்னந் தனியே புகுந்து சென்று உன்னைப் போல் சண்டையிட்ட இன்னொரு வீரனைப் பார்த்ததில்லை. சேவூர்ப் பெரும்போர் நடந்தபோது உனக்குப் பிராயம் பதினாறு கூட ஆகவில்லை. அந்த வயதில் பகைவர் களின் கூட்டத்தில் நீ புகுந்து சென்ற வேகத்தையும், இடசாரி வலசாரி யாக வாள் சுழன்ற வேகத்தையும், பகைவர்களின் தலைகள் உருண்ட வேகத்தையும் போல் நான் என்றும் பார்த்ததில்லை. இன்னும் என் கண் முன்னால் அந்தக் காட்சி நின்றுகொண்டிருக்கிறது. உன்னைப் போலவே உன் சிநேகிதன் பார்த்திபேந்திரனும் வீராதி வீரன்தான். ஆனால் நீங்கள் இரண்டு பேரும் பதற்றக்காரர்கள்; முன்கோபம் உள்ள வர்கள். அதனால் உங்களுக்கு யோசிக்கும் சக்தி குறைந்து விடுகிறது. எது செய்ய வேண்டுமோ அதற்கு நேர்மாறான காரியத்தைச் செய்யத் தோன்றிவிடுகிறது...'

'தாத்தா! இம்மாதிரி உபதேசம் தாங்கள் இதற்கு முன் எத்தனையோ தடவை செய்திருக்கிறீர்கள்...'

'செய்திருக்கிறேன். ஆனால் ஒன்றும் பயன்படவில்லை என்கிறாயா? பேசாமல் என்னை ஊருக்குத் திரும்பிப் போகச் சொல்லுகிறாயா?'

'இல்லை, இல்லை! இப்போது நடக்க வேண்டிய காரியம் என்ன வென்று சொல்லுங்கள்.'

'உன் சகோதரன் அருள்மொழியை உடனே இவ்விடத்துக்கு அழைத்துக் கொள்ள வேண்டும். நீயும் உன் சகோதரனும் பிரிந்திருக்கவே கூடாது...'

'தாத்தா! இது என்ன யோசனை? அருள்மொழி இங்கே வந்துவிட்டால் இலங்கை யுத்தம் என்ன ஆகிறது?'

'இலங்கை யுத்தம் இப்போது ஒரு கட்டத்திற்கு வந்திருக்கிறது, அனுராதபுரத்தைப் பிடித்தாகிவிட்டது. இனி அங்கே மழைக் காலம். இனி நாலு மாதத்திற்கு ஒன்றும் செய்ய முடியாது. பிடித்த இடத்தை விட்டுக் கொடாமல் பாதுகாத்து வர வேண்டியதுதான். இதை மற்ற தளபதிகள் செய்வார்கள். அருள்மொழி இச்சமயம் இங்கே இருக்க வேண்டியது மிகவும் அவசியம். கரிகாலா! உண்மையை மூடி மூடி வைப்பதில் பயன் என்ன? விஜயாலய சோழரின் குலத்துக்கும் அவர் அடிகோலிய சோழ சாம்ராஜ்யத்துக்கும் பேராபத்து வந்திருக்கிறது. நீயும் உன்னைச் சேர்ந்தவர்கள் எல்லாரும் இப்போது ஒரே இடத்தில் தங்கிச் சர்வ ஜாக்கிரதையாக இருக்க வேண்டும். நம்முடைய பலத்தை யெல்லாம் திரட்டி வைத்துக் கொள்ளவும் வேண்டும். எப்போது என்ன விதமான அபாயம் வரும் என்று சொல்ல முடியாது...''

'தாத்தா! இது என்ன இப்படி என்னைப் பயமுறுத்துகிறீர்கள்? என் கையில் வாள் இருக்கும் வரையில் எனக்கு என்ன பயம்? எப்படிப்பட்ட அபாயம் வந்தால் தான் என்ன? தன்னந்தனியாக நின்று சமாளிப்பேன். எத்தகைய அபாயத்துக்கும் நான் பயப்படுகிறவன் அல்ல...'

'பிள்ளாய்! நீ எப்படிப்பட்ட தைரியசாலி என்று எனக்குச் சொல்ல வேண்டுமா? ஆயினும், திருவள்ளுவர் பெருமான் சொல்லியிருப் பதையும் சில சமயம் எண்ணிப் பார்க்க வேண்டும்.

'அஞ்சுவது அஞ்சாமை பேதைமை அஞ்சுவது
அஞ்சல் அறிவார் தொழில்!'

என்று அந்த மகான் சொல்லியிருக்கிறார். போர்க்களத்தில் பகைவர் களுக்கு எதிரெதிரே நின்று போரிடும் போது அச்சம் கூடாது. அப்படிப் பயப்படுகிறவன் கோழை. அவ்விதம் பயப்படுகிற பிள்ளை என் வம்சத்தில் பிறந்தால் அவனை நானே இந்தக் கிழடாய்ப் போன வலுவிழந்த கையினால் வெட்டிப் போட்டு விடுவேன். ஆனால் மறைவில் நடக்கிற சதிகளுக்கும் சூழ்ச்சிகளுக்கும் கண்ணுக்குத் தெரியாத அபாயங்களுக்கும் பயப்பட்டே ஆக வேண்டும். பயப்பட்டு, அந்தந்த நிலைமைக்குத் தகுந்த முன் ஜாக்கிரதையும் செய்து கொள்ள வேண்டும். அரச குலத்தில் பிறந்து சிம்மாசனத்துக்கு உரியவர்கள் இது விஷயத்தில் அஜாக்கிரதையாக இருக்கக் கூடாது. இருந்தால் நாட்டுக்கே நாசம் விளையும்.'

'தாத்தா! அப்படி என்ன இரகசிய அபாயங்களைத் தாங்கள் எதிர்பார்க் கிறீர்கள்? சற்று விளக்கமாகச் சொன்னால்தானே நாங்கள் ஜாக்கிரதை யாயிருக்க முடியும்...?'

'சொல்லத்தான் வருகிறேன். சில நாளைக்கு முன்னால் கடம்பூர் சம்புவரையர் மாளிகையில் அர்த்த ராத்திரி வேளையில் ஒரு கூட்டம்

நடந்தது. அதற்குப் பெரிய பழுவேட்டரையர் வந்திருந்தார். இன்னும் தென்னவன் மழவராயர், குன்றத்தூர்க் கிழார், வணங்காமுடி முனையரையர், அஞ்சாத சிங்க முத்தரையர், இரட்டைக் குடை ராஜாளியார் - இவர்கள் எல்லாரும் வந்திருந்தார்களாம். என் காதுக்கு வந்தது இந்தப் பெயர்கள் தான். வேறு பலரும் வந்திருக்கலாம்...'

'வந்திருக்கட்டும்; அதனால் என்ன? எல்லாரும் நடுநிசி வரையில் கூத்தும் கேளிக்கையும் பார்த்துவிட்டு, வயிறு புடைக்கச் சாப்பிட்டு, அதற்கு மேல் மிடாமிடாவாய்க் கள்ளைக் குடித்து விட்டுத் தூங்கப் போயிருப்பார்கள். அதைப் பற்றி நமக்கு என்ன. நீங்கள் சொன்ன தாடி மீசை நரைத்த கிழடுகள் எல்லாம் கூடிப் பேசி என்ன புரட்டி விடுவார்கள்?'

'கிழடுகளைப் பற்றி உனக்கு இவ்வளவு நல்ல அபிப்பிராயம் இருக்கும் பட்சத்தில் நான் என்ன சொல்லி என்ன பயன்? நானும் ஒரு கிழவன் தானே? அவர்கள் எல்லாரையும் விடத் தொண்டு கிழவன் நான்..!'

'தாத்தா! கோபம் வேண்டாம். அந்தக் கையினாலாகாத கிழங்களோடு தங்களை நான் சேர்த்து விடுவேனா? சரி, அப்புறம் என்ன நடந்தது, சொல்லுங்கள்!'

'கையினால் ஆகாக் கிழங்கள் என்று மறுபடியும் சொல்லுகிறாய்! அவர்களில் தலைமைப் பெரிய கிழவன் கொஞ்ச நாளைக்கு முன்பு தான் கல்யாணம் செய்துகொண்டான் என்பதை மறந்து விடாதே! இளம் பெண்ணை மணந்த கிழவனைப் போல் உலகில் அபாயகரமான இளைஞன் யாரும் இல்லை என்பதையும் தெரிந்து கொள்!'

கிழவனின் கல்யாணத்தைப் பற்றிய பேச்சுத் தொடங்கியதும் ஆதித்த கரிகாலனுடைய முகத்தில் ஒரு விசித்திர மாறுதல் உண்டாகியது. அவனுடைய கண்கள் திடீரென்று சிவந்து இரத்த பலி கேட்கும் க்ஷத்ர தேவதையைப் போல் விழித்தன. உதடுகள் துடிதுடித்தன. பற்கள் நறநறவென்று கடித்துக் கொண்டன.

இதையெல்லாம் மலையமான் கவனிக்கவில்லை. ஆனால் பார்த்திபேந்திரன் கவனித்துக்கொண்டான்.

'அந்தக் கல்யாணப் பேச்சு இப்போது என்னத்துக்கு, ஐயா! சம்புவரையர் அரண்மனையில் அப்புறம் என்ன நடந்தது என்பதைச் சொல்லுங்கள்' என்றான் பல்லவ வீரன்.

'அதைத்தான் சொல்ல வந்தேன் ஆனால் வயதாகிவிட்டது அல்லவா? புத்தி தடுமாறி வேறு எங்கேயோ போய் விடுகிறேன். கேள் கரிகாலா! பார்த்திபேந்திரா! நீயும் கேட்டுக் கொள்! அந்த நள்ளிரவுக் கூட்டம்

கிழவர்களின் கூட்டம் மட்டும் அல்ல. சில வாலிபர்களும் அதில் இருந்தார்கள். ஒருவன் சம்புவரையன் மகன் கந்தமாறன். இன்னொருவன்...' என்று தயங்கினதைப் பார்த்து, 'யார், தாத்தா? இன்னொருவன் யார்?' என்று கரிகாலன் தூண்டிக் கேட்டான்.

'உன்னுடைய பெரிய பாட்டனார் கண்டராதித்தருடைய திருக்குமாரன், உன்னுடைய சித்தப்பன் - மதுராந்தகத் தேவன்தான்!'

இதைக் கேட்டதும் ஆதித்த கரிகாலனும் பார்த்திபேந்திரனும் கலகல வென்று சிரித்தார்கள்.

'இது என்ன சிரிப்பு! இந்தச் சிரிப்புக்குப் பொருள் என்ன? மறுபடியும் என்னைப் பரிகசிக்கிறீர்களா?' என்று மிலாடுடையார் கேட்டார்.

'இல்லை, தாத்தா! இல்லை! மதுராந்தகனைத் தாங்கள் 'வாலிபன்' என்கிறீர்களே? அதற்காகத்தான் சிரிக்கிறோம். அவன் கிழங்களிலே யெல்லாம் தொண்டுக் கிழடு அல்லவா? பழுத்த சிவஞானக் கிழடு அல்லவா?' என்றான் ஆதித்த கரிகாலன்.

'கிழவனுக்குச் சில சமயம் யௌவனம் திரும்பும் என்று நீ கேள்விப் பட்டது இல்லையா? அதுபோல் மதுராந்தகனுக்கும் இளமை திரும்பி யிருக்கிறது. சில நாள் முன்பு வரையில் 'துறவியாகப் போகிறேன்; சிவ கைங்கரியம் செய்யப் போகிறேன்' என்று சொல்லிக்கொண்டி ருந்தவன், ஒன்று, இரண்டு, மூன்று என்று கல்யாணம் செய்துகொண்டு போகிறான் அல்லவா?...'

'செய்து கொள்ளட்டும். இன்னும் பல கல்யாணம் செய்து கொள்ளட்டும்; அதனால் என்ன?'

'தம்பி! மதுராந்தகனின் கல்யாணங்கள் சாதாரணக் கல்யாணங்கள் அல்ல. இராஜரீகக் கல்யாணங்கள். பழுவேட்டரையர்களின் அந்தரங்க சூழ்ச்சியைச் சேர்ந்த கல்யாணங்கள்...!'

'தாத்தா! இன்னும் எதற்காக மர்மமாகவே பேசிக்கொண்டிருக்கிறீர்கள்? விட்டுச் சொல்லுங்கள்! பழுவேட்டரையர்கள் என்னதான் விரும்பு கிறார்கள்? ஊர் ஊராய்ச் சென்று அவர்கள் கூட்டம் போடுவதின் நோக்கம் என்ன? மதுராந்தகத் தேவனை வைத்துக்கொண்டு என்ன செய்யப் பார்க்கிறார்கள்?' என்று ஆதித்த கரிகாலன் கேட்டான்.

'வேறு ஒன்றும் இல்லை. உனக்கும் உன் தம்பிக்கும் இராஜ்ய உரிமை இல்லையென்று செய்துவிட்டு, மதுராந்தகனைச் சோழ நாட்டின் சிம்மாசனத்தில் ஏற்ற எண்ணியிருக்கிறார்கள். அதற்கு உன் தந்தையின் சம்மதத்தைப் பெறுவதற்காகவே அவரைத் தஞ்சைக் கோட்டையில் சிறையில் வைத்திருப்பது போல் வைத்திருக்கிறார்கள்!' என்றார் மிலாடுடையார்.

ஐம்பத்து மூன்றாம் அத்தியாயம்

# மலையமான் ஆவேசம்

அறிவைப் போலவே ஆற்றலும் ஆற்றலைப் போல அனுபவமும் பெற்று முதிர்ச்சி அடைந்திருந்த திருக்கோவலூர் மலையமான் அரசர் கடைசியாகக் கூறிய வார்த்தைகளைக் கேட்டு, ஆதித்த கரிகாலன் மூர்ச்சையடைந்து விழுந்து விடவில்லைதான்! ஆயினும் சிறிது நேரம் செயல் இழந்து ஸ்தம்பித்து நின்று விட்டான். பார்த்திபேந்திரனும் வாயடைத்துப் போய் மௌனமாகி நின்றான். கடலும் ஓசை அடங்கி விட்டதாகத் தோன்றியது. தூரத்தில் படகிலிருந்து பண்டங்களை இறக்கி மரக்கலங்களில் ஏற்றுவோரின் 'ஏலேலோ' சத்தங்கூட அச்சமயம் அடங்கி நின்று போயிருந்தது.

வியப்புக்கு இடங்கொடுத்து விட்டதற்காக வெட்கப்பட்ட ஆதித்த கரிகாலன், சட்டென்று பாட்டனார் முகத்தை நிமிர்ந்து நோக்கி, 'தாத்தா! இப்படியெல்லாம் நாடு நகரங்களில் சிலர் பேசி வருவதாக என் காதிலும் விழுந்தது. அது வெறும் பொய் வதந்தி என்று எண்ணியிருந்தேன். நீங்கள் இவ்வளவு நிச்சயமாகச் சொல்கிறீர்களே? தெரிந்து கொண்டுதான் சொல்கிறீர்களா? இப்படியும் நடக்கக்கூடுமா!' என்றான்.

'ஏன் நடக்க முடியாது? உன் பாட்டனாருக்கு முன்னால் உன் பெரிய பாட்டனார் கண்டராதித்த தேவர்தானே சோழ நாட்டை ஆண்டார்! அவருடைய குமாரனுக்கு உங்களைக் காட்டிலும் அதிக உரிமை இந்த ராஜ்யத்தில் உண்டல்லவா?' என்றார் மலையமான் மிலாடுடையார்.

'இல்லவே இல்லை! அந்த முழு அசடன், நாலு வார்த்தை பேசத் தெரியாதவன், கையில் வாள் எடுத்து அறியாதவன், பெண்ணாய்ப் பிறக்கத் தவறி ஆணாகப் பிறந்தவன் - அவனுக்கு இந்த இராஜ்யம் உரிமையா? பால் மணம் மாறாத பன்னிரண்டாம் பிராயத்தில் போர்க் களம் புகுந்தவர், வீர பாண்டியன் தலை கொண்ட சிங்கம், தோல்வி என்பதையே அறியாத வீராதி வீரர், ஆதித்த கரிகாலருக்கு உரிமையா?

ஐயா! மிலாடுடையாரே! வயதாகி விட்டபடியால், தங்களுடைய அறிவு
கூட மழுங்கி விட்டதா?' என்று சீறினான் பார்த்திபேந்திரன்.

அவனைக் கரிகாலன் அதட்டி அடக்கி விட்டு, 'தாத்தா! எனக்கு இந்த
இராஜ்யம் ஒரு பொருட்டு அல்ல. வேண்டுமானால் என் கை வாளின்
உதவிகொண்டு இதைப் போன்ற பத்து இராஜ்யங்களை ஸ்தாபித்துக்
கொள்வேன். ஆனால் இதில் நியாயம் எப்படி? முதலிலேயே மதுராந்த
கனுக்குத்தான் இராஜ்யம் என்று சொல்லியிருந்தால் நான் குறுக்கே
நின்றிருக்க மாட்டேன். நாடு அறிய, நகரம் அறிய மக்கள் எல்லாரும்
அறிய எனக்குத்தான் அரசுரிமை என்று இளவரசப் பட்டாபிஷேகம்
செய்துவிட்டு, இப்போது எப்படி மாறலாம்? உங்களுக்கு இது சம்மத
மாயிருக்கிறதா?' என்று கேட்டான்.

'எனக்குச் சம்மதமாயில்லை, ஒரு நாளும் நான் சம்மதிக்கப் போவது
மில்லை. நீ சம்மதித்து இராஜ்யத்தை மதுராந்தகனுக்குக் கொடுப்ப
தாகச் சொன்னால், முதலில் உன்னை இந்த வாளால் கண்டதுண்டமாய்
வெட்டிப் போடுவேன். பிறகு உன்னைப் பத்து மாதம் சுமந்து பெற்ற
உன் தாயை வெட்டிப் போடுவேன். பிறகு உன் தாயைப் பெற்ற
வனாகிய நானும் என் கையினாலேயே வெட்டிக்கொண்டு சாவேன்.
என் உடம்பில் உயிர் இருக்கும் வரை இந்தச் சோழ ராஜ்யம் உன்னை
விட்டுப் போக விடேன்!' என்று அந்த வயோதிகர் கர்ஜித்தபோது,
அவருடைய மங்கிய கண்களில் மின்னொளி வீசியது. உணர்ச்சி
ஆவேசத்தில் தளர்ந்து போயிருந்த அவர் உடம்பெல்லாம் நடுங்கியது.

பார்த்திபேந்திரன், 'அப்படிச் சொல்லுங்கள், தாத்தா! அப்படிச்
சொல்லுங்கள்!' என்று கூவிக்கொண்டே ஓடிவந்து மலைய மானைத்
தழுவிக்கொண்டான். அவனுடைய கண்களில் கண்ணீர் பெருகிற்று.

கரிகாலனும் சற்று நேரம் ஆழ்கடலை நோக்கியவாறு இருந்தான்.
பிறகு பாட்டனாரைப் பார்த்து, 'தாத்தா! தங்களுடைய எண்ணம்
அதுவானால் தயக்கம் ஏன்? உடனே படை திரட்டிக்கொண்டு
தஞ்சைக்குப் புறப்படுவோம். பழுவேட்டரையர்களையும் மற்றும்
அவர்களைச் சேர்ந்த மழுவரையர், சம்புவரையர், முத்தரையர்,
முனையரையர் எல்லோரையும் ஒரேயடியாக ஒழித்து விட்டுத் தஞ்சைக்
கோட்டையைப் பிடிப்போம். மதுராந்தகனைச் சிறையில் அடைப்
போம். சக்கரவர்த்தியை விடுதலை செய்வோம். தங்களுடைய ஆசி
எங்களுக்கு இருந்தால் போதும், நானும் பார்த்திபேந்திரனும் சேர்ந்தால்,
எங்களை வெல்லக்கூடியவர்கள் இந்தப் பூவுலகில் யார்?' என்று பெரு
மிதத்துடன் கூறினான்.

'உங்களை போரில் வெல்ல முடியாது; உண்மைதான். ஆனால்
சூழ்ச்சியும் சதியும் சேர்ந்து எதிர்த்தால் நீங்கள் என்ன செய்வீர்கள்?

படையுடன் நீங்கள் தஞ்சையை நெருங்கும்போதே, பெற்ற தகப்பனுடன் மகன் யுத்தம் செய்ய வருவதாகக் கதை கட்டி விடுவார்கள்! அந்த அவமானத்தைத் தாங்காமல் சக்கரவர்த்தி உயிரை விட்டு விட்டார் என்றும் சொல்லி விடுவார்கள். அதை நம்புகிற ஜனங்களும் இருக்கக் கூடும் அல்லவா? அந்த நிலைமையில், நீதான் என்ன செய்வாய், குழந்தாய்! உன் மனமும் தளர்ச்சி அடைந்து விடும்! பெற்ற தகப்பனோடு யுத்தம் செய்ய வந்தவன் என்ற பழிச் சொல்லை உன்னால் தாங்க முடியுமா?'

ஆதித்த கரிகாலன் தன் செவிகளைப் பொத்திக்கொண்டு, 'சிவ சிவா! கேட்கச் சகிக்கவில்லை!' என்றான்.

'அதனால்தான் முதலிலேயே நான் சொன்னேன்; - பெரிய அபாயம் நம்மைச் சூழ்ந்திருக்கிறது என்று!'

'உபாயம் என்ன, தாத்தா! உபாயம் என்ன?'

'முதலில் இலங்கைக்கு நம்பிக்கையான ஆள் ஒருவனை அனுப்ப வேண்டும். அனுப்பி, அருள்மொழியை அழைத்து வரச் செய்ய வேண்டும். அவன் போர்க்களத்தை விட்டு, தன் கீழுள்ள போர் வீரர்களை விட்டு, இலேசில் வரமாட்டான். அவன் மனத்தைத் திருப்பி அழைத்து வரக்கூடிய ஆற்றல் உள்ளவன் ஒருவனை அனுப்ப வேண்டும்...'

பார்த்திபேந்திரன் முன் வந்து, 'ஐயா! நீங்கள் சம்மதம் கொடுத்தால் நானே போய் அழைத்து வருகிறேன்!' என்றான்.

'அது கரிகாலன் இஷ்டம்; உன் இஷ்டம். ஆனால் போகிறவன் வந்தியத் தேவனைப் போல் சம்பந்தமில்லாத காரியங்களில் தலையிடக் கூடாது...'

'பார்த்தீர்களா? நான் சொன்னேனே?' என்றான் பார்த்தி பேந்திரன்.

'வந்தியத்தேவனைப் பற்றித் தங்களுக்கு ஏதாவது தகவல் வந்திருக்கிறதா, தாத்தா?' என்று ஆதித்த கரிகாலன் கேட்டான்.

'அவனைப் பற்றி முதலில் எனக்குச் சந்தேகமாகக்கூட இருந்தது, அவனும் நம் எதிரிகளுடன் சேர்ந்து விட்டானோ என்று. அப்புறம் அந்தச் சந்தேகம் தெளிந்தது.'

'பார்த்தாயா, பார்த்திபேந்திரா!' என்றான் கரிகாலன்.

'அவர் முழுவதும் சொல்லட்டும். அதற்குள் அவசரப் படுகிறீர்களே? ஐயா! வந்தியத்தேவன் பேரில் தங்களுக்கு என்ன சந்தேகம் வந்தது?'

'சம்புவரையர் மாளிகையில் கூட்டம் நடந்த அன்று அவனும் அங்கிருந்தான் என்று அறிந்தேன். ஆனால் சதியில் அவனுக்குச் சம்பந்தமில்லையென்று பிறகு தெரிந்துகொண்டேன்.'

'தாத்தா! இதெல்லாம் எப்படித் தங்களுக்குத் தெரிந்தது?'

'கடம்பூர் மாளிகை விருந்துக்கு எனக்கு அழைப்பு வரவில்லை. அதிலேயே கொஞ்சம் சந்தேகம் உண்டாயிற்று. பிறகு, அங்கு வந்து விட்டுத் திரும்பி ஊருக்குச் சென்ற குன்றத்தூர்க் கிழாரை வழியில் சிறைப்படுத்தி என் மலைக் கோட்டைச் சிறைக்குக் கொண்டு போனேன். அவரிடமிருந்து அங்கு நடந்தவைகளை யெல்லாம் தெரிந்துகொண்டேன். வந்தியத்தேவன் சம்புவரையர் மகன் கந்தமாறனின் சிநேகிதனாம்...'

'ஆமாம்; நம்முடைய சைன்யத்திலே இருவரும் இருந்தவர்கள் தானே? வடபெண்ணைக் கரையில் இருவரும் காவல் புரிந்தார்கள். அதிலிருந்து அவர்களுக்குச் சிநேகிதம் ஏற்பட்டிருந்தது எனக்குத் தெரியும்...'

'எப்படியோ, வந்தியத்தேவன் அன்றைக்கு அம்மாளிகையில் இருந்தான். அவன் சதியில் சம்பந்தப்பட்டானா இல்லையா என்பதைத் தெரிந்து கொள்ள முடியாமலிருந்தது. பிறகு அதற்கு ஒரு வழி கிடைத்தது. தஞ்சைக் கோட்டைக்குள் கந்தமாறனுடைய முதுகில் வந்தியத்தேவன் குத்திவிட்டுத் தப்பித்துச் சென்று விட்டான் என்று தெரிந்ததும்...'

'தாத்தா! இதை ஒரு நாளும் நான் நம்பமாட்டேன். வந்தியத்தேவன் வேறு எது செய்தாலும் செய்யாவிட்டாலும் ஒருவனு டைய முதுகில் குத்தக்கூடியவன் அல்ல. அதிலும் சிநேகித னுடைய முதுகில் குத்தக்கூடிய சண்டாளன் அல்ல...'

'அந்தச் சிநேகிதன் தன் எஜமானுக்கு விரோதமான சதியில் ஈடு பட்டவன் என்று தெரிய வந்தால்? இவனையும் அந்தச் சதியில் சேர்ப்பதற்கு அந்தச் சிநேகிதன் ஒருவேளை முயற்சி செய்திருந்தால்?...'

'எப்படியிருந்தாலும் முகத்துக்கு முகம் நின்று சண்டையிட்டிருப் பானே தவிர ஒரு நாளும் முதுகில் குத்தியிருக்க மாட்டான்!'

'உன் சிநேகிதனிடம் உன்னுடைய நம்பிக்கையை வியக்கிறேன், தம்பி! உண்மை எப்படியோ இருக்கட்டும். கந்தமாறனுடைய முதுகில் குத்தியதாக வந்தியத்தேவன் பேரில் பழுவேட்டரை யர்கள் குற்றம் சுமத்தி அவனை வேட்டையாடி வருகிறார்கள். இவ்வளவுதான் எனக்குத் தெரியும். ஆகையால், வந்தியத்தேவனுக்கும் கந்தமாறனுக்கும் ஏதோ ஒரு விதத்தில் சண்டை வந்திருக்க வேண்டும். இதிலிருந்து அவன் உனக்கு எதிரான சதியில் சேர்ந்திருக்கவில்லை என்று நிச்சய மாகிறதல்லவா?'

'அதற்கு இவ்வளவு தூரம் சாட்சியம் வேண்டியதில்லை. வந்தியத் தேவன் நம் விரோதிகளுடன் சேர்வது என்றால், அப்போது இந்தப்

பூமியே தலைகீழாகி விடும். அலை கடல் வறண்டு விடும். வானம் இடிந்து விழும். சூரியன் இராத்திரியில் உதிப்பான். சோழர் குலம் சர்வ நாசத்தை அடையும்...' என்று ஆதித்த கரிகாலன் பரபரப்போடு கூறினான்.

'இளவரசர் சொல்லுவதை நானும் ஒத்துக்கொள்வேன். வந்தியத் தேவன் ஒருநாளும் நமக்குத் துரோகம் செய்து எதிரிகளுடன் சேர மாட்டான். அவனிடம் நான் சொல்லும் குற்றம் ஒன்றே ஒன்று தான். அழகான பெண் முகத்தைக் கண்டால் வந்தியத்தேவன் தலை கிறுகிறுத்து விடுவான். அவனுடைய மதி மயங்கிவிடும்!'

இதைக் கேட்ட ஆதித்த கரிகாலன் புன்னகை புரிந்தான். 'அது தெரிந் திருந்தபடியால்தான் சக்கரவர்த்தியிடம் ஓலையைக் கொடுத்துவிட்டு, இளைய பிராட்டியிடம் போகும்படி அவனை அனுப்பினேன். இளவரசியை ஒரு தடவை அவன் பார்த்து விட்டால், அப்புறம் தப்புவது ஏது? அவளுக்கு அடிமையாக இருக்க வேண்டியதுதானே?' என்றான்.

உடனே மலையமான் மிலாடுடையார், 'ஓகோ! அப்படியா வந்தியத் தேவனுக்குச் சொல்லி அனுப்பியிருக்கிறாய்? எனக்கு தெரியாமல் போயிற்றே? தஞ்சாவூரை விட்டுக் கிளம்பிய பிறகு வந்தியத்தேவனிட மிருந்து ஏதாவது செய்தி வந்ததா? அல்லது இளைய பிராட்டியிட மிருந்தாவது செய்தி வந்ததா?' என்றார்.

'ஒவ்வொரு நிமிஷமும் எதிர்பார்த்துக்கொண்டிருக்கிறேன். இதுவரை ஒன்றும் செய்தி வரவில்லை...'

'அருள்மொழி இவ்விடம் வந்த பிறகு உன் சகோதரியையும் இங்கே தருவித்துவிட வேண்டியதுதான். அப்புறம் நமக்கு ஒரு கவலையும் இல்லை. இளைய பிராட்டியிடம் எல்லா யோசனை யையும் விட்டு விட்டு அவள் சொல்கிறபடி நாம் கேட்டு நடந்து வந்தால் போதும்!...'

'தாத்தா! இது விஷயத்தில் வந்தியத்தேவனைக் காட்டிலும் தாங்கள் மோசமாயிருக்கிறீர்களே?'

'ஆம் கரிகாலா! உன் சகோதரி இரண்டு வயதுக் குழந்தை யாயிருந்த போதே கொடுங்கோலைக் கையில் பிடித்து விட்டாள். என்னையும் உன் பாட்டியையும் தாய் தகப்பனையும் தன் இஷ்டப்படி ஆட்டி வந்தாள். இப்போதும் என் வரையில் அப்படித்தான். அவள் வைத்ததே எனக்குச் சட்டம். கரிகாலா! உன் சகோதரியைப் பற்றிச் சொன்னால் உனக்கு அது குறைவு என்று நினைக்காதே! உனக்கு அது பெருமையே தவிர வேறில்லை. இளைய பிராட்டி குந்தவையைப் போன்ற அறிவுச் செல்வத்தைப் படைத்தவர் ஆண்களிலோ, பெண்களிலோ இது

வரையில் பிறந்ததில்லை. நமது முதன் மந்திரி அநிருத்தப் பிரம்மராயர் எப்படிப்பட்டவர் என்பது உனக்குத் தெரியுமில்லையா? அவரே இளைய பிராட்டியிடம் யோசனை கேட்பார் என்றால், வேறு என்ன சொல்ல வேண்டும்?' என்று மிலாடுடையார் ஒரே பரவசமாகப் பேசினார்.

வந்தியத்தேவனிடம் அசூயை கொண்ட பார்த்திபேந்திரன், 'அதெல்லாம் சரிதான்; யார் இல்லை என்றார்கள்? ஆனால் ஒருவேளை வந்தியத் தேவன் இளைய பிராட்டியைப் பார்ப்பதற்கு முன்னால் வேறு ஒரு பெண் முகத்தைப் பார்த்து மயங்கியிருந்தால் என்ன செய்வது? உதாரணமாக, அந்தப் பழுவூர் இளைய ராணி என்கிற மோகினியைப் பார்த்திருந் தால்?...' என்றான். கடைசி வார்த்தைகளை அவன் சற்றுத் தாழ்ந்த குரலில் கூறியபடியால், கிழவரின் காதில் அது விழவில்லை. ஆனால் ஆதித்த கரிகாலன் காதில் விழுந்தது. அவன் சட்டென்று திரும்பிக் கண்களில் தீப்பொறி பறக்கப் பார்த்திபேந்திரனைப் பார்த்தான். அந்தப் பார்வை பல்லவ வீரனைக் கதிகலங்கச் செய்து விட்டது.

மலையமான் பாறையிலிருந்து எழுந்து நின்று, 'பார்த்திபேந்திரா! நீ நாளைக்கே இலங்கைக்குப் புறப்படுகிறாய் அல்லவா? வாலிபர்களாகிய உங்களுக்குப் பேசுவதற்கு எவ்வளவோ இருக்கும். நான் கிழவன், மெள்ள மெள்ள அரண்மனைக்குப் போய்ச் சேர்கிறேன். நீங்கள் பேச வேண்டியதைப் பேசிவிட்டுச் சாவகாசமாக வந்து சேருங்கள்!' என்றார்.

அவர் சற்றுத் தூரம் சென்ற பிறகு பார்த்திபேந்திரன் ஆதித்த கரிகாலனைப் பார்த்து, 'அரசே! என் தலைவா! தங்கள் மனத்தில் ஏதோ ஒரு சங்கடம் குடிகொண்டிருக்கிறது. ஏதோ ஒரு வேதனை தங்கள் உள்ளத்தை அரித்துக்கொண்டிருக்கிறது. அது பழுவூர் இளைய ராணி சம்பந்த மானது என்பதை நான் அறிவேன். பெரிய பழுவேட்டரையரின் கல்யாணத்தைப் பற்றிய பேச்சு வரும் போதெல்லாம் தங்கள் தோற்றமே மாறிவிடுகிறது. தங்கள் கண்கள் சிவந்து அனலைக் கக்குகின்றன. எத்தனை காலம் இந்த வேதனையைத் தங்கள் மனத்திற் குள்ளேயே வைத்துக்கொண்டு புழுங்கப் போகிறீர்கள்? என்னைத் தங்கள் 'உயிருக்கு உயிரான சிநேகிதன்' என்று ஆயிரந்தடவை கூறியிருக்கிறீர்கள். அப்படிப்பட்ட சிநேகிதனிடம் தங்கள் உள்ளத்தைத் திறந்து காட்டக் கூடாதா? வேதனை இன்னதென்பதை எனக்குச் சொல்லக் கூடாதா? பரிகாரம் ஏதாவது கண்டுபிடித்துச் சொல்ல எனக்கு ஒரு சந்தர்ப்பம் அளிக்கக் கூடாதா? தாங்கள் மனத்திற்குள்ளே வேதனைப்பட்டுப் புழுங்குவதைப் பார்த்துக்கொண்டு எத்தனை நாள்தான் நான் சும்மா இருக்க முடியும்?' என்று அடங்கா ஆர்வத்தோடு கூறினான்.

ஆதித்த கரிகாலன் ஒரு நெடிய பெருமூச்சு விட்டு, 'நண்பா! என் மன வேதனை என்றும் தீராத வேதனை. ஏன் உயிரோடு மடிய வேண்டிய வேதனை. அதற்குப் பரிகாரமே கிடையாது. ஆயினும் உன்னிடம் சொல்லக் கூடாது என்பதில்லை. இன்றிரவு சொல்லுகிறேன். இப்போது கிழவருடன் அரண்மனைக்குப் போய்ச் சேர்வோம். அவரைத் தனியாக அனுப்புவது உசிதமில்லை!' என்று கூறிப் பாறையிலிருந்து எழுந்தான்.

# 'நஞ்சினும் கொடியாள்!'

மாமல்லபுரத்தில் பழைய பல்லவ சக்கரவர்த்திகளின் மாளிகை ஒன்றில் அன்றிரவு அம்மூன்று வீரசிகாமணிகளும் தங்கினார்கள். இரவு உணவு அருந்தியானதும் மலையமான் அரசர் ஐந்து ரதங்களுக்கு அருகில் அரவான் கதை நடக்கிறது என்று கேள்விப்பட்டு அதைக் கேட்கப் போய்விட்டார். ஆதித்த கரிகாலனும் பார்த்திபேந்திரனும் அரண்மனை மேல் மாடத்துக்குச் சென்றார்கள்.

மேல்மாடத்திலிருந்து ஆதித்த கரிகாலன் மாமல்லபுரத்தின் இரவுத் தோற்றத்தைச் சிறிது நேரம் பார்த்துக்கொண்டிருந்தான். ஆங்காங்கு மினுக்கு மினுக்கு என்று சில தீபங்கள் மங்கலாகப் பிரகாசித்தன. வீதிகளில் பெரும்பாலும் நிசப்தம் குடிகொண்டிருந்தது. கோயில்களில் அர்த்தஜாம பூஜை முடிந்து வெளிக் கதவுகளைச் சாத்திக்கொண்டிருந் தார்கள். சமுத்திரத்தின் கோஷம் 'ஓ' வென்று சோகத் தொனியாகக் கேட்டது. ஐந்து ரதங்களுக்குப் பக்கத்தில் வில்லுப்பாட்டு வித்வானும் அவருடைய கோஷ்டியும் அரவான் கதை நடத்த, அவர்களைச் சூழ்ந்து கதை கேட்டுக்கொண்டிருந்த ஜனக் கூட்டம் தீவர்த்திகளின் ஒளியில் கரிய நிழல் உருவங்களாகத் தெரிந்தனர்.

'இந்த முதிர்ந்த வயதில் கிழவர் கதை கேட்கப் போய் விட்டார், பார்! என்ன இருந்தாலும் பழைய காலத்து மனிதர்கள்தான் மனிதர்கள்! அவர் களுடைய உடல் வலிமையும் மனோதிடமும் இந்த நாளில் யாருக்கு உண்டு?' என்றான் ஆதித்த கரிகாலன்.

'அரசே! தாங்களும் பழைய காலத்தின் பெருமையைப் பற்றிச் சொல்ல ஆரம்பித்து விட்டீர்களா? பழைய கால மனிதர்கள் சாதித்த என்ன காரியத்தை நம் காலத்தில் நாம் சாதிக்கவில்லை? தங்களைப் போல் இளம் பருவத்தில் போர்க்களத்தில் வீரச் செயல் புரிந்தவர்களைப் பற்றிக் கதைகளிலும் காவியத்திலும் கூடக் கேட்டதில்லையே?' என்றான் பார்த்திபேந்திரன்.

'பார்த்திபா! நீ உண்மை உள்ளம் படைத்தவன். மனத்தில் ஒன்று வைத்துக்கொண்டு வாயினால் ஒன்று பேசாதவன் என்பதை நன்கு அறிந்திருக்கிறேன். இல்லாவிட்டால் நீ என்னுடைய நண்பன் அல்ல, சத்ரு என்றே சந்தேகிப்பேன். அவ்வளவு தூரம் என்னைக் குறித்து நீ முகஸ்துதி செய்கிறாய். முகஸ்துதியைப் போல் ஒருவனைப் பாதாளப் படுகுழியில் தள்ளக்கூடியது வேறொன்று மில்லை!' என்றான் ஆதித்த கரிகாலன்.

'ஐயா! சுயநல நோக்கத்துடன் ஒருவனைப் பற்றி இல்லாத உயர்வைப் புனைந்து சொன்னால் அது முகஸ்துதியாகும். தஞ்சாவூரில் பழுவேட்ட ரையர்களின் அடிமையாக இருக்கிறானே மதுராந்தகன், அவனிடம் சென்று 'நீ வீராதி வீரன்' என்று நான் புகழ்ந்தால் அது முகஸ்துதியாகும். அப்படி நான் எப்போதாவது செய்ததாகத் தெரிந்தால் என்னை உடனே தங்கள் கையிலுள்ள வாளினால் கொன்று விடுங்கள். தங்களைப் பற்றி நான் சொன்னதில் ஒரு வார்த்தை கூட அதிகம் இல்லையே? பழைய காலத்தில் எந்த வீரன் இவ்வளவு இளம் வயதில் இத்தனை பெரிய காரியங்களைச் சாதித்திருக்கிறான்! தங்கள் பெரிய பாட்டனாராகிய யானை மேல் துஞ்சின இராஜாதித்தியரை ஒருவேளை தங்களுக்குச் சமமாக வேணுமானால் சொல்லலாம்; தங்களை விட அதிகம் என்று அவரையும் சொல்ல முடியாது...'

'நிறுத்து, பார்த்திபா, நிறுத்து! இராஜாதித்யர் எங்கே? நான் எங்கே? மகா சமுத்திரம் போல் பொங்கி வந்த இராஷ்டிர கூடர்களின் மாபெரும் சைன்யத்தை ஒரு சின்னஞ்சிறு படையை வைத்துக்கொண்டு எதிர்த்து நிர்மூலமாக்கி வீர சொர்க்கம் அடைந்த இராஜாதித்தியரைப் பற்றிப் பேசுவதற்கே நாம் தகுதியற்றவர்கள். அவருடன் நம்மை ஒப்பிட்டுக் கொள்வதா? சோழ குலம் இருக்கட்டும்; நீ பிறந்த பல்லவ குலத்தில் முற்காலத்தில் எப்பேர்ப்பட்ட மகாபுருஷர்கள் இருந்தார்கள்! மகேந்திரவர் மரையும் மாமல்லரையும் இனி இந்த நாட்டில் எப்போதாவது காணப் போகிறோமா? தெற்கே துங்கபத்திரை யிலிருந்து வடக்கே நர்மதை வரையில் ஒரு குடை நிழலில் ஆண்ட புலிகேசியை வென்று வாதாபியை அழித்து ஜயஸ்தம்பம் நாட்டிய நரசிம்மவர்மர் எங்கே? நீயும் நானும் எங்கே? இந்த மாமல்லபுரத்தைப் போல் ஒரு சொப்பன புரியை நம்முடைய காலத்திலோ நமக்குப் பிற்காலத்திலோ யாராவது சிருஷ்டி செய்ய முடியுமா?... அடடா! ஒரு தடவை நாலு புறமும் நன்றாய்ப் பார், பார்த்திபா! அதோ வில்லுப் பாட்டு நடக்கிறதே, அங்கே உற்றுப் பார்! அம்மாதிரி கற்பாறைகளைக் குடைந்து அற்புத ரதங்களின் வடிவங்களிலே அமைத்தவர்கள் சாதாரண மனிதர்களா? முந்நூற்றைம்பது ஆண்டுகளுக்கு முன்பு இந்த மாமல்லபுரம் எத்தகைய கோலாகலமான காட்சி அளித்திருக்க வேண்டுமென்று நினைக்கும் போதே எனக்கு

உடம்பு சிலிர்க் கிறது! உனக்கு அத்தகைய உணர்ச்சி உண்டாக வில்லையா? உன் முன்னோர்களைப் பற்றி எண்ணும்போது உன் தோள்கள் பூரிக்க வில்லையா?'

'அரசே! சற்று முன்பு தங்களை முகஸ்துதி செய்வதாகச் சொன்னீர்களே? சில சமயம் தங்களிடமுள்ள குற்றங்குறைகளையும் நான் எடுத்துச் சொல்வதுண்டு என்பதை மறந்து விட்டீர்கள். சிற்பம் - சித்திரம் - கலை என்று வாழ்நாளை வீணாக அடிக்கும் பைத்தியம் தங்களையும் பிடித்துக்கொண்டிருக்கிறது. இந்தப் பைத்தியம் பிடித்ததினாலேதான் என் முன்னோர்கள் அடைந்த வெற்றி யெல்லாம் வீணாக ஆயிற்று. வாதாபிக்குச் சென்று ஜயஸ்தம்பம் நாட்டி விட்டு மாமல்லர் திரும்பி வந்தாரே? பிறகு என்ன செய்தார்? கற்களைச் செதுக்கிக்கொண்டும் பாறைகளைக் குடைந்துகொண்டும் உட்கார்ந்திருந்தார்! அதன் பலன் என்ன? சில காலத்துக்கெல்லாம் மறுபடியும் சளுக்கர்கள் தழைத் தோங்கி னார்கள். பெரும்படையுடன் மீண்டும் பழிவாங்குவதற்கு வந்தார்கள். காஞ்சியையும் உறையூரையும் அழித்தார்கள். மதுரை வரையில் சென்றார்கள். நெடுமாற பாண்டியன் மட்டும் நெல்வேலியில் சளுக்கர் படையைத் தடுத்து நிறுத்தித் தோற்கடித்திராவிட்டால் இன்று வரை இத்தென்னாடு முழுதும் சளுக்கர் ஆட்சியில் இருந்திருக்கும் அல்லவா?'

'இல்லை, பார்த்திபா, இல்லை! உலகில் எந்த அரச குலமும் என்றென்றைக்கும் நீடித்திருந்ததாக நாம் கேள்விப்பட்டதில்லை. இராமர் பிறந்த இக்ஷ்வாகு குலத்துக்கும் ஒரு முடிவு ஏற்பட்டது. சளுக்கர்களை வீழ்த்த இரட்டை மண்டலத்தார் தோன்றினார்கள். இராஜ்யங்கள் சில சமயம் உன்னத நிலைமை அடைவதும் சில சமயம் தாழ்ச்சி உறுவதும் இயல்பு. சில இராஜ்யங்கள் சில காலம் எவ்வளவோ உன்னதமாக இருந்து விட்டு இருந்த இடம் தெரியாமல் போய் விடுகின்றன. என்னுடைய முன்னோர் களையே பார்! கரிகால்வளவன், கிள்ளிவளவன் முதலிய சோழ மன்னர்கள் எவ்வளவோ சீரும் சிறப்பு மாயிருந்தார்கள். அவர் களையெல்லாம் பற்றி இப்போது நமக்கு என்ன தெரிந்திருக் கிறது? கவிஞர்கள் சிலர் அவர்களைப் புகழ்ந்து பாடியிருப்ப தனால் அவர்கள் பேரையாவது தெரிந்துகொண்டிருக்கிறோம். கவி பாடிய பாணர்கள் உண்மையைத்தான் பாடினார்களோ, அல்லது நன்றாக மதுபானம் செய்துவிட்டு, மனம் போன போக்கில் பாடி னார்களோ, நமக்குத் தெரியாது. ஆனால் மகேந்திர பல்லவரும் மாமல்லரும் இந்தச் சிற்பபுரியைச் சிருஷ்டித்தார்களே, இது ஆயிரமாயிரம் ஆண்டு காலம் அவர்களுடைய பெருமையை உலகத்துக்கு உணர்த்திக்கொண்டிருக்கும். அவர்கள் செய்த காரியத்துக்கு ஈடாக நீயும் நானும் என்ன செய்திருக்கிறோம்! போர்க்களத்திலே பல்லாயிரம்

மனிதர்களைக் கொன்று குவித்திருக்கிறோம்; இரத்த வெள்ளம் ஓடச் செய்திருக்கிறோம். உலகில் நம் பெயரை நிலைநிறுத்த வேறு என்ன செய்திருக் கிறோம்?'

இதைக் கேட்ட பார்த்திபேந்திரன் இவ்விதம் பேசுவது ஆதித்த கரிகாலன்தானா என்று ஐயுறும் பாவனையுடன் சிறிது நேரம் திகைத் திருந்தான். பிறகு ஒரு பெருமூச்சு விட்டு, 'அரசே! போரையும் வீரத்தையும் குறித்துத் தாங்களே இவ்விதம் பேசுவது என்றால், நான் என்ன சொல்வதற்கு இருக்கிறது? தங்களுடைய மனம் இன்று சரியான நிலையில் இல்லை. ஆகையினாலேயே இப்படிப் பேசுகிறீர்கள்! ஐயா! தங்கள் மனத்திலுள்ள வேதனை இன்னதென்பதை எனக்குச் சொல்லலா காதா? தங்களுடைய வயிர நெஞ்சத்தைச் சிறிது திறந்து காட்டக் கூடாதா?' என்று ஆவலோடு கேட்டான்.

'பார்த்திபா! என் நெஞ்சைப் பிளந்து காட்டினேனாயின், அதற் குள்ளே என்ன இருக்கும், - எவர் இருப்பர் என்று நினைக்கிறாய்?'

'அதைத்தான் தெரிந்துகொள்ள விரும்புகிறேன், சுவாமி!'

'என்னைப் பெற்ற தாயும் தந்தையும் இருக்க மாட்டார்கள். என் உயிரினும் இனிய தங்கையும் தம்பியும் இருக்க மாட்டார்கள். என் உயிருக்குயிராகிய நண்பர்களாகிய நீயும் வந்தியத்தேவனும் இருக்க மாட்டீர்கள். வஞ்சகமே வடிவான ஒரு பெண் அதில் இருப்பாள். பாவமே உருவான பழுவூர் இளைய ராணி அதில் இருப்பாள். நஞ்சினும் கொடியவளான நந்தினி என் நெஞ்சுக்குள்ளே இருந்து என்னைப் படுத்தி வைக்கும் பாட்டை இன்றுவரை வாயைத் திறந்து யாரிடமும் சொன்ன தில்லை. உன்னிடந்தான் இன்று சொன்னேன்!' என்று ஆதித்த கரிகாலன் கூறிய வார்த்தைகளில் தணலின் ஜுவாலை வீசிற்று.

'அரசே! அதை ஒருவாறு நான் ஊகித்தேன். பழுவூர் இளைய ராணியின் பேச்சு வரும்போதெல்லாம் தங்கள் முகம் கறுத்துக் கண்கள் சிவந்து சொல்ல முடியாத மனவேதனையை வெளி யிட்டதைக்கொண்டு அறிந்தேன். ஆனால் இந்தத் தகுதியில்லா மோகம் எப்படித் தங்கள் நெஞ்சில் இடம்பெற்றது? அன்னியப் பெண்களையெல்லாம் அன்னையெனக் கருதும் மரபில் தாங்கள் வந்தவராயிற்றே? பழுவேட்டரையர் தங்கள் குலத்துக்கு நெடுங் கால உறவினர்; பிராயம் முதிர்ந்தவர். இன்றைக்கு அவர்கள் நமக்குப் பகைவர்களானாலும் முன்னால் அப்படியில்லையே? தங்கள் தந்தையும் பாட்டனாரும் அவரை எவ்வளவு மதித்து மரியாதை செய்தார்கள்? அப்படிப்பட்டவர் அக்னி சாட்சியாக மணந்து கொண்ட பெண்ணை... அவள் எவ்வளவுதான் கெட்டவ ளானாலும்... தாங்கள் மனத்திலும் கருதலாமா?'

'கூடாது, பார்த்திபா, கூடாது! அது எனக்குத் தெரியாது என்றா நினைக்கிறாய்? தெரிந்திருப்பதினாலேதான் இந்த மனவேதனை. அவள் பழுவேட்டரையரை மணந்த பிறகு என் நெஞ்சில் இடம் பெறவில்லை. அதற்கு வெகு காலம் முன்பே என் உள்ளத்தில் அவளுடைய மோக விஷம் ஏறிவிட்டது. அதைக் களைந்தெறிய எவ்வளவோ முயன்றும் முடியவில்லை. குற்றம் எல்லாம் அவள் பேரில் என்று தோன்றும்படி நான் பேசுகிறேன். குற்றம் யாரு டையது என்பதைக் கடவுளே அறிவார். பார்க்கப் போனால், பாவம் பழியெல்லாம் எங்களைப் படைத்த கடவுள் தலை யிலேயே விழ வேண்டும். அல்லது எங்களைச் சந்திக்கப் பண்ணிப் பின்னர் பிரித்து வைத்த விதியின் பேரில் குற்றம் சொல்ல வேண்டும்!'

'அரசே! நந்தினி பழூவூர் ராணியாவதற்கு முன்னால் தாங்கள் அவளைச் சந்தித்ததுண்டா? எங்கே, எப்போது எப்படிச் சந்தித்தீர்கள்?'

'அது பெரிய கதை. இன்றைக்கு அதைக் கேட்க விரும்புகிறாயா?'

'கட்டாயம் கேட்க விரும்புகிறேன். அதைத் தெரிந்துகொள்ளா விட்டால் எனக்கு மன நிம்மதியிராது. நாளைக்கு இலங்கை போகச் சொல்லுகிறீர்களே? அங்கே சென்று என் கடமையைச் சரிவரச் செய்ய முடியாது. நிலைமை இன்னதென்பதைத் தெரிந்துகொண்டு தங்களுக்கு ஆறுதல் சொல்லிவிட்டுப் போனால்தான் என் உள்ளம் ஒருவாறு நிம்மதி அடையும்!'

'நண்பா! எனக்கு ஆறுதல் சொல்லப் போகிறாயா? இந்த ஜன்மத்தில் எனக்கு ஆறுதல் என்பது கிடையாது. அடுத்த பிறவியில் உண்டா என்பதும் சந்தேகம்தான். உன்னுடைய மன நிம்மதிக்காகச் சொல் கிறேன். உன்னிடம் சொல்லாமல் நான் எதையோ ஒளித்து வைத்திருப்ப தாக எண்ணிக்கொண்டு நீ இலங்கை போக வேண்டியதில்லை!'

இவ்விதம் கூறி ஆதித்த கரிகாலன் சிறிது நிதானித்தான். பிறகு ஒரு நெடிய பெருமூச்சு விட்டு விட்டுச் சொல்லத் தொடங்கினான்.

ஐம்பத்தைந்தாம் அத்தியாயம்

# நந்தினியின் காதலன்

'முதன் முதலாக என்னுடைய பன்னிரண்டாம் பிராயத்தில் நந்தினியை நான் சந்தித்தேன். ஒருநாள் பழையாறையில் எங்கள் அரண்மனையின் பின்புறத்திலுள்ள நீர் ஓடையில் நானும் என் தங்கையும் தம்பியும் ஓடம் விட்டு விளையாடிக்கொண்டி ருந்தோம். விளையாட்டு முடிந்து ஓடத்திலிருந்து இறங்கிப் பூஞ்சோலை வழியாக அரண்மனைக்குச் சென்றோம். வழியில் எங்கள் பெரிய பாட்டி செம்பியன் மாதேவியின் குரல் கேட்டது. நாங்கள் மூன்று பேரும் பாட்டியிடம் செல்லமாக வளர்ந்தவர்கள். பாட்டியிடம் நாங்கள் ஓடம் விட்டதைப் பற்றிச் சொல் வதற்காக அவருடைய குரல் கேட்ட கொடி வீட்டுக்குள் புகுந்தோம். அங்கே பாட்டியைத் தவிர இன்னும் மூன்று பேர் இருந்தார்கள். மூன்று பேரில் ஒருத்தி எங்களையொத்த பிராயத்துச் சிறு பெண். மற்ற இருவரும் அவளுடைய பெற்றோர்கள் என்று தெரிந்தது. அந்தப் பெண்ணைப் பற்றி அவர்கள் ஏதோ மாதேவடிகளிடம் சொல்லிக் கொண்டிருந்தார்கள். நாங்கள் கொடி வீட்டுக்குள் புகுந்ததும் அங்கிருந்த எல்லாரும் எங்களைப் பார்த்தார்கள். ஆனால் அந்தச் சிறு பெண்ணின் வியப்பினால் விரிந்த நெடிய கண்கள் எங்களைப் பார்த்தது மட்டுமே என் கண்ணுக்குத் தெரிந்தது. அந்தக் காட்சி இன்றைக்கு நினைத்துப் பார்த்தாலும் என் மனக்கண் முன்னால் நிற்கிறது...'

இவ்விதம் கூறிக் கரிகாலன் வானத்தை அண்ணாந்து பார்த்துக் கொண்டு மௌனமாயிருந்தான். வானத்தில் அச்சமயம் உலாவிய மெல்லிய மேகத் திரைகளுக்குள்ளே அந்தச் சிறு பெண்ணின் முகத்தை அவன் பார்த்தானோ என்னமோ தெரியாது.

'ஐயா! அப்புறம் சொல்லுங்கள்!' என்று பார்த்திபேந்திரன் கேட்டதும், கரிகாலன் இந்த உலகத்துக்கு வந்து கதையைத் தொடர்ந்தான்:

'பாட்டியிடம் ஓடம் விட்டு விளையாடியதைப் பற்றி என் தங்கை குந்தவைதான் சொன்னாள். அதைக் கேட்ட பிறகு, மாதேவடிகள், 'என்

கண்ணே! இந்தப் பெண்ணைப் பார்த்தாயா? எவ்வளவு சூடிகையா யிருக்கிறாள்? இவர்கள் பாண்டிய தேசத்திலிருந்து நம்முடைய ஈசான சிவபட்டர் வீட்டுக்கு வந்திருக்கிறார்கள். கொஞ்ச நாளைக்கு இங்கே இருப்பார்கள். இந்தப் பெண்ணின் பெயர் நந்தினி, இவளையும் சில சமயம் உங்கள் விளையாட்டுக்களில் சேர்த்துக் கொள்ளுங்கள். இவள் உனக்கு நல்ல தோழியாயிருப்பாள்!' என்றார்.

ஆனால் என் தங்கைக்கு இது பிடிக்கவில்லையென்பதை நான் அறிந்துகொண்டேன். நாங்கள் மூவரும் அங்கிருந்து அரண் மனைக்குச் சென்றபோது குந்தவை, 'அண்ணா! அங்கே ஒரு பெண் நின்றாளே? எவ்வளவு அவலட்சணமாயிருந்தாள் பார்த்தாயா? அவளுடைய முகம் ஏன் அப்படிக் கோட்டான் முகம் மாதிரி இருக்கிறது? அவளுடன் நான் விளையாட வேண்டும் என்கிறாரே, பாட்டி? அவள் முகத்தைப் பார்த்தால் என்னால் சிரிக்காமலிருக்கவே முடியாதே! என்ன செய்வது?' என்றாள். இதைக் கேட்டதும் எனக்கு ஒரு முக்கியமான உண்மை தெரிய வந்தது. அதாவது பெண்கள் பிறக்கும்போதே பொறாமையுடன் பிறக்கிறார்கள் என்பதுதான். ஒரு பெண் எவ்வளவு அழகுடைய வளாயிருந்தாலும் இன்னொரு பெண் அழகாயிருப்பதைக் காணச் சகிப்பதில்லை.

'எங்கள் குலத்தில் பிறந்த பெண்களுக்குள்ளே என் சகோதரி சௌந்தரியம் மிக்கவள் என்பது பிரசித்தமானது. அவளுக்கும் இன்னொரு பெண் அழகாயிருப்பதைக் கண்டு பொறுக்க வில்லை. இல்லாவிட்டால் அந்தப் பெண்ணைக் குறித்து ஏன் அப்படிச் சொல்ல வேண்டும்? நான் என் சகோதரியை இலேசில் விடவில்லை. அவளுக்குக் கோபம் உண்டாக்குவதற்காகவே அந்த இன்னொரு பெண் அழகாய்த்தான் இருக்கிறாள் என்று வற்புறுத்திச் சொன்னேன். இருவரும் அடிக்கடி இதைப் பற்றி விவாதம் செய்து சண்டை பிடித்தோம். எங்கள் சகோதரன் அருள்மொழியோ இந்தச் சண்டையின் காரணத்தை அறியாமல் திகைத்தான். பிறகு சில நாளைக்கெல்லாம் பாண்டிய நாட்டு யுத்தத்துக்குச் சென்ற என் தந்தையோடு நானும் புறப்பட்டுச் சென்றேன். பாண்டிய சைன்யத்தையும் பாண்டியர்களுக்கு உதவியாக இலங்கை அரசன் அனுப்பிய சைன்யத்தையும் பல இடங்களில் முறியடித்தோம். கடைசியில், வீரபாண்டியன் ஓடி ஒளிந்து கொண்டானா அல்லது போர்க்களத்தில் மடிந்தானா என்பது அச்சமயம் தெரியவில்லை. வீரபாண்டியன் மறைந்ததும் பாண்டிய சைன்யத்துக்கு உதவியாக வந்த இலங்கை வீரர்கள் பின்வாங்கி ஓடினார்கள். அவர்களைத் துரத்திக்கொண்டு நாங்கள் சேதுக்கரை வரையில் சென்றோம். இறந்தவர்கள் போக மற்றவர்கள் கப்பலேறித் தப்பித்துச் சென்றார்கள். அடிக்கடி பாண்டியர்களுக்கு உதவியாகப் படைகள் அனுப்பித் தொல்லைப்

படுத்தும் இலங்கை மன்னர்களுக்கு என் தந்தை புத்தி கற்பிக்க விரும்பினார். கொடும்பாளூர்ச் சிறிய வேளாரின் தலைமையில் ஒரு பெரிய படையை இலங்கைக்கு அனுப்புவதென்று தீர்மானித் தார். இதற்கு வேண்டிய கப்பல்களையும் தளவாடங்களையும் சேகரிக்கச் சிறிது காலமாயிற்று. ஆயினும் நாங்கள் அங்கேயே தாமதித்து, கப்பல்களில் படைகளை ஏற்றி அனுப்பினோம். மாதோட்டத்தில் நம் வீரர்கள் பத்திரமாய்ச் சென்று இறங்கி னார்கள் என்று தெரிந்த பிறகே அங்கிருந்து சோழ நாட்டுக்குத் திரும்பினோம்.

'மீண்டும் நான் பழையாறைக்கு வந்து சேர்வதற்குள் இரண்டு வருஷத்துக்கு மேலாகிவிட்டது. மதுரைப் பக்கத்திலிருந்து வந்திருந்த அர்ச்சகர் பெண்ணை நான் அடியோடு மறந்து விட்டேன். பழை யாறைக்கு வந்து பார்த்தபோது என் சகோதரியும் அப்பெண்ணும் அடையாளம் அறிய முடியாதபடி வளர்ந் திருக்கக் கண்டேன். அவர்களிருவரும் மிக்க சிநேகத்துடன் பழகுவதையும் கண்டேன். நந்தினி வளர்ந்திருந்தது மட்டுமல்ல, ஆடை ஆபரணங்களினாலும் ஜொலித்துக்கொண்டிருந்தாள். இது என் சகோதரியின் காரியம் என்று அறிந்தேன். முன் போலில்லாமல் நந்தினி இப்போது என்னைப் பார்க்கவும் பேசவும் கூச்சப்பட்டாள். அதை நான் போக்குவதற்குப் பாடு பட்டேன். வேறு எதிலும் காணாத இன்பம் அவளுடன் பேசிப் பழகுவதில் அடைந்தேன். இது எனக்கு அந்தச் சிறிய பிராயத்தில் எவ்வளவு வியப்பை அளித்தது என்பதைச் சொல்ல முடியாது. காவேரியில் பெருகி வரும் புது வெள்ளத்தைப் போல் என் உள்ளத்தில் ஏதோ ஒரு புதுமை உணர்ச்சி பொங்கி, வெள்ளமாய்ப் பெருகிக் கொண்டிருந்தது. ஆனால் இது என்னைச் சேர்ந்தவர்கள் யாருக்கும் பிடிக்கவில்லையென்பதை விரைவிலேயே கண்டு கொண்டேன். நான் வந்ததிலிருந்து குந்தவை அப்பெண்ணிடம் வெறுப்பைக் காட்டத் தொடங்கினாள். ஒருநாள் எங்கள் பாட்டியார் மாதேவடிகள் என்னை அழைத்து, 'நந்தினி அர்ச்சகர் வீட்டுப் பெண்; நீயோ சக்கரவர்த்தி குமாரன்; உங்கள் இரண்டு பேருக்கும் இப்போது பிராயமும் ஆகிவிட்டது. ஆகையால் நந்தினியிடம் நீ பழகுவது உசிதமல்ல' என்று புத்திமதி கூறினார். அதுவரை பாட்டியைத் தெய்வமென மதித்து வந்த நான் அப்போது அவரிடம் கோபமும் அவருடைய வார்த்தையில் அவமதிப்பும்கொண்டேன். அவருடைய புத்திமதியை மீறி நந்தினியைத் தேடிப் பிடித்துப் பேசிப் பழகினேன். இது நெடுங்காலம் நிலைத்திருக்க வில்லை. திடீரென்று ஒருநாள் நந்தினியும், அவளுடைய பெற்றோர் களும் பாண்டிய நாட்டில் அவர்களுடைய ஊருக்குப் புறப்பட்டுச் சென்று விட்டார்கள் என்று தெரிந்தது. அப்போது எனக்குத் துக்கம் பொங்கி வந்தது; கோபம் என்னை மீறி வந்தது. துக்கத்தை என் மனத்திற்குள் வைத்துக்கொண்டு கோபத்தை என் சகோதரியின் பேரில்

காட்டினேன். நல்லவேளையாகச் சில நாளைக்கெல்லாம் நான் வடக்கே பிரயாணப்பட நேர்ந்தது. திருமுனைப்பாடியையும் தொண்டை மண்டலத்தையும் ஆக்கிரமித்திருந்த இராஷ்டிரகூடப் படைகளை விரட்டுவதற்காகப் புறப்பட்ட சோழ சைன்யத்துடன் நானும் புறப்பட்டு வந்தேன். அப்போதுதான் நீயும் நானும் சந்தித்தோம்; இணைபிரியா சிநேகிதர்களானோம்.

'மலையமான் அரசருடைய உதவியுடன் நீயும் நானும் இராஷ்டிர கூடப் படைகளுடன் போரிட்டோம். பாலாற்றுக்கு வடக்கே அவர் களைத் துரத்தி அடித்துக் காஞ்சி நகரையும் கைப்பற்றி னோம். அச்சமயத்தில் இலங்கையிலிருந்து கெட்ட செய்தி வந்தது. நமது படை அங்கே முறியடிக்கப்பட்டதென்றும் கொடும்பாளூர் சிறிய வேளார் இறந்து விட்டார் என்றும் தெரிந்தன. இதைக் கேட்டுவிட்டு, அது வரையில் பாலைவனத்தின் மத்தியில் பாறைக் குகையில் ஒளிந்திருந்த வீரபாண்டியன், புற்றிலிருந்து பாம்பு புறப்படுவது போல் வெளிப்பட்டு வந்தான். மறுபடியும் சைன்யத்தைத் திரட்டிக்கொண்டு மதுரையைக் கைப்பற்றி மீனக் கொடியை ஏற்றினான். இதையெல்லாம் கேட்ட போது உனக்கும் எனக்கும் எப்படிப்பட்ட வீராவேசம் உண்டாயிற்று என்பது ஞாபகம் இருக்கிறதல்லவா? நாம் இருவரும் உடனே புறப்பட்டுப் பழையாறைக்குச் சென்றோம். என் தந்தை சக்கரவர்த்திக்கு அப்போதே உடல்நலம் கெடத் தொடங்கியிருந்தது. கால்களின் சுவாதீனம் குறைந்திருந்தது. ஆயினும் சக்கரவர்த்தி பாண்டிய நாட்டுப் போர்க்களம் புறப்படச் சித்தமாயிருந்தார். வேண்டாம் என்று நான் அவரைத் தடுத்தேன். பாண்டிய சைன்யத்தை முறியடித்து மதுரையை மீண்டும் கைப்பற்றி வீரபாண்டியனுடைய தலையையும் கொணராமல் சோழ நாட்டுக்குத் திரும்புவதில்லை என்று என் தந்தை முன்னால் பிரதிக்ஞை செய்தேன். அப்போது நீயும் என்னுடன் இருந்தாய். என் பிரதிக்ஞையை ஒப்புக்கொண்டு என் தந்தை நம்மைப் பாண்டிய நாட்டுப் போர்க்களத்துக்கு அனுப்பினார். ஏற்கெனவே படைத் தலைமை வகித்துச் சென்றிருந்த கொடும்பாளூர் பூதி விக்கிரம கேசரியின் தலைமையில் நாம் போர் செய்ய வேண்டும் என்று பணித்தார். அதற்குச் சம்மதித்து நாம் சென்றோம். வழியில் பெரிய பழுவேட்டரையரைச் சந்தித்தோம். அவரைப் படைத் தலை வராக்காமல் கொடும்பாளூர் வேந்தரை நியமித்ததில் பழுவேட்ட ரையருக்கு அதிருப்தி உண்டாகியிருந்தது என்பதை அறிந்தோம்.

'நம்முடைய போர் ஆவேசத்தைக்கண்டு சேநாதிபதி பூதிவிக்கிரம கேசரி யுத்தம் நடத்தும் பொறுப்பை நம்மிடமே ஒப்புவித்து விட்டார். நண்பா! அந்த யுத்தத்தில் நீயும் நானும் நம்ப முடியாத வீரச் செயல்களைப் புரிந்தோம் என்று பெருமை கொள்வதில் யாதொரு தவறும் இல்லை.

பாண்டிய சைன்யத்தை முறியடித்து மதுரையைக் கைப்பற்றினோம். அத்துடன் நாம் திருப்தி அடைந்துவிடவில்லை. மறுபடியும் பாண்டிய சைன்யம் தலையெடுக்க முடியாதபடி அதை நிர்மூலம் செய்துவிட விரும்பினோம். சிதறி ஓடிய வீரர்களை நாலா பக்கத்திலும் துரத்திச் சென்று ஒருவர் மிச்சமில்லாமல் துவம்ஸம் செய்துவிடும்படி நம் படை வீரர்களுக்குக் கட்டளையிட்டோம். நாம் மட்டும் ஒரு வலிமையான படையுடன் பாண்டியனைத் துரத்திக்கொண்டு போனோம். உயரமாகப் பறந்த மீனக் கொடி பாண்டியன் எந்தத் திசையை நோக்கி ஓடுகிறான் என்பதை நமக்குக் காட்டியது. அந்தத் திசையை நோக்கி நாமும் சென்று அவனைப் பிடித்தோம். வீரபாண்டியனைச் சுற்றிலும் ஆபத்துதவிகள் மதில் சுவரைப் போல் பாதுகாத்து நின்றார்கள். சோழ நாட்டு வேளக் காரப் படையைக் காட்டிலும் பாண்டிய நாட்டு ஆபத்துதவிகள் ஒருபடி மேலான வீரர்கள். பின்வாங்கி ஓடுவதில்லையென்றும் தங்கள் உயிரை அளித்தாவது பாண்டிய மன்னனைக் காப்பாற்றுவோம் என்றும் சபதம் செய்தார்கள். அது சாத்தியப்படாமற் போய், பாண்டிய மன்னனுக்கு ஆபத்து வந்து விட்டால், தங்கள் தலையைத் தாங்களே வெட்டிக் கொண்டு பலி கொடுப்போம் என்று சபதம் பூண்டவர்கள். அப்படிப் பட்ட வீரர்கள் தங்கள் கடனை நிறைவேற்றினார்கள். ஒருவர் மிச்ச மின்றி அவர்களைக் கொன்று தீர்த்தோம். இறந்தவர்களின் சவங்கள் மலை மலையாய்க் குவிந்தன. ஆனால் அவர்களுக்கு நடுவில் வீரபாண்டி யனை நாம் காணவில்லை. மீனக் கொடியைப் பார்த்து நாம் ஏமாந்து போனோம். மீனக் கொடியைத் தாங்கிக் கொண்டு யானை ஒன்று நின்றது. ஆனால் அதன் பேரிலோ, பக்கத்திலோ பாண்டிய மன்னனைக் காணவில்லை! வீரபாண்டி யன் போர்க்களத்திலிருந்து தப்பி ஓடி ஒளிந்து கொள்ளுவதில் சமர்த்தன் அல்லவா? இப்போதும் அவன் ஓடியிருக்கலாம் என்று சந்தேகித்து, படைகளைப் பிரித்து நாலாபுறமும் அனுப்பினோம்.

'வைகை நதியின் இரு கரைகளோடு நீங்கள் எல்லோரும் விரைந்து சென்றீர்கள். நானும் சும்மா இருக்கவில்லை. வைகை நதியில் இறங்கி மணலில் நடந்து தெற்கே சென்றேன். ஒரு தனிக் குதிரையின் குளம்படி மணலில் சில இடங்களில் பதிந்திருந்தது. குதிரை போன வழியில் மணலில் இரத்தக் கறையும் காணப்பட்டது. அதைப் பிடித்துக்கொண்டு நான் போனேன். வைகையாற்றின் மத்தியில் ஒரு தீவு போல் அமைந் திருந்த சோலையை அடைந்தேன். அந்தச் சோலைக்குள்ளே திருமாலின் கோயில் ஒன்றிருந்தது. அதையொட்டி இரண்டொரு அர்ச்சகர் வீடுகள் இருந்தன. பெருமாள் பூஜைக்குரிய பூ மரங்கள் அச்சோலையில் ஏராள மாக இருந்தன. ஒரு சிறிய தாமரைக் குளம் பூத்துக் குலுங்கிக் கொண்டிருந்தது. நண்பா! உனக்கு ஒருவேளை ஞாபகம் இருக்கலாம்.

அந்தச் சோலையைச் சுட்டிக்காட்டி அதில் நம் வீரர்கள் யாரும் தப்பித் தவறிக் கூடப் பிரவேசிக்கக் கூடாது என்று நான் கண்டிப்பான கட்டளை யிட்டிருந்தேன். இதற்குக் காரணம், அந்தப் பெருமாள் கோயிலின் பூஜைக்குப் பங்கம் எதுவும் வரக் கூடாது என்று நான் எண்ணியது மாத்திரம் அல்ல. அங்கே இருந்த பட்டரின் வீட்டில் என் உள்ளத்தைக் கவர்ந்து என் நெஞ்சில் கோயில் கொண்ட பெண்ணரசி இருந்ததுதான்.'

'ஒருநாள் அந்தச் சோலைக்குள் நான் புகுந்தபோது நந்தினியைப் பார்த்து விட்டேன். அவளுடைய கோலம் இப்போது சிறிது மாறிப் போயிருந்தது. தலைக் கூந்தலை ஆண்டாள் விக்கிர கத்தைப் போல் முன்னால் மகுடமாகக் கட்டி அதில் பூமாலை சுற்றியிருந்தாள். கழுத்திலும் பூமாலை தரித்திருந்தாள். 'இது என்ன கோலம்?' என்று நான் கேட்டேன். அவள் என்னைப் பிரிந்து வந்த பிறகு மானிடர் யாரையும் மணப்பதில்லை என்றும் ஆண்டாளைப் போல் கண்ணனையே மணப்பது என்றும் சங்கல்பம் செய்து கொண்டதாகக் கூறினாள். இது வெறும் பைத்தியக்காரத்தனமாக எனக்குத் தோன்றியது. மானிடப் பெண்ணாவது, கடவுளை மணப்பதாவது? - ஆயினும் அதைப் பற்றி அச்சமயம் விவகாரம் செய்ய நான் விரும்பவில்லை. 'யுத்தம் முடியட்டும்; பிறகு பார்த்துக் கொள்ளலாம்' என்று எண்ணினேன். அவளுக்கு ஏதேனும் உதவி வேண்டுமா என்று கேட்டேன். 'உங்கள் போர் வீரர்கள் யாரும் இங்கு வராதபடி செய்யுங்கள். இங்கே என் வயதான தாய் தந்தையர் மட்டுந்தான் இருக்கிறார்கள். அவர்கள் கண் தெரியாதவர்கள். திடகாத் திரனான என் தமையன் ஒருவன் உண்டு. அவன் இப்போது திருப்பதி யாத்திரை போயிருக் கிறான்!' என்றாள். அவள் கேட்டபடி அங்கே நம் வீரர் யாரும் வராமல் பார்த்துக் கொள்வதாக நான் வாக்குறுதி கொடுத்துவிட்டுத் திரும்பினேன். அப்புறம் இரண்டு மூன்று தடவை அவளைப் போய்ப் பார்த்தேன். அவளிடத்தில் நான் கொண்ட பழைய மோகம் ஒன்றுக்குப் பத்து மடங்கு பெருகிக் கொழுந்துவிட்டெரிந்தது. எனினும் பொறுமையைக் கடைப்பிடித்தேன். வந்த காரியத்தை முதலில் முடிக்க வேண்டும். வீரபாண்டியனுடைய தலையுடன் பழையாறைக்குப் போக வேண்டும். அதற்குப் பிரதியாக நந்தினியை மணந்துகொள்ளத் தந்தையிடம் அனுமதி கேட்பது என்று முடிவு செய்தேன்.

'இப்படி நான் தீர்மானித்திருந்த நிலையில், ஒற்றைக் குதிரையின் குளம்படி அந்தச் சோலைக்குள்ளே போயிருப்பதைக் கண்டதும் அளவிலாத வியப்பும் ஆத்திரமும்கொண்டேன். மேலும் சென்று பார்த்தபோது, அடர்ந்த மரங்களின் மறைவில் குதிரை கட்டியிருப்பதைக் கண்டேன். எனவே தப்பி வந்தவன் அந்தக் குடிசை வீடுகளில் ஒன்றில்தான் இருக்க வேண்டும். நந்தினியின் வீட்டுக்குச் சென்று பலகணி வழியாகப்

பார்த்தேன். நண்பா! அங்கே நான் கண்ட காட்சி பழுக்கக் காய்ச்சிய இரும்பினால் என் நெஞ்சில் தீட்டியது போலப் பதிந்திருக்கிறது. ஒரு பழைய கயிற்றுக் கட்டிலில் வீரபாண்டியன் படுத்துக் கிடந்தான். நந்தினி அவனுக்குத் தாகத்துக்குத் தண்ணீர் கொடுத்துக் குடிக்கச் செய்தாள். அவள் முகம் முன் எப்போதுமில்லாத காந்தியுடன் ஜொலித்தது. அவள் கண்களில் இரண்டு துளி கண்ணீர் ததும்பி நின்றது. என்னை மீறி வந்த ஆத்திரத்துடன் கதவைப் படார் என்று உதைத்துத் திறந்துகொண்டு உள்ளே போனேன். காயங்களைக் கட்டிக்கொண்டிருந்த நந்தினி என்னைக் கண்டதும் அதை நிறுத்தி விட்டு முன்னால் வந்தாள். சாஷ்டாங்கமாக என்னை நமஸ் கரித்து எழுந்தாள். கை கூப்பிய வண்ணம், 'ஐயா! நீங்கள் என் பேரில் ஒருநாள் வைத்திருந்த அன்பின் பேரில் ஆணையிட்டு வேண்டுகிறேன். இவரை ஒன்றும் செய்யாதீர்கள்! படுகாயப் பட்டுக் கிடக்கும் இவரை உங்கள் கையால் கொல்ல வேண்டாம்!' என்றாள்.

நான் தட்டுத் தடுமாறி, 'உனக்கும் இந்த மனிதனுக்கும் என்ன சம்பந்தம்? எதற்காக அவன் உயிரைக் காப்பாற்றும்படிக் கேட்கிறாய்?' என்றேன்.

'இவர் என் காதலர்; இவர் என் தெய்வம்; இவர் என்னை மணந்து கொள்ளச் சம்மதித்திருக்கும் தயாளன்!' என்றாள் நந்தினி.

'காயம் பட்டிருந்த வீரபாண்டியனைப் பார்த்துக் கொஞ்சம் உண்டாகி யிருந்த இரக்கமும் என்னிடமிருந்து அகன்று விட்டது. இந்தப் பாதகன் சண்டாளன், - எப்படி என்னைப் பழி வாங்கி விட்டான்! என் இராஜ்யத் தையே கைப்பற்றியிருந்தாலும் பாதகம் இல்லை; என் உள்ளத்தில் குடிகொண்டிருந்த பெண்ணரசியை யல்லவா அபகரித்து விட்டான்? இவனிடம் எப்படி இரக்கம் காட்ட முடியும்? முடியவே முடியாது!

'நந்தினியை உதைத்துத் தள்ளிவிட்டு அவளைத் தாண்டிக் கொண்டு சென்று வாளின் ஒரே வீச்சில் வீரபாண்டியனுடைய தலையை வெட்டி வீழ்த்தினேன். அந்த மூர்க்க பயங்கரச் செயலை இப்போது நினைத்துப் பார்த்தால் எனக்கு வெட்கமாயிருக்கிறது. ஆனால் அச்சமயம் யுத்த வெறியோடு கூடக் குரோத வெறியும் என்னைப் பீடித்திருந்தது. அந்த ஆவேசத்தில் வீரபாண்டியனைக் கொன்றுவிட்டு அந்த வீட்டின் வாசற் படியைத் தாண்டும்போது நந்தினியை ஒரு முறை திரும்பிப் பார்த்தேன். அவளும் என்னைக் கண்கொட்டாமல் பார்த்தாள். அதைப் போன்ற பார்வை இந்தப் பூவுலகில் நான் கண்டதில்லை. அதில் காமக் குரோத லோப மோக மத மாச்சரியம் என்னும் ஆறு வித உணர்ச்சிகளும் அத்தனை நெருப்பு ஜுவாலைகளாகக் கொழுந்து விட்டு எரிந்தன.

அதன் பொருள் என்னவென்று எத்தனையோ தடவை எண்ணி எண்ணிப் பார்த்தும் எனக்கு இன்று வரை தெரியவில்லை!

'அதற்குள் என்னைத் தேடிக்கொண்டு நீயும் இன்னும் பலரும் வந்து விட்டீர்கள். வீரபாண்டியனுடைய தலையற்ற உடலையும் இரத்தம் சிந்திய தலையையும் பார்த்துவிட்டு எல்லோரும் ஜயகோஷம் செய்தீர்கள். ஆனால் என்னுடைய நெஞ்சில் விந்திய பர்வதத்தை வைத்ததுபோல் ஒரு பெரும் பாரம் அமுக்கிக்கொண்டிருந்தது!...'

ஐம்பத்தாறாம் அத்தியாயம்

# அந்தப்புர சம்பவம்

பல நூற்றாண்டுகளுக்கு முன்னால் காஞ்சியில் மகேந்திர பல்லவ சக்கரவர்த்தி அரசு புரிந்த காலத்தில் நாடெங்கும் மகா பாரதக் கதையைப் படிப்பதற்கு ஏற்பாடு செய்திருந்தார். பௌத்த சமண மதங்களின் பிரசாரத்தினால் மக்கள் சாதுக்களாகப் போயிருந்த தமிழ்நாட்டில் மீண்டும் வீர உணர்ச்சி தளிர்த்துப் பரவ வேண்டும் என்பதற்காக அந்த ஏற்பாடு செய்தார். பாரதக் கதை படிப்பதற்கென்றே பல ஊர்களில் பாரத மண்டபங்கள் கட்டினார். அவர் தொடங்கிய ஏற்பாடு இன்னமும் தொண்டை மண்டலத்தில் தடைப்படாமல் நடந்து வந்தது. இரவில் மக்கள் மண்டபங்களிலோ திறந்த வெளியிலோ கூடி பாரதக் கதை கேட்டார்கள். பாரதப் பெருங் கதையையும் பாரதத்திலுள்ள கிளைக் கதைகளையும் பாட்டிலும் பண்ணிலும் வசனத்திலும் அமைத்து வீராவேசத்துடன் சொல்லக் கூடிய பாடினிகள் பலர் தோன்றினார்கள்.

அர்ச்சுனன் தீர்த்த யாத்திரை சென்றிருந்தபோது மணிபுரியை அடுத்த வனத்தில் மணிபுரி ராஜகுமாரியான சித்ராங்கியைக் கண்டான். இருவரும் காதல்கொண்டார்கள். சித்ராங்கிக்கு அரவான் என்னும் அருமைப் புதல்வன் பிறந்தான். மலைநாட்டுக் கோமகளுக்கு அர்ச்சுனனால் பிறந்த மகனாதலால் அரவான் மகா வீரனாயிருந்தான். பாரத யுத்தம் நடக்கப் போகிறது என்று அறிந்து அவனும் பாண்டவர் படையில் சேர வந்து சேர்ந்தான். போர் தொடங்குவதற்கு முன்னால் சகல இலட்சணங்களும் பொருந்திய மகா வீரனான இளைஞன் ஒருவனைக் களபலி கொடுக்க வேண்டும் என்ற பேச்சு வந்தபோது, ‘இதோ நான் இருக்கிறேன்; என்னைக் களபலியாகக் கொடுங்கள்!’ என்று அரவான் முன் வந்தான். அவனைக் காட்டிலும் சிறந்த வீரன் யாரும் பாண்டவர் பக்கத்தில் இல்லாதபடியால், தானாக முன் வந்த அரவானையே பலி கொடுக்க வேண்டியதாயிற்று.

தன்னுடைய கட்சியின் வெற்றிக்காகத் தன் உயிரைத் தியாகம் செய்த வீர அரவானின் கதை தமிழ் மக்களின் உள்ளத்தைக் கொள்ளை கொண்டது. துரோபதை அம்மனுக்குக் கோயில் கட்டிய இடங்களி லெல்லாம் பக்கத்தில் அரவானுக்கும் கோயில் கட்டித் திருவிழா நடத்தினார்கள்.

மாமல்லபுரத்து ஐந்து ரதங்களின் அருகில் அன்றிரவு நடந்த அரவான் கதை முடிவடைந்து விட்டதாகத் தோன்றியது. 'மூன்று உலகமும் உடைய சுந்தர சோழ சக்கரவர்த்தி வாழ்க!' 'கோப்பர கேசரி ஆதித்த கரிகாலர் வாழ்க!' என்று பல குரல்களில் எழுந்த கோஷங்கள் காற்றிலே மிதந்து வந்தன. கதை கேட்டுக் கொண்டிருந்தவர்கள் எழுந்து கலையத் தொடங்கினார்கள்.

'கதை முடிந்து விட்டது. மலையமான் சிறிது நேரத்தில் திரும்பி வந்து விடுவார்' என்றான் கரிகாலன்.

'அரவான் கதை முடிந்தது; ஆனால் தாங்கள் சொல்லி வந்த கதை இன்னும் முடியவில்லையே?' என்றான் பார்த்திபன்.

'இந்தப் பிராயத்தில் மலையமானின் மனோதிடத்தைப் பார்! இன்னமும் நடுநிசி வரையில் கண் விழித்துக் கதை கேட்கப் போகிறார் பார்!' என்றான் கரிகாலன்.

'தொண்டு கிழமாகிற வரையில் உயிரோடிருப்பது அவ்வளவு அதிசய மான காரியமா! ஊரில் எத்தனையோ கிழவர்கள் இருக்கிறார்கள். இரவில் தூக்கம் பிடியாமல் கதை கேட்கப் போகிறார்கள்...'

'திருக்கோவலூர் மிலாடுடையாரை அப்படிச் சாதாரணக் கிழவர் களோடு சேர்த்து விடுகிறாயா? எத்தனை போர்க்களங்களைப் பார்த்தவர் அவர்? மலையமானின் வயதில் நாம் உயிரோடிருப் போமா என்பதே சந்தேகம். இருந்தாலும், அவரைப் போல் திடமாயிருக்க மாட்டோம்.'

'அரசே! பழைய காலத்து மனிதர்கள் திடமாயிருப்பதற்குக் காரணம் இருக்கிறது...'

'அது என்ன காரணம்?'

'அவர்கள் பெண்களின் மோகவலையில் சிக்குவதில்லை. கேவலம் ஓர் அர்ச்சகரின் மகளிடம் மனத்தைப் பறி கொடுத்து விட்டு அவளை நினைத்து உருகிக்கொண்டிருப்பதில்லை. அப்படி எந்தப் பெண்ணிட மாவது மனம் சென்றால் அவள் கூந்தலைப் பற்றி இழுத்துக்கொண்டு வந்து அந்தப்புரத்தில் சேர்த்து விட்டு, வேறு வேலையைப் பார்ப்பார்கள்!...'

'பார்த்திபா! நந்தினி உண்மையில் அர்ச்சகர் வீட்டுப் பெண் அல்ல; அவளுடைய பிறப்பைக் குறித்து ஏதோ ஓர் இரகசியம் இருக்க வேண்டும்!...'

'நந்தினி யாருடைய மகளாயிருந்தால் என்ன? அர்ச்சகர் மகளா யிருந்தால் என்ன? அரசர் மகளாயிருந்தால் என்ன? அல்லது அனாதைப் பெண்ணாயிருந்தால்தான் என்ன? அந்த இன்னொரு கிழவர் பெரிய பழுவேட்டரையரைப் பாருங்கள்! எங்கேயோ வழியில் அவளைப் பார்த்தார்; உடனே இழுத்துக் கொண்டு வந்து எட்டோடு ஒன்பது என்று அந்தப்புரத்தில் அடைத்தார்...'

'நண்பா! அதை நினைத்தால் எனக்கு அதிசயமாகத்தான் இருக்கிறது!...'

'எதை நினைத்தால்? அந்தக் கிழவர் எப்படி இவளுடைய வலையில் சிக்கினார் என்பதைத்தானே?'

'இல்லை, இல்லை! ஒரு காலத்தில் என்னைக் காதலித்ததாகச் சொன்னவள், பிறகு வீரபாண்டியனைக் காதலித்து அவன் உயிரைக் காப்பாற்ற முயன்றவள், இந்தத் தொண்டு கிழவரை மணந்து கொள்ள எவ்வாறு சம்மதித்தாள்? அதை நினைத்தால் தான் அதிசய மாயிருக்கிறது.'

'எனக்கு அது ஒன்றும் அதிசயமாகத் தோன்றவில்லை, ஐயா! தங்க ளுடைய செயலை நினைத்தால்தான் அதிசயமாயிருக்கிறது! சோழ குலத்தின் பரம வைரியான பாண்டியன், - தோல்வியடைந் ததும் ஓடி ஒளியும் கோழையினும் கோழையானாலும் 'வீர பாண்டியன்' என்று பெயர் சூட்டிக் கொண்டவன், - அவனுக்கு அடைக்கலம் கொடுத்து உயிர்ப்பிச்சை கேட்டவளைத் தாங்கள் சும்மா விட்டுவிட்டு வந்தீர்களே? அதை எண்ணினால்தான் அதிசயத்திலும் அதிசய மாயிருக்கிறது. ஒன்று அவளையும் அங்கேயே கத்தியால் வெட்டிப் போட்டிருக்க வேண்டும்; அதற்கு விருப்பமில்லாவிட்டால் காலையும் கையையும் சேர்த்துக் கட்டிச் சிறைப்படுத்தி வந்திருக்க வேண்டும்! இந்த இரண்டில் ஒன்று செய்யாமல் சும்மா விட்டு விட்டு வந்தீர் களே!... இப்போது எனக்குக் கூட ஞாபகம் வருகிறது, அரசே! அந்தக் குடிசையின் வாசலில் தாங்கள் வீரபாண்டியன் உடலைத் தூக்கிக் கொண்டு வந்து போட்டீர்கள். நாங்கள் அனைவரும் வெறி கொண்டவர்களைப் போல் வெற்றி முழக்கம் செய்தோம். அதற்கு நடுவில் குடிசைக்குள்ளேயிருந்து விம்மல் சத்தம் ஒன்று வந்தது. 'அது யார்?' என்று நான் கேட்டேன். 'யாரோ அர்ச்சகர் குடும்பத்துப் பெண்கள். ஏற்கெனவே அவர்கள் பீதியடைந்து கதிகலங்கிப் போயிருக்கிறார்கள். நீங்கள் யாரும் உள்ளே போக வேண்டாம்!'

என்றீர்கள். வெற்றி வெறியில் இருந்த நாங்களும் அதைப் பொருட் படுத்தவில்லை. உடனே எல்லோருமாக வீரபாண்டியனுடைய தலையை எடுத்துக் கொண்டு கிளம்பினோம், தாங்களும் எங்களுடன் வந்தீர்கள். ஆனால் எங்கள் களிப்பிலும் கொண்டாட்டத்திலும் அவ்வள வாகத் தாங்கள் கலந்து கொள்ளவில்லை. உற்சாகம் குன்றிக் காணப் பட்டீர்கள். நான் காரணம் கேட்டேன். தாங்கள் ஏதோ சமாதானம் சொன்னீர்கள். தங்களுக்கு ஏதேனும் பலமான காயம் பட்டிருக்குமோ என்று நான் சந்தேகித்துக் கேட்டதுகூட எனக்கு இப்போது ஞாபகம் வருகிறது!' என்றான் பார்த்திபேந்திரன்.

'என் உடம்பில் ஒன்றும் காயம் படவில்லை, பார்த்திபா! உள்ளத் தில் என்றும் ஆறாத காயம்பட்டுவிட்டது. வீரபாண்டியன் படுத்துக் கிடந்த கட்டிலுக்கு முன்னால் வந்து அவள் கைகூப்பி என்னிடம் உயிர்ப் பிச்சை கேட்ட காட்சி என் மனத்தை விட்டு அகலவில்லை. 'ஐயோ! அவள் கேட்டதைக் கொடுக்காமல் போய் விட்டோமே!' என்று என் மனம் பதைபதைத்தது. என் உயிரைக் கொடுப்பதின் மூலம் வீரபாண்டியனை உயிர்ப்பித்து அவளிடம் சேர்க்க முடியுமானால் அப்படியே நான் செய்திருப் பேன். இது முடியாதபடியால் என்னை நானே நொந்து கொண்டேன். பார்த்திபா! நம்முடைய வல்லமைகளைப் பற்றி நாம் எவ்வளவோ நினைத்துக் கொள்கிறோம். நம்மால் ஆகாத காரியம் ஒன்றுமேயில்லை என்று கருதி இறுமாப்பு அடைகிறோம். 'அரசர்களிடம் மகா விஷ்ணுவின் அம்சம் இருக்கிறது' என்று ஓலைச் சுவடிகளில் எழுதி வைத்திருப்பதைக் கேட்டு விட்டு, அதைக் கூட உண்மையென்று நம்பி விடுகிறோம். ஆனால், உடலை விட்டுப் பிரிந்து போன ஆவியைத் திரும்பக் கொண்டு வரும் வல்லமை நமக்கு உண்டா? அரச குலத்தில் பிறந்த யாருக்காவது இருந்திருக்கிறதா? நம்மால் உயிரை வாங்கத்தான் முடியும்; ஆனால் உயிரைக் கொடுக்கும் சக்தி மனிதர்களாய்ப் பிறந்த யாருக்கும் இல்லை!...'

'அப்படி இல்லாமலிருப்பதே மிக நல்லது. அந்த வல்லமை தங்களுக்கு இருந்திருந்தால், எவ்வளவு தவறான காரியம் நடந்து போயிருக்கும்? பாண்டியனுக்கு மறுபடியும் உயிரைக் கொடுத் திருப்பீர்கள். அவன் மீண்டும் எங்கேயாவது மலைப் பொந்தில் போய் ஒளிந்திருப்பான். பாண்டிய நாட்டு யுத்தம் ஒருவேளை இன்னும் நடந்துகொண்டிருக்கும்! இவ்வளவும் ஒரு பெண்ணின் பொய்க் கண்ணீருக்காக!' என்றான் பார்த்திபேந்திரன்.

'பல்லவா! நீ பெண் குலத்தை வெறுக்கும் துர்ப்பாக்கியசாலி! காதல் என்றால் இன்னதென்று நீ அறிய மாட்டாய்! அதனாலேயே இவ்விதம் பேசுகிறாய்!'

'ஆம்; நான் எந்தப் பெண்ணுடைய கண் வலையிலும் சிக்கிய தில்லை தான். ஆனால் தங்கள் அந்தரங்கத்துக்குரிய நண்பன் வந்தியத்தேவன் மஞ்சள் பூசிய முகம் எதைக் கண்டாலும் மயங்கிப் பல்லை இளிப்பவன். ஆகையினாலேயே அவனைத் தங்களுக்கு என்னைக் காட்டிலும் பிடித்திருக்கிறது. இல்லையா, அரசே!'

'ஆகா! கடைசியில் வந்தியத்தேவனிடம் வந்து விட்டாய் அல்லவா? ஏது, இத்தனை நேரம் அவனை மறந்து விட்டாயே என்று பார்த்தேன்!'

'ஆம், அவனைப் பற்றி உண்மையைச் சொன்னால் தங்களுக்குக் கசப்பாகவே இருக்கும். அந்தப் பேச்சை விட்டு விடுகிறேன். பிறகு என்ன நடந்தது, அரசே! நந்தினியை மறுபடியும் தாங்கள் சந்திக்கவே இல்லையா? வீரபாண்டியனுக்காக உருகினவள் எப்படிக் கிழவர் பழுவேட்டரையரை மணந்தாள் என்று அவளைக் கேட்கவே இல்லையா?'

'வீரபாண்டியனைக் கொன்ற இரவில் வெற்றிக் கோலாகலங் களுக்குப் பிறகு நீங்கள் எல்லாரும் பாசறைகளில் படுத்துத் தூங்கினீர்கள். எனக்கோ தூக்கம் வரவேயில்லை. அவளை மறுபடியும் பார்க்க வேண்டும் என்று என் உடம்பிலுள்ள ஒவ்வொரு நரம்பும் துடித்தது. அவளைப் பார்த்து ஏதேனும் சமாதானம் சொல்ல வேண்டும், மன்னிப்புக் கேட்க வேண்டும் என்று விரும்பினேன். மற்றொரு சமயம் அவள் பேரில் எனக்குப் பொங்கி எழுந்த கோபத்தைக் கொட்ட வேண்டும் என்று ஆவேசம் உண்டாயிற்று. எப்படியாவது அவளைப் பார்த்தா லொழிய மனநிம்மதி ஏற்படாது, சோழ நாட்டுக்குத் திரும்பிப் போக முடியாது என்று தோன்றியது. ஆகையால், நள்ளிரவில் நீங்கள் யாரும் அறியாமல் பாசறையிலிருந்து புறப்பட்டுக் குதிரை ஏறிச் சென்றேன். வைகை நதியின் நடுவிலிருந்த தீவை அடைந்தேன். மனம் பதைபதைக்க, உடம்பெல்லாம் நடுங்க, கால்கள் தள்ளாட, குதிரையி லிருந்து இறங்கி, மெள்ள மெள்ள நடந்து பெருமாள் கோயிலுக்கு அருகில் சென்றேன். அங்கேயிருந்த குடிசைகள் எல்லாம் எரிந்து சாம்பலாகிக் கிடப்பதைக் கண்டேன். ஒரு வயோதிகரும் வயோதிக ஸ்திரீயும் எரிந்த குடிசைக்குப் பக்கத்தில் உட்கார்ந்து புலம்பிக்கொண்டி ருந்தார்கள். இன்னும் கொஞ்சம் நெருங்கிச் சென்று பார்த்ததில் அவர்கள் தான் முன்னொரு தடவை நந்தினியைப் பழையாறை அரண்மனைத் தோட்டத்துக்கு அழைத்து வந்தவர்கள் என்று தெரிந்தது. என்னைப் பார்த்ததும் அவர்களுடைய துக்கமும் பீதியும் பன்மடங்கு ஆயின.

முதலில் அவர்களால் எதுவுமே பேச முடியவில்லை. கொஞ்சம் கொஞ்சமாக அவர்களைத் தைரியப்படுத்தி விசாரித்தேன். ஆற்றுக்கு அக்கரையில் இருந்த கிராமத்தில் அவர்களுடைய மூத்த குமாரி

இருந்தாளாம். அவளுக்குப் பிரசவ காலம் என்று அறிந்து அவளைப் பார்த்து வரப் போயிருந்தார்களாம். நந்தினி அவர்களுடன் வர மறுத்து விட்டாளாம். மனம் போனபடி நடந்து பழக்கமுள்ள அந்தப் பிடிவாதக் காரப் பெண்ணை ஒன்றும் செய்ய முடியாமல் அவர்கள் மட்டும் போய் விட்டுத் திரும்பி வந்தார்களாம். வழியில் யாரோ சில முரடர்கள் ஒரு பெண்ணைக் காலையும் கையையும் கட்டி, எரிந்துகொண்டிருந்த சிதையில் பலவந்தமாகப் போட முயன்றதை அவர்கள் பார்த்தார் களாம். யுத்த காலத்தில் இத்தகைய விபரீதங்கள் நடப்பது இயல்பு என்று எண்ணி அவர்களுக்கு அருகில் போகவும் பயந்துகொண்டு விரைவாக இங்கே வந்து சேர்ந்தார்களாம். வந்து பார்த்தால் குடிசைகள் பற்றி எரிந்து கிடந்தனவாம். நந்தினியையும் காணவில்லையாம். இந்த விவரத்தைச் சொல்லிவிட்டு அர்ச்சகரும் அவர் மனைவியும், 'இளவரசே! எங்கள் மகள் எங்கே? எங்கள் அருமைக் குமாரி எங்கே?' என்று கதறினார்கள். அவர்கள் நந்தினியின் உண்மைப் பெற்றோர்கள் அல்லவென்று எனக்கு முன்னமே தெரிந்திருந்தது. இப்போது அது சர்வ நிச்சயமாயிற்று. உண்மையில் பெற்றவர்களாயிருந்தால் இப்படித் தனியாக விட்டு விட்டுப் போயிருப்பார்களா? ஆகையால் அவர்கள் பேரில் எனக்கு இரக்கமோ அனுதாபமோ உண்டாகவில்லை. நந்தினி யின் கதியைப் பற்றிச் சொல்ல முடியாத துக்கம் ஏற்பட்டு நெஞ்சை அடைத்தது. 'உங்கள் மகள் எரிந்த சிதையைத் தேடிப் போய் நீங்களும் எரிந்து செத்துப் போங்கள்!' என்று வயிற்றெரிச்சல் தீர அவர்களைச் சபித்து விட்டு, திரும்பிப் பொழுது விடிவதற்குள் பாசறைக்கு வந்து சேர்ந்தேன். நீங்கள் எல்லாரும் நன்றாகத் தூங்கிக்கொண் டிருந்தீர்கள். நான் போனது, திரும்பி வந்தது ஒன்றும் உங்களில் யாருக்கும் தெரியாது...'

'ஆம்; இளவரசே! தெரியாதுதான். அதற்குப் பிறகும் இத்தனை காலமாக இதையெல்லாம் தங்கள் மனத்திலேயே வைத்துக்கொண்டி ருந்ததை நினைத்தால் வியப்பாயிருக்கிறது. சிநேக தர்மத்துக்கு இவ்வளவு மாறாகத் தாங்கள் நடந்து கொள்வீர்கள் என்று நான் கனவிலும் எண்ணவில்லை. தங்களுடைய நிலையில் நான் இருந்திருந் தால் தங்களிடம் சொல்லாமல் இருந்திருக்க மாட்டேன்' என்றான் பார்த்திபன்.

'ஆனால் நீ என்னுடைய நிலையில் இல்லையே, பார்த்திபா! இந்த உலகில் யாருமே என்னுடைய நிலையில் இருந்திருக்க முடியாது. என் நிலையில் இருந்திருந்தால், நீ எப்படி நடந்துகொண் டிருப்பாய் என்று யார் சொல்ல முடியும்?' என்றான் கரிகாலன்.

'அரசே! நடந்து போனதைப் பற்றி இப்போது நமக்குள் விவாதம் வேண்டாம். அப்புறம் என்ன நடந்தது? நந்தினியைப் பிறகு எப்போது

பார்த்தீர்கள்? பழுவூர் இளைய ராணி ஆன பிறகா? அதற்கு முன்னமேயா?'

'அதற்கு முன்னால் நான் பார்த்திருந்தால், அவள் பழுவூர் ராணி ஆகியிருக்கமாட்டாள். பழுவேட்டரையரின் கல்யாணம் நடந்தபோது நானும் நீயும் ஊரில் இல்லை. அந்தச் செய்தி வந்தபோது நாம் இருவரும் அருவருப்போடு பேசிக்கொண்டது உனக்கு நினைவில் இருக்குமே? அதற்குச் சில நாளைக்குப் பிறகு எனக்கு யுவராஜ்ய பட்டாபிஷேகம் நடந்தது. அடுத்த பட்டம் யாருக்கு என்பதைப் பற்றிச் சந்தேகம் எதுவும் இருக்கக் கூடாது என்றுதான் என் தந்தையும் பாட்டியும் மற்ற பெரியோர்களும் சேர்ந்து அந்த ஏற்பாடு செய்தார்கள். மதுராந்தகனுக்கு யாராவது துர்ப்போதனை செய்து தூபம் போட்டு விடப் போகிறார்கள் என்ற பயம் அவர்களுக்கு இருந்ததோ என்னமோ? இளவரசுப் பட்டம் கட்டியதோடு, பரகேசரிப் பட்டம் அளித்து என் பெய ராலேயே கல்வெட்டு சாஸனம் ஏற்படுத்தும் உரிமையையும் அளித்தார்கள். 'இனி இச்சோழ சாம்ராஜ்யத்தை ஆளும் பொறுப்பு முழுதும் உனக்கே' என்று என் அருமைத் தந்தை மனதார, வாயாரக் கூறினார். அதை நாட்டார், நகரத்தார், அமைச்சர்கள், தளபதிகள் அனைவரும் ஒப்புக்கொண்டு ஜயகோஷம் செய்தார்கள். இந்தக் கோலாகலத்தில் நான் நந்தினியை அடியோடு மறந்திருந்தேன். ஆனால் பட்டாபி ஷேகச் சடங்கு நடந்து முடிந்த சிறிது நேரத்துக் கெல்லாம் அவளை நான் என்றும் மறக்க முடியாத சம்பவம் நேர்ந்தது.

'பழமையான சோழர் குலத்து மணிமகுடத்துடன் என்னைச் சக்கரவர்த்தி அந்தப்புரத்துக்கு அழைத்துப் போனார். என் அன்னை யிடமும் பாட்டியிடமும் மற்ற அந்தப்புர மாதரிடமும் ஆசி பெறு வதற்காக அழைத்துப் போனார். என்னைத் தொடர்ந்து என் சகோதரனும் முதன் மந்திரியும் பழுவேட்டரையர்களும் வந்தார்கள். அந்தப்புரத்தில் வயது மிகுந்த தாய்மார்களோடு, என் தங்கையும் அவளுடைய தோழிகளும் மற்றும் பல இளமங்கை யரும் கூட்டமாக நின்றார்கள். எல்லாரும் ஆடை ஆபரணங் களினால் ஜொலித்துக் கொண்டு மகிழ்ச்சியினால் மலர்ந்த முகங்களோடு எங்கள் வரவை ஆவலுடன் எதிர்பார்த்துக் கொண்டு நின்றார்கள். ஆனால் அத்தனை முகங்களிலும் ஒரே ஒரு முகந்தான் என் கண்ணுக்குத் தெரிந்தது, அது நந்தினியின் முகந்தான். எரிந்து சாம்பராய்ப் போனாள் என்று நான் எண்ணி யிருந்த என் இதய தேவதைதான் அவள்! அந்த அரண்மனை அந்தப்புரத்துக்குள் அவள் எப்படி வந்தாள்? அவ்வளவு பிரமாத மான ஆடை அலங்காரங்களுடன் ராணிகளுக்குள் நடு நாயகமான மகாராணி யாக அங்கே எப்படி நிற்கிறாள்? அவள் முகத்தில்தான் என்ன மந்தகாஸம்? அவளுடைய சௌந்தரியம் முன்னைக் காட்டிலும் பத்து

மடங்கு அதிகமாயிருப்பது எப்படி? சில கண நேரத்திற்குள் என் உள்ளம் பற்பல ஆகாசக் கோட்டைகளைக் கட்டிவிட்டது! சோழ சாம் ராஜ்யத்திற்கு உரியவன் என்று நான் முடிசூட்டிக்கொண்ட அன்றைய தினம் உண்மையிலேயே என் வாழ்நாளில் அதிர்ஷ்ட தினம் ஆகப் போகிறதா? என் உள்ளத்தைக் கவர்ந்த ராணியை என் பட்ட மகிஷியாகவும் அடையப் போகிறேனா? ஏதோ, ஓர் அதிசயமான இந்திர ஜாலத்தினால், மந்திர சக்தியினால், அவ்விதம் நடக்கப் போகிறதா?... இப்படி நான் எண்ணிக்கொண்டிருக்கையில் என் அன்னை வானமாதேவி முன்னால் இரண்டு அடி நடந்து வந்து 'குழந்தாய்!' என்று சொல்லி என்னை ஆசீர்வதித்து உச்சி மோந்தாள்! அதே சமயத்தில் யாரும் எதிர்பாராத அச்சம்பவம் நடந்து விட்டது. என் தந்தை 'ஆ!' என்று ஒரு கூச்சலிட்டு விட்டுத் திடீரென்று தரையில் சுருண்டு விழுந்து மூர்ச்சை அடைந்தார். உடனே, அவ்விடத்தில் பெருங்குழப்பமாகி விட்டது. நானும் மற்ற எல்லாரும் சக்கர வர்த்தியைத் தூக்கி உட்கார வைத்து மூர்ச்சை தெளிவிப்பதில் கவனம் செலுத்தினோம். என் அன்னையையும், பாட்டி செம்பியன் மாதேவியையும் தவிர மற்ற மாதர் அனைவரும் உள்ளே சென்று விட்டார்கள். தந்தைக்குச் சீக்கிரத்தில் மூர்ச்சை தெளிந்து விட்டது.

'என் சகோதரி குந்தவையைத் தனி இடத்துக்கு நான் அழைத்துச் சென்று, 'நந்தினி அங்கே எப்படி வந்தாள்?' என்று கேட்டேன். நந்தினி பெரிய பழுவேட்டரையரை மணந்துகொண்டு இப்போது பழுவூர் இளைய ராணியாக விளங்குகிறாள் என்று குந்தவை சொன்னாள். என் நெஞ்சில் கூரிய ஈட்டி பாய்ந்தது. நண்பா! போர்க்களங்களில் எத்தனையோ முறை நான் காயம் பட்டதுண்டு. ஆனால், 'நந்தினிதான் பழுவூர் இளைய ராணி' என்று குந்தவை கூறியதனால் என் நெஞ்சில் ஏற்பட்ட காயம் இன்னும் ஆறவில்லை!' என்று ஆதித்த கரிகாலன் கூறித் தன்னுடைய நெஞ்சை அமுக்கிப் பிடித்துக்கொண்டான். நெஞ்சில் அவனுக்கு இன்னும் வலி இருந்து வந்தது என்பது நன்றாய்த் தெரிந்தது.

ஐம்பத்தேழாம் அத்தியாயம்

# மாய மோகினி

ஆரம்பத்திலிருந்து அவ்வளவாக அனுதாபம் இல்லாமலே கரிகாலன் கதையைக் கேட்டுக்கொண்டு வந்த பார்த்திபனுக்கும் இப்போது நெஞ்சு உருகி விட்டது. தன்னுடைய கண்களில் துளிர்த்த கண்ணீரைத் துடைத்துக்கொண்டான்.

'அரசே! ஒரு பெண்ணின் பேரில் ஏற்பட்ட காதலினால் இப்படிப் பட்ட துன்பம் உண்டாகக்கூடும் என்று நான் கனவிலும் கருதியதில்லை! இளவரசுப் பட்டாபிஷேகம் நடந்த அன்று இப்படி ஓர் அனுபவம் தங்களுக்கு நேர்ந்தது என்று எங்களுக் கெல்லாம் தெரியாது. ஆகையால், தாங்கள் மனச்சோர்வுடன் இருப்பதைப் பார்த்து ஆச்சரியப் பட்டோம். என்னவெல்லாமோ பரிகாசப் பேச்சுகள் பேசித் தங்களைச் சந்தோஷப்படுத்தப் பார்த்தோம். அதெல்லாம் இப்போது எனக்கு நினைவு வருகிறது!' என்றான்.

'ஆம்; நீங்கள் பரிகாசப் பேச்சுப் பேசினீர்கள். என்னை உற்சாகப் படுத்தப் பார்த்தீர்கள். என்னுடைய ஆட்சிக் காலத்தில் நான் செய்யப் போகும் மகத்தான காரியங்களைப் பற்றிப் பேசினீர்கள். இலங்கையி லிருந்து இமயம் வரையில் சோழ சாம்ராஜ்யத்தை அன்றைய தினமே விஸ்தரித்து விட்டீர்கள்! இன்னும், கடல் கடந்து சென்றும் இராஜ்யங் களைக் கைப்பற்றினீர்கள். அந்தப் பேச்செல்லாம் எனக்கு இன்னும் ஞாபகம் இருக்கிறது. அவ்வளவும் எனக்கு எவ்வளவு துன்பமளித்தது என்பதும் நினைவிருக்கிறது. பிறகு ஒரு நாள் என்னை நந்தினி பழுவூர் அரண்மனைக்குக் கூப்பிட்டு அனுப்பினாள். போகலாமா, வேண்டாமா என்று என் மனத்தில் ஒரு போராட்டம் எழுந்தது. கடைசியில், போவ தென்று முடிவு செய்தேன். பல விஷயங்களில் எனக்குத் தோன்றி யிருந்த ஐயங்களை அவளைக் கேட்டுத் தெரிந்து கொள்ள விரும்பினேன். அவளுடைய பிறப்பின் உண்மையைத் தெரிந்து கொள்ள விரும்பினேன். அந்தப்புரத்தில் என் தந்தை அன்று மூர்ச்சை

அடைந்து விழுந்ததற்கும் அங்கே நந்தினியை அவர் அகஸ் மாத்தாகக் கண்டதற்கும் ஏதேனும் சம்பந்தம் இருக்குமோ என்ற சந்தேகங்கூட என் மனத்தில் தோன்றியிருந்தது. அன்றைய தினம் சக்கரவர்த்திக்கு விரைவில் மூர்ச்சை தெளிந்து விட்டதாயினும் மறுபடி அவர் பழைய ஆரோக்கியத்தை அடையவேயில்லை என்பது உனக்கு நினை விருக்கும். நந்தினியுடன் பேசுவதிலிருந்து எனக்கு அதுவரை விளங்காத மர்மம் ஏதேனும் வெளியாகலாம் என்று எண்ணினேன். இதையெல்லாம் ஒரு வியாஜமாக வைத்துக்கொண்டேனே தவிர, உண்மையில் நான் சென்ற காரணம், அவளிடமிருந்த காந்த சக்திதான். வேறு காரணங் களைக் கற்பித்து என்னை நானே ஏமாற்றிக்கொண்டு சென்றேன். பழுவேட்டரையர் ஊரில் இல்லை. அவருடைய அரண்மனை யில் என்னைத் தடுப்பாரும் இல்லை. எனக்கும் நந்தினிக்கும் ஏற்பட்டிருந்த பழைய சிநேகிதத்தைப் பற்றி அங்கே அறிந்தவர்களும் இல்லை. இளவரசுப் பட்டம் கட்டிக் கொண்ட ராஜ குமாரன் பழுவூர் அரண்மனை ராணிமார்களிடம் ஆசி பெறு வதற்காக வருவதாகவே நினைத்தார்கள். அரண்மனைத் தோட்டத்தில் உள்ள லதா மண்டபத்தில் நந்தினியை நான் சந்தித்தேன். பார்த்திபா! கடற்பிரயாணம் செய்வோரின் அனுபவங்களை நீ கேட்டிருக்கிறாய் அல்லவா? சமுத்திரத்தில் சில இடங்களில் அளவில்லாத சக்தியுடனும் வேகத்துடனும் கூடிய நீரோட்டங்கள் இருக்குமாம். அந்த நீரோட்டங் களில் கப்பல்கள் அகப்பட்டுக்கொண்டால் சிறிது நேரத்தில் சுக்குச் சுக்காகப் போய்விடுமாம். நந்தினியின் முன்னிலையில் நான் இருந்த போது, கடல் நீரோட்டத்தில் அகப்பட்டுக் கொண்ட கப்பலின் கதியை அடைந்தேன். என் உடல், உள்ளம், இருதயம் எல்லாம் ஆயிரம் சுக்கல்களாகி விட்டன. என்னுடைய நாவிலே வந்த வார்த்தைகள் எனக்கே வியப்பை அளித்தன! 'ஐயோ! இது என்ன இப்படிப் பேசுகிறோம்?' என்று நெஞ்சில் ஒரு பக்கம் தோன்றிக்கொண்டிருந்த போது, வாய் ஏதேதோ உளறிக் கொண் டிருந்தது. எனக்கு இளவரசுப் பட்டம் சூட்டியதைப் பற்றி நந்தினி தன் மகிழ்ச்சியைத் தெரிவித்தாள்.

'எனக்கு அதில் ஒன்றும் மகிழ்ச்சி இல்லை!' என்றேன்.

'ஏன்?' என்று கேட்டாள்.

'இது என்ன கேள்வி கேட்கிறாய்? எனக்கு எவ்வாறு மகிழ்ச்சி இருக்கும்? நீதான் இப்படி அநியாயம் செய்து விட்டாயே?' என்றேன். நான் சொல்வது அவளுக்கு விளங்காதது போல நடித்தாள். இவ்விதம் பேச்சு வளர்ந்துகொண்டே போயிற்று. என் அன்பை நிராகரித்தது பற்றியும், வீரபாண்டியனைக் காதலித்தது பற்றியும் அவள் மீது நான் குற்றம் சாட்டினேன். கிழவர் பழுவேட்டரையரை மணந்தது பற்றியும் குத்தலாகப் பேசினேன்.

'இளவரசே! முதலில் தாங்கள் என் காதலைக் கொன்றீர்கள்; பிறகு என்னைக் காதலித்தவனை என் கண் முன்னால் கொன்றீர்கள்; என்னையும் கொன்றாலொழியத் தங்கள் மனம் திருப்தியடையாது போலிருக்கிறது. நான் உயிரோடிருப்பதே தங்களுக்குப் பிடிக்கவில்லை. நல்லது; என்னையும் கொன்று தங்கள் விருப்பத்தைப் பூர்த்தி செய்து கொள்ளுங்கள்!' என்று சொல்லித் தன்னுடைய இடுப்பில் செருகியிருந்த சிறிய கத்தியை எடுத்து நீட்டினாள்.

'நான் ஏன் உன்னைக் கொல்கிறேன்? நீயல்லவா என்னை உயிரோடு வதைத்துக்கொண்டிருக்கிறாய்!' என்றேன்.

கடைசியில், இப்போது நினைத்துப் பார்த்தாலும் வெட்கம் தருகிற வார்த்தைகளை என் வாய் சொல்லிற்று. 'இன்னமுங்கூட மோசம் ஒன்றும் நேர்ந்துவிடவில்லை. ஒரு வார்த்தை சொல்லு! இந்தக் கிழவனை விட்டு விட்டு வந்துவிடுவதாகச் சொல்லு! உனக்காக நான் இந்த ராஜ்யத்தை விட்டு வந்துவிடுகிறேன். இருவரும் கப்பல் ஏறிக் கடல் கடந்து தூர தேசத்துக்குப் போய் விடுவோம்!' என்றேன்.

நந்தினி அதைக் கேட்டுப் பயங்கரமாகச் சிரித்தாள். அதை நினைத்தால் இப்போதுகூட எனக்கு ரோமம் சிலிர்க்கிறது. 'கடல் கடந்து தூர தேசத்துக்குப் போய் நாம் என்ன செய்வது என்கிறீர்கள்? விறகு வெட்டிப் பிழைக்கவா? அல்லது வாழைத் தோட்டம் போட்டுப் பிழைக்கவா?' என்றாள். 'அதெல்லாம் உனக்குப் பிடிக்காதுதான்! அர்ச்சகர் வீட்டில் வளர்ந்தவள் பழுவூர் ராணி ஆகிவிட்டாய் அல்லவா?' என்றேன்.

'இதோடு திருப்தியடைவதாக எண்ணம் இல்லை. சோழ சாம் ராஜ்யத்தின் சிம்மாசனத்தில் சக்கரவர்த்தினியாக வீற்றிருப்பதாக உத்தேசம். தங்களுக்கு இஷ்டமிருந்தால் சொல்லுங்கள், பழு வேட்டரையர் இருவரையும் கொன்றுவிட்டு, சுந்தர சோழரைச் சிறையில் அடைத்து விட்டு, சக்கரவர்த்தியாகி என்னைத் தங்கள் பட்டமகிஷியாக்கிக் கொள்கிறதாயிருந்தால் சொல்லுங்கள்!' என்றாள். 'ஐயோ! என்ன பயங்கரமான வார்த்தைகளைச் சொல்கிறாய்?' என்றேன். 'காயமடைந்து படுத்துக் கிடந்த பாண்டியனை என் கண் முன்னால் கொன்றது பயங்கரமான காரியமில்லையா?' என்று நந்தினி கேட்டாள். இதனால் என் குரோதம் கொழுந்து விடத் தொடங்கியது. ஏதேதோ வெறி கொண்ட வார்த்தைகளை உளறி அவளை நிந்தித்து விட்டுக் கிளம்பினேன். அப்போதும் அவள் என்னை விடவில்லை. 'இளவரசே! எப்போதாவது தங்களுடைய மனத்தை மாற்றிக் கொண்டால் என்னிடம் திரும்பி வாருங்கள். என்னைச் சக்கரவர்த்தினி யாக்கிக்கொள்ளத் தங்கள் மனம் இடம் கொடுக்கும் போது வாருங்கள்!'

என்றாள். அன்று அவளை விட்டுப் பிரிந்தவன் பிறகு அவளைப் பார்க்கவே இல்லை!' என்றான் ஆதித்த கரிகாலன்.

இதையெல்லாம் கேட்டுப் பயங்கரமும் திகைப்பும் அடைந்த பார்த்தி பேந்திரன், 'அரசே! இப்படியும் ஒரு ராட்சசி உலகில் இருக்க முடியுமா? அவளைத் தாங்கள் மறுபடி சந்திக்காததே நல்லதாய்ப் போயிற்று!' என்று கூறிப் பெருமூச்சு விட்டான்.

'அவளை நான் போய்ப் பார்க்கவில்லை என்பது சரிதான்! ஆனால் அவள் என்னை விட்டபாடில்லை. பல்லவா! இரவும் பகலும் என்னைச் சுற்றிச் சுற்றி வந்து என்னை வதைக்கிறாள். பகலில் நினைவிலே வருகிறாள். இரவில் கனவிலே வருகிறாள். ஒரு சமயம் முகத்தில் மோகனப் புன்னகையுடன் என்னைக் கட்டி அணைத்து முத்தம் கொடுக்க வருகிறாள். இன்னொரு சமயம் கையில் கூரிய கத்தியுடன் என்னைக் குத்திக் கொல்ல வருகிறாள். ஒரு சமயம் கண்களில் கண்ணீர் பெருக்கி விம்மிக்கொண்டு வருகிறாள். வேறொரு சமயம் தலைவிரி கோலமாய்க் கன்னங்களைக் கை விரல்களினால் பிறாண்டிக்கொண்டும் அலறி அழுதுகொண்டும் வருகிறாள். ஒரு சமயம் பைத்தியம் பிடித்த வளைப் போல் பயங்கரமாய்ச் சிரித்துக்கொண்டும் வருகிறாள். இன் னொரு சமயம் அமைதியான முகத்துடன் ஆறுதல் சொல்ல வருகிறாள். கடவுளே! அந்தப் பாதகி என்னை எப்படித்தான் வதைக்கிறாள் என்று சொல்லி முடியாது. இன்று மாலை பாட்டன் கூறியது நினைவிருக் கிறதா! நான் ஏன் தஞ்சை போகக் கூடாது என்பதற்கு ஏதேதோ காரணம் கூறினார். உண்மையில் நான் தஞ்சை போகாமலிருப்பதற்கும் என் தந்தையைக் காஞ்சிக்கு வரவழைக்க விரும்புவதற்கும் காரணம் நந்தினி தான்...'

'அரசே! கேவலம் ஒரு பெண்ணுக்குப் பயந்துகொண்டா தஞ்சைக்குப் போகாமலிருக்கிறீர்கள்? அப்படி அவள் என்னதான் செய்துவிடுவாள்? வஞ்சனையாக விஷம் வைத்துத் தங்களைக் கொன்றுவிடுவாள் என்று அஞ்சுகிறீர்களா?...'

'இல்லை, பார்த்திபா, இல்லை! இன்னமும் என்னை நீ நன்றாகப் புரிந்து கொள்ளவில்லை. அவள் என்னைக் கொன்று விடுவாள் என்பதற்காக நான் அஞ்சவில்லை. அவளுடைய இஷ்டப்படி என்னைச் செய்ய வைத்து விடுவாளோ என்றுதான் பயப்படுகிறேன். 'உன் தந்தையைச் சிறையில் போடு!' 'உன் தங்கையை நாட்டை விட்டுத் துரத்து!' 'இந்தக் கிழவனைக் கொன்று என்னைச் சிம்மாசனத்தில் ஏற்று!' என்று அந்த மாய மோகினி மறுமுறை சொன்னால், எனக்கு அப்படியெல்லாம் செய்யத் தோன்றிவிடுமோ என்று பயப்படுகிறேன். நண்பா! ஒன்று நந்தினி சாக வேண்டும்; அல்லது நான் சாக வேண்டும்; அல்லது

இரண்டு பேரும் சாக வேண்டும். இல்லாவிடில் இந்த ஜன்மத்தில் எனக்கு மன அமைதி கிடையாது!' என்றான் கரிகாலன்.

'அரசே! இது என்ன பேச்சு? தாங்கள் ஏன் சாக வேண்டும்? எனக்கு அனுமதி கொடுங்கள்! இலங்கைக்கு அப்புறம் போகிறேன். உடனே தஞ்சாவூர் சென்று அவளைக் கொன்றுவிட்டு வருகிறேன். ஸ்திரீ ஹத்தி தோஷம் எனக்கு வந்தால் வரட்டும்...'

'அப்படி ஏதாவது செய்தால் உன்னை என் பரம வைரியாகக் கருதுவேன். நந்தினியைக் கொல்லத்தான் வேண்டுமென்றால், என்னுடைய இந்தக் கையினாலேயே அவளைக் கொல்லுவேன். கொன்றுவிட்டு என்னையும் கொன்றுகொண்டு மாளுவேன்! வேறொருவர் அவளுடைய சுண்டு விரலின் நகத்துக்குக் கேடு செய்வதையும் என்னால் பொறுக்க முடியாது! நண்பா! நீ நந்தி னியை மறந்துவிடு! அவளைப் பற்றி நான் சொன்னதெல்லாவற் றையும் மறந்துவிடு! பாட்டன் சொன்னபடி நீ நாளைக்கே புறப்பட்டு இலங்கைக்குப் போ! என் சகோதரன் அருள்மொழியை எப்படியாவது வற்புறுத்தி இங்கே அழைத்து வா! அவனை இங்கே இருக்கச் செய்வோம். பாட்டனும் பேரனும் யோசித்து என்ன வேணுமோ செய்துகொள்ளட்டும். நாம் இலங்கைக்குச் செல்வோம். மீண்டும் கப்பல் ஏறிப் பெரும்படையுடன் கீழைக் கடல்களில் செல்வோம். சாவகம், புஷ்பகம், கடாரம் முதலிய தேசங்களுக்குச் சென்று வெற்றிக் கொடி நாட்டுவோம். பிறகு மேற்கே திரும்புவோம். அரபு, பாரஸீகம், மிசிரம் முதலிய நாடுகளுக்குச் சென்று அங்கெல்லாம் தமிழர் வீரத்தையும் புலிக் கொடியையும் நிலைநாட்டுவோம். பார்த்திபா! அந்த நாடுகளில் எல்லாம் கற்பு என்னும் கட்டுப்பாடு இந்த நாட்டில் உள்ளது போல் கிடையாது என்பது உனக்குத் தெரியுமா? அரசர்கள் தங்கள் இஷ்டம்போல் அவர்களுடைய ஆட்சியின் கீழ் உள்ள எந்தப் பெண்ணையும் அழைத்துச் சென்று அந்தப்புரத்தில் சேர்த்துக் கொள்வார்களாம்!...' என்றான் கரிகாலன்.

பார்த்திபன் இதற்கு மறு மொழி சொல்லுவதற்குள் திருக் கோவலூர் மலையமான் அங்கு வந்துசேர்ந்தார். 'அரவான் கதையைப் போல் அற்புதமான கதை இந்த உலகத்திலேயே கிடையாது. நீ இப்போது சொல்லிக்கொண்டிருந்த எந்த நாட்டிலும் கிடையாது. ஆனால் இன்னுமா நீங்கள் தூங்காமல் பேசிக்கொண்டிருக்கிறீர்கள்? பார்த்தி பேந்திரா! நாளைக்கு இலங்கைக்குப் புறப்பட வேண்டும் என்பது உனக்கு நினைவிருக்கிறதல்லவா?' என்றார்.

'அதைப் பற்றித்தான் தூங்காமல் பேசிக்கொண்டிருக்கிறோம்!' என்றான் பார்த்திபேந்திரன்.

(பொன்னியின் செல்வன்
முதல் பாகம் முற்றிற்று)

www.ingramcontent.com/pod-product-compliance
Lightning Source LLC
Chambersburg PA
CBHW060218030726
47499CB00004B/1101
* 9 7 8 8 1 8 4 9 3 6 8 3 4 *